Công giáo Việt Nam
Từ đế chế đến quốc gia

Charles Keith

Phạm Nguyên Trường *dịch*

CÔNG GIÁO VIỆT NAM
từ đế chế đến quốc gia

Người Việt Books, 2016

Công Giáo Việt Nam - Từ đế chế đến quốc gia
Charles Keith
dịch: Phạm Nguyên Trường
Người Việt Books xuất bản lần đầu tiên tại Hoa Kỳ, 2016
Bìa và trình bày: Uyên Nguyên
ISBN: 978-1537415406

MỤC LỤC

Tri ân

Phải mất một thời gian dài tôi mới viết xong cuốn sách này, tôi đội ơn nhiều người và nhiều tổ chức vì họ đã giúp tôi trong suốt thời gian đó. Tôi bắt đầu dự án này trong thời gian học tại Đại học Yale (Yale University), nơi John Merriman và Ben Kiernan đã giúp tôi học cách tư duy về những tương tác giữa lịch sử châu Âu và lịch sử Nam Á mà cuốn sách này khảo sát. Không có sự hướng dẫn và tình bạn của họ thì tôi không được như ngày hôm nay. Jay Winter không chỉ là người có ảnh hưởng nhiều với tôi về mặt trí tuệ trong thời gian này, tôi phải cám ơn ông vì nhan đề của cuốn sách. Quang Phu Van là người đã có công dạy tiếng Việt cho tôi hơn bất kỳ ai khác, những cố gắng của ông trong việc xây dựng cộng đồng nghiên cứu Việt Nam ở Yale đã mang lại cho tôi, cũng như nhiều người khác, rất nhiều lợi ích. Những người bạn nghiên cứu sinh tuyệt vời của tôi – nhiều quá, không thể cám ơn từng người ở đây được – luôn luôn là nguồn động viên và cổ vũ đối với tôi. Xin được đặc biệt cám ơn George R. Trumbull IV vì sự giúp đỡ và tình bằng hữu ngay từ thuở ban đầu và Haydon Cherry vì những buổi thảo luận và những thời gian cực kỳ thú vị trên cả ba châu lục.

Kiến thức, lời khuyên và sự cổ vũ của các học giả về Việt Nam và chủ nghĩa thực dân Pháp đã có đóng góp rất lớn vào cuốn sách này. Xin chân thành cám ơn Mitch Aso, Jennifer Boittin, Pascal Bourdeaux, Trang Cao, Joshua Cole, J. P. Daughton, Naomi Davidson, George Dutton, Christina Firpo, Elizabeth Foster, Henri Francq, Gilles de Gantès, Christoph Giebel, Chi Ha, Alec Holcombe, Eric Jennings, Mark Lawrence, Christian Lentz, Jim Le Seuer, Pamela McElwee, Ed Miller, Michael Montesano, Cindy Nguyen, Lien – Hang Nguyen, Martina Nguyen, Nguyen Nguyet Cam, Lorraine Paterson, Jason Picard, Helen Pho, Paul Sager, Gerard Sasges, Hue – Tam Ho Tai, Keith Taylor, Michele Thompson, Nhung Tuyet Tran, Tuong Vu, Chris Wheeler, Owen White, John Whitmore và Peter Zinoman vì sự giúp đỡ của họ trong suốt mấy năm trời. Xin được đặc biệt cám ơn một ít người khác. Tôi đặc biệt mang ơn Claire Trần Thị Liên và Peter Hansen vì công trình có tính đột phá của họ về lịch sử Công giáo Việt Nam trong thế kỷ XX và sự chia sẻ kiến thức và ý tưởng của họ về những điều thú vị trong lĩnh vực nghiên cứu mà chúng tôi cùng quan tâm. Xin cám ơn Shawn McHale vì đã đọc bản luận án làm cơ sở cho tác phẩm này. Xin cám ơn Christopher Goscha vì ông đã đọc toàn bộ bản thảo và đã cho tôi những nhận xét và cổ vũ cực kỳ quan trọng, như ông đã từng làm với nhiều người trong lĩnh vực Việt Nam học. Cuối cùng, xin được cám ơn Bradley Davis vì những buổi nói chuyện về lịch sử Việt Nam, tuy vòng vo và vô lễ nhưng vẫn làm tôi nhớ mãi, rất nhiều buổi như thế đã diễn ra ở bàn bia hơi mà chúng tôi ưa thích trên phố Dã Tượng ở Hà Nội, nhưng nay đã trở thành nạn nhân của bước đi hùng dũng của lịch sử (hiện là chi nhánh của Vietcom Bank).

Sẽ không có cuốn sách này nếu không có sự tài trợ hào phóng về mặt tài chính của nhiều tổ chức. Tôi đặc biệt mang ơn quỹ Blakemore – Freeman Foundation vì đã tạo điều kiện cho tôi học tiếng Việt ở Hà Nội và thành phố Hồ Chí Minh trong những năm 2004 – 2005, và cám ơn chương trình Fulbright – Hays Program và Social Science Research Council vì khoản tài trợ tạo điều kiện cho tôi tiến hành công việc chủ yếu của công trình nghiên cứu này. Ở Yale, tôi xin cám ơn Khoa Sử (Department of History), Hội đồng nghiên cứu Đông Nam Á (Council on Southeast Asia), Trung tâm MacMillan (MacMillan Center), Trung tâm Nghiên cứu An ninh Quốc tế (International Security Studies) về khoản tài trợ tạo điều kiện cho tôi học tiếng Việt tại Viện nghiên cứu Đông Nam Á vào mùa hè (Southeast Asian Summer Studies Institute) và thực hiện công việc nghiên cứu ban đầu và xin cám ơn quỹ Mrs. Giles Whiting Foundation vì sự ủng hộ của họ trong năm tôi viết luận án. Tại đại học Michigan State (Michigan State University) xin cám ơn Khoa Sử (Department of History) và Khoa học Xã hội học (College of Social Science) vì những hỗ trợ cần thiết trong giai đoạn sau của quá trình nghiên cứu và viết luận án.

Quá trình nghiên cứu để viết tác phẩm này đã đưa tôi

tới nhiều văn khố và thư viện tuyệt vời. Ở Việt Nam, tôi rất muốn được cám ơn Viện Việt Nam Học và Khoa Học Phát Triển vì đã bảo trợ cho chiếu khán của tôi để tôi học tiếng Việt và đã giới thiệu tôi với những cơ quan mà tôi làm việc. Tôi xin cám ơn các vị giám đốc và nhân viên Trung Tâm Lưu Trữ I ở Hà Nội, Trung Tâm Lưu Trữ II ở thành phố Hồ Chí Minh, Thư Viện Quốc Gia ở Hà Nội và Thư Viện Khoa Học Tổng Hợp ở thành phố Hồ Chí Minh vì đã cho tôi tiếp cận với những bộ sưu tập của họ. Viện Nghiên Cứu Tôn Giáo và Viện Viễn Đông Bác Cổ Pháp ở Hà Nội là những nơi tuyệt vời để làm việc và gặp gỡ các nhà khoa học và tôi xin cám ơn các ông giám đốc Đỗ Quang Hưng và Andrew Hardy vì lòng nhiệt tình của họ đối với tôi. Tôi cũng xin cám ơn cựu Tổng giám mục Hà Nội, Joseph Ngô Quang Kiệt, và Tổng giám mục thành phố Hồ Chí Minh, Hồng y Jean – Baptiste Phạm Minh Mẫn, vì sự đón tiếp nồng hậu trong những lần tôi tới thăm hai tổng giáo phận này. Ở Pháp, tôi mang ơn Cha Gérard Moussay, nay đã quá cố, của Hội Thừa Sai Paris (Société des Missions Etrangères de Paris) vì đã cho tôi tiếp cận với văn khố và thư viện của Hội và xin cám ơn Brigitte Appavou vì đã giúp đỡ tôi tìm kiếm trong bộ sưu tập của họ. Tôi cũng xin cám ơn các vị giám đốc và nhân viên Cục Lưu Trữ Hải Ngoại (Archives Nationales d'Outre – Mer), Văn khố của Hội Saint – Sulpice (Société de Saint – Sulpice), Văn khố của Bộ ngoại giao (Ministère des Affaires Étrangères), văn khố của Lịch sử Bộ Binh (Service Historique de l'Armée de la Terre), Thư viện của Viện nghiên cứu Công giáo Paris

(Bibliothèque de l'Institut Catholique de Paris), Thư viện tài liệu quốc tế đương đại (Bibliothèque de Documentation Internationale Contemporaine), Thư viện Quốc gia Pháp (Bibliothèque Nationale de France), và (ở Italy) Văn khố lịch sử của Bộ Truyền giáo của Vatican (Archivio Storico della Congregazione per l' Evengelizzazione dei Popoli).

Các đồng nghiệp của tôi ở Đại học Michigan State (Michigan State University) có thái độ ân cần đối với tôi ngay từ khi tôi mới tới East Lansing và họ đã giúp tác phẩm này lớn lên cho đến tận phút chót. Xin đặc biệt cám ơn David Bailey, Liam Brockey, Pero Dagbovie, Walter Hawthorne, Leslie Moch, Ed Murphy, Ethan Segal, Lewis Siegelbaum, Aminda Smith, Ben Smith, Michael Stamm và John Waller. Tôi gặp may vì tác phẩm này đã tìm được nơi trú chân là Nhà xuất bản của Đại học California (University of California Press), là nơi đã ủng hộ những công trình nghiên cứu Việt Nam học từ khá lâu rồi, tôi lại còn may nữa khi được làm việc với Niels Hooper và đội ngũ biên tập viên của ông. Xin gửi lời cám ơn tới hai người phản biện giấu tên về những lời nhận xét tuyệt vời của họ. Tôi cũng xin đặc biệt cám ơn Christopher Goscha và Fredrik Logevall, hai đồng biên tập một loạt tác phẩm bao gồm cuốn sách này với sự ủng hộ nhiệt tình của họ. Cuối cùng, cuốn sách này sẽ không thể thực hiện nếu không có sự tham gia của ba dịch giả tài năng. Xin cám ơn Phạm Nguyên Trương, dịch giả chính của tác phẩm; Nguyễn Khoan và Lê Kim Loan dành nhiều thời gian xem xét, bổ túc và sửa chữa những chỗ cần thiết.

Nhìn lại quá khứ, tôi nghĩ ban đầu tôi định trở thành nhà sử học, đấy là khi tôi học với thầy Matthew Ostoyich năm lớp mười một và mười hai, ông là tấm gương mà tôi luôn luôn nhớ. Khoa sử tại Đại học Cornell (Cornell University) là địa điểm tuyệt vời để học môn này khi còn là sinh viên: xin cám ơn những người thầy tuyệt vời, Daniel Baugh, Stuart Blumin và John Weiss. Bạn bè trong tất cả các lĩnh vực của đời sống đã giúp tôi tập trung vào tác phẩm này, hay có lúc quên đi, khi nào viết xong là việc dường như quá sức tôi. Xin cám ơn Bob Berstein, Mat Backman, Matt Bruntel, Ken Cunningham, Cyrus Dhalla, Jake Kramer, Peter Lallas, Jake Lundberg, Naresh Manjanath, Tom Pepinsky, Johanna Ransmeier, Aaron Rester, Noah Smith, Joe Spinelli, Jeremy Taylor, và đặc biệt là Matthew Mozian vì tình bạn chân thành kéo dài gần ba thập kỷ, Landon Carter Schmitt, lúc nào chúng tôi cũng nhớ tới anh.

Thậm chí sau khi đã viết nhiều như thế rồi, tôi vẫn chưa tìm được lời để cám ơn gia đình tôi và gia đình bên vợ tôi. Tôi đã và sẽ vẫn luôn luôn đứng trên vai các vị. Tôi đã cực kỳ hạnh phúc khi biết ông bà nội ngoại của mình lúc đã lớn. Việc biết họ tạo điều kiện cho tôi trải nghiệm lịch sử của mình theo cách mà nhiều người khác không bao giờ có cơ hội làm như thế và tôi mãi mãi cảm thấy hạnh phúc vì món quà này. Và quan trọng hơn hết, tôi dành trọn tình yêu cho Helen và hai con gái Clara và Gretchen của chúng tôi, họ là khởi đầu cho mọi công việc của tôi.

Tựa

Công việc nghiên cứu Giáo hội Công giáo Việt Nam đã được phục hồi sau khi Chiến tranh Lạnh chấm dứt và những thay đổi về kinh tế và xã hội của thời cải cách thị trường ở Việt Nam. Trong hai mươi năm qua, nhiều nhà nghiên cứu đã và đang cung cấp cho chúng ta những bản tường trình đầy màu sắc về Giáo hội Công giáo Việt Nam từ khi tôn giáo này xâm nhập vào Việt Nam từ thế kỷ XVII cho đến ngày nay. Tuy nhiên, có một giai đoạn cực kỳ quan trọng trong sử liệu học đã bị bỏ qua, giai đoạn mà một số người cho là quan trọng nhất, mà cụ thể là giai đoạn chuyển hóa trong thời thuộc địa, từ công việc truyền giáo do người nước ngoài lãnh đạo thành Giáo hội địa phương độc lập. Bằng tác phẩm Công giáo Việt Nam, Charles Keith đã lấp được chỗ trống đó và bằng cách làm như thế, ông còn cung cấp cho chúng ta một công trình phân tích cực kỳ đặc sắc về bản chất văn hóa – xã hội và chính trị của quá trình chuyển hóa này và những hậu quả phức tạp của nó. Ông cũng cung cấp cho chúng ta một sự hiểu biết sâu sắc, đầy sức mạnh về lịch sử Việt Nam đương đại.

Dựa vào những nguồn tài liệu cực kỳ phong phú của chế độ thuộc địa, của truyền giáo, của Vatican và nhất là những nguồn tài liệu của Việt Nam, Keith đã chứng minh cho chúng ta thấy quan hệ ngày càng dễ đổ vỡ giữa các tín đồ Công giáo Việt Nam với các nhà truyền giáo châu Âu và quan chức Pháp mà chính quyền thuộc địa đã tạo. Đồng thời, ông còn phân tích những thay đổi về xã hội, kinh tế và văn hóa diễn ra ở Việt Nam đã ảnh hưởng tới quan hệ giữa các tín đồ Công giáo Việt Nam và những người không theo đạo Công giáo. Nếu các nhà sử học tập trung chú ý vào những cuộc khởi nghĩa nổi tiếng, đã bị người Pháp đập tan, ở Yên Bái và Nghệ An trong những năm 1930 – 1931 thì Keith là người đầu tiên quan tâm tới ý nghĩa của việc tấn phong Nguyễn Bá Tòng – vị giám mục đầu tiên của Việt Nam – vào năm 1933. Khi chiến tranh kết thúc, việc tấn phong một vị linh mục nổi tiếng khác là Lê Hữu Từ và việc ban đầu ông này ủng hộ Hồ Chí Minh làm cho người ta không thể nghi ngờ rằng từ thế kỷ XIX trong cộng đồng giáo dân Việt Nam đã diễn ra nhiều sự thay đổi. Trước khi cuộc Chiến tranh Đông Dương kết thúc, người Việt Nam – chứ không phải người châu Âu – đã cai quản các giáo phận Hà Nội, Bắc Ninh, Vinh, Hải Phòng và Sài Gòn. Sự năng động của giai đoạn thuộc địa, trong đó có sự cáo chung đầy bạo lực của nó, đã tạo ra quá trình phi thực dân hóa về mặt tôn giáo.

Nhưng Keith còn đi xa hơn thế. Ví dụ, ông chỉ ra cách thức mà chế độ thuộc địa đã tạo ra những mối liên kết vươn ra bên ngoài biên giới quốc gia để rồi các tín đồ Công giáo Việt Nam có thể biến thành lợi thế cho mình. Qua mối liên kết đầy hấp dẫn, ông còn phân tích cách thức *mà những cố gắng của Vatican trong giai đoạn sau Thế chiến I nhằm xây dựng các Giáo hội Công giáo trong thế giới bên ngoài phương Tây đã tạo điều kiện cho giới tinh hoa tôn giáo bản xứ suy nghĩ lại về quan hệ của họ với các nhà truyền giáo châu Âu và chính quyền thuộc địa. Tính chất đang thay đổi của Giáo hội Công giáo quốc tế còn cung cấp cho các tín đồ Công giáo Việt Nam những cuộc tiếp xúc cũng như những phương tiện mang tính thiết chế, phù hợp với giáo luật và hiện đại, cho việc mường tượng và xây dựng Giáo hội Công giáo Việt Nam.*

Trong công trình nghiên cứu quan trọng này, Charles Keith đã cung cấp cho chúng ta một bản tường trình dài hơi đầu tiên về Công giáo Việt Nam trong giai đoạn thuộc địa. Chúng tôi xin đưa cuốn sách này vào loạt tác phẩm của chúng tôi với sự vui mừng và lòng biết ơn vô hạn. Các chuyên gia cũng như các độc giả bình thường sẽ tìm thấy rất nhiều điều thú vị trong tác phẩm nghiên cứu chuyên sâu, đa ngành và rất dễ thương này. Họ có thể thậm chí suy nghĩ hơi khác không chỉ về Giáo hội Công giáo Việt Nam mà còn về cả nước Việt Nam nữa.

Christopher Goscha
Fredrik Logevall

15

Lời giới thiệu

Ba vị linh mục Công giáo, tay bị còng, cổ đeo gông, đang đứng, mắt nhìn xuống, xung quanh là đám cảnh sát; họ đang đợi người ta chụp ảnh. Ba người này vừa ra khỏi khám lớn Sài Gòn, số 33, rue de la Grandière. Sau khi chụp ảnh họ sẽ cùng với cai ngục xuống chiếc tàu thủy đang đợi sẵn. Đích đến của họ là nhà tù khét tiếng của Pháp ở Côn Đảo, một hòn đảo ngoài khơi Nam Kỳ.

Ngày 18 tháng 10 năm 1909, ngày chụp bức hình này chỉ cách vài hôm ngày chính quyền thực dân Pháp kết án ba vị linh mục với nhiều tội danh. Nguyễn Thần Đồng, Nguyễn Văn Tường và Đậu Quang Lĩnh đã làm việc cho phong trào Đông Du – một phong trào do nhà trí thức cách mạng là Phan Bội Châu lãnh đạo – ở Nghệ An, quê hương họ, được hơn một năm. Mục tiêu của họ là tuyển mộ học sinh đi du học ở Nhật Bản và biến họ thành nền tảng của tổ chức nhằm thống nhất các lực lượng chống thực dân và lật đổ chính quyền Pháp. Ba vị linh mục tham gia phong trào Đông Du qua sự dìu dắt của Mai Lão Bạng, một linh mục đồng đạo khác, trước khi ông này đi Nhật vào năm 1906. Lợi dụng việc chăm sóc các xứ đạo ở Nghệ An, các vị linh mục này đã quyên góp tiền, phân phát các bài viết và tuyển mộ những người ủng hộ phong trào Đông Du. Người ta đồn rằng, trong những chuyến đi của mình, các ông này thường mang theo ảnh chụp Mai Lão Bạng với Phan Bội Châu và Cường Để – hoàng tử của nhà Nguyễn – người đang hy vọng sẽ rời khỏi nơi lưu đày ở Nhật Bản để lên ngôi, đứng đầu nước Việt Nam độc lập, cũng như những thư từ của giới tu sĩ Việt Nam kêu gọi người Công giáo đứng lên chống Pháp. Một trong những bức thư đó viết như sau: "Hiện nay nước đã mất, Chúa (Jesus) không còn được bảo vệ nữa, Giáo Hội đang bị đe dọa. Muốn bảo vệ Chúa, chúng ta phải giữ gìn dân tộc, chúng ta phải chống lại người Pháp... Người Công giáo phải đóng góp bằng mọi cách, sức lao động hay là của cải, trong cuộc đấu tranh chống lại người Pháp, nhằm thể hiện lòng yêu nước và tình yêu Thiên Chúa."[1]

(Hình 1). Ba linh mục bị bắt giữ vì những hành động chống thực dân Pháp, 1909. Société des Missions Etrangères de Paris.

---

[1] Trích lại trong Trần Mỹ-Vân, *A Vietnamese Royal Exile in Japan: Prince Cường Để* (1882-1951) (New York: Routledge, 2005), 40.

18

Chẳng mấy chốc tin tức về những hoạt động như thế đã đến tai các nhà truyền giáo và nhà chức trách của chính quyền thực dân, cả hai bên bắt đầu theo dõi các linh mục một cách sát sao. Tháng 5 năm 1909, một nhà truyền giáo bắt được những vị linh mục này với những tài liệu có thể buộc tội họ và thông báo cho nhà chức trách Pháp, đến giữa tháng 6 thì các vị linh mục này bị đưa ra xét xử ở thành phố Vinh. Ban đầu họ phủ nhận, nói rằng mình không dính líu với những hoạt động như thế, nhưng tài liệu được tìm thấy trong khu vực của họ cũng như lời chứng của các vị linh mục và giáo dân trong những cuộc thẩm vấn kéo dài hơn một tháng kể từ ngày họ bị bắt cuối cùng đã buộc họ phải nhận tội. Ba vị linh mục bị kết án chín năm tù và lao động khổ sai. Họ ở lại Vinh cho đến đầu tháng 9, sau đó họ được đưa vào Nam để đến Côn Đảo. Hai tháng trước đó, Mai Lão Bạng bị kết án vắng mặt và mãi đến năm 1914 mới bị bắt ở Hồng Công và cũng bị đưa đến nhà tù cùng với ba người đồng bào của mình. Mãi đến năm 1918, Mai Lão Bạng, Nguyễn Thần Đồng và Đậu Quang Lĩnh mới được thả. Nguyễn Văn Tường chết trong tù.[2] Trong thời kỳ thuộc địa, nhà chức trách Pháp, những người truyền giáo và người Công giáo Việt Nam đã trải qua những biến đổi và xung đột, tương tự như những điều vừa trình bày, tức là những điều đã dẫn tới sự cáo chung của quyền lực tôn giáo

[2] Báo cáo chi tiết nhất về vụ này là Nicole-Louis Henard, "Un épisode ignoré de l'histoire du protectorat de l'Annam en 1909", *Bulletin de l'Ecole Française d'Extrême-Orient* 75 (1986): 215-48. Tên đã được tiểu thuyết hóa của ba vị linh mục thay đổi theo các bản tường trình; đây là hiện tượng chung.

và chính trị của châu Âu đối với đời sống Công giáo ở Việt Nam và làm chuyển hóa vị trí của Giáo hội Công giáo trong xã hội và nền chính trị Việt Nam. Đấy là tâm điểm của công trình nghiên cứu này. Công trình nghiên cứu này chỉ ra cách thức mà chính quyền thuộc địa Pháp cho phép biến công việc truyền giáo ở Việt Nam thành những cơ cấu mang tính thiết chế và kinh tế đầy sức mạnh và lan rộng, trong đó giống nòi quyết định cả uy thế văn hóa lẫn tôn giáo, quyết định quyền kiểm soát các nguồn lực và thẩm quyền trong các thiết chế đó. Điều này, cùng với bản thân chính quyền, đã tạo ra văn hóa của đời sống tôn giáo, trong đó quan hệ của người Công giáo Việt Nam và những người truyền giáo châu Âu trở nên bất bình đẳng và lục đục hơn bao giờ hết. Nhưng thời thuộc địa cũng tạo ra những mối liên hệ chưa từng có giữa Việt Nam và các thiết chế và văn hóa của đạo Công giáo toàn cầu, khi Vatican cải tổ nhằm tạo ra Giáo hội địa phương độc lập đã giúp cho những người Công giáo Việt Nam có những suy nghĩ mới và xác định lại quan hệ của họ với cả Truyền giáo lẫn chính quyền thuộc địa. Tương tự như vô số hệ tư tưởng cách mạng và phong trào đấu tranh nhân danh dân tộc Việt Nam, cuộc cách mạng này trong đời sống Công giáo ở Việt Nam cuối cùng đã có tính mơ hồ, thậm chí mâu thuẫn: nó đã thiết lập được nền tảng cho một Giáo hội độc lập ở Việt Nam, nhưng đồng thời nó lại phân hóa vị trí của Giáo hội mới trong nền chính trị và xã hội Việt Nam và tạo ra sự chia rẽ sâu sắc ngay trong những tín đồ Công giáo Việt Nam.

QUÁ KHỨ VÀ HIỆN TẠI

Khi người Pháp bắt được Phan Bội Châu vào năm 1925, họ đã tổ chức một phiên tòa có tính trình diễn ở Hà Nội, trong đó các công tố viên trình bày cuộc đời của nhà cách mạng già nua như là câu chuyện ngụ ngôn về sự suy đồi và vô ích của những hành động chống lại công cuộc khai hóa của người Pháp. Nhưng trong vụ án của ba vị linh mục ủng hộ Phan Bội Châu, các nhà truyền giáo và nhà chức trách Pháp tìm mọi cách nhằm làm giảm nhẹ, thậm chí che giấu chi tiết của sự vụ, không để tín đồ Công giáo và dư luận rộng rãi hơn chú ý tới; nếu không có những cố gắng của một vài tờ báo cánh tả sốt sắng phê phán đạo Công giáo thì sự vụ có lẽ đã không được đưa ra ánh sang.[3] Đấy là do sự vụ dấy lên những câu hỏi làm người ta phải lo lắng về quan hệ giữa người Pháp và giáo dân mà các nhà truyền giáo và nhà chức trách Pháp đã suy nghĩ từ lâu và thường coi họ là những thần dân trung thành. Nhà chức trách pháp lo lắng rằng, nếu biến ba vị linh mục ủng hộ phong trào Đông Du thành tấm gương thì sẽ làm cho mối quan hệ với các nhà truyền giáo vào giáo dân – nhiều người trong số họ, sau một thế hệ đàn áp và bóc lột bởi chính quyền cộng hòa thế tục Pháp, hiện có thái độ phê phán đối với chính quyền thuộc địa – căng thẳng thêm. Về phần mình, các nhà truyền giáo biết rằng hành động chính trị của các vị linh mục này là không tách rời khỏi những căng thẳng đã xuất hiện giữa người Công giáo châu Âu và người Công giáo Việt Nam

---

[3] Tác phẩm đã dẫn, 238.

trong suốt thế hệ đó, khi sự bành trướng của truyền giáo đã thu hẹp chưa từng có quyền tự chủ của người Việt Nam trong cả lĩnh vực tôn giáo lẫn thế tục của Giáo hội của họ. Hiểu như thế, các nhà truyền giáo sợ rằng việc biến các vị linh mục thành tấm gương sẽ làm cho họ trở thành những kẻ tử đạo, thành bản án tử hình đối với công cuộc truyền giáo. Khác với Phan Bội Châu, câu chuyện của các vị linh mục này không phải là vở kịch có giá trị về mặt đạo đức đối với cả truyền giáo lẫn chính quyền thuộc địa. Nó chỉ dấy lên những câu hỏi về cái huyền thoại cho rằng người Công giáo đủ mọi sắc tộc ở Việt Nam đã đoàn kết và hoan nghênh sự bảo hộ của Pháp là vì được dẫn dắt bởi đức tin.

Sự căng thẳng và chia rẽ sâu sắc trong đời sống Công giáo ở nước Việt Nam thuộc Pháp là rõ ràng, là hiển nhiên đối với cả người nông dân bình thường, đối với giáo sĩ, với các nhà truyền giáo, với nhà chức trách thuộc địa và giới chức Công giáo ở Rome thời đó. Tuy nhiên, huyền thoại về một Giáo hội xa lạ về mặt văn hóa và ủng hộ chủ nghĩa thực dân/phản dân tộc vẫn tiếp tục hiện diện một cách mạnh mẽ trong nhận thức của xã hội và giới nghiên cứu về lịch sử Công giáo Việt Nam. Huyền thoại này có nguồn gốc từ giai đoạn thống nhất quốc gia của nhà Nguyễn và cuộc chinh phục của người Pháp, tức là thời gian khi mà người Công giáo nằm ở ngay trung tâm của cuộc chấn động sâu sắc về mặt xã hội và chính trị ở Việt Nam. Đúng như thế, cuộc xung đột về mặt xã hội, chính trị và thần học đã liên tục bủa vây cộng đồng Công giáo kể từ khi tôn giáo này xâm nhập hai vương quốc, Đàng Trong và Đàng Ngoài, của

Việt Nam vào thế kỷ XVI. Nhiều nhà cầm quyền Việt Nam lo lắng rằng tôn giáo độc thần này sẽ tạo ra bất hòa trong một xã hội đa nguyên về tôn giáo, họ cũng lo ngại rằng việc cấm thờ cúng tổ tiên của Công giáo sẽ phá hoại nền tảng của trật tự chính trị Khổng giáo, và lo lắng về quyền lực xã hội, kiến thức khoa học và những mối liên hệ quốc tế của các nhà truyền giáo ngoại quốc. Vì vậy mà các nhà cầm quyền Việt Nam, và đặc biệt là trong giai đoạn bất hòa hay xung đột, thường ra các đạo dụ kêu gọi phá hủy tài sản của Giáo hội, bỏ tù hay giết hại những người Công giáo. Nhưng thái độ của dân chúng và chính quyền đối với tôn giáo này thường ôn hòa hơn nhiều. Điều này phần lớn là do đến cuối thế kỷ XVIII, Công giáo đã trở thành một phần của bối cảnh xã hội và tâm linh, nhất là ở Đàng Ngoài, và sự hấp dẫn của nó đã vươn ra bên ngoài khu vực ngoại vi về mặt kinh tế và xã hội và đã thâm nhập vào những khu vực khác của xã hội Việt Nam, trong đó có cả những gia đình quyền thế.[4] Sự khoan dung của chính quyền và việc bình thường hóa xã hội có thể xảy ra là vì hầu như tất cả các tín đồ Công giáo và các nhà truyền giáo trong buổi đầu thời hiện đại đã không đặt vấn đề về tính chính danh của trật tự chính trị ở Việt Nam. Thực vậy, quan niệm của Khổng giáo về tôn ti trật tự và quan hệ xã hội là nền tảng nhận thức của người Công giáo về chủ quyền căn bản của các vị hoàng đế Việt

---

[4] Tổng quan xuất sắc về Công giáo ở Việt Nam trước thế kỷ XIX là tác phẩm của George Dutton, *The Tây Sơn Uprising: Society and Rebellion in Eighteenth-Century Vietnam* (Honolulu: University of Hawai'i Press, 2006), 176-96.

Nam.[5] Vị trí của Giáo hội Công giáo trong xã hội và nền chính trị Việt Nam đã xấu đi một cách nhanh chóng sau cuộc thống nhất hai vương quốc Việt Nam dưới thời một vị hoàng tử nhà Nguyễn là Nguyễn Phúc Ánh. Năm 1802, Nguyễn Phúc Ánh dẹp tan cuộc khởi nghĩa do anh em nhà Tây Sơn lãnh đạo – cuộc khởi nghĩa đã lật đổ các vương triều ở cả Đàng Trong lẫn Đàng Ngoài – và thiết lập quyền cai trị của ngài, với danh hiệu là vua Gia Long, trên toàn lãnh thổ Việt Nam. Gia Long vẫn có thái độ khoan dung đối với đạo Công giáo, là vì trong thời gian chạy trốn quân Tây Sơn, ngài từng có những mối liên hệ ngày càng phát triển với các vị giám mục Công giáo người Pháp. Những vị giám mục này hy vọng rằng ủng hộ vị hoàng tử lưu vong là họ sẽ tạo được những điều kiện thuận lợi cho Giáo hội Công giáo. Người nổi tiếng nhất là Pigneau de Béhaine, ông kêu gọi Pháp can thiệp bằng quân sự để giúp vị hoàng tử này và khi không nhận được sự can thiệp thì ông đã tập hợp được một đội quân chiến đấu bên cạnh lực lượng của hoàng tử. Mặc dù có khởi đầu thuận lợi, nhưng dưới thời Minh Mạng – người kế vị vua Gia Long – thái độ khoan dung đã nhanh chóng tiêu tan. Minh Mạng tìm cách biến vương quốc mới thành một cường quốc khu vực bằng cách cải tạo và hiện đại hóa bộ máy quản lý của vương quốc, mở rộng sản xuất nông nghiệp, chinh phục bằng quân sự và làm sống lại những khía cạnh tư tưởng và nghi lễ của triều

---

[5] Antoine Trần Văn Toàn, "La doctrine de 'trois pères': Un effort d'inculturation du christianisme au Vietnam," *Mission* 9, no. 1 (2002), 89-104.

đình theo Khổng giáo. Trong khi làm như thế, trong những năm 1820 và 1830 Minh Mạng đã tìm cách kiểm soát chặt chẽ hơn người Công giáo và những nhóm người khác, tức là những nhóm người vẫn nằm bên lề vương quốc về mặt địa lý và văn hóa.

Hai sự kiện có liên quan, nhưng xảy ra ở bên ngoài và tách biệt nhau, đã làm cho Giáo hội Công giáo trở thành mối bận tâm hàng đầu của Minh Mạng và những người kế vị vương miện của nhà Nguyễn. Thứ nhất, sự phát triển nhanh chóng của Hội Thừa Sai Paris (*Société des Missions Etrangères de Paris*) hay còn gọi là MEP khoảng giữa thế kỷ XIX, thời điểm phát triển bất thường của hoạt động truyền giáo của Pháp trên toàn cầu. Điều đó đã mở rộng nguồn lực và phạm vi hoạt động của hội truyền giáo đúng vào lúc nhà Nguyễn tìm cách mở rộng việc kiểm soát của bộ máy quản lý nhà nước và của lực lượng quân sự đối với dân chúng của vương quốc. Điều này, đến lượt nó, lại làm cho nhiều người Công giáo đứng lên chống lại những thách thức mà họ cảm thấy là triều đình nhà Nguyễn đang áp đặt lên quyền tự trị về mặt xã hội và tín ngưỡng của họ. Họ làm thế bằng cách đút lót các quan chức và tham gia vào những cuộc nổi dậy chống lại nhà Nguyễn. Điều đó lại làm cho triều đình nhà Nguyễn áp đặt những biện pháp cấm đoán khắt khe hơn đối với đạo Công giáo và những tín đồ của đạo này. Sự kiện thứ hai là sự hiện diện ngày càng gia tăng của hải quân Pháp ở châu Á, trong những năm 1840 hải quân Pháp đã bắt đầu thực hiện ngoại giao pháo hạm một cách thường xuyên nhằm bảo vệ các nhà truyền giáo khỏi những vụ đàn áp cũng ngày càng gia tăng của nhà Nguyễn. Điều đó chỉ càng khẳng định nỗi sợ hãi của nhà Nguyễn rằng người Công giáo là những kẻ dẫn đường tiềm tàng cho ảnh hưởng của bên ngoài vào Việt Nam và việc đàn áp người Công giáo cũng gia tăng.

Trong những năm 1850, do sức mạnh của Anh ở châu Á tăng lên và sự phát triển của kinh tế công nghiệp đã làm cho người Pháp nghĩ đến việc can thiệp vào khu vực một cách trực tiếp hơn, các nhà truyền giáo có vai trò quan trọng trong việc thuyết phục hoàng đế Napoleon III của Pháp tấn công vương triều Nguyễn vào năm 1858. Cuộc chiến tranh sau đó là kết quả của việc Pháp chiếm Nam Kỳ vào năm 1862, đấy cũng là khu vực đặt chân đầu tiên của Pháp tại vùng đất của vương triều Nguyễn. Mặc dù sau cuộc chinh phục Nam Kỳ, việc đàn áp người Công giáo đã giảm hẳn, đấy trước hết là do người ta hy vọng có thể đàm phán để lấy lại lãnh thổ đã mất, quan hệ giữa người Công giáo và những thành phần khác trong xã hội lại xấu đi nhanh chóng, dẫn đến làn sóng bạo lực cộng đồng trong những năm sau cuộc chinh phục. Vì một số lý do, từ tự vệ cho đến báo thù, mà một số nhà truyền giáo và giáo dân Việt Nam đã ủng hộ khá mạnh mẽ cuộc xâm lược bất thành của Francis Garnier vào Bắc Kỳ trong những năm 1873 và 1874, cũng như cuộc chiến tranh sau đó của Pháp với nhà nguyễn và nhà Thanh ở Trung Quốc trong những năm 1883 và 1885, dẫn tới chế độ bảo hộ của Pháp ở Trung Kỳ (Annam) và Bắc Kỳ (Tonkin), tức là khu vực còn lại của vương triều Nguyễn. Trong giai đoạn sụp đổ cuối cùng của triều đình nhà Nguyễn trong những năm 1880, hàng chục ngàn người Công giáo đã chết trong làn sóng bạo lực cộng đồng khủng khiếp.

Địa vị phức tạp của Giáo hội Công giáo trong xã hội và nền chính trị Việt Nam giai đoạn chuyển tiếp từ nhà Nguyễn sang chính quyền Pháp giữ thế thượng phong trong các tác phẩm viết về Giáo hội Công giáo từ thời kỳ đó trở đi. Biên niên sử triều Nguyễn, các đạo dụ và đài tưởng niệm cũng như phần lớn các tài liệu do các quan chức và văn nhân viết về Giáo hội Công giáo từ thế kỷ XIX phản ánh quan điểm chính trị và tư tưởng của tầng lớp người mà vị trí xã hội bị thực dân Pháp đe dọa. Trong những tác phẩm đó, Giáo hội Công giáo thường được mô tả như là một tả đạo, và những người theo đạo là những kẻ phá hoại thâm căn cố đế, nếu không nói là những kẻ phản bội, và hoàn toàn xa lạ với quan niệm của tầng lớp quan viên về văn minh và xã hội Việt Nam. Hoàn toàn ngược lại, những cuốn lịch sử và tiểu sử của MEP từ thời thuộc địa lại mô tả những người Công giáo như là những kẻ tử đạo, những nạn nhân của chính quyền và xã hội "ngoại đạo", những người chẳng có tội lỗi gì ngoài ước muốn được tôn thờ đức tin của họ. Dĩ nhiên là các tác phẩm của MEP thể hiện một chương trình nghị sự rõ ràng và cấp bách. Trong giai đoạn chinh phục của người Pháp, các nhà truyền giáo sử dụng những tác phẩm này không chỉ như lời chứng về những sự đau khổ mà các tín đồ Công giáo Việt Nam phải chịu đựng mà còn tranh thủ sự trợ giúp về mặt tài chính của tín đồ Công giáo Pháp, trợ giúp về ngoại giao và quân sự của các quan chức Pháp nữa. Như vậy là, các cuốn lịch sử và tiểu sử của MEP lặp lại quan niệm của những tác phẩm của Việt Nam thời kỳ đó rằng có sự khác biệt căn bản và không thể hàn gắn giữa các tín đồ Công giáo và phần còn lại của xã hội Việt Nam và rằng đương nhiên là người Công giáo Việt Nam mong muốn và ủng hộ chế độ giám hộ của Pháp. [6] Nực cười là, những tác phẩm của MEP viết về sau, nhưng cũng trong thế kỷ đó, thể hiện cùng quan điểm đó nhưng với mục đích khác: bảo vệ các phái bộ truyền giáo trong cuộc xung đột của họ với chính quyền thực dân trong gia đoạn vươn lên của nền Đệ tam Cộng hòa, làm tổn hại đến quan hệ giữa nhà nước và Giáo hội ở Pháp và các vùng lãnh thổ của nước này. [7]

Như Christopher Goscha đã chỉ rõ, sự bành trướng của chính quyền thuộc địa tạo ra những mạng lưới liên kết mới, tính năng động và tư duy mới làm cho càng ngày càng có nhiều người Việt Nam hơn nghĩ và có trải nghiệm thật sự về "An nam" hay "Việt Nam" như là một thực thể vật chất và văn hóa. [8] Một trong những thành phần quan trọng của

---

[6] Jacob Ramsay, *Mandarins and Martyrs: The Church and the Nguyen Dynasty in Early Nineteenth-Century Vietnam* (Stanford, CA: Stanford University Press, 2008), 3-4.

[7] James P. Daughton, *An Empire Divided: Religion, Republicanism, and the Making of French Colonialism, 1880-1914* (New York: Oxford University Press, 2006), lời giới thiệu.

[8] Christopher Goscha, *Vietnam or Indochina? Contesting Conceptions of Space in Vietnamese Nationalism, 1887-1954* (Copenhagen: NIAS Books, 1995). Như Goscha đã chỉ rõ, trong suốt thời thuộc địa, không gian "Đông Dương" trong nhiều trường hợp cũng là không gian "Annam" hay "Việt Nam". Điều này, theo tôi không thật

thay đổi như thế là trường phái lịch sử mới của Pháp, mô hình lịch sử dân tộc theo lối phương Tây của trường phái này đã giúp hình thành nhiều bài tường thuật có tính nền tảng về lịch sử "Việt Nam". Những tư tưởng như thế đã có ảnh hưởng tới nhiều người Việt Nam và họ bắt đầu quan niệm quá khứ của mình bằng những thuật ngữ có tính dân tộc chủ nghĩa, mặc dù là quan niệm theo những cách khác và cho những mục đích khác. Nói cho ngay, sự cai trị của Pháp đã làm cho một số trí thức chống thực dân kiểm điểm lại một cách tích cực hành trang của mình, đấy là những người đi tìm những lý giải về mặt lịch sử và văn hóa nhằm tìm hiểu và thay đổi tình trạng hiện hữu của cái mà càng ngày họ càng coi là dân tộc. Có thể do những liên hệ gần gũi với các tín đồ Công giáo, thí dụ như Mai Lão Bạng, và một địa chủ, đồng thời là một trí thức ở Nam Kỳ là Gilbert Trần Tránh Chiếu, mà Phan Bội Châu là một trong những người Việt Nam đầu tiên, sau thời kỳ chinh phục, đặt vấn đề về những quan điểm giữ thế thượng phong vốn coi tín đồ Công giáo như là những người ủng hộ chế độ thực dân và chia rẽ về mặt văn hóa. Trong cuốn *Việt Nam vong quốc sử* (1905), Phan Bội Châu không phủ nhận sự hợp tác của một số tín đồ Công giáo với người Pháp, nhưng ông đổ lỗi cho những nhà truyền giáo vì họ đã lợi dụng tôn giáo cho mục đích chính trị và đổ lỗi cho những thành phần bài Công giáo ở Việt Nam là đã để cho tư tưởng bài Công giáo chia rẽ dân tộc. Phan Bội Châu, theo lời của Mark McLeod,

---

đúng đối với các tín đồ Công giáo Việt Nam, có thể là vì tôn giáo của họ không vươn ra ngoài Đông Dương "của Việt Nam".

"tìm cách nhấn mạnh những đặc điểm sâu dày hơn của người Việt Nam, chứ không chỉ chuyện thích tôn giáo này hay tôn giáo kia, thí dụ như tất cả đều là thành phần của một giống nòi đặc biệt, tình huynh đệ của những người có chung cội nguồn và cùng đẻ, cùng nuôi, và đặc biệt là cùng bị chủ nghĩa thực dân Pháp bóc lột."[9] Đương nhiên là quan điểm của Phan Bội Châu, cũng như quan điểm của nhà Nguyễn và người Pháp, là quan điểm chính trị: Ông giả định rằng dân tộc Việt Nam được liên kết bởi các mục tiêu chính trị mà mọi người cùng chia sẻ là một sự kiện lịch sử và văn hóa, không có chỗ cho những quan điểm phức tạp, trái nghịch, sẽ xuất hiện trong giai đoạn chuyển hóa lâu dài và đầy đau khổ nhằm thoát khỏi chế độ thực dân.

Sử liệu về Giáo hội Công giáo Việt Nam, được viết dưới nhãn quan về vai trò đã bị chính trị hóa cao độ của Giáo hội Công giáo trong những cuộc chiến tranh giải phóng thuộc địa ở Việt Nam, hầu như không làm phức tạp thêm quan niệm cho rằng Công giáo và Việt Nam là hai thực thể khác nhau, không thể hòa nhập với nhau. Trong cuộc chiến tranh Đông Dương lần thứ nhất, từ năm 1946 đến năm 1954, những tín đồ Công giáo nhiệt tình với nền độc lập đã tham gia vào cuộc đối đầu rộng khắp nhằm chống lại phong trào do cộng sản lãnh đạo, cầm đầu chế độ cách mạng của nhà nước Việt Nam dân chủ cộng hòa (DRV) ở Bắc Kỳ và Trung Kỳ và cuộc kháng chiến chống Pháp ở Nam bộ. Sau

---

[9] Mark McLeod, "Nationalism and Religion in Vietnam: Phan Boi Chau and the Catholic Question," *International History Review* 14, no. 4 (November 1992): 661-80.

thất bại của Pháp và sự chia cắt nước Việt Nam tại hội nghị Geneva, khoảng hai phần ba trong số gần 800 ngàn tín đồ Công giáo miền Bắc, đã rời bỏ vùng trung tâm của Giáo hội Công giáo Việt Nam để đi vào nước Việt Nam Cộng Hòa (RVN) ở phía Nam trong một cuộc di dân đông đảo mà sau này được gọi là "cuộc di cư vĩ đại." Những người ở lại nước Việt Nam Dân Chủ Cộng Hòa phải chịu đựng những sự cấm đoán và đàn áp, thường là khắc nghiệt của chính phủ cộng sản. Trong cuộc chiến tranh Đông Dương lần thứ hai hay "Chiến tranh Việt Nam" từ năm 1954 đến năm 1975, nhiều tín đồ Công giáo đã ủng hộ mạnh mẽ các chế độ miền Nam, nhất là chế độ của Ngô Đình Diệm, tổng thống đầu tiên của Việt Nam Cộng Hòa và thành viên của một gia đình Công giáo nổi tiếng. Quan hệ giữa tín đồ Công giáo và nhà nước trở nên căng thẳng sau chiến thắng của cộng sản vào năm 1975 và vẫn còn căng thẳng cho đến ngày nay, đấy là do những vấn đề như ngoại giao của Vatican, hoạt động chính trị của những người lưu vong, trường học do nhà thờ quản lý và quyền sở hữu đất đai.

Chiến thắng của những người cộng sản Việt Nam và các đồng minh của họ trong những cuộc chiến tranh giải phóng dân tộc và sự chống đối về mặt chính trị lan tràn trong cộng đồng Công giáo Việt Nam trong thời hiện đại định hình phần lớn nhận thức về lịch sử Công giáo Việt Nam. Kết quả của cuộc chiến tranh Đông Dương lần thứ hai đã làm được nhiều việc nhằm bình thường hóa những lời tuyên bố trước năm 1975 của Việt Nam Dân Chủ Cộng Hòa về việc chiếm Việt Nam Cộng Hòa và "sự thống nhất" Việt Nam vào năm 1975 là sự kiện hiển nhiên về mặt lịch sử và văn hóa. Điều đó, đến lượt nó, lại giúp bình thường hóa phả hệ đặc biệt và mang tính ý thức hệ cao của chủ nghĩa dân tộc Việt Nam, tức là coi chủ nghĩa cộng sản là người thừa kế tấm áo choàng của nhiều phong trào kháng chiến chống cuộc xâm lăng của nước ngoài trong lịch sử Việt Nam, và như vậy, cộng sản là tiếng nói hợp pháp duy nhất của chủ nghĩa dân tộc của nước Việt Nam hiện đại. Các nhà sử học phương Tây – thái độ phê phán của họ đối với những cố gắng quân sự của Mỹ đã làm cho nhiều người trước tác từ quan điểm này – đã viết không nhiều về Giáo hội Công giáo Việt Nam trong cuộc chiến Việt Nam. Nhưng, những công trình nghiên cứu có nhiều ảnh hưởng, dựa trên những tài liệu đã được công bố của MEP và tài liệu lưu trữ của Pháp từ năm 1860 đến 1870 ở Nam Kỳ, một giai đoạn hợp tác ngắn ngủi nhưng gần gũi giữa các nhà truyền giáo và các quan chức hải quân đã làm được nhiều việc nhằm cổ vũ quan điểm coi các tín đồ Công giáo Việt Nam như là một cộng đồng ủng hộ chế độ thuộc địa và rộng hơn là bài dân tộc trong giới học giả châu Âu.[10]

Sử liệu học bằng tiếng Việt hiện đại, đặc biệt là về những vấn đề mang màu sắc chính trị, từ lâu đã mang dấu ấn nặng nề của những bài tường thuật nhằm hợp pháp hóa

[10] Cao Huy Thuần, *Les missionnaires et la politique coloniale française au Vietnam (1857-1914)* (New Haven, CT: Yale Council on Southeast Asian Studies Lạc Việt series, 1990), ban đầu được hoàn thành như luận án Tiến sĩ ở Trường Đại học Paris năm 1969, và Nicole-Dominique Lê, *Les missions étrangères at la pénétration française au Việt-Nam* (Paris: Mouton, 1975).

vai trò và ưu thế của nhà nước do đảng cộng sản lãnh đạo. Như Patricia Pelley khẳng định về dự án nhằm tạo ra và củng cố quan điểm hữu ích và chấp nhận được về lịch sử dân tộc đang được thực hiện: "Những điều trình bày về quá khứ của dân tộc phải phù hợp với những nhu cầu cấp bách về chính trị và tri thức của giai đoạn hậu cách mạng và hậu thuộc địa, và những điều trình bày như thế thường xuyên thay đổi."[11] Vì vậy mà các nhà sử học Việt Nam gặp nhiều khó khăn trong việc xử lý nhiều đề tài lịch sử: cội nguồn dân tộc, di sản Trung Quốc, các dân tộc thiểu số, văn hóa bình dân, địa phương chủ nghĩa, và nhiều vấn đề khác. Nhưng cách xử lý vấn đề Công giáo là giả dối nhất. Một mặt, nhu cầu chính trị đòi hỏi phải tuyên bố rằng tất cả các thành phần của xã hội Việt Nam đều ủng hộ cách mạng đã tạo ra mệnh lệnh cho người chép sử là phải tìm được bằng chứng của lời tuyên bố của Phan Bội Châu về tinh thần dân tộc của giáo hội Công giáo. Điều đó không chỉ làm cho các nhà sử học chính thống như Trần Văn Giàu và Trần Huy Liệu né tránh những vấn đề như vai trò của Giáo hội trong cuộc chinh phục của Pháp, Bắc di cư, tinh thần chống cộng của Công giáo, mà từ năm 1945 trở phải có những cố gắng thường xuyên nhằm nâng cao vai trò của những tín đồ Công giáo được hoan nghênh về mặt chính trị như các vị linh mục trong phong trào Đông du, từng được mô tả là "ba vị linh mục yêu nước" trong sử liệu học viết bằng tiếng Việt thời hiện đại.

---

[11] Patricia Pelley, *Postcolonial Vietnam: New Histories of the National Past* (Durham, NC: Duke University Press, 2002), 235.

Nhưng lịch sử đất nước cần kẻ thù, và trong nhiều sử liệu Việt Nam thời hiện đại, người theo đạo Công giáo còn đóng vai trò to lớn của đội quân thứ năm trong lực lượng phản dân tộc nữa. Trong tác phẩm này, những quan niệm về người Công giáo có từ thời Pháp xâm lược Việt Nam cung cấp cho chúng ta phả hệ đầy sức mạnh về những người phê phán quan điểm chính trị của các tín đồ Công giáo trong giai đoạn giải thực dân và thống nhất đất nước, tức là những người giải thích thái độ chống cộng của người Công giáo chỉ đơn giản là phiên bản mới của mối liên kết của họ với Pháp từ thế kỷ XIX mà thôi. Kết quả là một câu chuyện liền mạch về Giáo hội Công giáo như là sự hiện diện của một lực lượng ngoại lai về văn hóa và lật đổ về chính trị trong cộng đồng dân tộc, kéo dài từ quá khứ xa xưa cho đến tận ngày nay. Dựa vào quan điểm Marxist về quan hệ giữa đạo Công giáo và chủ nghĩa tư bản, nhiều cuốn sử liệu học coi sự hiện diện của các nhà truyền giáo ở vương quốc Việt Nam từ thế kỷ XVI như là bằng chứng của tham vọng thực dân của Pháp ở Việt Nam trong những giai đoạn sau.[12] Trường phái này viết rằng những vụ bạo động của dân chúng trong thời nhà Nguyễn là sự kháng cự ban đầu của dân tộc nhằm chống lại chủ nghĩa thực dân và coi chế độ Việt Nam Cộng Hòa mà nhiều người công giáo ủng hộ là bù nhìn của những tham vọng của chủ nghĩa thực dân mới của Mỹ. Những cuốn sử liệu đó còn thận trọng khi

---

[12] Luận cứ gần đây trong Nguyễn Văn Kiệm, *Sự du nhập của đạo Thiên Chúa giáo vào Việt Nam từ thế kỷ XVII đến thế kỷ XIX* (Hà Nội: Hội Khoa Học Lịch Sử Việt Nam, 2001).

tán dương những người Công giáo, thí dụ như ba vị linh mục Đông Du, tìm cách hóa giải giữa Công giáo và "dân tộc". Nhưng, việc miêu tả theo lối lý tưởng hóa những người Công giáo "yêu nước" trong những tác phẩm này lại thường ngấm ngầm nhấn mạnh khoảng cách khá rộng giữa phần lớn những người đồng đạo của họ và cách hiểu về bản sắc của dân tộc Việt Nam giữ thế thượng phong trong những tác phẩm này. Một thí dụ rõ ràng là cuộc hội thảo về lịch sử Công giáo Việt Nam được tổ chức ở thành phố Hồ Chí Minh năm 1988, trong bối cảnh vụ phong thánh của Vatican cho 117 thánh tử đạo, trong đó có cả các nhà truyền giáo và tử đạo người Việt. Nhưng sử liệu thời hiện đại lại coi nhiều người trong số đó là những kẻ phản bội hoặc gián điệp. Mặc dù một trong mười bảy tiểu luận trong tập kỷ yếu hội thảo đã vinh danh "Người Việt Nam công giáo trong lịch sử bảo vệ và xây dựng đất nước", những bài khác đã bêu riếu người Công giáo Việt Nam là tay sai của bọn đế quốc.[13]

Từ cuộc Chiến tranh Đông Dương lần thứ nhất, một số người Công giáo Việt Nam và các nhà truyền giáo đã viết lịch sử cộng đồng tôn giáo của họ theo cách khác, nhưng vẫn mang màu sắc chính trị hệt như trường phái kia. Mặc dù một số sử liệu tôn giáo đã tạo được nền tảng quan trọng cho lịch sử tôn giáo và xã hội của Giáo hội Công giáo Việt Nam hiện đại, nhưng phần lớn trong số đó lại quy giản

---

[13] *Một số vấn đề lịch sử đạo thiên chúa giáo trong lịch sử dân tộc Việt Nam* (Thành Phố Hồ Chí Minh: Viện Khoa Học Xã Hội và Ban Tôn Giáo Thành Phố Hồ Chí Minh, 1988).

thành một loạt những vụ bức hại và tử đạo tương tự như lịch sử những người Công giáo thời xưa. Trong những tác phẩm lịch sử do những học giả Công giáo, thí dụ như ông Phan Phát Huồn viết, giai đoạn tiền thuộc địa thường trở thành câu chuyện của những chỉ dụ bài Công giáo, những vụ giam cầm và giết hại, mà trớ trêu thay, sử liệu của nhà Nguyễn thường gợi ra, dù không cố ý. Cuốn lịch sử này lại thường lảng tránh những câu hỏi khó về vai trò của Giáo hội trong cuộc chinh phục của Pháp hay quan hệ của nó với chế độ thuộc địa Pháp, mà lại tập trung vào thái độ bài giáo sĩ của nhiều quan chức thực dân cũng như tinh thần phản đối đạo Công giáo đang sôi sục trong dân chúng. Dĩ nhiên là, những lời lẽ gay gắt nhất trong các tác phẩm này là dành cho chủ nghĩa cộng sản, coi đấy là lực lượng đàn áp, không chấp nhận những tiếng nói chính đáng, theo tinh thần dân tộc và bài thực dân, nhưng không chia sẻ quan điểm của Đảng về dân tộc. Trong những bài đó, những người Công giáo, thí dụ như ba vị linh mục Đông Du, được mô tả không phải như là những người ủng hộ những giá trị của Đảng cộng sản mà như hiện thân của tinh thần dân tộc của những người Công giáo Việt Nam, tinh thần mà chủ nghĩa cộng sản đã đàn áp, cả trong cũng như sau Chiến tranh Đông Dương lần thứ nhất và thứ hai.[14]

Từ những năm 1990, điều kiện nghiên cứu đang thay đổi

---

[14] Xem Phan Phát Huồn, *Việt Nam giáo sử* (Saigon: Cứu Thế Tùng Thư, 1962), 2 tập, và tác phẩm cũng của ông này: *History of the Catholic Church in Vietnam* (Long Beach, CA: Cứu Thế Tùng Thư, 2000), tập 1.

đã tạo ra một loạt công trình nghiên cứu, bắt đầu chuyển việc chép sử về Công giáo Việt Nam khỏi cuộc bút chiến xưa cũ. Một nguyên nhân quan trọng là vào đầu những năm 1990 người ta đã mở cửa văn khố của Hội Thừa Sai Paris cho những nhà nghiên cứu bên ngoài Giáo hội. Kết hợp giữa văn khố của MEP với những cuốn biên niên sử của vương triều và một loạt tài liệu giai đoạn đầu thời hiện đại, các học giả như Nola Cooke, Alain Forest và Nhung Tuyet Tran đã viết được những cuốn lịch sử văn hóa và xã hội không mang tinh thần tôn giáo đầu tiên của Giáo hội Công giáo Việt Nam trước thế kỷ XIX, còn Laurent Burel và Jacob Ramsay thì bắt đầu khảo sát một cách đầy ý nghĩa quan hệ giữa Giáo hội, triều Nguyễn và xã hội Việt Nam trong thế kỷ XIX.[15] Tại Việt Nam, trong giai đoạn xuất hiện những khái niệm và phương pháp luận của môn tôn giáo học đang diễn ra hiện nay, được thể hiện bằng việc thành lập tạp chí *Nghiên cứu tôn giáo* vào năm 1999,

---

[15] Nola Cooke, "Early Nineteenth-Century Vietnamese Catholics and Others in the Pages of the *Annales de la Propagation de la Foi*," *Journal of Southeast Asian Studies* 35, no. 2 (June 2004): 261-85, and "Strange Brew: Global, Regional and Local Factors behind the 1690 Prohibition of Christian Practice in Nguyễn Cochinchina," *Journal of Southeast Asian Studies* 39, no. 3 (October 2008): 383-409; Alain Forest, *Les missionnaires français au Tonkin et au Siam (XVIIe-XVIIIe siècles): Analyse comparé d'un relatif succès et d'un total échec* (Paris: L'Harmattan, 1998), 3 tập; Nhung Tuyet Tran, "Les Amantes de la Croix: An Early Modern Lay Vietnamese Sisterhood," trong *Le Viet Nam au féminin*, Gisèle Bousquet và Nora Taylor, chủ biên (Paris: Les Indes Savantes, 2005), 51-66; Laurent Burel, *Le contact protocolonial franco-vietnamien en centre et nord Vietnam (1856-1883)* (Villeneuve-d'Ascq: Presses Universitaires de Septentrion, 2000); Ramsay, *Mandarins and Martyrs*.

Nguyễn Quang Hưng đã đánh giá lại một cách bình tĩnh hơn thế kỷ XIX và Nguyễn Hồng Dương thì viết được một công trình nghiên cứu kinh tế và xã hội nghiêm túc đầu tiên về đời sống của một làng Công giáo.[16] Gần đây James P. Daughton đã chỉ ra xung đột giữa Giáo hội và nhà nước ở Pháp đã làm cho quan hệ giữa những nhà truyền giáo và quan chức ở thuộc địa trở thành phức tạp và nhiều khi trở thành đối nghịch như thế nào.[17] Cuối cùng, những công trình nghiên cứu quan trọng gần đây của Claire Trần Thị Liên và Peter Hansen đã khảo sát một loạt bối cảnh, từ chính trị tới thần học, định hình đời sống Công giáo Việt Nam trong cuộc Chiến tranh Đông Dương lần thứ nhất và Bắc di cư.[18] Nhưng vẫn chưa có một công trình nghiên cứu toàn diện về điều có thể cho là câu hỏi quan trọng nhất trong lịch sử Công giáo Việt Nam hiện đại: quá trình chuyển tiếp từ quyền lực của truyền giáo sang Giáo hội địa phương tự chủ, một quá trình song hành với sự củng cố và sụp đổ của chính quyền thuộc địa, bản chất chính trị và văn hóa cũng như hậu quả của quá trình chuyển đổi này.

---

[16] Nguyễn Quang Hưng, *Công giáo Việt Nam thời kỳ triều Nguyễn, 1802-1883* (Hà Nội: Nhà Xuất Bản Tôn Giáo, 2007); Nguyễn Hồng Dương, *Làng công giáo Lưu Phương (Ninh Bình) từ năm 1828 đến năm 1945* (Hà Nội: Nhà Xuất Bản Khoa Học Xã Hội, 1997).

[17] Daughton, *An Empire Divided.*

[18] Trần Thị Liên, "Les catholiques vietnamiens pendant la guerre d'indépendance (1945-1954): entre la reconquête colonial et la résistance communiste," Luận án tiến sĩ, Institut d'Etudes Politiques de Paris, 1996; Peter Hansen, "The Virgin Heads South: Northern Catholic Refugees in South Vietnam, 1954-1964," Luận án tiến sĩ, Melbourne College of Divinity, 2008.

Các nhà khoa học như David Marr, Hue – Tam Ho Tai và Alexander Woodside đã khảo sát những mối quan hệ giữa các cơ cấu chính trị, kinh tế và ý thức hệ của chính quyền thực dân Pháp và việc chuyển hóa về xã hội và văn hóa ở Việt Nam, cũng như những di sản lâu dài của nó trong thời kỳ hậu thuộc địa. Nhưng các nhà khoa học cố gắng tìm hiểu trải nghiệm của Việt Nam trong quá trình toàn cầu thường dán nhãn "tính hiện đại của thuộc địa" đã bỏ qua không nghiên cứu sâu về tôn giáo. Điều này là do, như Anne Hansen khẳng định trong công trình nghiên cứu gần đây của bà về đạo Phật ở Cambodia thời thuộc địa, các tôn giáo "vượt qua biên giới quốc gia và khu vực, bao gồm việc phiên dịch các văn bản và tư tưởng qua biên giới ngôn của ngôn từ, chúng không có tính trường cửu mà người ta cho là những diễn ngôn chính trị hiện đại về dân tộc phải có." Bà kết luận: "Một lần nữa, sự quyến rũ của những hiểu biết của chúng ta về thế giới thuộc địa ở Đông Nam Á có thể là cần thiết nếu ta phải tìm hiểu những con đường mà dân chúng đã đi qua khi chuyển sang những cách tư duy mới và cách sống mới."[19] Công trình nghiên cứu về "tính hiện đại của Công giáo" ở Việt Nam này dựa trên nhiều tác phẩm tiếp cận với vấn đề quyền lực và sức mạnh áp đảo trong những cuộc đọ sức trong quá trình truyền giáo, cả trong quan hệ văn hóa và kinh tế chính trị.[20] Vì vậy mà phải

---

[19] Anne Hansen, *How to Behave: Buddhism and Modernity in Colonial Cambodia* (Honolulu: University of Hawai'i Press 2007), 6.

[20] Xem, đặc biệt là, Jean Comaroff và John Comaroff, *Of Revelation and Revolution. Volume 1: Christianity, Colonialism, and*

xem xét các phái bộ truyền giáo ở Việt Nam như là các thiết chế "thực dân" theo nghĩa rộng của từ này, nhưng khẳng định rằng không tham gia tái lập phong trào phê phán mang tính chính trị và sử liệu đã từng vây bọc lịch sử Công giáo Việt Nam trong một thời gian dài – điều được Frederick Cooper mô tả là "nền chính trị đặt tên."[21] Xin nói thêm rằng tâm điểm của công trình nghiên cứu này là "quá trình phi thực dân hóa" của Công giáo ở Việt Nam, một quá trình mà – lại xin mượn lời của Frederick Cooper – "những ý thức hệ sát nhập và phân biệt đế quốc chủ nghĩa bị cả những người hoạt động trong các cơ cấu chính trị và ý thức hệ đế quốc chủ nghĩa lẫn những người tìm cách bảo vệ và xây dựng không gian chính trị nằm hoàn toàn bên ngoài thách thức."[22]

BỐ CỤC TÁC PHẨM

Theo nhiều cách, câu chuyện về cuộc đời của các vị linh mục Đông Du song hành với cách tiếp cận đề tài của công trình nghiên cứu này. Các ông Nguyễn Thần Đồng, Nguyễn Văn Tường và Đậu Quang Lĩnh, những người sinh ra ở Việt Nam trong giai đoạn từ 1852 đến 1870, lớn lên trong giai đoạn chuyển hóa và biến động trong đời sống của người Công giáo Việt Nam. Từ năm 1850 đến năm 1880,

Consciousness in South Africa (Chicago: University of Chicago Press, 1991).
[21] Frederick Cooper, *Colonialism in Question: Theory, Knowledge, History* (Berkeley: University of California Press, 2005), 26.
[22] Tác phẩm đã dẫn.

số nhà truyền giáo ở Việt Nam đã tăng lên gần ba lần. Từ năm 1880 đến khi họ bị bắt vào năm 1909 lại tăng thêm gần ba lần nữa. Việc mở rộng uy quyền của truyền giáo ở Việt Nam tạo ra những hậu quả vô cùng to lớn đối với những người Công giáo Việt Nam và vị trí của họ trong xã hội. Khi còn là những thanh niên, các vị linh mục nói trên đã nếm trải cảnh bạo lực, cảnh bị đuổi khỏi nơi cư ngụ và tàn phá các làng mạc Công giáo bởi bàn tay của các quan chức nhà Nguyễn và những người không theo Đạo, việc đó đã làm cho một số đồng đạo của họ ủng hộ những chiến dịch can thiệp quân sự của Pháp nhằm chống lại chính quyền của nhà Nguyễn. Quãng đời thứ hai trước khi bị bắt của họ cũng có nhiều biến đổi tương tự, đấy là sự củng cố chính quyền thực dân Pháp đã tạo điều kiện cho nguồn nhân lực và vật lực đổ vào để tái thiết và mở rộng các cơ sở truyền giáo. Mặc dù sự bành trướng và củng cố chính quyền Pháp đã cung cấp cho người Công giáo một số cơ hội, dù đấy có là giúp đỡ hay ủng hộ trực tiếp việc tái thiết đời sống tôn giáo hoặc cho người Công giáo một số vị trí trong chính quyền thuộc địa mới hình thành thì người Công giáo bình thường – việc củng cố chính quyền Pháp chẳng mang lại lợi lộc gì cho phần lớn những người đó – phải trả giá đắt cho những ràng buộc giữa các hội truyền giáo và chính quyền thuộc địa. Chương 1 bắt đầu bằng một mô tả ngắn gọn cơ cấu xã hội và tôn giáo của Giáo hội Công giáo thời tiền thuộc địa và sau đó khảo sát bản chất của việc khuếch trương của truyền giáo, công việc này bắt đầu từ giữa thế kỷ XIX và kéo dài suốt thời thuộc địa. Chương này kết thúc bằng việc khảo sát mối quan hệ giữa các hội truyền giáo, việc củng cố chính quyền thuộc địa Pháp và địa vị đang thay đổi của Công giáo trong nền chính trị và xã hội Việt Nam trong suốt thế kỷ XIX.

Bề ngoài, cuộc sống của Nguyễn Thần Đồng, Nguyễn Văn Tường và Đậu Quang Lĩnh trong giai đoạn đầu thời thuộc địa tốt hơn hẳn so với trước kia. Ngoài việc được an toàn hơn về mặt thể xác, họ còn được học trong những chủng viện tốt hơn những thế hệ linh mục trước kia của Việt Nam từng học. Trong khi đó, những trẻ em mà họ dạy dỗ có thể tiếp cận với nhiều sách dạy giáo lý và học vấn thế tục hơn, nhiều nhà thờ mới được xây dựng hơn. Nhưng trước khi họ quyết định tham gia phong trào chống Pháp, không phải tất cả mọi việc trong cộng đồng tôn giáo của họ đều diễn ra một cách tốt đẹp. Vấn đề bắt đầu từ việc vị giám mục không đủ sức quản lý tiền và nhân viên dưới quyền đã làm cho ông ta phải luân chuyển một cách độc đoán các giáo sĩ dưới quyền đi hết chỗ này đến chỗ khác, bổ nhiệm nhiều giáo sĩ đến cùng một giáo đoàn, trong khi những giáo đoàn khác lại không có người coi sóc, và tính toán ngân sách kém đến nỗi các chủng viện không có tiền mua lương thực thực phẩm một tháng trong khóa học, buộc hội truyền giáo phải bán những mảnh đất rất có giá trị để bù vào khoản thâm hụt. Hành vi của một số nhà truyền giáo cũng có nhiều tai tiếng. Người ta nói rằng một vị đã lấy vợ và có con (và không chỉ với bà vợ của ông ta), việc này đã trở thành trò cười cho dân ngoại Đạo, những người này đã thò đầu vào nhà thờ mỗi khi ông cố đạo kia rửa tội cho trẻ con và nói rằng trông chúng giống ông ta quá. Nhiều giáo dân của các vị linh mục này phàn nàn rằng họ bị đặt dưới sự cai quản của nhà truyền giáo có đức hạnh đáng ngờ như thế.[23] Nhưng họ và chính các vị linh mục kia lại bị hội truyền giáo giám sát chặt chẽ hơn bao giờ hết. Trong khi tất cả ba vị linh mục đều giữ những chức vụ quan trọng thì các nhà truyền giáo lại quyết định trách nhiệm và quyền sử dụng các nguồn lực, như thể họ là những người nắm ngân sách của hội truyền giáo và quan hệ của hội truyền giáo với chính quyền vậy. Các vị linh mục này còn sống trong cộng đồng tôn giáo, trong đó phần lớn các nhà truyền giáo sống cách biệt và không ăn uống cùng với giáo sĩ bản xứ, và sự phân biệt sắc tộc định hình phần lớn các khía cạnh căn bản của đời sống hàng ngày. Quan hệ của các hội truyền giáo với nhà nước thực dân và xã hội trong khu vực vẫn còn khó khăn. Việc ngóc đầu dậy của thái độ bài giáo sĩ trong chính giới Pháp trong những năm 1880 làm cho xung đột giữa chương trình nghị sự khác hẳn nhau của Giáo hội và nhà nước ở thuộc địa càng thêm căng thẳng, trong khi nhiều hình thức xung đột đã kéo dài trong xã hội lại không biến mất sau khi chính quyền thuộc địa được thiết lập. Những sự thay đổi này là tâm điểm của Chương 2, chương này được xây dựng xung quanh ba nguồn gốc của cuộc xung đột trong đời sống Công giáo trong giai đoạn đầu của chế độ

---

[23] Về những vụ xung đột tại giáo phận Vinh trong thời gian này, xin đọc nhiều thư từ của các nhà truyền giáo gửi về ban lãnh đạo MEP từ năm 1906 đến năm 1909 trong Correspondance Louis Pineau, MEP.

thuộc địa: các mối quan hệ giữa các cộng đồng, căng thẳng giữa các hội truyền giáo và chính quyền thuộc địa, và quan hệ gay gắt ngay trong đời sống Công giáo.

Đối với cả các quan chức của chính quyền thuộc địa lẫn các nhà truyền giáo, việc các Nguyễn Thần Đồng, Nguyễn Văn Tường và Đậu Quang Lĩnh tham gia hoạt động cách mạng là biểu hiện của tình trạng khủng hoảng của nhiều cộng đồng Công giáo trong giai đoạn chuyển giao giữa hai thế kỷ. Trên thực tế, ba vị linh mục này không phải là những kẻ ngoài lề; nhiều vị linh mục ở Nghệ An và các tỉnh lân cận cũng liên kết với Phan Bội Châu, và các nhà truyền giáo báo cáo rằng nhiều người Công giáo Việt Nam ủng hộ ba vị linh mục đó[24]. Một số người Công giáo có thái độ chống đối chính quyền không phải là hiện tượng mới, nhưng trong giai đoạn thuộc địa nhiều người còn có thái độ chống đối các nhà truyền giáo cũng mạnh mẽ như thế, và người ta bắt đầu kêu gọi Vatican giải quyết vô số những lời phê phán của họ đối với các nhà chức trách tôn giáo người châu Âu. Ngày 1 tháng 4 năm 1910, một nhóm những người Công giáo có danh vọng ở Nghệ An đã gửi thư trực tiếp tới Giáo hoàng Pius X, than thở về "thái độ xấu" của nhiều nhà truyền giáo và "sự bất hòa đáng hổ thẹn" trong giáo phận này, đặc biệt là quyết định của vài nhà truyền

---

[24] Trần Thị Liên, "Les catholiques vietnamiens et le movement moderniste: quelques éléments de réflexion sur la question de modernité fin XIXe-début XXe siècle," trong *Vietnam: le moment moderniste*, Gilles de Gantès và Nguyễn Phương Ngọc, chủ biên (Aix-en-Provence: Publications de l'Université de Provence, 2009).

giáo giao nộp cho nhà chức trách Đồng, Tường và Lĩnh, "đối với chúng tôi, đây là điều nhục nhã khủng khiếp và bi kịch to lớn đối với đức tin."[25] Những mối liên hệ ngày càng gia tăng giữa hoạt động Công giáo ở Việt Nam và Vatican là nội dung của Chương 3, chương này tập trung vào những hậu quả của chiến dịch trên toàn cầu trong những năm 1920 và 1930 nhằm thiết lập nền tảng cho Giáo hội công giáo độc lập ở tất cả các nước thuộc địa của châu Âu. Những cuộc cải cách của Rome nhắm đến mục tiêu là tạo ra giáo sĩ và tín đồ tại gia có học hơn và độc lập hơn trong các Giáo hội ngoài châu Âu nhằm thiết lập những mối liên hệ gần gũi hơn và trực tiếp hơn giữa những Giáo hội này với Vatican. Những cuộc cải cách này là phản ứng trước hai sự kiện, đấy là sự hiện diện ngày càng thưa thớt của các nhà truyền giáo – một đòn nặng của Thế chiến I và lòng mộ đạo đang thay đổi ở châu Âu – cũng như quan hệ căng thẳng giữa những tín đồ Công giáo Việt Nam, các nhà truyền giáo và chính quyền thuộc địa, gây khó khăn cho các hội truyền giáo ở Việt Nam và trên toàn thế giới. Đến năm 1930, ở Việt Nam, những cuộc cải cách của Rome đã thiết lập được nền tảng cho Giáo hội độc lập và góp phần vào sự phát triển của nền văn hóa mới trong đời sống Công giáo, tức là nền văn hóa làm cho các tín đồ Công giáo phấn chấn, nhưng cũng là mối đe dọa đối với các nhà truyền giáo và

---

[25] Bức thư từ những người Công giáo trong giáo phận Vinh sang Giáo hoàng Pius X, ngày 1/4/1910, NS 503, CEP.

quan chức chính quyền thuộc địa.

Hai ông Nguyễn Thần Đồng và Đậu Quang Lĩnh được ra khỏi nhà tù Côn Đảo vào năm 1918 nhân vụ ân xá nhằm vinh danh những hi sinh của Việt Nam cho nước Pháp trong Thế chiến I. Nhưng họ bị cấm trở về Nghệ An và được đưa vào Sài Gòn để làm linh mục cho xứ đạo ở đấy. Ở đây họ đã gặp cái mà, về nhiều khía cạnh, có thể nói là một nước khác, một nơi mà các tín đồ Công giáo nói một thứ tiếng Việt rất khó hiểu và thực hành đức tin của họ theo những cách hoàn toàn khác. Nhưng trong thời gian giữa hai cuộc thế chiến, trải nghiệm về sự tha hương của Nguyễn Thần Đồng và Đậu Quang Lĩnh lại ngày càng trở thành trung tâm của đời sống Công giáo Việt Nam. Nói cho ngay, những cuộc cải cách của Vatican nhằm xây dựng cơ sở hạ tầng cho Giáo hội địa phương, cũng như sự chuyển hóa về mặt kinh tế, quản lý hành chính và văn hóa của thời Pháp thuộc, đã giúp tạo ra những mối liên kết mới đầy sức mạnh không chỉ giữa các tín đồ Công giáo từ những khu vực khác nhau của Việt Nam mà còn giữa những tín đồ Công giáo Việt Nam và thế giới Công giáo trên toàn cầu nữa. Nhưng trải nghiệm đang xuất hiện của cộng đồng tôn giáo có tính dân tộc lại không làm cho quan hệ giữa các tín đồ Công giáo và những thành phần khác trong xã hội Việt Nam trở thành bớt phức tạp hơn; bản sắc cộng đồng mạnh mẽ và những mối liên hệ mới với mạng lưới của Giáo hội toàn cầu thường lại củng cố thêm cho những đường biên giới, cả có thực lẫn tưởng tượng, giữa các tín đồ Công giáo và những người khác. Những thay đổi như thế là tâm điểm của

Chương 4 và 5. Chương 4 khảo sát sự xuất hiện của một hệ thống để viết tiếng Việt bằng chữ cái phương Tây (chữ quốc ngữ) làm cho chữ in trở thành một phần của trải nghiệm tôn giáo của quần chúng và làm thay đổi nhận thức của các tín đồ Công giáo về chính mình và về xã hội. Chương 5 khảo sát cách thức mà những hiện tượng như di dân, thay đổi trong lĩnh vực kinh tế, đô thị hóa, hành hương và lễ hội đã tạo ra cộng đồng tôn giáo "giả định" ngày càng trở thành thành phần trung tâm và xác thực của đời sống của tín đồ Công giáo Việt Nam.

Mặc dù các chức sắc của Giáo hội và chính quyền Pháp đã cố gắng hết sức, nhưng người ta vẫn tưởng nhớ các vị linh mục Đông Du. Các nhà truyền giáo tới Nghệ An trong những năm 1930 báo cáo rằng câu chuyện về những vị linh mục này là thành phần quan trọng của ký ức của các tín đồ Công giáo địa phương tại thời điểm khi mà Cuộc suy thoái kinh tế toàn cầu và việc đàn áp của chính quyền thuộc địa ngày càng gia tăng đã làm nhiều người Việt Nam quay lưng lại với cải cách và quay sang chống đối. Trong ba vị linh mục, chỉ có Nguyễn Thần Đồng là được trở lại Nghệ An mà thôi. Đấy là năm 1944, giữa thời chiến tranh và nạn đói, ông đã là một ông già, với quá khứ cách mạng ở phía sau. Nhưng làng Nhân Hòa quê hương đã không quên ông, và dân làng đã tổ chức một buổi lễ cực lớn để chào mừng ngày trở về của ông. Ông Nguyễn Bá Tòng cũng có mặt để chào đón ông. Ông Nguyễn Thần Đồng đã biết Nguyễn Bá Tòng ngay từ những ngày còn ở Sài Gòn, việc phong chức Giám mục cho Nguyễn Bá Tòng vào năm 1933 là sự quay lưng lại mang tính biểu tượng to lớn đối với quyền lực của hội truyền giáo.[26] Việc ông Nguyễn Bá Tòng hiện diện tại buổi lễ chào mừng sự trở về của ông Đồng thể hiện những mối liên hệ gần gũi giữa những cuộc cải cách tôn giáo và tình cảm dân tộc đã xuất hiện trong đời sống của các tín đồ Công giáo trong thế hệ từ ngày ông Nguyễn Thần Đồng bị bắt và bị lưu đầy. Thực ra, sự xuất hiện Giáo hội địa phương còn giúp làm cho các tín đồ Công giáo Việt Nam say mê với ý tưởng về dân tộc độc lập và trong giai đoạn giữa hai cuộc thế chiến đã đưa họ vào nền chính trị Công giáo toàn cầu bằng chính con đường mà sau này sẽ định hình những quan điểm và lựa chọn của họ trong thời kỳ cách mạng. Nhưng mối liên hệ mạnh mẽ giữa tôn giáo và bản sắc chính trị mới lại đẩy các tín đồ Công giáo vào cuộc xung đột với những quan điểm của chủ nghĩa dân tộc của người Việt Nam, tức là những quan điểm tiếp tục coi Giáo hội Công giáo như là hiện tượng văn hóa hay chính trị ngoại lai hoặc thậm chí là đối địch nữa. Chương 6 khảo sách cách thức các tín đồ Công giáo Việt Nam tìm hiểu và tranh cãi về ý tưởng dân tộc chủ nghĩa, cách thức mà ý tưởng mang tính bản chất luận mới về "nền văn hóa dân tộc" làm cho tôn giáo trở thành nguồn gốc xung đột trong cuộc tranh luận về chủ nghĩa dân tộc của người Việt Nam và cách thức mà việc nổi lên của Công giáo Xã Hội và chủ nghĩa chống cộng định hình quan hệ giữa các tín đồ Công giáo Việt Nam với nền chính trị cách mạng đang hình

---

[26] Cao Vĩnh Phan, *Lịch sử giáo phận Vinh* (San Jose, CA: Papyrus Press, 1996).

thành.

Nguyễn Thần Đồng chết ngay sau khi về Nghệ An được có hai tháng, chín tháng trước khi ông Hồ Chí Minh đọc tuyên ngôn độc lập ngày 2 tháng 9 năm 1945, thể hiện những tham vọng của phong trào mà ông đã tham gia cách đó mấy thập kỷ. Chương 7 khảo sát vị trí của Giáo hội Công giáo trong quá trình chuyển đổi từ thuộc địa sang những quốc gia tách biệt và đối đầu với nhau. Cuộc Chiến tranh Đông Dương lần thứ nhất, từ năm 1946 đến năm 1954, giữa Pháp và những phe phái chính trị Việt Nam khác nhau, đã đẩy nhanh tiến độ những cuộc cải cách của Vatican vì sự đoạn tuyệt với chính quyền thuộc địa đã dẫn tới sự bành trướng một cách nhanh chóng nhóm thống trị của Giáo hội Công giáo Việt Nam và chuyển giao hầu hết các thiết chế của Giáo hội cho ban lãnh đạo người Việt. Khi cuộc chiến tranh toàn diện nổ ra, các tổ chức in ấn mới được thành lập và mạng lưới liên kết có vai trò đặc biệt quan trọng trong việc truyền đạt thông tin và ý kiến cũng như cho việc phòng thủ và động viên của các cộng đồng Công giáo. Và khi sự đồng thuận dân tộc rộng rãi nhưng mong manh bị tan vỡ thì tôn giáo có vai trò lớn hơn trong những lựa chọn chính trị của các tín đồ Công giáo Việt Nam: vai trò của Vatican trong đời sống Công giáo đã củng cố những tiếng nói chống cộng và ủng hộ những nhà hoạt động là người Công giáo, thí dụ như gia đình họ Ngô, trong khi những tư tưởng Công giáo cánh tả lại giữ nhiều người Công giáo trong mạng lưới kháng chiến ngay cả khi những người cộng sản Việt Nam đã thắt chặt những mối liên hệ của họ với khối cộng sản quốc tế. Phần cuối của công trình nghiên cứu này, việc chia cắt nước Việt Nam năm 1954 và cuộc di cư vĩ đại, đánh dấu một giai đoạn mới trong lịch sử Công giáo Việt Nam, đấy là khi Giáo hội vừa được độc lập phải đối mặt với những thách thức của vụ di cư ồ ạt, nội chiến, tái thống nhất và quan hệ với chính quyền cộng sản trong khi Giáo hội tìm cách định hình tương lai hậu thuộc địa của chính mình.

Trong công trình nghiên cứu những câu chuyện về lịch sử dân tộc Trung Hoa, Prasenjit Duara nhận xét rằng "lịch sử dân tộc bảo đảm cho dân tộc đầy tranh chấp và rời rạc này sự thống nhất giả tạo của cái bề ngoài giống nhau, chủ thể dân tộc tiến hóa theo thời gian... Nó tạo điều kiện cho nhà nước độc lập tự coi mình là một hình thức độc đáo của cộng đồng tìm thấy vị trí của mình trong thế đối đầu với truyền thống và hiện đại, đẳng cấp và bình đẳng, đế chế và dân tộc."[27] Nhưng Duara khẳng định rằng mặc dù tất cả những câu chuyện về lịch sử dân tộc là do nhu cầu "chiếm đoạt những lịch sử phân tán cho đòi hỏi của hiện tại," hành động chiếm đoạt này chắc chắn sẽ trở thành nguồn gốc của bất hòa và thất bại.[28] Nói cách khác, đòi hỏi của những lịch sử khác, những lịch sử cạnh tranh với nhau không bao giờ biến mất, chúng sẽ tái xuất hiện trong những giai đoạn chuyển giao lịch sử hay chuyển giao sử liệu học. Tác phẩm

---

[27] Prasenjit Duara, *Rescuing History From The Nation: Questioning Narratives of Modern China* (Chicago: University of Chicago Press, 1995), 4.
[28] Tác phẩm đã dẫn.

này được viết khi cuộc Chiến tranh Đông Dương lần thứ hai kết thúc được một thế hệ, tại thời điểm khi đang diễn ra những hiện tượng như chuyển sang nền kinh tế thị trường, những căng thẳng của chính quyền độc đảng, những chuyển biến xã hội nhanh chóng và rộng khắp, tôn giáo được hồi sinh và những lực lượng khác đang đẩy thời đại cách mạng trở về quá khứ của Việt Nam. Cho nên, lĩnh vực Việt Nam học đã quay lưng lại với những bài tường thuật mang tinh thần dân tộc đầy sức mạnh về lịch sử Việt Nam và thay vào đó, coi dân tộc này – theo lời của Duara – là "nơi mà những hiện tượng tiêu biểu khác nhau của dân tộc này tranh cãi và đàm phán với nhau."[29] Ít đề tài có tiềm năng đóng góp vào dự án này bằng lịch sử Công giáo Việt Nam, và làm thế chắc chắn là mục đích của tôi. Nhưng tôi hy vọng và tin rằng cố gắng viết một cuốn lịch sử có ý nghĩa hơn về Giáo hội Công giáo trong nước Việt Nam hiện đại không dẫn đến một bài tường thuật của người Công giáo về lịch sử dân tộc Việt Nam. Dù sao, tôi hy vọng rằng bức tranh về những thay đổi và xung đột trong Giáo hội Công giáo Việt Nam xuất hiện trên những trang sách này đáp ứng được ngoại vi hóa quan niệm "quốc gia" trong phương pháp tiếp cận luận sử Việt Nam hiện đại.

TÀI LIỆU VÀ THUẬT NGỮ

Công trình này dựa trên ba nguồn tài liệu chính. Ghi chép của chính quyền thực dân và bảo hộ ở Việt Nam, được

---

[29] Tác phẩm đã dẫn.

lưu giữ ở Aix – en – Provence, Hà Nội và thành phố Hồ Chí Minh, bao gồm tài liệu của Bộ thuộc địa đến những ghi chép của chính quyền thành phố. Mặc dù có những giới hạn mà mọi người đều biết, những tài liệu này soi rọi một loạt vấn đề: quan hệ Giáo hội – nhà nước, quan điểm về kinh tế, pháp luật và chính trị của các phái bộ truyền giáo; các trường Công giáo, các thiết chế phúc lợi xã hội và các hội đoàn; quan hệ trong cộng đồng; việc giám sát các tín đồ Công giáo, các nhóm và cơ quan báo chí; và những vấn đề khác nữa. Tài liệu lưu trữ ở Bộ ngoại giao Pháp cho thấy những tình tiết cụ thể của mối quan hệ căng thẳng giữa các quan chức thuộc địa và những cuộc cải cách của Vatican bao trùm lên Giáo hội trong giai đoạn giữa hai cuộc thế chiến. Mặc dù các học giả đã sử dụng một cách hiệu quả những tài liệu của chính quyền thực dân Pháp nhằm nghiên cứu vai trò của Giáo hội trong cuộc chinh phục, giai đoạn đầu của chính quyền Pháp ở Nam Kỳ và quan hệ Giáo hội – nhà nước trước Thế chiến I, hầu hết tài liệu trong công trình nghiên cứu này đều được trích dẫn lần đầu tiên.

Nguồn tài liệu lớn thứ hai là tài liệu của Giáo hội, trước hết là ghi chép của Hội Thừa Sai Paris (*Société des Missions Etrangères de Paris*) và của cơ quan truyền giáo của Vatican, tức Bộ Truyền giáo (*Congregation for the Evangelization of Peoples*) cũng như các dòng tu nhỏ hơn. Như các học giả đã chỉ ra cho giai đoạn đầu thời hiện đại, các tài liệu của MEP, mà trước hết là thư từ của các vị giám mục và các nhà truyền giáo cũng như báo cáo thường niên của các hội truyền giáo riêng lẻ, là những nguồn tài liệu vô giá về lịch sử xã hội và tôn giáo của Giáo hội Công giáo ở Việt Nam, đặc biệt là tổ chức đời sống của các giáo phận cũng như quan hệ của các tín đồ Công giáo Việt Nam và những nhà truyền giáo. Chỉ có một học giả, nhà nghiên cứu sử học Công giáo, ông Etienne Võ Đức Hạnh, là sử dụng một cách có hệ thống tài liệu của MEP trong giai đoạn thuộc địa, và ông cũng chỉ sử dụng những tài liệu có trước năm 1903 mà thôi. Tài liệu của các hội truyền giáo về những sự vụ cụ thể hay hay công việc của địa phương thường do một tác giả duy nhất ghi chép, khác với tài liệu của chính quyền thuộc địa Pháp, thường bao gồm đánh giá và lời chứng của nhiều người từ bộ máy hành chính của Pháp, từ các quan chức Việt Nam, từ các nhà truyền giáo và đôi khi thậm chí là từ các tín đồ Công giáo Việt Nam, tất cả đều nằm trong một hồ sơ. Những hạn chế của các tài liệu của MEP làm cho các tài liệu của Vatican – gần như được sử dụng lần đầu tiên ở đây – còn có giá trị hơn nữa. Tài liệu lưu trữ của Bộ Truyền giáo bao gồm các báo cáo chi tiết về tài chính của hội truyền giáo; báo cáo của các công sứ Tòa thánh; báo cáo của Tòa Khâm sứ Tòa thánh ở Đông Dương, đại diện trực tiếp đầu tiên của Vatican ở Việt Nam; và, quan trọng hơn là rất nhiều thư từ của các tín đồ Công giáo Việt Nam gửi cho các quan chức ở Rome và thậm chí gửi cho cả Giáo hoàng về những điều kiện khó khăn trong sứ mệnh của họ, quan hệ không tốt của họ với những nhà truyền giáo, và khát vọng về một Giáo hội độc lập của họ.

Nguồn tài liệu thứ ba và có thể là có giá trị nhất cho công trình nghiên cứu này là một số lượng, nhưng hầu như hoàn toàn chưa được khảo sát, đấy là các tập san, tạp chí và báo chí tôn giáo và những cuốn sách mỏng viết bằng chữ quốc ngữ, được viết chủ yếu trong những thập kỷ 1920 và 1930. Mặc dù tác phẩm xuất bản năm 1976 của Alexander Woodside đã kêu gọi các nhà khoa học khảo sát "kho báu lưu trữ báo chí Việt Nam," tôi vẫn phải rọc nhiều tờ báo và tập sách mỏng khi tôi đọc chúng ở Thư viện quốc gia Việt Nam, đây là lần đầu tiên có người đọc kể từ khi những bản sao này được đưa ra trong khi bộ sưu tập của thư viện vẫn là bản lưu trữ bắt buộc (*dépôt légal*). [30] Những tài liệu này gồm có các văn bản viết về thần học, phụng vụ, và những buổi lễ không chính thức; viết về giáo lý và đạo đức Công giáo; lịch sử Giáo hội; những câu chuyện tôn giáo nổi tiếng dưới hình thức tiểu thuyết, chuyện kể, thơ, và kịch; những bài tường thuật của báo chí về các vấn đề, sự kiện, hay các cá nhân; sách giáo khoa và tài liệu sư phạm; và nhiều tài liệu khác, cũng lần đầu tiên được sử dụng ở đây. Công trình nghiên cứu này còn sử dụng những công trình nghiên cứu lịch sử của các tín đồ Công giáo Việt Nam ở cả bên trong lẫn bên ngoài Việt Nam, nhiều tác phẩm trong số đó được xuất bản tại địa phương và không được giới khoa bảng châu Âu xem xét.

Một số thuật ngữ về các chức sắc Công giáo và chức vụ trong các cơ quan quản lý cần phải được giải thích. Thuật ngữ chính thức dùng cho hạt đại diện Công giáo là

---

[30] Alexander Woodside, *Community and Revolution in Modern Vietnam* (Boston: Houghton Mifflin, 1976), X.

vicariate/vicariat giải thích. (Anh/Pháp) chứ không phải là *diocese/diocèse*hay *bishopric/évêché* (*giáo phận* hay *địa phận* trong tiếng Việt); hai thuật ngữ sau chỉ vùng lãnh thổ thuộc về Giáo hội, khác với *vicariate/vicariat*, và chính thức được vào cơ cấu của giáo hội. Tương tự như thế, người đứng đầu giáo phận là *apostolic vicar/vicaire apostolique* (khâm mạng tòa thánh hoặc đại diện tông tòa) chứ không phải là *bishop/évêque* (giám mục). Để cho rõ ràng và nhất quán, tôi sẽ sử dụng thuật ngữ giám mục để mô tả người đứng đầu giáo phận hay địa phận. Bắt đầu từ năm 1924, các giáo phận về danh nghĩa đều mang tên địa phương chứ không còn theo tên của Pháp nữa (ví dụ, Sài Gòn chứ không phải là Cochinchine Occidentale). Vì địa điểm của giáo phận thể hiện rõ hơn về mặt địa lý những vùng lãnh thổ này, tôi sẽ gọi các giáo phận trong suốt giai đoạn thuộc địa theo tên như thế, mặc dù tôi vẫn giữ nguyên tên tài liệu được trích dẫn. Các tín đồ Công giáo Việt Nam bao giờ cũng có tên thánh, nhưng nhiều tài liệu mà tôi đọc qua không ghi những tên này. Vì lý do đó, tôi quyết định bỏ tất cả các tên thánh, thậm chí (và xin lỗi) nếu đa phần những người nằm trong tâm điểm của công trình nghiên cứu này có thể đã muốn gọi theo cách khác. Tôi cũng bỏ những dấu [sắc, huyền, ngã...] mà tôi không biết. Tất cả các đoạn chuyển ngữ đều là của tôi, đấy là nói nếu không có ghi chú. Khi dịch sang tiếng Việt, biên dịch viên đã cung cấp nguyên văn những đoạn trích dẫn bằng tiếng Việt, còn những trích dẫn từ tiếng Pháp và Latin thì được biên dịch viên dịch lại qua nguyên tắc tiếng Anh.

Những ai nghiên cứu khu vực này và thời gian đó bao giờ cũng gặp phải những vấn đề thuật ngữ làm người ta bối rối. Trước năm 1945 chưa có quốc gia Việt Nam như hiện nay, cho nên tôi thường sử dụng từ này không theo niên đại. Tôi sử dụng thiếu hệ thống như thế vì theo tôi tất cả những lựa chọn khác đều tạo ra những vấn đề lớn. "Đông Dương" bao gồm chính quyền bảo hộ của Pháp ở Cambodia và Lào, cả hai nước đó đều không phải là tâm điểm của công trình nghiên cứu này. Tôi tránh từ "Annam", thuật ngữ thường được sử dụng nhất để chỉ ba miền Việt Nam thuộc xứ Đông Dương trong giai đoạn thuộc địa vì mấy lý do. Thứ nhất, không bao giờ có nhà nước gọi là "Annam" cai trị vùng lãnh thổ của nước Việt Nam hiện nay; có những sự khác biệt then chốt giữa những chế độ cai trị miền Bắc (Tonkin), miền Nam (Cochinchina) và miền Trung (Annam) (việc sử dụng thuật ngữ này cho miền Trung và cả ba miền là một rắc rối nữa). Mặc dù trong giai đoạn thuộc địa, "Annam" chắc chắn là một ý tưởng văn hóa đầy sức mạnh, từ này chưa bao giờ có địa vị mang tính qui chuẩn, buộc phải sử dụng trong công trình nghiên cứu sử học. Hơn nữa, "Annam" không chỉ bị một số người coi là miệt thị, mà trong giai đoạn thuộc địa nhiều người đơn giản là không coi nó là một phần của cộng đồng trải rộng suốt vùng lãnh thổ nằm trong biên giới Việt Nam hiện nay. Nói tóm lại, vấn đề là tìm thuật ngữ để nói về chế độ cai trị và bản sắc văn hóa mà trong giai đoạn thuộc địa đang trong quá trình trở thành cái đang là hiện nay. Nếu chúng ta chấp nhận rằng cội nguồn của các chế độ và bản sắc của Việt

Nam hậu thuộc địa có gốc rễ từ thời thuộc địa thì chúng ta phải tìm được từ ngữ để mô tả chúng trước năm 1945, nhưng, chính xác là vì đây là những từ ngữ ngẫu nhiên và mâu thuẫn với nhau, cho nên không có một thuật ngữ duy nhất có thể sử dụng trong mọi hoàn cảnh. Vì vậy mà tôi sử dụng từ "Việt Nam" đơn giản là vì nó là từ ngắn gọn, dùng để mô tả cả ba miền Việt Nam nằm trong Đông Dương thuộc Pháp và cụm từ "người Công giáo Việt Nam" để chỉ ra rằng tâm điểm của công trình nghiên cứu này là những tín đồ Công giáo, tức là những người tự coi hay được xếp vào một sắc tộc của Việt Nam (*kinh*, mặc dù phải thừa nhận phạm trù này cũng có vấn đề). Trong khi làm như thế, tôi không có ý nói rằng dân tộc Việt Nam hiện đại hay những bản sắc mà họ tạo ra đã từng tồn tại trong cùng một hình thức như thế trong giai đoạn thuộc địa.

1

Giáo hội giữa triều đình nhà Nguyễn và thực dân Pháp

Chiến tranh Pháp – Thanh kết thúc cũng là lúc Pháp bắt đầu đặt ách cai trị lên toàn bộ lãnh thổ Việt Nam, lúc đó có khoảng bảy trăm ngàn tín đồ Công giáo, chiếm từ 6% đến 7% toàn bộ dân số. Khoảng ba phần tư tín đồ Công giáo sống ở lưu vực sông Hồng, hiện nay là miền Bắc Việt Nam và là trung tâm lịch sử của Giáo hội Công giáo Việt Nam. Phần lớn các tín đồ sống trong khu vực nhỏ, trong các tỉnh Nam Định, Ninh Bình và Hải Dương ngày nay và ở thủ đô cũ là Hà Nội. Ở khu vực miền Trung (*Annam*) phần lớn trong khoảng một trăm ngàn tín đồ Công giáo sống tại các tỉnh Nghệ An và Thừa Thiên, gần thành phố Vinh và kinh đô Huế. Tại miền Nam (*Cochinchina*), thuộc địa của Pháp, phần lớn trong số khoảng một trăm ngàn tín đồ Công giáo sống bên trong thành phố Sài Gòn đang đô thị hóa, trong các tỉnh ven biển và đồng bằng ven biển tỉnh Qui Nhơn, một số ít sống ở đồng bằng phía tây sông Mê Công, gần Cambodia.[31] Ngoài ra, còn có những cộng đồng nhỏ, không

---

[31] Bùi Đức Sinh, *Giáo hội công giáo ở Việt Nam*, (Calgary: Veritas,

phải người Kinh, sống ở phía tây và bắc tỉnh Nam Định và Thanh Hóa và xung quanh Kon Tum, trên cao nguyên miền Trung. Nhưng, cho đến giữa thế kỷ XIX, thậm chí cả sau này, các nhà truyền giáo vẫn chưa gặp phần lớn những người dân sống ở vùng cao; địa lý, mật độ dân số thấp và khác biệt về ngôn ngữ làm cho việc truyền giáo ở những khu vực này gặp nhiều khó khăn. Thậm chí đến năm 1930, khi tín đồ Công giáo đã là hơn một triệu thì tín đồ Công giáo không phải người Kinh có thể không quá ba mươi ngàn.

Những tín đồ này là ai? Trong công trình nghiên cứu về các hội truyền giáo Công giáo ở miền Bắc cho đến cuối thế kỷ XVIII, Alain Forest khẳng định rằng có nhiều tác nhân làm cho việc phát triển của một trong những cộng đồng thiểu số Công giáo hiện vẫn là quan trọng nhất ở châu Á trở thành khả thi. Những cuộc nội chiến trong thế kỷ XVI ở vương quốc Đại Việt làm chia rẽ vương triều và những cuộc bạo loạn lan tràn, làm suy giảm quyền lực của triều đại nhà Lê theo Khổng giáo được phục hồi vào thế kỷ XV và tạo ra những hình thức mới của đạo Phật bình dân. Forest khẳng định rằng không chỉ điều đó làm cho dân chúng Bắc Kỳ dễ tiếp thu một hình thức tín ngưỡng mới, mà đạo Công giáo dường như cũng là:

> Một sự tổng hợp, hàm chứa trong lòng nó những thành tố của những biểu hiện mang tính tôn giáo truyền thống có ý nghĩa quan trọng của người Bắc Kỳ... bằng cách bảo đảm một tương lai an

1998), tập 3:523, 529, 544, 555-57.

bình cho mọi linh hồn quá cố, dù họ có chết như thế nào, bằng cách làm sống lại thông điệp của Đức Phật về phúc lạc trong tương lai thông qua niềm tin vào lòng nhân từ của Chúa Cứu Thế, bằng cách tuyên bố sự hiện diện của một thực thể bảo hộ đầy quyền lực trong hiện tại và bằng cách biện hộ cho những qui tắc đạo đức tương tự như phần lớn các qui định của Khổng giáo – như là những phương tiện để đạt được hạnh phúc và cứu rỗi mà mình mong đợi.[32]

Dù lời giải thích này có đáng tin hay là không thì cũng rõ ràng là nhiều người ở Bắc Kỳ cũng nhanh chóng tin rằng Công giáo có sức mạnh đáng kể, có thể tác động tới thế giới tâm linh và chữa được người ốm và người bị ma làm. Forest nhận xét rằng cho đến giữa thế kỷ XVIII, các nhà truyền giáo vẫn hầu như đều nhất trí tin rằng "việc chữa khỏi hay hy vọng chữa khỏi bệnh tật là những động lực chính của sự cải đạo."[33] Những vật dụng thánh của Công giáo như nước thánh, Á bí tích, hình ảnh, chuỗi tràng hạt, huy chương và tượng thánh, theo cách nói của Nola Cooke, "nổi tiếng là có hiệu quả kỳ diệu. Được coi là những loại bùa có khả năng chữa bệnh và bảo vệ, những sản phẩm này đã nhanh chóng trở thành những thứ có thể ngăn ngừa được bệnh tật, được cả tín đồ Công giáo lẫn những người không phải tín đồ rất ưa thích."[34] Mặc dù các rào cản về mặt xã hội và chính trị đối với việc cải đạo là khá cao, cho nên

[32] Alain Forest, *Les missionnaires français au Tonkin et au Siam (XVIIe-XVIIIe siècles): Analyse comparé d'un relatif succès et d'un total échec* (Paris: L'Harmattan, 1998), tập 3: 307-8.
[33] Tác phẩm đã dẫn.
[34] Nola Cooke, "Early Nineteenth-Century Vietnamese Catholics and Others in the Pages of the *Annales de la Propagation de la Foi*," *Journal of Southeast Asian Studies* 35, no. 2 (June 2004): 276.

Forest đã coi Công giáo trong thời kỳ này là "địa điểm 'của bất đồng chính kiến đã được chính thức hóa'" đối với "khung cảnh của không gian chỉ có giới khoa bảng/nông dân", ông không tin rằng thông điệp của Công giáo về sự bảo vệ và hạnh phúc đời đời chỉ có sức lôi cuốn đối với những người bị xã hội ruồng bỏ.[35] Thực ra, ông ghi nhận thành công đáng kể của tôn giáo trong một số giới xã hội như binh sĩ, ngư dân, người chèo thuyền, thợ thủ công, thầy phù thủy, thầy thuốc, và phụ nữ, với giả định rằng mức độ tự do nào đó khỏi cơ cấu xã hội cũng quan trọng như là bị bị đẩy ra ngoài lề xã hội trong việc nhận thức tính hấp dẫn của tôn giáo mới.[36] Việc Công giáo thích ứng với thực tiễn trong khu vực như cầu nguyện cùng nhau, tổ chức những đám rước, trình diễn như thể nhà hát, đọc theo nhóm, và những hình thức thể hiện lòng mộ đạo bình dân khác đã làm cho tôn giáo mới này trở thành gần gũi hơn và dễ tiếp cận hơn.[37] Đến những năm 1780, ở Bắc Kỳ đã có chừng 350.000 đến 400.000 tín đồ Công giáo.[38] Đặc biệt là với thời tiền thuộc địa, điều đặc biệt quan trọng cần phải hiểu là nhiều người được các nhà truyền giáo tính là "tín đồ Công giáo" lại chỉ coi tôn giáo này chẳng khác gì một phần thế

---

[35] Forest, *Les missionnaires français,* tập 3: 317.
[36] Tác phẩm đã dẫn.
[37] Nola Cooke, "Strange Brew: Global, Regional and Local Factors behind the 1690 Prohibition of Christian Practice in Nguyễn Cochinchina," *Journal of Southeast Asian Studies* 39, no. 3 (October 2008): 408.
[38] Jacob Ramsay, *Mandarins and Martyrs: The Church and the Nguyen Dynasty in Early Nineteenth-Century Vietnam* (Stanford, CA: Stanford University Press, 2006), 28.

giới tâm linh rộng lớn hơn mà họ thường xuyên tiếp xúc mà thôi.

Công trình nghiên cứu của Forest không áp dụng được cho Nam Kỳ, ở đây Giáo hội Công giáo không thu được thành công bằng ở Bắc Kỳ: trong những năm 1780 khu vực này chỉ có từ mười ngàn đến mười lăm ngàn tín đồ Công giáo.[39] Một phần là do dân cư ít hơn và thưa thớt hơn, tạo ra thách thức đối với việc truyền giáo. Trong thế kỷ XVII, Nam Kỳ còn là nơi diễn ra cuộc đấu tranh huynh đệ tương tàn giữa MEP và các giáo sĩ dòng Tên (*Jesuit*), làm cho một số tín đồ xa lánh và làm cho một số người trở thành cực đoan hơn với các cộng đồng và hệ thống tín ngưỡng cạnh tranh với mình. Như Cooke khẳng định, những vụ xung đột này "chứa đựng hạt giống của những thay đổi sẽ giúp xác định rõ đời sống Công giáo giáo phận Đàng Trong cho đến năm 1750, khi tất cả những nhà truyền giáo ngoại quốc đều bị trục xuất và sự bức hại bằng bạo lực làm cho số lượng tín đồ trống vắng hẳn đi."[40] Nhưng đến những năm 1820, dưới thời hoàng đế Gia Long, thái độ khoan dung hơn của triều đại đối với tôn giáo này làm cho số tín đồ Công giáo ở Nam Kỳ tăng lên tới khoảng tám mươi

---

[39] Antoine Trần Văn Toàn, "L'innovation bloquée ou le bon usage de la paraliturgie dans le catholicisme vietnamien," trong *"L'espace missionnaire: lieu d'innovations et de rencontres interculturelles"*, Gilles Routhier và Frédéric Laugrand, chủ biên (Paris: Karthala, 2002), 97-114.

[40] George Dutton, *The Tây Sơn Uprising: Society and Rebellion in Eighteenth-Century Vietnam* (Honolulu: University of Hawai'i Press, 2006), 197.

ngàn.[41] Một khách tham quan người Anh tới Sài Gòn trong thời gian này nhìn thấy một nhà thờ ở trung tâm Chợ Lớn, ngôi mộ hoành tráng của Pigneau de Béhaine gần thành Gia Định, và một nhà truyền giáo đang đi tản bộ trên đường, "mặt đỏ vì uống rượu vang."[42]

Chỉ cần liếc qua cũng thấy ngay rằng con số thống kê cho thấy trong thế kỷ XIX số tín đồ Công giáo Việt Nam gia tăng không đáng kể. Ở Bắc Kỳ số tín đồ tăng từ khoảng 350.000 vào năm 1780 lên khoảng 460.000 vào năm 1890, trong khi ở Nam Kỳ thay đổi không đáng kể (khoảng tám mươi ngàn năm 1820 và cũng gần bằng ấy vào năm 1890).[43] Nhưng, dĩ nhiên là thế kỷ XIX là giai đoạn đàn áp Công giáo rộng khắp và khốc liệt, từ cả chính quyền và dân chúng, điều đó không chỉ làm cho nhiều người không dám cải đạo mà còn làm cho khoảng một trăm ngàn tín đồ trong vương quốc của nhà Nguyễn bị thiệt mạng nữa. Thế thì làm sao có thể giải thích được sự gia tăng liên tục của tôn giáo này trong bối cảnh như thế? Mặc dù rất cần phải có những công trình nghiên cứu về đề tài này, lời giải thích phù hợp nhất có thể là việc bành trướng về mặt hành chính và tăng cường về mặt tài chính của các hội truyền giáo trong giai

[41] Tác phẩm đã dẫn.

[42] John White, A Voyage to Cochinchina [1824] (Kuala Lumpur: Oxford University Press, 1972), trích dẫn trong Choi Byung Wook, Southern Vietnam under the Reign of Minh Mạng (1820-1841): Central Policies and Local Response (Ithaca, NY: Cornell University Southeast Asia Program Publications, 2004), 60.

[43] Dutton, The Tây Sơn Uprising, 179; Ramsay, Mandarins and Martyrs, 28.

đoạn khi mà việc củng cố chính quyền nhà Nguyễn và chiến tranh với Pháp đã tạo ra những xáo trộn về mặt xã hội, gian khổ và di dân. Forest nhận xét rằng các cộng đồng Công giáo ở Bắc Kỳ sống sót được cho đến giữa thế kỷ XVIII là nhờ hoàn toàn vào nguồn lực tại địa phương, đấy là "một cộng đồng tương trợ hơn là cộng đồng của sự giúp đỡ."[44] Từ đây trở đi và đặc biệt là trong thế kỷ XIX, những cuộc cải cách về tổ chức và sự gia tăng tiền bạc cũng như nhân lực từ châu Âu làm cho các cộng đồng Công giáo, nói theo lời của Jacob Ramsay, trở thành "ốc đảo của sự ổn định một cách vừa phải, cả về xã hội lẫn kinh tế, trong một đất nước mà đe dọa tàn phá do hạn hán, dịch bệnh hay ốm đau lúc nào cũng hiện diện. Cải đạo không chỉ hứa hẹn cho người ta trở thành thành viên của một cộng đồng có tổ chức chặt chẽ, đủ sống mà còn giải thoát cho những người cơ cực nhất và tuyệt vọng nhất."[45] Cần phải nhấn mạnh ở đây rằng sự thịnh vượng và thống nhất của các cộng đồng Công giáo không chỉ có sức hấp dẫn như một sự bảo vệ xã hội mà dường như đối với nhiều người nó còn là biểu thị của đức hạnh của tôn giáo này và sức mạnh của linh hồn nữa.

Những số liệu thống kê hiện có, tuy ít và còn nhiều vấn đề, ám chỉ rằng sau thời gian dao động, giai đoạn thuộc địa tạo ra một sự ổn định tương đối về số người theo Công

---

[44] Forest, *Les missionnaires français,* tập 3: 187.
[45] Ramsay, *Mandarins and Martyrs,* 98. Luận cứ của Ramsay là dành cho Cochinchina, nhưng ông cũng ghi nhận rằng Yoshiharu Tsuboi cũng có những nhận xét tương tự về mối liên hệ giữ khó khăn kinh tế và việc cải sang đạo Công giáo ở Nghệ An trong giai đoạn này.

giáo. Thống kê của hội truyền giáo năm 1939 cho thấy có khoảng một triệu rưỡi tín đồ Công giáo, gấp khoảng hai lần những năm 1890.[46] Philippe Langlet tính ra rằng dân số Việt Nam đã gia tăng từ khoảng chín triệu đến mười triệu rưỡi trong những năm 1860 lên từ hai mươi đến hai mươi lăm triệu vào năm 1945.[47] Điều đó ám chỉ một cách tương đối mập mờ rằng trong vòng gần bốn thế hệ, số tín đồ gia tăng với tốc độ gần bằng với tốc độ gia tăng dân số nói chung và vì vậy mà không làm thay đổi đáng kể phân bố về mặt địa lý của họ.[48] Điều này không ám chỉ rằng bản sắc của cộng đồng là cố định hay ổn định; dân chúng, các gia đình và cả cộng đồng tiếp tục gia nhập hoặc rời bỏ Giáo hội vì nhiều lý do khác nhau, và một số cộng đồng Công giáo thành công hơn những cộng đồng Công giáo khác. Nhưng số dân theo Công giáo đơn giản là không còn trồi sụt như trong quá khứ nữa. Thực vậy, mặc dù nhiều cộng đồng Công giáo thường báo cáo rằng có hơn mười ngàn lễ rửa tội được tiến hành mỗi năm cho những người ngoại đạo (*païens*), hầu như tất cả những người này đều đến khi đã

---

[46] Bùi Đức Sinh, *Giáo hội công giáo ở Việt Nam*, tập 3: 30, 33, 37, 41, 63, 74, 100, 101, 111, 118, 139, 175, 179, 196.

[47] Philippe Langlet, "Histoire du peuplement," trong *Population et développement au Vietnam*, Patrick Gubry, chủ biên (Paris: Karthala-Ceped, 2000), 29-59.

[48] Magali Barbieri rất nghi ngờ về tốc độ gia tăng dân số như thế trong giai đoạn thuộc địa trong bài "Health and Mortality in Early 20th Century Vietnam: A Demographer's Perspective," chưa xuất bản, nhưng được trình bày tại hội nghị của Social Science History Association, Los Angeles, California, ngày 3-6 tháng 11 năm 2005. Tuy nhiên, có khả năng là con số thống kê của truyền giáo trong giai đoạn thuộc địa đã bị thổi phồng.

hấp hối (*in articulo mortis*), một thủ tục thường được tiến hành nhằm cứu chuộc linh hồn, nhưng chẳng làm gia tăng địa vị của cộng đồng Công giáo được chút nào. Nguyên nhân làm cho trong giai đoạn thuộc địa tốc độ cải đạo không tăng cần phải được tiếp tục suy nghĩ ở đây. Các nhà truyền giáo thường lên án chính sách bài Công giáo và bài giáo sĩ ở thuộc địa, hai chính sách này rõ ràng là tác nhân rồi, nhưng họ còn thừa nhận một cách đầy nuối tiếc rằng thái độ bài Pháp làm cho việc cải đạo khó khăn hơn là trước đây. Mặc dù trong giai đoạn thuộc địa các hội truyền giáo đã ăn nên làm ra, có khả năng là, đặc biệt là ở Bắc Kỳ, ảnh hưởng *tương đối* của họ đã giảm sau khi chính quyền của Pháp được củng cố trong khi quyền lực chính trị sụp đổ và khó khăn lan tràn trong giai đoạn cuối của triều đại nhà Nguyễn. Cuối cùng, những xung đột trong nội bộ Công giáo do làn sóng truyền giáo tràn vào cũng như những rào cản về mặt văn hóa và vật chất giữa các tín đồ Công giáo và những người không theo Đạo phát sinh từ giai đoạn chinh phục cũng cản trở việc cải đạo.[49]

Cuối thế kỷ XIX, phần lớn các tín đồ Công giáo sống

---

[49] Samuel Popkin khẳng định rằng mô hình thiết chế và tổ chức chứ không phải là ưu tiên ưu đãi của chế độ thuộc địa đã dẫn tới việc cải đạo của nhiều người. Tôi đồng ý rằng các giáo phận phát triển mặc cho những cố gắng của chính quyền thuộc địa chứ không phải là nhờ những cố gắng đó, nhưng Popkin không đưa ra bằng chứng chứng tỏ rằng việc gia tăng giáo dân còn vì lý do khác chứ không chỉ là lý do gia tăng nhân khẩu. Samuel Popkin, *The Rational Peasant: The Political Economy of Rural Society in Vietnam* (Berkeley: University of California Press, 1979), 188-93.

trong các làng gọi là làng đạo hay làng giáo cách biệt với các làng khác, gọi là làng lương. [50] Các làng Công giáo cũng có tinh thần hợp tác mạnh mẽ như các làng xã trong khu vực này, điều đó làm cho việc cải đạo của mạng lưới xã hội mở rộng dễ dàng hơn ở Nam Kỳ và cung cấp cho người ta nền tảng mang tính cộng đồng nhằm duy trì việc cải đạo. Làng Công giáo là tác nhân quyết định cho việc phòng vệ của cộng đồng trong những giai đoạn xảy ra bạo lực, giúp cho việc kéo các tín đồ trong khu vực này lại gần nhau hơn ngay từ khi người Pháp thành lập chính quyền. Mặc dù rào cản là khá lớn, nhưng đấy không bao giờ là những thế giới biệt lập với nhau: các mối tương giao giữa làng đạo và làng lương, nhất là ở vùng châu thổ sông Hồng, trong giai đoạn thuộc địa đã diễn ra một cách thường xuyên. Trên thực tế, một vài làng đạo là làng Công giáo toàn tòng, và thậm chí trong thời gian đó ở Bắc Kỳ và Trung Kỳ có những tín đồ sống trong các làng mà họ là thiểu số. Mặc dù các tín đồ Công giáo thường sống trong những khu vực riêng biệt của làng và không tham gia một số nghi lễ của làng, nhưng họ cũng thường tham gia vào đời sống của địa phương.

Cơ cấu của cộng đồng Công giáo ở nam Trung Kỳ và Nam Kỳ lại khác hẳn. Trong hai thế kỷ truyền giáo đầu tiên

---

[50] Tổng quan đầy đủ nhất về làng đạo là bài của Nguyễn Hồng Dương, "Làng công giáo và một số vấn đề đặt ra trong công tác quản lý," trong *Kinh nghiệm tổ chức quản lý nông thôn Việt Nam trong lịch sử*, Phan Đại Doãn và Nguyễn Quang Ngọc, chủ biên (Hà Nội: Nhà Xuất Bản Chính Trị Quốc Gia, 1994), 284-321.

ở những khu vực này, cơ cấu xã hội liên tục thay đổi và dân cư thưa thớt làm cho Nam Kỳ có ít người cải đạo hơn và không dựa trên cơ sở cộng đồng như ở Trung và Bắc Kỳ. Tại thời điểm khi mà nhà Nguyễn đánh bại nhà Tây Sơn vào năm 1802, số tín đồ Công giáo ở Nam Kỳ sống trong những đơn vị tôn giáo – xã hội cố kết ít hơn hẳn so với Trung Kỳ và Bắc Kỳ. Đạo dụ bài Công giáo đầu tiên của Minh Mạng năm 1830 được thi hành một cách nghiêm khắc nhất ở Nam Kỳ, đây là vùng biên thùy, nơi mà sự căng thẳng giữa nhà Nguyễn và xã hội trong khu vực còn cao.[51] Điều này trước hết có nghĩa là nhiều trung tâm của người theo Công giáo nằm xa nhau chứ không tập trung. Nhưng, những vụ bạo lực kéo dài suốt hai thập kỷ trước cuộc xâm lược của Pháp làm cho nhiều tín đồ tụ tập xung quanh các thành phố lớn như Sài Gòn, trong những năm 1850 và đầu 1860, nhiều tín đồ từ các tỉnh phía nam đã chạy về đây. Đến thời kỳ đầu thuộc địa, hàng thập kỷ bạo lực và chế độ quân sự ủng hộ Công giáo của Pháp ở Nam Kỳ đã làm xói mòn đáng kể việc cùng chung sống của cộng đồng và bắt đầu làm cho người Công giáo quần tụ hơn là trước kia. Tuy nhiên, trong suốt thời thuộc địa, phân bố người theo đạo từ phía nam Trung Kỳ trở vào vẫn khác hẳn với phân bố trên khu vực phía bắc.

Đơn vị Công giáo nhỏ nhất ở Việt Nam là họ. Xứ đạo/Giáo xứ gồm nhiều họ, còn hạt thì gồm nhiều giáo xứ.

---

[51] Choi Byung Wook, *Southern Vietnam under the Reign of Minh Mạng, 86-87.*

Giáo phận hay địa phận là đơn vị lớn nhất, bao gồm nhiều hạt. Tính chất thực tế của những tên gọi đó rất khác nhau. Họ đạo ở Bắc Kỳ và bắc Trung Kỳ thường là trong một làng duy nhất; xa hơn về phía nam, đấy có thể là nhiều nhóm tín đồ Công giáo sống trong nhiều làng khác nhau.[52] Nói cách khác, cơ cấu tôn giáo và cơ cấu xã hội không phải lúc nào cũng trùng khít lên nhau. Điều này cũng đúng cho cả xứ và hạt, những khu vực hành chính trong các giáo phận, mà trên thực tế là khác nhau rất xa, tùy thuộc vào số giáo sĩ sẵn có để quản lý những đơn vị này. Đến giữa thế kỷ XIX trong toàn cõi Việt Nam cũng chỉ mới có ba giáo phận mà thôi. Khu vực phía bắc sông Gianh, gần Huế, được chia thành Tây Đàng Ngoài (*West Tonkin*), tức là khu vực phía tây tính từ Hà Nội và tỉnh Nghệ An ngày nay, do Hội Thừa Sai Paris (MEP) cai quản; và Đông Đàng Ngoài (*East Tonkin*), bao gồm các tỉnh bờ biển trên châu thổ sông Hồng, do dòng Đa Minh xuất xứ từ *Provincia del Santisimo Rosario de Filipinas* cai quản. Khu vực phía nam kinh thành Huế là giáo phận Đàng Trong, cũng do MEP cai quản. Trong giai đoạn thuộc địa, số giáo phận không ngừng gia tăng, từ 8 vào những năm 1880, đến năm 1902 thành 11 và cuối thời thuộc Pháp tăng lên thành 16, mỗi giáo phận đều có diện tích ngày càng nhỏ hơn.

Các thầy giảng (*Catechist*) và các bà xơ là những người có cấp bậc thấp nhất trong hệ thống cấp bậc của tôn giáo

---

[52] Nguyễn Hồng Dương, "Tìm hiểu tổ chức xứ, họ đạo Công giáo Nam bộ (đến đầu thế kỷ XX)", *Nghiên Cứu Tôn Giáo* 3 (2002): 34-43.

này. Họ giúp đỡ các giáo sĩ trong việc thực thi mục vụ và hướng dẫn việc học giáo lý và nghi lễ trong những cộng đồng không có linh mục hay nhà truyền giáo thường trú. Nhiều thầy giảng khác nhau đảm trách nhiều nhiệm vụ khác nhau: thầy xứ giải quyết những vấn đề phát sinh mỗi ngày, thầy cai phụ trách thanh niên và nhi đồng, thầy giáo phụ trách giảng dạy giáo lý và mục vụ, còn thầy quản là người giám sát.[53] Các thầy giảng (tất cả đều là đàn ông) và xơ là những người thuộc mọi lứa tuổi. Các thầy giảng "loại một" được đào tạo về giáo lý, thề sống độc thân, thường đi cùng các giáo sĩ hay đi một mình để chăm sóc các tín đồ và cũng thường là các ứng viên cho chức linh mục. Các thầy giảng "loại hai" là những tín đồ tại gia, những người mà tuổi tác, tài sản hay kiến thức tạo cho họ quyền lực của vị giáo trưởng, cộng đồng thường coi họ là thầy giáo hay một người đáng kính hơn là thầy giảng. Các xơ, với nhiệm vụ chủ yếu là dạy học và chăm sóc người già và người ốm, sống cùng với nhau. Phần lớn là những người thuộc Dòng Mến Thánh Giá (*Lovers of the Holy Cross*), dòng tu đầu tiên được thành lập ở Việt Nam, do Pierre Lambert de la Motte thành lập năm 1670. Như Nhung Tuyet Tran đã chỉ rõ, "bằng cách đi tu, nhiều phụ nữ nghèo đã kết hợp được những nguồn lực mà họ có trong cộng đồng, tạo điều kiện cho họ có nhà ở, giúp đỡ lẫn nhau và cơ hội học hành mà phụ nữ thuộc hầu hết các tầng lớp xã hội thời đó không có." Điều đó, thông qua "môi trường tự lực cánh sinh tức là môi

---

[53] Bùi Đức Sinh, *Giáo hội công giáo ở Việt Nam*, tập 3: 142.

trường đòi hỏi phải có kiến thức thực tiễn của đời sống trần tục, lòng mộ đạo và môi trường tương đối bình quân" đã "tạo điều kiện cho những người phụ nữ này khả năng di chuyển mà họ không thể có nếu họ sống trong khuôn khổ đời sống gia đình."[54]

Trong khi các thầy giảng và các bà xơ thường chỉ chịu trách nhiệm tối đa là vài họ đạo thì mục vụ của các linh mục bản xứ và nhà truyền giáo trải rộng trên cả giáo xứ và hạt. Mặc dù giai đoạn thuộc địa các nhà truyền giáo và linh mục có vai trò rất khác nhau, trong khi trước thời thuộc địa sự khác nhau là không đáng kể và không rõ ràng như thế. Cả linh mục lẫn nhà truyền giáo đều thực hiện bí tích khai tâm (Bí tích Thánh Thể, Bí tích Thêm sức và Bí tích Rửa tội), bí tích chữa lành (Bí tích Thống hối và Bí tích Xức dầu Bệnh nhân) và bí tích phục vụ cho sự hiệp thông và sứ vụ (Bí tích Hôn phối). Bí tích duy nhất mà các linh mục bản xứ không được làm là bí tích Truyền chức thánh, tức là phong chức linh mục, cho đến năm 1933 bí tích này đều do các giám mục người Âu thực hiện. Các nhà truyền giáo còn nghe xưng tội và làm lễ cưới trong khắp giáo phận, trong khi các linh mục bản xứ chỉ được làm trong xứ đạo của mình mà thôi. Vì không có đủ các linh mục và nhà truyền giáo để tất cả các họ đạo đều có một vị thường trú tại chỗ,

---

[54] Nhung Tuyet Tran, "Les Amantes de la Croix: An Early Modern Lay Vietnamese Sisterhood," trong *Le Viet Nam au féminine*, Gisèle Bousquet và Nora Taylor, chủ biên (Paris: Les Indes Savantes, 2005), 51.

các linh mục và nhà truyền giáo phải đi từ họ đạo này sang họ đạo kia hay xứ đạo này sang xứ đạo kia. Các giáo sĩ bản xứ và các nhà truyền giáo còn một nhiệm vụ chính khác nữa là chấp nhận việc cải đạo. Nhưng trước thời thuộc địa, tốc độ cải đạo thấp làm cho việc này trở thành khó khăn hơn nhiều: một nhà quan sát từ Rome nhận xét vào năm 1924: "việc cải đạo cho người ngoại đạo làm cho các giám mục khá tốn kém, còn các nhà truyền giáo thì sự lo lắng làm cho nản lòng... Mục vụ này cực kỳ khó khăn và mệt mỏi; có một sự an ủi nhỏ là điều đó giải thích thái độ gần như lãnh đạm của các nhà truyền giáo và giáo sĩ, họ thích dành hết thời gian chăm lo các tín đồ Công giáo hơn, việc này làm cho họ được an ủi nhiều hơn và ít mệt mỏi hơn."[55] Vì thế, trước thời thuộc địa các thầy giảng phải gánh vác phần lớn những công việc này, trong thời thuộc địa, họ còn phải làm nhiều hơn.

Nhiệm vụ quan trọng nhất của các linh mục và nhà truyền giáo là huấn luyện các thầy giảng và các ứng cử viên cho chức linh mục. Cùng với thời gian, sự khác biệt về cơ cấu của đời sống Công giáo ở Bắc Kỳ và bắc Trung Kỳ so với nam Trung Kỳ và Nam Kỳ tạo ra hai hệ thống khác nhau trong việc hình thành các linh mục và thầy giảng. Trong những khu vực có đông người Công giáo ở Bắc Kỳ và bắc Trung Kỳ, giáo sĩ thường được đào tạo theo lối cộng đồng trong thiết chế gọi là Nhà Đức Chúa Trời. Mặc dù

---

[55] Henri Lécroart, "Visite apostolique des missions d'indochine: rapport général," 10/1/1924, NS 800, CEP.

mỗi giáo phận có cách đào tạo theo lối cộng đồng khác nhau, nhưng nguyên tắc chung thì như nhau: các nhà truyền giáo và những người quí phái chọn những cháu bé có tài, thường từ khoảng chín đến mười tuổi, cho chúng sống cùng với giáo sĩ hay thầy giảng của giáo xứ, thường là trong nhà ở dành cho linh mục, nơi chúng sẽ học đọc và viết và nghiên cứu giáo lý cũng như phục vụ các giáo sĩ và cộng đồng. Phần lớn tiếp tục lên lớp dự bị (*probatorium*), thường liên kết với một chủng viện, cho đến khi họ nghĩ rằng đã sẵn sàng theo học để trở thành linh mục.[56] Một số vào trường đào tạo thầy giảng hoặc tiếp tục phục vụ như những trợ tá tại Nhà Đức Chúa Trời. Mặc dù việc đào tạo theo lối cộng đồng cũng có trong cả các cộng đồng Công giáo ở sâu vào phía nam, nhưng các giáo sĩ ở nam Trung Kỳ và Nam Kỳ thường được đào tạo trong các nhóm nhỏ hơn, thường do một linh mục hoặc nhà truyền giao duy nhất phụ trách, như họ đã từng làm ở Bắc Kỳ trước những năm 1750.[57] Trong cả hai khu vực, ứng viên cho giáo sĩ thường xuất thân từ những gia đình đã theo Công giáo lâu đời, vì giáo sĩ thường coi những người mới cải đạo là không đáng tin cậy lắm. Một số ít ứng viên từng học tập trong các chủng viện của MEP dành cho các giáo phận châu Á (ở Siam (Thái Lan) cho đến năm 1767, ở Hà Tiên và Ấn Độ từ năm 1767 đến năm 1808 và từ đó về sau là ở Penang). Trong tất cả

---

[56] Cho đến tận thời thuộc địa nhiều giáo phận vẫn chưa có lớp dự bị. Mục đích của việc lập ra những lớp này là tách những người mới, có những mức độ chuẩn bị khác nhau, cũng như tiểu trừ sức ý và tình trạng trì trệ do sống nhiều năm trong cùng một cộng đồng.
[57] Forest, *Les missionnaires français,* tập 3: 106.

các khu vực này, để trở thành giáo sĩ phải mất rất nhiều thời gian. Nhất là sau khi truyền giáo lan rộng trong thế kỷ XIX, các thầy giảng và những người muốn trở thành linh mục thường phải làm trợ tá cho các linh mục và nhà truyền giáo trong một thời gian dài. Điều đó có nghĩa là nhiều người không được phong chức trước tuổi 35 hay 40, nhiều người thậm chí còn già hơn.[58]

Mặc cho những vụ đàn áp và trục xuất diễn ra thường xuyên, giai đoạn trước thời thuộc địa phần lớn các nhà truyền giáo đã tiếp nhận và hòa đồng với nền văn hóa bản xứ. Nola Cooke nhận xét rằng ngay từ đầu thế kỷ XIX, các nhà truyền giáo châu Âu "đã tiếp thu được vũ trụ tinh thần có một số đặc điểm không khác với người châu Á đương thời," đặc biệt là niềm tin của họ rằng "lĩnh vực siêu nhiên xâm nhập sâu vào thế giới vật chất và thế giới của con người và rằng sức mạnh huyền bí đó can thiệp vào công việc của con người theo những cách mà hành động của con người có thể tạo được ảnh hưởng đối với chúng."[59] Các nhà truyền giáo mặc như người Việt Nam, lấy tên Việt Nam, sống và ăn chung với các linh mục và thầy giảng và họ còn

---

[58] J.B. Piolet, chủ biên, *Les missions catholiques françaises au XIXe siècle* (Paris: Armand Colin, [1901]-1903, 2: 486. Trong các giáo phận của dòng Đa Minh Tây Ban Nha, báo cáo hàng năm của giáo phận Trung tâm Bắc Kỳ (*Central Tonkin*), Đông Bắc Kỳ (*East Tonkin*) và Bắc Bắc Kỳ (*North Tonkin*) từ năm 1893 đến năm 1911, trong đó có tuổi của từng linh mục, cho thấy các nhà linh mục trong những năm đó có tuổi từ 46 đến 51. Xem NS, CEP, Rubrica 129 (Indo Cina).
[59] Nola Cooke, "Early Nineteenth-Century Vienamese Catholics and Others," 276.

ít thể hiện sự cứng rắn của giáo lý và thái độ khinh thường những hình thức tín ngưỡng bản xứ hơn là giai đoạn về sau. Một phần vì thế mà nhiều nhà truyền giáo đã có vị trí xã hội tương tự như các nhà sư, các đồng cốt, thầy phù thủy và những người được mọi người tin là có quyền lực đối với thế giới tâm linh, nhất là vì họ là những người phân phát những đồ vật thể hiện lòng mộ đạo mà nhiều người tin là có sức mạnh tâm linh. Nhiều người còn có địa vị và sự kính trọng giành cho những người già cả, một quan niệm chủ yếu về trật tự xã hội của người Việt Nam và nhiều người đã sống như thể đấy chính là hiện thân của thông điệp về đức hạnh và sự kính trọng mọi linh hồn mà nhiều người Việt nam – không phải chỉ có các tín đồ – coi là sự hấp dẫn của Công giáo. Ở một vài địa phương, những người ngoại đạo đã coi những nhà truyền giáo tử vì đạo là những người đã chết một cách bất công và đáng tự hào, đã thờ cúng họ như ông thần bản xứ, quí trọng những di vật của họ, thậm chí quí cả những cọng cỏ hay nắm đất dính máu họ.[60]

Sự bình đẳng tương đối giữa các linh mục và các nhà truyền giáo và sự tiếp biến văn hóa của người châu Âu vào xã hội Việt Nam cũng không xóa bỏ hòa toàn được biểu hiện của phân biệt trong đời sống Công Giáo của những người thuộc những sắc tộc khác nhau, nhưng sự phân biệt còn chưa rõ ràng bằng thời thuộc địa. Theo lời Forest thì trước thế kỷ XVIII, đa số các nhà truyền giáo thể hiện "thái độ dửng dưng trước sự khác biệt", điều đó được thể hiện

---

[60] Tác phẩm đã dẫn, 280.

qua chủ nghĩa bình quân trong đời sống Công giáo. Các linh mục bản xứ trên thực tế không phải là trợ lý hay trợ tá; người ta sử dụng những ngôn từ giống nhau khi nói với các linh mục và nhà truyền giáo; trong các buổi lễ hay trong chủng viện, các linh mục bản xứ cũng có vai trò tương tự như các nhà truyền giáo; tất cả những điều này phản ánh niềm tin thực sự vào sự bình đẳng của tất cả mọi người trong tính phổ quát của thông điệp của Công giáo trong thời kỳ mà chủ nghĩa dân tộc và chủ nghĩa phân biệt chủng tộc còn chưa ngóc đầu dậy.[61] Forest nhận thấy sự thay đổi từ từ trong suốt thế kỷ XVIII, khi các cộng đồng Công giáo bị MEP kiểm soát ngày càng chặt chẽ hơn; đầu thế kỷ XIX, nhiều nhà truyền giáo có thái độ coi thường và nghi ngờ đối với các linh mục bản xứ.[62]

Nhưng có ba tác nhân góp phần ngăn chặn sự phân biệt chủng tộc để nó không trở thành hiện tượng đóng vai trò chính trong đời sống Công giáo như đã xảy ra trong thời thuộc địa. Thứ nhất, các nhà truyền giáo hiển nhiên là người ngoại quốc, dễ bị tổn thương trước những chỉ dụ và hoạt động bài Công giáo, và vì vậy mà thường phải dựa vào những tín đồ bản xứ thì mới ở lại được trong nước, và đôi khi là cả chính cuộc sống của họ nữa. Thứ hai, trước những năm 1840, các nhà truyền giáo hầu như không có những nguồn lực có thể tùy nghi sử dụng như những người kế tục về sau này; thậm chí họ còn thường xuyên không nhận

[61] Forest, *Les missionnaires français*, tập 3: 18-25.
[62] Tác phẩm đã dẫn, 3: 58-66; Ramsay, *Mandarins and Martyrs*, 29.

được khoản lương ít ỏi hàng năm, điều đó làm cho họ phụ thuộc vào những món quà của người châu Âu và lòng hảo tâm của các tín đồ bản xứ.[63] Và thứ ba, quan trọng nhất, đơn giản là trước thời thuộc địa không có nhiều nhà truyền giáo như sau này. Suốt thế kỷ XVII và XVIII chỉ có hơn một trăm nhà truyền giáo của MEP từng đến Việt Nam mà thôi.[64] Trong những năm 1820, cả Nam Kỳ chưa có tới mười nhà truyền giáo.[65] Thậm chí đến tận năm 1868, tức là sau một thế hệ bành trướng đáng kể của hội truyền giáo, trên toàn cõi Việt Nam cũng chỉ có 68 nhà truyền giáo của MEP.[66] Nhưng trong khi trước thời thuộc địa quyền lực của người châu Âu trong đời sống Công giáo còn chưa rõ ràng như thế thì nó lại được thể hiện bằng các giám mục – người đứng đầu giáo phận – mãi đến năm 1933, tất cả các giám mục ở Việt Nam đều là người châu Âu. Trách nhiệm chính của các vị giám mục là quản lý nhân sự và ngân sách cũng như giữ liên lạc giữa hội truyền giáo và triều đình. Mặc dù giám mục là nhân vật hết sức quan trọng, nhưng họ thường không được tham gia vào đời sống hàng ngày bên ngoài giáo phận.

Ở Bắc Kỳ và bắc Trung Kỳ, các cộng đồng Công giáo ở

[63] Forest, *Les missionnaires français,* tập 3: 101-4.
[64] Con số này được tính từ tiểu sử của các nhà truyền giáo trong kho lưu trữ các thành viên của hội. *Répertoire des members de la Société des Missions Etrangères de Paris, 1659-2004* (Paris: Archives des Missions Étrangères, 2004).
[65] Ramsay, *Mandarins and Martyrs,* 26.
[66] "Statistiques comparées des missionnaires européens et prêtres indigènes en 1868 et 1928," *Mission Catholiques,* July 1928.

tương đối gần nhau và mật độ tín đồ trong các cộng đồng tương đối cao làm cho sự hiện diện của giới tu sĩ ổn định hơn và có ảnh hưởng hơn. Thực vậy, tại hầu hết các cộng đồng Công giáo ở những khu vực này cơ cấu chính của đời sống dân sự trong làng thường không tách biệt khỏi đời sống tôn giáo. Ví dụ, hầu hết các làng này đều có hội đồng hào mục, tức là những người ưu tú của làng, chịu trách nhiệm điều phối quan hệ của làng với quan chức chính quyền, hòa giải những cuộc cãi cọ, quản lý quỹ và đất công, và những việc khác. Trong làng đạo, thành viên những hội đồng hào mục thường là những người gần gũi hoặc cũng chính là thành viên hội đồng xứ đạo, đấy là những tín hữu được mọi người tôn trọng, dưới quyền chỉ huy của giáo sĩ, những người này là những tấm gương về mặt đạo đức cho cả làng và giúp các giáo sĩ tổ chức các buổi lễ. Vì trong các làng Công giáo, giới ưu tú trong đạo thường cũng là giới ưu tú trong đời cho nên trách nhiệm cả đạo và đời của họ không tách rời nhau.[67] Trên thực tế, điều này làm cho giới giáo sĩ có ảnh hưởng mạnh mẽ đối với đời

---

[67] Trên thực tế, các hội đồng những giáo dân có danh vọng cũng thường sử dụng các thuật ngữ của các hội đồng hào mục, ở Bắc Kỳ thường dùng từ ban hàng xứ, hàng phủ xứ hay hội đồng xứ; từ Vinh tới Qui Nhơn thì dùng từ ban chức việc hay ban chức sở; trong các xứ đạo Nam Kỳ thì dùng từ hội đồng quy chức hay ban quy chức. Người đứng đầu những hội đồng này cũng có danh như những người lãnh đạo dân sự khác, ví dụ như: trùm (trưởng), câu (phó) và biện (thư ký). Về tổ chức và trách nhiệm của hội đồng những người có danh vọng trong đời sống công giáo ở miền Bắc, xin đọc Mai Duc Vinh, "La participation des notables de chrétientés vietnamiennes aux ministères des prêtres: 1533-1953," Luận án tiến sĩ, Pontifical University of Saint Thomas Aquinas, Rome, 1977.

sống dân sự. Nhiều làng đạo ở Bắc Kỳ và bắc Trung Kỳ không có đình, tức là ngôi nhà của cộng đồng, nơi những người Việt Nam không theo đạo thờ cúng các vị thành hoàng và hội họp. Thay cho đình, ở đây, dĩ nhiên là nhà thờ rồi.

Sự chồng chéo quyền lực giữa đạo và đời trong phần lớn các làng Công giáo, hiện tượng thường thấy trong các cộng đồng Công giáo ở Bắc và bắc Trung Kỳ, lại hiếm khi xảy ra ở những khu vực xa về phía nam. Vì nhiều tín đồ Công giáo ở nam Trung Kỳ và Nam Kỳ sống trong những làng lẫn lộn lương giáo và họ thường là thiểu số, các định chế của nhà thờ và lễ hội Công giáo thường không phải là trung tâm của đời sống cộng đồng. Điều đó cũng có nghĩa là giới giáo sĩ không có ảnh hưởng đến như thế trong việc lựa chọn những người ưu tú trong làng, và tín đồ Công giáo ở Nam Kỳ cũng ít khi chi phối được đời sống xã hội, kinh tế và chính trị ở trong làng như các tín đồ ở bắc Trung Kỳ và Bắc Kỳ. Ngay cả từ giữa thế kỷ XIX trở đi, khi nhiều tín đồ Công giáo ở nam Trung Kỳ và Nam Kỳ tụ họp lại gần nhau hơn thì sự kiện là nhiều người sống tập trung ở rìa các trung tâm đô thị đang phát triển cũng có nghĩa là trong một thế hệ, sự năng động của đời sống đô thị làm cho những cộng đồng này tiếp xúc thường xuyên hơn với những người không phải là tín đồ hơn là trong những vùng nông thôn ở bắc Trung Kỳ và Bắc Kỳ.

Cùng với những mối quan hệ khác hẳn giữa quyền lực của đạo và đời là chế độ sử dụng ruộng đất và tổ chức cũng khác hẳn. Biểu hiện của hệ thống đất công đã có từ lâu đời ở Bắc Kỳ và bắc Trung Kỳ là một phần đất công của làng được dùng cho đời sống tâm linh, làm quỹ cho đình, để cúng thành hoàng làng, cũng như sư sãi, đồng cốt, thầy phù thủy và những nhân vật khác kiểu như thế. Trong những làng có tín đồ Công giáo, một phần đất đó được tách ra để làm quỹ cho nhà thờ và những nhà cửa khác của tôn giáo cũng như giới tăng lữ. Phần lớn tín đồ Công giáo còn để ra một phần đất công dành cho họ để trợ giúp việc học và quỹ tương trợ trong cộng đồng tôn giáo của họ. Những mảnh đất công khác được dùng làm nghĩa trang cho tín đồ Công giáo, những nghĩa trang này thường cách xa khu vực chôn cất của người không theo đạo. Như vậy là, dân Công giáo trong làng càng đông thì đất công dành cho sự trợ giúp cộng đồng của họ cũng nhiều hơn. Điều đó không nhất thiết có nghĩa là trong những làng mà tín đồ Công giáo là thiểu số thì họ bị thiệt thòi hơn về mặt vật chất, tất cả phụ thuộc vào kích thước của làng và khả năng canh tác của đất. Tỉ lệ đất công ở nam Trung Kỳ và Nam Kỳ nhỏ hơn, nghĩa là những nguồn lực công ít bị ràng buộc hơn với đời sống tôn giáo. Trong những vùng này, đất dùng cho nhà thờ hay cho những thiết chế khác hoặc cho lễ hội và hoạt động công cộng của các tín đồ công giáo thường là do tư nhân sở hữu hay sở hữu của họ đạo chứ không phải là sở hữu của làng.

Giữa các khu vực, hệ thống tổ chức và phân phối nguồn lực vật chất của cộng đồng tôn giáo cũng khác nhau một cách ăn bản. Ở Bắc Kỳ và bắc Trung Kỳ, hội đồng giáo xứ hay Nhà Đức Chúa Trời thường thu gom và quản lý thu nhập từ đất công của làng, thuế thập phân, Ý chỉ Thánh lễ và những nguồn thu khác ở địa phương. Quỹ này thường được dùng để sửa chữa nhà thờ và những việc khác như lễ hội của làng hay xây dựng và sửa chữa các tòa nhà. Ngoài ra, còn có quỹ để cho thiết chế của giáo sứ, gọi là nhà chung, và được phân phối lại cho nhu cầu của các họ đạo nữa. Còn có quỹ dùng để trợ giúp các linh mục về mặt tài chính, quỹ này cũng do giáo xứ thu và quản lý. Trong thế kỷ XIX, cùng với sự phát triển bộ máy quản lý và các thiết chế của hội truyền giáo, các nguồn lực của cộng đồng thường được giáo phận phân phối bởi vì việc xây dựng hay sửa chữa nhà thờ, chủng viện và các thiết chế an sinh xã hội đòi hỏi những nguồn lực lớn hơn khả năng cung cấp của họ đạo hay giáo xứ. Các nhà truyền giáo của MEP ở Bắc Kỳ và bắc Trung Kỳ còn bị buộc phải ký hợp đồng chung, nhượng lại tiền lương hàng năm (viatique – tiền ăn đường) cho hội truyền giáo. Ở nam Trung Kỳ và Nam Kỳ không có hệ thống đó. Trong những khu vực này, các nguồn lực được tạo ra trong nội bộ giáo xứ và thậm chí là trong chính họ đạo, trong đó có lương cho các linh mục, và được để lại ở đó gần như toàn bộ, các nhà truyền giáo cũng không ký hợp đồng chung. Nhưng các giáo phận trong tất cả các khu vực đều quản lý quỹ thu được từ những nguồn bên ngoài, trước hết là từ những tổ chức ở Pháp hay từ Vatican. Trước thời thuộc địa, sự khác biệt trên thực tế của những hệ thống này không lớn như trong thời thuộc địa, khi mà chế độ chính chính trị và pháp luật tạo điều kiện cho người ta giúp các hội truyền giáo nhiều hơn và các hội truyền giáo có thể kiếm được nhiều đất, đem lại nhiều nguồn thu hơn.

Giáo hội định hình công việc dân sự và kiểm soát nguồn lực với những mức độ khác nhau cũng định hình hoạt động của các hiệp hội của các tín đồ tại gia. Khó có thể khái quát hóa việc này theo những điều kiện khu vực. Trong công trình nghiên cứu về một giáo xứ ở gần kinh thành Huế, nơi Léopold Cadière – một nhà truyền giáo của MEP và cũng đồng thời là một nhà khoa học – đã sống hơn 50 năm, mô tả cách thức các tín đồ Công giáo tham gia vào đời sống xã hội thông qua những cơ cấu phi chính thức dựa trên tuổi tác và giới tính. Đàn ông tham gia vào việc xây dựng và sửa chữa nhà thờ, đào huyệt, đóng quan tài, và những nhiệm vụ khác của cộng đồng, cũng như thúc giục gia đình họ tham gia các buổi lễ hội. Thanh niên nam nữ dưới hai mươi tuổi thì hát và cầu kinh trong các thánh lễ và tham gia trang hoàng nhà thờ và những nơi khác trong làng vào những ngày lễ hội. Những thanh niên lớn tuổi hơn thì giúp trẻ em trong cuộc sống xã hội cũng như trong những ngày lễ, cả trong và ngoài gia đình. Người già, vì lý do sức khỏe và phụ nữ trên hai mươi tuổi, vì trách nhiệm đối với gia đình, có vai trò nhỏ nhất.[68] Trong những làng mà tín đồ Công giáo chiếm đa số hay thiểu số còn có các hội của tín đồ nữa. Nguyễn Hồng Dương tính được rằng trong giai đoạn chuyển giao thế kỷ XX có hai mươi hình thức hội chính, mặc dù phong tục của làng và sự khác biệt khu vực tạo ra

---

[68] Léopold Cadière, "Organisation et fonctionnement d'une chrétienté vietnamienne," BSMEP, tháng 5, 7 và 10 năm 1955.

những biến thể khác nhau trong tổ chức và hoạt động của các hội này. Những hội này có những mục đích khác nhau, từ tổ chức việc giáo dục tôn giáo và cầu kinh cho người quá cố đến đưa thanh niên hòa nhập vào đời sống xã hội và nghi lễ.[69]

Mặc dù giữa các làng có sự tương đồng ở những điểm quan trọng nhất, nhưng địa lý xã hội có ảnh hưởng rất lớn đến hoạt động của các hội của các tín đồ Công giáo. Phần lớn đời sống tập thể trong làng Việt Nam từ xa xưa đã châu tuần xung quanh những hội được tổ chức nhằm trợ giúp các thành viên trong cộng đồng khi họ xây dựng hay sửa chữa nhà cửa, tổ chức đám cưới, đám tang, hoặc gặp khó khăn về tài chính, bị thiệt hại do hạn hán và lụt lội hoặc thảm họa thiên nhiên khác. Ở những khu vực mà tín đồ Công giáo là thiểu số thì các hội đoàn của họ có thể vươn ra khỏi biên giới làng xã. Nhưng ở các làng đạo thì các nhóm tương thân tương ái thường giống với các nhóm như thế trong cộng đồng. Nguyễn Hồng Dương còn chỉ ra rằng điều này cũng đúng đối với những hình thức tương thân tương ái bí mật hơn, gọi là giáp, trong các làng đạo, giáp thường không có dân ngoại đạo, nhưng ở những nơi khác thì lương giáo lẫn lộn. Nhưng Nguyễn Hồng Dương cũng nhận thấy rằng trong giai đoạn đầu thời thuộc địa, các nhà truyền giáo từng kêu gọi tổ chức các giáp toàn người Công giáo thậm chí ngay cả trong các làng lương giáo lẫn lộn nhằm bảo vệ tín

---

[69] Nguyễn Hồng Dương, "Hội đoàn công giáo – lịch sử và hiện tại," *Nghiên Cứu Tôn Giáo* 4 (2003): 44-51.

đồ khỏi đám dân chúng mà họ coi là có thái độ thù địch, và bằng cách đó đã làm xói mòn những hình thức cùng tồn tại trong cộng đồng.[70] Cuối cùng, điều quan trọng cần ghi nhận là việc di cư của người Công giáo trong thế kỷ XIX có nghĩa là nhiều cơ cấu tổ chức đời sống ở giai đoạn đầu thời thuộc địa có lịch sử chưa lâu, ngay cả khi chúng đại diện cho những hình thức đã có từ lâu trong hoạt động xã hội và tôn giáo.

SỰ BÀNH TRƯỚNG CỦA HOẠT ĐỘNG TRUYỀN GIÁO Ở VIỆT NAM

Trong thế kỷ XIX, hoạt động truyền giáo của người châu Âu, phần lớn là của người Pháp, đã lan ra toàn thế giới. Sự khôi phục lại hoạt động truyền giáo của người Pháp trong thời kỳ này là một phần của cố gắng nhằm tái lập lòng mộ đạo sau cuộc Cách mạng Pháp. Sau giai đoạn phục hồi đạo Công giáo của thời kỳ Khôi phục chế độ quân chủ (1815 – 1830), các nhà truyền giáo bắt đầu theo các đoàn thám hiểm và nhà buôn đến châu Á, châu Phi và Trung Đông. Động cơ chính cho hoạt động này là Hội Truyền bá Đức tin (*Oeuvre de la Propagation de la Foi* hay *OPF*), được thành lập năm 1822 nhằm hỗ trợ cho công việc truyền giáo, và Hội Thánh nhi (*Oeuvre Pontificale de la Sainte – Enfance*), chuyên làm việc rửa tội và săn sóc phúc

---

[70] Nguyễn Hồng Dương, *Làng công giáo Lưu Phương (Ninh Bình) từ năm 1828 đến năm 1945* (Hà Nội: Nhà Xuất Bản Khoa Học Xã Hội, 1997).

lợi xã hội cho trẻ em. Những tổ chức như thế đã sử dụng những biện pháp quyên góp đầy sáng tạo nhằm tìm kiếm sự trợ giúp từ nhiều thành phần khác nhau trong xã hội Pháp, và những ấn bản phẩm mới tạo điều kiện cho người Pháp đọc về hiệu quả của những món quà của họ và có thể tự mình suy nghĩ về việc trở thành các nhà truyền giáo hay các nữ tu. Phong trào truyền giáo hiện đại vừa được tái sinh thu được thành công vang dội. Ngay trong năm đầu tiên, OPF chỉ quyên góp được 23.000 *francs*, và trong những năm 1820 Hội này ủng hộ chưa đến mười giáo phận ngoại quốc. Đến cuối những năm 1880, mỗi năm OPF quyên góp được gần 7 triệu *francs*, đủ để trợ giúp cho gần bốn trăm giáo phận trên khắp thế giới.[71] Năm 1868, tức là ngay sau khi Pháp chiếm Nam Kỳ, ở Việt Nam mới có 68 nhà truyền giáo của MEP, nhưng sau một thế hệ, ở đây đã có gần 400 người.

Đối với những nhà truyền giáo này, đến Việt Nam là đoạn kết của một quá trình kéo dài hơn một thập kỷ. Phần lớn các nhà truyền giáo Pháp đều xuất thân từ khu vực nông thôn ở những vùng như Alsace, Brittany và Midi, tức là những vùng vẫn có mức độ tín ngưỡng cao, mặc cho sự bành trướng của nhà nước và tư tưởng thế tục.[72] Muốn trở thành nhà truyền giáo thì phải được phong chức linh mục,

---

[71] James P. Daughton, *An Empire Divided: Religion, Republicanism, and the Making of French Colonialism, 1880-1914* (New York: Oxford University Press, 2006), 38.
[72] Xem Ralph Gibson, *A Social History of French Catholicism, 1789-1914* (London: Routledge, 1989).

mà muốn thế thì phải bắt đầu với các chủng viện dành cho trẻ em khoảng 12 tuổi. Những người tiếp tục sẽ vào chủng viện dành cho người lớn, ở đây họ sẽ học tiếng Latin, thần học, triết học đạo đức, và những môn khác. Sau khi được phong, những người muốn trở thành nhà truyền giáo sẽ vào một chủng viện chuyên đào tạo cho mục đích này, tương tự như chủng viện của MEP trên phố du Bac ở Paris, thường là khoảng một năm, sau đó họ được đưa tới các giáo phận. Thậm chí sau nhiều thế kỷ truyền giáo trên khắp thế giới, đến cuối thế kỷ XIX MEP vẫn chưa đào tạo cho các ứng viên nhiều về ngôn ngữ, văn hóa và hoạt động tâm linh ở những vùng mà họ sẽ được gửi tới.

Việc Pháp chinh phục Việt Nam tạo điều kiện cho sự chuyển tiếp thường xuyên hơn và an toàn hơn, khi có các nhà truyền giáo tới và bắt đầu học về trách nhiệm của mình. Phần lớn các nhà truyền giáo sống năm đầu tiên trong các cộng đồng Công giáo đã được củng cố, các linh mục Việt Nam hướng dẫn họ bằng tiếng Việt, còn các nhà truyền giáo lâu năm hơn thì bắt đầu dạy họ nhiều thủ thuật mà họ cần trong việc quản lý đời sống Công giáo và truyền đạo cho dân chúng bản xứ. Sau đó, phần lớn sẽ được bổ nhiệm đến những vị trí chuyển tiếp trong những khu vực ổn định. Những người không thể hiện được tài năng hay sự kiên cường trước những công việc khó khăn hơn sẽ được giữ lại ở những địa vị này, đi vào thành phố để cai quản dân chúng Pháp hay được bổ nhiệm giảng dạy trong chủng viện hoặc trường học. Những người thể hiện được tài năng và sẵn sàng làm những công việc khó nhọc được điều đến những khu vực mà truyền giáo hy vọng có thể bành trướng, những khu vực thường ở xa trung tâm dân cư và những nhà truyền giáo khác, và dân chúng ở đó thường có thái độ nước đôi, đấy là trong trường hợp tốt nhất, trước sự hiện diện của nhà truyền giáo. Để thuận tiện cho việc đi lại và giám sát giáo sĩ bản xứ, các nhà truyền giáo thường nhận chức vụ ở trung tâm hạt mới của mình.[73]

Từ năm 1840 đến cuộc nhượng địa cho Pháp lần thứ nhất năm 1862, số lượng các nhà truyền giáo ở Việt Nam ngày càng gia tăng đã mang theo họ gần ba triệu *francs* của OPF. Nola Cooke tính được rằng thậm chí chỉ một phần ba số tiền đó được chi tiêu ở Việt Nam (số còn lại được chi cho đồ dùng trong lĩnh vực tôn giáo, tiền đi lại của các nhà truyền giáo và những thứ khác), thì đấy đã là gần bảy trăm ngàn quan, tức là ngang với tài sản của từ 25 đến 40 địa chủ giàu nhất vương quốc.[74] Trước khi Pháp đặt ách đô hộ, tài sản của các hội truyền giáo đã gia tăng nhanh chóng đã gây ra những hậu quả vô cùng rồi rắm cho các tín đồ Công giáo. Sự gia tăng quá nhanh quỹ của hội truyền giáo chắc chắn là đã giúp các hội truyền giáo nhanh chóng khắc phục được các đạo dụ của vua Minh Mạng, tìm được người cải đạo và bảo đảm được an toàn cho họ bằng cách đút lót cho các quan chức bản xứ. Nhưng, khuyến khích nạn tham

---

[73] Mô tả kĩ lưỡng hơn về sự hình thành các nhà truyền giáo của MEP trong giai đoạn đầu thời thuộc địa, xin đọc Jean Michaud, *'Incidental' Ethnographers: French Catholic Missions on the Tonkin-Yunnan Frontier, 1880-1930* (Leiden: Brill, 2007), chương 4.

[74] Cooke, "Early Nineteenth-Century Vienamese Catholics and Others," 274.

những của các quan chức đã làm cho triều đình nhà Nguyễn mất ổn định và cuối cùng lại làm cho các cộng đồng Công giáo trở thành mục tiêu đàn áp của triều đình và hành động bạo lực của dân chúng. Nhưng quỹ từ Pháp và từ Rome tiếp tục chảy vào Việt Nam với số lượng lớn, và sau cuộc chiến tranh Pháp – Thanh, các nhà truyền giáo đã dùng những quỹ này nhằm thúc đẩy hơn nữa công cuộc bành trướng không chỉ trong lĩnh vực truyền giáo mà còn trong lĩnh vực giáo dục và an sinh xã hội mà trước đó một thế hệ là bất khả thi.

Có thể biểu hiện rõ ràng và mang tính biểu tượng nhất của công việc này là vào cuối thế kỷ XIX nhiều nhà thờ mới bắt đầu mọc lên trên đất nước Việt Nam. Phần lớn những nhà thờ ở Việt Nam hồi trước cuối thế kỷ XIX đều nhỏ và làm bằng gỗ và rơm rạ (*Hình 2*). Những cơ cấu khiêm tốn này thường trái ngược hẳn với hình ảnh của các nhà thờ ở Pháp mà các nhà truyền giáo mang tới, theo mô tả của một nhà truyền giáo là "một cái lều cũ và khủng khiếp, lợp ra, bốn bề trống hoác," là chuyện bình thường.[75] Những mô tả như thế phản ánh nhận xét mang tính thẩm mỹ và lờ đi những lý do mang tính thực tiễn của những cơ cấu như thế, vì nhà thờ thường được xây dựng sao cho trong trường hợp khẩn cấp có thể dễ dàng hạ xuống và đem cất dấu.[76]

---

[75] Father Schlotterbeck, "Fondation d'une nouvelle paroisse," *Missions Catholiques*, ngày 11/7/1902.
[76] Forest, *Les missionnaires français*, tập 3: 177.

*(Hình 2). Nhà thờ ở vùng nông thôn, Tonkin, vào khoảng
năm 1890.*

Nhưng đúng là nhiều nhà thờ bị phá hủy trong những vụ
bạo lực của dân chúng là những nhà thờ được xây dựng rất
sơ sài. Các nhà truyền giáo thường nhận xét rằng nhiều nhà
thờ quá nhỏ, không chứa được hết số người đi lễ, một số họ
đạo đã giải quyết vấn đề này bằng cách xây dựng mấy nhà
thờ nhỏ. Một số còn biến đình hay chùa, một số tín đồ thậm
chí còn hành lễ mi – xa trong những tòa nhà vẫn được dùng
cho những hình thức cúng bái khác, mà các nhà truyền giáo
cho là không thể chấp nhận được. Vì vậy mà các nhà truyền
giáo coi việc xây những nhà thờ bằng đá theo kiểu tân –
Gothic là ưu tiên cao, mặc dù khá tốn kém. Từ năm 1875
đến năm 1933 số nhà thờ ở Việt Nam đã tăng từ 906 lên 4.
578; hơn một nửa trong số đó có thể chứa tới hơn 400
người.[77] Mẫu mực nhất là những thánh đường cực lớn ở

---

[77] Alain Guillemin, "L'architecture religieuse au Viêt Nam sous la

trung tâm Hà Nội và Sài Gòn, cả hai đều được khánh thành trong những năm 1880. Một số nhà thờ khác có phong cách khác, nổi tiếng nhất là nhà thờ Phát Diệm ở Bắc Kỳ, được tiểu thuyết gia Graham Greene mô tả là "giống chùa Phật giáo hơn là nhà thờ Công giáo."[78] Thời thuộc địa là giai đoạn mà lần đầu tiên các nhà thờ ở Việt Nam có chuông, đấy là những quả chuông do các nhà truyền giáo đem theo hoặc được gửi từ Pháp qua. Việc khánh thành nhà thờ và mang chuông tới thường là dịp tổ chức lệ lạc và lôi kéo được nhiều tín đồ từ xa tới. Nhưng trong những giai đoạn khó khăn, tầm quan trọng mà các nhà truyền giáo và những bậc trưởng thượng gán cho việc xây dựng các nhà thờ lớn có thể kích thích lòng oán hận của những tín đồ Công giáo đang ở trong hoàn cảnh cùng quẫn.

Nếu những nhà thờ mới này là biểu tượng của sự cáo chung của giai đoạn bạo lực, thì những thiết chế Công giáo mới khác lại là biểu hiện của chương trình nghị sự xã hội và tham vọng của các nhà truyền giáo. Trong những năm 1890, các nhà truyền giáo bắt đầu thành lập các trại mồ côi, bệnh viện, cơ sở khám bệnh phát thuốc miễn phí, trại nuôi người bị bệnh phong, nhà nuôi người già và nhà tế bần dành cho những người ốm sắp chết, dưới thời nhà Nguyễn

---

colonisation: modèles stylistiques européens et apports authochtones," trong *Missionnaires chrétiens: Asie et Pacifique, XIXe-XXe siècle*, Françoise Douaire-Marsaudon, Alain Guillemin, và Chantal Zheng, chủ biên (Paris: Autrement, 2008), 255-7.
[78] Graham Greene, *The Quiet American* (New York: Penguin, 1977), 62.

những công trình như thế là của hiếm. MEP đã chuyển giao việc lãnh đạo những thiết chế này cho các đối tác, trong đó có chính quyền thuộc địa, chính quyền đã nắm quyền quản lý bệnh viện Hôpital indigène ở Hà Nội, được xây dựng năm 1895 và từ năm 1904 thì trở thành một phần của hệ thống y tế công cộng. Nhưng nhiều thiết chế hơn được chuyển cho các dòng tu khác. Có ảnh hưởng nhất là Dòng Thánh Phaolô thành Chartres (*Soeurs de Saint Paul de Chartres*), chuyên chú vào việc giáo dục và phúc lợi cho trẻ em. Năm 1860 dòng này đến Sài Gòn, các thành viên của dòng này quản lý những thiết chế do MEP thành lập và thành lập thêm các trại mồ côi, nhà mẫu giáo, cơ sở khám bệnh phát thuốc miễn phí tại thành phố này và các khu vực lân cận. Trong những năm 1880 dòng tu này lan ra Bắc Kỳ, họ bắt đầu tiếp quản mạng lưới an sinh xã hội mới hình thành trong những khu vực Công giáo.[79] Mặc dù việc quản lý hành chính và tài chính còn nằm trong tay các xơ người Pháp, nhưng người Việt Nam đã đóng vai trò lực lượng lao động chính trong tất cả những cơ sở này. Những bà xơ này đều thuộc hai dòng tu, Dòng Thánh Phaolô thành Chartres có nhận những người mới đi tu và Dòng Mến Thánh Giá.

Trong thế hệ đầu tiên của chính quyền Pháp, các thiết chế an sinh xã hội và y tế công cộng của Công giáo phát triển rất nhanh. Năm 1892, các giáo phận của MEP có 44 trại trẻ mồ côi và nhà mẫu giáo với gần 4.000 trẻ em, đến

---

[79] Jean Vaudon, *Les filles de Saint-Paul en Indo-Chine* (Chartres: Procure des Soeurs de Saint-Paul, 1931).

năm 1922,85 cơ sở đã chứa tới gần 11.000 cháu rồi. Cũng trong giai đoạn này, số cơ sở khám bệnh phát thuốc miễn phí và hiệu thuốc đã tăng từ 56 lên thành 72, còn số bệnh viện thì tăng từ 13 lên thành 49, nhiều bệnh viện có tới hơn 10.000 người tới chữa bệnh hàng năm. Năm 1918, tổng cộng có tới hơn 900 thiết chế an sinh xã hội và y tế công cộng của Công giáo.[80] Mặc dù hất hết các cơ sở này đều được xây dựng bên trong hoặc gần các cộng đồng Công giáo lớn, nhưng họ không chỉ phục vụ người Công giáo mà thôi. Trên thực tế, ngược lại mới đúng. Đối với nhiều tín đồ Công giáo, truyền đạo và bác ái là không thể tách rời và họ hy vọng rằng những thiết chế kiểu này sẽ thu hút được nhiều người theo đạo. Giảng dạy giáo lý và nghi lễ Công giáo là một phần trải nghiệm của những người đã đi qua các bệnh viện, trại trẻ mồ côi hay trại nuôi người bị bệnh phong, dù là những cố gắng nhằm cải đạo như thế chẳng có mấy kết quả. Khi có cơ hội, trẻ con trong các trại mồ côi và nhà mẫu giáo thường được rửa tội và làm con nuôi các gia đình Công giáo. Trong thời gian sống trọng trại mồ côi hay nhà trẻ, trẻ con học sách giáo lý vấn đáp và tham gia cầu nguyện. Các bệnh nhân trong bệnh viện Công giáo cũng thường được rửa tội, mà thường là khi sắp chết (*in articulo mortis*), mặc dù chấp nhận rửa tội hay học giáo lý không phải là điều kiện tiên quyết cho việc chữa bệnh.

---

[80] Trích dẫn thống kê của MEP, năm 1918 Patrice Morlat tính được 117 bệnh viện, 483 trạm khám bệnh và cấp thuốc miễn phí, và 338 trại nuôi trẻ mồ côi. Patrice Morlat, *Indochine années vingt: Le rendez-vous manqué (1918-1928)*, (Paris: Les Indes Savantes, 2005), 146.

Thời thuộc địa còn chứng kiến sự gia tăng to lớn việc giáo dục cho giáo sĩ và các tín đồ Công giáo tại gia. Mặc dù sau năm 1840, ngân sách của các hội truyền giáo đã gia tăng, nhưng những rối loạn xã hội và chính trị làm cho việc xây dựng các chủng viện trở thành khó khăn. Các chủng sinh, rất dễ bị bạo hành trong những giai đoạn dài trong thế kỷ XIX, còn phải học tập trong những điều kiện rất khó khăn về vật chất. Năm 1898, người đứng đầu chủng viện ở Kẻ Sở (Bắc Kỳ) nhớ lại rằng trong suốt những năm 1860, họ đã sử dụng một cái chuồng trâu làm lớp học. Sau mấy năm xây dựng chủng viện mới bằng tre và rạ, ẩm, lụt và mối đã làm nó sụp đổ nhanh chóng.[81] Đấy là gánh nặng vật chất đặt lên vai các chủng sinh, những người sẵn sàng hy sinh nhiều năm tháng cho việc học tập, và nhiều người đã không sống được. Năm 1883, giám đốc chủng viện Hoàng Nguyên ở Nghệ An đã so sánh chủng viện với bệnh viện, và nhận xét rằng trong số 170 chủng sinh mà ông biết trong mười năm ông có mặt tại đó thì 40 người đã chết, nhiều người khác phải bỏ học vì ốm.[82] Khi bạo lực lắng xuống, xây dựng lại và cải tạo chủng viện trở thành ưu tiên hàng đầu. Những năm đầu thế kỷ XX, tất cả các giáo phận đã có ít nhất một tiểu chủng viện, hầu hết các giáo phận đều có đại chủng viện. Đa số được xây bằng đá và gạch. Ngay cả khi có nhà mới, chương trình giảng dạy lại cho thấy quá

---

[81] "Informations diverses – Tonkin occidental," *Missions Catholiques*, ngày 14/1/1898.
[82] "Informations diverses – Tong-king," *Missions Catholiques*, ngày 17/8/1883.

trình đào tạo mà các ứng viên cho chức linh mục đã nhận trong một thời gian dài. Trong 6 năm học ở tiểu chủng viện, ứng viên học giáo lý, thần học và tiếng Latin, cũng như lịch sử, địa lý và khoa học tự nhiên và nhạc. Đại chủng viện, kéo dài trong bốn năm, học thêm về tín điều và đạo đức học, cũng như học thêm tiếng Latin và chữ Hán. Ngoài các chủng viện, giai đoạn đầu thời thuộc địa còn mang tới các trường dạy giáo lý vấn đáp cũng như các trường huấn luyện những người phụ nữ trợ giúp trong công tác giáo dục và xã hội.

Giai đoạn thuộc địa còn chứng kiến sự gia tăng đáng kể trong việc giáo dục các tín đồ Công giáo tại gia. Thống kê của MEP cho thấy từ năm 1887 đến năm 1920 số trường trong các giáo phận của MEP đã nhảy từ 651 lên 2.010 trường, còn số học sinh trong các trường này thì tăng từ 15.328 lên thành 84.032.[83] Trong tất cả các giáo phận ở Việt Nam, từ năm 1916 đến năm 1922, số trường Công giáo đã tăng từ 2.505 lên thành 2.904 và số học sinh nhập học vào những trường này tăng từ 88.074 lên thành 104.229.[84] Nhưng sau sự tăng trưởng vũ bão đó, cuối những năm 1920 số lượng bắt đầu giảm, trước hết là vì quỹ dành cho các giáo phận đã giảm và sau nữa là do sự gia tăng các trường của nhà nước. Nhưng năm 1933 ở đây vẫn còn 83.172 học sinh học trong 1.839 trường dành cho con

---

[83] Etienne Võ Đức Hạnh, *La place du catholicisme dans les relations entre la France et le Viêt-Nam de 1887 à 1903* (Bern: Peter Lang, 2001), tập 3: 360-73.
[84] FM IC NF 1475 (1), ANOM.

em các gia đình Công giáo Việt Nam.[85] Điều đó có nghĩa là trong phần lớn giai đoạn thuộc địa, các giáo phận Công giáo đã quản lý mạng lưới giáo dục cạnh tranh với mạng lưới của nhà nước thuộc địa về số lượng và phạm vi, nếu không nói là về nguồn lực.[86]

Trên thực tế, các "trường tiểu học" Công giáo có nhiều thứ hơn là các trường đã tồn tại lúc đó, trong đó học sinh học trong những ngôi nhà dành riêng cho mục đích đó, mà phần lớn đều mới xuất hiện vào thời thuộc địa. Trong những trường này – ban đầu chỉ có trong các giáo xứ – những người chuyên dạy sách giáo lý vấn đáp được đào tạo thành thầy giáo và đôi khi là các linh mục hay nhà truyền giáo dạy đọc và viết bằng chữ quốc ngữ cũng như toán học. Một số trường còn dạy các kỹ năng như soạn thảo hợp đồng hay đơn từ gửi chính quyền và thậm chí là trắc địa nữa.[87] Những trường này có thể chiếm một phần ba các trường mà thống kê của giáo phận nói là "trường tiểu học", tức là bao gồm cả các trại mồ côi và trường dạy giáo lý vấn

---

[85] Congregatio de Propaganda Fide, *Guide des missions catholiques* (Paris: L'Oeuvre Pontificale de la Propagation de la foi, 1936), 3: 118.

[86] Số liệu thống kê khác nhau, nhưng phần lớn đều cho rằng trong giai đoạn thịnh vượng nhất các trường thuộc địa cũng chỉ có hơn một trăm ngàn học sinh một chút mà thôi. Xem Pascale Bézançon, *Une colonisation éducatrice? L'expérience indochinoise, 1862-1945* (Paris: L'Harmattan, 2002).

[87] Claire Trần Thị Liên, "Les catholiques vietnamiens et le mouvement moderniste: quelques éléments de réflexion sur la question de modernité fin XIXe-début XXe siècle," trong *Vietnam – le moment moderniste* (1905-1908), Gilles de Gantès và Nguyễn Phương Ngọc, chủ biên (Aix-en-Provence: Publications de l'Université de Provence, 2009), 177-96.

đáp, trong những trường này trẻ em hầu như chỉ học kinh cầu nguyện và chuyện Kinh Thánh mà thôi. Nhưng, vì chương trình giảng dạy và kiến thức truyền cho học sinh phụ thuộc rất nhiều vào thầy giáo, cho nên dường như dạy theo lối vấn đáp cũng hiệu quả, đấy là nói theo quan điểm sư phạm, tương tự như một số trường tiểu học chính thức. Không rõ số trẻ em không theo đạo học trong các trường tiểu học Công giáo, nhưng chắc chắn là có một số: nhưng số người học trong những trường dạy theo lối vấn đáp chỉ để học chữ còn ít hơn nữa. Các nhà truyền giáo nhanh chóng khẳng định rằng trường của họ không chỉ là diễn đàn để thuyết phục người ta cải đạo, mà tôn giáo là một phần của việc học của tất cả các học trò trong các trường Công giáo. Trần Thị Liên chỉ ra rằng cả trong trường tiểu học lẫn trường dạy giáo lý vấn đáp việc dạy giáo lý Công giáo cũng gần như nhau. Nhiều trường không chỉ có số học sinh nam nữ gần bằng nhau mà nhiều người phụ nữ theo đạo Công giáo, đa số từ các dòng tu khác, được làm giáo viên trong các trường này hơn là trong các trường làng khác.[88]

Ngoài những trường này, mạng lưới trường trung học Công giáo, nhỏ hơn nhưng có nhiều ảnh hưởng. Đấy là những trường nổi tiếng như *Collège d'Adran* và *Institut Taberd* ở Sài Gòn, *Ecole Pellerin* ở Huế và *Lycée Puginier* ở Hà Nội. Chương trình học tập của những trường này, dạy cả bằng tiếng Pháp và tiếng Việt, cho người Việt Nam,

---

[88] Tác phẩm đã dẫn.

người Pháp và người lai, bao gồm hầu hết các môn ở trường trung học Pháp – lịch sử, triết học, văn học, toán, vật lý và sinh vật học và một ít giáo lý – mặc dù văn bằng không tương đương với *baccalauréat* (bằng tú tài). Trong giai đoạn thuộc địa, phần lớn những trường tinh hoa dành cho con trai đều nằm dưới sự điều khiển của Hội anh em của các trường Công giáo hay còn gọi là Dòng Sư Huynh Lasan (*Frères des Ecoles Chrétiennes*), một dòng tu mới đến ngay sau khi Pháp xâm lược Việt Nam. Dòng Thánh Phaolô thành Chartres cũng có những trường tương tự dành cho nữ sinh, như *Ecole Saint Paul* ở Sài Gòn, *Ecole Jeanne D'Arc* ở Huế và *Ecole Sainte Marie* ở Hà Nội. Mặc dù trong thời thuộc địa, các trường học Công giáo có vai trò chủ chốt trong việc đào tạo tầng lớp tinh hoa, nhưng điều quan trọng là không được phóng đại ảnh hưởng của những trường này. Các trường Taberd, Pellerin và Puginier thu hút được ít học sinh hơn hẳn những trường trung học thuộc địa.[89] Hơn nữa, học sinh ở những trường này – đôi khi quá một nửa – không phải là tín đồ Công giáo.[90]

Việc cấp dưỡng, theo đúng nghĩa đen của từ này, cho

---

[89] Taberd, năm 1926 trường tiểu học công giáo lớn nhất có khoảng 1200 học trò. Xem báo cáo hàng năm của giáo phận Saigon, 1926, Correspondence Dumortier, MEP. Năm 1913 Puginier chỉ có 327 học trò (sau khi khai trương được 19 năm, 1894), còn năm 1906 trường *Ecole Pellerin* chỉ có 75 học trò (hai năm sau khi khai trương, 1904). Xem báo cáo hàng năm về Hà Nội và Huế trong những năm đó, MEP.

[90] Ví dụ Taberd báo cáo có 532 học sinh trong số 1.159 người trong năm 1926. Báo cáo hàng năm của giáo phận Sài Gòn, 1926, MEP.

các nhà thờ, trường học, bệnh viện, cơ sở khám bệnh phát thuốc miễn phí, trại mồ côi, trại nuôi người bị bệnh phong là những con đường lớn, mới mở ra của vùng đất Công giáo. Những sự khác biệt trong phạm trù "vùng đất Công giáo" phức tạp là quan trọng. Các hội truyền giáo không có quyền sở hữu những khu đất thuộc về những cá nhân người theo Đạo hay những vùng đất công thuộc về giáo xứ hay họ đạo. Mặc dù các nhà truyền giáo, trong vai trò người đứng đầu hạt, có một ít quyền lực trong việc quyết định cách thức sử dụng những nguồn thu từ đất công hay đóng góp của các cá nhân tín đồ Công giáo, nhưng ngay cả những người có thái độ cứng rắn nhất cũng không can thiệp một cách quá trực tiếp vào hệ thống của người bản xứ nhằm giúp đỡ giới tăng lữ, trường học và hoạt động tương thân tương ái và những hoạt động tập thể khác, tức là những hoạt động đã tồn tại từ lâu trước khi các nhà truyền giáo này tới hạt mà họ dẫn dắt. Nhưng để không phải đóng thuế, một số hội truyền giáo đã đăng ký những khu đất mà họ vừa kiếm được như là sở hữu công cộng của họ đạo nằm dưới sự kiểm soát của linh mục hay một người có danh vọng, nghĩa là một số khu đất tuy về mặt pháp lý không phải là "đất của giáo phận" nhưng trên thực tế lại nằm dưới sự kiểm soát của đoàn truyền giáo. Nhưng, nói chung, sau khi Pháp xâm lược, trừ một vài ngoại lệ, đấy là sở hữu của một ít địa chủ Công giáo có thế lực về mặt chính trị, đất của các cá nhân tín đồ hay các họ đạo không gia tăng một cách đột biến.

Không thể nói như thế về đất do chính hội truyền giáo

sở hữu. Cùng với những khoản thu nhập ngày càng gia tăng từ châu Âu, đấy vẫn là nguồn thu nhập chính chảy vào ngân sách của phần lớn các giáo phận trong suốt thời thuộc địa, nhưng sẽ không thể mở rộng và giữ vững các thiết chế Công giáo về giáo dục và an sinh xã hội nếu không mua thêm được nhiều vùng đất mà chế độ Pháp thuộc đã tạo điều kiện cho các hội truyền giáo thực hiện. Ở đây, phạm trù "đất của giáo phận" cũng gây ra rắc rối. Một số khu đất mới của giáo phận được dùng để xây dựng nhà thờ, nhà nguyện, nhà xứ, trường học, bệnh viện, cơ sở khám phát thuốc miễn phí, và những thứ khác. Những khu đất này vì vậy mà không tạo được thu nhập. Trên thực tế, việc bảo dưỡng thường xuyên các cơ sở vật chất đòi hỏi những khoản chi phí khá lớn. Đa số các giáo phận bù đắp bằng mấy cách. Một là miễn thuế, những khu đất của giáo phận không tạo ra thu nhập thường được miễn khoản thuế này. Thứ hai là thông qua lao động bản xứ. Nhất là ở các vùng nông thôn, các trường học, bệnh viện hay trại mồ côi công giáo thường gắn với một khu đất nhỏ, do những người ủng hộ Giáo hội canh tác nhằm trợ giúp cho hoạt động của Giáo hội. Nhiều việc là do các nhân viên Công giáo và những người khỏe mạnh của cộng đồng làm. Trẻ em và người ốm không phải làm, mặc dù những đứa trẻ lớn và những người ít ốm có làm. Thực chất là, những miếng đất này cũng giống như những miếng đất công của làng, và cũng có mục đích tương tự như thế. Chúng thường cho thu hoạch chỉ vừa đủ nuôi những người canh tác trên những mảnh đất đó, và những thiết chế gắn với những mảnh đất này thường phải có trợ giúp thêm về tài chính thì mới hoạt động được. Những mảnh đất này tạo được thu nhập nếu hội truyền giáo bán và đôi khi họ làm như thế để giải quyết thiếu hụt hoặc khi giá đất lên cao. Việc bán đất thường xảy ra trong các thành phố, nơi giá đất gia tăng đáng kể trong suốt thời thuộc địa.

Những "mảnh đất của giáo phận" khác được dùng để tạo ra thu nhập. Trước hết, đấy là những mảnh đất do các tín đồ và không phải tín đồ canh tác theo thỏa thuận thuê mướn hay chia sản phẩm, những mảnh đất này được dùng để sản xuất và bán sản phẩm như gạo, muối, gỗ, mặc dù các giáo phận ở Hà Nội và Sài Gòn còn kiếm được tiền bằng cách cho thuê những ngôi nhà mà họ sở hữu. Mặc dù việc bán sản phẩm từ những mảnh đất công nhằm trợ giúp cho hoạt động tôn giáo và cộng đồng không phải là sáng kiến của truyền giáo, nhưng không thể phủ nhận rằng việc xâm chiếm của Pháp đã tạo cho các hội truyền giáo cơ hội chưa từng có nhằm gia tăng vốn liếng tại chỗ của họ. Cũng rõ ràng rằng, vì các nhà truyền giáo và các giám mục thường đặt ra điều kiện thuê đất hay thỏa thuận chia sản phẩm và quyết định cách thức chi tiêu số tiền thu được cho nên những mảnh đất này là nguồn gốc chính của sự kiểm soát ngày càng gia tăng của người châu Âu đối với nhiều lĩnh vực của đời sống Công giáo trong thời thuộc địa. Thu nhập mà đất của giáo phận tạo ra – không phụ thuộc vào diện tích mà hội truyền giáo sở hữu – là vấn đề có tính quyết định, nhưng rất khó xác định. Ngay cả sau khi đã củng cố được bộ máy quản lý của Pháp, các quan chức thuộc địa cũng thường không đưa ra được những đánh giá gần đúng số đất của các hội truyền giáo. Đấy trước hết vì hai lý do: nhằm đơn giản hóa thủ tục sang nhượng và để có những điều kiện thuế khóa ưu đãi hơn, các hội truyền giáo thường đăng ký đất mà họ mua được bằng tên của nhà truyền giáo, và vì sợ những vụ rối loạn xã hội, các quan chức hàng tỉnh thường cản trở việc định giá những mảnh đất mà hội truyền giáo sở hữu.[91] Năm 1939 người ta tuyên bố rằng những mảnh đất này có giá là 5,2 triệu piasters, nhưng con số này có thể quá thấp, và không phản ánh được thu nhập hàng năm.[92]

Ít vấn đề trong lịch sử Công giáo Việt Nam gây ra nhiều tranh cãi như vấn đề đất đai của các hội truyền giáo trong thời thuộc địa. Những người phê phán các hội truyền giáo thường cáo buộc rằng các nhà truyền giáo đã kiểm soát những vùng lãnh thổ rộng lớn, tích cóp được số tài sản quá lớn và để cho tín đồ Công giáo sống bằng sức lao động của người khác. Năm 1924, ông Hồ Chí Minh, lúc đó còn trẻ, đã xỉ vả "nạn tham nhũng, lừa đảo và áp bức" trong hoạt động đất đai của các hội truyền giáo, những mối liên kết của họ với tư bản quốc tế, những người bảo vệ hợp pháp của họ trong chính quyền thuộc địa và những gánh nặng mà họ đè lên vai người nông dân thông qua địa tô và trả bằng

---

[91] Cố gắng bao trùm nhất được thi hành vào năm 1906. Xem RST NF 2235, ANOM.

[92] Marcel Caratini và Philippe Grandjean, *Le statut des missions en Indochine* (Hanoi: Imprimerie d'Extrême-Orient, 194-?), 92. Con số này bao gồm cả giáo phận Campuchia, vùng đất chính của nước này nằm ở phía tây Nam Kỳ.

biện vật.[93] Mặt khác, các nhà truyền giáo thì phàn nàn về sự nghèo túng đến khốn quẫn của các cộng đồng của họ và thường xuyên kêu gọi những khoản hiến tặng nhằm cứu các cộng đồng công giáo khỏi bờ vực của thảm họa. Sự khác nhau một trời một vực của những quan điểm không chỉ là do ý thức hệ mà còn do sự khác biệt về lịch sử và khu vực nữa. Đánh giá một cách có hệ thống đất đai của hội truyền giáo và thu nhập của họ trong thời thuộc địa nằm ngoài công trình nghiên cứu này, nhưng ngay cả một cuộc khảo sát ngắn tình hình tài chính của các giáo phận cũng cho thấy sự khác biệt rất lớn giữa các giáo phận và khác biệt theo thời gian.[94]

Nói chung, các giáo phận ở Nam Kỳ và nam Trung Kỳ nhận được phần lớn hơn thu nhập từ đất đai không chỉ vì đất trong những khu vực này phì nhiêu hơn mà còn vì trong những năm 1860 và 1870 việc chinh phục của người Pháp đã tạo điều kiện cho các hội truyền giáo mua đất với giá thấp nhất hoặc đơn giản là được cấp những khoảng đất trống "không người ở". Một Khâm sứ Tòa thánh, khi mô tả Sài Gòn, đã viết rằng kết quả là "những mảnh đất do các nhà truyền giáo canh tác đã có giá cao gấp cả ngàn lần giá mua."[95] Giáo phận Qui Nhơn cũng được lợi, nếu không nói

[93] Hồ Chí Minh, "Report on the National and Colonial Questions," trong Walden Bello chủ biên, *Ho Chi Minh: Down with Colonianism!* (London: Verso, 2007), 27-36.
[94] Báo cáo tài chính hành năm của phần lớn các giáo phận trong giai đoạn 1892 đến 1934 đều có trong văn khố của Propaganda Fide ở Rome, Nuovo Serie, phân theo năm.
[95] Henri Lécroart, "Visite apostolique du Vicariat de Cochinchine

là gần bằng Sài Gòn. Trong một số năm, thu nhập từ đất đai của cả hai giáo phận này chiếm phần lớn ngân sách của họ, làm cho họ có thể xây dựng những cơ sở mà các giáo phận khác không thể làm được. Nhưng, hệ thống chia sẻ nguồn lực phi tập trung trong các cộng đồng ở Nam Kỳ có nghĩa là khoản tài sản mới thu được chỉ có ảnh hưởng tới một số giáo xứ, trong khi những giáo xứ khác thì vẫn nghèo. Ở Trung và Bắc Kỳ, dân cư đông đúc, chế độ đất công và hệ thống pháp luật hỗn tạp làm cho số đất mà các hội truyền giáo mua được ít hơn so với Nam Kỳ, mặc dù một số giáo phận – nhất là giáo phận Hà Nội – chắc chắn cũng được lợi. Trước khi Pháp chiếm Bắc Kỳ trong những năm 1880, một số quan chức thuộc địa rất ghét việc các đoàn truyền giáo mua đất và đã tìm cách ngăn cản. Trong các giáo phận ở bắc Trung và Bắc Kỳ, thu nhập từ đất hiếm khi chiếm từ 10 đến 20% ngân sách hàng năm, và các giáo phận ở khu vực đất cằn cỗi thu nhập thường là nhỏ hơn nữa. Vì vậy mà phần lớn các giáo phận phải tìm những nguồn lực khác cho phần lớn – thường là từ 60 đến 90% – thu nhập hàng năm của mình.

Nguồn thu bên ngoài, từ Pháp và Rome, thu nhập tại chỗ từ đất đai và những vụ kinh doanh khác, đóng góp của tư nhân, và lợi tức do những khoản này tạo ra là nguồn thu nhập chính của giáo phận. Trái ngược với giả định vốn thịnh hành lâu nay, cả lúc đó lẫn bây giờ, giúp đỡ trực tiếp

Occidental confié aux Missions Etrangères de Paris, 18 Avril-19 Mai 1923," ngày 4/12/1923, NS 1129, CEP.

về tài chính của chính quyền thuộc địa chỉ là phần nhỏ trong ngân sách của các giáo phận mà thôi. Hầu như tất cả sự trợ giúp của chính quyền thuộc địa đều được dành cho các trường Công giáo ưu tú, tức là những trường đào tạo ra các quan chức thuộc địa, cũng như một vài cơ sở an sinh xã hội và bệnh viện lớn ở các thành phố. Tóm lại, các quan chức thuộc địa không giúp đỡ về mặt tài chính cho các giáo phận Công giáo như họ từng giúp đỡ các thiết chế giáo dục và y tế Công giáo, mà các quan chức thuộc địa cảm thấy cần nhằm bổ sung cho cơ sở hạ tầng còn nghèo nàn của mình. Có thể nói rằng, mặc dù sự giúp đỡ trực tiếp của chính quyền thuộc địa là rất nhỏ, nhưng việc bán và sang nhượng đất đai ngay sau cuộc xâm lược Pháp và giảm thuế vẫn là thành phần quan trọng của quá trình bành trướng các thiết chế của hội truyền giáo trong giai đoạn thuộc địa.

Dù có tất cả các khoản mà các hội truyền giáo tạo ra được và thu được từ những nguồn bên ngoài, mạng lưới thiết chế mà họ xây dựng và quản lý cũng rất đắt đỏ. Những khoản chi chính của hội truyền giáo là chi cho nhân viên (nhất là các nhà truyền giáo, lương họ lĩnh hàng năm có thể lớn gấp 30 lần lương của các linh mục bản xứ), xây dựng và sửa chữa các nhà thờ và những tòa nhà khác, chi phí cho các trường học, các chủng viện và các thiết chế khác. Sức mạnh tài chính của giáo phận thay đổi theo từng địa phương, nhưng, nói chung, giai đoạn từ những năm 1890 đến những năm 1920 là một trong những giai đoạn mà các giáo phận có sức mạnh về mặt tài chính. Trong thời kỳ này, sức mạnh của các tổ chức truyền giáo ở châu Âu và thu nhập gia tăng từ đất đai ở bản xứ tạo điều kiện cho việc bành trướng đáng kể các thiết chế. Nhưng do chi phí cho những dự án như thế, cho nên ngay cả các giáo phận giàu nhất cũng hiếm khi có bản quyết toán hàng năm với số dư đáng kể, một số khác, thậm chí ngay cả trong những giai đoạn kinh tế vững mạnh, cũng bị thâm hụt. Những giáo phận này thường nhận được trợ giúp thêm từ OPF hay Rome hoặc vay của tư nhân.

Vào cuối thời thuộc địa, ngân sách của giáo phận thay đổi ở một số mặt. Sau năm 1922, khi Bộ Truyền giáo nắm quyền kiểm soát cả Hội Truyền bá Đức tin (OPF) lẫn Hội Chúa Hài Nhi thì đóng góp của các nguồn từ Pháp đã giảm. Mặc dù trong thời gian còn lại của những năm 1920 Rome đã bù đắp, nhưng trong thập kỷ này, thu nhập từ bên ngoài đã khựng lại. Điều này xảy ra vào lúc đang có sự bành trướng và cải cách cơ sở hạ tầng giáo dục và an sinh xã hội (nhiều việc do Rome thúc giục, thậm chí ra lệnh), phần lớn các giáo phận không còn dư thừa như trước Thế chiến I nữa. Việc đồng bạc Đông Dương (*piastre*) củng cố sức mạnh trên thế giới trong những năm 1920 là con dao hai lưỡi đối với các giáo phận. Mặc dù nó làm gia tăng giá trị sản phẩm nông nghiệp của các giáo phận, nhưng lại làm giảm giá trị của những khoản đóng góp bằng đồng francs Pháp đến từ châu Âu. Các giáo phận, tương tự như phần lớn các hoạt động kinh doanh khác ở Đông Dương, đã bị vụ suy thoái trong những năm 1930 làm cho phá sản. Trước hết, cuộc khủng hoảng làm mất giá những sản phẩm mà tất cả các giáo phận, ở mức độ nào đó, đều phụ thuộc vào. Các giáo phận ở Nam

Kỳ bị thiệt hại nặng nhất: năm 1934 giám mục Sài Gòn tính rằng giá đất của giáo phận chỉ còn một phần ba so với cách đó ba năm.[96] Thứ hai, những khoản trợ giúp từ Vatican và các nguồn châu Âu khác cũng suy sụp: cũng trong năm 1934 giám mục Hà Nội nhận xét rằng quỹ mà giáo phận của ông nhận được từ Bộ truyền giáo chỉ chiếm 40% khoản tiền mà họ nhận được cách đó bốn năm.[97] Trong những năm 1930 nhiều giáo phận bị thiếu hụt nghiêm trọng. Cuộc khủng hoảng tài chính của các đoàn truyền giáo không chỉ làm giảm tốc độ phát triển của các thiết chế trong những năm 1930 mà còn trở thành luận cứ quan trọng ủng hộ cho việc chuyển giao cho giới tăng lữ bản xứ, việc này sẽ giúp bù đắp khoản chính trong ngân sách của đoàn truyền giáo.

CÁC NHÀ TRUYỀN GIÁO VÀ QUÁ TRÌNH CỦNG CỐ CHỦ NGHĨA THỰC DÂN PHÁP Ở VIỆT NAM

Năm 1841 giám đốc chủng viện của MEP ở Paris viết thư cho hoàng đế Pháp, Louis Philippe, về hoàn cảnh khó khăn của các nhà truyền giáo Pháp ở vương quốc nhà Nguyễn kể từ khi Minh Mạng ban hành đạo dụ chống các tín đồ Công giáo vào năm 1833. Ông trình bày chi tiết những câu chuyện các nhà truyền giáo bị bóp cổ cho đến chết, bị chém đầu và bị phanh thây. Trong khi kêu gọi nhà vua "quan tâm tới sự phát triển của tôn giáo và văn minh", ông thúc giục Louis

---

[96] Xem "Prospectus Status Missionis" của giáo phận Sài Gòn từ 1932 đến 1934, NS 1129, CEP.

[97] Báo cáo hàng năm của giáo phận Hà Nội cho Bộ truyền giáo của Vatican, 1934, NS 1127, CEP.

Philippe "áp dụng những biện pháp phù hợp nhằm bảo vệ họ khỏi những sự phiền toái vô lý đó."[98] Năm 1843 nhà vua trao quyền cho các đơn vị hải quân Pháp đang có mặt ở châu Á nhằm bảo vệ những quyền lợi kinh tế của Pháp trong cuộc Chiến tranh nha phiến lần thứ nhất (1839 – 1942), bảo vệ các nhà truyền giáo khỏi những hoạt động bài Công giáo đang lan tràn trong khu vực. Sau đó các sĩ quan hải quân Pháp bắt đầu đưa tự do tôn giáo cho các nhà truyền giáo và giáo dân Việt Nam thành một phần của những đòi hỏi đang ngày càng gia tăng đối với triều đình nhà Nguyễn về việc chấm dứt những hạn chế đối với hoạt động buôn bán của Pháp trong vương quốc. Tháng 3 năm 1847, một con tàu của Pháp dưới quyền chỉ huy của đô đốc Rigault de Genouilly đi vào cảng Đà Nẵng. Nhà Nguyễn đưa tàu chiến ra nghênh địch, những con tàu này bị Pháp đánh đắm. Đây là hành động quân sự trực tiếp đầu tiên của một cường quốc châu Âu ở Việt Nam.

Việc bắn phá Đà Nẵng là lần gặp gỡ đầu tiên trong nhiều mối tương giao giữa hoạt động truyền giáo và mở rộng ảnh hưởng cả về quân sự lẫn chính trị của Pháp từ những năm 1840 đến năm 1884, khi hiệp ước hòa bình chấm dứt cuộc chiến tranh Pháp – Thanh tạo điều kiện cho Pháp đặt quyền kiểm soát trên cả ba miền Việt Nam. Đối với nhiều nhà truyền giáo đến Việt Nam trong giai đoạn này, việc phục hưng Giáo hội Công giáo như là một lực lượng trong xã hội

---

[98] Toàn văn bức thư trong Georges Taboulet, *Le geste française en Indochine* (Paris: Adrien Maisonneuve, 1956), 1: 348-49.

và nền chính trị Pháp là hiện tượng không tách rời khỏi sự phát triển của Pháp như là một cường quốc đế quốc; việc tìm kiếm của truyền giáo nhằm cải đạo dường như đã trở thành một phần của "sứ mệnh khai hóa" (*mission civilisatrice*), là động lực của sự bành trướng thuộc địa của Pháp. Thế kỷ XIX là giai đoạn khi mà nhiều nhà truyền giáo không những tin rằng Công giáo là tín ngưỡng ưu việt hơn các tôn giáo khác mà còn tin rằng Pháp ưu việt hơn các dân tộc khác. Quan trọng nhất là, nhiều người tin rằng can thiệp bằng chính trị và quân sự vào công việc của các dân tộc khác là phương tiện hợp pháp nhằm đạt được những mục đích về mặt tôn giáo.

Nhưng ngay cả trong những thời khắc khi mà chủ nghĩa dân tộc mang tính sứ mệnh như thế đang ở đỉnh điểm của nó thì sứ mệnh khai hóa của Giáo hội và nhà nước cũng không bao giờ trùng nhau. Khác với phần lớn các nhà thám hiểm, nhà buôn, nhà địa lý học, doanh nhân và chính trị gia, những người truyền giáo hiểu tư tưởng khai hóa văn minh của Pháp là coi tôn giáo cũng quan trọng như chủng tộc. Đối với phần lớn các nhà truyền giáo, sự khác biệt về tôn giáo cũng quan trọng như là sự khác biệt về mặt sinh học mà người ta quan sát được giữa dân châu Âu và các giống người khác trên thế giới. Họ tin rằng bằng cách cải đạo, có thể chuyển hóa được "sự tàn bạo" của những người ngoài châu Âu, và châu Âu, người cầm đuốc soi đường cho việc khai hóa thế giới phải dựa vào việc bảo tồn trung tâm của nền văn minh *Công giáo*.[99] Và nhất là sau này, trong thế kỷ XIX, đối với nhiều nhà truyền giáo, dường như nền Cộng hòa đệ tam thế tục đang tìm mọi cách nhằm đưa tôn giáo *ra khỏi* đời sống công cộng cả ở Pháp lẫn ở nước ngoài. Như vị giám mục ở Sài Gòn viết cho Giáo hoàng vào năm 1885: "Nền văn minh châu Âu đang lan tràn khắp thế giới, và đang làm biến đổi hoặc xóa bỏ đạo đức và phong tục xã hội và tôn giáo của người bản xứ. Công giáo là thuốc chữa độc nhất vô nhị, phương tiện duy nhất có thể cứu những dân tộc này, bảo vệ họ nhằm chống lại sự hủ hóa và suy đồi, nâng họ lên tầm cao hơn về mặt đạo đức và trí tuệ, và tổ chức họ thành xã hội có qui củ hơn."[100] Ngôn từ của vị giám mục này đã nắm bắt được ý kiến của nhiều nhà truyền giáo rằng quá trình thực dân hóa của Pháp vừa là mối nguy vừa là cơ hội cho việc truyền đạo.

Nhưng, giai đoạn từ những năm 1830 cho đến khi Pháp chiếm Nam Kỳ, là giai đoạn của những mối liên hệ mật thiết giữa Giáo hội và nhà nước ở Pháp, rõ nhất là trong thời kỳ Quân chủ tháng Bảy (1830 – 1848) và Đệ nhị Đế chế (1852 – 1870). Đấy cũng là giai đoạn khi mà quá trình công nghiệp hóa đang phát triển và sự cạnh tranh với Anh làm cho nhiều doanh nghiệp và giới tinh hoa chính trị tin rằng cần phải mở rộng ảnh hưởng của Pháp ở châu Á. Cuối cùng, đấy cũng là giai đoạn khi mà việc bành trướng công việc truyền giáo và nhu cầu quản lý và ý thức hệ mới của

[99] Daughton, *An Empire Divided*, 42-43.
[100] Bức thư gửi từ Giám mục Tây Nam Kỳ cho Giáo hoàng Leo XIII, ngày 7/9/1895, NS 72, CEP.

nhà Nguyễn va chạm với nhau và bùng nổ thành xung đột công khai, vì việc tham gia của các tín đồ Công giáo vào những phong trào chống lại nhà Nguyễn đã dẫn đến những đạo dụ và những vụ bạo lực bài Công giáo lan tràn khắp nơi. Gộp chung lại, điều này dẫn đến cái mà Pierre Brocheux và Daniel Hémery mô tả là: "cuộc xung đột không thể nào dập tắt được... giữa cường quốc đế quốc, vương triều và các hội truyền giáo."[101] Cuộc xung đột kéo dài suốt gần nửa thế kỷ, trong quá trình đó nó đã thay đổi một số biện pháp: như Brocheux và Hémery nhận xét, "không nghi ngờ gì rằng, cần phải tránh đánh đồng một cách cơ học Giáo hội với chủ nghĩa đế quốc thực dân. Các nhà truyền giáo làm việc ở Đại Nam trên thực tế là những người bảo thủ hơn là người ta nghĩ khi nói về sự bành trướng của Pháp sau năm 1870. Nhưng trước đó thì hoàn toàn không phải như thế."[102] Thực ra, trong những năm 1840 và 1850 các nhà truyền giáo của MEP đã phản ứng trước tình hình ngày càng xấu đi đối với các tín đồ Công giáo ở Việt Nam bằng chiến dịch ủng hộ việc Pháp can thiệp vào Việt Nam và đấy là lực lượng quan trọng đằng sau cuộc xâm lược Nam Kỳ của Pháp.

Cuộc cách mạng Pháp năm 1848 cản trở áp lực đang gia tăng của hải quân Pháp đối với châu Á, và phải mãi đến

[101] Pierre Brocheux và Daniel Hémery, *Indochina: An Ambiguous Colonization, 1858-1954* (Berkeley: University of California Press, 2009), 18.
[102] Tác phẩm đã dẫn.

đầu những năm 1850 thì những lời kêu gọi chấm dứt nạn bạo lực chống lại các tín đồ Công giáo mới tìm được tiếng nói chung với ý tưởng về sự bành trướng thương mại trong tâm trí những người làm chính sách Pháp. Ngay sau khi Đệ nhị Đế chế thân Giáo hội Công giáo được củng cố vào năm 1852, tám vị giám mục người Pháp ở châu Á liền viết thư cho nhà vua mới của Pháp, Napoleon III, yêu cần can thiệp chống lại triều Nguyễn. Năm 1857, sau một cố gắng nữa nhằm giải quyết những vấn đề tôn giáo và thương mại thông qua ngoại giao kết thúc bằng vụ bắn phá Đà Nẵng lần thứ hai, hai vị giám mục của MEP lại đưa ra lời kêu gọi mới và một nhà truyền giáo thuộc dòng Thánh Vinh Sơn (*Lazarist*) tên là Abbé Huc đã đến gặp Napoleon III để làm chính điều đó. Những lời kêu gọi này đã gây ra những cuộc tranh luận ngay trong nội bộ MEP; Dominique Lefèbvre, giám mục Tây Nam Kỳ (*Cochinchine Occidentale*) ngay lập tức phủ nhận việc các đồng sự của ông tham gia vào nền chính trị Pháp và một số nhà truyền giáo lo ngại rằng việc can thiệp sẽ làm xấu đi tình cảnh vốn đã khốn khó của các tín đồ địa phương.[103] Napoleon III quan ngại về sự an toàn của các nhà truyền giáo trước hết là vì ông nhận thức được rằng việc ủng hộ về mặt chính trị của Công giáo đối với chế độ của ông ta có tầm quan đến mức nào. Giám mục Bắc Nam Kỳ, cha François Pellerin, đưa ra công khai mối quan hệ này trong cuộc hội kiến Napoleon III cũng như trong chiến dịch quảng cáo mạnh mẽ, trong đó có bài phát

---

[103] Ramsay, *Mandarins and Martyrs,* 145.

biểu ở Notre Dame và những bài xã luận trên tờ *L'Univers*
– một tờ báo có cảm tình với Công giáo – biên tập viên của
tờ báo này đã viết một cuốn sách khẳng định rằng bảo vệ
các nhà truyền giáo ở châu Á là quan trọng sống còn đối
với quyền lợi dân tộc của Pháp.[104] Những lời khẩn cầu của
Pellerin là tác nhân chính trong quyết định của Napoleon
III giao cho lực lượng hải quân Pháp can thiệp chống lại
nhà Nguyễn, một quyết định trái với ý kiến của một số cố
vấn của ngài. Tháng 8 năm 1858, hạm đội Pháp, được một
lực lượng nhỏ của Tây Ban Nha và Pellerin đi cùng, đã vào
cảng Đà Nẵng một lần nữa.

Bốn năm chiến tranh sau đó, tức là cuộc chiến kết thúc
bằng hòa ước nhượng ba tỉnh Nam Kỳ cho Pháp, là ví dụ
đầu tiên về sự căng thẳng giữa chương trình nghị sự của
chính quyền thuộc địa và truyền giáo. Cuộc tấn công Đà
Nẵng thất bại; quân Pháp – Tây Ban Nha không được dân
chúng địa phương ủng hộ hay mở được đường tiến vào đất
liền. Điều này dẫn đến vụ cãi cọ giữa đô đốc Pháp, ông de
Genouilly, và Pellerin, vì ông này đã cam đoan với các sĩ
quan Pháp rằng dân chúng địa phương, bị triều Nguyễn áp
bức, sẽ chào đón những chiến sĩ giải phóng người Pháp.[105]

---

[104] Patrick Tuck, *French Catholic Missionaries and the Politics of
Imperialism in Vietnam, 1857-1914* (Liverpool: Liverpool University
Press, 1987), 39. Tác phẩm đang nói tới là Eugène Veuillot, *La
Cochinchine et le Tonquin* (Paris: Amyot, 1859).

[105] Được trích dẫn trong Cao Huy Thuần, *Les missionnaires et la
politique coloniale française au Vietnam (1857-1914)* (New Haven,
CT: Yale Council on Southeast Asian Studies Lạc Việt Series, 1990),
30.

Về phần mình, Pellerin rất tức giận vì sau cuộc tấn công vào Đà Nẵng, Genouilly quyết định rút về nam chứ không tiến lên phía bắc, khu vực trung tâm của Công giáo ở Bắc Kỳ. Quan hệ giữa nhà truyền giáo này và các sĩ quan hải quân trở thành xấu đến nỗi Pellerin buộc phải rời khỏi cuộc viễn chinh để đi giảng dạy tại chủng việc của MEP ở Penang và chết ở đó vào năm 1862.[106] Cuộc xâm lược Nam Kỳ của liên quân Pháp – Tây Ban Nha thu được thành công hơn hẳn vì lợi thế về mặt công nghệ của người châu Âu, và cuộc bao vây đầy hiệu quả nhằm ngăn chặn việc vận chuyển gạo về miền Trung Việt Nam và cuộc nổi dậy ở Bắc Kỳ làm suy giảm nỗ lực quân sự của nhà Nguyễn.[107] Mặc dù người ta còn tranh cãi về vai trò của giáo dân Việt Nam trong cuộc xâm lược của liên quân Pháp – Tây Ban Nha năm 1862, nhưng rõ ràng là các nhà truyền giáo không có vai trò quyết định trong việc tuyển mộ lực lượng tín đồ Công giáo và điều hợp sự giúp đỡ tại chỗ cho lực lượng Pháp. Thực ra, năm 1858 ở Sài Gòn chỉ có bốn nhà truyền giáo, còn năm 1862 cũng có mười hai người, hầu hết vì lý do an toàn đều đã phải chạy trốn.[108]

Tháng 7 năm 1862, hiệp định hòa bình được ký giữa Pháp, Tây Ban Nha và triều Nguyễn nhượng ba tỉnh Gia Định (Sài Gòn), Định Tường và Biên Hòa cho Pháp, bảo

---

[106] Về việc Pellerin không đồng ý với de Genouilly, xin đọc tác phẩm đã dẫn, 54-57.

[107] Mark McLeod, *The Vietnamese Response to French Intervention, 1862-1874* (Westport, CT: Praeger, 1991), chương 3.

[108] Ramsay, *Mandarins and Martyrs,* 166.

đảm quyền tự do tín ngưỡng cho giáo dân, tự do đi lại cho các nhà truyền giáo trên khắp vương quốc. Cùng với việc thôn tính ba tỉnh dân cư thưa thớt là Vĩnh Long, An Giang, Hà Tiên vào năm 1867, ảnh hưởng của hải quân Pháp ở Nam Kỳ còn vươn xa hơn nữa. Trong giai đoạn nằm dưới "quyền cai trị của các đô đốc", tức là cho đến khi thành lập chính quyền dân sự ở Nam Kỳ năm 1879, các nhà truyền giáo và các quan chức hải quân có những mối quan hệ sâu sắc hơn bất kỳ thời gian nào dưới quyền chính phủ dân sự của Pháp. Hầu hết các sĩ quan hải quân đều có cảm tình với Công giáo và bộ trưởng thuộc địa, ông Prosper de Chasseloup – Laubat tin rằng Pháp phải tạo điều kiện thuận lợi cho việc truyền bá đạo Công giáo ở Nam Kỳ, coi đấy là một chiến lược trong lĩnh vực chính trị.[109] Hơn nữa, hải quân không có các thiết chế giáo dục hay an sinh xã hội và hợp tác với các nhà truyền giáo để làm việc này dường như là hoàn toàn có lí vậy. Trong phần lớn giai đoạn những năm 1860, hải quân Pháp đều trả lương cho các nhà truyền giáo, cho một số linh mục người Việt và những người dạy giáo lý, cho các thầy giáo các xứ đạo; hải quân còn giúp sửa chữa chủng viện Sài Gòn và các nhà thờ trong khu vực, cả những nhà thờ mới lẫn những nhà thờ đã có từ trước; trợ giúp các trại trẻ mồ côi, các bệnh viện, các cơ sở khám và phát thuốc miễn phí và các trại nuôi người bị bệnh phong. Quan trọng nhất đối với chỉ huy hải quân là *Collège d'Adran* và *Institut Taberd*, là những trường đào tạo ra các

---

[109] Tuck, *French Catholic Missionaries,* 81.

thông ngôn và những quan chức thuộc địa đầu tiên ở Việt Nam.[110]

Thậm chí ngay trong thời khắc hợp tác chặt chẽ giữa truyền giáo và chính quyền thuộc địa này mâu thuẫn cũng phát triển khá nhanh. Hiệp ước năm 1862 làm nhiều nhà truyền giáo rất thất vọng vì nó không cho họ sở hữu đất đai và giảng đạo ở nơi công cộng bên ngoài ba tỉnh của Pháp và không chấm dứt cái mà họ coi là sự theo dõi, thuế và điều tra dân số quá khắt khe trong vương quốc của nhà Nguyễn.[111] Một vị giám mục của MEP thời đó đã viết: "Nếu tôn giáo của chúng ta bị xóa sổ ở đất nước này thì đấy phần nhiều là do sự can thiệp của ngoại quốc hơn là lòng căm thù mang tính tự nhiên của chính phủ bản xứ."[112] Hải quân Pháp cần nhân viên địa phương là một vấn đề nữa, vì các quan chức Pháp xúi giục nhiều linh mục và những người dạy giáo lý tài ba nhất bỏ cộng đồng Công giáo để đi làm thông ngôn và làm quan. Các nhà truyền giáo còn chỉ trích hạnh kiểm của các quan chức Pháp; một người cảm thấy tiếc "một vị chỉ huy cao cấp là người Tin lành, bỏ đạo và theo hội Tam điểm" từng là cấp trên của ông ta và phàn nàn rằng ngày chủ nhật các sĩ quan Pháp thường đi tìm đàn bà địa phương chứ không đi lễ.[113] Hợp tác về giáo dục cũng nhanh chóng trở thành gay gắt: năm 1872 một nhà truyền

---

[110] Tác phẩm đã dẫn, 88-90.

[111] Tác phẩm đã dẫn, 58.

[112] Charles Fourniau, *Vietnam: domination coloniale et résistance nationale, 1858-1914* (Paris: Les Indes Savantes, 2002), 124.

[113] Tuck, *French Catholic Missionaries*, 84.

giáo tên là Lizé cam đoan rằng trường của Pháp ở Mỹ Tho, một trong những thiết chế đang gia tăng về số lượng ở thuộc địa, là không dạy nội dung Công giáo, còn hiệu trưởng thì sống với nàng hầu mà không cưới xin gì.[114] Còn các quan chức hải quân thì phê phán các trường của hội truyền giáo là không dạy tiếng Pháp, tức là không dạy môn mà nhiều quan chức hải quân ủng hộ. Năm 1881, Hội đồng thuộc địa đình chỉ khoản tài trợ 174.000 *francs* hàng năm cho các trường của MEP ở giáo phận Sài Gòn. Quyết định này không chấm dứt hẳn việc trợ giúp các trường của hội truyền giáo, nhưng từ đó trở đi các khoản tài trợ được gắn với từng trường và từng hoạt động cụ thể.[115] Và vì sự hiện diện của Pháp ở Nam Kỳ ngày càng gia tăng, ngày càng có nhiều quan chức nhận thức được rằng ưu tiên ưu đãi một cộng đồng thiểu số tôn giáo nhỏ bé sẽ có hại đối với ảnh hưởng của Pháp.

Như Brocheux và Hémery gợi ý, mối quan hệ giữa các nhà truyền giáo và quan chức Pháp trở thành nhập nhằng khi ảnh hưởng của Pháp lan dần ra miền bắc, vào vùng đất trung tâm của Công giáo ở Bắc Kỳ. Năm 1873, một viên đại úy trẻ tên là Francis Garnier đánh chiếm Bắc Kỳ nhằm khuếch trương những quyền lợi kinh tế của Pháp. Cuộc xâm lăng này chủ yếu là sáng kiến của những quan chức Pháp ở Nam Kỳ, mà nổi bật nhất là đô đốc Dupré, người đang tìm cách phản công những lời kêu gọi của triều đình

---

[114] Tác phẩm đã dẫn, 107-8.
[115] Tác phẩm đã dẫn, 116.

nhà Nguyễn về việc trả lại Nam Kỳ bằng cách mở rộng vùng ảnh hưởng của Pháp đến gần hơn trung tâm thương mại của Trung Quốc; so với cuộc xâm lược Nam Kỳ, trong cuộc xâm lăng của Garnier những vấn đề Công giáo có vai trò khác hẳn. Cuộc xâm lăng này không được dân chúng Pháp ủng hộ – lúc đó họ đang phải xây dựng lại sau thất bại thảm khốc trước Phổ vào năm 1871, và không quan tâm tới những cuộc phiêu lưu ở thuộc địa nữa, báo chí Công giáo ở Pháp cũng không tìm cách nhằm biến nó thành sự nghiệp đáng được mọi người quan tâm. Khác với nhiều quan chức hải quân trong những năm 1850, Garnier và Dupré ít để ý tới tình hình của các nhà truyền giáo và tín đồ Công giáo Việt Nam, mặc dù cả viên đại úy lẫn vị đô đốc đều chờ đợi sự ủng hộ của người Công giáo nhằm thuyết phục các quan chức cấp cao còn hoài nghi ở Paris.[116] Garnier và Dupré cũng sử dụng ý tưởng tự do tôn giáo nhằm thuyết phục các nhà truyền giáo ở Bắc Kỳ để họ ủng hộ cuộc xâm lược. Việc này làm cho nhiều nhà truyền giáo của MEP trở thành đồng minh của họ, nổi bật nhất là Paul – François Puginier, giám mục Hà Nội, người đã thục giục họ xâm lăng và hứa là dân chúng địa phương sẽ ủng hộ.[117] Cho đến tận lúc chết vào năm 1892, Puginier là người tích cực ủng hộ cuộc xâm lăng của Pháp vào Bắc Kỳ, nhất là trong những năm 1870, khi ông còn là nguồn tin chính và là người ủng hộ tại chỗ cho cuộc thám hiểm về mặt kinh tế của người Pháp và cuộc

---

[116] Tác phẩm đã dẫn, 127.
[117] McLeod, *The Vietnamese Response to French Intervention*, 109-11.

xâm lăng của Garnier, ông cũng là biểu tượng nổi bật nhất của sự hợp tác giữa các quan chức thuộc địa và truyền giáo trong giai đoạn chinh phục. Nhưng, quan trọng là phải hiểu rằng những cố gắng của Puginier nhằm giúp mở rộng ảnh hưởng của Pháp là do mong muốn tạo ra chính quyền thuộc địa mà lúc đó chưa có (ông không sống được đến ngày đó) thì ít mà phần nhiều là do ông coi đấy là biện pháp bảo vệ và mở rộng các cộng đồng Công giáo trong giai đoạn có những cuộc đàn áp và bạo lực chống lại họ.

Cũng như trong những năm 1850, Puginier và những người ủng hộ cuộc xâm lăng của Garnier không đại diện cho ý kiến của tất cả các nhà truyền giáo. Thậm chí ngay trong MEP, một số nhà truyền giáo bình thường cũng thể hiện sự lo lắng rằng hành động của Pháp ở Bắc Kỳ chỉ gây thêm bất hòa giữ triều đình và dân chúng mà thôi.[118] Những người dòng Đa MinhTây Ban Nha, đứng đầu giáo phận đông dân nhất ở Bắc Kỳ, đặc biệt phản đối ý tưởng này và tìm mọi cách ngăn chặn. Các nhà truyền giáo Tây Ban Nha thường không ngả theo khuynh hướng coi chủ nghĩa đế quốc Pháp là mối quan tâm của các cộng đồng Công giáo và dường như coi hành động của Puginier là vượt quá giới hạn ngăn cách giữa hành đạo và làm chính trị. Các nhà truyền giáo Tây Ban Nha còn giải thích việc họ không ủng hộ cuộc xâm lăng bằng lý do khác về tình hình khu vực: trong khi Puginier tập trung vào những vụ bạo lực lan tràn do các quan chức và dân chúng thực hiện nhằm chống lại

---

[118] Bùi Đức Sinh, *Giáo hội công giáo ở Việt Nam*, tập 2: 590.

các tín đồ Công giáo trong giai đoạn từ năm 1858 đến năm 1862 thì các nhà truyền giáo Tây Ban Nha lại tập trung vào những cố gắng của các quan chức triều đình nhà Nguyễn – sau khi ký hòa ước 1862 – nhằm chấm dứt bạo lực và tái khôi phục tạm ước với các đồng Công giáo giáo.[119] Sự chống đối của truyền giáo không gây được tác dụng nào: Garnier tiến hàng cuộc xâm lăng với một lực lượng nhỏ và nhanh chóng giành được quyền kiểm soát nhiều khu vực trong vùng châu thổ sông Hồng, nhưng cuộc xâm lược đã kết thúc ngay sau khi ông ta bị chặt đầu trong một trận đánh ở ngoại thành Hà Nội. Ngày 15 tháng 3 năm 1874 hòa ước được những quan chức Pháp phản đối cuộc xâm lăng ký kết đã chấm dứt vụ đụng độ. Hòa ước này công nhận quyền kiểm soát của Pháp ở Nam Kỳ, mở rộng quyền buôn bán cho người Pháp và Pháp được đặt các đại diện ngoại giao ở Bắc và Trung Kỳ, tái xác nhận quyền tự do tín ngưỡng cho giáo dân và quyền tự do đi lại cho các nhà truyền giáo, cho dù chưa có nhiều biện pháp nhằm thực thi những điều khoản dành cho tín đồ Công giáo. Người ta thấy ngay điều đó vì làm sóng trả thù Công giáo đã giết hàng ngàn tín đồ. Pugnier lại kêu gọi người Pháp giúp đỡ, nhưng không có kết quả. Các nhà truyền giáo và tín đồ Công giáo Việt Nam hình như đã coi Paul Philastre, viên trung úy được đưa tới Bắc Kỳ, tương tự như Phi Lã Tồ hay Pontius Pilate tức là người đã từ chối can thiệp, nhằm chỉnh

---

[119] McLeod, *The Vietnamese Response to French Intervention*, 112.

đốn lại mối quan hệ ngoại giao sau thất bại của Garnier.[120]

Các nhà truyền giáo cũng có vai trò hạn chế tương tự như thế trong việc bùng nổ cuộc chiến tranh Pháp – Thanh, kết thúc bằng việc thiết lập chế độ bảo hộ của Pháp ở Trung và Bắc Kỳ. Nguồn gốc của chiến tranh là do chính sách ở thuộc địa của những người cộng hòa nắm quyền năm 1879, những người này cho rằng bành trướng ở hải ngoại là con đường dẫn tới phục hưng dân tộc sau tai họa của cuộc chiến tranh Pháp – Phổ. Sau năm 1879, các chính phủ kế tiếp nhau ở Pháp đều ép triều đình nhà Nguyễn mở rộng quyền hoạt động kinh tế ở Bắc và Trung Kỳ, còn lực lượng Pháp thì bắt đầu những chiến dịch ở vùng châu thổ sông Hồng nhằm bảo vệ những vụ vận chuyển hàng hóa khỏi bị cướp bóc. Quyết định tấn công thành Hà Nội vào tháng 4 năm 1882 của vị chỉ huy người Pháp, tên là Henri Rivière, đã buộc triều Nguyễn phải tìm sự ủng hộ của triều đình Mãn Thanh ở Trung Quốc, một triều đình đang tìm cách đẩy ảnh hưởng của người châu Âu ra xa đường biên giới của họ. Trước áp lực về mặt quân sự của Pháp, tháng 8 năm 1883 triều đình nhà Nguyễn đồng ý cho Pháp đặt chế độ bảo hộ ở miền Trung và Bắc Kỳ. Nhưng Pháp tiếp tục chiến đấu chống lại quân Mãn Thanh cùng với những người trung thành với nhà Nguyễn và những nhóm khác cho đến tháng 8 năm 1885, đấy là lúc triều đình Mãn Thanh công nhận chế độ bảo hộ của Pháp và lực lượng kháng chiến của Việt

---

[120] Etienne Võ Đức Hạnh, *La place du catholicisme dans les relations entre la France et le Viêt-Nam de 1887 à 1903*, tập 1: 95.

Nam phải rút về vùng rừng núi. Tương tự như cuộc xâm lược của Garnier, sự ủng hộ hay phản đối của các nhà truyền giáo là tác nhân không đáng kể trong việc quyết định khởi chiến. Đến những năm 1880, bầu không khí chính trị ở Pháp ngày càng ngả sang phía bài tăng lữ hơn, còn các chính khách và những người lên tiếng đòi leo thang quân sự ít quan tâm tới điều kiện của các nhà truyền giáo và tín đồ Công giáo Việt Nam, những người mà sau khi làn sóng bạo lực sau hòa ước 1874 lắng xuống đã có cuộc sống, ở Trung và Bắc Kỳ, thuận lợi hơn hẳn so với cách đó vài thập kỷ.[121] Hơn nữa, vì cuộc chiến tranh đã làm bật ra những vấn đề có tính quyết định về ngoại giao Pháp – Trung, vai trò của lập pháp trong lĩnh vực quân sự, và thậm chí bản chất của việc bành trướng thuộc địa đang tăng tốc của Pháp, nó trở thành đề tài chính trị nổi bật nhất ở Pháp và chẳng còn mấy chỗ cho cuộc vận động chính trị của truyền giáo.

Vì vậy mà các nhà truyền giáo là tác nhân không quan trọng trong quyết định can thiệp vào Bắc Kỳ của Pháp. Nhưng khi cuộc xâm lược được khởi động, vai trò của họ trở thành quan trọng hơn; họ thường trở thành những người huy động sự giúp đỡ của dân chúng địa phương, nhưng sự giúp đỡ của người Công giáo cũng không có vai trò quyết định đối với kết quả của cuộc xung đột. Sự giúp đỡ của người Công giáo, dù đấy có là cung cấp lương thực thực phẩm và do thám hay làm thông ngôn và binh sĩ, có vai trò

---

[121] Tuck, *French Catholic Missionaries*, 178.

quan trọng nhất định đối với thắng lợi của Garnier, đã biến
mất rất nhanh, nhưng phần lớn các bản báo cáo thời đó đều
cho rằng người Công giáo chỉ là thiểu số trong hàng ngũ
những người chiến đấu chống lại nhà Nguyễn bên cạnh
quân Pháp (không nhất thiết "vì" nước Pháp) và trong mấy
trăm ngàn người Công giáo ở Bắc Kỳ cũng chỉ có mấy
ngàn người thực sự cầm vũ khí mà thôi.[122] Hơn nữa, người
Pháp đang gặp khó khăn trong việc chuyển hướng những
căng thẳng về chính trị và xã hội ở Bắc Kỳ, và họ nhận
thức được rằng dựa vào lực lượng địa phương chỉ làm hại
cho các mục tiêu chính trị và quân sự của họ.[123] Đấy là lý
do vì sao ban đầu Henri Rivière đã từ chối liên kết với lực
lượng Công giáo ở châu thổ sông Hồng sau khi chiến tranh
Pháp – Thanh vừa kết thúc. Ông ta viết như sau: "Tôi
không bao giờ khuyên Ngài Puginier tự làm hại mình vì
chúng tôi, thứ nhất, vì sẽ tạo ra nhiều khó khăn; và sau đó
là vì quyền lợi của chính Ngài vì Chính phủ nước Cộng hòa
chắc chắn sẽ làm Ngài thất vọng… cho nên tốt nhất là họ
càng ít làm hại mình vì chúng tôi thì càng tốt."[124] Về phía
các nhà truyền giáo, ký ức về thất bại của Garnier theo lời

---

[122] Mark McLeod bỏ qua những bản báo cáo đương thời này, đa
phần là của các nhà truyền giáo, như là không đáng tin, ông khẳng định
rằng họ tìm cách bào chữa cho những hành động nổi loạn của các tín đồ
Công giáo bằng cách đưa ra giả thuyết về sự chống đối rộng khắp đối
với triều đình nhà Nguyễn. Nhưng luận cứ của McLeod, hoàn toàn bỏ
qua những người trung thành với nhà Lê và những phong trào chống
đối nhà Nguyễn ở Bắc Kỳ trong thời gian đó, không thuyết phục.
[123] McLeod, *The Vietnamese Response to French Intervention*, 118-22.
[124] Tuck, *French Catholic Missionaries*, 203.

của Charles Fourniau, có nghĩa là: "Hành động của các tín đồ Công giáo là kém hiệu quả, và Puginier còn thận trọng hơn nhiều" trong suốt cuộc tấn công của Rivière vào châu thổ sông Hồng.[125] Nhưng, sau khi quân nhà Thanh can thiệp thì Pháp lại dựa vào sự ủng hộ của một số cộng đồng giáo dân, nhiều cộng đồng trong số đó đã được động viên nhằm tự bảo vệ khi làn sóng bạo lực lại nổi lên sau vụ đầu hàng của triều đình nhà Nguyễn vào tháng 8 năm 1883.[126] Cũng như trong cuộc xâm lăng của Garnier, một số tín đồ Công giáo làm việc khuân vác, số khác là thông ngôn, trợ chiến hoặc cung cấp thông tin tình báo.[127] Và, cũng như trong cuộc xâm lăng của Garnier, không chỉ người Công giáo mới giúp Pháp và Pháp đã phải trả giá, trong một số trường hợp họ còn phải dùng lực lượng để đánh tập hậu một số vị trí nhằm bảo vệ các tín đồ Công giáo.[128]

Tóm tại, các nhà truyền giáo có vai trò rất khác nhau trong cuộc chinh phục của Pháp ở Việt Nam và phản ứng của họ trước cuộc xâm lăng này cũng khác nhau một trời một vực. Một số nhà truyền giáo nằm trong số những người ủng hộ nhiệt thành nhất cuộc can thiệp của Pháp vào Việt Nam. Điều này phản ánh sự liên kết đầy sức mạnh của thái độ bành trướng thuộc địa vốn thịnh hành ở châu Âu hồi cuối thế kỷ XIX với những trải nghiệm cá nhân của các nhà

[125] Fourniau, *Vietnam*, 305.
[126] Tuck, *French Catholic Missionaries*, 201.
[127] Tác phẩm đã dẫn.
[128] Võ Đức Hạnh, *La place du catholicisme dans les relations entre la France et le Viêt-Nam de 1887 à 1903*, tập 1: 522.

truyền giáo trong những năm xảy ra bạo lực của quần chúng. Thực ra, một số nhà truyền giáo còn phê phán Pháp vì can thiệp quá chậm và họ còn phê phán vì Pháp đồng ý với những dàn xếp ngoại giao mà các nhà truyền giáo cảm thấy là để cho các tín đồ Công giáo dễ bị tổn thương vì những vụ đàn áp của các quan chức và bạo lực của dân chúng. Nhưng nhiều nhà truyền giáo lại phê phán sự can thiệp của Pháp vì những lý do khác. Các nhà truyền giáo Tây Ban Nha không bị chủ nghĩa dân tộc thúc đẩy như nhiều đồng đạo người Pháp làm việc cho MEP, và nhiều người coi sự can thiệp của Pháp là mối đe dọa đối với đời sống Công giáo. Một số người khác, cả Tây Ban Nha lẫn Pháp, những người hiểu rõ tình hình địa phương hơn hẳn và tin rằng sự can thiệp của Pháp sẽ làm cho chính sách của triều đình Huế thái độ cũng như của dân chúng đối với tín đồ trở thành quá khích hơn nữa, và trên thực tế đã xảy ra đúng như thế. Cuối cùng, nhiều nhà truyền giáo quan ngại về việc nền chính trị Pháp ngả sang phía thế tục, và nhiều người bắt đầu hỏi Đệ tam Cộng hòa định mang tới Việt Nam hình thức "khai hóa" nào. Đến những năm 1880, các nhà truyền giáo ở Nam Kỳ đã tự mình cảm nhận được thực tiễn của sứ mệnh khai hóa (*mission civilisatrice*) và nhiều người không thích những điều mà họ nhìn thấy. Nhiều đồng đạo của họ ở Trung và Bắc Kỳ cũng thể hiện mối lo ngại tương tự như thế khi nền Đệ tam Cộng hòa củng cố chính quyền của họ ở những khu vực này trong giai đoạn chuyển giao thế kỷ.

TÍN ĐỒ CÔNG GIÁO VIỆT NAM
VÀ QUÁ TRÌNH CỦNG CỐ CHỦ NGHĨA
THỰC DÂN PHÁP Ở VIỆT NAM

Việc lên ngôi của Minh Mạng vào năm 1820 là sự kiện mang tính bước ngoặt trong quan hệ của Công giáo đối với chính quyền, vì những cố gắng của nhà vua nhằm hiện đại hóa bộ máy hành chính và mở rộng quyền lực của nhà Nguyễn ra những khu vực và dân cư nằm ở ngoại vi đã làm cho ngài xung đột trực tiếp với các giáo xứ Công giáo. Lúc đầu, những vụ đàn áp người Công giáo của Minh Mạng là một trong những chính sách nhằm gia tăng quyền lực của nhà Nguyễn lên các nhóm cạnh tranh khác. Ngay từ đầu nhà vua đã biết rõ sức mạnh công nghệ của châu Âu và lo ngại về sự gia tăng ảnh hưởng của người châu Âu ở lục địa này, nhưng các chính sách trong thời kỳ đầu đối với tín đồ Công giáo chưa thể hiện nhiều nỗi sợ hãi về cuộc chính phục thuộc địa bằng lo ngại về những nguồn lực đang gia tăng ở bên trong và tổ chức đời sống Công giáo thúc đẩy mối đe dọa của tôn giáo đối với sự củng cố về mặt định chế và ý thức hệ của chế độ của ngài. Những đạo dụ đầu tiên của ngài nhằm chống lại Giáo hội trong những năm 1820 vì vậy mà được coi là phản ứng đối với sự phát triển nhanh chóng của MEP ở Nam Kỳ, nơi sự nghiệp khai hóa của chính Minh Mạng đã gặp phải sự chống đối rộng khắp.[129] Năm 1833, sự chống đối này đã kết hợp với và tiến triển thành cuộc khởi nghĩa của Lê Văn Khôi, một sĩ quan quân

---

[129] Ramsay, *Mandarins and Martyrs*, 58-64.

sự và là con nuôi của Lê Văn Duyệt – tổng trấn Gia Định và là người có quan hệ tốt với giáo dân – vừa qua đời. Cuộc khởi nghĩa kéo dài hai năm và đã đưa nhiều đối thủ của Minh Mạng lại với nhau, trong đó có các tín đồ Công giáo; các cựu tù nhân, những người bị mất địa vị xã hội khi bị đầy vào Nam Kỳ và nay liều mạng nhằm giành lại địa vị cũ; Hoa kiều và những nhóm dân thiểu số khác. Một nhà truyền giáo của MEP, tên là Joseph Marchand, tham gia vào cuộc khởi nghĩa, nhưng sự tham gia của ông này dường như là do tình cờ là chính.[130] Cuộc khởi nghĩa, trùng hợp với những cố gắng đang gia tăng của Minh Mạng nhằm theo dõi và thu thập thông tin về hoạt động của người phương Tây ở châu Á, tuy thế đã củng cố – trong tư duy của chính quyền – mối liên hệ giữa ảnh hưởng của ngoại bang và sự chống đối ở bên trong. Nó cũng dẫn đến chiến dịch rộng khắp nhằm buộc các tín đồ Công giáo bỏ đạo và bắt giam hay giết các linh mục và các nhà truyền giáo, cho đến năm 1841, chiến dịch này đã tàn phá nhiều cộng đồng Công giáo.

---

[130] Tác phẩm đã dẫn, 53-57.

(Hình 3). Hành hình Pierre Borie, ngày 24 tháng 11 năm 1838 (chưa rõ tên họa sĩ và ngày vẽ). Borie được phong chân phước ngày 27 tháng 5 năm 1900 và được phong thánh ngày 19 tháng 6 năm 1988. Missions Etrangères de Paris, Salle des Martyr.

Những chiến dịch chống Công giáo của Minh Mạng hồi cuối những năm 1830, bị giảm tác dụng bởi sự im lặng và bất động của các quan chức và dân chúng địa phương, cho thấy quan hệ giữa người Công giáo và xã hội địa phương khác hẳn với tình trạng đối kháng trong và sau giai đoạn can thiệp của Pháp. Không được lấy chuyện này để giải thích rằng các mối quan hệ tại cộng đồng là độc lập với cuộc xung đột: thực ra, những khoản tiền đút lót đáng kể mà MEP sử dụng nhằm đổi lấy sự bảo vệ có thể là động cơ quan trọng nhất để các quan chức địa phương không tố cáo tín đồ Công giáo. Tuy thế, một loạt tác nhân khác đã chặn đứng việc đàn áp của nhà nước. Một số quan chức sợ rằng truy tố các tín đồ Công giáo có thể làm rối loạn quan hệ xã hội và kinh tế, còn một số thì sợ rằng thi hành án tử hình có thể làm cho họ trở thành đối tượng báo thù của các nạn nhân. Điều này buộc Minh Mạng phải thực hiện chiến dịch rộng khắp trong việc giám sát và thúc ép các quan chức nhằm thực thi được một phần các chỉ dụ, đấy là nói trong trường hợp tốt nhất.[131]

Cuộc Chiến tranh nha phiến năm 1839 là lời nhắc nhở không úp mở cho nhà Nguyễn về ảnh hưởng của châu Âu trong khu vực đang gia tăng, nhưng mãi đến những năm 1840 thì Công giáo và nỗi sợ sự can thiệp của chủ nghĩa thực dân mới cùng xuất hiện trong đầu óc Thiệu Trị, người kế tục Minh Mạng. Ngoại giao pháo hạm của Pháp với nhà Nguyễn gia tăng trong những năm 1840, vì các tàu Pháp đang tìm kiếm ảnh hưởng kinh tế ở châu Á bây giờ thường xuyên can thiệp nhằm giải thoát các nhà truyền giáo bị bắt.

Những cuộc đột kích của Pháp vào Đà Nẵng năm 1847 đã đặt dấu chấm hết cho những chính sách ôn hòa của

---

[131] Tác phẩm đã dẫn, chương 6.

Thiệu Trị đối với giáo dân, và người kế vị ngài là Tự Đức, lên ngôi ngay sau đó, đã ban hành vào cuối những năm 1840 và đầu những năm 1850 một loạt chỉ dụ bài Công giáo, trong đó lần đầu tiên có nỗ lực trong phạm vi rộng lớn nhằm đưa tất cả những người có Đạo ra khỏi bộ máy quản lý của vương quốc.[132] Mặc dù Tự Đức có nhiều lý do hơn Minh Mạng trong việc coi các tín đồ Công giáo là những lực lượng tiềm tàng trợ giúp cho sự can thiệp của nước ngoài, chính sách của ngài đối với họ còn là phản ứng trước những điều kiện kinh tế và chính trị trong vương quốc đang trở nên xấu đi. Thực ra, việc kế vị của Tự Đức đã làm bật ra những cuộc cạnh tranh phe phái trong hoàng gia, ngăn cản khả năng phản ứng của nhà vua trước nạn dịch tả, nạn đói và tình trạng lộn xộn và chống đối đang gia tăng trong những khu vực xa xôi, tất cả những hiện tượng này đều làm giảm đáng kể sản lượng lúa gạo và tiền thuế.[133]

Cuộc tấn công của Pháp vào Đà Nẵng năm 1858 và cuộc xâm lăng Nam Kỳ năm 1859 đã dẫn đến những vụ bạo lực khủng khiếp và rộng khắp trên toàn vương quốc. Khác với Bắc Kỳ sau cuộc xâm lăng của Garnier, bạo lực chống lại giáo dân ở Nam Kỳ không phải là phản ứng trước sự ủng hộ rộng rãi của người Công giáo đối với lực lượng xâm lăng. Trên thực tế, đa số các nhà sử học ghi nhận việc người Công giáo không tham vào cuộc xâm lăng của lực lượng Pháp – Tây Ban Nha, mặc dù một số nhà sử học

---

[132] Tác phẩm đã dẫn, 135-38.
[133] Fourniau, *Vietnam,* 232.

tuyên bố rằng năm 1858 giáo dân đã đi từ Bắc Kỳ vào đánh nhau ở Đà Nẵng.[134] Tuy nhiên, cuộc xâm lăng không chỉ làm gia tăng gấp đôi những đạo dụ bài Công giáo mà còn chấm dứt luôn thái độ khoan dung của các quan chức địa phương, và giáo dân trở thành mục tiêu của những vụ tố giác, bắt bớ, giam cầm, và bạo lực lan tràn; nhiều người phải chạy vào những vùng xa xôi hay vùng do Pháp kiểm soát như Sài Gòn, Mỹ Tho và Bà Rịa. Khi quân nhà Nguyễn bỏ chạy trước cuộc tấn công của Pháp, một số đã giết hại giáo dân; nhưng ở đây do lòng hận thù tôn giáo thì ít mà phần nhiều là do chính sách – một chính sách được áp dụng một cách dứt khoát trong tất cả các cộng đồng – nhằm thủ tiêu sự trợ giúp tại chỗ. Ở Biên Hòa, đầu năm 1862 quân nhà Nguyễn đã đốt trại giam giáo dân, những vụ việc tương tự cũng xảy ra trong các thành phố khác, làm hàng ngàn người chết.[135]

Khi người Pháp củng cố được chính quyền ở Nam Kỳ, một số giáo dân trở thành những người ủng hộ nhiệt tình chế độ mới. Pétrus Trương Vĩnh Ký và Paulus Huỳnh Tịnh Của có thể là những người nổi tiếng nhất. Trương Vĩnh Ký và Huỳnh Tịnh Của sinh cách nhau ba năm, đều ở châu thổ sông Mê Công, giữa cao trào của những đạo dụ của Minh Mạng; cả hai đều là những học trò xuất sắc ngay từ khi còn trẻ và đã đến học ở chủng viện của MEP ở Penang. Trương Vĩnh Ký đọc thông viết thạo hơn một chục ngoại ngữ. Sau

---

[134] Ramsay, *Mandarins and Martyrs,* 145; McLeod, *The Vietnamese Response to French Intervention,* 45.
[135] Ramsay, *Mandarins and Martyrs,* 156-157.

cuộc xâm lăng, cả Trương Vĩnh Ký và Huỳnh Tịnh Của
đều làm cho Pháp, Trương Vĩnh Ký là thông ngôn, còn
Huỳnh Tịnh Của làm đốc phủ sứ. Sau đó cả hai đều bắt đầu
sự nghiệp của những người trí thức, Trương Vĩnh Ký là
thầy giáo, còn Huỳnh Tịnh Của làm biên tập tờ báo Việt
ngữ đầu tiên, tờ *Gia Định Báo*. Thông qua hàng loạt bài
báo, bản dịch, sách giáo khoa và sách dạy đánh vần, cũng
như những công trình nghiên cứu ngữ pháp và ngôn ngữ
học, cả Trương Vĩnh Ký và Huỳnh Tịnh Của đều có những
đóng góp to lớn vào sự phát triển của chữ quốc ngữ. Đóng
góp của hai người vào nền văn hóa Việt Nam hiện đại lớn
đến nỗi, sau một thời gian, vị trí của các ông trong lịch sử
và trong ký ức của xã hội lại được phục hồi.[136] Có thể nói,
không thể phủ nhận được rằng cả hai người đều có cảm
tình với chế độ thuộc địa vừa được thiết lập và công việc
của họ có vai trò quan trọng trong việc trợ giúp việc đào tạo
các nhà quản lý và phổ biến tài liệu tuyên truyền cho chế
độ thuộc địa.

Hai người khác là hiện thân của những cơ hội mà chế độ
mới cung cấp cho người ta và một số tín đồng Công giáo
theo đuổi. Trong số những người Việt Nam tham gia lực
lượng quân sự do Pháp kiểm soát thì Trần Bá Lộc là người
Công giáo nổi tiếng nhất, người viết tiểu sử của ông coi con
đường hoạn lộ từ trung sĩ lên đến quan chức thuộc địa như
là phản ứng trước những đau khổ của gia đình ông trong

---

[136] Xem Nhiều tác giả, *Thế kỷ XXI nhìn về Trương Vĩnh Ký* (Thành
Phố Hồ Chí Minh: Nhà Xuất Bản Trẻ và Tạp Chí Xưa Nay, 2002).

giai đoạn bạo lực hồi những năm 1850.[137] Sau này Trần Bá Lộc bị ô nhục vì những vụ đàn áp phong trào kháng chiến ở Bắc Kỳ. Trong số các tín đồ Công giáo được lợi từ việc tái phân phối ruộng đất ở Nam Kỳ thì Lê Phát Đạt là người nổi tiếng nhất, những mối liên hệ của ông này với người Pháp đã mang đến cho ông ta những cánh đồng cực kỳ rộng lớn ở đồng bằng sông Mê Công. Con ông ta là Lê Phát An đã sử dụng tài sản của mình để giúp đỡ Giáo hội trong suốt giai đoạn thuộc địa. Người thư ký của Lê Phát Đạt, một tín đồ nghèo sinh ra ở Gò Công tên là Nguyễn Hữu Hào, sau này đã lấy con gái của Lê Phát Đạt; con gái của họ tên là Nguyễn Hữu Thị Lan, trở thành Nam Phương hoàng hậu, hoàng hậu cuối cùng của Việt Nam. Ngoài những nhân vật nổi tiếng đó, sau khi Pháp xâm lược Nam Kỳ, các linh mục và những người dạy giáo lý cũng hoạt động như các thông ngôn và quan chức.[138]

Nhưng những người Công giáo khác đã có phản ứng khác hẳn trước việc Pháp xâm lược Nam Kỳ. Nổi tiếng nhất là Nguyễn Trường Tộ. Nguyễn Trường Tộ sinh ở Nghệ An năm 1827 hay 1830. Ông có học vấn kinh điển vì đã theo học với các quan chức hồi hưu và những người đỗ đạt, nhưng vì là giáo dân, ông không thể đi thi, và ông tiếp tục theo học với vị giám mục trong giáo phận tên là Jean – Denis Gauthier. Sau khi Pháp tấn công Đà Nẵng, để tránh bạo lực, Nguyễn Trường Tộ và Gauthier chạy sang Hồng

---

[137] Ramsay, *Mandarins and Martyrs,* phần kết.
[138] Tuck, *French Catholic Missionaries,* 81.

Công và Penang và chỉ quay lại vào năm 1862. Nguyễn
Trường Tộ ủng hộ chương trình cải cách triều đình nhà
Nguyễn, tức là chương trình pha trộn các tư tưởng của
Khổng giáo về nhà nước với việc hiện đại hóa về kỹ thuật,
quản lý và pháp luật theo kiểu phương Tây, một chương
trình mà ông đã trình bày trong mười lăm bản điều trần gửi
triều đình nhà Nguyễn từ năm 1863 cho đến tận lúc chết
vào năm 1871. Những bản điều trần này đã được Tự Đức
chú ý, năm 1867 Nguyễn Trường Tộ được đưa vào phái
đoàn ngoại giao đi Pháp, mặc dù chẳng có mấy cải cách
của ông được tiến hành trên thực tế. Mặc dù chắc chắn
Công giáo là tác nhân của việc Nguyễn Trường Tộ có cảm
tình với các tư tưởng phương Tây, nhưng điều đó không
dẫn tới nền chính trị thân Pháp. Ngay cả trong khi đang làm
thông ngôn cho lực lượng Pháp, Nguyễn Trường Tộ vẫn
giữ liên lạc với các quan chức triều Nguyễn và thông báo
cho họ kế hoạch của Pháp và một trong những hành động
cuối cùng của ông là đề xuất những biện pháp phòng thủ
chống quân đội Pháp ở Nam Kỳ sau khi Pháp thua Phổ vào
năm 1871.[139]

Một linh mục Việt Nam có nhiều ảnh hưởng là ông
Đặng Đức Tuấn cũng có phản ứng tương tự như thế. Đặng
Đức sinh ra trong một gia đình nho học và có nhiều người
làm quan ở Bình Định vào năm 1806; ông có đi thi nhưng

---

[139] Mark McLeod, "Nguyen Truong To: A Catholic Reformer at
Emperor Tu Duc's Court," *Journal of Southeast Asian Studies* 25, no. 2
(1994): 313-31.

không đổ. Giống như Nguyễn Trường Tộ, Đặng Đức Tuấn từng theo học ở Penang và trong khi chuẩn bị trở thành linh mục, ông đã đi dạy học và nghiên cứu văn học Công giáo. Vì đang làm thông ngôn cho nhà Nguyễn mà ông đã không bị hành hình trong những năm cuối 1850. Mặc dù theo Công giáo, nhưng ông phản đối cuộc xâm lược của Pháp; ông mô tả nó như là hành động tự tư tự lợi – ngay cả khi ông biết rằng sẽ bị Vatican buộc phải ủng hộ cuộc xâm lược. Đặng Đức Tuấn là một thành viên của phái đoàn do Phan Thanh Giản cầm đầu trong cuộc đàm phán hiệp ước hòa bình với Pháp vào năm 1862. Sau đó ông đã viết mấy bài nói về những biện pháp mà nhà Nguyễn có thể dùng để chống Pháp và bảo vệ chính mình, trong đó ông khẳng định rằng bài Công giáo là chính sách gây chia rẽ cả về mặt chính trị lẫn xã hội và có lợi cho việc gia tăng ảnh hưởng của Pháp. Cho đến tận lúc chết vào năm 1874, Đặng Đức Tuấn vẫn ủng hộ triều Nguyễn.[140]

Con đường đi khác nhau của những người này cho thấy những khó khăn của việc khái quát hóa phản ứng của các tín đồ Công giáo trước sự gia tăng ảnh hưởng của Pháp ở Nam Kỳ trong những năm 1850 và 1860. Những cuốn tiểu sử của các nhân vật tinh hoa này cho ta biết phản ứng của họ trước những thay đổi trong giai đoạn này, nhưng vẽ chân dung tương tự của một tín đồ Công giáo bình thường – những người mà cuộc xâm lăng Nam Kỳ và củng cố

---

[140] Võ Đức Hạnh, *La place du catholicisme dans les relations entre la France et le Viêt-Nam de 1851 à 1870* (Leiden: E.J. Brill, 1969), tập 1: 250-55.

chính quyền thuộc địa thường làm cho tán gia bại sản – là việc làm khó hơn nhiều. Đối với tuyệt đại đa số những người đó, cuộc xâm lăng của Pháp có nghĩa là chấm dứt mọi quan hệ công việc với các quan chức và cộng đồng địa phương, là bị khắc chữ vào mặt, phải di cư, bị tù đày, và thường là bị giết. Sau cuộc chiến nhiều người không trở về quê quán, họ phải xây dựng lại cuộc sống tại nơi ở mới, nơi sự xa lạ làm cho các khuôn mẫu xã hội trở thành mạnh hơn. Mặc dù chính quyền Pháp nói chung đã chặn đứng được những vụ bạo lực nhắm trực tiếp vào các tín đồ Công giáo ở Nam Kỳ, và chính quyền mới quả thật đã ủng hộ sinh hoạt Công giáo bằng nhiều cách khác nhau, tuy thế, nó vẫn là một hình thức của chính quyền ngoại bang, được thực thi bằng những phương tiện cưỡng bức. Năm 1863, một nhà truyền giáo thừa nhận với các quan chức Pháp rằng, "có một số ác cảm mang mầu sắc sắc tộc – rất tự nhiên trong dân chúng bị chinh phục – mối ác cảm mà ngay cả những người Công giáo, thậm chí một số linh mục của chúng tôi cũng thấy."[141] Một số tín đồ Công giáo phục vụ cho Pháp đã bỏ việc ngay sau đó.[142]

Mặc dù đến tận những năm 1880, Pháp vẫn chưa hiện diện thường xuyên ở Trung và Bắc Kỳ, nhưng việc củng cố chính quyền Pháp ở Nam Kỳ đã có ảnh hưởng to lớn tới giáo dân xa hơn về phía bắc. Cuộc xâm lăng của Pháp không chỉ dẫn tới một làn sóng mới các chỉ dụ chống lại

---

[141] Tuck, *French Catholic Missionaries,* 85-86.
[142] GGI 12185, ANOM.

người Công giáo trong phần còn lại của vương quốc nhà Nguyễn mà còn làm cho nhiều nhóm, cả Công giáo lẫn các nhóm khác, tỏ rõ hoặc gia tăng lòng hận thù đối với nhà Nguyễn. Phần lớn sự "chống đối" này chỉ là thể hiện thái độ bất bình trước tình hình kinh tế và an ninh đang xấu đi. Nhưng, một số đã biến thành bất mãn chính trị rõ ràng, đáng chú ý nhất là một loạt cuộc khởi nghĩa của những lực lương trung thành với nhà Lê – vẫn còn khá đông ở Bắc Kỳ – đã bị quân Tây Sơn lật đổ trước đó một thế kỷ. Nhiều người trung thành với nhà Lê coi cuộc xâm lăng của Pháp là thời cơ để họ lật đổ triều Nguyễn và khôi phục lại vương triều xưa cũ, và sau năm 1858 đã phát động một loạt cuộc nổi dậy. Đầu những năm 1860, một người Công giáo là Lê Duy Phụng đã lãnh đạo cuộc khởi nghĩa quan trọng nhất trong số đó: hai mươi ngàn binh sĩ dưới quyền ông ta đã kiểm soát các tỉnh Quảng Yên, Hải Dương và Nam Định suốt mấy năm liền. Những người trung thành với nhà Lê còn lâu mới là tay sai của Pháp, như người ta vẫn gán cho họ. Lê Duy Phụng đã liên hệ với người Pháp (ông ta từng làm thông ngôn cho Pháp trong cuộc tấn công Đà Nẵng), nhưng tham vọng chính trị của ông ta làm cho họ lo ngại và từ chối giúp đỡ ông ta trong cuộc chiến chống lại nhà Nguyễn. Thiếu sự ủng hộ của Pháp, Lê Duy Phụng chẳng còn mấy cơ hội và đến năm 1864 thì cuộc khởi nghĩa của ông ta chấm dứt.[143] Tuy thế, vai trò quan trọng của người Công giáo đối với cuộc khởi nghĩa của Lê Duy Phụng là

---

[143] McLeod, *The Vietnamese Response to French Intervention*, 50-51.

một lời nhắc nhở đấy thuyết phục cho các quan chức nhà Nguyễn rằng khác với Nam Kỳ, người Công giáo ở Bắc Kỳ một nhóm thiểu số đông đảo và có tổ chức, rất bất mãn với triều đình nhà Nguyễn, nếu không nói là công khai chống đối. Ở Bắc Kỳ, cho đến năm 1862, chính quyền nhà Nguyễn đang bị xé ra từng mảnh, sự tham gia của người Công giáo vào các phong trào chống đối, và không có những vùng do Pháp kiểm soát để cho tín đồ Công giáo chạy trốn đã dẫn tới một số những vụ bạo lực tàn khốc nhất trong giai đoạn chinh phục. Laurent Burel ước lượng rằng từ năm 1857 đến năm 1862 có khoảng năm mươi ngàn tín đồ Công giáo ở Bắc Kỳ và Trung Kỳ bị giết, sự khác biệt đáng kể về bạo lực giữa các khu vực cho thấy rằng khuôn mẫu đã được củng cố của những mối quan hệ trong cộng đồng địa phương là thành tố quan trọng quyết định mức độ bạo lực.[144]

Hòa ước năm 1862 bao gồm một loạt các biện pháp bảo vệ người Công giáo đã tạo ra sự biến đổi đáng kể trong quan hệ giữa nhà Nguyễn, tín đồ Công giáo và dân chúng địa phương ở Trung và Bắc Kỳ. Sau năm 1862, về đại thể, triều đình nhà Nguyễn đã chấm dứt việc ủng hộ cuộc kháng chiến ở Nam Kỳ và bắt đầu ngăn chặn bạo lực chống lại người Công giáo. Chuyển biến quan trọng trong chính sách như thế dường như không có nghĩa là sự thay đổi triệt để trong quan niệm của Tự Đức; đấy chỉ là sự thay đổi cần thiết với hy vọng ngăn chặn những cuộc tấn công bất ngờ

---

[144] Fourniau, *Vietnam,* 125.

của Pháp và đàm phán nhằm chuộc lại Nam Kỳ, và có nhiều khả năng là một số hành động chống lại người Công giáo tiếp tục nhận được sự ủng hộ ngầm ngầm của các quan chức cao cấp. Có thể nói, từ sau năm 1862 triều đình nhà Nguyễn thường xuyên bác bỏ thỉnh nguyện của các quan chức địa phương đòi bắt tù hoặc giết tín đồ Công giáo, triều đình cũng thường xuyên trừng phạt các quan chức vi phạm hiệp ước năm 1862.[145] Những quan điểm trái ngược nhau về các vấn đề Công giáo trong buổi đầu thời kỳ xâm lược của Pháp là lý do chính cho những mối quan hệ căng thẳng ngày càng gia tăng giữa triều đình nhà Nguyễn và nhiều quan chức triều đình và những người có danh vọng (thường được gọi là Văn Thân) và những người ủng hộ họ. Năm 1864, các thí sinh kỳ thi Hội đã tổ chức những cuộc biểu tình phản đối, đòi giết giáo dân; năm 1866, Tự Đức dẹp tan cuộc khởi nghĩa vũ trang – do những người phản đối chính sách của triều đình đối với Công giáo và Pháp lãnh đạo – chống lại chính quyền của ông; và năm 1868, với việc Pháp xâm chiếm miền Tây Nam Kỳ đã làm bùng lên làn sóng bạo lực bài Công giáo ở các cộng đồng trên khắp Trung và Bắc Kỳ.[146] Như vậy là, sau khi Pháp chiếm Nam Kỳ; ở Trung và Bắc Kỳ, Tự Đức gặp phải chống đối không chỉ từ những người Công giáo ủng hộ việc khôi phục nhà Lê và những nhóm cướp bóc có vũ trang trên vùng biên giới Việt

---

[145] McLeod, *The Vietnamese Response to French Intervention*, chương 5.
[146] Võ Đức Hạnh, *La place du catholicisme dans les relations entre la France et le Viêt-Nam de 1851 à 1870*, tập 1: 382-92.

– Trung mà còn gặp sự chống đối của những thành phần nòng cốt trong số những người được cho là ủng hộ triều đình.

Việc một số tín đồ Công giáo ở Bắc Kỳ ủng hộ cuộc xâm lược của Francis Garnier vào năm 1873 phải được hiểu như là phản ứng trước sự tan rã của các quan hệ cộng đồng và sự gia tăng mức độ bạo lực chống lại các cộng đồng Công giáo đã lan tràn trong khắp khu vực kể từ năm 1858 trở đi. Sự ủng hộ Garnier của các tín đồ Công giáo mới ở mức độ chính trị, nó cũng phản ánh truyền thống muốn khôi phục nhà Lê, tương tự như hy vọng mà cuộc xâm lược Bắc Kỳ của Pháp mang lại cho họ, nhưng các quan chức Pháp thì mãi cho đến sau năm 1879 vẫn chưa đánh giá một cách nghiêm túc. Lòng nhiệt tình quá mức và thiếu thận trọng của một số nhà truyền giáo của MEP dường như đã làm cho một số tín đồ Công giáo tin rằng đội quân gồm hai trăm người của Garnier chỉ là đơn vị tiền trạm của cuộc xâm lược của Pháp; Charles Fourniau đã viết rằng các nhà truyền giáo có vai trò quan trọn trong việc: "không ngăn đàn chiên của mình – những người mà trong một thời gian dài họ đã gieo vào lòng hy vọng được người Pháp cứu – đã làm cho cuộc khủng hoảng tàn phá Bắc Kỳ trong suốt một phần tư thế kỷ trầm trọng thêm rất nhiều."[147] Nhưng, đối với nhiều giáo dân, động lực để họ tham gia có thể là đơn giản hơn là chính trị rất nhiều; theo lời một sĩ quan Pháp thì "họ coi việc chúng tôi tới là khởi đầu của giờ

---

[147] Fourniau, *Vietnam*, 262.

khắc báo thù và trả đũa" cho mười lăm năm đàn áp, bạo lực và chết chóc.[148] Trong một số trường hợp, các nhà truyền giáo còn báo cáo rằng lực lượng dân quân Công giáo trong những khu vực do Pháp kiểm soát đã tấn công những làng không có phòng vệ: "những người bị thương bị hành hạ và thiêu sống, chùa chiền bị phá hủy."[149]

Cuộc xâm lăng ngắn ngủi của Garnier làm cho tình trạng đối đầu giữa triều Nguyễn, tín đồ Công giáo và phong trào Văn Thân ở Bắc Kỳ, tức là tình hình xuất hiện sau hòa ước 1862, thêm căng thẳng hơn nữa. Khi Pháp và các quan chức nhà Nguyễn đàm phán những điều khoản của hiệp ước 1874 – một thảm họa ngoại giao của triều đình nhà Nguyễn, mặc dù Garnier đã bị đánh bại – các Văn Thân chỉ trích triều đình đã lãnh đạo cuộc khởi nghĩa lan tràn trên khắp vùng hạ du Bắc Kỳ và Bắc Trung Kỳ, chủ yếu là ở các tỉnh Nghệ An, Hà Tĩnh, Thanh Hóa và Nam Định. Cuộc khởi nghĩa chống lại cả triều đình Tự Đức lẫn những nhóm được cho là đứng về phía Pháp trong cuộc xâm lăng của Garnier. Các tín đồ Công giáo là đối tượng chính của vụ bạo lực này. Chưa hoàn toàn rõ, vụ bạo lực chống Công giáo trong giai đoạn này là tự phát hay được phối hợp tới mức nào. Mặc dù phần lớn các hành động rõ ràng là đã xảy ra một cách độc lập với nhau, nhưng sự lan tràn của bạo lực cho thấy có sự phối hợp nhất định ngay từ những người

---

[148] Tác phẩm đã dẫn, 259.
[149] Tác phẩm đã dẫn, 263.

lãnh đạo cuộc khởi nghĩa.[150] Trong làn sóng bạo lực kéo dài đến tận cuối năm 1874, nhiều làng mạc bị đốt cháy, nhà thờ bị phá hủy, còn tín đồ Công giáo thì bị chặt đầu, bị dìm xuống nước hoặc thiêu chết; vụ bạo lực này đã giết chết mấy ngàn người.[151] Nhà Nguyễn kiên quyết đàn áp cuộc nổi dậy của Văn Thân và chấm dứt bạo lực chống lại giáo dân nhằm tái lập quyền lực của vương triều; thậm chí họ còn đi xa đến nỗi tìm kiếm cả sự trợ giúp của tín đồ Công giáo ở Nghệ An, khu vực mà giáo dân tuy không ủng hộ Garnier nhưng cũng là khu vực xảy ra những vụ bạo lực tồi tệ nhất.[152]

Sau khi bạo lực lắng xuống, vị trí của người Công giáo trong nhiều lĩnh vực đã mạnh hơn hẳn so với mấy thập kỷ trước. Hòa ước 1874 khẳng định quyền tự do tín ngưỡng của giáo dân và tự do đi lại của các nhà truyền giáo; và nói chung, nhà Nguyễn tiếp tục thực thi hòa ước này nhằm tránh xung đột ngoại giao với Pháp. Số nhà truyền giáo của MEP gia tăng nhanh chóng, chỉ tính từ năm 1879 đến năm 1884 đã có bốn mươi sáu nhà truyền giáo đến Bắc Kỳ và họ mang theo nguồn lực nhằm tái thiết đời sống cộng đồng, mua thêm đất đai và khuếch trương các thiết chế an sinh xã hội của hội truyền giáo.[153] Các nhà truyền giáo còn sử dụng

---

[150] Tuck, *French Catholic Missionaries,* 175.
[151] Võ Đức Hạnh, *La place du catholicisme dans les relations entre la France et le Viêt-Nam de 1851 à 1870,* tập 1: 205-51.
[152] Tuck, *French Catholic Missionaries,* 176.
[153] Laurent Burel, *Le contact protocolonial franco-vietnamien en centre et nord Vietnam (1856-1883)* (Villeneuve-d'Ascq: Presses Universitaires de Septentrion, 2000), 389-407.

những biện pháp bảo vệ hợp pháp trong hóa ước 1874 nhằm cải thiện địa vị của giáo dân; một số người nhận được những khoản bồi thường cho những vụ phá hủy và thiệt hại tài sản mới đây, trong khi một số khác đòi cho các cộng đồng giáo dân được hưởng qui chế "công ty" được miễn thuế. Từ đạo dụ năm 1876 phê phán cách làm như thế, càng thấy rõ là các nhà truyền giáo đã lợi dụng hòa ước nhằm biện hộ cho việc can thiệp vào những vụ kiện có liên quan đến tín đồ Công giáo và tìm cách tránh những thủ tục hành chính để đòi gặp riêng các quan chức cấp cao. Sức mạnh về chính trị và kinh tế của các hội truyền giáo là lý do quan trọng cho sự gia tăng số người cải đạo ở Bắc Kỳ từ năm 1874 trở đi.[154] Đấy cũng là tác nhân có tính phá hủy đối với triều đình nhà Nguyễn; nó là tác nhân quan trọng nhất trong việc xói mòn lòng trung thành với vương triều của các quan chức cấp thấp, lòng căm thù Công giáo của những người này vẫn tiếp tục gia tăng.[155] Các quan chức Pháp, lúc đó đa phần chẳng muốn gì khác hơn là thi hành đúng đắn hiệp ước 1874, lo ngại rằng sự căng thẳng trong cộng đồng có thể làm phương hại đến những lợi ích kinh tế của Pháp ở Bắc Kỳ; một số người, mà hành động mang tính đạo đức giả rõ ràng, đã phê phán các nhà truyền giáo là đã coi thường chủ quyền của nhà Nguyễn.[156]

Cuộc chiến tranh Pháp – Thanh và sự sụp đổ của chính

---

[154] Tuck, *French Catholic Missionaries,* 188.

[155] Yoshiharu Tsuboi, *L'Empire vietnamien face à la France et à la Chine, 1847-1885,* (Paris: L'Harmattan, 1987), 247-51.

[156] Tuck, *French Catholic Missionaries,* 178.

quyền nhà Nguyễn ở Trung và Bắc Kỳ là tình tiết cuối cùng trong quá trình phân hóa của thời đại nhà Nguyễn. Khi tin tức về cuộc tấn công vào thành Hà Nội vào năm 1882 của Rivière lan ra thì bạo lực chống lại giáo dân cũng bùng nổ ở đồng bằng sông Hồng và bạo lực còn dữ dội hơn sau khi thành Nam Định và Sơn Tây thất thủ vào năm 1883. Nhà Nguyễn không còn ngăn chặn bạo lực được nữa, nhưng từ năm 1874 trở đi các cộng đồng Công giáo đã được trang bị tốt hơn trong việc tổ chức phòng thủ và nhiều cộng đồng đã làm như thế. Bắt đầu từ năm 1884, một số tín đồ Công giáo còn phục vụ trong lực lượng Pháp nữa, họ làm thông ngôn, khu khuân vác, và lực lượng không chính qui cũng như tình báo, tương tự như họ đã làm trong cuộc xâm lăng của Garnier. Nhưng, khác với cuộc xâm lăng của Garnier, việc động viên giáo dân trong cuộc chiến tranh Pháp – Thanh phần nhiều mang tính phòng vệ: năm 1884, ngay cả Puginier cũng bác bỏ yêu cầu giáo dân giúp đỡ Pháp nhằm tổ chức phòng vệ cộng đồng một cách hiệu quả hơn.[157]

Có thể ví dụ tốt nhất về sự thăng trầm của đời sống Công giáo ở Bắc Kỳ từ khi Pháp chiếm Nam Kỳ đến cuộc chiến tranh Pháp – Thanh là linh mục Trần Văn Lục, người Pháp gọi là Père Six, còn người Việt thì gọi là cụ Sáu. Nổi tiếng vì đã tham gia xây dựng nhà thờ Phát Diệm, Trần Văn Lục sinh năm 1825 ở Ninh Bình. Năm 1858, khi còn là một linh mục trẻ, ông đã phải bỏ chạy lên Lạng Sơn nhằm tránh làn sóng bạo lực đang quét qua Bắc Kỳ sau cuộc tấn công

[157] Burel, *Le contact protocolonial*, 461.

của Pháp vào Đà Nẵng. Ông trở về vùng châu thổ sông Hồng năm 1862, ban đầu ông vào Thanh Hóa, rồi sau ra Phát Diệm, mối quan hệ của ông với Puginier đã giúp ông tránh được số phận của nhiều giáo dân trong những vùng được bảo vệ kém hơn. Sự ổn định tương đối và sức mạnh của đời sống Công giáo từ cuối năm 1874 đến cuộc chiến tranh Pháp – Thanh thể hiện rõ ràng trong khu vực của Trần Văn Lục, nơi mật độ giáo dân cao, cũng có nghĩa là nhiều nhà truyền giáo hơn, ngân sách lớn hơn và ảnh hưởng mạnh hơn.[158] Năm 1873, Trần Văn Lục làm thông ngôn cho lực lượng của Garnier, năm 1882 thì làm thông ngôn cho Rivière, cuối những năm 1880, ông còn lãnh đạo lực lượng chống lại tàn dư của cuộc khởi nghĩa Văn Thân. Trần Văn Lục được Pháp trao tặng huân chương Bắc Đẩu Bộ Tinh và nó đã mang lại cho ông lợi ích: ông được các quan chức Pháp cho phép khai hoang một khu vực rộng lớn để tăng gia cho giáo phận. Đến những năm 1890, ông đã có uy tín rất lớn đối với các quan chức trong hạt của mình.[159]

Hoạn lộ của hai người nữa cũng cho thấy việc gia tăng ảnh hưởng của Pháp ở Trung và Bắc Kỳ có ảnh hưởng như thế nào đối với con đường dẫn tới quyền lực của những tín đồ Công giáo đồng hành với Pháp, chẳng khác gì ở Nam Kỳ. Vũ Quang Nhạ sinh năm 1847 ở Nam Định và Trần

[158] Nguyễn Hồng Dương, *Làng công giáo Lưu Phương*, chương 1.
[159] Xem Emmanuel Poisson, *Mandarins et subalterns au nord Việt Nam: Une bureaucratie à l'épreuve (1820-1918)* (Paris: Maisonneuve & Larose, 2004), 145-46.

145

Đình Lượng sinh năm 1850 ở Thái Bình, năm trong số rất ít người tìm cách trở thành quan chức thời đó. Vũ Quang Nhạ là lý trưởng, còn Trần Đình Lượng là một viên chức nhỏ. Trong những năm 1880, cả hai đều thăng tiến rất nhanh vì họ đã giúp đỡ lực lượng quân sự của nhà Nguyễn giữ vững trật tự trong hạt của họ trong thời kỳ Pháp xâm lược và nhờ những mối liên hệ với những liên minh thân Pháp đầy quyền lực trong triều đình – đặc biệt là Vũ Quang Nhạ, có liên hệ với thượng thư Nguyễn Hữu Độ. Từ năm 1883 đến năm 1889, Vũ Quang Nhạ đã leo được mười bậc trong bộ máy hành chính nhà Nguyễn và trở thành Tổng đốc Bắc Ninh vào năm 1896. Trần Đình Lượng còn thăng tiến nhanh hơn nữa, từ năm 1884 đến năm 1895 ông ta đã leo được mười lăm bậc và trở thành Tổng đốc Quảng Yên. Dĩ nhiên là hoạn lộ của Vũ Quang Nhạ và Trần Đình Lượng không ám chỉ mối liên hệ trực tiếp tiếp giữa tôn giáo và thế lực trong thời kỳ Pháp xâm lược: nhiều quan chức không phải tín đồ Công giáo cũng có hoạn lộ tương tự như thế. Nhưng hoạn lộ của họ quả thật đã chứng tỏ việc lên kết với cái gọi là "phái chủ hòa" đã giúp đưa một số tín đồ Công giáo tới quyền lực trong giai đoạn đầu của thời kỳ bảo hộ.[160]

Nhưng đối với những giáo dân bình thường, sự gia tăng ảnh hưởng của Pháp ở Trung và Bắc Kỳ chỉ tạo cho họ cuộc sống đầy lo lắng và tương lai không xác định trong một xã hội mà nhiều người nhìn họ với vẻ ngờ vực, nếu

---

[160] Tác phẩm đã dẫn, 107-8.

không nói là căm thù. Sau khi Tự Đức chết vào năm 1883, quyền lực trong triều đình nhà Nguyễn bắt đầu chuyển dần sang những người chủ chiến, khi việc đầu hàng Pháp dường như sắp trở thành sự thật. Tháng 6 năm 1885, khi quân nhà Thanh buộc phải rút về nước, phụ chính đại thần Tôn Thất Thuyết chỉ huy cuộc tấn công vào đơn vị Pháp đồn trú tại Huế và cùng với nhà vua trẻ là Hàm Nghi rút lui vào vùng rừng núi. Thuyết kêu gọi cả nước vùng lên và giết hết người Công giáo trong cả nước. Phong trào kháng chiến do các quan chức triều đình lãnh đạo và được sự ủng hộ rộng rãi của dân chúng, thường được gọi là phong trào Cần Vương. Phong trào kéo dài trong cả nước suốt mấy năm, nhưng do lạc hậu về vật chất và phối hợp kém, phong trào đã bị thất bại.

Ở Trung Kỳ, nơi hầu như không có sự hiện diện của người Pháp và tín đồ Công giáo cũng chưa bao giờ hợp tác với Pháp, trong cuộc bột phát bạo lực tồi tệ nhất trong lịch sử Việt Nam, từ tháng 7 đến tháng 9 năm 1885, gần bốn mươi ngàn giáo dân, tức là một phần ba giáo dân trong khu vực, đã bị giết hại. Hai mươi lăm ngàn người ở Quảng Ngãi và Bình Định và tám ngàn người ở Quảng Trị đã bị sát hại. Nhiều người sống sót tìm cách chạy vào đơn vị đồn trú Pháp ở Qui Nhơn, nhưng nhiều người không thoát; những người từng phải sống nhiều tháng, thậm chí nhiều năm, trên một dải cát hẹp ven bờ biển Qui Nhơn, nghe được tin tức về những vụ thảm sát, những nhà thờ bị phá hủy, và những cộng đồng tan tác do những người tị nạn mang tới. Những cộng đồng đứng vững được trước làn sóng bạo lực đã tổ chức chống cự có vũ trang; những trường hợp hiếm hoi đó trong một số khu vực đã truyền cảm hứng cho những bài tường thuật sinh động nhất về cuộc kháng chiến trong lịch sử Công giáo Việt Nam. Ở Trà Kiệu, tỉnh Quảng Nam, giáo dân đã chống lại được cuộc bao vây kéo dài suốt ba tuần lễ và giành được chiến thắng không thể tin nổi vào tháng 9 năm 1885. Họ đã cám ơn Đức Mẹ Đồng Trinh, người đã động viên thanh niên chiến đấu, còn người già thì đứng đằng sau và cầu nguyện. Những bài tường thuật của giáo dân nói rằng các lãnh đạo phong trào Cần Vương nhìn thấy một người đàn bà mặc áo trắng đứng trên nóc nhà thờ và hàng ngàn trẻ em mặc quần áo màu đỏ và màu trắng không biết từ đâu tới tham gia vào đội quân Công giáo. giáo dân cũng nói rằng có trông thấy Đức mẹ Maria ở Trà Kiệu hồi cuối những năm 1880, và năm 1889 họ đã xây nhà thờ Trà Kiệu để vinh danh Đức bà Maria ở nơi mà sau này đã trở thành địa điểm hành hương.[161] Một số giáo dân cộng tác trực tiếp với lực lượng Pháp trong các chiến dịch chống lại quân Cần Vương; họ "tham gia trong những vụ báo thù khủng khiếp các nhà nho và nông dân khởi nghĩa và cung cấp nhiều phu khuân vác cho các đơn vị viễn chinh", đốt phá làng mạc và chùa chiền.[162] Nhưng đến năm 1885 thì ngay cả phòng thủ cũng phải trả giá, theo lời Charles Fourniau: "phải chiến đấu thì giáo dân mới thoát chết, nhưng làm như thế là họ đã trở thành trợ thủ cho lực lượng

---

[161] Peter Phan, *Vietnamese-American Catholics* (Mahwah, NJ: Paulist Press, 2005), 114-16.

[162] Brocheux và Hémery, *Indochina*, 59.

chiếm đóng và càng làm cho mình trở thành cô lập hơn.ʺ[163]

Những cuộc tàn sát khủng khiếp năm 1885 là bi kịch nhưng cũng là đoạn cuối của những thay đổi cực kỳ to lớn trong đời sống Công giáo, diễn ra từ những năm 1830, nửa thế kỷ dưới triều đại nhà Nguyễn, sự khuếch trương của truyền giáo và gia tăng ảnh hưởng của Pháp đã làm cho quan hệ trong cộng đồng ngày càng căng thẳng, tạo ra những chiến tuyến mới và kiên cố hơn giữa giáo dân và phần còn lại của xã hội. Việc củng cố chính quyền của Pháp trong những năm 1890 đã tạm thời ngăn chặn được các vụ bạo lực và cho giáo dân quyền tự do tín ngưỡng rộng rãi hơn những gì họ từng được hưởng kể từ năm 1830, thậm chí rộng rãi nhất từ trước cho đến lúc đó. Nhưng quan hệ của giáo dân với chính quyền và xã hội địa phương trong nhiều phương diện, vẫn còn phức tạp. Những trở ngại về vật chất và văn hóa giữa giáo dân và những người khác cũng có nghĩa là vết thương của vụ xung đột rất lâu lành, đấy là nói nếu có thể lành. Khi ưu tiên của Pháp chuyển từ bình định sang cai trị và xu hướng thế tục trong nền chính trị Pháp chuyển vào chính sách thuộc địa, thì sự cạnh tranh và căng thẳng giữa các hội truyền giáo và chính quyền mới ở Việt Nam cũng gia tăng. Nhưng có lẽ những vết rạn nứt lớn nhất lại đang lớn lên ngay trong nội bộ của đời sống Công giáo. Cuộc xâm lược của Pháp đã dẫn tới một làn

---

[163] Charles Fourniau, *Annam-Tonkin, 1885-1896; Lettrés et paysans vietnamiens face à la conquête coloniale* (Paris: L'Harmattan, 1989), 54

sóng các nhà truyền giáo tràn vào Việt Nam trong giai đoạn từ những năm 1880 đến Thế chiến I. Sự hiện diện của họ đã làm biến đổi cơ cấu và văn hóa của đời sống tôn giáo và tạo ra những vết rạn nứt sâu sắc giữa các thành viên của cùng một đức tin, sự khác biệt của những người này chưa bao giờ được thể hiện một cách rõ ràng như thời kỳ đầu thế kỷ XX.

2

Giáo hội thuộc địa bị chia rẽ

Tháng 12 năm 1909 thỉnh nguyện thư của 45 tín đồ Công giáo từ Công Khế tỉnh Hà Đông đã thu hút được sự quan tâm của một quan chức Pháp trong khu vực. Thỉnh nguyện thư viết: "Trước đây làng chúng tôi vốn là một làng giàu có, từ ngày trở thành tín đồ Công giáo chúng tôi buộc phải mang nhiều gánh nặng trên vai. Chùa và những vật linh thiêng của cá nhân hay làng đã bị tước đoạt để dùng cho Giáo hội... Trong vụ thu hoạch chúng tôi bị buộc phải làm việc ngoài đồng... Vì những việc không thể chịu đựng nổi như thế mà nguồn lực của chúng tôi bị giảm đi rất nhiều. Bây giờ chúng tôi cảm thấy rằng đã sai lầm khi để người ta dụ dỗ... theo đạo này... Hôm nay chúng tôi đề nghị bỏ đạo Công giáo để một lần nữa lại trở thành Phật tử." Viên quan Pháp đã nói với một nhà truyền giáo trong khu vực, ông này tức giận đáp rằng đây đúng là những người Công giáo trong làng bị ngược đãi suốt nhiều năm trời. Ông ta giả định rằng những người có danh vọng nhưng

151

ghét Công giáo ở trong làng đã bắt ép dân chúng ký thỉnh nguyện thư. Tuy thế, viên quan Pháp đã ra một thông tư, hứa sẽ kiểm tra những kiến nghị trong bản thỉnh nguyện thư. Dưới áp lực của giám mục địa phận, sau đó viên quan này lại ra một thông tư khác, khẳng định rằng chính quyền Pháp sẽ xem xét những trường hợp ngược đãi Giáo dân một cách nghiêm túc. Nhưng trong chỗ riêng tư ông ta lại bảo rằng những lời tuyên bố về sự thù nghịch với Công giáo ở Công Khế là bịa đặt bởi vì ông ta chưa nghe nói thế bao giờ. [164]

Vụ việc này phản ánh một cách khéo léo vị trí phức tạp của Giáo hội Công giáo ở Việt Nam trong buổi đầu thời thuộc địa. Mặc dù nhà truyền giáo này có thể đã thổi phồng thái độ thù địch với Công giáo ở Công Khế, nhưng, sau khi Pháp chiếm, thái độ thù địch vẫn là hiện tượng phổ biến trong hàng chục năm. Những trở ngại mới về vật chất và xã hội trong quan hệ cộng đồng làm tăng thêm quan niệm của dân chúng cho rằng Công giáo là "đạo phương Tây", cũng như tín đồ Công giáo sợ bị nhà nước đàn áp và dân chúng thù địch, một tình trạng đối đầu, thậm chí sau khi bạo lực đã chấm dứt, còn tiếp tục tồn tại trong một loạt các vụ xung đột về mặt vật chất, pháp luật và văn hóa giữa Giáo dân, quan chức Việt Nam và quan chức Pháp và dân chúng địa phương. Vụ va chạm giữa nhà truyền giáo và viên quan Pháp về vụ việc ở Công Khế còn cho thấy bất đồng giữa

---

[164] Thỉnh nguyện tư và thư từ có liên quan trong RSHD 2822, TTLT I.

quan điểm Công giáo và Cộng hòa về sứ mệnh khai hóa (*mission civilisatrice*) ở Việt Nam trong giai đoạn này đang gia tăng, vì việc củng cố chính quyền Pháp trong giai đoạn khi mà thái độ bài giáo sĩ đang dâng cao đã thường xuyên tạo ra xung đột giữa các nhà truyền giáo và quan chức Pháp. Cuối cùng, những lời yêu cầu trong thỉnh nguyện thư – đúng sai chưa biết – và sự can thiệp của nhà truyền giáo và vị giám mục của ông ta vào thủ tục hành chính và tư pháp xung quanh vụ việc ở Công Khế cho thấy ảnh hưởng ngày càng gia tăng của giới chức tôn giáo châu Âu lên đời sống Công giáo và lên mối quan hệ của các tín đồ Công giáo với chính quyền và xã hội tại địa phương trong giai đoạn này, làm cho các nhà truyền giáo trở thành những người có ưu thế trong Giáo hội – về nhiều phương diện cũng là xã hội thuộc địa – hơn bất kỳ giai đoạn nào khác trước đây.

XUNG ĐỘT GIỮA CÁC CỘNG ĐỒNG GIAI ĐOẠN ĐẦU THỜI THUỘC ĐỊA

Xung đột giữa các cộng đồng thời kỳ nhà Nguyễn không chấm dứt cùng với việc thiết lập ách đô hộ của Pháp. Gần mười lăm năm sau khi cuộc chiến tranh Pháp – Thanh kết thúc cũng vẫn còn những vụ bạo lực giữa các cộng đồng nhỏ, phần lớn là giữa các tín đồ Công giáo và những nhóm "nghĩa quân" tiếp tục thách thức quyền lực của Pháp. Các nhà truyền giáo là nhân chứng của những vụ tịch thu hay phá hoại tài sản, bắt cóc tống tiền các tín đồ Công giáo và những vụ bạo động dẫn đến chết người thường giải thích rằng những hành động đó là do lòng hận thù tôn giáo và nay còn quyện chặt với lòng hận thù chính quyền Pháp nữa. "Dù muốn dù không, người ngoại đạo cũng vẫn coi Giáo dân là bạn của Pháp và bất kỳ người nào theo tôn giáo này cũng bị coi là kẻ thù,"[165] năm 1895 giám mục ở Vinh đã viết như thế. Trong khi các nhà truyền giáo mô tả tín đồ Công giáo là những người bị ngược đãi, nhưng cũng là những người bạn đáng tin cậy của Pháp với mục đích giành ưu tiên ưu đãi thì sự thật chắc chắn là trong sự hỗn loạn của thời kỳ chinh phục và hậu quả không hay của nó là một số vụ bạo lực đã vượt qua mọi giới hạn và chẳng theo logic nào. Nhưng tôn giáo rõ ràng đã là một tác nhân. Các nhà truyền giáo báo cáo về những vụ tàn phá nhà thờ và nhà ở của linh mục cũng như bạo lực chống lại các linh mục và những người dạy giáo lý, khó có thể coi là những hành động thuần túy vật chất. Nhiều người còn nhận xét rằng những cộng đồng Công giáo lâu đời ít bị bạo lực hơn những cộng đồng mới, họ đưa ra giả thuyết cho rằng những người mới cải đạo lợi dụng ảnh hưởng của các nhà truyền giáo nhằm thu lợi ích cá nhân. Thực ra, ngay cả các nhà truyền giáo cũng nhận thức được rằng nhiều người cải đạo ở Bắc Kỳ trong những năm đầu 1890 có thể là nhằm tìm kiếm sự bảo vệ và đặc quyền đặc lợi từ chính quyền mới.[166] Nhiều nhà truyền giáo còn nhận xét rằng các giáo phận Tây

---

[165] Báo cáo hàng năm của giáo phận Nam Bắc Kỳ, 1895, MEP.

[166] Etienne Võ Đức Hạnh, *La place du catholicisme dans les relations entre la France et le Viêt-Nam de 1887 à 1903*, (Bern: Peter Lang, 2001), tập 1: 166.

Ban Nha ít bị bạo lực hơn là các giáo phận của MEP, họ cho rằng thái độ trung lập hay chống đối của nhiều nhà truyền giáo Tây Ban Nha trước cuộc xâm lược của Pháp có thể đã có ảnh hưởng tới quan hệ cộng đồng trong các khu vực theo dòng Đa Minh.[167]

Mặc dù giữa những năm 1890, bạo lực bắt đầu giảm, nhưng nhiều năm sau đó các nhà truyền giáo vẫn tiếp tục báo cáo về những hành động chống lại Giáo dân tại nhiều khu vực khác nhau. "Trong hai năm qua, tôi nghĩ rằng không có nhóm nào là không bị thóa mạ ngay sau khi họ đề nghị được cải đạo... Khi vu cáo không đạt được mục đích thì người ngoại đạo sẽ làm lần thứ hai, thứ ba, vân vân, cho đến khi kết tội hoặc loại bỏ được những người mà từ đó trở đi bị họ coi là kẻ thù không đội trời chung,"[168] năm 1898 vị giám mục ở Vinh đã viết như thế. Các báo cáo về "thóa mạ" bao gồm đe dọa, tránh mặt, làm nhục, phản đối công khai, bỏ đạo do cưỡng ép, bị phù thủy hay những người có ma thuật bỏ bùa mê, ăn cắp, phá hoại, không cho vay tiền hay kinh doanh, không cho vào những công trình tôn giáo mới được xây dựng, đánh đập, thường là đến chết. Năm 1891, một nhà truyền giáo ở Huế báo cáo là dân làng đã phản đối việc dựng cây thánh giá và không cho Giáo dân cầu kinh.[169] Một bản báo cáo điển hình khác của các nhà truyền giáo viết năm 1889 nói rằng khi linh mục và người dân địa phương tập trung tại một nhà để cầu kinh thì đám

---

[167] Tác phẩm đã dẫn, 2: 609-47.

[168] Báo cáo hàng năm của giáo phận Nam Bắc Kỳ, 1898, MEP.

[169] Báo cáo hàng năm của giáo phận Bắc Nam Kỳ, 1891, MEP.

đông thù địch đã bao vây ngôi nhà, trói và đánh linh mục và chủ nhà, lấy tiền của họ và xua đuổi người dân. Một nhà truyền giáo đã đến gặp quan chức địa phương, vị này "nói một cách đơn giản rằng đấy là những người khủng khiếp, những người trong khi cải đạo đã áp bức đồng bào của mình; nhân tiện, ông ta nói thêm rằng chúng tôi đang lùng bắt những người có quan hệ với họ."[170]

Như bản tường trình này cho thấy, các nhà truyền giáo tin rằng khi có sự thù nghịch trong dân chúng thì sự thù nghịch của chính quyền liền nấp đằng sau. Các nhà truyền giáo kịch liệt phê phán "mandarins", thuật ngữ dùng để chỉ những người có danh vọng ở trong làng và quan chức nhà nước, tức là những người tiếp tục là thành phần chính trong bộ máy quản lý ở Trung và Bắc Kỳ ngay cả sau khi Pháp đã chinh phục các xứ này. Các hiệp ước bảo hộ vẫn không động đến phần lớn bộ máy nhà nước ở Trung và Bắc Kỳ, và cho đến cuối những năm 1890 bộ máy quản lý hành chính ít ỏi của Pháp vẫn chuyên chú vào việc bình định. Mặc dù các quan chức địa phương hoàn toàn không được tự tung tự tác, nhưng chính quyền Pháp thường tránh dính dáng vào những việc không đe dọa trực tiếp về chính trị hoặc quân sự. Theo các nhà truyền giáo, nhiều quan chức địa phương "nghĩ rằng mình đã quay trở lại thời hoàng kim dưới triều Minh Mạng."[171] Thực vậy, các nhà truyền giáo tin rằng mặc dù các quan chức không thể xúi bẩy hay lãnh

---

[170] Báo cáo hàng năm của giáo phận Bắc Nam Kỳ, 1889, MEP.
[171] Báo cáo hàng năm của giáo phận Bắc Nam Kỳ, 1897, MEP.

đạo các vụ bạo động như họ từng làm trước đây, nhưng họ vẫn tiếp tục khủng bố tín đồ Công giáo bằng cách tố cáo, bắt bớ và giam cầm thiếu căn cứ, phán quyết pháp lý thiên vị, và tịch thu tài sản. Một người mô tả tình hình gần thành phố Vinh năm 1897 như sau: "Kẻ thù của chúng tôi làm việc đó một cách dễ dàng! Chỉ cần một chút lí cớ là một loạt tội trạng đã đổ lên đầu những người mới nhập đạo rồi. Chúng tôi đang xem lại mọi khía cạnh nhỏ nhặt của quá khứ; những vụ việc cũ, cách đây hai ba mươi năm, lại được đưa ra tòa và được chấp nhận một cách nồng nhiệt. Chúng tôi không thể làm bất cứ việc gì mà không có nguy cơ bị đưa đến trước công đường với những người đại diện vẫn coi chúng tôi là kẻ thù – sau những việc chúng tôi đã làm cho nước Pháp."[172] Không khó để tin những lời phàn nàn của các nhà truyền giáo rằng một số, thậm chí có thể là nhiều, quan chức nhà Nguyễn tiếp tục coi Công giáo là bất bình thường và có tính chất phá hoại, một số nguồn khác cũng khẳng định điều này. Một số lời tuyên bố bài Công giáo của các quan chức Việt Nam đã đến tai các quan chức Pháp.[173] Thậm chí trong những năm 1920, một số quan chức Việt Nam còn ủng hộ việc áp dụng một cách nghiêm khắc hơn luật hình sự của nhà Nguyễn nhằm kiểm soát đời sống Công giáo một cách chặt chẽ hơn.[174]

Mặc dù khó có thể nghi ngờ về sự tồn tại của những mâu thuẫn mang tính đối kháng rộng khắp giữa các cộng

---

[172] Báo cáo hàng năm của giáo phận Nam Bắc Kỳ, 1897, MEP.
[173] RSHD 2830, TTLT I.
[174] RST 72148, TTLT I.

đồng vào giai đoạn đầu thời thuộc địa, nhưng những mối quan hệ này phức tạp hơn là các tài liệu của nhà truyền giáo thể hiện. Trong những vụ bạo lực còn sót lại hồi giữa những năm 1890, sự thịnh vượng tương đối về mặt vật chất của một số cộng đồng Công giáo, chứ không phải chính đạo Công giáo, dường như đã làm cho họ trở thành mục tiêu. Bắt người để đòi tiền chuộc là hiện tượng phổ biến trong giai đoạn này và các nhà truyền giáo thường huy động những món tiền khá lớn để mua tự do cho các linh mục và những người có danh vọng.[175] Vì một số Giáo dân tiếp tục cộng tác với lực lượng quân sự Pháp trong giai đoạn bình định cho nên một số cuộc tấn công đơn giản chỉ có nghĩa là đe dọa hoặc giết chết nguồn tin tình báo hay nguồn nhân lực mà thôi. Cuối những năm 1880 và đầu những năm 1890, một số nhà truyền giáo còn tham gia những chuyến đi mua hàng, thường là tới Hồng Công, để mua khí giới tự vệ cho các cộng đồng Công giáo. [176]Khôi hài là những thứ vũ khí này lại trở thành nguyên nhân gây chú ý cho lực lượng "nổi loạn".

Vì các nhà truyền giáo có xu hướng giải thích những mâu thuẫn mang tính đối kháng như là biểu hiện của thái độ bài Công giáo tự phát, họ thường lờ đi những cách hành xử mà trong đó họ là phần lớn của vấn đề. Dĩ nhiên là nhiều nhà truyền giáo không phải là những ông thầy quá mẫn cán hay quá lý tưởng trong việc thuyết phục người ta

[175] Võ Đức Hạnh, *La place du catholicisme dans les relations entre la France et le Viêt-Nam de 1887 à 1903*, tập 2: 617.
[176] Tác phẩm đã dẫn, 1: 33, 35, 251-58.

cải đạo. Những tác phẩm có tính chất biện hộ của Công giáo viết về đạo Phật, đạo Khổng và việc thờ cúng tổ tiên thường có những luận cứ chừng mực và hợp logic. Nhiều nhà truyền giáo còn có thái độ thận trọng về những người cải đạo tiềm tàng. Trong một chuyên luận viết về ban quản lý hạt, một nhà truyền giáo của MEP tên là Harmond đã báo động về những cuộc cải đạo của "những tên ăn cắp, những kẻ hút thuốc phiện, những kẻ nghiện rượu, tất cả những người đang và sẽ chẳng bao giờ cải tạo được," những quan lại cũ của nhà Nguyễn và "những người xa lạ", những người mà ông ta cảm thấy là chỉ muốn nhận được trợ giúp tạm thời khi họ cải đạo mà thôi.[177] Nhiều nhà truyền giáo không chấp nhận những vụ cải đạo nếu họ nghi là lừa đảo.[178]

Có thể nói, hành vi của các nhà truyền giáo trong giai đoạn đầu thời kỳ thuộc địa có thể cực kỳ có hại đối với các mối quan hệ giữa các cộng đồng. Nhiều nhà truyền giáo mới tràn vào Việt Nam trong những năm 1890 còn xa lạ với tín ngưỡng địa phương và hi vọng thành công nhanh chóng và nhiều người nhìn thấy những cố gắng nhằm ngăn chặn việc cải đạo ở bất cứ nơi nào mà họ ngó tới. Một nhà truyền giáo viết vào năm 1894: "Lễ hội của ngoại đạo diễn ra ngay bên cạnh các nhà thờ của chúng tôi, đầy vẻ phô trương và ồn ào, ngay giữa đám rất đông dân chúng. Những buổi lễ hội, diễu hành và những vở hài kịch đó chẳng có lợi

---

[177] Tác phẩm đã dẫn, 3: 308-9.
[178] Tác phẩm đã dẫn, 3: 153-54.

gì cho tôn giáo thần thánh của chúng ta; chúng giữ những người ngoại đạo của chúng ta sùng bái thần tượng và chúng rất có hại đối với một số tín đồ Công giáo, những người chưa có đủ đức tin để tránh xa những thứ đó."[179] Đặc biệt là sau những vụ bạo lực gần đây, nhiều nhà truyền giáo tin rằng họ bị dính líu vào cuộc chiến đấu không bao giờ dứt với một kẻ thù không khoan nhượng. Một nhà truyền giáo viết vào năm 1908: "Các nhà truyền giáo chúng tôi phải chấp nhận một qui luật không thể né tránh của số phận là kích động các vụ xung đột diễn ra xung quanh chúng tôi, trong khi như một sứ giả của hòa bình, ước muốn quan trọng nhất của chúng tôi là tránh xung đột."[180] Một người khác viết về "tuyên chiến với phù thủy và mê tín dị đoan", và ghi nhận rằng "cuộc chiến sẽ kéo dài."[181] Tóm lại, nhiều nhà truyền giáo cảm thấy rằng xung đột giữa các cộng đồng là không thể tránh khỏi và có thể thậm chí là đáng ao ước nữa. Hiểu như thế, ta sẽ không lấy làm ngạc nhiên khi thấy rằng nhiều chiến thuật của họ đã kích động sự oán hận của dân chúng, những người vốn đã rất lãnh đạm với Công giáo rồi. Và với số lượng các nhà truyền giáo đang ngày càng gia tăng và quyền tự do đi lại của họ còn tăng hơn nữa, những chiến thuật này đã tạo những hậu quả cũng ngày càng mở rộng.

Trong giai đoạn đầu thời thuộc địa, có rất nhiều ví dụ về những hành vi thái quá của các nhà truyền giáo. Một nhà

---

[179] Báo cáo hàng năm của giáo phận Tây Nam Kỳ, 1894, MEP.
[180] Báo cáo hàng năm của giáo phận Tây Nam Kỳ, 1908, MEP.
[181] Báo cáo hàng năm của giáo phận Đông Nam Kỳ, 1914, MEP.

truyền giáo đã bắn vào ngôi chùa trong hạt của ông ta vào đúng lúc có đông người tụ tập trong chùa, bốn năm sau ông ta lại bị kết tội xâm phạm khu nghĩa trang.[182] Một nhà truyền giáo khác đi từ nhà nọ đến nhà kia để lấy đồ cúng tế ra khỏi bàn thờ và đem vứt xuống sông.[183] Một lần, vào năm 1889, sau khi phần lớn người dân một làng ở Nghệ An đã cải sang đạo Công giáo, một nhà truyền giáo đã đốt hai ngôi chùa và tịch thu các đồ cúng tế không phải của Công giáo. Dân làng chưa cải đạo bắt đầu xây dựng lại chùa và một số người đã đến gặp nhà truyền giáo và dùng vũ lực để lấy lại đồ cúng tế. Nhà truyền giáo này tin rằng mình đã hành động đúng, ông ta làm đơn gửi các quan chức Pháp, nói rằng dân làng đã ăn cắp, nhưng ông ta đã thua, buộc phải trả lại đồ cúng tế và phải bồi thường.[184] Năm 1923, ở Hà Nam có một nhà truyền giáo vận động liên tục, làm một người đàn ông tức giận đến nỗi ông ta đã phản đối bằng cách đốt nhà của nhà truyền giáo này.[185] Phần lớn các nhà truyền giáo không tìm cách đốt đền hay chùa, nhưng nhiều người đã mua lại của dân làng và sửa chữa thành nhà thờ. Nhiều người sẵn sàng chấp nhận rằng chính sự nghèo khổ chứ không phải là lòng mộ đạo đã thúc đẩy dân làng "quyết định" bán, nhưng điều đó cũng không làm thay đổi quyết

---

[182] Marcou cho de Guébriant, July 4, 1905, 712A, MEP.

[183] Báo cáo hàng năm của giáo phận Đông Nam Kỳ, 1893, MEP.

[184] Võ Đức Hạnh, *La place du catholicisme dans les relations entre la France et le Việt-Nam de 1887 à 1903*, tập 1: 198-99.

[185] RST 55329, TTLT I.

định mua của các nhà truyền giáo này.[186]

Vì một số nhà truyền giáo cho rằng các quan chức nhà Nguyễn là những người chống đối quyết liệt đạo Công giáo cho nên họ thường xuyên thách thức quyền lực của các quan chức. Ở Nghệ An, trong những năm 1880, các nhà truyền giáo đã kêu gọi các quan chức Pháp thuyên chuyển một số quan chức nhà Nguyễn. [187]Khi không làm được việc đó (mà thường là không làm được), các nhà truyền giáo lại tìm cách khác. Một số người vận động quan chức Pháp ngăn cản quan chức Việt Nam sử dụng lao động khổ sai và tài liệu điều tra dân số.[188] Một số người còn tìm được những biện pháp đầy sáng tạo nhằm thách thức chính quyền địa phương. Năm 1923, một nhà truyền giáo đã biến những buổi cải đạo thành đám rước đầy màu sắc, có cả trống và khẩu hiệu. Một quan chức nhà Nguyễn đã bắt một số người đi diễu hành, ông ta khẳng định rằng đám rước lôi kéo dân chúng bằng cách làm giả những nghi lễ diễu hành chính thức xung quanh khu vực quản lý của ông ta. Trong chỗ riêng tư, ông quan này còn nói rằng dân làng được trả tiền khi tham gia đám rước.[189] Mặc dù quan hệ giữa các nhà truyền giáo và quan chức địa phương chắc chắn là thường chẳng tốt đẹp gì, nhưng cái mà các nhà truyền giáo coi là lòng hận thù tự phát với Công giáo, trong một số

---

[186] Báo cáo hàng năm của giáo phận Đông Nam Kỳ, 1889, MEP.
[187] James P. Daughton, *An Empire Divided: Religion, Republicanism, and the Making of French Colonialism, 1880-1914* (New York: Oxford University Press, 2006), 68.
[188] Tác phẩm đã dẫn, 67.
[189] RST AF 56759, ANOM.

trường hợp, đơn giản chỉ là các quan chức đang cố gắng làm công việc của họ mà thôi. Một quan chức đã viết cho viên công sứ Pháp ở Hà Đông, phàn nàn rằng vị giám mục đang ngăn chặn những cuộc điều tra về dịch vụ tại địa phương, rằng làng do vị linh mục này cai quản không chịu tiến hành sửa chữa đường xá trong vùng của họ và che giấu một nghi phạm là tín đồ Công giáo.[190]

Trường hợp vừa dẫn cho thấy lĩnh vực luật pháp là nguồn gốc lớn nhất của những vấn đề giữa các nhà truyền giáo và quan chức Việt Nam. Các hiệp ước bảo hộ dành cho các cộng đồng Công giáo một sự bảo vệ rộng rãi, mà trong lĩnh vực pháp luật thì cho làng đạo quyền tự trị tương đối cao trong việc xét xử những vụ xung đột dân sự và trừng phạt trong nội bộ những vụ vi phạm nhỏ. Đến cuối thế kỷ XIX, điều này đã tạo ra những khu vực Công giáo ở Trung và Bắc Kỳ hệ thống pháp lý song hành phức tạp, bắt đầu từ những cố gắng hòa giải giữa những người chủ gia đình đến những người có danh vọng trong họ đạo, giáo xứ, hạt và cuối cùng là uy quyền của giáo sĩ (linh mục, nhà truyền giáo, và cuối cùng là giám mục), đấy là nói nếu vấn đề chưa được giải quyết.[191] Điều này chắc chắn dẫn tới xung đột với chính quyền thế tục, thường là theo hai kịch bản: giằng co của quyền lực mà những vụ việc nhập nhằng như thế gây ra và xung đột về pháp luật giữa người Công giáo và người không theo Công giáo. Trường hợp đầu sẽ

---

[190] RSHD 2828, TTLT I.
[191] Võ Đức Hạnh, *La place du catholicisme dans les relations entre la France et le Viêt-Nam de 1887 à 1903*, tập 1: 121-35.

dẫn đến: các nhà truyền giáo và quan chức cãi nhau về quyền tài phán và quyền ưu tiên. Còn trường hợp sau thì các nhà truyền giáo – là những người có cả sức mạnh vật chất lẫn chính trị – tham gia trực tiếp vào lĩnh vực pháp lý của nhà nước, thường là nhằm bảo vệ các tín đồ Công giáo bất chấp sự thật. Vì quan hệ giữa các giáo sĩ và quan chức nhà nước thường căng thẳng như thế cho nên các linh mục và nhà truyền giáo thường tìm cách che giấu và giải quyết những vụ việc rõ ràng là nằm ngoài thẩm quyền của họ (thí dụ như giết người)[192] nhằm tránh những phán quyết mà họ cho là bất công và nhằm bảo vệ hình ảnh các cộng đồng Công giáo với chính quyền địa phương. Những rắc rối về luật pháp như thế làm cho mâu thuẫn từ thời tiền thuộc địa vẫn tiếp tục sinh sôi nảy nở.

Mặc dù mạng lưới trường học và các thiết chế an sinh xã hội của Công giáo đang phát triển ở Việt Nam chắc chắn đã làm cho đời sống của nhiều người không phải Giáo dân dễ chịu hơn, nhưng điều này có thể cũng tạo ra một số vấn đề nghiêm trọng. Điều này đặc biệt đúng đối với những trại mồ côi. Cho đến Thế chiến I, việc chăm sóc những đứa trẻ "bị bỏ rơi" là lĩnh vực của các bà xơ người Pháp thuộc Dòng Thánh Phaolô thành Chartres. Các bà xơ tuyên bố rằng họ chỉ nhận những đứa trẻ bị bỏ rơi hay do cha mẹ nhiệt tình mang tới, trong khi những người chỉ trích Giáo hội ngờ rằng có nhiều vụ bắt cóc và bán trẻ con để được cải

---

[192] GGI 22555, ANOM.

đạo. [193] Mặc dù cáo buộc như thế chắc chắn là quá đáng, nhưng đôi khi các xơ cũng can thiệp để đưa những đứa trẻ khỏi điều mà họ coi là môi trường ô nhiễm về mặt đạo đức, và một số đứa trẻ ở đây chỉ vì cha mẹ chúng chẳng còn lựa chọn nào khác. [194] Một số vị lãnh đạo Giáo hội còn không muốn để người ta mang những đứa trẻ ra khỏi cơ sở nuôi dưỡng của họ. Bản hướng dẫn năm 1901 của MEP cho giáo phận Sài Gòn tiết lộ rằng quỹ mang tên Hội Chúa Hài Nhi trả tiền cho những người để con lại cho các nhà nuôi trẻ mồ côi Công giáo và thúc giục các bà xơ và các nhà truyền giáo đòi bồi thường tiền ăn ở – một đòi hỏi bất khả thi – nếu người ta xin lại con. [195]

Mặc dù trong giai đoạn đầu thời kỳ thuộc địa các nhà truyền giáo thường ở trung tâm của các cuộc xung đột trong cộng đồng, một số linh mục bản xứ còn lợi dụng sự an toàn mà họ mới có được và ảnh hưởng của truyền giáo như một thứ môn bài để hành xử một cách tệ hại. Các nhà truyền giáo lại có xu hướng coi những lời phàn nàn của dân chúng hay quan chức về giới tăng lữ bản xứ như là thái độ bài Công giáo, nhưng tài liệu lưu trữ của chính quyền thuộc địa có quá nhiều lời phản đối, không thể nào bỏ qua được. Năm 1899, những người có danh vọng từ một làng ở Phú Thọ tố cáo một linh mục bản xứ rằng ông này đã hứa sẽ lợi

---

[193] Daughton, *An Empire Divided*, 62.

[194] Xem Christina Firpo, "'The Durability of the Empire': Race and 'Abandoned' Children in Colonial Vietnam, 1870-1956," Luận án tiến sĩ, University of California at Los Angeles, 2007, chương 2.

[195] *Projet de coutumier pour la mission de Saigon* (Hong Kong: Missions Etrangères de Paris, 1902).

dụng ảnh hưởng với chính quyền thuộc địa để xin hạ thuế cho làng này. Đổi lại, họ phải nhượng cho ông ta ngôi chùa và những đồ tế lễ. Sáu năm sau thuế suất của họ vẫn không thay đổi, những người có danh vọng trong làng tố cáo với chính quyền thuộc địa.[196] Trong một trường hợp khác, xảy ra năm 1912, những người không theo đạo ở gần Nam Định phản đối khi cho rằng các linh mục bản xứ thường thực thi công lí thay cho các quan chức địa phương; trường hợp này liên quan đến việc mất trộm mấy cái vạc và vài con lợn.[197] Còn năm 1899 thì có một báo cáo nói rằng vị linh mục ở Hà Nam hung bạo đến mức những thành phần ưu tú của giáo xứ đã bỏ đạo.[198] Mặc dù trong những cuộc tranh luận công khai, các nhà truyền giáo hầu như bao giờ cũng bênh vực các linh mục bản xứ, nhưng trong chỗ riêng tư đôi khi họ cũng công nhận rằng giáo sĩ đáng bị chỉ trích. Năm 1904, sau khi dân làng ở gần Phát Diệm phàn nàn với nhà chức trách Pháp về một người dạy giáo lý bản xứ, trong chỗ riêng tư vị giám mục khu vực này công nhận rằng người dạy giáo lý đó đã "có những hành động khinh suất", mặc dù không nói rõ, nhưng đấy là những hành động nghiêm trọng đến mức giám mục đã bãi chức ông ta.[199]

Trong giai đoạn đầu thời thuộc địa, một trong những đề tài gây tranh cãi thường xuyên trong cộng đồng là vấn đề đất đai, nhất là trong khu vực dân cư đông đúc ở vùng châu

[196] RSPT 958, TTLT I.
[197] GGI 19145, ANOM.
[198] RST 20167, TTLT I.
[199] Báo cáo hàng năm của giáo phận Biển Bắc Kỳ, 1904, MEP.

thổ sông Hồng. Trong những làng lẫn lộn lương giáo ở khu vực này, một số khoảnh đất công dùng cho việc thờ cúng thường được cắt riêng ra cho Công giáo dùng. Khi đất thờ cúng không đủ dùng cho cả hai cộng đồng, một số làng thậm chí còn giao phần đất công được phân cho những cá nhân hay gia đình gặp khó khăn. Sau một thời gian, một số cộng đồng này bắt đầu coi phần đất của làng như là đất bất khả chuyển nhượng của Công giáo với tên gọi là giáo điền hay đạo điền. Mặc dù cách làm này cho thấy việc giao đất công giữa các nhóm trong cộng đồng có thể diễn một cách hòa bình, điều quan trọng cần ghi nhận là có thể xảy ra khả năng cưỡng bức, đặc biệt là khi có các nhà truyền giáo. Thực vậy, ở Bắc Kỳ, sau hòa ước 1874 dường như đã xảy ra nhiều trường hợp như thế, đấy là lúc các nhà truyền giáo lợi dụng những biện pháp bảo vệ mới đối với tín đồ Công giáo và địa vị bấp bênh của triều đình nhà Nguyễn để nhận những khoản bồi thường và nhượng bộ khác.[200] Trong thời thuộc địa, đôi khi các nhà truyền giáo còn tịch thu đất đai của dân chúng nữa; có báo cáo nói rằng ở Yên Bái, năm 1904, một nhà truyền giáo đã cướp đất của người không theo đạo để xây nhà cho các tín đồ công giáo bị tước quyền sở hữu ruộng đất.[201]

Sự gia tăng một cách chậm chạp số người theo Công giáo ở một số khu vực ở Bắc Kỳ hồi cuối trong giai đoạn chuyển giao thế kỷ đã dẫn đến những vụ xung động tại

[200] Giám múc của Tây Bắc Kỳ cho RS Hà Nam, ngày 15/9/1909, RST 46801, TTLT I.
[201] RST AF 4268, ANOM.

nhiều vùng. Ở một vài khu vực là do cải đạo chậm đi; ở những nơi khác, ví dụ như Nam Định, thì do nhiều người chết và những người Công giáo còn lại thì di cư đi nơi khác.[202] Dù lý do có là gì đi nữa thì số tín đồ Công giáo trong một số làng giảm đi cũng dẫn tới làn sóng xung đột về việc phần đất tạm thời nhượng cho Công giáo sẽ được đem phân phối lại trên cơ sở số Giáo dân trong làng hay đất đó vĩnh viễn thuộc về cộng đồng Công giáo. Sự phân biệt không rõ ràng như thế thường dẫn tới những vấn đề trên thực tế. Năm 1906 ở một làng ở Hà Đông số Giáo dân giảm từ 24 xuống còn 5 đã dẫn đến xung đột là ba mẫu đất (3. 600m^2) mà các tín đồ Công giáo vẫn sử dụng sẽ được chia lại cho phù hợp với số dân Công giáo ở trong làng. Nhà truyền giáo khu vực tuyên bố rằng cả ba mẫu đất vĩnh viễn thuộc về tín đồ Công giáo, nhưng viên tổng đốc lại khẳng định rằng chỉ dành cho người Công giáo một mẫu và đem chia lại hai mẫu kia. Ông ta còn nhận xét rằng trong mấy năm gần đó một phần đất này không phải do dân làng trồng cấy mà "do cộng đồng Công giáo" trồng cấy; điều đó có thể có nghĩa là Giáo dân trồng cấy cho giáo phận hay người không theo đạo làm việc theo thỏa thuận ăn chia sản phẩm. Vụ việc được đưa lên viên công sứ Pháp ở Hà Đông, ông này chỉ có thể đưa ra đề nghị nửa vời là phải chia đất sao cho thỏa mãn được cả hai phía.[203]

Năm 1909 ở Ô Mễ, Hà Nam, cũng có trường hợp tạo ra

---

[202] Bùi Đức Sinh, *Giáo hội công giáo ở Việt Nam* (Calgary: Veritas, 1998), tập 2:513.
[203] RSHD 2822, TTLT I.

những vấn đề tương tự. Một thế hệ trước đó, làn sóng cải đạo đã dẫn đến kết quả là trong 36 mẫu đất dành cho thờ cúng của làng thì 22 mẫu được dành cho người Công giáo vì họ là thành phần chính của làng. Lúc đó làng đã để ra 4 mẫu cho tín đồ Công giáo sử dụng vĩnh viễn. Nhưng sau làn sóng bỏ đạo năm 1905, chỉ còn lại một ít tín đồ, nếu 22 mẫu kia có thể được chia lại một cách hợp pháp thì phần lớn 4 vĩnh viễn thuộc về người Công giáo cũng sẽ bị chia lại. Những người có danh vọng trong làng khẳng định và định làm như thế, nhưng Giáo dân trong làng đưa vụ việc lên các quan chức địa phương. Theo báo cáo của giám mục địa phận Hà Nội thì những người Công giáo trong khu vực tiếp tục sử dụng những mảnh đất này trong khi vụ việc được đem ra xét xử. Một hôm, một số người dân địa phương "bị kích động vì giận dữ và rượu" đã đánh vị linh mục bản xứ và trói ông ta vào gốc cây. Vị giám mục và tín đồ Công giáo địa phương đã thất vọng khi nhà chức trách phân xử vụ việc không chỉ hạ lệnh chia lại 22 mẫu đất mà còn giải thích hành động của vị linh mục kia là có tính khiêu khích và không trừng trị những người đã tấn công ông ta.[204] Hai trường hợp vừa dẫn minh họa cho vấn đề bản sắc của cộng đồng trong những cuộc đàm phán về đất đai theo tập tục và theo pháp luật. Vì đất của Công giáo lấy từ đất công dùng cho việc cúng tế thường có nguồn gốc mập mờ, nhưng lại là đất "vĩnh viễn" dành cho Công giáo trong thời gian gần đây, cho nên chúng trở thành nguồn gốc xung

---

[204] Giám mục Hà Nội cho RS Hà Nam, ngày 15/9/1909, RST 46801, TTLT I.

đột mỗi khi bản sắc của cộng đồng có sự thay đổi. Những vụ xung đột pháp lý về quyền sử dụng đất đai lại thường làm gia tăng ác cảm giữa Giáo dân và quan chức địa phương: chúng không chỉ tạo cho các nhà truyền giáo nhiều cơ hội trình bày với chính quyền thuộc địa, có thể làm cho các quan chức bản xứ rơi vào tình trạng khó khăn, mà còn tạo cớ cho các quan chức bản xứ tước quyền sử dụng đất của người Công giáo nữa.

Nhưng đối với Giáo dân hồi đầu thời thuộc địa có lẽ thành tố gây xung đột cộng đồng mạnh mẽ nhất lại là ký ức về những việc đã qua. Trong những năm 1900, 1906 và 1909 Vatican đã phong chân phước cho 92 tín đồ đã chết trong những vụ bạo lực hồi thế kỷ XIX. Mười sáu người trong số đó là các nhà truyền giáo (7 người của MEP, 9 người thuộc dòng Đa Minh Tây Ban Nha), 76 người Việt Nam đầu tiên được nhận danh hiệu cao quí đó. Hai mươi lăm người nữa được phong chân phước năm 1951 và năm 1988 Giáo hoàng Gioan Phaolô II đã phong thánh cho cả 117 người. Đối với các nhà truyền giáo cũng như giáo dân, việc phong chân phước là sự công nhận rốt ráo về những trải nghiệm và ký ức về bạo lực diễn ra trong cộng đồng. Giáo dân đã thờ phụng những người bị giết trong những vụ bạo lực, coi những di vật của họ là linh thiêng và coi các thánh tử đạo (thuật ngữ này được nhiều người sử dụng trước khi chính thức phong chân phước) là những người tận tụy với Công giáo. Ví dụ, Philippe Phan Văn Minh, một trong những người được phong chân phước năm 1900, bị giết ở Vĩnh Long năm 1854. Sau khi Phan Văn Minh chết, các nhà truyền giáo đã thu thập những bằng chứng và tài liệu nói về cái chết của ông, kể cả thư từ của ông, và gửi về Rome như là một phần của đề nghị phong chân phước cho ông. Những bản báo cáo đó và những câu chuyện truyền miệng, được kể trong hàng chục năm, là cơ sở cho cuốn tiểu sử của Phan Văn Minh được xuất bản năm 1902.[205]

Việc phong chân phước làm sống lại hồi ức về những vụ bạo lực trong cộng đồng và làm cho các thánh tử đạo tái xuất hiện trong đời sống Công giáo Việt Nam. Việc này thậm chí còn diễn ra trước khi việc phong chân phước vì việc chuẩn bị cho mỗi trường hợp có thể kéo dài nhiều năm. Thứ nhất, di vật phải được đào lên và nếu tìm được thì phải được nhận dạng và bảo quản. Rồi phải thu thập những bằng chứng ủng hộ cho việc phong chân phước. Nghĩa là phải thu thập những lời chứng được ghi lại ngay khi chết và từ những người chứng kiến sự kiện hiện vẫn còn sống.

Vị giám mục Hà Nội mô tả quá trình đó có thể có phạm vi rộng đến mức nào: "Chúng tôi đã ghi lại hành động của một nhóm 45 tôi tớ của Chúa trong suốt nhiều năm liền. Đấy là công việc nặng nhọc, vì phải làm bằng tay nhiều bản sao tám ngàn trang giấy."[206] Sau đó các nhà truyền giáo, các linh mục và những người có danh vọng mới thảo luận từng trường hợp cụ thể xem có thể gửi đi Rome được

---

[205] Jacob Ramsay, *Mandarins and Martyrs: The Church and the Nguyen Dynasty in Early Nineteenth-Century Vietnam* (Stanford, CA: Stanford University Press, 2008), 126-27.

[206] Báo cáo hàng năm của giáo phận Tây Bắc Kỳ, 1909, MEP.

không. Cuối cùng, một nhà truyền giáo hay giám mục lên đường với các bằng chứng và di vật và giao từng trường hợp tận tay tại Rome.

Giáo dân trên khắp Việt Nam, từ Hà Nội và Sài Gòn đến các làng nhỏ, hàng năm đều làm lễ kỷ niệm việc phong chân phước. Các vị giám mục tuyên bố Triduum, tức là thời kỳ cầu nguyện kéo dài ba ngày, trong đó có thánh lễ hiệp thông vào lúc sáng sớm; buổi sáng tiến hành lễ mi – xa với thầy trợ tế và phó trợ tế, giảng kinh Phúc âm. Buổi chiều là kinh chiều về các thánh tử đạo. Buổi tối, cử hành Bí tích Thánh Thể, trước đó có bài tán tụng thứ hai vinh danh vị Chân phước. Di vật của họ được bày trên bàn thờ chiếu sáng suốt ngày đêm.[207] Thư mục vụ về kế hoạch tổ chức lễ hội có cả tiểu sử của các vị thánh tử đạo và bản tường trình về cái chết của họ. Trước năm 1925 các thánh tử đạo thường được tổ chức cùng với ngày *Jeanne d'Arc, khoảng* ngày 8 tháng 5, ngày bà giải vây Orléans hay ngày 30 tháng 5, ngày lễ thánh của bà. Nhưng năm 1925, Khâm sứ bổ nhiệm của Tòa thánh tới Đông Dương chỉ thị lấy ngày Chủ nhật đầu tiên của tháng 9 hàng năm làm ngày kỷ niệm quốc gia các thánh tử đạo Việt Nam. Các nhà truyền giáo ghi nhận rằng khi những ngày lễ này được tổ chức thì số người tham gia lễ lạc đông hơn hẳn những thời điểm khác trong năm

Việc phong chân phước làm cho các thánh tử đạo trở thành thành phần nổi bật trong đời sống hàng ngày của tín

---

[207] Báo cáo hàng năm của giáo phận Tây Bắc Kỳ, 1910, MEP.

đồ Công giáo cả ở những khía cạnh khác nữa. Vì phong chân phước thường có cải táng, nhiều thánh tử đạo được táng vào những ngôi mộ mới, hoành tráng hơn hẳn (hình 4). Giám mục Vinh mô tả những ngôi mộ mới trong giáo phận của ông "làm người ta nhớ lại những nhà thờ nhỏ ở vùng nông thôn nước Pháp," có lối vào và bàn thờ xây bằng đá và hài cốt nằm trong quan tài đá phía sau bàn thờ. [208] Do tầm quan trọng như thế cho nên những ngôi mộ này thường nổi hẳn lên trong nghĩa trang, hay nằm bên cạnh hay bên trong nhà thờ hoặc chủng viện. Giám mục Huế nhận xét rằng một số làng còn lấy tên các thánh tử đạo để đặt tên cho các hội ái hữu địa phương. [209] Và

(Hình 4). Mộ của các thánh tử đạo, Bắc Kỳ, 1900. Nguồn: J. B. Piolet, S. J., Les Missions catholiques françaises au XIXe siécle, vol. 2, Abyssinie, Inde, Indochine (Paris: Armand Colin, [1901 –] 1903), 481.

---

[208] Eloy cho Garnier, ngày 21/12/1915, Correspondance Eloy, MEP.
[209] Allys cho "bien cher confrère," ngày 12/9/1918, Correspondance Allys, MEP.

khi máy in của các hội truyền giáo cung cấp ngày càng nhiều sách báo cho Giáo dân thì lịch sử và tiểu sử các thánh tử đạo trở thành tài liệu quan trọng của gia đình và nhà trường, xóa bớt lịch sử của những vụ bạo động, đến mức vào giai đoạn cuối thời kỳ thuộc địa ít người còn tự mình nhớ được những vụ bạo động đó.

Năm 1928, tờ *Sacerdos Indosinensis*, một tờ tạp chí ủng hộ giáo sĩ bản xứ, có một bài nói với các linh mục về những cách thức hành động hiệu quả nhất khi phải đối mặt với quan chức bản xứ. Bài báo nhắc đến vai trò của quan chức nhà Nguyễn trong các vụ bạo lực cộng đồng và khuyến khích độc giả cảnh giác với thái độ bình thản của họ trong thời gian gần đây. Tác giả khuyến khích các linh mục nhắc nhở các quan chức có thái độ thù nghịch rằng Giáo dân tin vào sự tách biệt giữa việc đời và việc đạo, rằng các linh mục Công giáo không tham gia vào chính trị, và rằng Giáo dân tại gia vẫn sống sao cho có thể đem lại lợi lạc cho tất cả mọi người Việt Nam. Điều này ít nhất cũng thể hiện rằng Giáo dân sợ thái độ của dân chúng địa phương và các quan chức vẫn tiếp tục giữ mãi hình thức cũ sau khi Pháp đã hạ bệ quyền lực của nhà Nguyễn. Nhưng tác giả cũng đề xuất rằng các linh mục phải nhấn mạnh sự kiện là Công giáo không phải là "đạo bên Tây đem qua" mà là sản phẩm nội địa và của tất cả các dân tộc.[210] Đấy là biện pháp phòng vệ phổ biến nhằm chống lại những lời tuyên bố

---

[210] Phillipe Ba, "Hội viên chức ngoại nghe giảng cùng cãi lẽ đạo," *Sacerdos Indosinensis*, ngày 15/4/1928.

về tội đồng lõa với chính quyền thực dân và còn phản ánh thực tiễn mới trong quan hệ giữa hội truyền giáo và nhà nước trong giai đoạn chuyển giao thế kỷ, khi những vụ va chạm giữa Giáo dân và chính quyền Pháp ở Việt Nam đang gia tăng làm xói mòn những mối liên kết gần gũi về chính trị và văn hóa đã hình thành trong giai đoạn chinh phục.

TRUYỀN GIÁO VÀ NHÀ NƯỚC THUỘC ĐỊA TRONG ĐẾ QUỐC THEO THỂ CHẾ CỘNG HÒA

Ngày 10 tháng 3 năm 1901, một đám đông tụ tập trước nhà thờ lớn ở Sài Gòn để khánh thành bức tượng Pigneau de Béhaine (Bá Đa Lộc), một vị giám mục của MEP, người đã giúp Nguyễn Ánh đánh bại lực lượng Tây Sơn vào năm 1802.

(Hình 5). Tượng của giám mục Bá Đa Lộc (Pigneau de Béhaine) và hoàng tử Nguyễn Phúc Cảnh, vào khoảng năm 1902. Trích từ tạp chí Missions Catholiques, ngày 11 tháng 4 năm 1902.

Ngày hôm đó lá cờ Tam tài và những bản nhạc đầy tinh thần ái quốc đã vinh danh vị giám mục Công giáo trong một buổi lễ theo tinh thần cộng hòa, và cả các quan chức thuộc địa lẫn các nhà truyền giáo cùng chào mừng "con người của những tư tưởng lớn và sáng tạo, người muốn rằng ở khu vực Viễn Đông xa xôi này tên của người Pháp đồng nghĩa với tiến bộ, văn minh và tự do thật sự."[211]

Bằng cách đưa de Béhaine ra như một phần của quá trình bành trướng của chủ nghĩa thực dân Pháp ở Việt Nam, bức tượng đã gợi lên, theo lời của James P. Daughton, "cầu nối giữa Pháp và dân chúng thuộc địa, giữa tình yêu nước và tình yêu Thiên Chúa, và thậm chí là giữa những lý tưởng khai hóa của cộng hòa và mục tiêu của lòng từ bi của Công giáo."[212] Nhưng không phải tất cả mọi người vui đều mừng trước những ẩn ý mang tính tượng trưng của bức tượng. Thực vậy, thậm chí việc đề xuất xây dựng bức tượng đã làm cho Camile Pâris, quản lý bưu điện và là người chỉ trích nổi tiếng các hội truyền giáo Công giáo, buộc tội de Béhaine là làm cho người Việt Nam căm thù người Pháp. Mười năm sau đó, cựu toàn quyền Jean de Lanessan viết về de Béhaine và các nhà truyền giáo đồng nghiệp với ông ta rằng "họ nhìn thấy trong giấc mơ của mình chữ thập mang tính chinh phục và có chủ quyền chứ không phải là nước Pháp đang mở rộng ảnh hưởng của mình ở Viễn Đông."[213]

---

[211] Daughton, *An Empire Divided*, 104.
[212] Tác phẩm đã dẫn, 102.
[213] Trích trong James P. Daughton, "Recasting Pigneau de Béhaine:

Xung đột về bức tượng Pigneau de Béhaine là chỉ dấu thích đáng về vị trí phức tạp của các hội truyền giáo tại thuộc địa của nền Cộng hòa Đệ tam thế tục. Bức tượng, tự bản thân nó, thể hiện niềm tin của nhiều nhà truyền giáo và quan chức Pháp trong suốt giai đoạn thuộc địa rằng các hội truyền giáo và chính quyền thuộc địa là những thành phần bổ sung cho nhau của một cố gắng duy nhất của người Pháp là đem văn minh phương Tây đến với những người kém may mắn hơn.

Daughton khẳng định: "Trong khi say sưa tuôn ra những sáo ngữ của chủ nghĩa đế quốc, với những lời hứa về khai hóa cho những kẻ bán khai và tái tạo thế giới theo hình ảnh rõ ràng của Pháp, các quan chức của nước cộng hòa và các nhà truyền giáo đã san bằng được sự khác biệt to lớn về truyền thống, lý tưởng và mục tiêu, vốn là những thứ làm cho họ cách xa nhau."[214] Nhưng, "bản chất gây chia rẽ của chủ nghĩa thực dân, với những mối quan tâm về ngân sách và bất đồng về chính sách, có nghĩa là trên thực tế các nhà truyền giáo và quan chức thường lờ nhau đi chứ không phải là đạt được bất cứ đồng thuận nào."[215] Thực vậy, sự khác biệt rất lớn về ý thức hệ và sự cạnh tranh để giành ảnh hưởng đối với dân chúng Việt Nam có nghĩa là các hội truyền giáo và nhà nước thuộc địa có thể thường xuyên trở

Missionaries and the Politics of French Colonial History, 1894-1914," trong *Việt Nam: Borderless Histories*, Anthony Reid và Nhung Tuyet Tran, chủ biên (Madison: University of Wisconsin Press, 2006), 321.

[214] Daughton, *An Empire Divided*, 261.

[215] Tác phẩm đã dẫn.

thành những đối thủ quyết liệt của nhau.

Những tượng đài kỷ niệm sự thống nhất của sứ mệnh khai hóa của Công giáo và chính quyền thuộc địa mọc lên rải rác trên đất nước Việt Nam. Đối tượng được thường xuyên chú ý là nhà truyền giáo dòng Tên, ông Alexander de Rhodes, đến Việt Nam lần đầu tiên vào năm 1627 và được nhiều người tin là người phát minh ra chữ quốc ngữ. Đối với nhiều nhà truyền giáo, de Rhodes là huyền thoại gốc lý tưởng nhằm kết nối Giáo hội Công giáo Việt Nam với những cội nguồn đặc trưng của Pháp và bằng cách đó, tuyên bố rằng các hội truyền giáo là những cộng sự thiết yếu cho quá trình thực dân hóa. Ngày 19 tháng 3 năm 1927, kỷ niệm 300 năm ngày de Rhodes đến Việt Nam, các giáo phận trên khắp Việt Nam đã tổ chức những buổi lễ hội để vinh danh ông và có mời các quan chức Pháp tham gia. Số đầu tiên của tờ *Sacerdos Indosinensis*, tờ tạp chí đầu tiên dành cho các linh mục, viết rằng đấy là ngày vinh danh những đóng góp của de Rhodes không chỉ cho Giáo hội Công giáo Việt Nam mà còn cho cả nước Pháp nữa. [216]Nhiều người bên ngoài các cộng đồng Công giáo còn coi de Rhodes như là thầy trợ tế đầu tiên cho ảnh hưởng của chế độ thuộc địa. Viên tướng và cũng là nhà khoa học, ông Auguste Bonifacy, viết rằng de Rhodes, "trong khi phục vụ tôn giáo, lại giúp cho tiến bộ của khoa học và văn minh" và đã cho Pháp "vai trò quan trọng ở bán đảo Đông

---

[216] Léopold Cadière và Joseph Kiều, "Historica," *Sacerdos Indosinensis*, ngày 19/3/1927.

Dương."[217] Năm 1941, Hội đồng Pháp – Việt đã sử dụng quỹ của nhà nước để vinh danh de Rhodes bằng cách xây dựng một cái tháp ở Hà Nội và một tấm bia khắc bài tường thuật về cuộc đời và sự nghiệp của ông. Trong bài diễn văn đọc tại lễ khánh thành, một quan chức Pháp đã mô tả de Rhodes như là người cống hiến cho "liên minh trí thức của người Da Trắng và Da Vàng" và "liên minh tâm linh của phương Đông và phương Tây."[218]

Các thánh tử đạo cũng là một tâm điểm chú ý thường xuyên của những bài viết về liên minh truyền giáo – thuộc địa. Nhân kỷ niệm 100 năm ngày sinh của thánh tử đạo Théophane Vénard, bị giết ở Bắc Kỳ năm 1861, đã có một buổi lễ lớn và long trọng mô tả cuộc đời ông như là sự hy sinh cao cả nhất không chỉ cho đức tin của ông mà còn cho vinh quang của Pháp ở Việt Nam nữa. Một nhà truyền giáo tên là Menne kể lại câu chuyện về cái chết của Vénard như sau: "Théophane Vénard bị chém nhát đầu tiên. Đấy mới là thử thôi, da mới bị rách. Cú thứ hai, nhằm đúng chỗ hơn, làm đầu đứt gần như hoàn toàn, và đồng thời làm thánh tử đạo gục xuống và đống củi thiêu người đổ. Sau khi thấy cái kiếm bị mẻ, tên đao phủ liền chém một nhát nữa và xong nhiệm vụ; sau đó hắn cầm tai và nhắc lên cho viên trung tá ngồi trên khán đài xem." Trước khi bị chém chết, Vénard

---

[217] Auguste Bonifacy, Les débuts du chistianisme en Annam des origins au commencement du XVIIIème siècle (Hà Nội: Imprimerie Tonkinoise, 192-?).

[218] "L'Amiral Jean DECOUX, Gouverneur Général, inaugure la stèle du R.P. de Rhodes," Indochine, ngày 12/6/1941.

đã nói những lời cuối cùng sau đây: "Nếu Annam giết tôi, tôi sẽ sung sướng được lấy máu mình che chở cho họ." Menne chộp lấy câu cuối cùng này để mô tả cái mà ông ta cho là ý nghĩa thực sự của sự hy sinh của Vénard. Ông ta viết tiếp: "Bằng lời nói và bằng tấm gương, và bằng tất cả các phương tiện mà lòng yêu nước và niềm tin gợi lên trong ta, tất cả chúng ta hãy yêu thương vùng đất Annam thân thiết này bằng cách mang đến cho họ Cha, Con và Chúa Thánh thần, tức là những người đã làm cho nước Pháp 'trở thành vương quốc tươi đẹp nhất, chỉ sau Thiên đàng mà thôi' và những người cũng sẽ rộng lượng không kém đối với... chính phủ bảo hộ và thuộc địa của chúng ta ở Viễn Đông, mà thánh Théophane Vénard sẽ luôn luôn bảo vệ họ."[219]

Các dự án về văn hóa khác cũng tạo điều kiện cho khán thính giả ở chính quốc tán dương những đóng góp của các nhà truyền giáo cho đế chế. Trong quá trình lập kế hoạch cho cuộc triển lãm thuộc địa ở Vincennes năm 1931, các linh mục có uy tín và những nhà công nghiệp và tri thức ủng hộ Công giáo đã vận động để có ngân sách làm gian trưng bày dành cho các hội truyền giáo trong đế quốc Pháp. Ngoài rất nhiều số liệu thống kê và ảnh quảng bá với chính quyền thuộc địa về những đóng góp của các trường học, bệnh viện, và những định chế từ thiện của hội truyền giáo,

[219] R.P. Menne, *Centenaire de la naissance du bienheureux Théophane Vénard, prêtre martyr de la SMEP, panégyrique prononcé par le RP Menne, dominicain, en l'Église Cathédrale de Hanoi, le 24 november 1929* (Hải Phòng: Imprimerie I.D.O.H.G., 1930).

ở đây còn có một nhà thờ để khách tham gia có thể tham gia thánh lễ. Khu đất còn có một tháp chuông, xung quanh là những bức tượng thể hiện "bốn giống người" (trắng, đen, châu Á và Latin) và trên đỉnh là một thánh giá hắt ánh sáng xuống khu vực triển lãm. Khu vực trưng bày còn có một hầm mộ nhằm vinh danh sự hy sinh của các thánh tử đạo nữa. Đối với một số người, cuộc triển lãm này như vậy là đã trở thành cơ hội để thể hiện điều mà một nhà quan sát gọi là "thiên anh hùng ca của truyền giáo", một câu chuyện về việc chinh phục tâm linh không thể tách rời khỏi sự mở rộng những khu vực hải ngoại của nước Pháp.[220]

Một tín đồ Công giáo Việt Nam còn trở thành biểu tượng của sự hợp tác về chính trị và văn hóa giữa Pháp và Việt Nam. Có lẽ ví dụ nổi bật nhất là Trương Vĩnh Ký. Ngày 6 tháng 12 năm 1937, nhân 100 năm ngày sinh của Trương Vĩnh Ký, tất các các trường thuộc địa đều giành thời gian học về ông. Cũng trong ngày hôm đó, toàn quyền Đông Dương, giám mục Sài Gòn, và hàng trăm vị khách đã tham gia buổi lễ ở chính nơi sinh của Trương Vĩnh Ký tại tỉnh Bến Tre. Mấy bài phát biểu đều nhắc lại ý của một linh mục trong hạt, ông này nói rằng Trương Vĩnh Ký là "người ủng hộ quan trọng nhất cho việc tái lập quan hệ hữu nghị Việt – Pháp." Một quan chức Pháp nói: "Trong khi gợi lại ký ức về Pétrus Ký, chúng ta có thể không nghĩ đến tất cả những người mà ông đã cộng tác với và những người mà

---

[220] "En marge de l'exposition colonale: l'épopée des missionnaires," *L'Avenir du Tonkin*, ngày 16/9, 17/9 và 18/9 năm 1931.

ông đã là bạn và là bạn tâm giao – thủy thủ, binh lính, nhà quản lý, nhà buôn, linh mục, và tất cả những người đã viết lên những trang sử đầy ấn tượng của Pháp ở châu Á."[221] Trong bài diễn văn ở Cung Đình Huế, nhà trí thức Nguyễn Tiến Lãng khẳng định rằng niềm tin "Tây phương" của Trương Vĩnh Ký đã thúc đẩy ông "tôn trọng chính quyền và trật tự" và thúc đẩy ông đặt vấn đề về "nước Việt Nam đã được tái sinh nơi nền văn hóa Pháp – Việt, tức là sự tổng hợp của những lý tưởng chung có thể đơm hoa kết trái."[222] Trần Lục (Cụ Sáu), người đã có những mối liên hệ gần gũi với chính quyền Pháp trong giai đoạn chinh phục là một biểu tượng nữa của sự hợp tác Việt – Pháp. Như Armand Olichon, người đứng đầu Liên hiệp truyền giáo của các giáo sĩ Pháp (*Union Missionaire du Clergé de France*) viết năm 1941: "Tại thời điểm khi mà các vấn đề thuộc địa trở nên cấp bách, sẽ có ích khi nghĩ về những bài học từ cuộc đời của Cụ Sáu. Nếu đúng là nền chính trị của tương lai, trong tất cả các dân tộc văn minh, là nền chính trị của các hiệp hội thì làm sao mà việc thúc đẩy và sử dụng những người hợp tác có giá trị như là vị linh mục ở Phát Diệm lại không phục vụ cho quyền lợi của chúng ta?"[223]

Những hiện tượng tiêu biểu như thế, mặc dù có thể là lý

[221] Xem những mẩu báo chí trong GOUCOCH IIA.45/173 (17), TTLT II.
[222] Nguyễn Tiến Lãng, *Pétrus Truong Vinh Ky, lettré at apôtre franco-annamite* (Huế: Buy Huy Tín, 1939), 19, 21.
[223] Armand Olichon, *Le Père Six, curé de Phat Diem, vice-roi en Annam* (Paris: Bloud et Gay, 1941), 9, 133.

tưởng hóa và thường là cường điệu, nhưng cũng cho thấy những ràng buộc thực sự giữa các hội truyền giáo Công giáo và chính quyền Pháp ở Việt Nam. Thực vậy, mặc dù có những vụ va chạm giữa những người lãnh đạo hội truyền giáo và chính quyền Pháp, tức là những va chạm xuất hiện ngay từ buổi đầu, trong suốt thời kỳ thuộc địa, nhiều nhà truyền giáo và một số tín đồ Công giáo Việt Nam vẫn tiếp tục coi Pháp là cứu tinh. Các nhà chức trách Pháp đã tặng cho một số tín đồ Công giáo tận tụy đó huy chương Bắc Đẩu Bộ Tinh, phần thưởng cao quí nhất của nước cộng hòa. Mặc dù có ít quan chức Pháp đã từng bảo vệ một cách quá nhiệt tình các hội truyền giáo, nhưng thái độ đồng cảm và thực dụng đã làm cho đa phần trong số họ, nói chung, chấp nhận sự có mặt của các đoàn truyền giáo. Các quan chức thuộc địa cao cấp có xu hướng ủng hộ các mối quan hệ lâu dài chứ không mất nhiều thời giờ cho những nguồn gốc và chạm cụ thể. Còn các vị giám mục, những người quan tâm tới việc bảo vệ ảnh hưởng của hội truyền giáo trong giai đoạn khi mà quyền lực của nhà nước đang gia tăng, cũng có xu hướng chấp nhận tương tự như thế. Chắc chắn là một vài quan chức ủng hộ to mồm như Ernest Outrey – đại diện cho Đông Dương trong Quốc hội Pháp từ năm 1911 đến 1936 và là người bảo vệ quyết liệt cho các hội truyền giáo trong các mối liên hệ của ông ta với các quan chức thuộc địa, trong báo chí và thậm chí cả trong Hạ viện nữa – là những người có lợi cho các hội truyền giáo. Những thời khắc mừng vui và khủng hoảng, thí dụ như ngày quốc khánh, ngày nổ ra Thế chiến I, vụ ám sát tổng thống Paul

Doumer (cựu toàn quyền Đông Dương) hay những cuộc nổi dậy của nông dân Việt Nam trong những năm 1930 – 1931 cũng góp phần củng cố mối quan hệ, tương tự như những buổi thánh lễ, những ngày lễ công cộng và những buổi hội họp, vốn là một phần của đời sống thuộc địa.

Mặc dù không có chế độ thực dân thì không thể nào tưởng tượng nổi sự gia tăng nhanh chóng các nhà truyền giáo hồi cuối thế kỷ XIX, nhưng các thiết chế giáo dục, xã hội và y tế của Công giáo chắc chắn là cũng góp phần vào quá trình thực dân hóa. Cho nên các quan chức thuộc địa tiếp tục giúp đỡ một số thiết chế này ngay cả sau khi cơ sở hạ tầng của nhà nước thuộc địa đã phát triển. Một trong những thiết chế đáng chú ý nhất là trường cấp hai Công giáo, cánh cổng quan trọng dẫn vào thế giới tinh hoa ở thuộc địa. Năm 1893, giám mục Sài Gòn tỏ ra hài lòng khi viết về các học sinh ở Institut Taberd, những người "dễ dàng vượt qua kỳ thi và sau đó sẽ có vị trí trong bộ máy quản lý hay trong kinh doanh."[224] Những thiết chế khiêm tốn hơn, như cơ sở khám chữa bệnh miễn phí, trại trẻ mồ côi và trại phong cũng được giúp đỡ, mặc dù thường là vì những lý do khác: một quan chức Pháp đánh giá rằng "các nhà truyền giáo quản lý những cơ sở này với chi phí thấp hơn mười lần so với nhà nước thuộc địa" và rằng "dù là ban quản lý có thể thay người của truyền giáo bằng giáo dân, những 'công việc đặc biệt kinh tởm'… cũng khó tìm được

---

[224] Báo cáo hàng năm của giáo phận Tây Nam Kỳ, 1893, MEP.

đủ người."²²⁵ Các hội truyền giáo còn được chính quyền thuộc địa cung cấp cho những thứ khác nữa. Sách, chuông, tượng, ảnh đeo, tràng hạt, chén lễ, rượu để làm lễ, và các món hàng nhập khẩu thường được miễn thuế. Các nhà truyền giáo đôi khi cũng được giảm giá vé khi đi tàu hỏa hoặc tàu thủy do nhà nước quản lý. ²²⁶ Vào những giai đoạn lụt lội hay đói kém, các quan chức thuộc địa đôi khi cũng trợ cấp để giảm bớt bất hạnh do thiên tai gây ra và giảm thuế ruộng đất do nhà nước quản lý.

Nhưng quá chú ý vào những mối liên hệ như thế này sẽ làm khuất lấp nhiều vấn đề vốn không chỉ ngăn cách các hội truyền giáo Công giáo với nhà nước thuộc địa mà còn làm cho hai bên xung đột với nhau nữa. Một trong những ví dụ sớm nhất, xảy ra vào năm 1888, tức là ngay sau khi Pháp xâm lược: một nhà phiêu lưu người Pháp tên là Charles – David de Mayréna tuyên bố rằng ông ta là vua của người Sê Đăng, một dân tộc thiểu số ở cao nguyên Trung phần. Mayréna trở thành nỗi lo trong một thời gian ngắn cho các quan chức thuộc địa khi ông ta đe dọa rằng sẽ quay sang với Anh hoặc Đức nếu Pháp không công nhận chủ quyền của ông ta, nhưng chẳng bao lâu sau ông ta đã hết sạch tiền, đành phải bỏ "dân của mình" để theo đuổi những vụ phiêu lưu khác và một thời gian ngắn sau thì chết ở Malaysia. Mặc dù vương quốc của Mayréna chẳng sống được bao lâu, nhưng nó đã để lại những hậu quả lâu dài đối

---

²²⁵ Daughton, *An Empire Divided*, 108.
²²⁶ Võ Đức Hạnh, *La place du catholicisme dans les relations entre la France et le Viêt-Nam de 1887 à 1903*, tập 2: 927.

với quan hệ giữa nhà nước và hội truyền giáo. Một số nhà truyền giáo đã làm phiên dịch và người dẫn đường cho Mayréna, và mặc dù họ tuyên bố là họ tin rằng Mayréna được chính phủ cho phép hành động như thế, nhiều quan chức thuộc địa nghĩ rằng MEP đã sử dụng Mayréna nhằm chống lại sự lan truyền ảnh hưởng của nhà nước thuộc địa trong khu vực. Sự kiện mà Mayréna gây ra, một trong những sự nghiệp nổi tiếng ở Đông Dương thuộc địa, gợi cảm hứng cho một loạt bài báo bài giáo sĩ trên báo chí thuộc địa và dẫn tới việc đánh giá một cách có hệ thống của chính quyền mới về ảnh hưởng của truyền giáo tại những vùng xa xôi.[227]

Như sự kiện này cho thấy, sự cạnh tranh giữa việc xây dựng Giáo hội và xây dựng nhà nước sau khi chính quyền Pháp được củng cố đã nhanh chóng thay thế cho những ràng buộc giữa các quan chức thuộc địa và các nhà truyền giáo, được trui rèn trong cuộc đấu tranh chung của họ nhằm chống lại triều đình nhà Nguyễn. Mặc dù các quan chức Pháp đã từng hoan nghênh hoạt động của các nhà truyền giáo trong việc làm suy yếu nhà Nguyễn và cung cấp cho Pháp tin tức tình báo cũng như sức người trong những cuộc chiến tranh xâm lược, nhưng các nhà truyền giáo hiện nay lại gây ra nhiều vấn đề: Sự có mặt đông đảo và thái độ cứng rắn của họ làm cho dân chúng xa lánh, họ lại lôi kéo các quan chức thuộc địa vào những vụ tranh chấp pháp lý

---

[227] Muốn tìm hiểu báo cáo chi tiết về công việc của Mayréna xin đọc Daughton, *An Empire Divided*, chương 2.

và chống lại sự bành trướng về kinh tế và chính trị của Pháp. Khi các quan chức Pháp kiểm soát chặt chẽ hơn vùng đất này thì đấy cũng trở thành vấn đề, thường là khi các quan chức Pháp không công nhận việc bán đất hay ra phán quyết chống lại Giáo dân trong những vụ tranh chấp. Ví dụ một nhà truyền giáo phản đối người Pháp chiếm một khoảnh đất thuộc về viên lý trưởng tham nhũng vì trước đó ông này đã bán khoảnh đất đó cho hội truyền giáo rồi.[228] Các quan chức thuộc địa cảm thấy thất vọng khi tiếp tục phải can thiệp nhằm bảo vệ các nhà truyền giáo, đấy là năm 1926, họ phải bảo vệ hai nhà truyền giáo ở Cao Bằng sau khi người ta báo cáo là trong khi đòi nợ, họ đã phá nhà và tàn phá vườn mía của một tay lý trưởng khu vực.[229] Một số cuộc xung đột xảy ra trên những vấn đề rất đời thường. Năm 1924, một nhà truyền giáo bị dính líu vào một cuộc xung đột với các quan chức Pháp về góc lượn của con đường mà chính quyền thuộc địa xây qua một làng Công giáo – nhà truyền giáo này cảm thấy quá nguy hiểm.[230] Tại một địa điểm khác, các quan chức Pháp đã bác bỏ đề nghị xây một nhà thờ vì nó nằm quá gần sân bay mới.[231]

Nếu như nhiều quan chức Pháp trong giai đoạn đầu thời kỳ thuộc địa coi các hội truyền giáo là một thách thức đối với uy quyền của họ thì nhiều nhà truyền giáo cũng phê

[228] RST 54954, TTLT I.
[229] RST AF 56762, ANOM.
[230] Eloy cho "Vénéré Monseigneur," ngày 26/11/1924, Correspondence Eloy, MEP.
[231] RSA 3161, TTLT II.

187

phán chính quyền Pháp. Điều này còn đúng với Nam Kỳ ngay trong những năm 1860 và 1870, tức là giai đoạn hợp tác mật thiết nhất giữa các hội truyền giáo và quan chức Pháp, quan hệ của họ lập tức xấu đi ngay khi kẻ thù chung của họ bị xóa sổ. Các nhà truyền giáo bị tan tác khi Pháp tỏ thái độ thờ ơ trước làn sóng bạo lực sau cùng và cũng là những vụ tồi tệ nhất trong thời gian diễn ra cuộc chiến tranh Pháp – Thanh, khi dư luận xã hội không quan tâm tới những lời kêu gọi can thiệp thống thiết của các nhà truyền giáo, trái ngược hẳn với sự ủng hộ các Giáo dân trong thời gian Pháp xâm lược Nam Kỳ cách đấy một thế hệ. Nhưng các nhà truyền giáo căm tức nhất là các sĩ quan lục quân và hải quân, những người đã hầu như chẳng làm gì nhằm ngăn chặn bạo lực vào năm 1885, khi gần 40 ngàn người Công giáo bị tàn sát. Mặc dù các nhà truyền giáo thường cường điệu những việc mà người Pháp có thể làm nhằm ngăn chặn những vụ giết chóc đó, nhưng lúc đó các sĩ quan lục và hải quân có thể hoặc là không muốn can thiệp hoặc đơn giản là không có thiện cảm. Tướng de Courcy, mặc dù là một tín đồ Công giáo trung thành, đã tuyên bố rằng các tín đồ Công giáo Việt Nam "sau khi Huế thất thủ, đã tự coi mình là chủ nhân ông của đất nước; và vì vậy mà đẩy những người ngoại đạo vào tình trạng khủng khiếp"; việc ông chiếm thành cổ Bình Định là hành động duy nhất của Pháp vào mùa hè năm 1885 trong khu vực có 10 ngàn Giáo dân bị chết.[232] Năm 1886, Pháp đã giải giáp một số hạt Công giáo

---

[232] Charles Fourniau, *Annam-Tonkin, 1885-1896; Lettrés et paysans vietnamiens face à la conquête coloniale* (Paris: L'Harmattan, 1989),

trước khi an ninh của họ được bảo đảm, việc này đã bị các nhà truyền giáo phản đối.[233] Và trong những năm 1890, những cố gắng của các nhà truyền giáo trong việc vũ trang cho Giáo dân đã làm cho các quan chức Pháp – những người đang tìm cách ngăn chặn việc đưa vũ khí vào trong nước – bực mình.[234]

Các nhà truyền giáo còn điên tiết trước quyết định của Pháp là để cho nhiều quan chức nhà Nguyễn – trong thời kỳ chinh phục, nhiều người trong số họ đã tán thành hoặc tổ chức những vụ bạo lực nhằm chống lại Giáo dân – tiếp tục nắm quyền ở Trung và Bắc Kỳ. Ngay cả Paul – François Puginier, một nhà truyền giáo bảo vệ quyết liệt chính quyền Pháp, cũng có thái độ như thế. Năm 1890, Puginier ra lệnh cho các tín đồ Công giáo người Pháp có danh tiếng thúc giục các quan chức thuộc địa tiếp tục phá bỏ bộ máy cai trị của nhà Nguyễn. Puginier, tương tự như hầu hết các nhà truyền giáo khác, tin rằng các quan chức triều đình đã lạm dụng quyền lực, không chịu ngăn chặn bạo lực và thiên vị khi xử án. Puginier còn tin rằng các quan chức Pháp là những người không có kinh nghiệm, không có hiểu biết về đời sống bản xứ, và không muốn bị lôi kéo vào những cuộc xung đột trong khu vực, không ngăn chặn những vụ lạm dụng của các quan chức triều

---

52-53.
[233] Võ Đức Hạnh, *La place du catholicisme dans les relations entre la France et le Viêt-Nam de 1887 à 1903*, tập 1: 19.
[234] Tác phẩm đã dẫn, 1: 252-58

đình.[235] Puginier đã đúng khi cho rằng nhiều quan chức
Pháp có xu hướng coi tôn giáo chỉ đơn giản là vấn đề ưa
thích cá nhân và thường không thích can thiệp vào những
vụ xung đột trong cộng đồng. Nhưng, vì nhiều Giáo dân
giải thích những phán quyết bất lợi đối với họ hay những
va chạm với cộng đồng bên cạnh là những hành động bài
Công giáo, họ thường kết luận rằng "sự bất động" của
chính quyền thuộc địa là một hình thức đồng lõa. Và từ
những năm 1890, sự thay đổi về ý thức hệ trong nền chính
trị và trong xã hội Pháp dường như đã khẳng định những
nỗi sợ hãi tồi tệ nhất của các nhà truyền giáo. Như giám
mục Sài Gòn viết năm 1893: "Những người Công giáo
Pháp, không những không rao giảng sự tuyệt hảo của tôn
giáo của họ, mà là những người đầu tiên phỉ báng nó, biến
nó thành trò cười, và thậm chí đôi khi còn ngăn cản những
người giảng dạy và tuân thủ nó một cách trung thành."[236]

Lời bình luận của vị giám mục tiết lộ một yếu tố đầy sức
mạnh nữa trong các xung đột giữa nhà nước và các hội
truyền giáo trong nước Việt Nam thuộc địa. James P.
Daughton đã chỉ rõ làm sao mà những cuộc xung đột giữa
Giáo hội và nhà nước đang gia tăng ở Pháp trước Thế chiến
I một thế hệ lại định hình một cách sâu sắc tương tác giữa
các hội truyền giáo và chính quyền thuộc địa trên toàn bộ
lãnh thổ đế quốc Pháp. Theo lời của Ralph Gibson thì
những người cộng hòa giành được quyền lực ở Pháp trong

---

[235] Tác phẩm đã dẫn, 3: 101-13.
[236] Báo cáo hàng năm của giáo phận Tây Nam Kỳ, 1893, MEP.

những năm 1880 nghĩ về Giáo hội Công giáo như là "Một nhà nước trong một nhà nước", một thành trì của mê tín dị đoan, ngu dốt và bất dung, một ban lãnh đạo không chấp nhận bất cứ quyền lực nào ngoài Chúa và một thiết chế xâm phạm vào công việc của chính phủ.[237] Cuộc đấu tranh chính trị quyết liệt giữa Giáo hội và nhà nước kéo dài từ đó cho đến khoảng Thế chiến I cuối cùng đã ngăn chặn được vai trò của Giáo hội trong giáo dục công cộng, những hiệp hội tôn giáo thiết yếu phải được nhà nước cho phép, chấm dứt những khoản trợ cấp của nhà nước dành cho Giáo hội và đưa tài sản của Giáo hội thành tài sản của nhà nước.[238] Nhiều quan chức Pháp và những người Pháp tới định cư lâu dài đổ vào Việt Nam hồi cuối thế kỷ XIX đều thấy các hội truyền giáo là mối đe dọa về mặt đạo đức và thiết chế đối với thuộc địa này của nước cộng hòa. Kết quả là, đối với nhiều tín đồ Công giáo ở Việt Nam trong giai đoạn này thì mối đe dọa lớn nhất đối với tôn giáo của họ lại chính là nước Pháp.

Những lời kêu gọi hạn chế ảnh hưởng của Giáo hội ở Việt Nam bắt đầu gia tăng trong suốt những năm 1890. Nhiều lời kêu gọi như thế có xuất xứ từ mạng lưới đang gia tăng của hội Tam điểm, thành viên của hội này là những quan chức thuộc địa, những người viết cho những tờ báo như *Le Courrier d'Haiphong*, *L'Indépendance Tonkinoise*

[237] Ralph Gibson, *A Social History of French Catholicism, 1789-1914* (London: Routledge, 1989), 133.
[238] Maurice Larkin, *Church and State after the Dreyfus Affair: The Separation Issue in France* (London: Macmillan, 1974).

và *Le Mékong* – chủ báo và tổng biên tập của những tờ báo này cũng là thành viên hội Tam điểm – phê phán các hội truyền giáo Công giáo. Giống như ở Pháp, những lời chỉ trích bài giáo sĩ ở Việt Nam cũng có nhiều loại, từ phê phán một cách không thiên vị và có cân nhắc đến những lí thuyết về âm mưu thường chỉ có nghĩa là khiêu khích mà thôi. Phần lớn đều bắt đầu với giả thuyết cho rằng các nhà truyền giáo là người của Vatican, trong trường hợp tốt nhất thì lòng trung thành của họ với nước Pháp cũng đã bị chia xẻ rồi. Lòng yêu nước nhạt nhẽo hay sai lầm của họ kết hợp với nhiệt huyết và thái độ bất dung của họ biến họ thành lực lượng bất hòa mà không tính đến sự ổn định xã hội và chính trị, thành những kẻ sẽ giết người, tra tấn, bắt làm nô lệ và bắt cóc nhằm thúc đẩy sự nghiệp của họ. Các nhà truyền giáo, theo như người ta phê phán, đã ngăn cản quá trình phát triển kinh tế tại thuộc địa, làm giàu cho mình bằng cách bóc lột lao động bản xứ và sử dụng sức mạnh của mình nhằm ép buộc người ta cải đạo và phá hoại ảnh hưởng của nước Pháp. Camille Pâris đã nói hộ nhiều người khi ông mô tả các trường Công giáo như là phương tiện để các hội truyền giáo giữ "người Việt Nam trong tối tăm và nước Pháp trong sai lầm" và "làm chậm lại một cách đáng kể sự liên kết về mặt đạo đức giữa hai dân tộc này, một quá trình chỉ có thể được hoàn tất bên ngoài mọi tôn giáo."[239] Mặc dù thái độ bài giáo sĩ và chính sách thuộc địa hoàn

---

[239] Camille Pâris, *Missionnaires d'Asie: l'oeuvre néfaste des congrégations, le protectorat des chrétiens* (Paris: Imprimerie Le Papier, 1903), 92. Tác phẩm đã dẫn, 17.

toàn không phải là một, nhưng nhiều quan chức Pháp lại thực sự tin rằng chính quyền thuộc địa không được lệ thuộc vào các thiết chế của truyền giáo. Nhiều người còn cảm thấy, thường là có lý do và không hề thù nghịch gì với giới giáo sĩ, rằng các nhà truyền giáo có thể có ảnh hưởng tiêu cực đối với sự ổn định của các cộng đồng địa phương.

Khác với quan điểm nói chung là tù mù của Giáo hội Công giáo hồi cuối thế kỷ XIX, những tiếng nói bài giáo sĩ thể hiện nhiều lo lắng cụ thể về các hội truyền giáo. Có lẽ mối lo lớn nhất là các hội truyền giáo không hoàn toàn là của Pháp, đối với nhiều người thì dường như đấy là sự chế nhạo những lời tuyên bố của các nhà truyền giáo rằng họ sẽ hành động vì quyền lợi của nước Pháp. Như Camille Pâris viết: "Dù họ là ai và dù họ từ đâu tới thì tất cả bọn họ cũng chỉ trung thành với Rome mà thôi."[240] Ít quan chức Pháp có thái độ rõ ràng như thế, nhưng nhiều người vẫn ngờ rằng người ngoại quốc có thể lợi dụng danh nghĩa hội truyền giáo nhằm gia tăng ảnh hưởng của quốc gia của họ. Nỗi lo lớn nhất là những người theo dòng Đa Minh Tây Ban Nha, số này chiếm đến một phần năm các nhà truyền giáo ở Việt Nam và cai quản xứ Bùi Chu, giáo phận đông dân nhất Việt Nam, trước khi giáo phận này được chuyển giao cho người Việt Nam cai quản vào năm 1935. Nhiều quan chức Pháp tỏ ra tức giận trước sự chống đối cuộc chinh phục của Pháp của nhiều nhà truyền giáo Tây Ban Nha. Nếu không kể người Pháp thì các hội truyền giáo Tây Ban Nha dường như

---

[240] Tác phẩm đã dẫn, 17.

cũng là những điền chủ ngoại quốc lớn nhất ở nước Việt Nam thuộc địa – ở Nam Định, chỉ riêng dòng Đa Minh đã nắm hơn 1.100 mẫu ruộng – và tài sản của người Tây Ban Nha có tình trạng pháp lý mập mờ, điều đó càng làm nhiều quan chức Pháp lo lắng.[241] Các nhà truyền giáo Tây Ban Nha nhận thức rõ rằng sự khác biệt về dân tộc là nguồn gốc của nghi ngờ và nhiều người tìm cách làm mờ đi hố ngăn cách giữa họ với người Pháp. Năm 1914, giám mục Bùi Chu bắt đầu tiến hành chiến dịch cá nhân nhằm vận động cho mình huân chương Bắc Đẩu Bội Tinh, các quan chức Pháp đã có phản ứng lẫn lộn trước chiến dịch này.[242]

Vị giám mục này không phải là người hão huyền vì quan hệ tốt với các quan chức Pháp đã giúp họ thoát khỏi những rắc rối thường xảy ra trong các giáo phận Tây Ban Nha. Sang thế kỷ XX mà một số nhà truyền giáo Tây Ban Nha còn tiếp tục phản đối cuộc chinh phục của Pháp trên báo chí viết bằng tiếng Tây Ban Nha xuất bản ở châu Âu và Philippines[243] Trong những năm 1890 và 1900, người Pháp còn lo lắng về những liên hệ giữa các tín đồ Công giáo dòng Đa Minh với Hoàng Hoa Thám, còn gọi là Đề Thám, một lãnh tụ chống Pháp đầy quyền lực ở miền đông – bắc Bắc Kỳ cho đến khi ông chết vào năm 1913. Đề Thám nổi tiếng vì giúp đỡ người nghèo và hình như là rất được lòng các Giáo dân vùng Bắc Ninh vì đã giúp họ trả tiền xây

---

[241] RSND 2834, TTLT I.
[242] RSND 1137, TTLT I.
[243] Võ Đức Hạnh, *La place du catholicisme dans les relations entre la France et le Viêt-Nam de 1887 à 1903*, tập 2: 796.

dựng các nhà thờ mới và mua trâu cho các gia đình nghèo.[244] Vị giám mục Tây Ban Nha ở Bắc Ninh đã giữ các mối liên hệ lâu dài với Đề Thám và là trung gian giữa ông và Pháp trong khoảng gần một thập kỷ. Đề Thám là một uy quyền chính trị trên thực tế trong khu vực đông – bắc Bắc Kỳ trong gần hai mươi năm sau khi chiến tranh Pháp – Thanh kết thúc, và đối với các nhà truyền giáo Tây Ban Nha trong khu vực này, buộc phải chấp nhận lập trường chống Đề Thám một cách quyết liệt là vấn đề khó khăn. Gạt sang một bên thực tế này, một số quan chức Pháp không nhìn nhận theo cách đó.[245]

Một mớ hỗn độn những vụ tranh cãi vặt nhỏ hơn đã phủ bóng đen lên quan hệ Pháp – Tây Ban Nha trong suốt giai đoạn thuộc địa. Ví dụ, năm 1897 một linh mục Việt Nam ở gần Nam Định đã từ chối làm lễ an táng cho một người lính Pháp, các quan chức thuộc địa đổ cho là do ảnh hưởng của Tây Ban Nha.[246] Trong giai đoạn Thế chiến I, các quan chức Pháp ở Phúc Yên phàn nàn rằng các nhà truyền giáo Tây Ban Nha đã phá hoại những cố gắng nhằm tìm thêm những người tình nguyện bằng cách thúc giục dân làng đem giấu những người khỏe mạnh, đủ tuổi và đưa ra những người già và yếu ớt, tức là những người sẽ không được chấp nhận.[247] Năm 1923, một quan chức Pháp ở Nam Định

---

[244] Bùi Đức Sinh, *Giáo hội công giáo ở Việt Nam*, tập 3:113.

[245] Võ Đức Hạnh, *La place du catholicisme dans les relations entre la France et le Viêt-Nam de 1887 à 1903*, tập 2: 604-9.

[246] GGI 6029, ANOM.

[247] RST 56751, TTLT I.

phàn nàn rằng các nhà truyền giáo Tây Ban Nha đã cố tình lờ đi ngày lễ Jean d'Arc và những buổi cầu nguyện dành cho người chết trong chiến tranh, những buổi duyệt binh và những buổi lễ có tính chất chính trị.[248] Và một năm sau đó, trong buổi Lễ phục sinh ở một làng gần Nam Định, đám đông tín đồ Công giáo đã bỏ buổi lễ khi các quan chức Pháp đi qua, đám đông ném đá vào xe, rồi trèo lên xe, giật hết rèm cửa và hô các khẩu hiệu bài Pháp. Đây là hành động cuối cùng trong một loạt hành động khởi đầu cho những năm mà tín đồ Công giáo ném đá vào nhân viên thuế vụ và binh lính bảo vệ bản xứ và lờ đi hoặc coi thường chính quyền Pháp bằng những cách khác. Các quan chức Pháp còn lên án Cha Casado, một nhà truyền giáo Tây Ban Nha trong khu vực. Đối với các quan chức này Casado tiêu biểu cho một thế hệ các nhà truyền giáo Tây Ban Nha mới, những người không trải qua những vụ bạo lực cộng đồng thời nhà Nguyễn và không biết quí trọng sự ổn định của chính quyền Pháp. Trong đầu họ không nảy ra câu hỏi liệu một nhà truyền giáo có thể lãnh đạo được cuộc kháng chiến kéo dài mấy năm chứng tỏ họ coi những nhà truyền giáo Tây Ban Nha là những kẻ phá hoại đến mức nào.[249]

Quan hệ Pháp – Tây Ban Nha ở Hải Phòng, thành phố lớn thứ hai ở Bắc Kỳ và nằm dưới quyền các giáo sĩ Tây Ban Nha, là xấu nhất. Một số quan chức thuộc địa và tín đồ Công giáo người Pháp từ lâu đã suy nghĩ đến việc thay các

[248] Phó ủy viên đặc biệt cho Giám đốc Sûreté ở Bắc Kỳ và Thị trưởng Nam Định, ngày 2/6/1923, RST 72157, TTLT I.
[249] GGI 50849, ANOM.

giáo sĩ Tây Ban Nha ở Hải Phòng bằng các giáo sĩ Pháp, và vấn đề được hâm nóng lên sau cái chết của vị giám mục người Tây Ban Nha ở Hải Phòng vào năm 1929. Lúc đó, một nhóm người đã kêu gọi Hội đồng Công giáo Pháp ở Hải Phòng vận động Rome chỉ định một giám mục người Pháp nhằm sửa chữa tình trạng "phụ thuộc, thua kém, bấp bênh và không thể chịu đựng nổi" của các giáo dân Pháp trong thành phố này. Câu trả lời của Khâm sứ Tòa thánh làm người ta không còn phải nghi ngờ về ý kiến của Rome về vấn đề này: "Tôi lập tức kêu gọi lòng nhân từ, nhu thuận và trên hết là không đưa lên báo chí của các tín đồ Công giáo người Pháp."[250] Ngay sau khi vị giám mục mới được bổ nhiệm (cũng là người Tây Ban Nha), ông này đã có một bài giảng nhắc tới những nhà truyền giáo Tây Ban Nha tử đạo, "những người không được lá cờ của Pháp bảo vệ", mà toàn quyền coi là "câu trả lời cho một số người Pháp muốn có một vị giám mục người Pháp cho hạt Hải Phòng."[251] Những lời kêu gọi của hội đồng không mang lại kết quả nào: quyền lực của Giáo hội vẫn nằm trong tay người Tây Ban Nha cho đến khi được chuyển giao cho Việt Nam vào năm 1953.

Đôi khi các quan chức thuộc địa còn lo ngại rằng MEP có thể tạo điều kiện thuận lợi cho ảnh hưởng của nước ngoài. Trong Thế chiến I, sau khi các điệp viên của Đức

---

[250] Chủ tịch ủy ban những người Pháp theo đạo Công giáo ở Hải Phòng cho GGI, ngày 29/10/1929, CPC 41, MAE.
[251] GGI cho Bộ trưởng Bộ thuộc địa, ngày 16/12/1930, RST 72150, TTLT I.

giúp tài trợ cho các cuộc tấn công của Việt Nam Quang
phục Hội của Phan Bội Châu vào một số đồn bốt của Pháp
ở Bắc Kỳ thì mối lo về sự xâm nhập của Đức vào Việt Nam
càng cao.[252] Điều này làm cho các quan chức Pháp quan
ngại với Basile Lanter, một nhà truyền giáo của MEP xuất
thân từ vùng Alsace – Lorraine. Cha mẹ Lanter là công dân
Pháp, nhưng Đức chiến thắng Pháp năm 1871 làm cho
Lanter, sinh năm 1885, trở thành công dân Đức. Năm 1915,
Lanter làm cho các quan chức phải chú ý vì ông ta không
chịu rời vị trí để nhận chức vụ trong một bệnh viện thuộc
địa. Các quan chức Pháp thấy rằng thái độ của ông ta "là
không thích hợp và thậm chí là đáng ngờ" và đã bắt giữ
ông ta thậm chí sau khi thấy rằng ông ta "không có thư từ
có tem của ngoại quốc" hay bất cứ thứ gì đáng ngờ hết.[253]
Tháng 10 năm 1915, toàn quyền đưa Lanter tới Cù Lao
Giêng ở đồng bằng sông Mê Công, ông ta và hai nhà truyền
giáo nữa đã phải ở đây, dưới sự giám sát của lực lượng
quân sự, trong phần lớn thời gian diễn ra chiến tranh. Mãi
tới tháng 7 năm 1918 Lanter mới được tự do. Tháng 1 năm
1919, Lanter viết thư cho các quan chức Pháp "để tuyên bố
rằng không ai có thể trách cứ tôi về lời nói, chữ viết, hành
vi đi ngược lại sự gắn bó và lòng trung thành của tôi với
nước Pháp." Ông ta chỉ đòi bồi thường số tiền lương bị mất

---

[252] Christopher Goscha, *Thailand and the Southeast Asian Networks
of the Vietnamese Revolution, 1885-1954* (Richmond, UK: Curzon
Press, 1999), 43
[253] RST cho GGI, ngày 1/10/1915, RST 20872, TTLT I.

và chi phí, khoản tiền khá lớn: 660 (*piastres*).[254] Mặc dù đã được chứng minh là vô tội, anh chàng Lanter xui xẻo vẫn phải thanh toán cho gần ba năm bị giam giữ.

Các quan chức thuộc địa thậm chí còn lo lắng hơn nữa về tính cách và động cơ của các giáo sĩ bình thường người Việt Nam, tuyệt đại đa số những người này dường như còn xa mới đạt đến mức tận tụy như Trương Vĩnh Ký. Đến những năm 1890, nhiều quan chức Pháp nhìn giáo sĩ Việt Nam qua lăng kính kép: sắc tộc và cộng hòa, nghĩa là họ không chỉ là người Việt Nam và như vậy là người căm thù tiềm tàng ảnh hưởng của chế độ thực dân (trong tâm trí của họ, đấy đương nhiên là những người thiếu lý trí, đạo đức giả và lười biếng), nhưng họ cũng là các tín đồ Công giáo có đặc quyền đặc lợi làm phương hại tới trật tự xã hội. Một quan chức Pháp viết: "Giáo dân... trong mọi hoàn cảnh, thậm chí là những hoàn cảnh đáng ghét nhất, đều cảm thấy được độc lập và được bảo vệ bởi các linh mục và chỉ công nhận uy quyền của các linh mục mà thôi."[255] Nghi ngờ giáo sĩ bản xứ chứ không phải là thái độ thiên vị tín đồ Công giáo là lý do chủ yếu làm cho các quan chức Pháp cố gắng tránh những biện pháp có thể làm Giáo dân lo lắng. Ví dụ, trong những cuộc tranh luận về việc có nên áp dụng Luật về hội (năm 1901 và 1904) và Luật về tách Nhà thờ khỏi Nhà nước (năm 1905) với Việt Nam hay không, nhiều quan chức Pháp chia sẻ tình cảm của công sứ Pháp ở Hà Đông:

---

[254] Basile Lanter cho RST, ngày 22/1/1919, RST 20872, TTLT I
[255] RSND cho RST, ngày 10/5/1924, RST 72157, TTLT I.

"Luật năm 1905 sẽ kích động sự bất mãn của Giáo dân…
nhất định sẽ bị những nhóm và những người ngoại quốc
quan tâm lợi dụng… Tình cảm bất tuân, thù hận và nổi loạn
sẽ nhanh chóng bùng lên trong đám dân chúng dễ xúc
động, tâm hồn cả tin của họ rất dễ bị ảnh hưởng."[256]

Thái độ bài giáo sĩ gia tăng trong nền chính trị thuộc địa
làm cho nhiều nhà truyền giáo tức giận, họ cho rằng những
lời chỉ trích các hội truyền giáo là phi đạo đức và không
yêu nước. Ngay từ những năm 1880, các tờ báo Công giáo
của Pháp đã sử dụng những vụ giết nhiều người Công giáo
ở Việt Nam làm dẫn liệu cho những lời phê phán chính phủ
cộng hòa vừa được bầu lên bằng cách tuyên bố rằng "cái
chết của những 'tín đồ Công giáo chân chính' của Việt
Nam đã lột trần chân tướng Do Thái và Tam điểm của chế
độ cộng hòa."[257] Giai đoạn chuyển giao thế kỷ là giai đoạn
chiến tranh giữa Giáo hội và nhà nước ở chính quốc diễn ra
khốc liệt nhất, khi những lời kêu gọi của Hội Tam điểm về
việc trục xuất các hội truyền giáo dường như sắp giành
chiến thắng thì những tình cảm như thế này phát triển khá
mạnh. Cần ghi nhận rằng người chỉ trích các hội truyền
giáo còn chỉ trích cả các quan chức thuộc địa, những người
mà theo họ là đã đầu hàng trước ảnh hưởng của hội truyền
giáo. Nhưng, bất chấp những cố gắng chân thành của nhiều
quan chức nhằm giữ gìn mối quan hệ với các nhà truyền
giáo, nhiều tín đồ Công giáo tiếp tục coi sự bành trướng

---

[256] RSHD cho RST, ngày 24/8/1906, RSHD 2821, TTLT I.
[257] Daughton, *An Empire Divided*, 64.

của nhà nước thuộc địa theo chế độ cộng hòa thực chất là bài giáo sĩ. Và trong thập niên đầu tiên của thế kỷ XX, khi việc giúp đỡ của chính phủ cho các thiết chế Công giáo suy giảm và việc rút một cách công khai một vài nhà truyền giáo và các bà xơ khỏi các bệnh viện và trường học của chính quyền thuộc địa và sự có mặt ở Việt Nam của những hiệp hội giáo dục thế tục như Liên minh Pháp (*Alliance Française*) và các Phái bộ thế tục (*Mission laïque*) thì sự bất hạnh dường như là không tránh khỏi.[258]

Ngoài thái độ bài giáo sĩ, nhiều nhà truyền giáo còn bị choáng váng vì những việc mà chính quyền thuộc địa thi hành trên thực tế. Các nhà truyền giáo thường phê phán sự độc quyền của Pháp đối với rượu, muối, thuốc phiện, là những món hàng có lợi nhất – và đối với người Việt Nam thì đấy là những công việc kinh doanh phiền hà nhất của nhà nước. Năm 1905, một nhà truyền giáo đã viết: "Đã qua rồi cái giai đoạn khi mà người Việt Nam sống bằng những công việc đơn sơ, chẳng có mấy thu nhập, họ không biết thế nào là khốn khổ thật sự... Cuộc xâm lược của Pháp đã đặt dấu chấm hết cho cảnh điền viên này... Hôm nay người ta không thể sống với hai bàn tay trắng như họ đã từng sống trong quá khứ nữa; ở đâu bây giờ người dân cũng kêu là không có gì để sống."[259] Năm 1901, một nhà truyền giáo người Tây Ban Nha đã bảo vệ một linh mục bản xứ vì bị cáo buộc là xúi giục người dân chống lại nạn độc quyền về

---

[258] Tác phẩm đã dẫn, chương 3.
[259] Báo cáo hàng năm của giáo phận Tây Nam Kỳ, 1905, MEP.

muối, ông khẳng định rằng giá mà nhà nước trả cho người làm muối là quá thấp.[260] Trong mùa giáng sinh năm 1906, tờ *L'Avenir du Tonkin* in một bức tranh châm biếm nhan đề "Tặng phẩm cho năm nay của chúng ta" vẽ những phu khuân vác người Việt Nam đang oằn lưng dưới sức nặng của những cái hộp mang nhãn hiệu "Thuế nhập khẩu", "Doanh nghiệp độc quyền", "Thuế khóa", "Dối trá", "Thủ đoạn", phía trên là ngôi sao năm cánh của Hội Tam điểm đè lên.[261] Cơ sở hạ tầng tài chính đang bành trướng của nhà nước thuộc địa còn làm người ta khốn khổ bằng những biện pháp trực tiếp hơn nữa; năm 1908 toàn quyền cho áp dụng thuế của chính quốc, đánh thuế 4% tất cả các khoản thu nhập của tất cả các họ đạo, điều này lại làm giảm thêm khoản thu nhập từ nông nghiệp của các giáo phận.[262] Các nhà truyền giáo còn phê phán các nhà tù thuộc địa, nơi họ thường xuyên đến để thực hiện mục vụ. Trong một báo cáo về chuyến viếng thăm nhà tù khét tiếng ở Côn Đảo, một nhà truyền giáo đã cảm thấy choáng váng khi ghi nhận rằng 70 hay 80 tù nhân phải ở chung một phòng và nhiều người phải ngủ trên nền nhà.[263] Jean – Baptiste Dronet, một nhà truyền giáo ở Hà Nội, đã đi thăm các tín đồ Công giáo trong nhà tù thành phố trong gần 50 năm. Năm 1911,

---

[260] GGI 8738, ANOM.

[261] "Nos étrennes pour 1907 par le nha que," *L'Avenir du Tonkin*, ngày 19/12/1906.

[262] Báo cáo hàng năm của giáo phận Tây Nam Kỳ, 1908, MEP.

[263] "Rapport du Père Delignon à Monseigneur Mossard sur sa visite aux trois Pères Annamites exilé à Poulo Condore," tài liệu không có ngày, Correspondance Delignon, MEP.

Dronet viết về những điều kiện khủng khiếp trong những nhà tù ở Hà Nội và ông hi vọng rằng người Pháp sẽ bảo đảm những điều kiện giam giữ nhân đạo hơn.[264] Nhiều năm sau và nhiều lần đến thăm sau đó, Dronet mệt mỏi nhận xét rằng chẳng được cải thiện một chút nào. "Trong đời mình, tôi chưa bao giờ thấy nhiều vụ tử hình như trong năm đó,"[265] ông đã viết như thế. Sau cuộc khởi nghĩa của nông dân năm 1931, một nhà truyền giáo khác đã xin tha 7 người được coi là vô tội – tất cả đều không phải là Giáo dân – nhưng không có kết quả.[266]

Các nhà truyền giáo còn lên án nhà nước thuộc địa vì không làm được nhiều hơn trong việc xóa đói nghèo. Hầu hết các nhà truyền giáo đều thường xuyên thể hiện sự tuyệt vọng sâu sắc về việc thiếu thốn nguồn lực, nhất là trong những vụ mùa thất bát, nạn đói và nạn dịch tả, lụt lội và bão tàn phá những vùng nông thôn. Những câu chuyện về tình trạng thiếu thốn là đề tài thường xuyên trên các tạp chí truyền giáo, và điều quan trọng là chỉ nên tin một phần mà thôi. Nhưng các nhà truyền giáo dường như là những người có điều kiện thuận lợi hơn những người châu Âu khác trong việc chứng kiến cảnh nghèo túng cùng cực ở vùng nông thôn, và nhiều người cảm thấy choáng váng. Các nhà truyền giáo báo cáo rằng đã nhìn thấy người đói đến chết

---

[264] Jean-Baptiste Dronet, "Notes, sur la prison civile de Hanoi," *ASMEP*, tháng 7-8 năm 1911.

[265] Jean-Baptiste Dronet, "Soeur Marie Baptiste," ngày 29/12/1920, Correspondance Dronet, MEP.

[266] RST NF 1813, ANOM.

và người chết đuối năm rìa đường quốc lộ, và họ từng nghe kể rằng những người sống sót buộc phải bán con vì không có cơm ăn. Nghèo đói còn buộc nhiều tín đồ Công giáo bỏ làng – thường là vĩnh viễn – đi tha phương cầu thực. Giám mục Vinh viết năm 1916: "Dịch tả và nạn đói đã mang đi hàng ngàn tín đồ Công giáo trong năm nay. Tôi nghe nói có xứ đạo bị mất đến hơn 10% dân. Mà đây chưa phải là đã hết."[267] Nhà truyền giáo tên là Victor Aubert viết năm 1938 rằng xứ đạo của ông ta là một nghĩa địa sống "của những cái xác biết đi và những bộ xương đang bước... nhiều người trong số đó chưa được ăn gì suốt hai ba ngày rồi," và ông ta lên án sự kiện là "trợ cấp xã hội ở đất nước này còn rất nhiều khiếm khuyết."[268]

Chưa bao giờ vị trí của các hội truyền giáo ở Việt Nam lại được thảo luận một cách sôi nổi như trong giai đoạn 15 năm trước Thế chiến I. Sau đó, sự hiện diện ngày càng thưa thớt và ảnh hưởng về mặt tài chính của hội truyền giáo ngày càng yếu đi không chỉ cho nhà nước thuộc địa cơ hội chiếm được thế thượng phong không ai có thể thách thức mà còn dẫn đến một làn sóng cải cách của Vatican nhằm biến Giáo hội Công giáo Việt Nam thành Giáo hội mang tính dân tộc đã tạo cho các nhà truyền giáo và các quan chức thuộc địa đầy tinh thần cảnh giác một nền tảng chung, chưa từng có kể từ ngày Nam Kỳ bị đặt dưới quyền cai trị

---

[267] Eloy cho "très vénéré père," ngày 6/7/1916, Correspondance Eloy, MEP.

[268] Aubert cho "bien chere Yvonne", ngày 9/3/1938, Correspodance Aubert, MEP.

của lực lượng hải quân Pháp. Nhưng, Giáo hội và nhà nước không bao giờ còn quay trở lại được với những mối ràng buộc chặt chẽ của thời kỳ chinh phục nữa. Thậm chí trong giai đoạn Thế chiến I, tức là giai đoạn của sự đồng thuận rộng rãi về các vấn đề tôn giáo ở Pháp, một loạt vấn đề đã làm phức tạp thêm mối quan hệ giữa truyền giáo và nhà nước. Tương tự như Basil Lanter, nhiều nhà truyền giáo khẳng định rằng họ có thể phục vụ nước Pháp tốt nhất khi ở lại Việt Nam và theo đuổi thiên hướng của mình. Những năm chiến tranh cũng là thời gian Bắc Kỳ gặp rất nhiều khó khăn; những trận lụt khủng khiếp năm 1915 dẫn đến mất mùa và dịch bệnh, các nhà truyền giáo phê phán việc nhà nước từ chối giúp đỡ chỉ vì Pháp đang có chiến tranh. Các nhà truyền giáo còn lo lắng rằng hàng ngàn Giáo dân Việt Nam đã đến Pháp chiến đấu và làm việc có thể trở thành nạn nhân của những mối đe dọa mang tính thế tục của xã hội ở chính quốc. Về phần mình, phần lớn các quan chức thuộc địa lại coi những yêu cầu cho hoãn nghĩa vụ quân sự, những cố gắng nhằm bảo vệ tín đồ Công giáo để họ khỏi phải nhập ngũ và những lời phê phán nhà nước trong lúc chiến tranh là thiếu tinh thần yêu nước, thậm chí là xúi giục làm loạn nữa.[269]

Thậm chí giai đoạn cuối thế kỷ, khi những cuộc xung đột giữa Giáo hội và nhà nước đã trở thành dĩ vãng thì bối

---

[269] Xem Charles Keith, "A Colonial Sacred Union? Church, State, and the Great War in Colonial Vietnam," in *In God's Empire: French Missionaries and the Making of the Modern World*, James P. Daughton và Owen White, chủ biên (New York: Oxford University Press, 2012).

cảnh ở thuộc địa vẫn là mảnh đất màu mỡ cho các bất đồng. Trong giai đoạn giữa hai cuộc Thế chiến những phong trào tôn giáo mới đã trở thành vấn đề nhạy cảm. Nổi bật nhất là đạo Tin lành, trước những năm 1920 tôn giáo này đã thâm nhập vào Việt Nam qua tổ chức Mỹ *Christian and Missionary Alliance* (CMA).[270] Các nhà truyền giáo Công giáo sợ bị mất người cải đạo đúng vào lúc mà cải đạo đã trở thành hiếm hoi và họ phản ứng trước việc đổ bộ của Tin lành với thái độ bất an thái quá so với thành tích khiêm tốn của tôn giáo mới này. Về phần mình, các quan chức Pháp sợ rằng ảnh hưởng của Mỹ sẽ theo chân các nhà truyền giáo Tin lành vào thuộc địa, những lời phê phán thường là mạnh mẽ của các nhà truyền giáo Tin lành đối với chính quyền thuộc địa của Pháp càng không thể làm dịu bớt được nỗi lo của các quan chức. Trong phần lớn những năm 1920, Sûreté (An ninh) đã theo dõi sát sao những cuộc mít tinh, xuất bản phẩm và sự đi lại của các nhà truyền giáo người Mỹ.

Nhưng những mối lo chung đó cũng không ngăn được việc Tin lành trở thành vấn đề tranh chấp giữa các hội truyền giáo và các quan chức Pháp. Các hiệp định bảo hộ chỉ cho tín đồ Công giáo được quyền thuyết phục người bên ngoài Nam Kỳ và nhượng địa của Pháp ở Trung và Bắc Kỳ cải đạo mà thôi, nhưng các nhà truyền giáo Tin lành đã

---

[270] Về sự gia tăng hoạt động của các nhà truyền giáo đạo Tin Lành người Mỹ ở Việt Nam, xin đọc Phu Hoang Le, "A Short History of the Evangelical Church of Vietnam, 1911-1965," Luận án tiến sĩ, New York University, 1972.

coi thường chuyện này, họ tràn vào khu vực nông thôn ở Trung và Bắc Kỳ và đặt các quan chức Pháp trước sự đã rồi. Những lời phê phán mạnh mẽ trên tờ *L'Avenir du Tonkin*, một tờ báo của MEP và cuộc vận động của các tín đồ Công giáo xuất chúng không thể so sánh được với các nhà ngoại giao Mỹ và các tín đồ đạo Tin lành người Pháp có thế lực, đứng ra bảo vệ các hội truyền giáo Tin lành. Quan trọng nhất – và đối với tín đồ Công giáo thì cay đắng nhất – là việc bảo vệ người Tin lành lại đến từ những hiệp hội tả khuynh như Liên minh quyền con người (*Ligue des droits de l'homme*), tức là những tổ chức khẳng định trên những diễn đàn từ báo chí bản xứ đến Hạ nghị viện ở Pháp rằng mọi cố gắng nhằm ngăn chặn Tin lành (và sau này là đạo Cao Đài, một mối lo khác của Công giáo) đều sặc mùi lạc hậu, bảo hoàng thân – Công giáo. Và ở những nơi mà người Công giáo chỉ là thiểu số và chia rẽ thì Pháp, theo lời một quan chức thuộc địa: "Không thể bảo vệ và không thể tập trung được lý lẽ... làm cho Công giáo trở thành tôn giáo của nhà nước ở trong vùng bảo hộ của Pháp."[271] Đối với nhiều người Công giáo, quyết định của chính phủ thuộc địa không cấm Tin lành và Cao Đài – nếu quả thật đã có quyết định như thế – đã củng cố sự liên kết thường thấy và không hay giữa uy quyền của nhà nước và hoạt động tôn giáo đang bị đe dọa.[272]

---

[271] RSA cho GGI, ngày 15/4/1929, RSA 4140, TTLT II.
[272] Khảo sát kĩ lưỡng hơn vị trí của đạo Tin Lành và đạo Cao Đài trong quan hệ giữa nhà nước-truyền giáo, xin đọc Charles Keith, "Protestantism and the Politics of Religion in Colonial Vietnam,"

Giáo dục, chủ đề chính của những cuộc chiến tranh giữa Giáo hội và nhà nước ở Pháp, có thể cũng có vị trí quan trọng của những cuộc xung đột giữa truyền giáo và nhà nước trong giai đoạn giữa hai cuộc thế chiến. Mặc dù việc thiếu các trường thuộc địa đã có vai trò to lớn trong việc bảo vệ các trường Công giáo trong thời điểm cao trào của chính sách bài giáo sĩ, nhưng những trường này cũng bị tổn thương. Năm 1901, Hội đồng thuộc địa đã ngưng tài trợ cho giáo phận Sài Gòn vì vị giám mục ở đây đã công khai chất vấn về việc có nên dạy tiếng Pháp cho người Việt Nam hay không, và những lời phản đối lời nhận xét của vị giám mục nói trên đã buộc ông phải đứng lên bảo vệ vai trò của trường học của truyền giáo ở thuộc địa.[273] Những cuộc xung đột tương tự như thế càng gia tăng sau khi Nha học chính được thành lập vào năm 1917. Cũng như ở Pháp, các nhà truyền giáo phản đối các trường học không đưa Công giáo thành một phần của chương trình học tập – chủ nghĩa thế tục (*laïcité*) còn xa mới được coi là trung lập – được coi là động cơ của thái độ vô thần. Nhiều tín đồ Công giáo Việt Nam cũng phản đối những trường học như thế: năm 1929 một người đã viết trên tờ *Sacerdos Indosinensis* rằng khi các ông thầy người Pháp nói về Jesus là họ phê phán Ngài và rằng Rousseau, Voltaire, Hugo và Zola giữ thế thượng phong trong lớp học. Tác giả còn đi xa đến mức lên án sự gia tăng tội ác và tự tử trong giới trẻ trong các trường thuộc

---

French Colonial History 13 (2012), 141-71.
[273] Daughton, *An Empire Divided*, 104-6.

208

địa.[274] Nhưng không phải tất cả các tín đồ Công giáo Việt Nam đều phản đối các trường thuộc địa mới: năm 1925 một người, viết trên tờ báo Công giáo *Trung Hòa Nhật Báo*, đã ca ngợi các quan chức thuộc địa vì họ đã đầu tư vào giáo dục.[275] Một nhà truyền giáo, người đã than phiền với giám sát viên tờ *Trung Hòa Nhật Báo*, tin chắc rằng các quan chức thuộc địa đã buộc người ta phải đăng bài báo đó,[276] nhưng một số tín đồ Công giáo Việt Nam trong những năm 1920 coi đó là chuyện bình thường.

Một số quan ngại khác đã làm gia tăng mối đe dọa về mặt về mặt tâm hồn và ý thức hệ mà các trường thuộc địa mới xây dựng có thể gây ra. Nhà cửa là vấn đề muôn thuở của các trường Công giáo, nhà cửa thường bị bão lụt phá hỏng, đóng góp của các quỹ từ thiện không đủ để giải quyết vấn đề, một thanh tra viên của chính quyền thuộc địa mô tả các trường Công giáo ở Phát Diệm là "được dựng lên một cách thảm hại", "trẻ con bị phơi ra ngoài trời."[277] Không đủ quỹ đã buộc một số trường Công giáo phải thu học phí để trang trải chi phí về vật tư, trường sở, và lương giáo viên, mức học phí mà nhiều gia đình không đủ sức gánh vác. Uy tín của những loại hình dạy học tư thục khác cũng là thách

---

[274] Linh mục Phát Diệm, "Những nỗi gian nan bởi phí học đường," *Sacerdos Indosinensis*, tháng 8-9 năm1929.

[275] "Việc học ngày nay," *THNB*, ngày 15/9/1925.

[276] Marcou cho Lebourdais, ngày 15/10/1925, Correspondance Marcou, MEP.

[277] GGI cho Bộ trưởng Bộ thuộc địa, ngày 2/11/1924, GGI 51566, ANOM.

thức đối với các trường Công giáo.[278] Cứ như thể là những thách thức này vẫn còn chưa đủ, sự phát triển của hệ thống giáo dục thuộc địa làm cho các trường Công giáo bị thanh tra nhiều hơn, và các thanh tra viên phải thường xuyên báo cáo với nhà nước, giữ sổ sách học sinh, và đòi phải xin phép khi mở trường mới. Các quan chức bản xứ có thái độ thù nghịch bắt đầu sử dụng những qui định mới này làm căn cứ trong những cuộc tranh luận với các nhà truyền giáo. Sau khi MEP đạt được thảo thuận với một dòng tu Thụy Sỹ để người của mình trở thành hiệu trưởng trường cấp II Công giáo đầu tiên ở Việt Nam, giám đốc Nha học chính phản đối – thậm chí cả người Thụy Sĩ – giảng dạy trong các trường cho thi bằng cử nhân (*baccalauréat*) vì ông ta bảo rằng họ chưa đủ trình độ, nhưng dường như mục tiêu chính của ông ta là không cho các trường Công giáo cấp bằng *baccalauréat*.[279]

Nhưng đối với những người làm giáo dục Công giáo thì qui định mới nghiêm trọng nhất là tất cả các giáo viên trường tư đều phải có bằng trung học (*brevet d'études*) thì mới được dạy, mà đa số lại không có. Các hội truyền giáo phản ứng khá nhanh. Năm 1924, tổ chức Dòng Sư Huynh La San (hay Dòng Anh Em Trường Kitô, *Frères des écoles chrétiennes*) lập ra trường Ecole Saint Thomas Aquin ở Nam Định nhằm giúp các giáo viên các trường cấp I Công

---

[278] Gendreau cho Trưởng ban Bộ truyền giáo của Vatican, ngày 31/8/1912, 711 C, MEP.

[279] Bộ trưởng Giáo dục cho GGI, ngày 19/12/1927, GGI 51570, ANOM.

giáo học lấy chứng chỉ *brevet d'etudes*. Nhưng làm cho phần lớn các linh mục, những người dạy giáo lý và các xơ, tức là những người dạy trong các trường cấp I đạt được văn bằng này là việc khó. Kết quả là, nhiều trường Công giáo tiếp tục hoạt động mà không có các giáo viên có chứng chỉ. Năm 1931, giám đốc Nha học chính, một người hầu như lúc nào cũng cãi nhau với những người lãnh đạo giáo phận, so sánh những ấn bản phẩm dành cho cuộc triển lãm thuộc địa ở Vincennes với sổ sách của các tỉnh và phát hiện ra rằng các giáo phận chỉ công bố chưa đến một nửa số trường học Công giáo mà họ nói là đang hiện diện trên thực tế. Ông ta còn nhận thấy rằng nhiều chủng sinh thi lấy chứng chỉ *brevet* d'études mặc dù các chủng viện không được huấn luyện các giáo viên.[280] Khi các quan chức thuộc địa, tương tự như ông này, buộc tội các hội truyền giáo là không tuân thủ thì các nhà truyền giáo xin miễn, lấy cớ rằng trường của họ có ích cho xã hội. Những cuộc cãi vã như thế có thể kéo dài nhiều năm.

Một trường hợp cụ thể cho thấy sự dai dẳng của những vụ xung đột về vấn đề trường học và làm sao mà nó lại trở thành nơi xảy ra những căng thẳng bao trùm hơn giữa các hội truyền giáo và các quan chức thuộc địa. Paul – Marie Ramond, giám mục Hưng Hóa từ năm 1895 đến năm 1938, đã có quan hệ không tốt với hầu hết các quan chức mà ông ta đã gặp trên con đường sự nghiệp lâu dài của mình. Sau sáu năm trong nhiệm kỳ của giám mục của ông này, các

---

[280] GGI 51580, ANOM.

quan chức bắt đầu phàn nàn rằng tín đồ Công giáo khu vực lợi dụng ảnh hưởng của giám mục để phá hoại luật pháp; người ta báo cáo rằng trong giai đoạn Thế chiến I Ramond đã ép những người không theo Công giáo nhập ngũ nhiều hơn nhằm tránh cho tín đồ Công giáo không phải đi lính.[281] Ramond phản đối tất cả những cáo buộc đó, ông khẳng định rằng đấy là do quan điểm bài Công giáo mà ra. Sau khi áp dụng các qui định về trường tư thục vào giữa những năm 1920, các quan chức hàng tỉnh người Pháp quyết định không loại những người dạy giáo lý ra khỏi các trường Công giáo địa phương; Ramond tiếp tục khẳng định rằng họ phải được cấp chứng chỉ *brevet d'études* ngay lập tức. Các quan chức thuộc địa không quan tâm tới việc Ramond tiếp tục gây hấn và gạt phăng đòi hỏi của ông ta. Mãi đến những năm 1930 Ramond vẫn tiếp tục trình lên các cấp đòi hỏi của mình.[282] Thêm nữa, như Ramond tự hào báo cáo với bề trên của mình rằng ông ta đơn giản là không báo với chính quyền về việc mở các trường học mới nữa.[283] Trong tất cả những vụ đối đầu về vấn đề trường học như thế, Ramond đều lên án thái độ thiển cận của các quan chức thuộc địa, coi đấy là biểu hiện của tất cả những sai lầm của quá trình thực dân hóa của Pháp ở Việt Nam, thậm chí đổ cho những phong trào bài thực dân của Việt Nam là do

---

[281] RST 56739, TTLT I; RSPT cho RST, ngày 28/5/1917, RST 56755, TTLT I.
[282] GGI 51583, ANOM.
[283] Ramond cho de Guébriant, ngày 16/4/1930, Correspondance Ramond, MEP.

Pháp đã cản trở công tác giáo dục của Công giáo.[284] Đến lượt mình, các quan chức Pháp coi những lời kêu gọi của vị giám mục này là điển hình của thái độ sốt sắng và phá rối của những nhà truyền giáo.[285] Dù cách biệt về không gian và thời gian với những cuộc chiến tranh giữa Giáo hội và nhà nước ở Pháp, vũ đài của nó cũng gần giống như thế.

NHỮNG HẠN CHẾ VÀ QUÁ LẠM CỦA TRUYỀN GIÁO

Tháng 2 năm 1906 giám mục Hà Nội viết một bức thư đầy lo lắng về tình trạng tại giáo phận của ông để gửi về Rome như sau:

> Mặc cho những khiếm khuyết cố hữu trong bản chất của con người, thậm chí điều này còn dễ thấy hơn trong quan hệ giữa những người thuộc những dân tộc khác nhau và có tính khí khác nhau, đến mãi thời gian gần đây giữa chúng tôi vẫn có sự thống nhất về mặt tâm hồn. Nhưng cùng với việc thiết lập chính quyền bảo hộ của Pháp ở Bắc Kỳ, chúng tôi đã lâm vào cuộc khủng hoảng của buổi giao thời, một bên là sự thâm nhập của một số tư tưởng hiện đại và bên kia là hành động của một số người châu Âu, đã tạo ra ảnh hưởng đáng tiếc đối với tâm hồn của các linh mục và thầy giảng bản xứ của chúng tôi. Người ta không còn tôn trọng hay thân mật với các nhà truyền giáo như trước… Trước đây người bản xứ thường tỏ ra vui mừng và thậm chí mong muốn được gặp người đứng đầu hạt. Nhưng bây giờ, cùng với những tư tưởng mới được nói tới bên trên, một vài người trong số họ đã coi các nhà truyền giáo như là người quan sát không được hoan nghênh, hay thậm chí

---

[284] RST 81671, TTLT I.
[285] RST cho GGI, ngày 9/12/1935, RST 64900, TTLT I.

là kẻ xâm nhập nữa.[286]

Vị giám mục này nói đúng khi cho rằng chính quyền Pháp làm cho một số tín đồ Công giáo Việt Nam bực bội khi thấy các nhà truyền giáo người Pháp và ông cũng nói đúng khi cho rằng những sự cố của chính quyền Pháp làm cho nhiều người Việt Nam – có đạo và những người khác – đặt vấn đề về những tiêu chuẩn xã hội và hình thức quyền lực đã có từ lâu đời. Nhưng vị giám mục này không hiểu hoặc không công nhận rằng nhiều vấn đề trong các cộng đồng Công giáo còn là những vấn đề nội bộ nữa. Sự bành trướng các thiết chế của các hội truyền giáo, bắt đầu từ những năm 1830, đã gia tăng nhanh chóng sau cuộc xâm lược của Pháp, làm suy giảm quyền tự chủ của Công giáo Việt Nam một cách nghiêm trọng. Hơn nữa, mặc dù các nhà truyền giáo tràn vào Việt Nam thường không đồng ý với các quan chức Pháp về vai trò của các hội truyền giáo trong quá trình thực dân hóa, nhưng nhiều người lại chia sẻ những giả định căn bản về tính ưu việt của người châu Âu tiêu biểu của thời đại đó. Sự thay đổi nhanh chóng trong tổ chức và văn hóa của các cộng đồng Công giáo trong vòng hai thế hệ đã tạo ra cuộc khủng hoảng thật sự trong đời sống Công giáo Việt Nam trong giai đoạn chuyển giao giữa hai thế kỷ.

Sự bùng nổ số lượng các nhà truyền giáo là vấn đề căn bản nhất. Năm 1868 mới chỉ có 64 nhà truyền giáo ở Việt

---

[286] Gendreau cho Trưởng ban Bộ truyền giáo của Vatican, ngày 24/2/1906, NS 503, CEP.

Nam.[287] Đến năm 1892 đã có 218 người.[288] Năm 1904, có 387 người.[289] Sau khi chính quyền Pháp được thiết lập, số nhà truyền giáo người Tây Ban Nha cũng gia tăng, nhưng không nhiều như thế: năm 1862 có khoảng 20 người, năm 1896 là 34 và tăng lên thành 67 người vào năm 1922.[290] Tóm lại, trong vòng có 40 năm, số nhà truyền giáo của MEP đã gia tăng gấp 6 lần, các cơ quan phụ trợ về quản lý và thiết chế cũng gia tăng tương ứng. Thậm chí ngay trong nội bộ MEP điều này đã gây ra căng thẳng rồi. Nhiều nhà truyền giáo có thâm niên trong giai đoạn chuyển giao thế kỷ đã ở Việt Nam từ những năm 1870, họ còn nhớ rõ những thử thách cam go thời nhà Nguyễn và coi những đồng nghiệp mới của mình là những người quá tự tin và kém hiểu biết. Năm 1907, các giám mục của MEP đã viết một bức thư chung, phàn nàn rằng các nhà truyền giáo mới tới không tôn trọng văn hóa truyền giáo: "Điều làm người ta đau khổ là thấy các nhà truyền giáo vừa bước khỏi mạn thuyền... đánh giá và phê phán người và vật trên cơ sở những ấn tượng tức thời của họ! Còn đau khổ hơn nữa nếu ngay sau đó chỉ vì những lý do ngớ ngẩn mà họ đã đòi

---

[287] "Statistiques comparées des missionnaires européens et prêtres indigènes en 1868 et 1928," *Mission Catholiques*, tháng 7 năm 1928, 312.

[288] "Les Missions Catholiques en Indochine," báo cáo của Sûreté, ngày 1/10/1924, FM IC NF 1475(1), ANOM.

[289] GGI 15793, ANOM.

[290] Bùi Đức Sinh, *Giáo hội công giáo ở Việt Nam*, tập 2:484; Báo cáo hàng năm của giáo phận Trung Tâm Bắc Kỳ, Đông Bắc Kỳ và Bắc Bắc Kỳ cho năm 1896, NS 96 và 117, CEP; "Les Missions Catholiques en Indochine."

thuyên chuyển hay không chịu nhận chức vụ được phân
công, đe dọa rời bỏ hội truyền giáo hay trở về Pháp nếu
chúng tôi không chiều theo những ước muốn của họ." Các
vị giám mục này còn phàn nàn rằng nhiều nhà truyền giáo
mới tới coi MEP "là một kiểu nhà nước cộng hòa, trong đó
người vừa mới tới coi mình là ngang hàng với những người
có thâm niên cao nhất," và họ lo ngại rằng điều này sẽ tạo
ra ấn tượng khủng khiếp đối với Việt Nam, nơi tôn ti trật tự
dựa trên tuổi tác là thành phần cơ bản của các mối quan hệ
xã hội.[291] Vấn đề nghiêm trọng hơn là nhiều nhà truyền
giáo mới tới không thể thực hiện được khá nhiều công việc
mà nghề nghiệp của họ đòi hỏi. Nhiều người giữ những
chức vụ giám sát quan trọng trong bộ máy quản lý của đoàn
truyền giáo đang phình ra một cách nhanh chóng và nhiều
người không đáp ứng được đòi hỏi của công việc. Ngôn
ngữ là vấn đề to lớn. Vì hầu như không có linh mục bản xứ
nào nói được tiếng Pháp cho nên trong vòng một năm huấn
luyện, các nhà truyền giáo phải tương đối thành thạo tiếng
Việt. Thường là không đủ để chuẩn bị cho họ trở thành
người đứng đầu hạt, chủng viện hay bệnh viện. Năm 1920,
giám mục Sài Gòn ghi nhận rằng nhiều nhà truyền giáo ra
đi vì họ không học được tiếng Việt.[292] Còn những người ở
lại, theo nhận xét của một vị giám mục khác, "hiếm khi có
trình độ bằng các linh mục bản xứ, mặc dù họ được coi là

---

[291] "Reponse des vicaires apostoliques à la circulaire du Séminaire
de Paris du 15 juilet, 1907," 712A, MEP.
[292] Quinton cho Ferrières, ngày 21/7/1920, Correspondance
Quinton, MEP.

có khả năng lãnh đạo và hướng dẫn các linh mục bản xứ." Có nghĩa là "quan hệ của họ với giáo sĩ bản xứ trở thành khó khăn và ảnh hưởng của họ với giáo sĩ bản xứ là bằng không."[293]

Thế hệ các nhà truyền giáo mới xuất thân từ nước Pháp giàu có và hiện đại hóa hơn những người đi trước và một số người kỳ vọng một lối sống gây tốn kém cho ngân sách của hội truyền giáo và làm tổn thương hình ảnh của hội. Các nhà truyền giáo thời thuộc địa đòi trở về Pháp thường xuyên hơn là những người đi trước, tàu thủy chạy bằng hơi nước giữa Pháp và Việt Nam làm cho những chuyến đi như thế trở thành dễ dàng hơn.[294] Một số người không muốn nhận những chức vụ ở vùng sâu, vùng xa, tức là những khu vực mà họ ít được tiếp xúc với người châu Âu: một nhà truyền giáo thường thân mật với các quan chức Pháp đã làm cho giám mục của ông ta không hài lòng.[295] Một số giám mục còn cho rằng một số nhà truyền giáo đi nghỉ dưỡng quá nhiều và đi quá lâu. Một vị đòi phải có sàn gỗ trong nhà của ông ta và đã tranh luận với giám mục của ông ta suốt mấy tháng trời về vấn đề này.[296] Năm 1908 một nhà truyền giáo tên là Patuel đã tự xây cho mình một ngôi nhà to bằng quỹ của hội truyền giáo mà không xin phép. Khi vị

[293] Marcou cho de Guébriant, ngày 10/5/1906, 712A, MEP.

[294] Marcou cho Mallard, ngày 20/7/1909, Correspondance Marcou, MEP.

[295] Andréa Eloy, "Note au sujet du pére Kerbaol," ngày 28/5/1934, Correspondance Eloy, MEP.

[296] Eloy cho de Guébriant, ngày 17/2/1919, Correspondance Eloy, MEP.

giám mục của ông ta từ chối thanh toán tất cả các khoản chi phí thì Patuel liền tiến hành chiến dịch quyên góp trong Giáo dân cho đủ số và không chịu nói với vị giám mục số tiền ông ta thu được. Quan hệ bị chia rẽ đến nỗi có người báo cáo rằng Patuel là tay trong cho một bài báo trên một tờ báo bài giáo sĩ. Nhưng khi ngôi nhà hoàn thành thì MEP lại đưa khoản đầu tư không tự nguyện của mình vào hoạt động và công bố bức ảnh ngôi nhà trên tờ *Missions Catholiques* của hội.[297] Giai đoạn đầu thời thuộc địa, một số truyền giáo đã dành phần lớn thì giờ và lòng nhiệt tình của họ cho những việc khác chứ không phải là cho việc cứu rỗi linh hồn. Một nhà truyền giáo, vì muốn giúp gia đình thoát khỏi những rắc rối về mặt tài chính, đã mượn quỹ có lãi suất của MEP cho một người di dân Pháp đang tìm cách khởi sự công việc kinh doanh.[298] Một nhà truyền giáo khác còn mua đất ở Yên Bái bằng tiền cá nhân, bất chấp qui định của MEP, và xây dựng doanh nghiệp riêng, dùng lao động của người Công giáo địa phương để trồng lúa và đốn cây. Ngay cả nếu ông ta trả công sằng phẳng cho các tín đồ Công giáo thì họ cũng nghĩ rằng lợi nhuận – tương tự như lợi nhuận được làm ra trong các cộng đồng Công giáo khác – sẽ quay lại cộng đồng chứ không phải, nói theo lời vị giám mục của ông này, là "vào tài khoản hay va li" của nhà truyền giáo

---

[297] Marcou cho de Guébriant, ngày 28/8/1918, Correspondance Marcou, MEP. Bức tranh ngôi nhà trong "Dans les montagnes du moyen Mékong," *Missions Catholiques*, tháng 1 năm 1917.

[298] Marcou cho de Guébriant, ngày 12/8/1908, Correspondance Marcou, MEP.

nọ.[299] Một nhà truyền giáo của MEP không chỉ bán gạo và gỗ mà còn nuôi lợn để bán giăm bông (hàng trăm đùi lợn mỗi năm) và ông ta đã làm nhà môi giới cho các doanh nhân và lao động địa phương trong suốt 15 năm.[300] Năm 1932, các linh mục Việt Nam đã lên án giám mục Sài Gòn là đã buộc các gia đình Giáo dân tái định cư để xây những căn hộ cho thuê để lấy tiền cho hội truyền giáo.[301] Một số nhà truyền giáo kém sáng tạo hơn, họ đơn giản là biển thủ quỹ hay ăn cắp tiền của MEP hoặc của các nhà truyền giáo đồng nghiệp.[302]

Nhiều nhà truyền giáo không hợp với đời sống thường ngày ở Việt Nam và không thực hiện được lời thề của họ. Một số còn uống rượu và hút thuốc phiện để bớt cô đơn.[303] Một số bị bệnh thần kinh: một người bị hoang tưởng là đang chế tạo động cơ vĩnh cửu và đứng làm việc suốt ngày đêm cho đến khi giám mục của ông ta phải đưa ông ta về Pháp để chữa bệnh.[304] Một số người đã phá bỏ lời thề khiết tịnh, và hầu như bao giờ cũng quan hệ với những người

---

[299] Ramond to Blondel, ngày 25/6/1929, Correspondance Ramond, MEP.

[300] Eloy, "Note au sujet du P. Kerbaol," ngày 28/5/1934, Correspondance Eloy, MEP.

[301] Bức thư gửi từ những giáo sĩ bản xứ Sài Gòn cho Bộ Truyền giáo của Vatican, ngày 1/3/1932, NS 1129, CEP.

[302] Võ Đức Hạnh, *La place du catholicisme dans les relations entre la France et le Viêt-Nam de 1887 à 1903*, tập 1: 446-47.

[303] Allys cho de Guébriant, ngày 11/5/1918, Correspondance Allys, MEP.

[304] Võ Đức Hạnh, *La place du catholicisme dans les relations entre la France et le Viêt-Nam de 1887 à 1903*, tập 1: 451.

phụ nữ Việt Nam trong hạt xứ đạo của họ. Ông Legrand de la Liraye (tác giả cuốn *Notes historiques sur la nation Annamite* và là người trong những năm 1860 đã ủng hộ nhiệt tình Lê Duy Phụng) đã bị giám mục của ông ta phê phán là "thường xuyên ghé thăm người châu Âu và thích những người châu Âu có tư cách đáng ngờ."[305] Rõ ràng là chính quyền mới được thành lập tạo điều kiện cho một số nhà truyền giáo dụ dỗ người ta: một nhà truyền giáo của MEP bị cho là đã dụ dỗ vợ của những người làm thuê cho ông ta và còn dọa giết một trong số những ông chồng đó. Sau khi bị buộc phải rời khỏi MEP, nhà truyền giáo này đã chứng minh quan điểm bi quan của vị giám mục về các quan chức thuộc địa bằng cách chuyển sang làm nhân viên hải quan.[306]

Tư cách đạo đức không ra gì của các nhà truyền giáo là dễ thấy và đáng xấu hổ, nhưng đây không phải là nguyên nhân chính của vấn đề. Trước hết, số lượng các nhà truyền giáo chưa từng có trước đây và quyền tự do đi lại đã tiếp thêm sinh lực cho những cố gắng của truyền giáo nhằm bảo đảm sự tuân thủ và tính chính thống trong đời sống Công giáo. Năm 1900 và năm 1912 Cộng đồng ở Kẻ Sặt và Kẻ Sở (gần Hà Nội) đã khẳng định những đường lối chỉ đạo khắt khe về việc thực hiện lễ ban phước và qui định về đời sống hàng ngày của tín đồ tại gia trên cơ sở các nghị quyết của công đồng Szechwan năm 1803 ở miền nam Trung

---

[305] Tác phẩm đã dẫn, 1: 447.
[306] Tác phẩm đã dẫn, 1: 451.

Quốc. Bao gồm những lời phê phán các điều kiện thực hiện Thánh Lễ, xưng tội, và giải tội; những hình thức chặt chẽ hơn của nghi thức sám hối; qui định về chế độ ăn uống, làm việc, phát ngôn, và cách cư xử trong gia đình và trong xã hội; cấm sử dụng các biểu tượng và vật thể địa phương trong các buổi lễ; và kêu gọi xóa bỏ các hiện tượng "mê tín dị đoan."[307] Mặc dù các giáo phận Nam Kỳ đã thi hành những qui định này tại công đồng Gò Thị năm 1841; các giáo phận lớn hơn ở Bắc Kỳ không thi hành vì lúc đó các vị giám mục ở đó "cho rằng các khuyến nghị của công đồng Szechwan là cũ kỹ và lỗi thời."[308] Nhưng hai thế hệ sau, khi các nhà truyền giáo tràn vào Bắc Kỳ với lệnh xuất quân là cải cách và chính thống đã thách thức, một cách trực tiếp hơn bao giờ hết, cách thức mà phần lớn tín đồ Công giáo Việt Nam sống với đức tin của họ.

Các nhà truyền giáo giai đoạn này cố gắng "uốn nắn" một loạt hoạt động hàng ngày. Trong lĩnh vực hôn nhân, các nhà truyền giáo báo cáo là đã tiến hành hàng loạt chiến dịch nhằm ngăn chặn việc sống chung như vợ chồng trước khi cưới, những đám cưới khi cô gái chưa đạt độ tuổi nhất định, đa thê, cưới trong nội bộ gia đình, cưới "chui" tức là chưa được linh mục làm lễ kết hôn chính thức, và cưới trước khi đoạn tang.[309] Trong lĩnh vực tang lễ, họ cố gắng

---

[307] Về những công đồng này, xin đọc Josef Metzler, *Die Synoden in Indochina, 1625-1934* (Paderborn: F. Schöningh, 1984).

[308] Ramsay, *Mandarins and Martyrs,* 94.

[309] Võ Đức Hạnh, *La place du catholicisme dans les relations entre la France et le Việt-Nam de 1887 à 1903,* tập 2: 719-21.

ngăn chặn việc chi tiêu "quá nhiều" cho cỗ bàn và cúng tế, than khóc, dùng thầy địa lí để tìm hổ chôn cất, và chống lại việc tín đồ Công giáo tham gia vào việc chôn cất người ngoại đạo (và ngược lại).[310] Các nhà truyền giáo cấm tín đồ trong các làng lương giáo lẫn lộn tham gia vào những lễ lạc cúng ông bà tổ tiên hay thần linh và tham gia vào những hoạt động văn nghệ nhằm tôn vinh "thần linh của người ngoại đạo" và những lễ hội khác của làng. Mặc dù nhiều nhà truyền giáo cố gắng kết hợp các phong tục tập quán địa phương vào nghi lễ và đời sống Công giáo theo cách mà họ cho là chấp nhận được, nhưng điều đó thường không đủ sức ngăn chặn được tình trạng chia rẽ trong đời sống của cộng đồng Công giáo và quan hệ cộng đồng. [311] Các nhà truyền giáo còn đấu tranh nhằm ngăn chặn nạn cờ bạc và sử dụng thuốc phiện. Việc giám sát bao trùm này đặc biệt có ý nghĩa đối với khu vực trung tâm Công giáo nằm ở vùng bờ biển Bắc Kỳ, nơi hàng trăm ngàn người Công giáo sống trong những khu vực tương đối nhỏ và an toàn, khá phù hợp cho việc xây dựng chỗ ở cho các nhà truyền giáo và cho những chuyến viếng thăm thường xuyên của họ.

Về mặt vật chất, sự hiện diện đông đảo các nhà truyền giáo còn gây ra chia rẽ hơn nữa. Như đã nói bên trên, sự can thiệp của các nhà truyền giáo vào công việc quản lý và pháp luật thường tạo ra ảnh hưởng tiêu cực trong quan hệ với các quan chức địa phương và cách cư xử của các nhà

---

[310] Tác phẩm đã dẫn, 2: 719.
[311] Tác phẩm đã dẫn, 1: 77-104.

truyền giáo với những người không theo đạo thường làm xấu đi quan hệ với các làng bên cạnh hoặc trong làng lương giáo lẫn lộn. Sự dịch chuyển nhanh chóng biên giới hành chính trong các giáo phận trong thời gian đó đã kết hợp những cộng đồng Công giáo có quan hệ không tốt lại với nhau.[312] Chỉ mỗi việc đón tiếp nhà truyền giáo khi ông ta đi thăm các hạt đã khá tốn kém rồi, vì phải nuôi ăn và bố trí chỗ ở và thường là tổ chức cỗ bàn nữa. Các hạt do các nhà truyền giáo lãnh đạo hiện nay nhỏ hơn trước kia, vì vậy mà các nhà truyền giáo có nhiều ảnh hưởng đối với những người thầy giáo lý và giáo sĩ, với các thành viên của hội đồng làng xã, và cách thức sử dụng thu nhập từ đất công của làng. Các nhà truyền giáo còn kiểm soát hầu hết khoản thu nhập từ đóng góp của châu Âu và một lượng lớn đất của giáo phận và cái mà họ ưu tiên – thường là với ý tốt – lại thường không phải là cái mà hoàn cảnh đòi hỏi. Trong lần ghé thăm Bùi Chu năm 1923, một Công sứ Tòa thánh nhận xét rằng, "các nhà thờ quá đẹp... nhà ở của các cha dòng Đa Minh thường là xa hoa và thường có đặc điểm trần tục không phù hợp với người tu hành... Việc lạm dụng còn đáng tiếc hơn nữa vì những ngôi nhà và nhà thờ này được xây dựng bằng tiền của của Giáo dân mà nhiều người mỗi ngày chỉ ăn có một bữa... Người Pháp ở Hà Nội nói rằng các nhà truyền giáo chặt người Việt Nam ra làm tư để xây dựng những ngôi nhà thờ đẹp."[313]

---

[312] Tác phẩm đã dẫn, 1: 118.
[313] "Visite apostolique du vicariat du Tonkin Central confié aux

Hành động đặc biệt không được nhiều người thích là các nhà truyền giáo buộc những người cải đạo ký một giao kèo là họ đồng ý trả tiền bồi thường nếu họ bỏ đạo. Việc này bắt đầu trong các giáo phận của MEP từ khoảng những năm 1840 và ít nhất là đến khoảng những năm 1890 các giáo phận Tây Ban Nha cũng làm như thế.[314] Khi các nhà truyền giáo gia tăng về số lượng và quyền lực thì những giao kèo như thế càng trở thành thông dụng hơn và dễ thi hành hơn. Các nhà truyền giáo đầu tiên áp dụng cách làm này với hi vọng là sẽ bảo vệ được nguồn lực "khỏi những người cải đạo giả mạo", tức là những người chỉ tìm sự giúp đỡ về mặt vật chất, và nhiều người không công nhận mức độ ép buộc của nó. Năm 1909, một nhà truyền giáo của MEP thậm chí còn đệ trình nhiều hợp đồng loại này với một quan chức Pháp khi người ký kết rời bỏ cộng đồng Công giáo với hi vọng là các quan chức thuộc địa sẽ giúp thi hành các hợp đồng đó. Các hợp đồng này đòi hỏi người ký phải trả 3 xu cho mỗi ngày họ từng là "giáo dân" để bồi thường chi phí của MEP trong việc giáo dục và quản lý họ. Các quan chức thuộc địa từ chối buộc người ta thi hành hợp đồng, vì cho rằng chúng tạo ra "một kiểu rào cản đối với quyền tự do tín ngưỡng, vì khoản bồi thường 3 xu một ngày, sau một năm sẽ là 10, 5 *piastres* và một người bản xứ sau bốn năm học

---

R.R.P.P. Dominicains Espanoles de la Province du T.S. Rosaire (Manille), 29 décembre 1922-janvier 1923," ngày 8/10/1923, NS 802, CEP.

[314] Jacob Ramsay cho rằng cách làm như thế xuất hiện trong giai đoạn này. Trao đổi riêng, ngày 5/5/2011. Về giao kèo trong các giao phận Tây Ban Nha, xin đọc RST NF 2380, CEP.

giáo lý muốn bỏ đức tin Công giáo sẽ do dự vì sợ phải trả 40 *piastres*, một khoản tiền khá lớn."[315] Người Việt Nam rõ ràng là không thích cách làm như thế: năm 1899 một quan chức Pháp nhận xét rằng một nhóm người muốn rời bỏ cộng đồng Công giáo đề nghị ông ta viết cho một tờ giấy để họ có thể đưa ra thay thế cho hợp đồng với hội truyền giáo, nhưng vì muốn giữ quan hệ tốt đẹp với các nhà truyền giáo cho nên vị quan chức này đã từ chối.[316] Vì phần lớn các quan chức thuộc địa tránh can thiệp vào những trường hợp kiểu như thế này, dường như một số người đơn giản là trả tiền hoặc "tiếp tục là người Công giáo" vì không có khả năng trả tiền bồi thường.

Có thể ảnh hưởng đáng kể nhất của việc quá nhiều nhà truyền giáo như thế tràn vào Việt Nam là sự suy giảm vai trò của giáo sĩ bản xứ. Không phải tất cả giáo sĩ bản xứ đều là những người trong sạch, và thỉnh thoảng nảy ra vấn đề, đấy là khi các nhà truyền giáo tìm cách ngăn chặn họ làm những việc như mua gạo giá rẻ rồi bán kiếm lời, cho vay với lãi suất cắt cổ, hay sử dụng tặng phẩm của tín đồ cho những mục đích đáng ngờ.[317] Nhưng, thường xảy ra hơn là một nhà truyền giáo mới tới đồng nghĩa với việc những giáo sĩ bản xứ– những người trước đây có mức độ tự chủ cao – bị đẩy vào vai trò phụ trợ, có ảnh hưởng ít hơn đối với những hoạt động lễ bái, đời sống tâm linh và nguồn lực

[315] RST 54965, TTLT I.
[316] RS Hà Nam cho RST, ngày 7/6/1899, RST 20167, TTLT I.
[317] Võ Đức Hạnh, *La place du catholicisme dans les relations entre la France et le Viêt-Nam de 1887 à 1903*, tập 2: 688.

của cộng đồng so với thời gian trước đây. Các nhà truyền giáo, thường là với ý định tốt nhất, thường bổ nhiệm những linh mục bản xứ tài giỏi tới những xứ đạo đang cần các linh mục có kinh nghiệm, nhưng nhiều người không muốn rời bỏ xứ đạo gốc của mình. Một số linh mục ra đi mang theo những đồ cúng tế quí giá, điều này càng làm cho các tín đồ Công giáo địa phương khó chịu thêm.[318] Các nhà truyền giáo thay thế cho các linh mục và thầy giảng, họ trở thành những người giảng dạy chính trong Nhà Đức Chúa Trời và tại chủng viện. Họ kiểm soát kỹ hơn cách thức các linh mục sử dụng quỹ dùng cho thánh lễ được gửi tới từ Pháp hay Rome. Nhiều nhà truyền giáo hơn có nghĩa là các linh mục từ nay hiếm khi có tiếng nói cuối cùng trong các vụ xung đột trong các cơ cấu xét xử của Công giáo. Sự vươn lên của tiếng Pháp như là ngôn ngữ hành chính càng làm cho các nhà truyền giáo trên thực tế trở thành người đại diện cho Công giáo trong những vụ xung đột với chính quyền, một vai trò mà trước thời thực dân họ thường ít khi giữ.

Sự tự nhận thức và thái độ của các nhà truyền giáo mới tới làm cho sự hiện diện ngày càng gia tăng của họ thậm chí trở thành tác nhân gây chia rẽ hơn nữa. Mặc dù việc xây dựng các Giáo hội độc lập ở bên ngoài châu Âu từ lâu đã trở thành mục tiêu được tuyên bố của hoạt động truyền giáo, nhưng trong thế kỷ XIX, nhiều tổ chức truyền giáo tìm mọi cách nhằm gia tăng sự hiện diện của chính họ. Điều đó thường xảy ra là vì trong thời đại bành trướng của

---

[318] Tác phẩm đã dẫn, 1: 66-67.

chủ nghĩa thực dân, tức là chủ nghĩa dựa trên những tư tưởng của chế độ phân biệt chủng tộc về mặt sinh học, các nhà truyền giáo thường nhìn giáo sĩ bản xứ với con mắt khinh khi hơn là trước đây. Năm 1906, giám mục Sài Gòn viết như sau: "Giáo sĩ bản xứ dễ bảo, lễ phép và dễ sai khiến; anh ta thực hiện nhiệm vụ mà cấp trên giao cho một cách cần cù và giảng dạy một cách cẩn thận... nhưng than ôi! Nhưng họ chưa thoát khỏi được những khiếm khuyết của chủng tộc của mình. Họ là những kẻ tự phụ, không phải lúc nào cũng thật thà, và nếu có một vài người tận tâm với việc cứu chuộc linh hồn thì đấy cũng không phải là đa số. Cuối cùng, theo thú nhận của chính họ, họ chưa và còn lâu mới tự định hướng được. Ngày mà giáo phận được chuyển cho họ quản lý sẽ là ngày cáo chung của tôn giáo của chúng ta trong giáo phận này."[319] Giám mục Qui Nhơn thì viết: "Không người nào trong số họ có đủ tầm nhìn, uy tín, thái độ khiêm tốn, sự xả thân, năng lực và tinh thần nhu thuận, sự hòa thuận, đức tin vững vàng, kỷ luật và đạo đức trong hàng ngũ và trong họ đạo của mình."[320] Nola Cooke ghi nhận cách thức mà các nhà báo của MEP trong khoảng giữa thế kỷ XIX bắt đầu mô tả các nhà truyền giáo "qua những bức chụp chân dung tự họa đầy chất nam tính của đức hạnh và ưu thế của người châu Âu, tức là thổi phồng những đức tính tốt của các nhà truyền giáo và phóng chiếu tất cả các

---

[319] Giám múc Sài Gòn Caspar cho Trưởng ban Bộ Truyền giáo của Vatican Giotti, ngày 9/10/1906, NS 404, CEP.

[320] Võ Đức Hạnh, *La place du catholicisme dans les relations entre la France et le Viêt-Nam de 1887 à 1903*, tập 2: 773.

nhược điểm vào những người Việt đáng thương hại hay đang bị khinh bỉ."[321] Theo lời của Jacob Ramsay, điều đó có nghĩa là "sự hình thành giáo sĩ tự chủ, do các giám mục bản xứ lãnh đạo, hành động độc lập với Paris, cũng như các linh mục chấp nhận hoàn toàn thế giới quan của MEP là không thể xảy ra trong Giáo hội còn có ý thức phân biệt chủng tộc như hồi thế kỷ XIX."[322]

Ý nghĩa mới của phân biệt chủng tộc và thang bậc cũng đồng nghĩa với viện nền văn hóa trong đời sống cộng đồng Công giáo ngày càng bị phân tầng. Trong những năm 1853 và 1858, tương ứng với các chiến dịch do lãnh đạo của MEP phát động, Bộ Truyền giáo đã ban hành hai chỉ thị khẳng định quyền ưu tiên của các nhà truyền giáo (*droit de préséance*) trong các giáo phận do MEP cai quản.[323] Về lí thuyết, quyền ưu tiên phải được tuân thủ trong hai tình huống, trong các hội nghị hành chính chính thức và trong các bữa ăn tại cộng đồng. Nhưng, trong giai đoạn thuộc địa nhiều nhà truyền giáo còn không sống cùng với các giáo sĩ

---

[321] Nola Cooke, "Early Nineteenth-Century Vienamese Catholics and Others in the Pages of the *Annales de la Propagation de la Foi*," *Journal of Southeast Asian Studies* 35, no. 2 (June 2004); 271.
[322] Ramsay, *Mandarins and Martyrs,* 126.
[323] Chiến dịch này dường như xuất phát từ ban lãnh đạo các đoàn truyền giáo của MEP ở Ấn Độ. Xem Adrien Launay, Histoire des missions de l'Inde: Pondichéry, Maïssour, Coïmbatour (Paris: Ancienne Maison Charles Douniol, 1899), 4: 93-108. Đại diện toàn thánh đến Đông Dương năm 1922 khẳng định rằng những bức thư này cũng áp dụng cho cả Đông Dương nữa. Xin đọc "Réunion plénière de NN.SS les Vicaire Apostolique de l'Indochine française et du Siam sous la Présidence de Monseigneur Henri Lécroart, Visiteur Apostolique de l'Indochine, à Saigon, le 20 juin 1923," NS 800, CEP.

bản xứ trong nhà ở dành cho các linh mục hay trong các Nhà Đức Chúa Trời mà thích sống trong các ngôi nhà dành riêng cho mình. Chương trình tu tập hàng năm cho các nhà truyền giáo và các giáo sĩ bản xứ cũng được tổ chức riêng, và các giáo sĩ bản xứ chẳng có mấy cơ hội trong việc lãnh đạo các giáo phận ngày càng quan liêu hóa. Các linh mục và những thầy giảng đi cùng các nhà truyền giáo trong các chuyến viếng thăm mục vụ thường phải làm nhiệm vụ như người hầu, đầu bếp, là quần áo, lau giầy, thậm chí rửa chân cho nhà truyền giáo làm nhiệm vụ giám sát họ nữa. Trong nhiều giáo phận ngay cả các vị linh mục người Việt già nhất và được kính trọng nhất cũng phải đứng dậy mỗi khi có một nhà truyền giáo bước vào trong phòng.[324]

Nhưng có lẽ chỉ dấu quan trọng nhất của nền văn hóa mới trong giáo xứ là ngôn ngữ. Mặc dù khó xác định chính xác nguồn gốc của qui ước, nhưng Khâm sứ Tòa thánh năm 1922 đã ghi nhận rằng "trong giai đoạn khủng bố", các nhà truyền giáo, không phụ thuộc vào tuổi tác, đã được gọi là *cố*, trong khi giáo sĩ bản xứ được gọi bằng *cha*, hay trong trường hợp người già nhất và được kính trọng nhất thì được gọi bằng *cụ* (cũng như cố, nhưng địa vị thấp hơn một chút).[325] Đến lượt mình, khi nói chuyện với các nhà truyền

[324] Bùi Đức Sinh, *Giáo hội công giáo ở Việt Nam*, tập 3:146.
[325] Henri Lécroart, Rapport de la Visite Apostolique du Vicariat de Cochinchine Orientale confié aux Missions Etrangére de Paris (du 26 mars au 18 avril, avec interruption pour la Visite de Kontum [Missions des Bahnars] du 9 au 18 avril), ngày 17/11/1923, NS 804, CEP. Sự khác biệt giữa cố và cụ không nhiều. Cố được dùng với người có con làm quan, còn cụ chỉ dùng cho những vị linh mục Việt Nam được mọi

giáo, các giáo sĩ bản xứ – không phân biệt tuổi tác – thường tự xưng là *con*. Đến cuối thế kỷ XIX, số lượng nhà truyền giáo đang thay đổi còn làm cho sự thay đổi trong cách xưng hô này thậm chí trở thành phản cảm hơn nữa. Khi truyền giáo đạt đến đỉnh cao của sự hồi sinh, các tổ chức truyền giáo còn mô tả một cách thành công nghề nghiệp này như là nhiệm vụ vinh quang và anh hùng, hấp dẫn được nhiều thanh niên Pháp. Theo số liệu của MEP, tuổi trung bình của 325 nhà truyền giáo của MEP ở Việt Nam năm 1900 chỉ là 38.[326] Vì các giám mục và nhà truyền giáo có thâm niên giữ các chức vụ cao, vì lý do sức khỏe, thường ở trong các thành phố, các nhà truyền giáo tiếp xúc nhiều với Giáo dân hầu như bao giờ cũng là những người trẻ hơn là những vị linh mục mà họ giám sát, trong phần lớn các giáo phận, những người này ít khi dưới 45 tuổi.[327] Những người có danh vọng và già làng thường già hơn nữa.

Sư tự nhận thức đang thay đổi của truyền giáo dẫn đến việc nhiều người sử dụng một số hình thức kỷ luật theo kiểu gia trưởng, mà theo họ là cần thiết để cho các cộng đồng Công giáo hoạt động. Năm 1920, khi giám mục Sài Gòn viết thư cho một nhà truyền giáo mới tới về việc nhận chức vụ đầu tiên, giám mục đã giải thích rằng "cách tốt nhất để được những người dưới quyền chấp nhận" là "trở

người kính trọng nhất.
[326] Les Amis des Missions, *Les missions catholiques françaises en 1900 et 1928* (Paris: Editions Spes, 1928), 8.
[327] Có thể dựa vào báo cáo hàng năm trong NS, CEP để tính tuổi trung bình của giáo sĩ bản xứ trong từng giáo phận và từng năm.

thành người tốt, trong khi lại phải có sự cứng rắn để chỉ cho họ thấy rằng tốt và yếu đuối là hai thứ khác hẳn nhau."[328] Trên thực tế, "cứng rắn" có nghĩa là những thứ như nhục hình mà các nhà truyền giáo thường sử dụng. Năm 1900, trong một chuyến viếng thăm một làng Công giáo ở Ninh Bình, một quan chức Pháp đã thấy cái được ông mô tả là "dụng cụ tra tấn", trong đó có vồ và roi mây, đặt trên giá trong phòng ngủ của giáo sĩ. Khi ông gửi thư cho giáo phận về vấn đề này thì giám mục đã phủ nhận việc các nhà truyền giáo lạm dụng những dụng cụ như thế, nhưng lại công nhận rằng nhục hình là biện pháp thường được dùng nhằm củng cố kỷ luật.[329] Một quan chức Pháp khác đã khẳng định cả thực tiễn lẫn tình cảm của các nhà truyền giáo đằng sau những hành động trừng phạt như thế. "Quan hệ giữa các nhà truyền giáo và Giáo dân là quan hệ cha con", quan chức này viết, ông này còn ghi nhận rằng một nhà truyền giáo đã tỏ ra ngạc nhiên khi một người Việt Nam phàn nàn về cách làm này, vì theo nhà truyền giáo này thì "đấy là biện pháp trừng phạt của cha, của thầy, của người trên với con, với học trò và kẻ dưới."[330]

Chắc chắn không chỉ các nhà truyền giáo sử dụng nhục hình, các giáo sĩ bản xứ cũng thường sử dụng và đấy cũng là biện pháp mà người không theo Công giáo cũng hay dùng. Nhưng một số nhà truyền giáo đã vượt quá ngưỡng

[328] Quinton cho Ferrières, ngày 27/4/1920, Correspondance Quinton, MEP.
[329] RST AF 20277, ANOM.
[330] RS Hà Nam cho RST, ngày 7/6/1899, RST 20167, TTLT I.

có thể chấp nhận được. Có báo cáo cho rằng một người tên là Maillard, trong một khóa họp, đã đánh một thầy giảng tới 500 roi, vượt quá xa thông lệ hay ngưỡng mà luật pháp Việt Nam cho phép. Khi bị giám mục khiển trách, Maillard trả lời rằng là người đứng đầu hạt và là người châu Âu, ông ta có quyền xử lí người Việt Nam dưới quyền theo cách mà ông ta cho là phù hợp và dọa rằng nếu bị trừng phạt thì ông ta sẽ bỏ hạt để vào sống trong tu viện.[331] Những vụ lạm dụng như thế đã gây ra hậu quả. Năm 1908, một nhà truyền giáo của MEP đã viết thư cho các quan chức Pháp, tố cáo một chủng sinh ăn cắp 200 quan dùng cho việc xây dựng nhà thờ trong hạt và trốn mất. Một tháng sau đó ông ta lại viết rằng đã tìm được thủ phạm thật sự và người chủng sinh đã quay về. Người này trốn vì sợ rằng sẽ bị đánh, nhà truyền giáo nhận xét như thế.[332] Đối với các linh mục mà nhục hình không có tác dụng thì các nhà truyền giáo có những giải pháp khác. Năm 1901, giám mục Sài Gòn nhận xét rằng "Để sửa chữa những khiếm khuyết của một số linh mục của chúng ta... tôi nghĩ rằng cần xây nhà trừng giới (*asile de correction*) *ad tempus* (một thời gian) cho một ít người và nhà ở *in perpetuum* (vĩnh viễn) cho hai hay ba người là chắc chắn nhất."[333]

Nhiều vụ xung đột công khai giữa các nhà truyền giáo

---

[331] Võ Đức Hạnh, *La place du catholicisme dans les relations entre la France et le Viêt-Nam de 1887 à 1903*, tập 1: 449.

[332] Glouton cho RSHD, ngày 13 tháng 3, 1908 và ngày 12/4/1908, RSHD 2825, TTLT I.

[333] Giám mục Sài Gòn cho Trưởng ban Bộ Truyền giáo của Vatican, ngày 30/9/1901, NS 213, CEP.

và các linh mục bản xứ chứng tỏ rằng đến đầu thế kỷ XX quan hệ của họ đã thoái hóa đến mức nào. Trường hợp được ghi chép kỹ lưỡng nhất là giáo phận Vinh, nơi hậu quả của vụ bắt giữ các linh mục ủng hộ phong trào Đông Du đã đầu độc thêm bầu không khí vốn đã khủng khiếp rồi; tháng 12 năm 1909, 262 linh mục và thầy giảng đã viết thư gửi về Rome nhằm ủng hộ vị giám mục đang bị chất vấn là ông Pineau – các nhà truyền giáo đã đề nghị cách chức ông này suốt mấy năm nay – như một hình thức phản đối các nhà truyền giáo giám sát họ. [334]Giám mục Hà Nội lấy làm tiếc mà nhận xét rằng vì các giáo phận ở Bắc Kỳ liên kết mật thiết với nhau, nên các giáo phận này "chắc chắn sẽ cảm thấy những dư chấn của những rủi ro đang đe dọa giáo phận này."[335] Năm 1909, giám mục Phát Diệm phàn nàn: "Ông có biết rằng hiện nay ở một giáo phận ở Đông Dương do hội của chúng ta dẫn dắt, trong đó giáo sĩ bản xứ đang làm hết sức mình nhằm thoát khỏi các nhà truyền giáo người Pháp hay không? Ông có biết rằng trong khu vực do hội truyền giáo này cai quản... các linh mục đang nghĩ đến việc rời bỏ đoàn giáo sĩ và trở về với gia đình chứ không chấp nhận cách hành xử của các nhà truyền giáo nữa hay không?"[336] Một vị giám mục, trong khi điều tra những lời tố cáo một nhà truyền giáo ở gần Qui Nhơn đã có quan hệ sinh lí với mấy cô gái trẻ, đã phát hiện ra âm mưu của các

---

[334] Bức thư trong NS 503, CEP.
[335] "Rapport secret addressé à la S. Congrégation de la Propagande," ngày 9/8/1909, NS 503, CEP
[336] Marcou cho Mallard, ngày 20/7/1909, Correspondance Marcou, MEP.

giáo sĩ bản xứ, "được khuyến khích bởi lòng căm thù và muốn báo thù" đã ra lệnh cho các cô gái làm đơn tố cáo nhằm đẩy nhà truyền giáo này khỏi hạt đó.[337] Từ chức, phản đối và vu khống chưa phải là những hành động tồi tệ nhất. Có báo cáo cho rằng một linh mục bị buộc phải hoàn tục năm 1920 đã tìm cách đầu độc giám mục Hà Nội và giám mục Hải Phòng.[338] Năm 1922 có báo cáo nói rằng một linh mục bản xứ đã hạ sát một nhà truyền giáo sau khi bị ông này trói và đánh đập.[339]

Năm 1903 giám mục Vinh phàn nàn như sau: "Hiện nay tình hình đã thay đổi. Hiếm khi còn những trường hợp mà chúng tôi gặp trong quá khứ: cả làng xin ôm chầm lấy đức tin rất thánh của chúng ta. Ở nhiều địa phương, các nhà truyền giáo chỉ có khả năng mót được một vài người cải đạo, ở những địa phương khác vai trò của họ chỉ là giữ những gì đã đạt được mà thôi."[340] Nhiều nhà truyền giáo từng chứng kiến sự thưa vắng của những vụ cải đạo hay

---

[337] Võ Đức Hạnh, *La place du catholicisme dans les relations entre la France et le Viêt-Nam de 1887 à 1903,* tập 1: 541-54.

[338] "Visite apostolique du Tonkin Septentrional confié aux R.R.P.P. Dominicains de la Province de Saint Rosaire (Manille), 17-29 november 1922", ngày 23/10/1923, NS 802, CEP.

[339] Xem The Hung, "L'église catholique et la colonisation française," trong "Les Catholiques et le movement national," *Etudes vietnamiennes* 53 (1978): 53. Nguồn này, là sản phẩm của Bộ Văn hóa của Cộng Hòa Xã Hội Chủ Nghĩa Việt Nam, khả nghi và không đáng tin. Nhưng đôi khi nó cũng được khẳng định bởi nguồn của MEP, nguồn này nói rằng Grandmaire chết năm 1922 (còn tương đối trẻ, mới 49 tuổi), không thấy nói đến nguyên nhân chết, hiếm gặp đối với các cáo phó của MEP.

[340] Báo cáo hàng năm của giáo phận Nam Bắc Kỳ, 1903, MEP.

thậm chí là "bỏ đạo" trong hạt của mình trong giai đoạn chuyển giao thế kỷ đã đổ lỗi cho thái độ thù nghịch của dân chúng địa phương và việc củng cố chính quyền thuộc địa thế tục là đã tạo ra các vấn đề trong đời sống Công giáo. Nhưng một số tín đồ Công giáo Việt Nam lại nói khác: "Viện cớ là tôn giáo, các nhà truyền giáo đàn áp chúng tôi. Họ bắt chúng tôi hoàn toàn phục tùng. Họ được đưa về những hạt giàu có nhất. Cần hai hay ba linh mục để thực hiện mệnh lệnh của họ... mặc dù họ không nói thạo tiếng Việt và không biết rõ phong tục tập quán để có thể giải quyết công việc. Tất cả bọn họ đều là sếp và tất cả quyền lực đều tập trung trong tay họ."[341] Đấy là một trong hàng tá thư mà các linh mục và các tín đồ Công giáo có danh vọng viết trong những năm đầu 1920 về những thay đổi sâu rộng của thế hệ trước, khi sự gia tăng về số người và quyền lực của các hội truyền giáo và thái độ đang thay đổi của các quyền lực tôn giáo châu Âu đã làm chuyển hóa đời sống Công giáo ở Việt Nam. Nhưng có lẽ điều nói nhiều nhất về bức thư lại là người nhận – ông Henri Lécroart, do Vatican gửi tới Đông Dương năm 1922, ông này là một trong những công sứ của Tòa thánh được gửi đi khắp thế giới để thu thập cái mà quyền lực tôn giáo coi là những điều kiện đáng quan ngại trong các hội truyền giáo trên khắp thế giới. Trong những năm 1920, các cố gắng của Rome nhằm giải quyết những vấn đề này được bắt đầu bằng việc chuyển sang các Giáo hội địa phương độc lập, tức là đồng vọng với

---

[341]Những linh mục bản xứ ở Bùi Chu cho Công sứ Tòa thánh Henri Lécroart, tài liệu không có ngày, 802, CEP.

những cuộc thảo luận rộng rãi hơn cả về chính trị và văn
hóa trong giai đoạn cuối của thời kỳ thuộc địa. Ý tưởng về
một Giáo hội thoát khỏi ảnh hưởng của truyền giáo làm
người Việt Nam phấn khích và là vấn đề không thể tưởng
tượng nổi đối với các nhà truyền giáo, đã đặt ra những câu
hỏi sâu sắc hơn về quan hệ sắc tộc, chính quyền của châu
Âu, và bóng ma của nền độc lập sẽ định hình đời sống
Công giáo ở Việt Nam trong thế hệ tiếp theo.

3

Sự ra đời Giáo hội địa phương

Trong một ngôi làng nhỏ tí có tên là Saint – Loup – sur – Thouet ở Deux – Sèvres của Pháp có một nhà thờ không bình thường dành để tưởng niệm một người con được ca tụng nhất của làng. Théophane Vénard lên tàu đi Việt Nam năm 1852, và chết ở Bắc Kỳ năm 1861, trong làn sóng bạo lực cộng đồng diễn ra sau khi Pháp chiếm Nam Kỳ. Nhà thờ ở Saint – Loup được xây dựng để vinh danh ông – ban đầu người ta muốn nó phải là một nhà thờ lộng lẫy – điện thờ và hậu cung của nó quả thật đã vươn cao trên cánh đồng bằng phẳng của Poitou. Nhưng ở đây chỉ có điện thờ và bàn thờ mà thôi. Sau khi nhà thờ được bắt đầu xây dựng vào những năm 1880 là giai đoạn chiến tranh và khó khăn, khó quyên góp được tiền, nhất là khi Giáo hội đã bắt đầu không còn nhiều ý nghĩa với người dân Saint – Loup như trước đây nữa. Người dân Saint – Loup buộc phải ngừng công việc xây dựng, họ đóng cửa nhà thờ bằng những cửa sổ to tướng. Bức tượng Vénard đứng bên ngoài công trình xây dựng chưa hòa thành để vinh danh cuộc đời và sự nghiệp chưa hoàn thành của nhà truyền giáo.

Câu chuyện về nhà thờ ở Saint – Loup – sur – Thouet khá giống với câu chuyện của Giáo hội mà Théophane Vénard hi vọng sẽ xây dựng ở phần bên kia của quả địa cầu. Vénard đi Việt Nam trong giai đoạn hồi sinh của phong trào truyền giáo, đưa sự hiện diện của người châu Âu trong đời sống Công giáo Việt Nam lên đỉnh cao nhất của nó. Đầu thế kỷ XX, cứ hai linh mục Việt Nam thì có một nhà truyền giáo, phản ánh một giai đoạn kéo dài ba thế hệ, trong đó số nhà truyền giáo châu Âu tăng với tốc độ lớn hơn mức độ gia tăng các linh mục địa phương và trách nhiệm cũng như quyền lực của mỗi nhóm ngày càng cách biệt thêm. Nhưng trước Cách mạng Tháng Tám thì khoảng sáu linh mục Việt Nam mới có một nhà truyền giáo và trong những năm 1960, trong giai đoạn Cộng đồng Vatican Hai, Rome đã chuyển tất cả các giáo điểm truyền giáo (*mission*) ở Việt Nam thành các địa phận (*diocese*) và như vậy là Rome đã thiết lập cơ cấu chính thức của Giáo hội Công giáo Việt Nam, chẳng bao lâu nữa Giáo hội này sẽ hoàn toàn độc lập với quyền lực của truyền giáo. Sự xuất hiện của Giáo hội địa phương ở Việt Nam trong thời gian giữa hai cuộc Thế chiến xuất phát từ thế hệ với sự suy giảm của truyền giáo, mà những người sống cuối thế kỷ XIX đầu thế kỷ XX khó có thể tưởng tượng nổi. Trong hai thập kỷ sau Thế chiến I, lòng mộ đạo ở châu Âu suy giảm và những căng thẳng xung quanh các cơ quan quyền lực của truyền giáo ở bên ngoài châu Âu đã đưa Vatican tới một chương trình cải cách đầy tham vọng nhằm chuyển ban lãnh đạo các Giáo hội trong các đế quốc châu Âu vào tay giáo sĩ bản xứ. Ở Việt Nam điều này xảy ra trong giai đoạn chuyển động dữ dội về chính trị và văn hóa mà chính quyền thuộc địa gây ra ở Việt Nam, trật tự xã hội và những tư tưởng mới, những giá trị mới xuất hiện. Đối với nhiều tín đồ Công giáo Việt Nam trong thế hệ này, sự gia tăng quyền lực của họ trong Giáo hội trở thành nền tảng quan trọng nhất cho trải nghiệm của họ về và sự tham gia của họ vào quá trình chuyển hóa về mặt chính trị và văn hóa của thời đại.

SỰ SUY GIẢM CỦA TRUYỀN GIÁO VÀ VẤN ĐỀ GIÁO HỘI ĐỊA PHƯƠNG

"Thực tế mà nói, chúng tôi không yêu nhau... Sự khác biệt quá lớn về tính khí là lý do của sự thiếu vắng tình cảm yêu mến nhưng không phải là lý do để biện hộ cho nó. Cả hai phía chúng tôi đều là những người thiếu khoan dung và xét cho cùng, nói gì thì nói, đây là tinh thần dân tộc thực sự."[342] Đấy là những lời lẽ chân tình mà một vị giám mục người Pháp đã nói với Henri Lécroart, một công sứ Tòa thánh được gửi tới để xem xét và báo cáo về tình hình của các giáo phận ở Đông Dương. Lécroart sống gần một năm (1922 – 1923) ở Việt Nam và một số điều mà ông nhìn thấy ở đây đã truyền cảm hứng cho ông. Ông viết về chuyến thăm Bùi Chu như sau: "Không ngôn từ nào có thể truyền

[342] Henri Lécroart, "Visite apostolique des missions d'Indochine: rapport general," ngày 10/1/1924, NS 800, CEP.

đạt được tình yêu, lòng nhiệt tình và sự tận tụy của những tín đồ Công giáo này với Đức Thánh cha. Tôi sẽ không bao giờ quên những buổi đón tiếp ở xứ đạo này. Những đám đông cả chục ngàn tín đồ Công giáo hoan hô Đức Giáo hoàng, reo hò và vỗ tay... thật là một cảnh tượng đáng ngạc nhiên mà tôi từng chứng kiến." Nhưng không phải tất cả đều tốt đẹp ở Bùi Chu. Lécroart báo cáo rằng các chủng viện không phù hợp đào tạo ra các linh mục vô tích sự, rằng nguồn lực thì vừa thiếu vừa được phân bố không hợp lí, và các ban lãnh đạo giáo phận thường có quan hệ không tốt với chính quyền Pháp. Nhưng điều làm Lécroart lo lắng hơn cả là các nhà truyền giáo "ngay từ khi tới đây đã tự hành xử theo lối quan cách, gây ra nghi ngờ," và ông ghi nhận tình trạng chia rẽ và bất bình đẳng trong việc ăn uống và sinh hoạt và trong hầu hết các mối quan hệ hàng ngày.[343] Nhưng không phải tất cả các giáo phận đều như thế: Lécroart nhận xét rằng sự thịnh vượng tương đối của Nam Kỳ có nghĩa là ở đây có ít vấn đề về nguồn lực và ngân sách và ông nhìn thấy tại một số giáo phận – nhất là ở Huế – quan hệ giữa các nhà truyền giáo và giáo sĩ bản xứ là khá tốt. Nhưng ở tất cả các giáo phận mà ông đã đến thăm, Lécroart đều nhận thấy tình trạng bất bình đẳng và ác ý mà ông cảm thấy là mối đe dọa thật sự.

Lécroart dành thời gian nói chuyện với các giáo sĩ bản

---

[343] Henri Lécroart "Visite apostolique du vicariat du Tonkin Central confié aux R.R.P.P. Dominicains Espanoles de la Province du T.S. Rosaire (Manille), 29 décembre 1922-janvier 1923," ngày 8/10/1923, NS 802, CEP.

xứ cũng nhiều như thời gian nói chuyện với các nhà truyền giáo, và các linh mục Việt Nam đã tận dụng chuyến viếng thăm của công sứ Tòa thánh để bày tỏ những điều phàn nàn mà các nhà truyền giáo đã lờ đi trong một thời gian dài. Ở Phát Diệm, một thầy giáo người Việt, dạy tiếng Latin trong một tiểu chủng viện, đã phát biểu công khai về "điều kiện khốn khổ" của giáo sĩ bản xứ, còn các chủng sinh thì phàn nàn về việc thiếu thốn thức ăn và giảng dạy kém cũng như các nhà truyền giáo đối xử với họ rất tàn nhẫn.[344] Ở Quy Nhơn, các linh mục Việt Nam phàn nàn rằng họ bị buộc phải gọi các nhà truyền giáo là *cố*, không cần biết tuổi tác, trong khi các linh mục giả cả và được kính trọng người Việt lại chỉ được gọi là *cụ*.[345] Ở giáo phận nào Lécroart cũng được nghe những lời phàn nàn tương tự như thế, và sau khi ông ra đi thì hàng chục bức thư của các linh mục Việt Nam đã dồn dập bay tới Bộ truyền giáo. Trong một bức thư, các linh mục Việt Nam đã đưa ra những hiện tượng hoàn toàn giống nhau giữa tình hình trong giáo phận của họ với tình hình chính trị trong đất nước họ. "Những người ngoại đạo," các vị giám mục viết, "nhìn thấy sự áp

---

[344] Henri Lécroart "Visite apostolique du vicariat du Tonkin Maritime confié aux Prêtres des Missions Etrangères de Paris (du 19 janvier au 12 février – dans l'intervalle, réunion à Phát Diem des Vicaires apostolique du Tonkin du 4 au 10 février)," tài liệu không có ngày, NS 803, CEP.

[345] Henri Lécroart "Visite apostolique du vicariat de Cochinchine Orientale confié aux Prêtres des Missions Etrangères de Paris (du 26 mars au 18 avril – avec interruption pour la Visite de Kontum [Missions des Bahnars] du 9 au 18 avril), ngày 17/11/1923, NS 804, CEP.

bức của người này đối với người khác cả trong lĩnh vực tôn giáo lẫn chính trị... Nhìn thấy các nhà truyền giáo Pháp đàn áp chúng tôi trong lĩnh vực tôn giáo cũng như những người Pháp khác đàn áp trong lĩnh vực chính trị, lúc đó họ sẽ coi tôn giáo của chúng ta là bất toàn và bất nhân. Họ sẽ nghi ngờ và quay lưng lại với nó."[346]

Những lời nhận xét của Lécroart – thực tế là, chính sự hiện diện của ông ở Việt Nam – đã phản ánh mối lo lắng thật sự của nhiều nhà lãnh đạo ở Vatican về tình hình của thế giới Công giáo trong giai đoạn sau Thế chiến I. Cuối thế kỷ XIX, vị trí của Giáo hội trên thế giới đã thay đổi một cách đáng kể, khi sự xuất hiện các nhà nước thế tục ở châu Âu và sự vươn lên của nền giáo dục phổ quát, của văn học và hoạt động chính trị của quần chúng đã tạo ra những thách thức nghiêm trọng đối với tôn giáo như một nguồn gốc của bản sắc. Mặc dù còn lâu Giáo hội mới đồng loạt rút lui, nhưng quyền lực thế tục của nó đã bị biến đổi và hạn chế. Nói chung, ảnh hưởng đối với Vatican diễn ra theo hai hướng. Thứ nhất, *ultramontanism* – ý thức hệ và mô hình tổ chức dựa trên ý tưởng về Giáo hội tập quyền với một Giáo hoàng đầy quyền lực – đang ngày càng trở thành xu hướng quan trọng và Rome bắt đầu tái khẳng định ảnh hưởng của mình đối với hoạt động tế lễ và cầu nguyện của các Giáo hội địa phương, trong khi những Giáo hội này càng bị chính quyền nhà nước chi phối. *Ultramontanism*

---

[346] Bức thư từ những giáo sĩ bản xứ tại giáo phận Qui Nhơn cho Khâm sứ Tòa thánh, ngày 15/12/1926, NS 896b, CEP.

một phần vốn là phản ứng mang tính bảo thủ trước sự lớn mạnh của nền chính trị của trường phái tự do ở châu Âu, nhưng nó cũng là kết quả của những thay đổi định chế, do nhận thức được nhu cầu phải hiện đại hóa Giáo hội, nhằm tạo điều kiện cho Vatican liên hệ trực tiếp với các Giáo hội trên toàn thế giới và đóng vai trò tích cực hơn trong những Giáo hội này. *Ultramontanism* không chỉ là phản ứng của giới tinh hoa: nó phản ánh thái độ của hàng triệu tín đồ Công giáo bình thường, những người đã phản ứng lại với những thay đổi xã hội đáng lo ngại trong nước họ bằng cách đồng nhất mình hơn nữa với Vatican như là cội nguồn của uy quyền chính trị và xã hội. Điều này thể hiện trong việc Rome ngày càng được coi là địa điểm hành hương, đồng thời vai trò quan trọng của Giáo hoàng trong đời sống hàng ngày của Giáo dân cũng gia tăng; Giáo hoàng Pius IX, nắm quyền từ năm 1846 đến năm 1878, là Giáo hoàng đầu tiên có chân dung được treo, bên cạnh những thần tượng dân tộc và khu vực, trong nhà các tín đồ Công giáo châu Âu.[347]

Phản ứng đáng kể thứ hai của Vatican trước sự lớn mạnh của nhà nước thế tục là mở rộng ảnh hưởng của Bộ truyền giáo, một cơ quan của Vatican nhằm ủng hộ và theo dõi hoạt động truyền giáo và các hội truyền giáo trên toàn thế giới. Chuyện này bắt đầu dưới triều đại của Giáo hoàng

---

[347] Frank Atkin và Nicholas Tallett, *Priests, Prelates and Peoples: A History of European Catholicism since 1750* (Oxford: Oxford University Press, 2003), 129-42.

Gregory XVI (1831 – 1846), nhưng mãi đến thời Leo XIII (1878 – 1903) tiến trình diễn ra một cách chậm chạp, đấy là lúc Vatican bắt đầu lo ngại rằng các tổ chức truyền giáo, thí dụ như MEP, đã gắn bó quá mật thiết không chỉ với giới chức của Giáo hội địa phương mà còn gắn bó với các chế độ thuộc địa nữa. Sự dính líu ngày càng gia tăng vào các hội truyền giáo, một sự bành trướng hợp logic của *ultramontanism*, còn phản ánh niềm tin thực sự của nhiều người thuộc giới tinh hoa ở Vatican rằng tương lai của Giáo hội có thể là ở ngoài châu Âu. Dưới góc nhìn như thế, những người có quyền hành ở Vatican cảm thấy bất an về tình hình của nhiều hội truyền giáo. Thực dân hóa chắc chắn là đã tạo điều kiện cho việc truyền bá Phúc âm tại nhiều khu vực ở châu Phi và châu Á hơn bất kỳ giai đoạn nào trước đây, nhưng các nhà truyền giáo được lòng nhiệt tình của chủ nghĩa đế quốc tụ tập lại đã tạo ra những mối liên kết với chế độ thuộc địa theo những cách mà nhiều người ở Vatican cảm thấy là đe dọa đối với tương lai của Giáo hội ở bên ngoài châu Âu. Trong thế kỷ XIX, sự bất an này còn chưa phản ánh sự chỉ trích về mặt đạo đức của Vatican đối với chính quyền thuộc địa như họ đã làm sau Thế chiến I; thông điệp năm 1890 của Giáo hoàng Leo XIII phê phán chủ nghĩa đế quốc hoàn toàn không hề đả động tới chủ nghĩa thuộc địa. Tuy nhiên, lo lắng là có thực và Rome bắt đầu có những bước đi tích cực nhằm đặt các hội truyền giáo dưới quyền kiểm soát trực tiếp của họ hơn nữa.

Những bước đi đầu tiên của Vatican trong việc cải cách các hội truyền giáo đã khởi động giai đoạn quá độ sang các

Giáo hội địa phương trên toàn thế giới mà đỉnh điểm của nó là Vatican II. Trong mắt của Vatican, vấn đề cấp bách nhất là nhiều hội truyền giáo không có khả năng hay không muốn tạo ra hay giữ được số lượng tới hạn các giáo sĩ bản xứ. Giáo hoàng Leo XIII nói về vấn đề này trong thông điệp mang tên *Ad Extremas* (*Về các chủng viện dành cho giáo sĩ bản xứ*) năm 1893, kêu gọi có nhiều giáo sĩ bản xứ hơn nữa, nhiều chủng viện tốt hơn nữa, nhiều đại diện địa phương – lúc đó hầu như chưa tồn tại – trong các ban lãnh đạo giáo phận hơn nữa. Vatican còn thiết lập những ban lãnh đạo chính thức đầu tiên tại các giáo phận ở châu Á và năm 1886 còn thiết lập ở Ấn Độ những địa phận dưới quyền quản lý trực tiếp của Vatican, còn năm 1891 thì thiết lập những địa phận như thế ở Nhật Bản. Vatican cũng cử những Khâm sứ Tòa thánh, đại diện của Giáo hoàng tới những nước mà Vatican chưa có quan hệ ngoại giao chính thức, tới những giáo phận trên tất cả các thuộc địa của các đế quốc châu Âu. Bộ truyền giáo còn bắt đầu thu thập thông tin và số liệu về các hội truyền giáo một cách hệ thống hơn, ban đầu là thông qua các báo cáo và câu hỏi được tiến hành hàng năm, tạo điều kiện cho người ta theo dõi một cách kỹ lưỡng hơn hoạt động của các hội truyền giáo. Cuối cùng, Bộ truyền giáo bắt đầu tập trung các tổ chức gây quỹ trợ giúp công việc truyền giáo đầy sức mạnh ở châu Âu, đặc biệt là tổ chức Hội Truyền bá Đức tin (*Oeuvre de la Propagation de la Foi*), bằng cách gia tăng sự hiện diện của giáo sĩ trong những tổ chức mà trước đây phần lớn là thuộc các tín đồ tại gia và qui định cách thức

phân bố quỹ. Những cải cách như thế, một phần được tiến
hành trước năm 1920, bắt đầu quá trình tập quyền hóa và
tiêu chuẩn hóa việc quản lý các hội truyền giáo, mà sau
này, giữa hai cuộc Thế chiến còn được tăng cường hơn
nữa.[348]

Thế chiến I là thời điểm mang tính bước ngoặt trong
chính sách của Vatican đối với các hội truyền giáo. Đối với
Giáo hoàng Benedict XI – người trở thành Giáo hoàng
đúng bốn tuần sau khi chiến tranh nổ ra – chiến tranh
dường như là hậu quả đầy bi kịch của sự suy giảm địa vị
của Giáo hội trong đời sống châu Âu, vì các nước theo
Công giáo đã bỏ qua lời kêu gọi hòa bình của Vatican và
hàng triệu tín đồ Công giáo tại gia đã tập hợp lại dưới
những lá quốc kỳ của họ. Chiến tranh còn làm cho nền
chính trị châu Âu trở thành cấp tiến hơn theo cách mà
dường như sẽ làm cho tương lai của Giáo hội gặp phải rủi
ro. Cuộc Cách mạng Nga năm 1917 có thái độ thù nghịch
với Công giáo và sự lan tràn của chủ nghĩa cộng sản trong
nền chính trị châu Âu thời hậu chiến làm cho bóng ma của
chủ nghĩa bài giáo sĩ của Liên Xô dịch chuyển sang phương
Tây. Nhưng đối với Giáo hội, chiến tranh không chỉ đem
lại những kết quả xấu; những hoạt động ngoại giao và
những cố gắng làm giảm nhẹ hậu quả của chiến tranh gây
ra do Giáo hoàng tiến hành đã nâng cao được uy tín của
Giáo hoàng trước các nhà lãnh đạo châu Âu và sự vùng lên

---

[348] Xem Claude Prudhomme, *Stratégie missionnaire du Saint-Siège
sous Léon XIII (1878-1903): centralisation romaine et défis culturels*
(Rome: Ecole Française de Rome, 1994).

của chủ nghĩa cộng sản đã buộc người ta bắt đầu tổ chức lại những hoạt động chính trị của Vatican với những tín đồ tại gia dưới trào người kế nhiệm Benedict XV là Pius XI, ở ngôi Giáo hoàng từ năm 1922 đến năm 1939. Nhưng, trong khi khẳng định ưu quyền trên hết và sức mạnh có tính tàn phá của nhà nước, chiến tranh đã giáng một đòn khủng khiếp vào quan niệm của Vatican về nền văn minh châu Âu, làm thay đổi một cách triệt để nhận thức của Rome về vị trí của nó trên thế giới.[349]

Đối với Giáo hoàng Benedict XV và những quan chức Vatican nắm quyền ở giai đoạn kết thúc chiến tranh, mối lo trước mắt chính là tình hình các hội truyền giáo. Năm 1918 đa số các hội này rơi vào tình trạng tồi tệ hơn là cách đó bốn năm. Việc động viên nhiều người vào quân đội đã làm tan hoang nhiều hội truyền giáo, và tình trạng khó khăn do chiến tranh gây ra đã làm giảm những khoản đóng góp của châu Âu nhằm trợ giúp cho hoạt động truyền giáo. Đấy cũng là trường hợp ở Việt Nam, nơi ảnh hưởng của chiến tranh khá sâu đậm, mặc dù chẳng có mấy nhà truyền giáo từ đất nước này chết trong chiến hào. Mấy chục nhà truyền giáo rời Việt Nam về Pháp chiến đấu đã không quay trở lại vì lý do gia đình, vì bị thương hoặc vì lý do sức khỏe. Một số người buộc phải rời giáo phận của họ để đến thay thế cho những nhà truyền giáo đã ra đi tại những giáo phận khác hay làm nhân viên ở những chỗ còn thiếu người trong các bệnh viện thuộc địa hoặc những thiết chế khác. Vì

---

[349] Atkin và Tallett, *Priests, Prelates and Peoples*, 196-203.

trong thời gian chiến tranh MEP hầu như không nhận các chủng sinh mới cho nên đầu những năm 1920 chẳng có mấy nhà truyền giáo tới Việt Nam. Sau chiến tranh MEP còn khó lôi kéo chủng sinh hơn nữa; ở Pháp trong những năm 1920 việc tuyển mộ cả tu sĩ triều (các linh mục) lẫn tu sĩ dòng (các dòng tu) đều giảm.[350] Các nhà truyền giáo trở lại Việt Nam thường lại là những người bị thương, về thể xác hay những thương tật khác. Năm 1922 giám mục Vinh nhận xét rằng một nhà truyền giáo "đã có thể phục vụ thêm một số năm nữa, nếu ông cũng giống như những người khác. Nhưng với hoàn cảnh của ông ta và sự suy sụp tinh thần của ông ta, tốt hơn hết là ông ta nên quay về Pháp."[351] Như vậy là chiến tranh đã gây ra những hậu quả trực tiếp và có thể cảm nhận được. "Những nhà truyền giáo già thì chết, người trẻ thì bị động viên," Victor Quinton, giám mục sau này của Sài Gòn, viết như thế vào tháng 8 năm 1919. "Nếu tình hình cứ tiếp tục như thế, chẳng bao lâu nữa sẽ chỉ còn lại tôi với các linh mục bản xứ."[352]

Nhận xét của Quinton bộc lộ một mối lo đang ngày càng gia tăng: tuổi tác. Tuổi trẻ và không có kinh nghiệm đã từng là vấn đề trong giai đoạn bành trướng của MEP, nhưng một thế hệ sau đó, các nhà truyền giáo có quá nhiều kinh nghiệm lại trở thành vấn đề. Năm 1900, tuổi trung

---

[350] Ralph Gibson, *A Social History of French Catholicism,* 1789-1914 (London: Routledge, 1989), chương 2 và 3.
[351] Eloy cho "vénéré Monseigneur," ngày 30/11/1922, Correspondance Eloy, MEP
[352] Quinton cho Garnier, ngày 25 tháng 8, 1919, Correspondance Quinton, MEP.

bình của 325 nhà truyền giáo của MEP là 38; năm 1927 số nhà truyền giáo giảm đi mất 79 người, còn tuổi trung bình của họ lại là 51.[353] Tuổi già làm cho các nhà truyền giáo khó kiểm soát được các xứ đạo ở cách xa nhau, họ cũng dễ bị ốm và mệt mỏi hơn. Trong những năm 1920 và 1930 ngày càng có nhiều nhà truyền giáo rút khỏi vai trò tích cực là đứng đầu các hạt và chuyển sang giữ vị trí ở các thành phố hay làm giáo viên trong các chủng viện. Như Damien Grangeon, giám mục Quy Nhơn, viết năm 1923: "theo con số chính thức về giáo sĩ của chúng ta thì Đông Nam Kỳ dường như là giáo phận tốt nhất: 55 nhà truyền giáo... cho 66. 000 tín đồ và 2.500.000 người ngoại đạo; thật là xa xỉ, nói một cách tương đối là như thế... nhưng trong số đó, chúng ta phải trừ đi, chưa kể trung bình bao giờ cũng vắng mặt ba người vì lý do sức khỏe, tám người nữa, tức là những người không thể – hay không muốn – quay lại... người thứ chín... ra đi vĩnh viễn và năm người đã nghỉ hưu."[354] Ông kết thúc với lời đề nghị phải có thêm các nhà truyền giáo, nhưng MEP hiện có ít người để gửi đi hơn trước. Sau chiến tranh, tiền, một vấn đề muôn thuở, cũng trở thành vấn đề lớn hơn. Phong trào truyền giáo ở Pháp giảm, tiền hiến tặng cho các tổ chức truyền giáo cũng giảm tương tự như thế. Đối với MEP, điều này làm cho chi phí cho việc chu cấp cho các đoàn truyền giáo trở thành vấn đề

---

[353] Những con số thống kê này lấy từ Les Amis des Missions, *Les missions catholiques françaises en 1900 et 1928* (Paris: Editions Spes, 1928).

[354] Grangeon cho "Monseigneur," ngày 8/5/1923, Correspondance Grangeon, MEP.

nổi cộm hơn nữa; mặc dù cách giải quyết vấn đề trong hội truyền giáo trước đây bao giờ cũng là gửi đi thêm các nhà truyền giáo, bây giờ điều này lại tạo ra cũng nhiều vấn đề như là giải quyết nó. Năm 1926, người đứng đầu MEP nhận xét rằng phần lớn khoản phân phối của hội cho các đoàn truyền giáo ở Việt Nam đã được chi cho những chuyến đi và về khỏi khu vực này.[355] Và một khi nhà truyền giáo đã tới Việt Nam thì chi phí cho ông ta sẽ lớn hơn hẳn chi phí cho một linh mục hay một thầy giảng của địa phương. Báo cáo tài chính của giáo phận Hà Nội giai đoạn 1928 – 1929 cho thấy rằng MEP đã chi 91. 550 *piastres* chỉ để nuôi 32 nhà truyền giáo (trung bình 2. 861 *piastres* một người), nhưng chỉ mất có 26. 200 *piastres* cho 131 linh mục bản xứ (191 *piastres* cho một linh mục).[356] Các thầy giảng còn ít tốn kém hơn, như vị giám mục nhận xét: "Một thầy giảng, đội ơn Chúa! mỗi tháng chúng tôi chỉ phải chi có 400 *francs*, chưa đến một phần mười số đó, thế mà cuối năm chúng tôi cũng khó cân đối được thu chi."[357] Cuộc Đại suy thóa i trong những năm 1930 lại là một đòn nặng nề nữa vì nó làm giảm các khoản thu từ Pháp và từ Rome và giảm thu nhập từ các sản phẩm nông nghiệp của hội.

Như vậy là, trong mắt của Vatican, ở giai đoạn cuối

---

[355] De Guébriant cho Père Robert, tháng 6 năm 1928 (hoặc không ghi ngày tháng), Correspondance De Guébriant, MEP.
[356] Xin đọc báo cáo tài chính của giáo phận Hà Nội, 1928-29, Correspondance Gendreau, MEP.
[357] Marcou cho "Bien cher Monseigneur," ngày 24/10/1921, Correspondance Marcou, MEP.

chiến tranh, các hội truyền giáo ở Việt Nam và trên khắp thế giới đã đứng trước một cuộc khủng hoảng. Thậm chí một thế kỷ sau khi các nhà truyền giáo tới, các Giáo hội địa phương vẫn chưa phát triển đầy đủ về mặt thiết chế. Sự bùng nổ của những hoạt động của chủ nghĩa đế quốc trong giai đoạn cuối thế kỷ XIX đã lôi cuốn một số nhà truyền giáo hợp tác với chính quyền thuộc địa và điều này đã gây ra những tác hại thật sự cho Giáo hội; theo lời của Claude Prudhomme: "Thậm chí trong khi một số nhà truyền giáo hoạt động như những trợ thủ và bảo vệ không cho chính quyền thuộc địa lạm dụng thì những người khác lại thể hiện sự dễ dãi quá mức đối với chính quyền mà ít chú ý đến việc tôn trọng cá nhân" làm ảnh hưởng tới vai trò của những người có uy tín về mặt tôn giáo của họ và có hại cho quan hệ với dân chúng địa phương.[358] Cuối cùng, sự suy giảm đột ngột trong việc chiêu mộ các nhà truyền giáo và tìm kiếm nguồn lực đe dọa sẽ để các Giáo hội bên ngoài châu Âu chưa được chuẩn bị phải đối mặt với tương lai. Nhằm đáp trả cuộc khủng hoảng này, Giáo hoàng Benedict XV và Giáo hoàng Pius XI đã đưa ra hai lời tuyên bố mang tính cách mạng về các hội truyền giáo, một số nhà sử học coi những lời tuyên bố này là khởi đầu của quá trình phi thực dân hóa Công giáo.[359]

---

[358] Claude Prudhomme, *Missions chrétiennes et colonisation, XVIe-XXe siècle* (Paris: Cerf, 2004), 91.

[359] John Pollard, *The Unknown Pope: Benedict XV (1914-1922) and the Pursuit of Peace* (London: Geoffrey Chapman, 1999), 203.

Tông thư năm 1919, mang tên *Maximum Illud (Về việc truyền bá đức tin trên toàn thế giới)*, của Giáo hoàng Benedict XV, lần đầu tiên quan điểm thời hậu chiến của Rome về Giáo hội toàn cầu được thể hiện một cách thẳng thắn như thế, đánh dấu một sự thay đổi mang tính quyết định trong mối quan hệ giữa Rome, các hội truyền giáo và chính quyền thuộc địa. Giáo hoàng nói rõ rằng ngài coi những mối liên hệ giữa các nhà truyền giáo và chế độ thuộc địa là nằm ngoài Công giáo:

Sẽ là bi kịch nếu người của Tòa thánh tự mình cố gắng làm gia tăng hay tán dương uy tín của vùng đất quê hương mà ông ta vừa bỏ lại ở phía sau... Nếu rõ ràng là ông ta tham gia vào những kế hoạch của thế gian và thay vì dành hết sức mình cho sự nghiệp của chức vụ tông đồ, thì ông ta lại phục vụ cho quyền lợi của quê hương ông ta... Tình hình như thế dễ dàng làm cho người ta tin rằng Công giáo là tôn giáo mang tinh thần dân tộc của một số người ngoại quốc nào đó và những người cải sang đạo đó là những người không còn trung thành với chính dân tộc của mình và khuất phục trước thái độ ngạo mạn và sự thống trị của sức mạnh của ngoại bang.

Benedict XV phê bình các nhà truyền giáo "thể hiện lòng nhiệt tình cho quyền lợi của một quốc gia cụ thể nào đó hơn là sự phát triển của nước Chúa" và lên án một số người biến việc truyền bá phúc âm thành một hình thức của chủ nghĩa thực dân về mặt tinh thần và văn hóa. "Chúng ta khó có thể tán dương người", ông viết, "dùng mảnh vườn trồng nho của Chúa được chia cho người đó để tăng gia và đối xử với mảnh đất đó như thể tài sản riêng vậy." Benedict XV cảm thấy rằng Giáo hội đã không đáp ứng một cách nhiệt tình với các nền văn hóa khu vực và phàn nàn rằng phần lớn các nhà truyền giáo chỉ biết "lõm bõm" ngôn ngữ địa phương, ngài kêu gọi phải đào tạo kỹ lưỡng hơn nữa về văn hóa và ngôn ngữ.

Nhưng *Maximum Illud* làm được nhiều hơn là tái khẳng định chủ nghĩa siêu dân tộc của truyền giáo. Thực vậy, Benedict XV nói rõ rằng chỉ có một con đường phát triển Giáo hội bên ngoài châu Âu, đấy là mở rộng hàng ngũ và tăng cường vai trò của giáo sĩ bản xứ. Giáo hoàng tuyên bố: "Chỉ có linh mục bản xứ, đồng hành với người dân của họ ngay từ lúc lọt lòng, bằng tính tình, bằng sự cảm thông và khát vọng mới có hiệu quả trong việc quyến rũ tình cảm của họ và bằng cách đó lôi kéo họ đến với đức tin." Khó khăn phát sinh không phải vì "linh mục bản xứ" kém cỏi hơn các nhà truyền giáo mà bởi vì họ được "huấn luyện để làm những nhiệm vụ khiêm tốn hơn trong giáo đoàn." Thực ra, phần nhìn xa trông rộng nhất của *Maximum Illud* là nó đã tưởng tượng được sự cáo chung của truyền giáo Công giáo: "Ở đâu mà giáo sĩ bản xứ đủ về số lượng và được huấn luyện phù hợp và xứng đáng với thiên hướng của họ," Giáo hoàng viết, "thì bạn có thể thừa nhận một cách hợp lí rằng sự nghiệp truyền giáo đã thành công và Giáo hội đã thiết lập xong nền tảng của mình." Lúc đó truyền giáo sẽ phải ra đi, "để vụ mùa cho những người khác thu hoạch."[360]

Ba năm sau khi công bố *Maximum Illud* thì Benedict

---

[360] Toàn văn *Maximum Illud* trong Thomas J.M. Burke, S.J., *Catholic Missions: Four Great Missionary Encyclicals*, Incidental Papers of the Institute of Mission Studies, no. 1 (New York: Fordham University Press, 1957).

XV từ trần, nhưng Giáo hoàng Pius XI tái khẳng định các nguyên tắc của nó trong Tông thư năm 1926, gọi là *Rerum Ecclesiae* (*Về sứ mệnh của Thiên Chúa giáo*). Giáo hoàng Pius XI còn tập trung vào những vấn đề như đẩy các giáo sĩ bản xứ xuống vai trò phụ trợ, các nhà truyền giáo có vốn hiểu biết hạn chế về ngôn ngữ và phong tục địa phương, và sự tàn phá của chiến tranh. Trong bầu không khí chính trị tương đối bất an ở nhiều nước thuộc địa, ngài còn dự đoán rằng sự sụp đổ của các đế chế có thể làm cho công việc truyền giáo trở thành bất khả thi: "Giả sử rằng... hoặc là do chiến tranh hay do một số sự kiện chính trị trong lĩnh vực truyền giáo, chính phủ đang cầm quyền ở vùng lãnh thổ đó bị thay thế và rằng chính phủ mới ra lệnh hay buộc các nhà truyền giáo của một dân tộc cụ thể nào đó phải bị trục xuất." Giáo hoàng Pius XI nhận xét rằng chuyện này có thể xảy ra không phải chỉ vì các nước đế quốc cạnh tranh với nhau mà còn vì cách mạng nữa: "Giả sử rằng... người dân của một vùng lãnh thổ cụ thể nào đó... muốn trở thành tự do và độc lập sẽ đuổi khỏi nước mình nhà cầm quyền, binh lính, các nhà truyền giáo về cho chính quyền mà những người này là thần dân... Mọi người đều có thể nhìn thấy những tai hại to lớn đối với Giáo hội ở xứ ấy... trừ phi trước đó các giáo sĩ bản xứ đã lan tràn khắp nơi."

Tương tự như *Maximum Illud, Rerum Ecclesiae* đặt vấn đề trực tiếp về bất bình đẳng sắc tộc đã gia tăng trong thế kỷ XIX: "Bất cứ ai coi những người bản xứ này là thành viên của sắc tộc hạ đẳng hay những người có đầu óc kém cỏi hơn đều là những người đã có sai lầm đáng tiếc. Kinh nghiệm trong một giai đoạn dài chứng minh rằng người dân ở những vùng xa xôi ở phương Đông hay phương Nam hoàn toàn không kém hơn chúng ta, và có khả năng như chúng ta, ngay cả trong lĩnh vực trí lực nữa. Nếu một ai đó phát hiện được sự kém khả năng hiểu biết quá mức của những người sống ngay tại trung tâm của một số đất nước dã man đó thì đấy phần lớn là do điều kiện sống của họ." Giáo hoàng Pius XI nhấn mạnh rằng, khác với chế độ thuộc địa, trong Giáo hội không có sự chia tách giữa người châu Âu và người các dân tộc khác: "Những vị linh mục bản xứ này cũng được tham gia vào giáo sĩ như các nhà truyền giáo... vì một ngày nào đó họ chính là những người sẽ cai quản các Giáo hội và cộng đồng Công giáo được dựng lên bằng mồ hôi và sức lao động của quí vị. Vì vậy mà không được có bất kỳ sự phân biệt nào giữa... các nhà truyền giáo hay những người bản xứ, không được có bất kỳ giới tuyến nào nhằm chia cắt người này với người khác."[361]

Các Giáo hoàng Benedict XV và Pius XI đã biến những tư tưởng này thành hành động với những cuộc cải cách sâu rộng về chính sách và quản lý các đoàn truyền giáo. Một trong những cuộc cải cách như thế là sử dụng các thiết chế của Giáo hoàng nhằm phối hợp sự bành trướng vào các giáo phận của các hội hay các dòng tu Công giáo chú tâm vào việc phát triển các Giáo hội để họ có thể tự lực được. Ở Việt Nam có Dòng Chúa Cứu Thế (*Congregation of the Holy Redeemer* hay *Redemptorists*), xuất phát từ Canada và

---

[361] Toàn văn *Rerum Ecclesiae* trong tác phẩm đã dẫn.

hoạt động tích cực ở vùng Hà Nội và Huế. Những dòng tu quan trọng khác là *Société de Saint – Sulpice* (Hội Linh mục Xuân Bích), hội này đến để cai quản chủng viện trung ương đầu tiên của Bắc Kỳ và *Société des Auxiliares des Missions* (SAM), một dòng tu của Bỉ cam kết tạo ra các Giáo hội địa phương ở châu Á. Mặc dù trước năm 1940, chỉ có vài nhà truyền giáo của SAM tới Việt Nam, nhưng sau năm 1945 mạnh lưới của họ trở thành quan trọng đối với những nhà dân tộc chủ nghĩa người Việt ở châu Âu. Những năm sau chiến tranh còn có nhiều dòng tu tới và bành trướng thêm, làm cho sự hiện diện của châu Âu trong đời sống Công giáo ở Việt Nam trở thành đa dạng hóa và quốc tế hóa, ngay cả khi họ không hoạt động một cách tích cực nhằm phát triển Giáo hội địa phương. Trong đó có Dòng Biển Đức (*Benedictines*), Dòng Xitô Thánh Gia (*Cistercians*), Dòng Phanxicô (*Franciscans*), Dòng Cát Minh (*Carmelites*).

Cùng với sự hiện diện mang tính hành chính của Bộ Truyền giáo đang ngày càng gia tăng trong hoạt động truyền giáo, những cuộc cải cách khác cũng tạo cơ hội cho Rome kiểm soát chặt chẽ hơn tài chính của các hội truyền giáo. Một trong những thay đổi quan trọng là việc quyết định của Rome năm 1922 đặt Hội Truyền bá Đức tin (*Oeuvre de la Propagation de la Foi*) dưới sự kiểm soát của Rome. Trước đó Rome đã lựa chọn những nơi cần thành lập giáo phận và giao địa phương đó cho các hội truyền giáo, nhưng, nói chung, Lyon vẫn kiểm soát việc phân phối các quỹ mà OPF thu được. OPF thực chất là tổ chức quốc gia ngay từ khi thành lập vào năm 1822. Thậm chí trong những năm 1890, đóng góp của người Pháp vẫn chiếm khoảng hai phần ba tất cả các khoản đóng góp cho OPF. Nhưng điều đó bắt đầu thay đổi: năm 1913 đóng góp của người Pháp chỉ chiếm một phần ba các khoản đóng góp trên toàn thế giới và đến năm 1922 thì chỉ còn một phần tư mà thôi.[362] Như vậy là, quyết định của Bộ truyền giáo không phải là một trò chơi quyền lực mà là một biện pháp cần thiết; như một bài báo viết về việc chuyển giao này đã nói: "Đức thánh Cha tin rằng tín đồ Công giáo từ nước ngoài sẽ gửi nhiều món quà hậu hĩnh cho việc truyền bá đức tin nếu họ không bị buộc phải gửi qua Pháp."[363] Nhưng điều này đã làm các tín đồ Công giáo Pháp bất bình đến nỗi đại diện của Bộ truyền giáo ở Pháp phải chính thức trả lời trước những cáo buộc cho rằng Rome đã tiến hành công việc chuyển giao này nhằm tạo điều kiện thuận lợi cho các hội truyền giáo của Đức.[364] Mặc dù việc chuyển giao OPF không tạo ra những thay đổi lớn trong ngân sách của các đoàn truyền giáo, nhưng nó cho Bộ truyền giáo nhiều quyền lực hơn với MEP vào đúng giai đoạn mà hai tổ chức

---

[362] Về số thống kê quĩ của OPF từ năm 1887 đến năm 1913, xin đọc James P. Daughton, *An Empire Divided: Religion, Republicanism, and the Making of French Colonialism, 1880-1914* (New York: Oxford University Press, 2006), 267-68. Về số thống kê từ năm 1919 đến năm 1922, xin đọc "L'Oeuvre de la Propagation de la Foi à Rome," *Missions Catholiques*, ngày 6/4/1923.

[363] "L'Oeuvre de la Propagation de la Foi à Rome," *Missions Catholiques*, ngày 6/4/1923.

[364] "L'Oeuvre de la Propagation de la Foi à Rome – une réponse nécessaire," *Missions Catholiques*, ngày 3/8/1923.

này bắt đầu có mâu thuẫn về chính sách truyền giáo.

Dẫn dắt những thay đổi quan trọng này là một nhóm tinh hoa của Vatican kiên quyết cam kết với sự phát triển các Giáo hội Công giáo ở châu Á và châu Phi. Có thể người quan trọng nhất là Hồng y Willem Marinus van Rossum, một tu sĩ Dòng Chúa Cứu Thế người Hà Lan, lãnh đạo Bộ truyền giáo từ năm 1918 đến năm 1933, ông chính là người thiết lập nền tảng cho những cuộc cải cách các hội truyền giáo thời hậu chiến do Rome tiến hành. Người kế nhiệm ông, Hồng y Pietro Fumasoni Biondi, chia sẻ cam kết về phát triển các Giáo hội địa phương và bắt đầu tiến hành công việc đó ở Nhật Bản, sau khi quyết định gửi tới đó Khâm sứ Tòa thánh đầu tiên ở Nhật Bản vào năm 1919. Năm 1922, Giáo hoàng Benedict XV cũng quyết định cho Celso Costantini làm Khâm sứ Tòa thánh đầu tiên ở Trung Quốc, và hoạt động của ông này nhân danh giáo sĩ bản xứ đã nhanh chóng làm ông vướng vào những vụ xung đột với các nhà truyền giáo châu Âu ở nước này. Sau khi rời Trung Quốc vào năm 1933, Constantini trở thành thư ký của Bộ truyền giáo do Fumasoni Biondi lãnh đạo. Hai vị này có vai trò cực kỳ to lớn trong việc tái định hình các Giáo hội Công giáo ở châu Á thời hậu chiến.

Được Giáo hoàng khuyến khích, sau chiến tranh những người xướng xuất việc cải tổ hội truyền giáo trở thành những người lớn tiếng hơn, đấy cũng là lúc họ làm cho vấn đề xây dựng các Giáo hội địa phương trở thành rõ ràng hơn. Nhiều việc được thực hiện thông qua báo chí của truyền giáo. Sau năm 1922, Rome quản lý tờ tạp chí *Missions Catholiques* của OPF một cách chặt chẽ hơn, và tờ tạp chí này bắt đầu có một bài tường thuật sâu bổ sung cho hình ảnh một chiều về một giám mục bản xứ trung thành, tận tụy đã từng được đăng trên tạp chí này. Những tờ tạp chí mới hơn, cấp tiến hơn như *Bulletin des Missions* và *Revue des Missions* cũng nhiệt tình với việc xây dựng các Giáo hội địa phương, và đôi khi họ còn công khai phê bình những cố gắng của MEP trong việc phát triển giáo sĩ địa phương. Năm 1925, tờ *Le Revue Catholique des Idées et des Faits* đã phê bình cái "bản năng thái quá về quyền lực" của các nhà truyền giáo của MEP ở Pondicherry (Ấn Độ): "Nếu có điều kiện thì người Pháp, tất cả đều là da trắng," sợ trước hết là "một người Ấn Độ, linh mục hay tín đồ tại gia, bình đẳng với người Pháp."[365] Và thông qua hãng tin *Fides*, một cơ quan của Vatican mới được thành lập năm 1927, Rome bắt đầu truyền bá quan điểm của chính mình về thế giới Công giáo một cách mạnh mẽ chưa từng có.

Các chính sách mới và nền văn hóa mới ở Rome phản ánh một sự đoạn tuyệt quyết liệt với truyền thống trong nhiều giáo phận và hội truyền giáo; Bộ truyền giáo và lãnh đạo các hội truyền giáo phải làm việc vất vả nhằm cải đổi các thành viên của họ cho phù hợp với những thay đổi mà họ sẽ phải thực hiện. Trong những năm 1920, van Rossum có tiếp xúc gần gũi với người đứng đầu MEP lúc đó là Jean

---

[365] "Swami, Padre et Sahib," *Le Revue Catholique des Idées et des Faits*, ngày 25/12/1925.

de Guébriant, và de Guébriant đã đưa cải cách vào tâm điểm của những bức thư mà ông gửi cho hội. Trong một bức thư được công bố ngay sau *Rerum Ecclesiae*, de Guébriant khẳng định rằng vai trò của MEP bây giờ là "loại bỏ những bất bình đẳng cuối cùng còn sót lại vì sự khác biệt chủng tộc giữa các nhà truyền giáo và các linh mục bản xứ" và "nhường đường cho giáo sĩ bản xứ vào các giáo phận." Các nhà truyền giáo, ông viết tiếp, "không được nghĩ tới việc nhượng những vùng lãnh thổ mới cho các hội truyền giáo châu Âu nữa" và "phải bằng mọi giá để tránh tạo ra cảm tưởng rằng những lời chỉ dẫn của Đức Giáo hoàng về những vấn đề liên quan đến việc đào tạo các giáo sĩ bản xứ là tử ngữ." Ông nhấn mạnh rằng đấy "là chương trình của hội ngay từ ngày thành lập," và những chính sách mới "lặp lại những truyền thống đích thực và lâu đời nhất của hội chúng ta."[366] Bức thư này là tiêu biểu cho những cố gắng của Bộ truyền giáo và lãnh đạo các hội, tương tự như MEP, nhằm trình bày các cuộc cải cách không phải là sự đoạn tuyệt với lịch sử gần đây – thực chất đúng là như thế – mà là mục đích ngay từ ban đầu của công cuộc truyền giáo.

Việc thúc đẩy quá trình phát triển Giáo hội ở Việt Nam thời hậu chiến chắc chắn là được sự ủng hộ của một số người trong MEP. Jean – Baptiste Roux, giám đốc một chủng viện lớn ở An Ninh, đã viết một số trong những bản báo cáo bao trùm nhất về cuộc đời và sự hy sinh của các

---

[366] De Guébriant cho những giám mục và nhà truyền giáo của MEP, ngày 26/3/1926, Correspondance de Guébriant, MEP.

thánh tử đạo Việt Nam, cũng như tiểu sử của các giáo sĩ bản xứ cho các tờ tạp chí của truyền giáo Pháp. Trong những năm 1930, bài nói chuyện mang tên "Giáo sĩ bản xứ Việt Nam", gửi cho những nhà truyền giáo đã nghỉ hưu ở Vichy, Roux trình bày những thay đổi trong đời sống Công giáo Việt Nam như là thành quả may mắn của công sức lao động của những người truyền giáo.[367] Nhà truyền giáo và học giả Léopold Cadière có thể là người phát ngôn hùng biện nhất cho Giáo hội tự quản địa phương. Trong một bài báo viết năm 1929, Cadière đưa ra quan điểm lý tưởng hóa về Công giáo ở Việt Nam trong các thế kỷ XVII và XVIII, đấy là giai đoạn, khi "giữa người châu Âu và người bản xứ có sự bình đẳng nhất định trong tư tưởng và tình cảm, giúp xóa bỏ mọi tính tự phụ không phù hợp và bất công về mặt sắc tộc." Cadière cảm thấy rằng các nhà truyền giáo và các linh mục Việt Nam đã từng được coi là bình đẳng với nhau, nhưng cùng với thời gian quan điểm như thế đã không còn. Ấn tượng mạnh nhất là Cadière đã đổ lỗi cho "đầu óc xâm lược" đã "tiêm nhiễm trong tất cả người châu Âu, thậm chí cả các nhà truyền giáo," tức là quan điểm dựa trên "niềm tin thầm kín rằng người da trắng ưu việt hơn người da màu," một quan điểm làm cho nhiều người châu Âu "nghĩ quá nhiều về mình, có hại cho những người mà họ sống cùng." Cadière kết luận rằng sự khác biệt về sắc tộc, cơ sở của nhiều hệ thống thang bậc trong đời sống Công giáo

---

[367] Jean-Baptiste Roux, "Le clegé indigène annamite," lời nói chưa xuất bản, ngày 2/8/1930, Correspondance Roux, MEP.

Việt Nam là sản phẩm phụ của lịch sử chứ không phải là biểu hiện của sự bất bình đẳng về mặt sinh học và phải bị loại bỏ ngay lập tức. "Ở đâu con người cũng như nhau," ông viết, "và ở đâu người ta cũng được thúc đẩy bởi những niềm đam mê, một số người đam mê điều tốt, số khác đam mê điều xấu. Từ quan điểm chỗ đứng của mình thì không còn chủng tộc, chỉ còn các cá nhân."[368]

Nhưng mặc cho uy tín của Bộ truyền giáo cũng như sự ủng hộ trong nội bộ MEP, việc đưa *Maximum Illud* và *Rerum Ecclesiae* vào thực tiễn Việt Nam là một quá trình lâu dài, đầy khó khăn và gây chia rẽ. Công cuộc cải cách của Vatican ở Việt Nam trong giai đoạn giữa hai cuộc Thế chiến đã tạo ra những mối liên kết trực tiếp giữa Rome và Việt Nam, không còn thông qua bất cứ tổ chức truyền giáo nào nữa, dẫn đến mạng lưới rộng rãi hơn của các chủng viện với chương trình học tập hiện đại hơn và nghiêm ngặt hơn, và tạo điều kiện cho người Việt Nam được đại diện trong hệ thống thang bậc trong Giáo hội của họ. Điều này đã đưa các linh mục Việt Nam vào những vị trí quyền lực trong Giáo hội mà họ chưa từng được giữ bao giờ. Sự chú tâm càng gia tăng vào hệ thống cấp bậc trong đời sống tôn giáo đã tạo ra những câu hỏi gây bối rối cho các nhà truyền giáo cũng như gây bối rối cho các quan chức Pháp. Tóm lại, đến cuối giai đoạn thuộc địa, những thay đổi trong đời sống Công giáo Việt Nam đã tạo ra một Giáo hội mà cơ cấu

---

[368] Léopold Cadière, Le clegé indigène de l'Indo-Chine française," *Missions Catholiques*, tháng 12 năm 1929.

và quan hệ với truyền giáo và chính quyền thuộc địa đã trở nên khác hẳn với cơ cấu và quan hệ của nó cách đấy một thế hệ.

NHỮNG CUỘC CẢI CÁCH CỦA ROME VÀ NỀN TẢNG CỦA GIÁO HỘI ĐỊA PHƯƠNG

Tháng 8 năm 1922, một tín đồ Công giáo Việt Nam tên là Nguyễn Hữu Bài (thầy giảng) lên đường sang Rome để gặp Giáo hoàng. Sinh ở Quảng Trị năm 1863, Nguyễn Hữu Bài nhập học chủng viện của MEP ở Penang năm lên 10 tuổi. Ông trở về Việt Nam năm 1884 để làm thông ngôn ở Bắc Kỳ, ông đã được bổ nhiệm làm bố chính Thanh Hóa, và sau đó trở thành thành viên của phái bộ của hoàng đế ở Sài Gòn, rồi làm đại diện của triều đình trong phái bộ ngoại giao được cử đi Pháp năm 1902. Sau đó Nguyễn Hữu Bài trở về Huế, lúc triều đình đang trong tình trạng lộn xộn. Năm 1907 người Pháp tuyên bố vua Thành Thái bị điên và đầy ngài ra đảo Réunion. Sự kiện này đánh dấu việc kiểm soát toàn diện của Pháp đối với triều đình Huế, và có ảnh hưởng sâu sắc đối với những người đã chiến đấu nhằm giữ gìn bản chất thiêng liêng của triều đình. Trong đó có Nguyễn Hữu Bài và một tín đồ Công giáo và bạn của ông là ông Ngô Đình Khả, thượng thư bộ lễ, tổng quản cẩm thành, có 9 người con, trong đó có Ngô Đình Thục, người sau này sẽ trở thành giám mục người Việt Nam thứ ba, và Ngô Đình Diệm, tổng thống tương lai của Việt Nam Cộng Hòa. Một câu tục ngữ nhiều người biết xuất phát từ giai đoạn đó chứng tỏ người dân đánh giá cao và thán phục lòng trung thành của họ đối với vương triều: "Đày vua không Khả, Đào mả không Bài."[369]

Năm 1908 Nguyễn Hữu Bài trở thành Cơ mật viện đại thần, tức là hội đồng cố vấn của hoàng đế nhà Nguyễn và là lực lượng chính trị đầy quyền lực trong lãnh thổ bảo hộ An Nam. Sau đó, chức vụ thượng thư bộ công, thượng thư bộ hộ và bộ lại trong Cơ mật viện đã làm cho ông trở thành yếu nhân trong nền chính trị và nhân vật trung gian chủ yếu giữa MEP và các quan chức Pháp. Năm 1915, Nguyễn Hữu Bài được trao huân chương Bắc đẩu bội tinh và năm 1916 ông chỉ huy việc điều tra vụ nổi loạn của một số binh sĩ Việt Nam đang đào hào ở khu vực gần Huế và tự mình đề nghị tử hình mấy người.[370] Nguyễn Hữu Bài thường xuyên sử dụng ảnh hưởng của mình nhân danh phái

(Hình 6). Nguyễn Hữu Bài (đề ngày tháng không rõ). Société des Missions Etrangères de Paris.

---

[369] "Phế vua không Khả, Đào mả không Bài." Về tiểu sử Nguyễn Hữu Bài, xin đọc Lê Ngọc Bích, *Từ điển nhân vật công giáo Việt Nam, thế kỷ XVIII-XIX-XX* (N.p., 2006), 105-10.
[370] Allys cho de Guébriant, ngày 18/5/1916, Correspondance Allys, MEP.

bộ của triều đình Huế và những liên minh chính trị, mà nổi tiếng nhất là anh em nhà họ Ngô đầy tham vọng, sau khi Ngô Đình Khả chết vào năm 1923 thì ông trở thành người cha đỡ đầu cho mấy anh em nhà này. Nguyễn Hữu Bài có quyền lực đến mức có thể bảo đảm rằng mạng lưới mà ông bảo trợ tiếp tục giữ được quyền tự chủ, điều này đã làm một số quan chức Pháp tức giận.[371]

Cơ hội cho Nguyễn Hữu Bài gặp mặt Giáo hoàng xuất hiện khi ông cùng với phái đoàn hộ tống vua Khải Định sang Pháp vào mùa hè năm 1922. Sau thời gian ở Pháp, Nguyễn Hữu Bài tới Rome để thực hiện bốn yêu cầu của Bộ truyền giáo: tiêu chuẩn hóa các cuốn sách nguyện và sách dạy giáo lý ở Việt Nam, tạo ra những bài giảng thống nhất cho các chủng viện, hệ thống cấp bậc của Giáo hội Việt Nam với các giám mục người Việt, ngày kỷ niệm toàn quốc và tang lễ cho các thánh tử đạo Việt Nam.[372] Ngày 7 tháng 8 năm 1922 Nguyễn Hữu Bài được gặp van Rossum và Giáo hoàng Pius XI. Một nhà truyền giáo của MEP có mặt trong buổi tiếp báo cáo rằng Nguyễn Hữu Bài "lúc đầu hơi hồi hộp, nhưng đã nhanh chóng lấy lại được bình tĩnh

---

[371] Nhiều quan chức Pháp tố cáo Bài ăn hối lộ và tham nhũng, mặc dù những lời lên án như thế có thể phản ánh thái độ ghen tức trước sự độc lập về mặt chính trị của Bài. Xem Nola Cooke, "Colonial Political Myth and the Problem of the Other: French and Vietnamese in the Protectorate of Annam," Luận án tiến sĩ, Australia National University, 1991, 237-39.

[372] "Réunion plénière de NN.SS. les Vicaires Apostoliques de l'Indochine française et du Siam sous la Présidence de Moseigneur Henri Lécroart, Visiteur Apostolique de l'Indochine, à Saigon, le 20 juin 1923," NS 800, CEP.

và đưa ra những nét chính, theo lối phương Đông, nghĩa là hơi dài, các ý tưởng và ước nguyện mà ông trình bày với Đức Cha."[373] Sau khi về Việt Nam, Nguyễn Hữu Bài gặp giám mục Hà Nội, người đang lo lắng rằng Nguyễn Hữu Bài có nguy cơ làm cho chính quyền thuộc địa nghĩ rằng ông đang "theo đuổi mục tiêu dân tộc chủ nghĩa... gây thiệt hại cho chế độ bảo hộ."[374] Vị giám mục này có lí: năm 1924 báo cáo của Sûreté ghi nhận rằng "những âm mưu của Bài tự chúng sẽ chẳng có gì quá nguy hiểm nếu chúng chỉ thỏa mãn thói kiêu căng của ông ta, nhưng chúng lại phục vụ cho những mục tiêu của người đứng đầu Thánh bộ là van Rossum," người "biến các tín đồ Công giáo thành những người thù nghịch với Pháp."[375] Bản báo cáo còn trích dẫn một đoạn dài một trong những diễn văn của de Guébriant, trong đó ông ta khẳng định rằng "đã đến lúc coi sự thay đổi, bằng những bước tăng dần... mà kết quả là việc thay thế bằng các giáo sĩ bản địa – hoặc có thể nói giáo sĩ dân tộc – cho các tổ chức truyền giáo là công việc sắp diễn ra hay đang diễn ra."[376]

Không lâu sau khi Nguyễn Hữu Bài trở về từ Rome,

---

[373] [Illegible] cho de Guébriant, ngày 22/8/1922, Correspondance de Guébriant, MEP.

[374] Gendreau to de Guébriant, ngày 18/12/1922, Correspondance de Guébriant, MEP.

[375]"Les Missions Catholiques en Indochine," báo cáo của Sûreté, ngày 1/10/1924, FM IC NF 1475 (1), ANOM.

[376] Patrick Tuck, *French Catholic Missionaries and the Politics of Imperialism in Vietnam, 1857-1914* (Liverpool: Liverpool University Press, 1987), 304.

Công sứ Tòa thánh Henri Lécroart cũng kết thúc chuyến kinh lý cùng với cuộc họp với tất cả các giám mục Việt Nam. Tại cuộc họp này ông đã trình bày những kết luận của mình và chủ trì cuộc thảo luận về một loạt cải cách nhằm phát triển giáo sĩ Việt Nam và củng cố những mối liên hệ của Việt Nam với Rome. Lécroart kêu gọi các vị giám mục hiện đại hóa nền giáo dục, đặc biệt là các chủng viện, và khuếch trương lĩnh vực in bằng chữ quốc ngữ nhằm cải thiện trình độ học vấn. Các vị giám mục nói chung đều ủng hộ những biện pháp này và đồng ý tìm cách tiêu chuẩn hóa những cuốn sách nguyện và sách dạy giáo lý và những bài giảng trong các chủng viện. Nhưng, điều gây tranh cãi hơn là, ông còn đề nghị các giáo phận gửi những sinh viên xuất sắc nhất tới *Collegium Urbanium*, chủng viện chuyên huấn luyện các nhà truyền giáo của Bộ truyền giáo, cũng như thành lập Tòa Khâm sứ Tòa thánh ở Đông Dương, đấy sẽ là mối liên hệ trực tiếp đầu tiên giữa Việt Nam và Rome mà không thông qua tổ chức truyền giáo nào. Cuối cùng, ông khẩn thiết thúc giục các vị giám mục từ chối quyền ưu tiên (*droit de préséance*), một hiện tượng đã trở thành điểm nhức nhối trong đời sống hàng ngày của nhiều cộng đồng Công giáo.[377]

Tại thời điểm mà Lécroart viếng thăm, hệ thống chủng viện mà ông quan sát đã phát triển tốt hơn rất nhiều so với thời tiền thuộc địa. Một số chủng viện của MEP bắt đầu

---

[377] "Réunion plénière de NN.SS. les Vicaires Apostoliques de l'Indochine française et du Siam."

nhận thức được nhu cầu phải có các linh mục được huấn luyện tốt hơn, từ sự thôi thúc hiện đại hóa hay đơn giản là nhu cầu. Năm 1917, lần đầu tiên, giám mục ở Phát Diệm đưa tiếng Pháp thành môn học tại đại chủng viện ở Phúc Nhạc.[378] Và trước chuyến viếng thăm của Lécroart, do không đủ các nhà truyền giáo mà một số người Việt đã có vị trí đầy quyền lực trong các chủng viện: năm 1920 giám mục Huế nhận xét rằng chẳng bao lâu nữa ông ta sẽ chỉ định một linh mục Việt Nam làm đồng giám đốc đại chủng viện trong giáo phận của ông.[379] Lécroart thúc giục các nhà truyền giáo lựa chọn những chủng sinh, trước khi nhập học, có trình độ văn hóa tốt nhất có thể nhằm mở rộng việc dạy tiếng Pháp và chữ quốc ngữ thay cho chữ Hán. Lécroart cũng khuyến khích phải nâng chương trình học tập tại các tiểu chủng viện từ sáu năm thành tám năm và các chủng viện phải áp dụng tiêu chuẩn vệ sinh và tiện nghi nghiêm ngặt hơn.

Một trong những khuyến nghị gây tranh cãi nhất của Lécroart là thành lập chủng viện trung ương ở Bắc Kỳ nhằm cung cấp cho những chủng sinh giỏi nhất học vấn tương đương với học vấn mà họ có thể nhận được ở châu Âu. Hội Linh mục Xuân Bích, chuyên tâm vào việc giảng dạy, sẽ nhận trách nhiệm giảng dạy. Mặc dù một số nhân vật của MEP ủng hộ chủng viện này, nhưng khi nó càng

[378] Constant Poncet, "Mémoirés d'une seule génération: Mgr. Marcou & Mgr. DeCooman, M.E.P. 1901-1960," 30, MEP.
[379] Allys cho "bien cher Directeur," ngày 31/5/1920, Correspondance Allys, MEP.

gần trở thành hiện thực thì sự phản đối lại càng gia tăng. Ngay cả Guébriant, nói chung thường ủng hộ những cuộc cải cách của Bộ truyền giáo, cũng tỏ ra lo lắng về chi phí và khẳng định rằng các giáo phận có thể đơn giản là gửi các chủng sinh tinh hoa tới Penang, Paris hay Rome. Vài vị giám mục còn lớn tiếng phê phán hơn, họ vừa sợ mất quyền kiểm soát các chủng sinh, vừa tin rằng những chủng sinh này sẽ không đáp ứng được những tiêu chuẩn cao hơn. Giám mục Vinh còn khẳng định rằng phần lớn các chủng sinh chỉ có trí thông minh "trung bình" và nhổ bật giáo sĩ bản xứ ra khỏi môi trường sống của họ chỉ tạo ra những hậu quả tai hại mà thôi. Ông còn phản đối cả các linh mục từ giáo phận của ông ra học ở Bắc Kỳ xa xôi, nơi "các giáo sĩ và thầy giảng bản xứ có tinh thần rất kém." "Nếu các chủng sinh của chúng tôi phải học tập ở vùng này," ông viết, "thì chẳng bao lâu sau họ sẽ trở thành những người hư hỏng, và khi trở về tác phong và cách nói chuyện của họ sẽ làm hỏng các linh mục và thầy giảng bản xứ của chúng tôi." Kết quả sẽ là các nhà truyền giáo "sẽ không còn là chủ nhân trong Nhà Đức Chúa Trời nữa."[380] Nhưng, mặc cho những phản đối như thế, công việc xây dựng chủng viện mới ở Hà Nội vẫn bắt đầu vào năm 1929 và năm sau thì việc xây dựng chủng viện trung ương do các giáo phận Tây Ban Nha lãnh đạo cũng được khởi động ở Nam Định.

Các chủng viện trung ương là thay đổi quan trọng về

---

[380] Eloy cho "vénéré Monseigneur," ngày 23/1/1929, Correspondance Eloy, MEP.

nhiều mặt. Hội Linh mục Xuân Bích mới xuất hiện ở Việt Nam, và các linh mục của họ tới đất nước này với thái độ khác với thái độ của phần đông các nhà truyền giáo của MEP. Trong nhật ký hành trình từ Sài Gòn ra Hà Nội, ông Léon Paliard, đồng sáng lập chủng viện Hà Nội, ghi nhận rằng ông nhìn thấy nhiều vụ nhục hình và nhận xét rằng "dường như hơi dã man." Paliard nói rằng có gặp Nguyễn Hữu Bài, và mô tả ông này là "một người dân tộc chủ nghĩa, nhưng là người dân tộc chủ nghĩa đúng đắn."[381] Nhưng, vượt qua thái độ kẻ cả, ảnh hưởng quan trọng nhất của các chủng viện mới là nền học vấn mà họ cung cấp. Họ tập hợp tất cả các sinh viên Bắc Kỳ dưới một mái nhà – lớp khai giảng ở chủng viện Hà Nội năm 1933 có chủng sinh từ Hà Nội, Phát Diệm, Vinh, Hưng Hóa và Thanh Hóa – để có thể học tập ở mức cao hơn hẳn sao với các chủng viện khác. Paliard ghi nhận chương trình học tập "tương tự như các chủng viện ở Pháp, chỉ khác là ở đây nghỉ trưa từ một đến hai tiếng và chương trình được dạy bằng tiếng Việt, tiếng Latin và tiếng Pháp."[382]

Cuối giai đoạn thuộc địa, việc cải cách chương trình học tập đã làm thay đổi đáng kể quá trình học tập của các chủng sinh Việt Nam. Năm 1941 phần lớn chủng sinh các tiểu chủng viện và đại chủng viện đều dùng các tác phẩm viết bằng quốc ngữ cách đó hai thập kỷ, trong đó có nhiều bài

---

[381] Hồi Ký của Léon Paliard, SULP.
[382] Léon Paliard, "Saint Sulpice missionnaire, foundation du seminaire S. Sulpice de Hanoi," ngày 28/11/1956 (chưa xuất bản), SULP.

được viết hoặc dịch bởi những nhân vật nổi bật trong đời sống trí tuệ và văn hóa của thời đại. Trong đó có các tác phẩm của Molière, Dumas và La Fontaine do Nguyễn Văn Vĩnh dịch, thơ của Lương Văn Can, Nguyễn Đình Chiểu, và Nguyễn Du (mặc dù bị cấm trong một số giáo phận) và một số tác phẩm viết về lịch sử, triết học và văn hóa của Trần Trọng Kim, Đào Duy Anh, Phan Kế Bính và Phạm Quỳnh (mặc cho sự phản đối của một số tín đồ). Chương trình học tập còn phản ánh sự phát triển trong đời sống trí thức Công giáo ở Việt Nam, nổi bật nhất là những bài giảng về thần học và học chữ quốc ngữ do linh mục và một nhà trí thức lỗi lạc, tên là Hồ Ngọc Cẩn, là người thứ hai được phong chức giám mục vào năm 1935, hướng dẫn.[383]

Khuyến nghị của Lécroart về việc khuếch trương lĩnh vực in ấn của Công giáo Việt Nam cũng có tác động quan trọng trong việc phát triển giáo sĩ bản xứ. *Sacerdos Indosinensis*, tờ tạp chí đầu tiên cổ vũ cho nghề nghiệp của các linh mục và thầy giảng Việt Nam, được xuất bản vào năm 1927. Tờ tạp chí này có trụ sở ở Huế và ban đầu do Léopold Cadière lãnh đạo, nhưng phần lớn bài viết là của các giáo sĩ bản xứ: hai trong số những biên tập viên đầu tiên của tờ tạp chí là Hồ Ngọc Cẩn và Ngô Đình Thục, cả hai ông sau này đều trở thành giám mục. Tờ tạp chí này viết bằng ba thứ tiếng, nhưng chủ yếu là quốc ngữ, xuất bản hơn một ngàn số mỗi tháng trên khắp lãnh thổ Việt

---

[383] Mô ta kĩ lưỡng chương trình của chủng viện, xin đọc "Chương trình học tiếng Nam đang thi hành trong một chủng viện," *Sacerdos Indosinensis*, ngày 15/7/1941 và ngày 15/8/1941.

Nam, gần bằng số linh mục Việt Nam thời kỳ đó, cho nên có thể nói rằng hầu như tất cả các linh mục Việt Nam đều đọc tạp chí này, ít nhất là tương đối đều đặn. *Sacerdos Indosinensis* nói cả những vấn đề tâm linh lẫn thế tục của giáo giới theo cách mà trước đây chưa có ấn phẩm Công giáo nào nói. Tờ tạp chí mang trong mình một hơi thở mới, chưa từng có về nội dung, trong đó có những bản dịch tiếng Việt các tông thư của Giáo hoàng, những tài liệu khác của Giáo hội và những xuất bản phẩm Công giáo bằng những ngôn ngữ khác, những bài giải thích và bình luận về những đoạn kinh, những mục nói về những đề tài từ dạy đọc cho đến giải thích những ngày lễ Công giáo, giải thích những vấn đề cụ thể của học thuyết hay nghi lễ, những bài học về sư phạm cho các linh mục giảng dạy tại các chủng viện hay nhà trường, các bài tiểu luận về lịch sử Công giáo, khảo sát những thách thức trước giáo sĩ đương thời, điểm những cuốn sách mới được xuất bản v.v...

Những cuộc cải cách của Vatican cũng làm gia tăng số linh mục Việt Nam ra nước ngoài học tập. Tín đồ Công giáo Việt Nam đã ra nước ngoài học tập suốt mấy thế kỷ rồi, chủ yếu là tại chủng viện của MEP ở Ayudhya (trước năm 1767) và Penang (sau năm 1807). Trong chuyến viếng thăm Penang năm 1924, Lécroart đã nói lên nỗi lo của ông rằng chương trình học tập đã lỗi thời và giảng dạy quá cứng nhắc.[384] Đến năm 1928, Bộ truyền giáo đã thực thi một loạt

---

[384] Pagès cho de Guébriant, ngày 26/3/1925, Correspondance Justin Pagés, MEP.

cải cách nhằm hiện đại hóa chủng viện này, trong đó có thi tuyển sinh và chương trình học tập bao gồm lịch sử, toán, các ngôn ngữ hiện đại, địa lí, động vật học và thực vật học.[385] Nhưng cải cách quan trọng nhất là quyết định gửi một số người Việt Nam tới học tập tại chủng viện mang tên *Collegium Urbanum* ở Rome. Van Rossum đã nêu lên khả năng này với MEP ngay khi ông trở về Bộ truyền giáo vào năm 1914 và ông tiếp tục áp lực: năm 1919 một người đại diện của MEP ở Rome viết như sau: "cho đến nay bao giờ tôi cũng nói 'để chiến tranh xong đã', bây giờ chiến tranh đã xong, tôi không biết trả lời thế nào."[386] Van Rossum khá kiên trì, mặc cho sự phản đối của MEP và mùa hè năm 1919, sáu người Việt Nam đã lên đường sang Rome, ông thúc giục ban tuyển sinh: "Hi vọng rằng họ sẽ không đón nhiều sinh viên hơn trên đường đi!"[387] Trong thời thuộc địa còn lại, hàng chục người nữa tiếp tục lên đường.

Trong tất cả những sinh viên được trao cơ hội như thế, người nổi tiếng nhất là Ngô Đình Thục, con trai thứ hai của Ngô Đình Khả, ông này đã chết trước khi Ngô Đình Thục lên đường vài năm. Eugène Allys, giám mục Huế, quê hương của Ngô Đình Thục, là bạn thân của Ngô Đình Khải và Nguyễn Hữu Bài và khi Ngô Đình Thục lên đường đi Rome, Allys đã nói lên hi vọng to lớn mà ông cảm thấy là chàng thanh niên: "sẽ vinh danh chúng ta ngay giữa những

---

[385] Mô tả chương trình mới, xin đọc van Rossum cho de Guébriant, ngày 12/5/1928, 258 B, MEP.

[386] Garnier cho de Guébriant, ngày 12/1/1919, 243 A, MEP.

[387] Garnier cho de Guébriant, ngày 18/11/1919, 242 A, MEP.

tinh hoa đang học tập ở các trường tại Rome... Ngoài tiếng
Latin, anh còn nói thành thạo tiếng Pháp và có phẩm chất
trí thức cao... có khả năng biến sự hiện diện của mình
thành niềm vui và hòa hợp." Tuy nhiên, Allys cũng lo ngại
rằng "mặc dù anh có những phẩm chất như thế và những
lợi thế mà anh sẽ nhận được trong thời gian dài lưu trú tại
thành phố vĩnh hằng, tôi tự hỏi các cộng đồng Công giáo sẽ
được lợi gì từ con người siêu đẳng này."[388] Allys có lí vì
kinh nghiệm mà Ngô Đình Thục và những người đồng bào
của ông nhận được ở đây khác hẳn với những gì mà họ
từng gặp. Họ được học thần học, Kinh thánh, đức dục, lịch
sử, triết học, xã hội học, toán học, vật lý học. Ngô Đình
Thục là sinh viên giỏi nhất trong số những người Việt Nam
trong lớp học, và xếp thứ nhất trong bốn môn, xếp thứ hai
trong ba môn, trong đó có môn đồng ca. Ông được nhận
bằng tiến sĩ thần học và tiến sĩ giáo luật, trở thành người
Việt Nam đầu tiên được nhận một trong hai bằng này.
Tương tự như các đồng môn khác, khi trở về Việt Nam vào
năm 1929, Ngô Đình Thục đã giữ những vị trí tinh hoa: ông
làm giáo viên tại tiểu chủng viện ở An Ninh, sau đó làm
hiệu trưởng trường *La Providence*, trường trung học Công
giáo đầu tiên ở Việt Nam và cuối cùng, trở thành vị giám
mục thứ ba ở Việt Nam, tại giáo phận Vĩnh Long, năm
1938.

Mặc dù việc cải cách chương trình học tập, các tạp chí
cho hàng linh mục và việc gửi các chủng sinh ra nước

---

[388] Allys cho Garnier, ngày 22/5/1919, Correspondance Allys, MEP.

ngoài không gây được nhiều sự chú ý đối với các quan chức thuộc địa, nhưng chiến dịch vận động nhằm đưa tới Đông Dương Khâm sứ Tòa thánh do Lécroart tiến hành thì khác hẳn. Về lý thuyết, chức vụ Khâm sứ Tòa thánh chỉ hoàn toàn có tính tôn giáo, nhưng đầu thế kỷ XX, Vatican bắt đầu sử dụng nhằm cân bằng ảnh hưởng của các quan chức thực dân đối với các nhà truyền giáo. Celso Costantini, Khâm sứ Tòa thánh ở Trung Quốc từ năm 1922, làm các quan chức Pháp đặc biệt lo lắng. Costantini cho rằng các hội truyền giáo là cản trở đối với sự phát triển của Giáo hội ở châu Á. Ông nghĩ rằng các nhà truyền giáo "đã lập ra các giáo phận, nhưng không lập ra Giáo hội. Họ đã lẫn lộn hai cái này với nhau."[389] Rome đã xung đột với chính phủ Pháp về chính sách đối với Trung Quốc ngay từ những năm 1880, đấy là khi Bộ truyền giáo đàm phán với triều đình nhà Thanh nhằm cho nhiều nhà truyền giáo hơn thâm nhập vào Trung Quốc đã đụng độ với ước muốn của nền Đệ tam Cộng hòa là giữ cho truyền giáo ở Trung Quốc càng có nhiều người Pháp thì càng tốt, và hoạt động của Costantini đã khơi lại những căng thẳng cũ.[390] Ông từ chối việc nhờ bộ trưởng ngoại giao Pháp giới thiệu ông với các quan chức Trung Quốc khi ông tới Bắc Kinh và từ chối ở trong nhà của các công sứ ngoại quốc và năm 1928 ông đã phản đối đóng góp của chính phủ Pháp dành cho việc xây

---

[389] Trích dẫn và dịch trong Arnulf Camps, "Celso Costantini, Apostolic Delegate in China, 1922-1933," trong Arnulf Camps, *Studies in Asian Mission History* (Leiden: Brill, 2000), 171.

[390] Prudhomme, *Stratégie missionnaire du Saint-Siège sous Léon XIII*, 464-84, 499-511.

dựng trường đại học Công giáo ở nước này. Sự phản đối của ông mở màn cho phong trào chống đối của các sinh viên của trường đại học Công giáo Trung Quốc, buộc chính phủ Pháp phải rút lại sự ủng hộ của họ.[391] Đến năm 1926, Costantini còn giúp đưa sáu người Trung Quốc trở thành giám mục, đây là lần đầu tiên kể từ năm 1685.

Celso Costantini và Nguyễn Hữu Bài đã làm cho các quan chức Pháp phải giữ thế phòng thủ trước ý tưởng về Khâm sứ Tòa thánh ở Đông Dương. Ban đầu Rome cử Lécroart, điều này làm cho các quan chức Pháp thở phào nhẹ nhõm, họ cảm thấy vui khi một người Pháp được bổ nhiệm chức vụ đó, nhưng Lécroart từ chối. Lúc đó Vatican đã nhượng bộ áp lực ngày càng gia tăng của chính quyền Mussolini đòi phải bổ nhiệm người Ý vào các vị trí ngoại giao trong Giáo hội, và ngày 20 tháng 5 năm 1925 đã bổ nhiệm Costantino Aiuti, một vị giám mục người Ý đang làm việc ở Trung Quốc, làm Khâm sứ Tòa thánh đầu tiên ở Đông Dương.[392] Đối với các quan chức Pháp có thái độ nghi ngờ các nhà truyền giáo ngoại quốc thì Aiuti đúng là một mối lo. Như bộ trưởng ngoại giao viết: "Làm sao chúng tôi không bị sốc khi thấy người ta đưa tới Đông Dương thuộc Pháp, một vị Khâm sứ Tòa thánh người Ý, ông ta sẽ hành xử như ông chủ của các giám mục Pháp?"[393] Các nhà ngoại giao Pháp sợ rằng vị Khâm sứ Tòa thánh

---

[391] Xem Camps, "Celso Costantini, Apostolic Delegate in China."
[392] Bộ trưởng ngoại giao cho Đại sứ Pháp ở Vatican, ngày 20/6/1925, CPC 17, MAE.
[393] Tác phẩm đã dẫn.

người Ý này có thể sẽ giúp khuếch trương ảnh hưởng của chủ nghĩa phát xít trong đế quốc Pháp, sợ rằng sự xuất hiện của một vài tổ chức phát xít Ý ở Đông Dương sẽ gia tăng.[394] Như vậy là Aiuti đã tạo ra bóng ma của sự thâm nhập của các đối thủ của Pháp vào đế quốc Pháp. "Nếu chúng ta chấp nhận tiền lệ này," bộ trưởng ngoại giao Pháp viết, "thì chúng ta sẽ dùng quyền gì để phản đối nếu sau đó họ quyết định đưa chế độ này vào Bắc Phi và sau đó là Tunisia."[395]

Vị trí trụ sở Khâm sứ Tòa thánh trở thành điểm căng thẳng trực tiếp. Sau khi thất bại trong việc ngăn chặn việc lập ra chức vụ này, các quan chức Pháp tìm cách lợi dụng chuyện này; đại sứ Pháp ở Vatican cho rằng nếu Aiuti ở Hà Nội thì ông có thể giúp giải quyết những quan hệ căng thẳng giữa các quan chức thuộc địa với các nhà truyền giáo Tây Ban Nha.[396] Nhưng Nguyễn Hữu Bài lại có kế hoạch khác. Bằng cách hiến tặng một khoảnh đất ở Huế, nhờ sự trợ giúp của Lê Phát An, một Giáo dân giàu có ở Sài Gòn và bảo đảm chuyển giao tài sản này cho Vatican, Bài đã thuyết phục được Rome đặt trụ sở của Khâm sứ Tòa thánh ở Huế, và trụ sở vẫn được đặt ở đây mặc cho những cố

---

[394] Đại sứ Pháp ở Vatican cho Bộ trưởng ngoại giao, ngày 26/12/1928, CPC 17, MAE. Trước năm 1928, có hơn sáu trăm tổ chức như thế ở châu Âu và các đế quốc thuộc địa, ở Đông Dương cũng có mấy tổ chức. Xem GOUCOCH IIA.45/323 (11), TTLT II.

[395] Đại sứ Pháp ở Vatican cho Bộ trưởng ngoại giao, ngày 26/12/1925, CPC 17, MAE.

[396] Đại sứ Pháp ở Vatican cho Bộ trưởng ngoại giao, ngày 16/6/1928, CPC 17, MAE.

gắng của Pháp nhằm thuyết phục các vị đại diện dễ bị tác động hơn về sau này trong việc chuyển trụ sở khỏi Huế.[397] Khoảng cách từ trụ sở của Khâm sứ Tòa thánh tới các trung tâm quyền lực của Pháp làm cho các quan chức Pháp khó chịu: "Việc ngài Aiuti chọn Huế, thủ đô của vương quốc An Nam và của triều đình, chứ không phải thủ đô của Pháp là Sài Gòn và Hà Nội khẳng định 'politique indigène' [chính sách bản xứ] của Vatican."[398]

Những cố gắng của Nguyễn Hữu Bài nhằm thiết lập Tòa Khâm sứ Tòa thánh được Rome tôn trọng và chấm dứt một chiến dịch đầy thắng lợi khởi đầu từ cuộc gặp của ông với Giáo hoàng vào năm 1922. Nó cũng làm cho những cuộc xung đột của ông với các quan chức Pháp trở thành những cuộc xung đột trường kỳ. Thời điểm tồi tệ nhất xảy ra ba năm trước khi Nguyễn Hữu Bài qua đời, đấy là khi các quan chức Pháp chống lại ảnh hưởng của Nguyễn Hữu Bài trong Cơ mật viện bằng cách tạo ra một cuộc đảo chính, hất cẳng Nguyễn Hữu Bài và một số người thân cận với ông và thay vào đó bằng những vị thượng thư dễ bảo hơn. Những vấn đề giữa Nguyễn Hữu Bài và các quan chức Pháp nóng lên xung quanh bị hoàng đế trẻ là Bảo Đại, cả Nguyễn Hữu Bài lẫn các quan chức Pháp đều muốn gây ảnh hưởng nhằm tìm lợi thế cho mình. Bảo Đại cử Nguyễn Hữu Bài làm người bảo trợ thượng thư bộ lại vừa được chỉ định là Ngô Đình Diệm, nhưng ông đã từ chức ngay sau đó, vì thất

[397] "Visite de Mgr. Dreyer, Délégué Apostolique," ngày 2/1/1929, CPC 17, MAE.
[398] GGI cho Bộ trưởng thuộc địa, ngày 24/4/1928, CPC 17, MAE.

vọng với mức độ ảnh hưởng của mình và sự quỵ lụy của nhà vua trước các quan chức Pháp. Nguyễn Hữu Bài và gia đình họ Ngô phản công khi Bảo Đại tìm cách kết hôn với một tín đồ Công giáo giàu có ở Nam Kỳ, tên là Nguyễn Hữu Thị Lan vào năm 1934. Mặc dù các quan chức Pháp ủng hộ cuộc hôn nhân, nhưng Rome từ chối vì Bảo Đại không phải là tín đồ Công giáo. Phát hiện được cơ hội, Nguyễn Hữu Bài và Ngô Đình Diệm lớn tiếng phản đối cuộc hôn nhân "đầy tai tiếng này". Khâm sứ Tòa thánh dàn xếp được thỏa hiệp; đôi uyên ương đồng ý tiến hành hôn lễ theo kiểu dân sự, còn Rome thì đồng ý không rút phép thông công gia đình Nguyễn Thị Hữu Lan.[399] Đối với Nguyễn Hữu Bài, ông này chết vào năm 1935, thì đây là tình tiết cuối cùng trong mối quan hệ không được thuận chiều mát mái với các quan chức Pháp; còn đối với Ngô Đình Diệm thì đây là tình tiết ban đầu trong mối quan hệ không thuận lợi ngay từ ban đầu.

Costantino Aiuti chết một cách đột ngột vào năm 1928. Sau đó các quan chức Pháp tìm mọi cách nhằm bảo đảm rằng Khâm sứ Tòa thánh trong tương lai phải là một người Pháp. Các quan chức ở Vatican bực bội phủ nhận ngụ ý cho rằng các quan chức Pháp có thể gây ảnh hưởng đối với việc bổ nhiệm của Giáo hoàng, nhưng hai vị Khâm sứ Tòa thánh tiếp theo ở Đông Dương, ông Colomban Dreyer (1928 – 1936) và ông Antonin Drapier (1936 – 1951), đúng là hai

---

[399] Bruce Lockhart, *The End of the Vietnamese Monarchy* (New Haven, CT: Council on Southeast Asia Studies, Yale Center for International and Area Studies, 1993).

người Pháp; phải sau năm 1951 một người không phải là người Pháp (ông John Dooley người Ireland) mới được bổ nhiệm vào chức vụ này. Cả hai ông Dreyer và Drapier đều thận trọng trong việc giữ gìn mối quan hệ tốt với cả MEP lẫn các quan chức Pháp. Kết quả là mối liên kết giữa các vị Khâm sứ Tòa thánh này và cộng đồng Giáo dân Việt Nam yếu hơn thời Aiuti. Cả hai ông Dreyer và Drapier là những vị đại diện không có vai trò nổi bật cho đến khi Cách mạng Tháng tám, đẩy Drapier vào quan hệ ngoại giao căng thẳng xung quanh những vấn đề Công giáo Việt trong và sau năm 1945. Nhưng trong tất cả các cuộc cải cách của Vatican, không có cuộc nào gây tranh cãi bằng việc tạo điều kiện để thụ phong cho một giám mục Việt Nam. "Tại sao," Giáo hoàng Pius XI đặt câu hỏi trong *Rerum Ecclesiae* của ngài, "giáo sĩ bản xứ lại bị cấm... không được cai quản dân chúng của mình?" Câu hỏi này dường như đặc biệt phù hợp đối với châu Á, nơi, kể từ khi Công giáo thâm nhập vào khu vực này, hệ thống cấp bậc trong Giáo hội gồm hầu như toàn bộ là người châu Âu. Ở Trung Quốc, chỉ có một ngoại lệ (Luo – Wen Zao, được thụ phong năm 1685), cho đến năm 1926, tất cả các giám mục đều là người châu Âu; mãi tới năm 1906 mới có vị giám mục người Philippines đầu tiên được thụ phong. Trong những năm 1920, các vụ xung đột chính trị lan tràn khắp các đế quốc thuộc địa và Rome nhận thức được những thiệt hại đã gây ra cho Giáo hội khi chưa chuẩn bị cho giai đoạn cáo cung của chế độ thuộc địa ở Mỹ Latin. Vì vậy mà Bộ truyền giáo đã coi các giám mục bản xứ là thành phần chính của các cuộc cải cách thời hậu chiến. Aiuti tránh vận động công khai cho các giám mục Việt Nam, nhưng ông đã nhanh chóng nêu vấn đề này ra trong những chỗ riêng tư. Năm 1926, ông đã nói với giám mục Sài Gòn về việc tách một vùng đất khỏi giáo phận Sài Gòn và Quy Nhơn để thành lập địa phận Việt Nam ở Phan Thiết.[400] Trước khi lập ra giáo phận Việt Nam ở Phát Diệm vào năm 1933, Aiuti và Dreyer đã thảo luận với MEP về khả năng thành lập giáo phận Việt Nam ở Vinh, Phú Thọ/Sơn Tây và Mỹ Tho.

Mặc dù phần lớn các giám mục của MEP phản đối sự thay đổi, ban lãnh đạo hội truyền giáo này cảm thấy tốt nhất là cộng tác với Vatican để hướng dẫn quá trình, chứ không chống đối và tạo ra ác cảm. Như de Guébriant viết năm 1930: "Chúng ta không thể chống đối được nữa... Nắm quyền chủ động sẽ có lợi, cho cả các giáo phận lẫn hội chúng ta."[401] Mục đích của de Guébriant là thuyết phục Rome rằng MEP ủng hộ thay đổi, và bằng cách đó tạo cơ hội cho hội truyền giáo này tham gia vào những quyết định mà ông cho là không thể nào tránh được. Nhưng trên thực tế, nhiều vị giám mục của MEP kiên quyết chống lại ý tưởng này. Những vị này là các nhà truyền giáo vào thời mà ít người đặt vấn đề về chia rẽ sắc tộc trong đời sống Công giáo ở Việt Nam, và sự phản đối của họ thường mang tính gia trưởng, như nó vẫn được thể hiện trên thực tế.

---

[400] Dumortier cho de Guébriant, ngày 16/11/1926, Correspondance Dumortier, MEP.

[401] De Guébriant cho Gendreau, ngày 4/6/1930, Correspondance de Guébriant, MEP.

Giám mục Sài Gòn cho rằng "chẳng có lợi gì cho vinh quang của Chúa hay sự cứu rỗi linh hồn khi nêu vấn đề về giáo phận bản xứ ở Đông Dương vào lúc này."[402] Khi Khâm sứ Tòa thánh nêu vấn đề về khả năng thành lập địa phận Việt Nam ở Vĩnh Long và Mỹ Tho thì vị giám mục này lại phản đối. Lần này, ngoài tuyên bố cho rằng kế hoạch đó không giúp gì cho việc vinh danh Chúa, ông còn nhận xét rằng việc thành lập địa phận đó sẽ tước mất của ông khu vực trồng lúa đầy giá trị ở đồng bằng sông Mê Công và ông đã thông báo cho các quan chức Pháp đề xuất này.[403] Quan điểm phân biệt chủng tộc dường như là một trong những lý do của việc phản đối của ông này; trong những bức thư của mình, ông thường gọi người Việt Nam là "man rợ". Nhưng ngay cả những vị giám mục như Andréa Eloy, giám mục Vinh, người có quan hệ tốt với giáo sĩ bản xứ, cũng phản đối thay đổi. Khi Dreyer đề nghị thành lập địa phận Việt Nam từ một phần của giáo phận Vinh, Eloy phản đối vì cho rằng không đủ nguồn lực và việc học hành chưa đến nơi đến chốn của các linh mục Việt Nam sẽ làm cho địa phận Việt Nam "không thể đứng vững được."[404]

Mặc cho thái độ lưỡng tự của MEP, thành phần to mồm trong giới truyền giáo quốc tế bắt đầu lên tiếng ủng hộ lời

[402] Boulanger cho de Guébriant, ngày 14/3/1926, 53 (A-B), MEP.

[403] Xem Dumortier cho de Guébriant, ngày 16/11/1926; ngày 8/8/1934; ngày 15/9/1934; và ngày 8/4/1935, Correspondance Dumortier, MEP; Đại sứ Pháp ở Vatican cho Bộ trưởng ngoại giao, ngày 4/12/1934, CPC 41, MAE.

[404] Eloy cho Garnier, ngày 3/12/1935, Correspondance Eloy, MEP

kêu gọi thay đổi của Bộ truyền giáo. Tháng 4 năm 1928, toàn quyền nhận xét một bài báo trên tờ *Bulletin Catholique Indochinois* rằng nó nêu ra "tất cả những luận cứ pháp lý và thực tế ủng hộ cho thiết chế giám mục người bản xứ."[405] Và tháng 4 năm 1931, trong lần xuất bản ở Mỹ của tờ *Missions Catholiques*, có một bài báo nhan đề "Giáo hội trong xứ Đông Dương thuộc Pháp" khẳng định, bằng lời của de Guébriant, nói trong lúc giận dữ, rằng giáo sĩ bản xứ ở Việt Nam là "nạn nhân của sự bất công thái quá, và nếu chính phủ Pháp không phản đối cùng với sự a tòng của các nhà truyền giáo thì hàng chục người của họ đã được thụ phong giám mục rồi."[406] De Guébriant chỉ ra cho một trong những đồng nghiệp Mỹ của ông rằng mặc dù điều đó rõ ràng là sai, nó có thể có hậu quả tai hại đối với giáo sĩ bản xứ mà cho đến lúc đó vẫn "cực kỳ dễ bảo và có kỷ luật."[407] Mặc dù de Guébriant có thể có thái độ lạc quan về số lượng phát hành của tờ tạp chí này, bài báo chắc chắn đã không gây ra bất cứ cú hích nào: "Trừ phi Công giáo trở thành hoàn toàn mang tính bản địa ở Đông Dương", bài báo viết tiếp, "có thể sẽ xảy ra một tai họa tồi tệ nhất."[408]

Thái độ ranh ma của các quan chức Pháp khi họ tưởng

---

[405] GGI cho Bộ trưởng thuộc địa, ngày 24/4/1928, CPC 17, MAE. Bài báo có tên "Pour L'Action Catholique," *Bulletin Catholique Indochinois*, tháng 3 năm 1928.
[406] De Guébriant cho Fumasoni-Biondi (không ghi ngày tháng, được viết tháng 4 năm 1931), Correspondance de Guébriant, MEP.
[407] De Guébriant cho Giám mục Quinn, ngày 25/4/1931, Correspondance de Guébriant, MEP.
[408] Tác phẩm đã dẫn.

tượng người Việt Nam nắm giữ chức vụ này là có thể hiểu được, nhưng họ chẳng làm được gì nhiều để có thể ngăn chặn. Tiền cược cho trò ngoại giao trong khi sự đối đầu với Vatican đang ngày càng gia tăng sẽ không phải là nhỏ, còn cơ sở pháp lý cho việc phản đối cũng đã bị lung lay, đấy là nói trong trường hợp tốt nhất. Người Pháp còn nhận thức sâu sắc rằng dư luận xã hội về những người phản đối thay đổi sẽ tồi tệ đến mức nào. Như Pasquier, Toàn quyền Đông Dương viết: "Nói về dư luận của người bên lương lẫn người Thiên Chúa giáo Annam... dư luận tỏ ra hài lòng một cách không cần giấu giếm trước thái độ của Vatican về các vấn đề của Á châu trong mấy năm gần đây. Báo chí đối lập... do những người Annam cực tả kiểm soát đã bình luận một cách có thiện ý về việc tấn phong các giám mục Trung Hoa và không quên so sánh "quan điểm cởi mở" của Vatican với "quan điểm hẹp hòi" của chính quyền thuộc địa."[409] Trong những người không phải Giáo dân nhưng cũng lớn giọng ủng hộ giám mục Việt Nam có Bùi Quang Chiêu và Nguyễn Phan Long, hai đảng viên nổi tiếng của Đảng lập hiến.

Tóm lại, mặc dù các quan chức thuộc địa chống lại việc tấn phong các giám mục Việt Nam, nhưng rút cục ảnh hưởng của họ đối với Rome thì yếu, còn những vấn đề quan hệ xã hội mà việc chống đối gây ra lại lớn. Như đại sứ Pháp ở Vatican viết năm 1933: "Chúng ta gặp khó khăn trong việc làm cho Vatican hiểu được sự chống đối của chúng

---

[409] GGI cho Bộ trưởng thuộc địa, ngày 24/4/1928, CPC 17, MAE.

ta đối với việc phong một trong những thần dân trong xứ thuộc địa của chúng ta vinh dự của giáo sĩ và chức vụ giám mục. Chúng ta là một trong những người chiếm cứ thuộc địa có tư tưởng tự do nhất, khái niệm "chính sách bản xứ" và "chính sách liên kết" là do chúng ta đưa ra. Làm sao chúng ta có thể cho rằng đấy là phương pháp tồi chỉ vì Vatican áp dụng phương pháp đó?"[410] Nhưng trong khi các quan chức thuộc địa ít công khai phản đối việc thụ phong giám mục Việt Nam thì họ lại tích cực hoạt động nhằm tìm cách ảnh hưởng tới quá trình. Sau lễ thụ phong ông Hồ Ngọc Cẩn vào năm 1935 – người Việt Nam thứ hai được thụ phong chức vụ giám mục – toàn quyền René Robin viết cho Khâm sứ Tòa thánh Dreyer như sau: "Vấn đề này có tầm quan trọng đặc biệt về mặt chính trị ở các xứ bảo hộ và trong các giáo phận, vì vậy mà tôi tin rằng chính quyền thuộc địa... nên được mời cho ý kiến, trước hết là về việc thành lập các giáo phận bản xứ, sau đó là về những người được mời lên chức giám mục địa phận đó."[411] Các quan chức Pháp dứt khoát chống lại việc thành lập các địa phận Việt Nam ở Nam Kỳ, tức là tại khu vực thuộc địa chính thức.[412] Và sự chống đối việc thụ phong Ngô Đình Thục còn mạnh hơn so với những người tiền nhiệm của ông

---

[410] Đại sứ Pháp ở Vatican cho Bộ trưởng ngoại giao, ngày 20/2/1933, CPC 41, MAE.

[411] GGI cho Khâm sứ Tòa thánh Dreyer, ngày 7/5/1936, GGI 65541, ANOM.

[412] "Note succincte sur la création d'un évêché annamite à MYTHO" (không đề ngày tháng, nhưng dường như được viết giữa năm 1934), CPC 41, MAE.

là vì những mối liên hệ gần gũi của ông với Nguyễn Hữu
Bài.

Mặc dù, nói chung, Rome thường phớt lờ những phản
đối của MEP và các quan chức thuộc địa đối với các kế
hoạch liên quan tới hệ thống cấp bậc trong Giáo hội Việt
Nam, nhưng họ lại thận trọng trước những ý kiến dai dẳng
bên trong MEP về việc phải thiết lập địa phận Việt Nam
đầu tiên ở khu vực nào. Aiuti và Dreyer tôn trọng lời
khuyên của lãnh đạo MEP về việc cộng đồng Công giáo
nào có thể ủng hộ tốt nhất cho vị giám mục người Việt, và
phần lớn ban lãnh đạo đã có những cố gắng chân thành
nhằm xác định địa phận nơi cuộc thí nghiệm có nhiều khả
năng thành công hơn cả. Đầu những năm 1930, mọi người
đều đồng ý rằng tốt nhất là Phát Diệm, một trong những
cộng đồng Công giáo lâu đời nhất ở Việt Nam. Phát Diệm
là lựa chọn hợp lí vì nhiều lý do. Giáo dân sẽ chiếm 25%
dân số của địa phận mới, và tín đồ Công giáo sống tập
trung trong một khu vực nhỏ, phần lớn là người Kinh, làm
cho việc quản lý dễ dàng hơn. Giáo phận mới cũng có
nhiều các thầy giảng – lãnh thổ của nó chỉ chiếm chưa đến
một nửa giáo phận Phát Diệm cũ, nhưng có tới gần 80%
các thầy giảng của địa phận này.[413] Thái độ của vị giám
mục thuộc MEP ở Phát Diệm cũng quan trọng: như de
Guébriant viết: "Lạy Chúa, trong tất cả các giám mục của
chúng ta, Đức cha Marcou là người nhìn xa trông rộng

---

[413] Marcou cho de Guébriant, ngày 8/6/1930, Correspondance
Marcou, MEP.

nhất về những chuyển hóa không thể nào tránh khỏi."[414]

Giáo hoàng Pius XI tấn phong Nguyễn Bá Tòng cùng với một giám mục Ấn Độ và hai giám mục Trung Quốc tại Nhà thờ chính tòa thánh Phaolô vào ngày 11 tháng 6 năm 1933.[415] Paul Vàng, thư ký của giám mục Sài Gòn và ba vị linh mục khác hộ tống Nguyễn Bá Tòng trên đường đến Rome. Họ đi qua Singapore, Djibouti, Colombo, Port Said và Pháp; rồi qua ngả Lebanon và vùng đất thánh Palestine để về nước. Đấy là một chuyến đi nhớ đời, chỉ có vài người Việt Nam từng đi như thế mà thôi. Mọi thứ đều để lại những ấn tượng rất sâu sắc đối với Paul Vàng, nhưng Vatican làm cho ông kính sợ nhất. Ông đã cố gắng mô tả kho báu của Nhà thờ, cảnh tượng rực rỡ của những chiếc áo choàng đỏ của các vị giám mục, âm thanh vui vẻ của những chiếc kèn trompet bằng bạc, giọng ca tuyệt vời khi nghe Kinh Vinh Danh, Kinh Thánh Thánh và Lạy Chiên Thiên Chúa, cảnh thanh bình sâu lắng của những phút cầu nguyện trong yên lặng, và cuối cùng là sự trang trọng của Nguyễn Bá Tòng khi ông bước lên bục, khi ông ngồi xuống vị trí cao nhất mà một người Việt Nam từng giành được trong Thánh đường này. Paul Vàng nhận thức được giới hạn của ngôn từ của ông: "Những điều thuật lại ở đây, thì còn kém xa sự thật ngàn

---

[414] De Guébriant cho Gendreau, ngày 4/6/1930, Correspondance Guébriant, MEP.

[415] Nguồn tiểu sử hay về Nguyễn Bá Tòng là "Tiểu sử Đức cha Jean-Baptiste Nguyễn Bá Tòng," trong Paul Vàng, *Nguyễn Bá Tòng, Giám mục tiên khởi Việt Nam, cuộc hành trình Roma* (Saigon: Imprimerie de la Mission, 1934).

trùng! Sự sang trọng và oai nghi nơi tòa ông thánh Phêrô, thì không bút nào chép ra đặng. Phải đến xem thì mới hiểu mà thôi. Kẻ đặng phước xem một lần, tới chết cũng không quên đặng". [416]

Tinh thần phấn chấn càng gia tăng khi vị giám mục về gần đến quê hương. Hàng ngàn tín đồ Công giáo đã đội mưa để đón ông ở Sài Gòn. [417] Hàng ngàn người chào đón Nguyễn Bá Tòng khi ông đi lên phía bắc, tới Nha Trang, Quy Nhơn, Huế (nơi ông yết kiến Hoàng đế Bảo Đại), Vinh, Thanh Hóa , vùng đất Công giáo xung quanh Bùi Chu và ở địa phận mới là Phát Diệm, nơi ông sẽ trị nhậm. Nguyễn Bá Tòng kết thúc cuộc hành trình ở Hà Nội. Khoảng ba giờ chiều ngày thứ sáu, chuông đồng hồ Nhà thờ Lớn Hà Nội bắt đầu đổ hồi, báo tin rằng vị tân giám mục đã tới. Hôm ấy nhà trường cho nghỉ cho nên có rất nhiều trẻ em trong số hàng ngàn người đứng đợi để chào đón vị tân giám mục. Họ mặc quần áo trắng toát, cánh tay có đeo băng chữ thập đỏ, đầu đội nón, vẫy cờ và biểu ngữ có in hình vị tân giám mục. Có cả quan chức người Pháp, quan lại người Việt với đủ lễ bộ, những doanh nhân và thương gia có uy tín cũng ra đón ông. Lời cám ơn của Nguyễn Bá Tòng được mọi người nhiệt liệt vỗ tay. Ba ngày sau ông có bài thuyết giảng tại Nhà thờ Lớn Hà Nội. Nhà thờ Lớn được xây dựng năm 1886, nhưng đây là lần đầu tiên một người Việt Nam giảng đạo trong

---

[416] Tác phẩm đã dẫn, 76.
[417] "Saigon fait une belle reception à Mgr. TONG," *L'Avenir du Tonkin*, ngày 4/11/1933.

nhà thờ này.

Trong những bài nói chuyện với công chúng ở Hà Nội, theo nhiều phương diện đấy chính là đỉnh điểm của việc tấn phong, Nguyễn Bá Tòng khẳng định niềm tin của ông rằng Công giáo ở Việt Nam đang ở trong giai đoạn hồi sinh. Ông nói: "Chúng ta hãy chúc mừng tương lai của Giáo hội ở Annam. Trong khi buổi lễ này là tưởng nhớ quá khứ... nhưng nó chủ yếu nói về tương lai". Ông chúc mừng các nhà truyền giáo, những người "đã ở lại trên chiến trường, ngay cả trong những giờ phút nguy hiểm nhất, máu của nhiều người trong số họ đã hòa trộn với máu của những con chiên của họ" và ông hỏi những người đang thành kính dâng lễ bên cạnh để chắc chắn rằng "lời cầu nguyện của chúng ta, trong cái ngày đáng ghi nhớ này, sẽ dễ dàng vượt qua mọi biên giới của cuộc đời trần tục này, thấm qua những ngôi mộ và mang đến cho những người mà chúng ta gọi là đã chết, nhưng thực ra vẫn còn sống, lời chứng về tình bằng hữu của chúng ta, còn mạnh mẽ hơn cả cái chết!" Nhưng, vị tân giám mục đến Hà Nội không chỉ để nhắc nhở mà còn để tái tạo. Nguyễn Bá Tòng nhắc đến những ngôi trường mới và những chủng viện mới mà ông đã thấy trên khắp đất nước, nhắc đến cảnh tượng mừng vui của những người đón chào ông và "đức tin, tinh thần xả thân, tinh thần hòa thuận và nhiệt huyết" của rất nhiều linh mục Việt Nam, mà ông đã gặp. "Nhờ công việc mà ta nhận ra người nghệ sĩ", ông viết, "và đấy là một công việc tuyệt vời, rộng lớn, vĩ đại". Đối với Nguyễn Bá Tòng, sự vĩ đại của Giáo hội ở Việt Nam không phải là những hy sinh của nó trong quá khứ mà là đức tin ở xung quanh ông.[418]

CÁC NHÀ TRUYỀN GIÁO, GIÁO SĨ VIỆT NAM VÀ CUỘC CHIẾN XUNG QUANH VẤN ĐỀ GIÁO HỘI ĐỊA PHƯƠNG

Lễ tấn phong một vị giám mục Việt Nam, diễn ra sau đó đúng hai năm, làm các linh mục Việt Nam ngây ngất. Trước lễ tấn phong Hồ Ngọc Cẩn, vị giám mục Việt Nam thứ hai, vào năm 1935, một người cầm bút Công giáo, đã đưa ra quan điểm về sự thăng tiến của đồng bào mình trong Giáo hội, chứng tỏ thay đổi này có ảnh hưởng sâu sắc đến mức nào đối với các tín đồ Công giáo Việt Nam:

Bởi vì xưa nay dân tộc Việt Nam ta sở dĩ chịu ra tiếp thụ những phong trào văn minh Âu hóa, là cốt để dìu dắt nhau bước lên con đường tiến bộ; nào vật chất, nào tinh thần, mỗi mỗi phương tiện đều mong được tiến hóa như người Âu Mỹ, nói cho rõ hơn, là để nhắc địa vị của người Nam lên cho ngang hàng với người Pháp. Bởi đó nay thấy người Việt Nam, không những năm trước đây đã có một đấng ở Nam Kỳ rồi, mà hiện nay lại một đấng khác ở Trung Kỳ nữa được thăng lên quyền Giám mục, là một cái quyền trọng đại, xưa nay ở đất Annam chỉ có những người Âu châu được dương lấy phẩm vị ấy mà thôi, thời đó cũng là một minh chứng rành rành rằng người Annam rày không kém hơn người Âu Mỹ nữa. Về cách với các cường quốc đã rồi, mà về đường tư cách tinh thần, về sự thông minh uyên bác cũng không thua gì đâu; thế là một sự thỏa mãn tâm

---

[418] "S.E. Jean-Baptiste Tòng à Hanoi," và "S.E. Monseigneur Tòng a prêché dimanche 10 novembre 1933 à l'église cathédrale de Hanoi," *L'Avenir du Tonkin*, ngày 17/11/1933 và 20/11/1933.

hồn cho hạng trí thức dân Nam vậy.[419]

Một nhà quan sát khác còn phấn khởi đến mức cho rằng lễ tấn phong đã làm cho Tòng và Cẩn về *mặt thể chất* hầu như không còn khác biệt với các giám mục châu Âu đã giữ chức trước họ. Tương tự như nhiều giám mục Pháp, Hồ Ngọc Cẩn có một bộ râu trắng dài, vì vậy, nhà quan sát này tuyên bố: "Mang y phục Giám mục, dễ cho người ta lầm là một Đức Cha Tây!" Tuy nhiên, cũng theo tác giả, Nguyễn Bá Tòng, không để râu, thường bị lầm với các giám mục người Ý.[420]

(Hình 7). Bức tranh của Giáo hoàng Pius XI và hai vị Giám mục Việt Nam đầu tiên, vào khoảng năm 1935. Société des Missions Etrangères de Paris.

---

[419] Phêrô Nghĩa [Lê Thiện Bá], "Cái tin cha Dominique Hồ Ngọc Cẩn lên ngôi đã gây nên nhiều mối cảm tình," *NKĐP*, ngày 23/5/1935.
[420] "Đệ nghị Việt Nam giám mục," *CGĐT*, ngày 9/5/1935.

Những cuộc cải cách của Vatican tạo được sự phấn khích to lớn trong hàng ngũ giáo sĩ Việt Nam và cũng tạo ra mức độ lo lắng tương tự như thế trong hàng ngũ các nhà truyền giáo của MEP. Trong bầu không khí như thế, các cuộc cải cách này đã tạo ra những căng thẳng ngay từ ban đầu. Khi Costantino Aiuti chuẩn bị tới Hà Nội lần đầu tiên vào năm 1925, các linh mục Việt Nam đã chuẩn bị buổi lễ đón tiếp chính thức, nhưng giám mục của họ cấm; ông này nói: "chuyện này rất tế nhị và có thể sẽ bị hiểu sai."[421] Hành động từ chối này xảy ra vào đúng thời điểm khó khăn trong quan hệ giữa MEP và giáo sĩ bản xứ ở Hà Nội, kết quả của một vụ rắc rối sau lần hai nhà truyền giáo là Chalve và Marchand bị mất 1.500 quan. Hai nhà truyền giáo này nghi một thầy giảng có liên quan, và họ đã lợi dụng những mối quan hệ, nhờ Sûreté điều tra, mà sau này một quan chức của MEP công nhận rằng thầy giảng đó đã bị tra tấn. Trong một bức thư gửi Lécroart, thầy giảng tên là Nguyễn Đình Cử kể về thời gian dài hầu hạ Chalve và cực kỳ cụ thể việc bị Sûreté "tra tấn và sỉ nhục khủng khiếp chẳng khác gì súc vật." Người ta nói rằng sau khi được tha, Nguyễn Đình Cử đã đến gặp giám mục để đòi công lí (sau khi đã nằm chữa bệnh cả tháng trời), nhưng người ta bảo ông không được nói về vụ việc đó và ra lệnh quay về phục vụ Chalve. Thấy Nguyễn Đình Cử từ chối, vị giám mục liền xóa tên ông này khỏi danh sách các thầy giảng.[422] Chỉ

---

[421] Gendreau cho de Guébriant, ngày 13/11/1935, Correspondance Gendreau, MEP.
[422] Nguyễn Đình Cử cho Lécroart, ngày 29/12/1922, NS 802, CEP.

đến khi Nguyễn Đình Cử được gọi ra làm chứng trong một vụ tội phạm khác thì câu chuyện của ông mới được đưa ra tòa, báo chí cánh tả không bỏ lỡ cơ hội công bố câu chuyện này. Sau chiến dịch của báo chí, trong đó có bức biếm họa đăng trên tờ *L'Argus Indochinois* với tựa đề "Người yêu mến nhiều cũng là người trừng phạt nặng", vẽ một nhà truyền giáo vùa hút xì gà vừa quan sát việc lấy cung của Sûreté , thì các nhà truyền giáo và Nguyễn Đình Cử mới bị gọi ra trình bày. Chalve và Marchand bị phạt một ít tiền, Nguyễn Đình Cử nhận món tiền này như là khoản bồi thường. Sau đó hai nhà truyền giáo này đã khẳng định sự trong trắng của Nguyễn Đình Cử, MEP chấp nhận lời xin lỗi của họ và vẫn để họ giữ chức vụ cũ. Câu chuyện bẩn thỉu này đã gây ra ở Hà Nội bầu không khí thật là kinh khủng: "Tất các các giáo sĩ bản xứ," de Guébriant viết, "đều đứng về phía ông thầy giảng bị tra tấn."[423] Các nhà truyền giáo ở Hà Nội báo cáo có một làn sóng những vụ buộc tội, nhiều vụ trong số đó được khẳng định trong những bức thư gửi về Bộ truyền giáo, về thói lăng nhăng, lạm dụng, trục lợi của các nhà truyền giáo, mặc dù một số vụ, thí dụ như câu chuyện về một nhà truyền giáo quyến rũ các cô gái không phải là tín đồ Công giáo, trả tiền và cho họ đồ cúng tế để được quan hệ, có thể là bịa đặt.[424]

Khi Bộ truyền giáo nhận được tin là hai nhà truyền giáo kia vẫn còn ở Hà Nội, giám mục Bộ trưởng đã yêu cầu triệu

[423] De Guébriant cho Gendreau, ngày 4/4/1925, Correspondance de Guébriant, MEP.
[424] NS 802, CEP có bản sao tài liệu về việc này.

hồi hai vị này. De Guébriant cực lực phản đối, ông này khẳng định rằng trục xuất hai người Pháp "nổi tiếng đáng kính" vào thời điểm khi mà "tất cả mọi người ở Viễn Đông đều bị phong trào bài ngoại đe dọa" sẽ củng cố mối ngờ vực của các quan chức Pháp rằng những thành phần bài Pháp trong Bộ truyền giáo đang tìm cách gây ảnh hưởng tới nền chính trị ở thuộc địa. De Guébriant còn nhận xét rằng nó sẽ tạo ra ảnh hưởng khủng khiếp đối với giáo sĩ bản xứ: "Tất cả những thành phần vô kỷ luật, có nhiều tham vọng, dẫn tới thái độ bài ngoại, chắc chắn sẽ chiến thắng và sẽ tạo ra, cùng với những người khác, đông hơn về số lượng, thành tố gây bất ổn; thành tố này sẽ gây ra những khó khăn không bao giờ dứt, ngay cả đối với Khâm sứ Tòa thánh... Nó sẽ trở thành chia rẽ và hận thù ở nơi mà đoàn kết và lòng tin từng ngự trị."[425] Cuối cùng, giám mục Bộ trưởng quyết định không trục xuất Chalve và Marchand khỏi Việt Nam, điều đó làm cho MEP cảm thấy hơi thoải mái một chút, nhưng lại làm gia tăng căng thẳng giữa giáo sĩ bản xứ và các nhà truyền giáo ở Hà Nội.

Những cuộc tranh cãi luôn diễn ra xung quanh Costantino Aiuti trong suốt nhiệm kỳ của ông ở Việt Nam, từ tháng 11 năm 1925 đến tận lúc ông đột ngột từ trần vào ngày 29 tháng 6 năm 1928. Trong thời gian đó, báo chí của hội truyền giáo và báo chí Việt Nam đưa tin về Aiuti theo những cách rất khác nhau. Trên những tờ như *L'Avenir du*

---

[425] De Guébriant cho van Rossum, ngày 28/3/1925, Correspondance de Guébriant, MEP.

Tonkin, một tờ báo của MEP, chỉ công bố những bức thư chung của ông và những bản tường trình ngắn ngủi về sự xuất hiện của ông, thì báo chí Việt Nam lại đăng những bản tường trình dài về nhiều chuyến viếng thăm trên khắp đất nước, thường là dành nhiều trang cho những hoạt động trong một ngày. Thí dụ, tờ báo Công giáo ở Sài Gòn, *Nam Kỳ Địa Phận*, thường xuyên đăng những bản tường trình về những chuyến đi của Aiuti trong giáo phận Huế. Một bản tường trình kể về chuyến viếng thăm cùng với Nguyễn Hữu Bài tới chủng viện ở An Ninh, nơi ông đã tham gia hoạt động của lớp học và gặp gỡ dân làng; tờ báo này còn đăng bài thơ mà các giáo sĩ Việt Nam sáng tác để ca ngợi ông.[426] Trong một bài khác, Hồ Ngọc Cẩn báo cáo rằng Aiuti đòi gặp mặt từng thầy giáo ở mỗi ngôi trường mà ông viếng thăm, ông khen ngợi các linh mục Việt Nam về trình độ tiếng Latin và tiếng Pháp của họ, và ông còn ca ngợi những nhà truyền giáo không tìm cách ăn riêng.[427] Khi Aiuti chết, người ta nói là nhiều người Việt Nam rỉ tai nhau là các linh mục người Pháp đã đầu độc ông.[428] Các linh mục Việt Nam thậm chí còn gửi thư tới Rome để phàn nàn rằng Aiuti đã được chôn chất một cách thiếu trọng thị: "Họ đưa vào áo quan của ông những món đồ thờ đã hỏng, chẳng có giá trị

---

[426] Ph. L.T.B., "Đức khâm sứ Constantino Aiuti đến viện nhà trường An Ninh," *NKĐP*, ngày 13/6/1926.

[427] Hồ Ngọc Cẩn, "Đức khâm sứ tòa thánh viếng địa phận Huế," *NKĐP*, ngày 8/4/1926.

[428] The Hung, "L'église catholique et la colonisation française," trong "Les Catholiques et le movement national," *Etudes vietnamiennes* 53, 1978. Tác giả văn bản bị chính trị hóa cao này không trích dẫn nguồn, còn tôi thì không tìm được tham khảo nào về những tin đồn này.

gì."[429]

Tương tự như việc thành lập Tòa Khâm sứ Tòa thánh, việc gửi các chủng sinh đi Rome cũng tạo ra những vấn đề ngay từ đầu. Các chủng sinh và bề trên của họ ít khi viết thư về cho các hội truyền giáo, điều đó làm cho các vị giám mục người Pháp bực mình: "Xét cho cùng, họ vẫn thuộc các giáo phận của mình," một giám mục viết vào năm 1922 như thế.[430] Năm 1925, giám mục Hà Nội ngạc nhiên nhận xét rằng một chủng sinh của ông đã được tấn phong ở Rome mà không thèm báo tin.[431] Môi trường mới và thóa t khỏi sự giám sát của truyền giáo là biểu hiện mạnh mẽ của những người Việt Nam đã ra nước ngoài. Chàng trai trẻ Ngô Đình Thục nghĩ rằng Rome là "Hội Vạn Quốc Công giáo," là nơi "tinh thần hóa hợp do đức ái Phúc Âm đóm lên giữa tâm trí những người khác nước, khác thói, khác tiếng, khác mọi thứ mà hà thuận thương yêu nhau."[432] Mặc dù sống nhờ sự bảo trợ của MEP và nhận tiền tiêu vặt từ hội truyền giáo này, Ngô Đình Thục học tập và giao tiếp với các tín đồ Công giáo toàn thế giới. Ông trở thành thành phần tích cực trong đời sống của chủng viện, ông tham gia thành lập mấy nhóm chủng sinh, một trong những nhóm đó

---

[429] "Indigènes de Saigon" cho Propaganda Fide, ngày 17/6/1930, NS 999, CEP.

[430] Grandgeon cho Garnier, ngày 8/10/1922, Correspondance Grandgeon, MEP.

[431] Gendreau cho "Bien cher confrère," ngày 22/6/1925, Correspondance Gendreau, MEP.

[432] Ngô Đình Thục, "Nhớ cuộc du học ở La Mã," THNB, ngày 12/2/1938 và ngày 14/2/1938.

tham gia biểu diễn trước mặt Giáo hoàng. Từ Rome, ông bắt đầu trở thành người có ảnh hưởng trong Giáo hội Việt Nam. Năm 1922, ông tổ chức chuyến thăm của Nguyễn Hữu Bài thành chiến dịch cải tổ Giáo hội, và sau này ông còn tổ chức chiến dịch nhằm tìm sự ủng hộ của Vatican cho ngôi trường cấp hai Công giáo đầu tiên ở Việt Nam, được thành lập năm 1933. Không phải ngẫu nhiên mà ông trở thành đồng hiệu trưởng của trường này khi nó mới khánh thành.

Một số chủng sinh còn thể hiện sự tự chủ mà họ mới tìm được một cách trực tiếp hơn là Ngô Đình Thục. Năm 1929, một chủng sinh tên là Trị xuất thân từ Cù Lao Giêng ở đồng bằng sông Mê Công viết cho giám mục của mình rằng anh cảm thấy thiếu sự trợ giúp từ hội truyền giáo trong quá trình học tập của mình. Bức thư của Trị, nói thẳng mà không cần úp mở về sự khác biệt giữa một giám mục Pháp và một chủng sinh Việt Nam, kết thúc bằng câu: "Tôi không phải là nô lệ của bất cứ hội truyền giáo hay bất cứ giám mục nào; tôi chỉ có một mục tiêu: trở thành tông đồ của Chúa [*discipulus Christi*] để làm một linh mục [*alter Christus*]." Vị giám mục này coi đây là tín hiệu của "một đầu óc bị rối loạn hay một tính cách và não trạng không thể chấp nhận được" và bắt Trị phải trở về."[433] Ban lãnh đạo nhà trường không những từ chối đưa Trị về mà còn thụ phong cho ông vào năm 1933. Nghe được tin này, vị giám

---

[433] Herrgott cho de Guébriant, ngày 4/10/1929, Correspondance Herrgott, MEP.

mục đã xin Bộ truyền giáo đưa Trị đến giáo phận khác, vì thái độ của ông với các nhà truyền giáo sẽ không được hoan nghênh "trong khi chủ nghĩa dân tộc đã tạo cho chúng tôi quá nhiều vấn đề rồi."[434] Năm 1927, giám mục Phát Diệm nhận xét rằng một chủng sinh tên San gây ra nhiều khó khăn sau khi trở về từ Rome, anh này đã xin ở lại đó khi vị giám mục này gửi thư yêu cầu anh trở về giáo phận.[435] Năm 1934, vị giám mục này bãi chức mà San đang giữ tại đại chủng viện ở Phát Diệm vì "hạnh kiểm xấu đến mức cần phải đưa ông ta đi bất kỳ chỗ nào khác nhằm tránh một vụ bê bối lớn."[436] Đối với nhiều chủng sinh, thời gian ở Rome đã trực tiếp định hình thái độ và hoạt động chính trị của họ sau đó một thế hệ. Năm 1925, Gendreau nhận xét rằng Phạm Bá Trực, một chủng sinh xuất thân từ Hà Nội, cùng đoàn với sáu chủng sinh Việt Nam đầu tiên được gửi tới Rome, thường xuyên phê phán hội truyền giáo đến mức "dường anh ta đang quay sang chủ nghĩa dân tộc không cần úp mở gì nữa."[437] Sau gần 10 năm ở Rome, Phạm Bá Trực về Hà Nội vào năm 1929; trong cuộc chiến tranh Đông Dương lần thứ nhất, ông có thể là giáo sĩ lớn tiếng ủng hộ nhất và có ảnh hưởng nhất cho nước Việt Nam Dân Chủ Cộng Hòa do cộng sản lãnh đạo. Tin tức từ Rome châm

---

[434] Herrgott cho Garnier, ngày 23/3/1934, Correspondance Herrgott, MEP.

[435] Marcou cho Garnier, ngày 17/7/1927, Correspondance Marcou, MEP.

[436] Marcou cho de Guébriant, ngày 21/8/1934, Correspondance Marcou, MEP.

[437] Gendreau cho "bien cher confrère," ngày 22/6/1925, Correspondance Gendreau, MEP.

ngòi cho sự ghen tị trong những chủng sinh bị kẹt lại ở trong nước; như Lécroat báo cáo: "có mấy bức ảnh chụp các chủng sinh Việt Nam đang học tập… tại Rome được truyền tay nhau trên khắp cả nước. Những bức ảnh này cho thấy các chàng trai miệng ngậm thuốc lá còn tay thì cầm cốc rượu một cách khá thoải mái."[438]

Sau Thế chiến I, khi một thế hệ mới các học viên tràn vào chủng viện của MEP ở Penang, căng thẳng tương tự cũng gia tăng ở đây. Tháng 1 năm 1934, vị đại diện của MEP ở Rome viết cho một nhà truyền giáo đang dạy ở Penang với nhận xét rằng các sinh viên ở đó phàn nàn về việc các giáo sư trừng phạt họ. Bức thư thể hiện những lời phàn nàn của họ, được ký bởi "cộng đồng", làm người ta lo lắng. "Tinh thần của chủ nghĩa Bolshevik phảng phất khắp nơi," nhà truyền giáo này viết, "đã thể hiện ở Chung King và Hà Nội và rất có thể đã dễ dàng được đưa vào Penang bởi một vài tâm hồn lầm lạc."[439] Sự bất bình không lắng dịu và tháng 3 năm đó lãnh đạo chủng viện tìm cách làm giảm nhẹ căng thẳng bằng biện pháp cực kỳ ấn tượng đối với các chủng sinh khi nói rằng họ có quyền gửi lời phàn nàn trực tiếp tới Rome. Vị đại diện của MEP vô cùng kinh ngạc khi "người phương Đông" dám làm điều mà "ở Pháp và những nước phương Tây khác chưa bao giờ có chuyện chủng sinh phản đối trực tiếp lên Vatican," và ông lo ngại

---

[438] Henri Lécroart, "Visite Apostolique du Vicariat do Tonkin Maritime," tài liệu không có ngày, NS 803, CEP.

[439] Garnier cho Père Rouhan, ngày 16/1/1934, Correspondance Garnier, MEP.

rằng các nhà truyền giáo "sẽ bị mất thể diện... mà không có
lý do chính đáng." Điều đó "dường như là minh chứng rằng
những tâm hồn đã bị nhiễm chủ nghĩa Bolshevik đang
khuấy động các chủng sinh ở đây."[440] Ngay cả những người
học ở Pháp, dưới sự giám sát chặt chẽ hơn của MEP cũng
có thể bị chuyển hóa tương tự như thế. Các linh mục Bửu
Dưỡng và Cao Văn Luận, cả hai đều đến Pháp học hồi cuối
những năm 1930, sau năm 1945 cũng lớn tiếng ủng hộ nền
độc lập, sau này Cao Văn Luận trở thành một trong những
cố vấn gần gũi nhất của Ngô Đình Diệm trong suốt thời
gian ông này là tổng thống.

Các linh mục người Việt Nam học tập ở nước ngoài
trong những năm 1920 và 1930 là một nhóm tinh hoa, ít
người, và điều quan trọng là không được nghĩ là các giáo sĩ
bình thường ở các chủng viện Việt Nam cũng có trải
nghiệm tương tự như thế. Nhưng rõ ràng là những cuộc cải
cách của Rome đã "đồng thanh tương ứng" với các chủng
sinh bình thường, chương trình học tập của họ khác nhiều
so với chương trình của những người mới học trước đó
mười năm. Năm 1913, nhà truyền giáo tên là J. B. Roux
nhận xét rằng chủng sinh tại chủng viện ở Huế bắt đầu phát
âm từ Latin "theo lối Romaine" viết cho bạn rằng "cách
phát âm này thuận tai hơn và lưu loát hơn... hợp lí hơn,
chắc chắn là thế." Tuy nhiên, Roux cũng ghi nhận rằng
không phải tất cả các nhà truyền giáo đều thích tiếng Latin

---

[440] Garnier cho Père Rouhan, ngày 30/3/1934, Correspondance
Garnier, MEP.

đã được "Roman hóa" mà các sinh viên sử dụng, đến mức mà vị giám mục ở đó bị buộc phải đứng trung lập về vấn đề này.[441]

Các chủng viện Công giáo trong giai đoạn cuối thời thuộc địa thường trở thành địa điểm xung đột giữa các nhà truyền giáo và tín đồ Công giáo Việt Nam. Chủng sinh bất mãn nổi tiếng nhất là Trần Tử Bình, sau này trở thành một nhà cách mạng và vị tướng trong Quân đội nhân dân Việt Nam. Trong cuốn hồi ký in năm 1964, nhan đề *Phú Riềng đỏ*, Trần Tử Bình viết rằng nhà truyền giáo tại chủng viện ở Hoàng Nguyên "coi mình như quí tộc. Bữa ăn của ông ta là một bàn đầy thịt và cá, không thể nào ăn hết được. Chẳng đêm nào ông ta có thể ngủ mà không có đàn bà… Ông ta có biệt tài chế giễu người ta bằng đủ giọng điệu, từ tục tĩu cho tới kín đáo, từ tàn nhẫn cho đến cay độc."[442] Năm 1926 Trần Tử Bình và hai chủng sinh nữa bị đuổi học vì họ đeo băng đen để tang Phan Châu Trinh, đám tang ông này đã khuyến khích những cuộc biểu tình trên khắp Việt Nam. Mặc dù bức tranh do Trần Tử Bình vẽ về các nhà truyền giáo là cố tình mang tính khiêu khích, các nguồn tài liệu của truyền giáo quả thật đã cho thấy bầu không khí căng thẳng. Trong hồi ký về 46 năm ở Phát Diệm và Thanh Hóa,

---

[441] J. B. Roux cho "Bien cher père," ngày 7/3/1931, Correspondance Garnier, MEP.

[442] Trần Tử Bình, *The Red Earth: A Vietnamese Memoir of Life on a Colonial Rubber Plantation* (Athens: Ohio University Monographs in International Studies, Southeast Asia Series, no. 66, 1985), 1-2 (Do không tìm được bản gốc cuốn Phú Riềng Đỏ cho nên những đoạn trích từ tác phẩm này đều do người dịch chuyển ngữ từ tiếng Anh).

Constant Poncet nhớ lại rằng năm 1926 là năm bất ổn ở Phúc Nhạc, một giai đoạn khi "một phong trào bất phục tùng sôi động, đặc biệt ảnh hưởng tới ba lớp trên cùng," nổ ra trong chủng viện. "Mặc dù vẫn có thói quen hiệp thông mỗi ngày," Poncet viết, "lòng mộ đạo, thái độ tử tế và kỷ luật đã biến mất." Chủng viện đóng cửa trong một tháng, mười hai người bị đuổi học, sáu người nữa quyết định không quay về khi nhà trường mở cửa trở lại.[443] Và tháng 3 năm 1931, trong cao trào của cuộc nổi dậy ở Nghệ Tĩnh, các nhà truyền giáo báo cáo rằng có kế hoạch "khởi loạn" nhằm chống lại bề trên trong chủng viện này, kết quả là mười bốn người bị đuổi học.[444]

Xung đột không chấm dứt ngay sau khi các chủng sinh trở thành linh mục. Trong nhiều phương diện, số lượng các nhà truyền giáo ít đi và già hơn làm cho những cuộc xung đột hàng ngày không còn là hiện tượng phổ biến như cách đó một thế hệ nữa, nhất là ở những vùng nông thôn. Trên thực tế, số lượng các nhà truyền giáo ngày càng giảm đi làm cho các vị giám mục không còn lựa chọn nào khác ngoài việc bổ nhiệm các linh mục Việt Nam thành người đứng đầu các hạt. Như vị giám mục Phát Diệm nhận xét: "Điều này sẽ làm cho giáo sĩ bản xứ rất vui mừng, nhất là nếu chúng ta tận dụng cơ hội này nhằm làm giảm khoảng cách trong các mối quan hệ xã hội, mà theo tôi là còn quá lớn, giữa các nhà truyền giáo châu Âu và các linh mục bản

---

[443] Poncet, "Mémoirés d'une seule génération," 44-45.
[444] Chaize cho Dreyer, ngày 18/3/1931, NS 996, CEP.

xứ."[445] Nhưng, trong bối cảnh khi mà các linh mục và các nhà truyền giáo tiếp tục tương tác gần gũi với nhau, các cuộc xung đột thường gia tăng. Năm 1928, Bộ truyền giáo kêu gọi dòng tu Dòng Sư huynh La San phát triển nhiều người Việt trong tổ chức và các thiết chế của họ. Mặc dù sự kiện là một số giáo sĩ bản xứ có bằng tú tài (*baccalauréate*) trong khi nhiều nhà truyền giáo không có, các thành viên người Pháp trong dòng tu vẫn phản đối, không muốn cho các giáo sĩ bản xứ giữ những vị trí ngang hàng với họ; điều đó đã làm một số người kêu gọi Pháp đưa những người anh em có bằng cấp cao hơn tới nhằm ngăn chặn, không để xảy ra việc này. Đến trước những năm 1930, trong nhiều tu hội giữa những Sư huynh Pháp và Việt Nam đã căng thẳng đến mức sắp bùng nổ. Rõ nhất là ở Huế. Năm 1933, dòng tu này nhận dạy tại trường trung học Công giáo *La Providence*, do Ngô Đình Thục và một nhà truyền giáo làm hiệu trưởng. Những Sư huynh Việt Nam dạy ở trường tiểu học *Pellerin* ở Huế – nơi giáo sĩ Việt Nam đông gấp sáu lần giáo sĩ Pháp – coi *La Providence* là người ủy quyền cho *Pellerin* vai trò quan trọng tương tự trong việc phát triển giới tinh hoa Công giáo Việt Nam. Họ bắt đầu vận động lãnh đạo dòng tu ở Paris để cho họ giảng dạy chương trình cấp hai ở *Pellerin*, nhưng những Sư huynh Pháp lại coi đây là trò chơi quyền lực của giáo sĩ bản xứ nhằm kiểm soát nhà trường. Giáo sĩ bản xứ đã thắng: *Pellerin* bắt đầu giảng

---

[445] Marcou cho Trưởng ban Bộ truyền giáo, ngày 9/12/1919, NS 662, CEP.

dạy chương trình cấp hai từ năm 1938.[446]

Nhiều cuộc cải cách của Vatican được chính thức xác quyết tại Cộng đồng Đông Dương họp ở Hà Nội năm 1934. Dựa vào thần quyền do Chúa Kitô trao cho các thánh tông đồ trong việc xác nhận, giảng dạy và cai quản, các Cộng đồng, thông qua những nghị định và quyết định được coi là luật Công giáo, đã chỉnh sửa sự khắt khe và cơ cấu của Giáo hội Công giáo cho phù hợp với những điều kiện đang thay đổi mà cộng đồng Công giáo đang đối mặt. Trong nhiều phương diện, Cộng đồng năm 1934 chính là điểm xuất phát. Đây là Cộng đồng đầu tiên bao trùm cả Bắc Kỳ, Trung Kỳ và Nam Kỳ; những Cộng đồng trước (gần nhất là các năm 1900 và 1912) mới là Cộng đồng khu vực mà thôi. Đấy cũng là Cộng đồng đầu tiên các linh mục Việt Nam được chính thức tham gia. Điều đó làm cho một số nhà truyền giáo bị loại ra để nhường chỗ cho các giám mục Việt Nam làm họ không hài lòng, một trong những vị đó đã đề nghị giám mục của mình: "Nếu việc đó có ích, thậm chí có lợi về mặt chính trị, thì mời hai linh mục bản xứ đến Cộng đồng ở Hà Nội mà không cần mời một nhà truyền giáo nào hết."[447] Các quyết định chính thức của Cộng đồng – được chia là năm ủy ban – khẳng định những tiêu chuẩn mới trong việc nhập học, chương trình học tập, đời sống

---

[446] Xem Francis Nyan, "Fils D'Annam! Si Vous Voulez Être Heureux, Aimez La France! 'Franco-Vietnamese Collaboration' among the Frères des Ecoles Chrétiennes in Indochina, 1900-1940," Luận án thạc sĩ, National University of Singapore, 2008.

[447] Séminel cho Dumortier, ngày 10/11/1934, Correspondance Séminel, MEP.

sinh viên và quản lý các chủng viện; đặt ra những giới hạn mới về khả năng của các cá nhân thành viên của giáo sĩ trong việc lựa chọn ứng viên cho chức linh mục cũng như giới hạn thời gian mà ứng viên có thể sống và học tập với một linh mục hay nhà truyền giáo; qui định lịch tổ chức các lễ hội và lễ mi – xa trong tất cả các giáo phận; và, đây là lần đầu tiên, cho các giáo sĩ bản xứ được nghe lời xưng tội của những giáo sĩ bản xứ không thuộc giáo phận của họ. Giọng điệu chung của Cộng đồng có thể đã được thể hiện một cách tốt nhất trong chỉ thị kêu gọi các nhà truyền giáo "không được kỳ thị hay phân biệt giữa *cố Tây* và *cụ Ta* vì tất cả đều là thành viên của gia đình Công giáo."[448]

Nhiều linh mục Việt Nam từ lâu đã ghét sự phân biệt bằng ngôn từ như thế; trong giai đoạn đầu những năm 1920, Henri Lécroart đã nhận xét rằng các linh mục trẻ trong một số giáo phận đã không chịu tuân theo cách gọi này nữa.[449] Henri Lécroart (do thực sự tin) và những giám mục MEP (chủ yếu là do lo lắng về quan hệ chủng tộc trong các giáo phận do họ cai quản) đã thúc giục các nhà truyền giáo tự từ chối quyền ưu tiên của các nhà truyền giáo (*droit de préséance*), nhưng nhiều người phản đối:

---

[448] Bùi Đức Sinh, *Giáo hội công giáo ở Việt Nam*, (Calgary: Veritas, 1998), tập 3:156-57. Muốn hiểu kỹ lưỡng về hội đồng này, xin đọc Josef Metzler, *Die Synoden in Indochina*, 1625-1934 (Paderborn: F. Schöningh, 1984), 299-279.

[449] Visite Apostolique du Vicariat de Cochinchine Orientale confié aux Missions Etrangères de Paris (du 26 mars au 18 avril, avec interruption pour la Visite de Kontum [Missions des Bahnars] du 9 au 18 avril), ngày 17/11/1923, NS 804, CEP.

Lécroart nhận xét rằng trong suốt chuyến thăm của ông tới Hà Nội, các linh mục bản xứ và các nhà truyền giáo vẫn ăn cùng một bàn, nhưng sau khi ông đi thì các nhà truyền giáo lại bắt dọn riêng.[450] Nhưng trước những năm 1930, sau một thập kỷ cải cách, một số giáo sĩ bản xứ đã phát động một cuộc tranh luận trong toàn Giáo hội về sự khác biệt giữa những nhà truyền giáo và giáo sĩ bản xứ, đấy cũng là hình thức phản đối của họ. Thí dụ, bài báo trên tờ *Sacerdos Indosinensis* viết về việc sự thay đổi trong ngôn ngữ nói của tiếng Việt có ảnh hưởng như thế nào đối với việc dịch Phúc âm. Bài báo nhằm phản ánh niềm tin ngày càng gia tăng cho rằng những từ được dùng trong những bản dịch Phúc âm hiện hành (như *tao, mày, bay, nó*) là những từ "thô tục" và nên được thay bằng những từ lịch sự hơn (như *ông, bà, con, thầy, cha, tôi* và những từ tương tự khác).[451] Cuộc thảo luận trên báo chí kéo dài mấy tháng trong năm 1938 và đầu năm 1939 và kéo theo những phản ứng đụng chạm tới những cuộc thảo luận về cách xưng hô trong đời sống tôn giáo. Cuộc thảo luân cuối cùng đã lôi kéo được phản ứng của một vị giám mục mới được thụ phong là Hồ Ngọc Cẩn; ông viết rằng các linh mục Việt Nam và các nhà truyền giáo, không phụ thuộc vào tuổi tác, nên gọi nhau là *cha* và tự xưng là *tôi*, trừ những trường hợp đòi hỏi phải thể hiện sự lễ độ thì xưng *con* là chấp nhận được. Cần khẳng

---

[450] Visite Apostolique du Vicariat du Tonkin Occidental (Hanoi) confié aux Missions Etrangères de Paris (15-19 décember 1922)," ngày 17/10/1923, NS 802, CEP.
[451] "Hỏi ý kiến các độc giả về bộ chữ đại tự dụng trong sách phúc âm ta," *Sacerdos Indosinensis*, ngày 15/11/1938.

định rằng các linh mục, khi nói chuyện với giám mục, phải tự xưng là *con*, trừ trường hợp các vị linh mục quá già, đối với những vị này thì xưng *tôi* là có thể chấp nhận được. Đến lượt mình, các giám mục nên gọi các linh mục là *cha* hay *thầy*. Điều quan trọng nhất là Hồ Ngọc Cẩn khẳng định rằng các giám mục Việt Nam, khi nói chuyện với các nhà truyền giáo, không nên tự xưng hô theo lối quá khiêm nhường; còn các nhà truyền giáo trẻ thì nên xưng là *con* khi nói chuyện với các vị linh mục lớn tuổi hơn.[452]

Sự gia tăng nhanh chóng những tình cảm loại này – không thể tưởng tượng được là vấn đề này được đem ra thảo luận trên báo chí Công giáo hồi đầu những năm 1920 – minh họa – trong nhiều khía cạnh – cách thức mà những cuộc cải cách của Rome bắt đầu thay thế các nhà truyền giáo bằng các linh mục Việt Nam, cách thức mà MEP không bao giờ có thể hay mong muốn thực hiện. Có thể, thí dụ tốt nhất của chuyện này là tính chất đang thay đổi của các hội truyền giáo trong những khu vực không phải của người Kinh. Phần đông các nhà truyền giáo ít có liên hệ thường xuyên với "các dân tộc thiểu số", ở những khu vực mới thuộc về Việt Nam hồi cuối thế kỷ XIX.[453] Chuyện này bắt đầu thay đổi vào thời thuộc địa, nhất là trong khu vực miền núi Tây – Bắc Bắc Kỳ, mà năm 1895 MEP định danh

---

[452] Bức thư từ Hồ Ngọc Cẩn, *Sacerdos Indosinensis*, ngày 15/7/1939.

[453] Xem Đỗ Hữu Nghiêm, "Giáo hội và các đồng bào thiểu số ở Việt Nam," trong *40 năm thành lập hàng giáo phẩm công giáo Việt Nam*, Nguyễn Đăng Trúc, chủ biên (Reichstett, France: Định Hướng Tùng Thư, 2000), 27-108.

là giáo phận Hưng Hóa, và cao nguyên Trung phần, tức là khu vực miền núi từ bắc Sài Gòn cho tới Quảng Nam. Cao nguyên Trung phần nằm trong giáo phận Quy Nhơn cho đến năm 1932, tức là năm MEP thành lập giáo phận Công Tum. Dòng Đa Minh của Pháp đến khu vực Lạng Sơn và Cao Bằng hồi cuối thế kỷ XIX đầu thế kỷ XX; năm 1902 khu vực này trở thành một hạt Phủ DoãnTông Tòa (*apostolic prefecture*) và đến năm 1919 thì trở thành giáo phận.[454] Việc truyền bá Phúc âm cho các nhóm dân miền núi gặp những thách thức thật sự. Chỉ trừ một vài ngoại lệ, các nhà truyền giáo không bao giờ có đủ nguồn lực và người để có thể thiết lập sự hiện diện thường trực trong những khu vực này, tức là những nơi mà khác với miền xuôi, Công giáo hầu như hoàn toàn là hiện tượng ngoại quốc.

Nhưng, trong khi sự lan truyền của Công giáo trong những khu vực không phải của người Kinh rõ ràng là xuất phát từ những tiếp xúc như thế của các nhà truyền giáo, nó chỉ phát triển trong nhiều khu vực như thế này sau khi công việc truyền giáo ở Việt Nam bắt đầu suy giảm đến mức chỉ còn là cái bóng của quá khứ. Lúc đó, trong nhiều phương diện, sự lan truyền của Công giáo trong những khu vực này diễn ra khi lần đầu tiên các giáo sĩ Việt Nam *trở thành* những nhà truyền giáo, tức là những người xa lạ mang một tín ngưỡng mới tới cho những người dân mà họ coi là thấp

---

[454] Về hội truyền giáo dòng Đa Minh của Pháp, xin đọc Luc Garcia, *Quand les missionnaires recontraient les Vietnamiens (1920-1960)* (Paris: Karthala, 2008), 37-46.

kém hơn về nhiều mặt. Thực vậy, các tín đồ Công giáo Việt Nam thường thể hiện quan niệm về những người thiểu số tương tự như quan niệm của các nhà truyền giáo về người Việt Nam vậy. Trên tờ báo Công giáo mang tên *Lời Thăm*, năm 1922 một tác giả vô danh đã gọi Công Tum là tỉnh "mọi" (tên chung để chỉ người thiểu số trong giai đoạn thuộc địa), đầy những kẻ có thói quen "thô tục" về ăn, mặc, và hành xử, những người "khác xa người Annam ta". Tác giả cảm thấy choáng váng khi ghi nhận rằng đàn ông ở đấy đóng khố, còn đàn bà thì quấn xà rông, và người ta không dùng đũa, cũng không bao giờ nấu cơm trước bữa ăn, ông ta coi tất cả những điều này là dấu hiệu của "tính hoang" và thiếu giáo dục. [455] Một bài tương tự, nhan đề *Mở Đạo Kon – Tum*, kể về lịch sử Công giáo trong khu vực, được viết năm 1933, đầy dẫy những từ ngữ về sứ mệnh khai hóa văn minh của Công giáo. [456] Một nhà truyền giáo nhận xét rằng các linh mục Việt Nam trở về nhà sau một số năm sống ở miền núi "sẽ đưa tay lên trời, nước mắt lưng tròng mà kêu lên rằng 'Ô, Annam!', nhà truyền giáo này coi đấy là "hoàn toàn bình thường đối với những người biết rõ sự lưu đầy mấy năm giữa rừng đòi hỏi những gì."[457]

---

[455] "Tỉnh mọi" *Lời Thăm*, tháng 5 năm 1922.

[456] P. Ban and S. Thiệt, *Mở đạo Kon-Tum* (Qui Nhơn: Imprimerie de la Mission, 1933). Mặc dù các tác giả mang tên Việt Nam, nhưng không thể kết luận chắc chắn rằng họ là người Việt vì nhiều nhà truyền giáo thường lấy tên Việt và đôi khi xuất bản bằng bút danh Việt Nam. Nhưng, họ được mô tả là "cha" chứ không phải "cố", điều này làm cho người ta nghĩ rằng họ là giáo sĩ bản xứ.

[457] R. P. Solvignon, "En route pour Kontum," trong "Consécration

Tóm lại, khi các tín đồ Công giáo bắt đầu truyền bá Phúc âm vào vùng dân tộc thiểu số, các linh mục Việt Nam đã coi mình là những nhà truyền giáo đang chạm trán với những nền văn hóa và ngôn ngữ khác với nền văn hóa và ngôn ngữ của mình. Điều này đòi hỏi rằng họ phải được huấn luyện một cách đặc biệt, như các nhà truyền giáo; một công việc mà lãnh đạo MEP đã bắt đầu làm trong những năm 1920 và 1930. Năm 1927, một nhà truyền giáo của MEP tên là Martial Jannin nói rằng ông muốn thành lập một hội truyền giáo Việt Nam, gọi là *Ad Barbaros* (Hướng về những người man rợ) nhằm giúp bù đắp cho sự thiếu hụt các nhà truyền giáo của MEP tại vùng cao nguyên Trung phần, và rằng ông đã được các vị giám mục và Khâm sứ Tòa thánh động viên.[458] Sau khi trở thành giám mục Công Tum vào năm 1932, Jannin coi đây là công việc ưu tiên hàng đầu. Đến năm 1935, ông nói rằng lớp dự bị (*probatorium*) nhằm huấn luyện các linh mục Việt Nam thành các nhà truyền giáo đã hoàn thành và chẳng bao lâu nữa công việc sẽ bắt đầu tại chủng viện. Đến năm 1938, có 80 linh mục Việt Nam tới Công Tum để bắt đầu sự nghiệp của các nhà truyền giáo tại vùng biên giới mới của Việt Nam.[459]

Trong một thế hệ sau Thế chiến I, sự suy giảm số lượng

épiscopale de Mgr. Jannin," in từ năm 1932, Correspondance Janin, MEP.

[458] Jannin to de Guébriant, ngày 30/11/1927, Correspondance Jannin. MEP.

[459] "L'Ecole apostolique de Kontum pour l'évangélisation des pays Moïs," *L'Aube Nouvelle*, ngày 6/6/1943.

các nhà truyền giáo ở Việt Nam và những cuộc cải cách của Vatican đã làm thay đổi hẳn vai trò về mặt xã hội và tôn giáo của giáo sĩ Việt Nam. Phần lớn các linh mục Việt Nam được thụ phong trong giai đoạn cuối thời kỳ thuộc địa đã đi học trong các chủng viện chính thức, thường ở xa nhà, chứ không học theo hướng dẫn của một nhà truyền giáo hay linh mục tại xứ đạo của họ như cách làm trong một thời gian dài trước đây nữa. Một số còn đi du học, ở Penang, ở Pháp hay Rome. Hầu như tất cả đều được học một cách có hệ thống một loạt môn học, trong đó có nhiều môn không thuộc lĩnh vực tôn giáo. Quan trọng nhất là họ trở thành linh mục trong giai đoạn khi mà trong Giáo hội, niềm tin và thói quen hành xử bất bình đẳng giữa các nhà truyền giáo châu Âu và các linh mục Việt Nam là vấn đề trung tâm của đời sống Công giáo ở Việt Nam đang nhanh chóng phai mờ. Nhưng, dù cuộc cải cách của Vatican có làm chuyển hóa như thế nào trong đời sống của giáo sĩ thì nó cũng chỉ là một phần của quá trình rộng rãi hơn của cuộc tiếp xúc với thế giới Công giáo toàn cầu trong thời hậu chiến, một cuộc tiếp xúc đã có ảnh hưởng tới tất cả các thành phần của xã hội Công giáo Việt Nam. Có thể dấu hiệu rõ rệt nhất là lĩnh vực in ấn, in ấn đã trở thành thành phần lớn nhất trong đời sống của tín đồ Công giáo bình thường ở Việt Nam, nó giúp thiết lập nền tảng cho một cộng đồng tôn giáo trong tưởng tượng, vừa mang tính dân tộc và mang tính toàn cầu.

4

Truyền thống Công giáo Việt Nam trước thử thách

Ngô Tử Hạ sinh năm 1882, trong một gia đình nghèo ở Ninh Bình, gần Nhà thờ Lớn Phát Diệm. Anh đủ thông minh để có thể theo học một thời gian, cuối cùng anh rời khỏi làng ra Hà Nội, cách đó một trăm cây số và là một thế giới xa lạ; anh tìm được chân thư ký quèn trong bộ máy cai trị đang phình lên của người Pháp. Anh rất tiết kiệm cho đến khi đủ tiền mua một khoảnh đất nhỏ. Đến tuổi 30, Ngô Tử Hạ đã khá giàu, đủ sức tự mình mở sông ty. Nhưng anh không theo con đường làm giàu bình thường mà lao một ngành mới đang phát triển lúc bấy giờ – đấy là ngành in. Năm 1915, Ngô Tử Hạ thành lập một trong những nhà máy in thành công nhất và tồn tại lâu dài nhất ở Hà Nội, nhà máy này in đủ thứ, từ các nghị định của chính quyền thực dân đến các tập truyện ngắn. Đến năm 1945, ông là một trong những người có ảnh hưởng nhất ở Hà Nội, và là một trong những thành viên đầu tiên của chính phủ Hồ Chí Minh và trở thành nhân vật trung gian giữa các quan chức của Việt Nam Dân Chủ Cộng Hòa và cộng đồng Công giáo trong khu vực của ông. Nhà máy của ông cũng in những tờ tiền giấy đầu tiên của chính phủ cách mạng.

Ngô Tử Hạ trở thành người giàu có và quyền lực bằng cách khơi dòng cho một trong những lực lượng năng động nhất trong xã hội Việt Nam thời bấy giờ. Như David Marr và những người khác đã chỉ ra, sự phát triển nhanh chóng chữ quốc ngữ hồi đầu thế kỷ XX, cả trong vai trò phương tiện hành chính lẫn phương tiện cải cách và hiện đại hóa xã hội, đã đóng góp vào việc làm gia tăng số người biết đọc biết viết và làm cho việc in ấn trở thành phương tiện chủ yếu cho việc biến đổi văn hóa trong giai đoạn thuộc địa. Cuộc cách mạng trong nhận thức như thế, bằng cách đưa người Việt Nam đến với một loạt tư tưởng mới, chưa từng có trước đây, về cá nhân và xã hội, là cuộc cách mạng cực kỳ quan trọng đối với ý thức đang gia tăng về cộng đồng dân tộc và những hình thức chống đối mới trước chính quyền Pháp, tức là những hiện tượng mới xuất hiện vào cuối thời thuộc địa. Nhưng, phải có những cố gắng khác nhau và thường là hoàn toàn trái ngược nhau mới có thể hiểu được những thay đổi về mặt xã hội và thách thức về mặt chính trị ám chỉ rằng những cuộc cách mạng trong ý thức vừa phức tạp vừa vượt ra ngoài phạm vi quốc gia ngay tại cốt lõi của nó, vì những luồng tri thức từ châu Âu, Mỹ, Trung Quốc, Nhật bản và nhiều nơi khác đã định hình những phong trào ở Việt Nam, từ chủ nghĩa hiện đại đến chủ nghĩa cộng sản theo những cách rất khác nhau. Trong đời sống Công giáo Việt Nam, việc lan truyền tài liệu in ấn có nghĩa là gia tăng sự trao đổi với thế giới Công giáo toàn cầu. Các linh mục và những thày giảng tìm được từ mạng lưới trên toàn thế giới những văn bản và tư tưởng cho việc huấn luyện và nghề nghiệp của mình, và những sách vở mới từ tiểu thuyết cho đến những bản hướng dẫn đã giúp cho những tín đồ Công giáo tại gia suy nghĩ về và trải nghiệm đức tin của họ trong quan hệ với những thay đổi về mặt văn hóa đang vần vũ xung quanh họ.

IN ẤN TRONG ĐỜI SỐNG CÔNG GIÁO TRƯỚC THẾ KỶ XX: NỀN TẢNG VÀ CHUYỂN HÓA

Từ thế kỷ XVII, cộng đồng Công giáo ở Việt Nam đã trở thành nơi hoạt động sôi nổi về văn học và trí thức. Điều này một phần là do các nhà truyền giáo là những người tạo ra và truyền bá kiến thức quan trọng. Nổi tiếng nhất trong các nhà truyền giáo này là Alexander de Rhodes, một tu sĩ dòng Tên, xuất thân từ vùng Avignon, đến Đàng Trong năm 1624 và đã ở lại cả ở Đàng Trong lẫn Đàng Ngoài suốt gần hai thập kỷ sau đó. De Rhodes đến Đại Việt vào lúc khi mà Dòng Tên (*Society of Jesus*) đang chuẩn bị cho điều mà họ hi vọng là sẽ bành trướng mạnh mẽ trên đất nước này. Ngôn ngữ, bao giờ cũng thế, là một thách thức; như de Rhodes viết: "Khi tôi đến Nam Kỳ và khi tôi nghe người bản xứ, nhất là phụ nữ nói, tôi có cảm tưởng đang nghe chim hót và tôi chẳng có hi vọng gì là sẽ có thể học được."[460] Các thầy tu dòng Tên bắt đầu học tiếng Việt ngay từ khi họ đặt chân tới đây, nhưng nhiều người không biết chữ Hán hay chữ Nôm – một loại chữ tượng hình thông

---

[460] John DeFrancis, *Colonialism and Language Policy in Vietnam* (The Hague: Mouton, 1977), 52.

dụng để viết tiếng Việt. Không có phương tiện truyền đạt được mọi người công nhận giúp ghi lại cái ngôn ngữ mà họ đang tìm cách học, các tu sĩ dòng Tên bắt đầu phát triển nó bằng cách sử dụng chữ cái Latin. Quá trình này đã bắt đầu từ trước khi de Rhodes tới Việt Nam, nhưng do thiếu nhiều văn bản viết tay – hay đơn giản là thiếu những công trình được các bậc tiền bối của ông tổ chức và hệ thống hóa – mà de Rhodes dựa vào để làm nên công trình của mình nên không rõ là ông đã đóng góp đến mức nào trong việc "phát minh" ra cái mà sau này được gọi là chữ quốc ngữ.[461] Dù sao mặc lòng, de Rhodes đã sáng tác được những tác phẩm đầu tiên được xuất bản bằng thứ chữ cái này, đấy là cuốn từ điển Việt – Bồ – La (*Dictionarium Annamiticum Lusitanum et Latinum*) và cuốn sách dạy giáo lý *Phép giảng tám ngày*, cả hai tác phẩm này đều được xuất bản vào năm 1651.[462]

Nguồn gốc Công giáo của bảng chữ cái mà sau này trở thành thông dụng trong nước Việt Nam hiện đại che giấu, thậm chí chế nhạo, thế giới văn hóa phức tạp của đời sống Công giáo thời tiền thuộc địa, khi chữ quốc ngữ còn nằm ở bên lề của thế giới bị chữ nôm và chữ Hán thống trị. Thực vậy, trong những điều mà de Rhodes chú ý thì Geronimo Maiorica, cũng là một thầy tu dòng Tên và đến Nam Kỳ cùng với de Rhodes, có thể là một cửa sổ tốt dẫn vào đời

---

[461] Xem Roland Jacques, *Portuguese Pioneers of Vietnamese Linguistics* (Bangkok: White Lotus Press, 2002).

[462] Về de Rhodes, xin đọc Peter Phan, *Mission and Catechesis: Alexander de Rhodes and Inculturation in Seventeenth-Century Vietnam* (Maryknoll, NY: Orbis Books, 1998).

sống tinh thần của tín đồ Công giáo Việt Nam trong thế hỉ XVII. Maiorica hoạt động chủ yếu ở Nghệ An, ở đây ông đã viết một loạt tác phẩm về các thánh, về những câu chuyện trong sách Phúc âm, bí tích và luân lý thực hành bằng chữ Nôm; có thể ông cũng đã từng viết kịch bản và thơ nữa. Công trình của Maiorica phản ánh niềm tin của ông rằng việc truyền bá các văn bản có thể giúp xây dựng ở Bắc Kỳ một Giáo hội mang tính chính thống hơn và dễ quản lý hơn; quan trọng hơn là, công trình của ông minh họa cho tầm quan trọng của sách in, chủ yếu là bằng chữ Nôm, trong đời sống và hoạt động của giáo sĩ và giới tinh hoa địa phương trong đời sống Công giáo Việt Nam thế kỷ XVII. Maiorica được ít nhất một hoặc vài thày giảng giúp đỡ khi ông viết những tác phẩm của mình, nhiều cuốn trong số đó dựa vào những bài văn nôm hiện có lúc bấy giờ.[463]

Từ thế kỷ XVII đến giữa thế kỷ XIX, sự gia tăng của các hội truyền giáo và sự bành trướng của bộ máy quản lý nhà nước đã tạo ra những thay đổi quan trọng cho các văn bản và đời sống văn học của cộng đồng Công giáo Việt Nam. Sự bành trướng của truyền giáo làm cho văn học ngày càng trở thành thành phần quan trọng trong việc giáo dục giáo sĩ, họ dịch ngày một nhiều các tác phẩm tôn giáo và soạn ra hay sao lại những bức thư trao đổi của các hoạt động truyền giáo ngày càng cơ cấu hơn (do địa vị bấp bênh của các nhà truyền giáo ở trong nước mà họ thường xuyên phải chuyển

---

[463] Về cuộc đời và sự nghiệp của Maiorica, xin đọc Brian Ostrowski, "The Nôm Works of Geronimo Maiorica, S.J. (1589-1656) and Their Christology," Luận án tiến sĩ, Cornell University, 2006.

từ chỗ này đến chỗ kia). Cùng với sự bành trướng của các giáo phận, biết chữ Latin trở thành quan trọng hơn đối với các giáo sĩ, những người cần phải đọc và dịch các văn bản viết ở bên ngoài Việt Nam; đến cuối thế kỷ XIII, việc học chữ Latin đã trở thành thành phần không thể thiếu của phần lớn các linh mục Bắc Kỳ.[464] Đặc biệt là trong thế kỷ XIX, các giáo sĩ Việt Nam được đào tạo một cách hệ thống hơn về chữ Hán, với mục đích là chuẩn bị cho họ thực hiện chức năng trong việc tương tác giữa các cộng đồng tôn giáo và bộ máy quản lý của nhà Nguyễn đang ngày càng lớn lên. Lúc những năm 1840, nhiều giáo phận đã thuê các học giả để dạy các chủng sinh chữ Hán, mặc dù họ đã kiểm tra kỹ lưỡng tài liệu học tập, không để các chủng sinh bị các tư tưởng "mê tín dị đoan" quyến rũ.[465] Bắt đầu từ cuối thế kỷ XVIII, quốc ngữ ngày càng có vai trò quan trọng hơn trong đời sống Công giáo Việt Nam. Từ thế kỷ XVII đã có các bài kinh cầu nguyện và tác phẩm văn học bằng chữ quốc ngữ, nhưng sự vùng lên của thứ chữ này vào hồi cuối thế kỷ XVIII đầu thế kỷ XIX có thể là do sự ủng hộ của truyền giáo cho thứ chữ này như là phương tiện đào tạo các giáo sĩ và thày giảng, khuyến khích người ta cải đạo và quản lý các giáo phận khi chúng lớn dần lên.[466] Vị trí ngày càng gia

---

[464] Alain Forest, *Les missionnaires français au Tonkin et au Siam (XVIIe-XVIIIe siècles): Analyse comparé d'un relatif succès et d'un total échec* (Paris: L'Harmattan, 1998), tập 3: 125-26.

[465] Jacob Ramsay, *Mandarins and Martyrs: The Church and the Nguyen Dynasty in Early Nineteenth-Century Vietnam* (Stanford, CA: Stanford University Press, 2008), 132-33.

[466] Tác phẩm đã dẫn, 128.

tăng của chữ viết này trong đời sống Công giáo được thể hiện bằng số tác phẩm được viết trong giai đoạn này, nổi bật nhất là bản thảo cuốn từ điển Latin – quốc ngữ của Pigneau de Béhaine (Bá Đa Lộc) được soạn vào năm 1772, cũng như các bản thảo của Philipê De Rosario Bỉnh, linh mục dòng Tên đầu tiên của Việt Nam, người đã sống phần lớn giai đoạn trưởng thành ở Lisbon. Những cuốn từ điển, các công trình về ngôn ngữ học, những cuốn lịch sử tôn giáo và tiểu sử của Philipê Bỉnh là những ví dụ tuyệt vời nhất về vai trò quan trọng của chữ quốc ngữ trong đời sống Công giáo cho đến đầu thế kỷ XIX. [467]

Vai trò quan trọng ngày càng gia tăng của chữ quốc ngữ trong đời sống Công giáo hoàn toàn không có nghĩa là bảo đảm được ưu thế của nó trong giai đoạn cuối thời thuộc địa. Thực vậy, thậm chí trong nửa sau thế kỷ XIX, một số trí thức Công giáo lỗi lạc còn tiếp tục nghi ngờ thứ chữ này. Năm 1867, trong bản điều trần gửi triều đình nhà Nguyễn về cải cách ngôn ngữ, Nguyễn Trường Tộ khẳng định rằng một trong những thách thức nghiêm trọng nhất mà xã hội Việt Nam đang đối mặt là ít người biết đọc biết viết và không có hệ thống chữ viết đã được tiêu chuẩn hóa. Nhằm sửa chữa tình trạng này, ông đề xuất cái mà về căn bản có thể coi là cách viết chữ nôm, tiêu chuẩn hóa quan hệ của nét chữ và âm tiết mà nó thể hiện, một hệ thống mà ông tin là sẽ giúp những người dân bình thường học đọc. John

---

[467] Về Philipê Bỉnh, xin đọc Lê Ngọc Bích, *Nhân vật công giáo Việt Nam thế kỷ XVIII-XIX-XX* (N.p., 2006), 365-82

DeFrancis và Trương Bửu Lâm chỉ ra rằng các luận cứ của Nguyễn Trường Tộ làm người ta ngạc nhiên vì ông không nhắc gì đến chữ quốc ngữ, mà là tín đồ Công giáo, ông chắc chắn phải biết. Mặc dù Nguyễn Trường Tộ tránh thảo luận về chữ quốc ngữ vì nó có liên hệ với người Pháp, tức là những người trước đó đã sử dụng chữ viết này trong công việc quản lý ở Nam Kỳ, niềm tin của ông rằng những chữ cái này có thể trở thành nền tảng của hệ thống chữ viết của dân tộc vẫn đáng kể vì ông vừa là một Giáo dân vừa là một trí thức canh tân.[468] Mặc dù có thể là quá mạnh mẽ khi tuyên bố rằng quan điểm của Nguyễn Trường Tộ là đại diện cho tư duy "Công giáo", nhưng ông là thí dụ tốt để minh họa rằng sự vươn lên của chữ quốc ngữ trong đời sống Công giáo do nguồn gốc Công giáo của thứ chữ này thì ít mà phần nhiều là do chính sách của chính quyền thuộc địa và chương trình hiện đại hóa đã dẫn tới sự vươn lên của nó trong xã hội Việt Nam nói chung.

Mặc dù sách in có vị trí sống động trong đời sống trí thức Công giáo, nhưng cho đến thế kỷ XX nó vẫn chỉ có mặt bên lề trong đời sống hàng ngày của các giáo dân tại gia. Nghi lễ Công giáo trước hết là bằng tiếng nói, với những lời cầu kinh, bài hát và những câu chuyện được truyền qua những bài thuyết giảng trong các buổi lễ hay trong các lớp học giáo lý. Trên thực tế, khả năng nhớ những câu chuyện này của các giáo dân tại gia thường làm

---

[468] DeFrancis, *Colonialism and Language Policy in Vietnam*, 102-5.

các nhà truyền giáo ngạc nhiên.[469] Các văn bản ban đầu thường được lưu truyền giữa các giáo sĩ và giới tinh hoa. Có những bằng chứng chứng tỏ rằng sự vươn lên của chữ quốc ngữ hồi đầu thế kỷ XIX có ảnh hưởng tới trình độ đọc viết của quần chúng: Jacob Ramsay ghi nhận rằng trong thời gian đó những kỳ thi giáo lý tổ chức công khai đòi hỏi khả năng đọc hiểu đã bắt đầu được tổ chức ở Nam Kỳ.[470] Nhưng, có nhiều khả năng là phần lớn các giáo dân tại gia hồi cuối thế kỷ XIX giỏi nhất thì cũng chỉ có khả năng đọc viết khá hạn chế, chỉ có thể nhận mặt một số chữ cái hay từ hay viết được tên vào hợp đồng chứ không thể đọc viết lưu loát được.[471] Constant Poncet, một nhà truyền giáo ở Phát Diệm, đánh giá rằng đầu thế kỷ XX cứ mười người đàn ông thì có chín người mù chữ và hầu như tất cả phụ nữ nơi vùng của ông đều không biết đọc.[472] Trên thực tế, vào thời điểm và ở những nơi mà ít người Việt Nam, cả Công giáo lẫn không Công giáo, được đi học thì biết đọc biết viết và tiếp xúc được với kiến thức chuyên môn là lý do quan trọng làm cho những giáo dân tại gia có tài năng tham gia vào hàng ngũ linh mục.[473] Sự phát triển sách in trong đời sống Công giáo thời thuộc địa gia tăng từng bước và không đồng đều; trong nhiều khía cạnh, cho đến mãi thế kỷ XX đấy vẫn là

---

[469] Forest, *Les missionnaires français*, 3: 152.

[470] Ramsay, *Mandarins and Martyrs*, 31-32.

[471] Shawn McHale, *Print and Power: Confucianism, Communism, and Buddhism in the Making of Modern Vietnam* (Honolulu: University of Hawai'i Press, 2004), 14.

[472] Poncet, "Mission d'une seule génération: Mgr. Marcou & Mgr. DeCooman, M.E.P., . 1901-1960," 12, MEP.

[473] Ramsay, *Mandarins and Martyrs*, 33.

có chỗ đứng nhỏ bé trong đời sống của nhiều giáo dân. Nhưng, bắt đầu từ những năm 1860, một loạt những thay đổi đã thiết lập nền tảng cho cái mà sau này – đến những năm 1930 – trở thành lĩnh vực in ấn sống động hơn và ảnh hưởng rộng hơn đối với đời sống Công giáo. Có thể sự phát triển có ý nghĩa nhất là công nghệ mới. Trước những năm 1860, phần lớn các văn bản từ nhà in của MEP được sản xuất bằng một trong hai phương pháp sau đây: hoặc là chép bằng tay hay được in bằng mộc bản, mặc dù trước những năm 1840 một số nhà truyền giáo đã đưa lậu sang được một số máy in nhỏ.[474] Điều đó đã làm thay đổi cùng với việc thành lập hai nhà in đầu tiên của MEP ở Kẻ Sở (gần Hà Nội) vào năm 1869 và ở Tân Định (gần Sài Gòn) vào năm 1874, cả hai đều có các máy in cơ khí. Sau này còn có hai nhà máy in nữa được xây dựng, một ở Qui Nhơn, năm 1904 và cái kia ở Phát Diệm, năm 1912. Các nhà máy in của MEP đã giúp làm cho chữ quốc ngữ trở thành chữ chép chiếm ưu thế trong đời sống Công giáo ngay từ đầu thế kỷ XX vì in chữ quốc ngữ dễ hơn chữ tượng hình.

Ngoài công nghệ, tình hình chính trị Việt Nam trong ba mươi năm cuối thế kỷ XIX đã tạo ra những hậu quả quan trọng đối với hoạt động in ấn Công giáo. Việc Pháp chiếm Nam Kỳ và áp lực ngoại giao ngày càng gia tăng lên triều đình nhà Nguyễn ở Bắc và Trung Kỳ giúp các tín đồ Công giáo không chỉ in ấn dễ dàng hơn mà còn dễ nhập khẩu sách vở hơn; vì vậy, những tài liệu được in tại các nhà in

---

[474] Tác phẩm đã dẫn, 128

của MEP ở Hồng Công, ở Pondicherry và ở Paris bắt đầu được đưa vào Việt Nam ngày một nhiều hơn. Ở Nam Kỳ, người Pháp bỏ các kỳ thi quốc gia, vốn được dùng làm cơ sở cho việc tuyển chọn quan chức cho bộ máy quản lý nhà nước và bắt đầu thúc đẩy chữ quốc ngữ như là phương tiện quản lý hành chính. Đấy là một món hời đối với nhà in Tân Định, nơi in nhiều tác phẩm, đặc biệt là những cuốn sách giáo khoa bằng quốc ngữ, được dùng để huấn luyện các nhà quản lý trong bộ máy hành chính thuộc địa. Người Pháp còn đưa những người ủng hộ chữ quốc ngữ vào những vị trí đầy quyền lực. Nổi bật nhất là Trương Vĩnh Ký và Huỳnh Tịnh Của, vai trò của hai ông này trong tờ báo bằng quốc ngữ đầu tiên là tờ *Gia Định Báo* và trong vai trò của người chép sách, dịch giả, biên dịch hàng chục tác phẩm bằng chữ quốc ngữ, họ đã có ảnh hưởng rất lớn đối với việc truyền bá thứ chữ chép mới này. Bắc Kỳ và Trung Kỳ, phần lớn Giáo dân sinh sống ở hai vùng này, tình hình có khác; phần lớn bộ máy của triều đình nhà Nguyễn ở những vùng này vẫn còn giữ nguyên như cũ đã giúp cho việc bảo tồn chữ tượng hình trong đời sống văn hóa. Việc phổ biến chữ quốc ngữ diễn ra chậm hơn, vì vậy mà đầu thế kỷ XX các nhà in của MEP ở Bắc Kỳ vẫn tiếp tục in các văn bản bằng chữ nôm và chữ Hán.

Sự gia tăng ảnh hưởng của Pháp đã dẫn tới những thay đổi, cả trực tiếp lẫn lâu dài, trong tính chất và vai trò của các văn bản của truyền giáo. Quyền tự do mới của phong trào truyền giáo và và sự gia tăng liên tục nhân lực truyền giáo cùng với công nghệ in ấn mới đã tạo điều kiện cho việc sản xuất và phổ biến kiến thức của truyền giáo. Một số lĩnh vực nghiên cứu, đặc biệt là ngôn ngữ và ngôn ngữ học, vốn là những lĩnh vực mà truyền giáo am tường; trên thực tế, một trong những cuốn từ điển quan trọng nhất trong giai đoạn đầu thời thuộc Pháp là công trình của Jean – Louis Taberd soạn năm 1833 và được xuất bản năm 1877. Những nhà truyền giáo khác của MEP, nổi bật nhất là Legrand de la Liraye (1868), Marie – Antoine – Louis Caspar (1877), và Jean – François – Marie Génibrel (1898), đã soạn được những cuốn từ điển có nhiều ảnh hưởng. Trong khi những người khác thì viết sách về ngữ pháp và những cuốn sổ tay về hội thoại, như cuốn *Ngữ pháp tiếng Việt (Grammaire annamite*, 1872) của Denis Jourdain, cũng như cuốn *Sổ tay hội thoại Pháp – Việt (Manuel de conversation franco – tonkinois*, 1889) của Henri – François Bon và Jean – Baptiste Dronet. Chính quyền Pháp không chỉ tạo điều kiện cho việc sáng tác những tác phẩm như thế, mà những sản phẩm đã hoàn thành còn trở thành phương tiện tích cực trong việc trợ giúp công việc đó – dù người ta có chủ định làm như thế hay không – đấy là tạo điều kiện cho các nhà quản lý mới tới học tiếng Việt và chuyển tải ngôn ngữ của người Pháp ở đó cho giới tinh hoa Việt Nam.

Những kiến thức khác của truyền giáo cũng có đóng góp vào nhận thức ngày càng gia tăng về thuộc địa. Nhiều "công trình dân tộc học" của truyền giáo, từ những công trình nghiên cứu nhân loại học nghiêm túc đến những tác phẩm mô tả những chuyến du hành, đã được xuất bản ngay trong giai đoạn đầu của thời thuộc địa, và trong hàng chục năm sau chúng vẫn là những tác phẩm tốt nhất (và thường là duy nhất) viết về các hệ thống tín ngưỡng và các hoạt động văn hóa của người Việt và các nhóm dân thiểu số khác. Các nhà truyền giáo đã quan sát và viết về những chuyện như thế hàng thế kỷ rồi, nhưng công việc này phản ánh những đề tài mang tính khoa học hơn, góp phần định hình các nhà truyền giáo thuộc thế hệ đó, cũng như khuôn khổ tri thức của môn nhân loại học mang tính thực dân thời đó. Nhà khoa bảng truyền giáo có ảnh hưởng nhất là Léopold Cadière, những tác phẩm nghiên cứu dân tộc học của ông này về tín ngưỡng và hoạt động xã hội trong đời sống gia đình và làng xã đã định hình những quan điểm mới về "tôn giáo của người Việt Nam" như là một hệ thống văn hóa.[475] Việc nghiên cứu dân tộc học của các nhà truyền giáo trên vùng cao, nơi các nhà truyền giáo là những người châu Âu duy nhất có mặt tại đó, đặc biệt có ảnh hưởng đối với nhận thức của người Pháp về những khu vực này. Tác giả nổi bật nhất trong lĩnh vực này là ông François – Marie Savina, trong suốt gần bốn mươi năm sống ở Hưng Hóa, ông này đã làm được mấy cuốn từ điển và từ vựng của một loạt ngôn ngữ cũng như nhiều tác phẩm về dân tộc học và lịch sử.[476] Các nhà truyền giáo như Cadièrevà Savina cộng tác với Trường Viễn Đông Bác Cổ (EFEO), tác phẩm của

[475] Laurent Dartigues, *L'Orientalisme français en pays d'Annam, 1862-1939: Essai sur l'idée française du Viêt Nam* (Paris: Les Indes Savantes, 2005), chương 6.

[476] Jean Michaud, *'Incidental' Ethnographers: French Catholic Missions on the Tonkin-Yunnan Frontier, 1880-1930* (Leiden: Brill, 2007), chương 4.

họ thường xuất hiện trên các tạp chí thuộc địa như Bản tin của Trường Viễn Đông (*Bulletin de l'Ecole Française d'Extrême – Orient*), Tạp chí những người bạn cố đô Huế (*Bulletin des Amis du Vieux Hué*) và Tạp chí Hội nghiên cứu Đông Dương (*Bulletin de la Société des Etudes Indochinoises*).[477]

Ít bài tường thuật của các nhà truyền giáo, đóng vai người quan sát và người tham gia, được người thời ấy coi là những công trình khoa học nghiêm túc, nhưng điều đó không làm giảm được ảnh hưởng của chúng. Từ những năm 1880 đến Thế chiến I, ngày càng có nhiều người trong giới văn chương Pháp tìm hiểu về đế quốc thuộc địa đang phình ra của nước họ qua các tạp chí truyền giáo như *Annales de la Propagation de la Foi* và *Missions Catholiques*, những tờ tạp chí này kể lại những câu chuyện ở những phương trời xa, những con người kỳ lạ và những anh hùng truyền giáo đánh liều mạng sống và sức khỏe của mình để mang linh hồn và nền văn minh Pháp tới những khu vực còn tăm tối. Trong khi những tờ tạp chí truyền giáo này là một phần của cố gắng có chủ đích nhằm xác định lại hình ảnh của công việc truyền giáo trong thời đại thế tục hóa và bành trướng của chủ nghĩa đế quốc, chúng còn phản ánh sự nhạy cảm về dân tộc và sắc tộc của các nhà truyền giáo, những người tự coi mình là đang làm công việc của Chúa và công việc của nước Pháp, và họ đã có ảnh

---

[477] L. Escalère, "La collaboration des missionnaires catholiques aux travaux de l'école française d'extrême-orient," BSMEP, tháng 7-10 năm 1936.

hưởng cực kỳ to lớn đối với nhận thức của người dân về sứ mệnh khai hóa của nước Pháp.[478] Nhiều cuốn lịch sử truyền giáo được xuất bản từ những năm 1880 đến những năm 1920 – nhất là những tác phẩm do nhà sử học tên là Adrien Launay của MEP chấp bút – cũng có vai trò tương tự. Được viết trong giai đoạn vàng son của những cuốn lịch sử mang tinh thần dân tộc chủ nghĩa được nhiều người ưa thích, những tác phẩm này có đóng góp khá lớn vào việc bình thường hóa những tư tưởng căn bản của thời thực dân như sự tồn tại của dân tộc "An Nam" ngay từ thời tiền sử, sự phân chia vĩnh viễn và không thể hàn gắn giữa tín đồ Công giáo và phần còn lại của xã hội "An Nam" và chủ nghĩa yêu nước của các nhà truyền giáo, cũng như vai trò công cụ của họ trong việc củng cố chính quyền của Pháp.[479]

Những bản báo cáo của người Pháp về các thánh tử đạo, kể lại những câu chuyện về sự hi sinh của các nhà truyền giáo gợi lại cho độc giả thấy rằng họ đã sống và chết vì nước Pháp và vì Chúa đã có ảnh hưởng đặc biệt trong khía cạnh này. Thí dụ như cuốn sách mỏng nhan đề *Patriots et Martyrs en Chine at au Tonkin* (*Những người yêu nước và các thánh tử đạo ở Trung Quốc và ở Bắc Kỳ*), xuất bản năm 1901 bởi Hiệp hội thánh Augustin (*Société de Saint Augustin*), một tổ chức quyên tiền cho công việc truyền giáo. Cuốn sách mỏng này, một sự hỗn hợp của tu từ học

---

[478] James P. Daughton, *An Empire Divided: Religion, Republicanism, and the Making of French Colonialism, 1880-1914* (New York: Oxford University Press, 2006), chương 1.

[479] Ramsay, *Mandarins and Martyrs*, 4.

truyền giáo và chủ nghĩa dân tộc, trình bày tinh thần tử đạo và chủ nghĩa dân tộc là những phạm trù không thể tách rời. Trong bài tường thuật về cuộc xâm lăng Bắc Kỳ, "các nhà truyền giáo trở thành sĩ quan quân đội và là chiến sĩ của Chúa Kitô," và cuộc chinh phục đã thành công vì "nước Pháp, xúc động sâu sắc trước những cái chết của những người con của mình, đã thề trả thù cho họ." Trong những văn bản đó, cứu rỗi và chiến thắng quân sự là không thể tách rời: "Chiến thắng và giải thoát!" được tiếp nối bởi "lời cầu nguyện cho người chết" và "lời tha thứ cho kẻ thù."[480] Như lâu nay viết về những tín đồ Công giáo chết ở Bắc Kỳ: "nếu họ phải chết thì tốt nhất là chết với vũ khí trong tay."[481]

Dù sách in có quan trọng đến mức nào trong việc liên kết công việc truyền giáo với sự hiểu biết và câu chuyện huyền thoại thuộc địa thì điều quan trọng là không được phóng đại mối liên hệ này. Trong hàng trăm nhà truyền giáo của MEP từng ở Việt Nam trong thời thuộc địa, chỉ có ít người viết được điều gì đó, chưa nói có giá trị hay không. Những người lãnh đạo MEP thường có thái độ thù địch với các nhà truyền giáo viết lách, họ coi hoạt động này là bất lợi cho việc khuyến dụ người dân theo đạo và là hình thức hợp tác không cần thiết với chính quyền thế tục. Ví dụ như Léopold Cadière, ông này đã bị người ta ghét vì tham gia

[480] Société de Saint Augustin, *Patriots et Martyrs en Chine et au Tonkin* (Paris: Desclée, De Brouwer et Cie, 1901).
[481] Adrien Launay, *Société des missions étrangères pendant la guerre du Tonkin* (Paris: Librairie de l'Oeuvre de Saint-Paul, 1886).

vào những cuộc hội thảo và có chân trong các tổ chức học thuật như EFEO và Hội những người bạn cố đô Huế (*Association des Amis du Vieux Hué*), thậm chí ông còn nhận được các bài của mình bị sửa chữa lại cho thêm phần sốt sắng và bớt tính khoa học để in trong các tạp chí Công Giáo. "Sẽ dễ dàng hơn, nếu tôi là một thầy tu dòng Tên,"[482] Léopold Cadière đã từng nhận xét như thế. Vì sau Thế chiến I, số nhà truyền giáo giảm đi, còn các thiết chế thuộc địa thì gia tăng, các sản phẩm khoa học của truyền giáo chỉ còn chiếm một phần nhỏ hơn trong khối lượng kiến thức mà lúc này cũng được những người Việt Nam trước tác theo các phương pháp học thuật do người Pháp đào tạo.

In ấn, đương nhiên, cũng có thể trở thành bãi chiến trường giữa các quan chức Pháp và các nhà truyền giáo. Các hội viên hội Tam điểm và những tiếng nói chống giáo sĩ khác thường lên tiếng trên những tờ báo cánh tả, còn các nhà truyền giáo và những người ủng hộ họ thì đáp trả bằng cách tương tự trên tờ *L'Avenir du Tonkin*, một tờ báo ra hàng ngày của MEP. Báo chí mang tới tin tức từ chính quốc, mà hồi cuối thế kỷ thường tiếp thêm năng lượng và làm cho những cuộc tranh luận ở khu vực càng dữ dội thêm. Các hội truyền giáo còn sử dụng khả năng đang gia tăng của họ trong việc in ấn sách vở nhằm phản bác và tấn công những người phê phán họ, tương tự như Jean Guerlach, một nhà truyền giáo của MEP, trả lời người lớn

---

[482] Trích lại trong Dartigues, *L'Orientalisme français en pays d'Annam*, 252.

tiếng bài giáo sĩ là Camille Pâris.[483] Mặc dù chính quyền thuộc địa ít khi kiểm duyệt các xuất bản phẩm Công giáo, một vài vụ kiểm duyệt cũng đủ làm cho các nhà truyền giáo cho rằng các quan chức có thái độ thiên lệch. Năm 1917, các quan chức Pháp buộc tội tổng biên tập tờ *L'Avenir du Tonkin* vì ông này đã cho công bố bức điện mật liên quan tới "những câu hỏi khác nhau về quân sự, đặc biệt là việc triển khai một số đơn vị ở Pháp." Ông này bị phạt 200 *francs* và bị tù tám ngày.[484] Năm 1927, toàn quyền, ông Alexandre Varenne, một đảng viên xã hội, đã lên tiếng phản đối việc tờ báo này ủng hộ phong trào Action Française, một phong trào Công giáo cánh hữu và ép MEP cách chức tổng biên tập.[485] Năm 1937, tờ báo này còn bị mất khoản tiền tài trợ của chính phủ vì một bài xã luận đã gọi bộ trưởng ngoại giao Pháp, ông Aristide Briant, là "thô lỗ" sau khi ông này nói rằng giữ quan hệ ngoại giao với Vatican là việc làm vô giá trị.[486]

Dĩ nhiên là, công nghệ in ấn mới và điều kiện mới trong việc sản xuất các tài liệu tạo ra ảnh hưởng có ý nghĩa nhất đối với chính những tín đồ Công giáo Việt Nam. Giai đoạn đầu thế kỷ XX là trung tâm địa chấn của một cuộc cách mạng thật sự về mặt ngôn ngữ học ở Việt Nam. Các quan

[483] J.B. Guerlach, *"l'Oeuvre néfaste": Les missionairies en Indochine* (Saigon: Imprimerie Commerciale, 1906).
[484] GGI cho Bộ trưởng thuộc địa, ngày 30/4/1917, GGI 47370, ANOM.
[485] Gendreau cho Marc Dandolo, ngày 10/12/1927, Correspondance Gendreau, MEP.
[486] FM IC NF 963, ANOM.

chức Pháp, ban đầu tỏ ra nghi ngờ việc không dùng chữ tượng hình làm hệ thống chữ viết chính trong bộ máy cai trị của nhà Nguyễn ở Bắc và Trung Kỳ, bắt đầu ủng hộ một cách quyết liệt hơn việc sử dụng quốc ngữ làm phương tiện quản lý và giáo dục ở những vùng lãnh thổ bảo hộ.[487] Mặc dù chẳng có mấy quan chức Pháp tin rằng một ngày nào đó tiếng Pháp sẽ trở thành thông dụng ở Việt Nam, tuy nhiên, tiếng Pháp, như ngôn ngữ của chính trị và văn hóa, đã gia tăng nhanh chóng và liên tục. Có thể điều quan trọng nhất là, nhiều nhà trí thức Việt Nam lúc đó tin rằng việc cai trị của người Pháp và chiến thắng của Nhật trong cuộc chiến tranh Nga – Nhật hàm ý Việt Nam cần phải nắm lấy một kiểu hiện đại hóa đặc biệt nhằm thoát khỏi địa vị phụ thuộc. Mặc cho sự hiện diện sâu đậm của chữ nôm và chữ Hán trong nền văn hóa, những năm 1920 là giai đoạn mà ngày càng có nhiều người Việt Nam nghi ngờ về giá trị của chữ tượng hình và ủng hộ chữ quốc ngữ làm phương tiện giúp quần chúng thoát nạn mù chữ. Sự thách thức của tiếng Pháp và chữ quốc ngữ đối với chữ tượng hình và biến việc in ấn thành môi trường dân chủ hơn đã dẫn đến – trong giai đoạn cuối thời thuộc địa ở Việt Nam – những cuộc tranh luận rộng khắp và thường là rất sôi nổi. Đối với cộng đồng Công giáo, mối quan hệ đặc thù của họ với chữ viết mới không làm cho cơ hội và thách thức của họ bớt phức tạp hơn chút nào.

---

[487] DeFrancis, *Colonialism and Language Policy in Vietnam*, 181-87.

CHỮ VIẾT MỚI VÀ NHỮNG CUỘC TRANH CÃI MỚI

Trong các cuộc tranh cãi về ngôn ngữ thời thuộc địa, các nhà truyền giáo là những người có quan điểm rõ ràng nhất. Mặc dù một số nhà truyền giáo có hiểu biết sâu về chữ Nôm và chữ Hán, nhưng đa số vẫn phản đối việc dùng chữ tượng hình trong lĩnh vực chính trị và văn hóa. Nhưng không phải lúc nào cũng thế, và rất có thể vì nhận thức được mối liên hệ giữa "Khổng" học và chính sách bài Công giáo của triều đình nhà Nguyễn, những mối liên hệ còn đặc biệt mạnh sau những vụ bạo động của Văn thân hồi thế kỷ XIX. Các nhà truyền giáo, thậm chí ngay cả trong MEP, còn phản đối cả việc dạy tiếng Pháp. Trước những năm 1890, phần lớn các nhà truyền giáo tin một cách đúng đắn rằng việc dạy tiếng Pháp ở Bắc và Trung Kỳ sẽ làm cho các tín đồ Công giáo trở thành đối tượng nguy hiểm hơn trước các quan chức và dân chúng địa phương.[488] Từ đó về sau, các nhà truyền giáo thường phản đối việc dạy tiếng Pháp vì sợ rằng nó sẽ giúp truyền bá những tư tưởng thế tục hoặc sợ cái chủ nghĩa thực dụng đơn giản mà nhiều quan chức Pháp hồi đầu thời thuộc địa không có. Điều này đã tạo ra hậu quả chính trị, sự kiện là các nhà truyền giáo lưỡng lự trong việc dạy tiếng Pháp đã làm mồi cho những người chỉ trích bài giáo sĩ.[489] Mãi tới giai đoạn thuộc địa, các chủng viện Công giáo ở Bắc Kỳ vẫn không dạy tiếng Pháp, một số chủng sinh còn không được đọc sách vở bằng tiếng Pháp

---

[488] "Souvenirs Franco-Tonkinois (1879-1886)," *Missions Catholiques*, ngày 27/4/1900.
[489] Daughton, *An Empire Divided,* 104-6.

trong lúc rỗi rãi nữa.[490] Mãi đến những năm 1920, khi tiếng Pháp đã trở thành ngôn ngữ quan trọng trong quản trị và văn hóa, các chủng viện ở Bắc Kỳ mới thường xuyên giảng dạy tiếng Pháp, thế mà thậm chí sau đó một số tu sĩ thuộc dòng Đa Minh Tây Ban Nha vẫn phản đối. Nhưng, ở Nam Kỳ, nơi tiếng Pháp đã trở thành thành phần thiết yếu trước Bắc Kỳ cả mấy thập kỷ, cũng như trong các chủng viện của MEP ở Penang và các trường dành cho học sinh Công giáo tại gia, các nhà truyền giáo đã dạy tiếng ngay từ hồi giữa thế kỷ XIX.

Chữ Pháp và chữ tượng hình đều có vai trò, dù là hạn chế, trong đời sống tri thức Công giáo Việt Nam trong giai đoạn cuối thời thuộc địa. Hầu như tất cả một ít tín đồ Công giáo Việt Nam viết bằng tiếng Pháp đều là những người ưu tú và ở thành thị, và họ thường được học ở Pháp hay ở những trường thuộc địa hàng đầu. Thí dụ điển hình là Lê Văn Đức, một người sinh ra ở Mỹ Tho năm 1887. Là con một gia đình địa chủ giàu có, mẹ ông là bà con với Nam Phương hoàng hậu, Lê Văn Đức vào học tại Lycée Taberd và sau đó sang Pháp du học. Khi về nước ông dùng tài sản của gia đình để xây dựng các trường học ở đồng bằng sông Mê Công, ông từng sang châu Âu du lịch và theo đuổi công việc viết lách. Những cuốn tiểu thuyết hư cấu, kịch bản, những bài viết về du lịch và những bài báo, nhiều bài bằng tiếng Pháp, làm cho ông trở thành người nổi tiếng trong

---

[490] Bùi Đức Sinh, *Giáo hội công giáo ở Việt Nam*, (Calgary: Veritas, 1998), tập 3:144.

giới văn chương ở Sài Gòn. Một nhân vật tương tự là
Nguyễn Hữu Mỹ, xuất thân từ gia đình giàu có ở Bến Tre,
tốt nghiệp trường Institut Taberd, là một nhà quản lý và là
tác giả của nhiều tác phẩm bằng tiếng Pháp, trong đó có
những bài viết về du lịch, kịch bản và một số cuốn tiểu sử.
Nguyễn Hữu Mỹ còn thành lập và biên tập tờ *La Croix
d'Indochine*, tờ báo duy nhất bằng tiếng Pháp của giới
Công giáo Việt Nam trong giai đoạn thuộc địa không nằm
dưới quyền kiểm soát của hội truyền giáo.

Một số rất ít các linh mục Việt Nam xuất chúng cũng
bằng tiếng Pháp. Nổi bật nhất là Nguyễn Bá Tòng, vị giám
mục đầu tiên của Việt Nam, nhiều năm làm thư ký cho
giám mục Sài Gòn đã giúp ông khá thông thạo tiếng Pháp.
Trong những năm sau khi được tấn phong, Nguyễn Bá
Tòng có một loạt bài giảng, hầu như tất cả đều được viết và
đọc bằng tiếng Pháp, rồi sau đó được in trên những tờ báo
lớn, in thành những cuốn sách mỏng hay thành những tác
phẩm riêng (thường kèm theo những bản dịch sang chữ
quốc ngữ). Những bài giảng này, đa phần phản ánh vai trò
của đức tin Công giáo trong thế giới hiện đại, thể hiện niềm
tin của Nguyễn Bá Tòng rằng "mối quan hệ đặc biệt" giữa
Pháp và Việt Nam cần phải được tiếp tục đúng vào lúc mà
nhiều người bắt đầu đặt câu hỏi về mối quan hệ này, và một
số giám mục bước vào hàng giáo phẩm Công Giáo Việt
Nam sau ông có cùng câu hỏi như thế.[491] Căn cứ vào sự

---

[491] Xem, nhất là Nguyễn Bá Tòng, *Deux conférences: Apparitions
et miracles de Lourdes, Gesta Dei per Francos* (Hanoi: Imprimerie

nhạy cảm về mặt chính trị của việc tấn phong Nguyễn Bá Tòng, sẽ không ngạc nhiên khi thấy rằng Vatican và MEP đã chọn một người không chỉ có những quan điểm như thế mà còn có thể thể hiện những quan điểm đó bằng một thứ tiếng Pháp tuyệt hảo nữa.

Những người như Lê Văn Đức, Nguyễn Hữu Mỹ và Nguyễn Bá Tòng là những người đứng bên ngoài vì tiếng Pháp chỉ mang tính phụ thuộc trong sinh hoạt trí thức Công Giáo Việt. Tiếng Pháp đơn giản là không có vai trò cực kỳ quan trọng đối với phần lớn giáo sĩ Việt Nam, những người này hầu như không bao giờ phải làm nhiệm vụ chủ chiên các tín đồ Công giáo người Pháp. Ở Nam Kỳ, nơi người Pháp hiện diện nhiều hơn trong đời sống trí thức hơn là ở Hà Nội, tín đồ Công giáo lại tương đối ít, và ở đây tín đồ Công giáo tại gia cũng ít viết bằng tiếng Pháp, ngôn ngữ này đã không vươn ra ngoài các tác phẩm của Trương Vĩnh Ký và Huỳnh Tịnh Của. Một số người Việt Nam có viết cho tờ *L'Avenir du Tonkin*, một tờ báo bằng tiếng Pháp do MEP quản lý, nhưng phần lớn các bài trên tờ báo này là do các nhà truyền giáo viết hay đăng lại báo chí của Pháp. Trên thực tế, một ngành công nghiệp đầy sức sống chỉ làm hai việc là tóm tắt những tác phẩm viết bằng tiếng Pháp hay dịch những tác phẩm này sang quốc ngữ là bằng chứng cho thấy tác động hạn chế của tiếng Pháp vào đời sống Công giáo Việt Nam. Đương nhiên là có nhiều tín đồ Công giáo đọc bằng tiếng Pháp hơn là viết bằng thứ tiếng này. Cuối

Ngô Tử Hạ, 1938).

thời thuộc địa, nhiều chủng sinh đọc các tác phẩm thần học bằng tiếng Pháp, phần lớn các tờ báo Công giáo viết bằng quốc ngữ cũng có một số bài bằng tiếng Pháp và báo chí của các hội truyền giáo còn đăng những tác phẩm bằng tiếng Pháp với số lượng in và đề tài làm người ta có thể nghĩ rằng chúng đến được với công chúng rộng rãi hơn, chứ không chỉ là các độc giả, tín đồ Công giáo người Pháp. Thậm chí như vậy, tiếng Pháp vẫn có vai trò tương đối nhỏ trong đời sống của ngay cả những tín đồ Công giáo Việt Nam có học.

Khác với những nhà truyền giáo, một số ít tín đồ Công giáo Việt Nam còn lớn tiếng ủng hộ chữ Hán và chữ nôm ngay cả khi những thứ chữ này đã suy giảm vào cuối giai đoạn thuộc địa. Mặc dù một vài người trong số họ có đưa ra những luận cứ mang tính văn học trừu tượng về sự nôm na và thiếu vắng từ nguyên học trong chữ quốc ngữ,[492] đa số cảm thấy cần phải nói vì sao học chữ tượng hình lại là việc quan trọng đối với tín đồ Công giáo. Năm 1927, linh mục tên là J. B. Hân phê phán hiện tượng học sinh trong các chủng viện và các trường sơ học Công giáo ít học chữ tượng hình. Hân khẳng định rằng vì chữ tượng hình vẫn là thành tố thiết yếu trong nhiều lĩnh vực của xã hội, các tín đồ Công giáo thiếu vốn tri thức và văn hóa cần phải giành được địa vị và sự tôn trọng từ những thành phần khác của xã hội. Ông còn khẳng định rằng, tương tự như một ông

---

[492] Hậu Học, "Quốc ngữ là gươm hai lưỡi," *CGĐT*, ngày 14/10/1927.

quan, một linh mục hiệu quả phải có khả năng làm trung gian hòa giải giữa các nhóm xã hội nhằm bảo đảm sự thông cảm giữa các bên, đánh giá được những đòi hỏi cạnh tranh với nhau, xem xét và giải quyết những sai lầm. Vì vậy mà không biết chữ Hán và chữ nôm làm cho các giáo sĩ không thể bảo vệ được cộng đồng của mình trong những vụ tranh cãi về tôn giáo hay trong những vụ xung đột với các quan chức địa phương.[493]

Những tín đồ Công giáo khác bảo vệ chữ tượng hình là các linh mục và trí thức bảo thủ, đánh đồng chữ tượng hình với những hình thức học tập và cơ cấu xã hội mà họ cho rằng đang nằm trong vòng vây của khoa học, của tự do tư tưởng và tính hiện đại. Tín đồ Công giáo ủng hộ việc học chữ tượng hình trong giai đoạn thuộc địa gây được nhiều ảnh hưởng nhất là Nguyễn Văn Thích, ông này là linh mục và nhà giáo có danh tiếng của chủng viện (sau này làm hiệu trưởng trường *Ecole Pellerin*), viết nhiều tác phẩm về thần học và đức dục, chủ nhiệm tờ báo *Vì Chúa*, xuất bản ở Huế sau năm 1936. Nguyễn Văn Thích viết mấy cuốn sách dạy chữ tượng hình và tờ *Vì Chúa* là một trong vài tờ báo Công giáo có mục giúp độc giả học chữ Hán.[494] Quan tâm tới những tình cảm lẫn lộn của nhiều tín đồ Công giáo đối với chữ tượng hình, những người bảo thủ như Nguyễn Văn Thích thường xuyên làm nổi bật giữa những mặt "lợi" của

---

[493] J. B. Hân, "Đời bây giờ chữ nho có nên học chăng?," *Sancerdos Indosinensis*, ngày 15/4, ngày 15/5 và ngày 15/6 năm 1927.

[494] Nguyễn Văn Thích, *Tiện huế Hán thư* (Huế: Imprimerie Dac Lap, 1930).

lối học truyền thống và những thành tố của xã hội Việt Nam thời tiền thuộc địa, mà họ, những tín đồ Công giáo, cảm thấy vui khi chúng không còn. Việc Nguyễn Văn Thích ủng hộ chữ tượng hình còn do lai lịch của chính ông. Sinh ra trong một gia đình trâm anh thế phiệt không theo Công giáo – cha ông là tri phủ ở tỉnh Bình Định và sau này là thượng thư bộ lễ trong cơ mật viện – Nguyễn Văn Thích là một trong số ít người thuộc dòng khoa bảng thời thuộc địa cải sang đạo Công giáo và như vậy là một trong số ít người, mà số đó lại ngày càng ít đi, có học chữ Hán. Ông đã học chữ Hán với bố ngay từ khi còn bé.[495]

Mặc dù ít tín đồ Công giáo cầm bút phản đối chữ quốc ngữ như một thứ chữ viết, nhưng nhiều người tỏ ra băn khoăn về ảnh hưởng ngày càng gia tăng của việc biết đọc biết viết đối với đạo đức, vai trò trong xã hội và cơ cấu gia đình. Trong tác phẩm *Vấn đề luân lý ngày nay* xuất bản năm 1930, Nguyễn Văn Thích đổ lỗi cho "vật chất chủ nghĩa" và "tự do lý tưởng" là đã gây ra những căng thẳng giữa cha và con, vợ và chồng, người trên và kẻ dưới.[496] Những tín đồ Công giáo khác viết những cuốn sách giáo khoa về đức dục và những bài về đạo đức với khuynh hướng bảo thủ tương tự đã được in đi in lại nhiều lần; một trong những người có ảnh hưởng nhất là Simon Chính, cuốn sách vỡ lòng của ông này, nhan đề *Hiếu kính cha mẹ*,

---

[495] Về Nguyễn Văn Thích, xin đọc Lê Ngọc Bích, *Nhân vật công giáo Việt Nam*, 511-20.
[496] Nguyễn Văn Thích, *Vấn đề luân lý ngày nay* (Qui Nhơn: Imprimerie de Qui Nhơn, 1930).

một trong những cuốn sách về đề tài tương tự, được in đi in lại ít nhất là năm lần. [497] Những nhà tư tưởng kiểu này thường thể hiện sự lo lắng về bầu không khí văn hóa trong giai đoạn giữa hai cuộc Thế chiến: một bài báo điển hình thời đó than rằng có quá nhiều truyện ngắn vô luân, quá nhiều cuốn tiểu thuyết mới dâm loạn và quá nhiều bài hát thô lỗ. [498] Điều đó đã dẫn đến việc một số tín đồ Công giáo khẳng định rằng phải kiểm soát chặt chẽ các sản phẩm văn hóa. [499] Một số có quan điểm nhẹ nhàng hơn; một người, trong khi khẳng định giá trị văn học của Truyện Kiều, lại nói rằng chỉ có "chỗ nguy hiểm" mới cần soi xét kỹ lưỡng mà thôi. [500] Một số người khác bảo vệ việc kiểm duyệt của chính quyền thuộc địa, mối lo lắng về in ấn của chính quyền thường phù hợp với lo lắng của chính họ[501]. Một số người khác tỏ ra tích cực hơn, họ gợi ý những cuốn sách "tốt" trên các cột báo. [502] Người ta không chỉ quan tâm tới in ấn, một số người tiên đoán những ảnh hưởng kinh khủng từ công nghệ phim ảnh, họ kể lại những mối lo lắng của một số tín đồ Công giáo châu Âu trong những bài báo u ám

---

[497] Simon Chính, *Hiếu kính cha mẹ* (Qui Nhơn: Imprimerie de Qui Nhơn, 1932).

[498] Cư Sỹ, "Coi sử ký và hạnh thánh," *ĐMBN*, ngày 1/12/1939.

[499] Thượng Phân, "Phải nên kiểm duyệt sách quốc ngữ," *THNB*, ngày 15/10/1924.

[500] Sahara, "Văn chương công giáo với Truyện Kiều," *ĐMBN*, ngày 15/6/1942.

[501] Phêrô Nghĩa [Lê Thiện Bá], "Người bút được tự do," *NKĐP*, ngày 15/1/1942.

[502] Đông Bích [Nguyễn Hưng Thi], "Cuốn sách nên đọc," *THNB*, ngày 24/9/1929.

về những bộ phim "suy đồi" của Mae West và Marlene Dietrich.[503]

Nhưng đa số tín đồ Công giáo tỏ ra phấn khởi trước tiềm năng của chữ viết mới. Báo chí của MEP tiếp tục được lợi từ sự truyền bá của văn hóa đọc, tiếp tục phát triển trong những năm 1920 để trở thành tác nhân quan trọng trong lĩnh vực xuất bản. Cuối cùng, các nhà in Công giáo đã bắt đầu xuất bản nhiều loại văn bản không hoàn toàn là Công giáo, có thể đấy là lý do vì sao các nhà in ngày càng mang những cái tên không rõ ràng là Công giáo, thí dụ như nhà in "Imprimerie de Qui Nhơn." Sách vỡ lòng bằng quốc ngữ tiếp tục nằm trong số những ấn phẩm thịnh hành nhất; người ta nói rằng trong giai đoạn từ năm 1920 đến năm 1936 hai cuốn sách loại này do nhà in Qui Nhơn xuất bản đạt số lượng in tới gần bốn trăm ngàn bản.[504] Bên cạnh các nhà in của truyền giáo còn có hai nhà in quan trọng không nằm dưới sự quản lý trực tiếp của Giáo hội. Cùng với nhà in của Ngô Tử Hạ ở Hà Nội, nhà in của Nguyễn Văn Viết ở Sài Gòn cũng bắt đầu xuất bản ngay trong những năm đầu của thời kỳ bùng nổ chữ quốc ngữ. Cả hai đều có quan hệ với chính quyền thuộc địa trong lĩnh vực kinh doanh mới, họ in các thông tư, sổ tay hướng dẫn, và sách vỡ lòng cũng như đáp ứng thị hiếu đang gia tăng về các tác phẩm văn học

---

[503] Xem: "Ai muốn đóng xi nê ma?," *Vì Chúa*, ngày 15/3/1938, and Minh Châu, "Cái hại ci nê," *ĐMBN*, ngày 1/1/1940.

[504] David Marr, *Vietnamese Tradition on Trial, 1920-1945* (Berkeley: University of California Press, 1981), 176. Đáng tiếc là Marr đã không ghi chú nhân vật rất đặc biệt này.

bình dân. Họ còn là những nhà in các văn bản Công giáo nổi bật nhất, chỉ sau các nhà in của truyền giáo mà thôi; họ xuất bản các qui định, các báo cáo và nhiệm vụ của các hội đoàn Công giáo và dịch các văn bản Công giáo, cũng như xuất bản tiểu thuyết, truyện ngắn, kịch bản do các tác giả là tín đồ Công giáo sáng tác.

Sự phát triển của công nghiệp in ấn Công giáo chứng tỏ sự phổ biến rộng khắp của chữ quốc ngữ trong đời sống Công giáo. Các nhà truyền giáo là những người ủng hộ tích cực chữ viết này; Léopold Cadière, có chân trong ủy ban về chính sách ngôn ngữ của chính phủ Pháp năm 1902, viết một bài báo có ảnh hưởng, trong đó ông phác thảo sự vươn lên của chữ quốc ngữ và đưa ra những đề nghị về cải cách và tiêu chuẩn hóa.[505] Khi thứ chữ viết này thu hút được sự quan tâm của nhiều người hơn thì các nhà truyền giáo tiếp tục là những người lớn tiếng ủng hộ. Thí dụ, ông Gustave Hue, bài báo mang tên "Chữ Quốc Ngữ Mới", đăng thành nhiều kỳ của ông, được dịch sang quốc ngữ trên mấy tờ báo Công giáo. Bài báo của Hue thể hiện lý do và chiến lược của các nhà truyền giáo trong việc ủng hộ thứ chữ cái này. Tại thời điểm khi mà nhiều người nhìn thấy tiềm năng phi thường của chữ quốc ngữ thì các nhà truyền giáo đã nhanh chóng đưa những người tiền nhiệm của họ ra như là những người giữ gìn không mệt mỏi thứ chữ viết này trong những thời kỳ đen tối. "Mọi người sẽ phải kinh ngạc," Hue viết,

---

[505] DeFrancis, *Colonialism and Language Policy in Vietnam*, 181-87.

"rằng cái phương pháp đơn giản này đã được giữ trong hầm suốt mấy thế kỷ và các nhà truyền giáo phải khéo léo đến mức nào và với cái giá như thế nào mới mang được nó ra!"[506] Trong những năm 1920, khi các quan chức Pháp đã công bố chính sách giáo dục sơ học trên cơ sở chữ quốc ngữ thì thái độ phấn chấn như thế không còn bị đe dọa về mặt chính trị nữa.

Tương tự như các nhà truyền giáo, phần lớn các tín đồ Công giáo Việt Nam, những người quan tâm tới các vấn đề ngôn ngữ, đều là những người ủng hộ nhiệt tình chữ quốc ngữ. Đa số các tờ báo Công giáo đều đăng các bài xã luận, những cột báo hướng dẫn, các cuốn sách dạy vỡ lòng đăng nhiều kỳ và các tiểu luận với những đề nghị về cải cách và tiêu chuẩn hóa chữ viết. Trên cơ sở lòng nhiệt tình với chữ quốc ngữ của nhiều bộ phận trong đời sống tri thức Việt Nam hồi cuối những năm 1920 như thế, cho nên các tín đồ Công giáo không phải lúc nào cũng dựa vào lý do tôn giáo hay đưa ra những luận cứ mang tính tôn giáo nhằm ủng hộ cho thứ chữ viết này. Huỳnh Phúc Yên, tổng biên tập tờ *Công Giáo Đồng Thinh*, đưa ra quan điểm chung nói rằng chữ quốc ngữ, khác với chữ tượng hình, là chữ viết thực sự "dân tộc", nắm bắt được trí tuệ, phong tục và đạo đức "Annam".[507] Hồ Ngọc Cẩn khẳng định rằng chữ viết này có thể liên kết được những hình thức biểu đạt trong văn

---

[506] Tay-Zương [Gustave Hue], "Quôcj Ngữw moeij," *L'Avenir du Tonkin* (supplement), ngày 3/12/1928.
[507] Focyane [Huỳnh Phúc Yên], "Phải dạy thêm tiếng Annam ở các lớp tiểu học trên nữa," *CGĐT*, ngày 22/9/1927.

chương và trong cách nói thông dụng của người Việt Nam.[508] Những tín đồ Công giáo khác thì coi chữ quốc ngữ là cơ hội làm gia tăng số người biết đọc biết viết ở các khu vực nông thôn và những thành phần dân cư bị thiệt thòi, đấy cũng là những lý lẽ ủng hộ cho thứ chữ viết này.[509] Nhưng bản sắc tôn giáo cũng làm cho một số tín đồ Công giáo ủng hộ thứ chữ viết này. Khuyến khích người ta cải đạo và việc cải đạo là lý do chính ủng hộ cho những luận cứ về việc xóa nạn mù chữ.[510] Một linh mục coi quốc ngữ là cơ hội làm cho các tác phẩm của Công giáo hiện diện một cách có ý nghĩa hơn trong "văn chương Nam".[511] Và Hồ Ngọc Cẩn coi thứ chữ viết này là công cụ nhằm chống lại ảnh hưởng của "sách Tàu" vì thái độ bài Công giáo của một số tác giả.[512]

Khác với những tín đồ Công giáo bảo thủ như Nguyễn Văn Thích và Simon Chính, những tín đồ Công giáo ủng hộ chữ quốc ngữ thường khẳng định rằng việc truyền bá sách báo sẽ tốt cho cả cộng đồng tôn giáo của họ lẫn xã hội nói chung. Nhiều người cảm thấy tự hào vì sự cải tiến của Công giáo đã giúp nền văn học Việt Nam đơm hoa kết

---

[508] Hồ Ngọc Cẩn, "Tiếng Annam ta," *CGĐT*, ngày 2/9/1927.

[509] H. L., "Làm thế nào cho trẻ nữ nhà quê đều biết quốc ngữ," *THNB*, ngày 10/10/1933.

[510] "Chữ quốc ngữ với thôn quê," ĐMBN, ngày 1/3/1941.

[511] Nguyễn Định Tường, "Vị linh mục với tiếng Nam," *Sacerdos Indosinensis*, ngày 15/11/1939.

[512] Hồ Ngọc Cẩn, Thận chung truy viễn (Qui Nhơn: Imprimerie de la Mission, 1923).

trái.[513] Một số người khác lại cho rằng sách báo là cơ hội cải thiện đạo đức và tự tu dưỡng.[514] Mặc dù ít tín đồ Công giáo hoàn toàn phấn khởi trước tất cả những hình thức mới của văn chương, nhưng nhiều người cảm thấy rằng độc giả có khả năng thực hiện những lựa chọn phù hợp.[515] Hiểu như thế, một số người khẳng định rằng ngay cả việc kiểm duyệt từng phần cũng là sự lăng mạ không thể chấp nhận được đối với trí tưởng tượng của người cầm bút.[516] Các tác giả của một bài báo đặc biệt đưa ra quan điểm như thế – bài báo này xuất hiện trên tờ báo của học sinh trường *Ecole Pellerin* – có thể là những người ngay sau đó đã trải nghiệm trực tiếp điều này; tháng 5 năm 1937, sáu tháng sau khi bài báo xuất hiện, tờ báo này công bố phần thứ nhất của một bài được quảng cáo là phần thứ nhất của bài báo nhiều kỳ về lý thuyết xã hội chủ nghĩa. Đây cũng là số cuối cùng của tờ báo này.

Vụ việc này cho thấy việc nổi lên của chữ quốc ngữ và số người biết đọc biết viết gia tăng có nghĩa là số tín đồ Công giáo đọc những thứ ít hoặc chẳng có liên quan gì đến đức tin của họ cũng ngày càng gia tăng. Nhưng, cũng rõ ràng rằng cơ cấu của đời sống tôn giáo đã tạo ra ranh giới giữa những văn bản Công giáo và những văn bản khác. Thí dụ trong các thành phố, không rõ là các cửa hàng sách hay

---

[513] "Nhà đạo công giáo với sự tiến bộ quốc văn," *THNB*, ngày 20/9/1941.

[514] P. Huân, "Nên viết văn," *ĐMBN*, ngày 15/1/1940.

[515] D. L., "Phải biết lựa sách mà đọc," *NKĐP*, ngày 12/3/1936.

[516] Bùi Tuân, "Ảnh hưởng của những ánh văn chương trụy lạc," *Le messager de l'Ecole Pellerin*, tháng 10 năm 1936.

những người bán sách đạo bán bao nhiêu phần sách báo Công giáo hay các cửa hàng sách Công giáo (thường gắn với nhà thờ) có bán sách phi tôn giáo hay không. Trong các khu vực nông thôn, sách báo ít lưu hành hơn, các giáo sĩ có nhiều cơ hội kiểm soát những thứ mà tín đồ Công giáo tại gia đọc hơn, cho nên đường biên giới dường như vững chắc hơn. Thực vậy, những người có quyền lực trong Giáo hội thường cho rằng nhiều hình thức văn học phổ thông, thậm chí cả những tác phẩm kinh điển của văn học Việt Nam, có hại đối với niềm tin và đạo đức. Một số giám mục còn tìm cách cấm Truyện Kiều trong giáo phận của họ.[517] Nhưng khi phạm vi và số lượng sách báo tăng lên, những đường biên giới kiểu như thế bắt đầu bị xóa nhòa dần. Khái quát hóa bối cảnh diễn ra hiện tượng đó hay tìm hiểu xem các tín đồ Công giáo đọc những gì và đọc nhiều đến mức nào là việc khó. Nhưng, nhiều cuộc tranh cãi về việc tín đồ Công giáo có thể và nên đọc gì, trách nhiệm đạo đức và trách nhiệm của người cầm bút, tự do ngôn luận và kiểm duyệt và những đề tài tương tự cho thấy những thay đổi trong văn hóa in ấn là thành tố quan trọng của cách nhận thức thế giới đang thay đổi.

Trong giai đoạn cuối thời thuộc địa ở Việt Nam, hai đề tài được bàn luận sôi nổi nhất trong lĩnh vực in ấn là vấn đề thế hệ và giới tính. Thanh niên của thời đại này bước vào tuổi trưởng thành trong một xã hội khác hẳn với thời của

---

[517] Sahara, "Văn chương công giáo với Truyện Kiều," *ĐMBN*, ngày 15/6/1942.

cha anh họ; kết quả là, theo lời của Hue – Tam Ho Tài, họ "không còn cảm giác về cội nguồn và trở thành nạn nhân của tình trạng bất ổn tinh thần sâu sắc" về "những bài học mơ hồ về quá khứ, sức nặng của những giá trị trái ngược nhau và những kỳ vọng mà họ gánh trên vai khi làm việc, những lựa chọn về chính trị và văn hóa mở ra trước mắt họ và những hình mẫu mà họ có thể noi theo."[518] Có bao nhiêu tiêu chuẩn và hình thức của chính quyền của thế hệ đó được đem ra khảo sát thì cũng có bấy nhiêu giả định về vai trò của giới trong nội bộ gia đình và vị trí của phụ nữ trong xã hội. Kết quả là, những cuộc tranh cãi về thanh niên và phụ nữ là những ẩn dụ đầy sức mạnh và là nơi tranh cãi về những vấn đề rộng lớn hơn về những thử nghiệm trong lĩnh vực chính trị và văn hóa của thời đại.

Những cuộc tranh cãi của các tín đồ Công giáo về vấn đề thanh niên và phụ nữ đáng được chú ý nhiều hơn là những gì được nói tới ở đây. Tuy thế, ngay cả việc lướt qua những cuộc tranh cãi này cũng cho thấy những khác biệt thực sự và sâu sắc về ý nghĩa của những thay đổi đang xuất hiện trong đời sống Công giáo. Đối với nhiều người, "thanh niên" là tất cả những cái dường như là sai quấy trong xã hội Việt Nam: sự xói mòn cơ cấu xã hội truyền thống, sụ cám dỗ của quá trình Tây hóa, và thiếu vắng nền đạo đức Công giáo trong xã hội. Một bài báo điển hình đã so sánh "con trẻ ngày trước" với "con trẻ ngày nay", và thấy rằng trước đây

---

[518] Hue-Tam Ho Tai, *Radicalism and the Origins of the Vietnamese Revolution* (Cambridge, MA: Harvard University Press, 1992), 5.

người ta có đạo đức, lễ phép, chăm chỉ, còn hiện nay thì chơi bời phóng đãng, hỗn láo và ngang bướng.[519] Trong một bài báo khác, tác giả than rằng "chủ nghĩa vô thần" và "chủ nghĩa duy vật" của đời sống hiện đại dường như làm cho ít thanh niên Việt Nam có thể cải sang đạo Công giáo.[520] Trong cùng giọng điệu như vậy, nhiều bài viết của Công giáo về vấn đề phụ nữ lo lắng rằng thay đổi trong xã hội đe dọa vai trò "truyền thống" của người giữ gìn tình yêu và gia đình của phụ nữ; theo lời một vị linh mục thì nữ quyền phải là "giữ gìn cái phẩm giá, cái đức hạnh của mình" và "trọng hậu địa vị mình".[521] Đây là quan điểm chủ đạo, tất nhiên là nó liên quan đặc biệt với những tín đồ Công giáo, đặc biệt là những quan điểm tiêu cực về ly hôn càng được củng cố thêm.[522]

Nhưng lúc đó số tín đồ Công giáo cảm thấy phấn khởi trước vai trò mới của thanh niên và phụ nữ trong xã hội Việt Nam đang gia tăng. Cùng với việc các tổ chức toàn cầu nhằm động viên thanh niên và công nhân công giáo bắt đầu tràn vào Việt Nam; trong những năm 1930, các phong trào thanh niên lan tỏa rộng khắp trong đời sống Công giáo. Những cuốn sách mỏng hay những tờ tạp chí của những

---

[519] Hy Liễn, "Con rể ngày trước và con rể ngày nay," *THNB*, ngày 17/3, 19/3 và 22/3 năm 1927.

[520] Nguyễn Văn Giao, "Vấn đề công giáo đối với thanh niên Việt Nam ngày nay," *CGĐT*, ngày 31/3, 3/4, 7/4, 10/4, 17/4, 21/4, 24/4 và 28/4 năm 1936.

[521] Nguyễn Cang Thường, "Nữ quyền," *NKĐP*, ngày 13/10/1932.

[522] Hy Liễn, "Vợ chồng có nên ly dị không?," *THNB*, ngày 10/8 12/8 và 19/8 năm 1926.

nhóm này đặc biệt lớn tiếng trong việc cổ xúy tiềm lực của tuổi trẻ nhằm đổi mới Giáo hội và Tổ quốc. Một nhà báo đã viết trên số ra đầu tiên của tờ *Hy Vọng* – tờ tạp chí dành cho thanh niên Công giáo – như sau: "Là vì tổ quốc muốn cho thanh niên trong nước có tương lai tốt đẹp, muốn cho họ sau này biết giúp ích nhiều cho nhà, cho nước cho nhân loại. Vậy thanh niên chẳng phải là hy vọng của gia đình và tổ quốc là gì?"[523] Mặc dù các vị linh mục và những người lãnh đạo cộng đồng thường tỏ ra lo lắng trước những phong trào thanh niên nói chung, nhưng những hình thức mới của các hiệp hội thanh niên Công giáo chí ít là đã phần nào làm dịu được những mối lo lắng này. Và mặc dù đời sống tri thức Công giáo thường xa cách với những thành phần tiến bộ trong các phong trào phụ nữ trong giai đoạn thuộc địa, nhưng những phong trào này quả thật đã tạo được ảnh hưởng. Phần lớn những người phụ nữ đầu tiên viết cho báo chí Công giáo là viết về những vấn đề của phụ nữ, và họ thường thể hiện những quan điểm mạnh mẽ, ngay cả khi phải dùng từ ngữ một cách thận trọng, về nhu cầu xem xét lại vai trò của giới tính và ranh giới của đời sống Công giáo.[524] Những người khác ngày càng viết nhiều hơn về những vấn đề như học vấn của phụ nữ hay quyền bình đẳng hơn nữa giữa hai giới.[525]

---

[523] "Hy Vọng!," *Hy Vọng*, tháng 12 năm 1937.
[524] Một ví dụ là Võ Thị Khuê Tiên, "Mục đích học vấn của bạn thanh niên nữ giới," *THNB*, ngày 4/3/1925.
[525] Đ. X. V., "Con gái nhà quê có phải cho đi học không?," *THNB*, ngày 25/10/1930; Focyane [Huỳnh Phúc Yên], "Nam nữ bình quyền,"

Những cuộc tranh cãi về thanh niên và phụ nữ chỉ là một ví dụ về những quan hệ gần gũi giữa sách báo và những thay đổi trong lĩnh vực văn hóa trong đời sống Công giáo Việt Nam mà thôi. Trong giai đoạn cuối thời thuộc địa, các độc giả Công giáo có nhiều sách báo để lựa chọn hơn tất cả các giai đoạn trước đó. Sách bây giờ đã rẻ hơn, ấn phẩm trở thành thành phần quan trọng hơn trong các buổi lễ và trở thành mắt xích liên kết các hoạt động văn hóa lễ hội trong đời sống Công giáo Việt Nam với nhau và với Giáo hội toàn cầu một cách chặt chẽ hơn. Số tín đồ Công giáo được học trong trường lớp gia tăng, nhờ có những cuốn sách giáo khoa do các nhà truyền giáo và linh mục viết cho các trường Công giáo mà họ học thêm những môn mới và thông qua rất nhiều cuốn lịch sử Công giáo, tiểu thuyết và vở kịch mà họ học được lịch sử và đạo đức Công giáo. Có thể quan trọng nhất là, sự gia tăng của sách báo ra định kỳ đã đưa các tín đồ Công giáo vào những lĩnh vực văn hóa và những cuộc tranh luận rộng rãi hơn, và điều đó đã làm cho họ có hiểu biết nhiều hơn về những sự kiện và cộng đồng bên ngoài cộng đồng của họ.

SÁCH BÁO CÔNG GIÁO: CÁC ĐỘC GIẢ MỚI VÀ THỂ LOẠI MỚI

"Điều cực kỳ quan trọng là các vị linh mục phải kết hợp suy nghĩ hàng ngày với việc thường xuyên đọc những tác

CGĐT, ngày 30/9/1927.

phẩm đức hạnh, nhất là những tác phẩm được truyền linh hứng," Giáo hoàng Pius X viết trong thông điệp *Haerent Animo* của ngài vào năm 1908 như thế. Một năm sau đó tài liệu này được dịch và in bằng chữ quốc ngữ,[526] đây là biểu hiện mang tính biểu tượng của những cố gắng của Giáo hoàng Pius X trong việc sử dụng sách báo – ngày càng gia tăng trong các ngôn ngữ địa phương – nhằm "bảo vệ" các tín đồ Công giáo, đặc biệt là các linh mục, khỏi ảnh hưởng của những tư tưởng hiện đại thông qua sự can thiệp rộng khắp và thường là cứng rắn vào quá trình tìm tòi về mặt thần học. Nhưng Rome cách Việt Nam khá xa: thậm chí năm 1923 như Công sứ Tòa thánh Henri Lécroart nhận xét: "Có những cuốn sách bằng tiếng Việt được biên tập ở Hồng Công, Kẻ Sở, Sài Gòn và do các cha dòng Đa Minh biên tập... không hoàn toàn tuân theo sự chỉ đạo của Rome... Những cuốn sách này gần như không bị Rome kiểm soát vì không có bản dịch sang tiếng Latin hay tiếng Pháp."[527] Tuy thế, sự phát triển của sách báo và những mối liên hệ trực tiếp hơn giữa Việt Nam và thế giới Công giáo đã khởi động những cuộc cải cách và tiêu chuẩn hóa trong lĩnh vực nghi lễ và thần học ở Việt Nam, mà đỉnh điểm là thời đại Cộng đồng Vatican II. Bất kỳ cố gắng nào nhằm đánh giá chuyện này từ quan điểm thần học cũng cần phải làm một công

---

[526] *Lời Đức Thánh Piô X: Khuyên các thầy cả mọi nơi* (Hong Kong: Imprimerie de la Mission, 1909).

[527] "Visite Apostolique du vicariat du Tonkin Maritime confié aux Prêtres des Missions Etrangères de Paris (du 19 janvier au 12 février – dans l'intervalle, réunion à Phát Diem des Vicaires Apostoliques du Tonkin du 4 au 10 février)," tài liệu không có ngày, NS 803, CEP

trình nghiên cứu riêng, nhưng, ngay cả một cuộc khảo sát ngắn ngủi những văn bản thần học và kinh cầu nguyện bằng chữ quốc ngữ cũng cho thấy những thay đổi quan trọng trong thành phần lớn nhất của lĩnh vực in ấn Công giáo trong giai đoạn cuối của thời kỳ thuộc địa.[528]

Các linh mục vẫn tích cực hoạt động trong lĩnh vực in ấn hơn là phần lớn giáo dân, trong những năm đầu của thế kỷ XX, lần đầu tiên họ gặp một số lượng lớn và nhiều loại văn bản đến như thế. Trong đó có các bản dịch sang quốc ngữ của những tác phẩm viết về thần học và đạo đức học, giáo luật, hướng dẫn thi hành các bí tích, những cuốn sách về tu khổ hạnh và chiêm nghiệm, sách dạy giáo lý và những bài giảng khác v.v... Một số là những bản dịch từ chữ nôm, nhưng phần lớn là những bản dịch trực tiếp sang chữ quốc ngữ từ các tác phẩm bằng tiếng Pháp hay tiếng Tây Ban Nha từ cuối thế kỷ XIX hay muộn hơn. Mặc dù một số được viết bởi các nhà truyền giáo ở Việt Nam, và hầu như bao giờ cũng có sự giúp đỡ của các giáo sĩ và thày giảng địa phương; phần nhiều các tác phẩm này được trước tác không phải trong, không phải cho và không phải về bối cảnh thần học cụ thể trong đó chúng được đem ra sử dụng. Thực vậy, mặc dù các cuộc cải cách chủng viện được thực hiện trong những thập kỷ 1920 và 1930 sau này sẽ tạo ra

---

[528] Phần phân tích sau đây được thực hiện trên cơ sở nguồn tài liệu tham khảo trong các tập tài liệu ở Thư viện quốc gia Pháp, Thư viện của Viện Viễn Đông Bác Cổ, Thư viện châu Á của MEP và những tập tài liệu khác ở Paris. Mặc dù còn lâu mới có thể coi là đầy đủ, nhưng là nguồn tài liệu bao trùm nhất hiện có. Xem Trần Anh Dũng, *Sơ thảo tư mục công giáo Việt Nam*, Paris: Trần Anh Dũng, 1992).

những vị linh mục, những người tích cực viết về các vấn đề thần học, nhưng ít người làm như thế trước những năm 1950 (giám mục Hồ Ngọc Cẩn là trường hợp ngoại lệ nổi bật). Như vậy là, số lượng ngày càng gia tăng các văn bản của châu Âu đóng vai trò quan trọng đặc biệt trong việc hình thành và hoạt động của giáo sĩ Việt Nam. Có thể bản dịch hoàn chỉnh đầu tiên cuốn *Sách Bổn Roma (Roman Catechism)*, được xuất bản trong các năm 1901 – 1902 nhằm thay thế cho những văn bản hướng dẫn mà người ta cho là chưa được nghiêm ngặt và có khiếm khuyết về mặt học thuyết, là cuốn sách mang tính biểu tượng nhất trong những văn bản bằng chữ quốc ngữ lúc đó. Sự lan truyền của sách báo không chỉ làm cho các giáo sĩ có thêm việc mà còn làm giảm thiểu sự phóng tác và địa phương hóa, những hiện tượng thường đi kèm với quá trình chép lại bằng tay các văn bản. Cuối cùng, rốt cuộc nó có nghĩa là giáo sĩ bản xứ không còn biết nhiều kiến thức Hán, nôm nữa và chịu ảnh hưởng nhiều hơn từ những cuốn sách mới.

Vai trò của sách in trong hoạt động nghi lễ của giáo dân Công giáo trong thời kỳ thuộc địa cũng có những biến đổi to lớn. Đặc biệt là đến những năm 1930, số lượng lớn các cuốn sách hướng dẫn bằng chữ quốc ngữ về cầu nguyện và chiêm nghiệm, sách về lịch sử Phúc âm, cuộc đời của các vị thánh, những cuốn lịch và những tác phẩm khác dành cho tín đồ Công giáo tại gia cho thấy các tài liệu đã trở thành thành phần quan trọng như thế nào trong hoạt động thờ phụng tại gia ở Việt Nam. Việc sử dụng sách in nhằm tăng cường lòng mộ đạo là mục tiêu khác của phong trào thờ phụng Công giáo toàn cầu trong giai đoạn này, sự gia tăng số người biết đọc biết viết và bùng nổ công nghiệp in ấn ở châu Á (nhà máy in mang tên Nazareth của MEP ở Hồng Công, thành lập vào cuối thế kỷ XIX, đã in các văn bản và bản dịch bằng hàng chục thứ tiếng) đã tạo điều kiện cho việc truyền bá các tác phẩm sùng đạo. Giai đoạn thuộc địa như vậy rõ ràng là cội nguồn của việc tiêu chuẩn hóa ngày càng gia tăng trong hoạt động thờ phụng trong đời sống Công giáo Việt Nam, công việc này đã được tăng cường thêm sau khi hệ thống thang bậc của Giáo hội Công giáo Việt Nam được thành lập vào năm 1960, nhưng tăng cường như thế nào và bằng cách nào thì cần nghiên cứu thêm. Một chỉ dấu của sự dịch chuyển này là việc dịch lần đầu tiên, toàn bộ Kinh Cựu Ước và Phúc Âm từ bản gọi là Latin Vulgate, do một nhà truyền giáo của MEP là ông Albert Schlicklin giám sát và được xuất bản trong giai đoạn từ năm 1913 đến năm 1916, và những cuốn sách này dường như đã trở thành nguồn chính cho việc biên dịch những các đoạn văn Thánh Kinh hoặc các bài đọc trính từ sách Phúc Âm được xuất bản sau đó. Những thành phần trong việc thờ phụng không phải là văn bản thí dụ như việc du nhập và liên kết một cách rộng rãi những bài thánh ca bằng tiếng Latin hay tiếng Pháp được chuyển thành lời Việt cũng diễn ra những thay đổi tương tự.[529] Nhưng những thay đổi này

---

[529] Antoine Trần Văn Toàn, "Catholiques vietnamiens en France ou le retour de l'inculturé," trong *Chrétiens d'outre-mer en Europe: Un autre visage de l'immigration,* Marc Spindler và Annie Lenoble-Bart, chủ biên (Paris: Karthala, 2000), 155.

trong trường hợp tốt nhất cũng chỉ có tính cách bộ phận: trong giai đoạn thuộc địa nhiều tác phẩm bằng chữ quốc ngữ dành cho việc thờ phụng và học tập của giáo dân vẫn là những tác phẩm đặc biệt dành cho các giáo phận riêng lẻ, mang tính đặc thù riêng biệt của từng vùng trong thuộc địa, phản ánh sức mạnh văn hóa lễ nghi rất khác nhau giữa các địa phương, cũng như giữa các vùng truyền giáo thuộc các cha MEP và các cha Đa Minh.

Việc truyền bá chữ quốc ngữ còn mở rộng cả nội dung của nhiều thể loại tác phẩm đã từng tồn tại trong văn học Công giáo Việt Nam. Một thí dụ quan trọng là truyện các thánh tử đạo, không chỉ được viết bằng văn xuôi mà còn bằng thơ, kịch, tiểu sử và các hình thức khác. Những tác phẩm này từng tồn tại trong đời sống Công giáo suốt hàng thế kỷ; tác phẩm sớm nhất viết về cái chết của người chị của một vị linh mục ra đời từ những năm 1700.[530] Nhưng trong thời thuộc địa, các loại hình tác phẩm trở thành phổ biến hơn trong đời sống Công giáo Việt Nam, khi làn sóng bạo lực trong thời gian trước đó và việc chính thức phong chân phước trong giai đoạn chuyển giao thế kỷ đã làm cho các thánh tử đạo có vị trí quan trọng hơn trong đời sống Công giáo. Việc nổi lên của sách báo in cũng có vai trò cực kỳ quan trong đối với quá trình này. Nhiều câu chuyện về các thánh tử đạo được dịch từ các văn bản bằng tiếng Pháp, trong đó sự cao ngạo về văn hóa và chủng tộc thể hiện rõ

---

[530] Tác phẩm này trong *Inê tử đạo*, công bố trong phụ lục cho từ vựng của Taberd 1838. Xem Ramsay, *Mandarins and Martyrs*, 127.

thậm chí ngay cả trong số trang sách dành cho các thánh tử đạo là những nhà truyền giáo và những người Việt Nam chết cùng với họ: một cuốn in năm 1909 dành tới hơn hai trăm trang cho hai thánh tử đạo là những nhà truyền giáo nhưng chỉ có hơn một trăm trang cho bốn thánh tử đạo Việt Nam chết cùng với họ.[531] Cuốn lịch sử viết về 22 thánh tử đạo Việt Nam in năm 1900 tuyên bố rằng vì các nhà truyền giáo "đã dũng cảm hành động như thể Công giáo chưa hề bị cấm," họ "đã làm cho chúng tôi theo đuổi đức tin của mình một cách mạnh mẽ hơn mỗi ngày."[532] Các tín đồ Công giáo Việt Nam trong những văn bản này dường như là những đệ tử trung thành và trung thực của những nhà truyền giáo, những người, giống như những thiên thần, đang bay bay lơ lửng qua câu chuyện vậy.

Nhưng bên cạnh những bản dịch này còn có một loạt những câu chuyện tử đạo do người Việt Nam chấp bút. Mặc dù một số tác phẩm vẫn được viết theo hình thức văn xuôi truyền thống hoặc bằng thơ, nhưng một số khác được sáng tác theo những hình thức mới như kịch hoặc đăng nhiều kỳ trên các tờ báo. Thí dụ về việc đăng nhiều kỳ là bài "Martyrologium Annamaticum" đăng trên tờ *Sacerdos Indosinensis*, kể chuyện về tất cả các thánh tử đạo Việt Nam nhằm giúp các linh mục khuyến khích giáo đoàn của họ. Và mặc dù rất khó nói rằng các độc giả đã hiểu những

---

[531] *Truyện sáu đấng tử đạo*, (Kẻ Sở: Imprimerie de la Mission, 1909).
[532] *Sách kể tắt truyện hai mươi đấng thánh tử đạo vì đạo mà tòa thánh mới phong chức*, (Kẻ Sở: Imprimerie de la Mission, 1900), II-III.

bài viết về các thánh tử đạo này như thế nào, nhưng các tác giả của nó đã liên kết được một thông điệp rõ ràng là tính hiện đại với tính đa cảm. Thực vậy, nhiều người liên hệ những đau khổ của các thánh tử đạo với các thay đổi đang diễn ra trong Giáo hội Công giáo Việt Nam, báo trước tương lai tươi sáng của Giáo hội. "Sanguis martyrum, semen Christianorum" (Máu của các thánh tử đạo là hát giếng phát sinh Công giáo"), câu nói nổi tiếng của Tertullian, lãnh tụ Công giáo thời kỳ đầu, trở thành điệp khúc trong nhiều văn bản loại này, tạo ra giá trị cứu rỗi cho những hi sinh của những bậc tiền bối. Một tờ báo viết: "Nam Định là chỗ lưu huyết tử đạo hơn cả Đông Dương vậy nay đạo thạnh hơn cả Đông Dương. Tòa Thánh mới ban sắc lập địa phận bản quốc. Địa phận Bùi Chu ấy gần 200 linh mục và 700 thày giảng 35 vạn đạo nhơn!"[533] Hơn nữa, quá khứ và tương lai của Công giáo Việt Nam bắt đầu được mô tả bằng những thuật ngữ của cộng đồng tôn giáo dân tộc. Một bài báo viết: "Ta xem trong lịch sử các địa phận, thì thấy hằng năm khắp đâu đấy trong cả tam Kỳ đều có một hai lễ kính các Đấng xưa đã chịu tử vì đạo trong đất Nam, nước Việt." Một bài báo khác viết: "Vậy Công – giáo – hội ở Việt – Nam ta, cũng như các Công – giáo – hội ở châu Âu, châu Phi, và châu Mỹ, cũng được cái danh dự có các bị Thánh mà những vị Thánh... làm cho sáng danh Đức

---

[533] Sanguis Martyrum, semen Christianorum," *Sacerdos Indosinensis*, ngày 15/11/1935.

Chúa Trời và để lại cho đồng bào mình."[534]

Việc nổi lên của chữ quốc ngữ không chỉ có nghĩa là những thay đổi quan trọng đối với những loại tác phẩm viết về thần học, sách dạy cầu nguyện và những loại sách đã tồn tại từ lâu trong đời sống Công giáo Việt Nam, mà còn có nghĩa là sự gia tăng đáng kể những hình thức kiến thức mới, cũng như việc thử nghiệm và loại bỏ những hình thức đã được củng cố. Đối với nhiều tín đồ Công giáo Việt Nam, mạng lưới các trường cấp I gia tăng là địa điểm quan trọng trong việc chuyển giao và tiếp thu những ý tưởng mới. Mặc dù trong giai đoạn đầu thời thuộc địa, các trường Công giáo chủ yếu tập trung vào giảng dạy kiến thức tôn giáo, nhưng đến những năm 1920, một số nhà sư phạm Công giáo đã bắt đầu kêu gọi phải có một chương trình học tập toàn diện hơn, hiện đại hơn, nhằm chuẩn bị tốt hơn cho học sinh để họ có thể đương đầu với thế giới đang thay đổi.[535] Một tác phẩm viết về sư phạm Công giáo được nhiều người biết, do Nguyễn Bá Tòng và một nhà truyền giáo của MEP là ông Adolphe Cransac chấp bút, đã trình bày những kỹ thuật mới dành cho giáo viên, như lập và làm theo kế hoạch của bài học, thể hiện sự mềm dẻo trong việc xử lý năng lực khác nhau của học sinh, mua những đồ dùng giảng dạy thích hợp như bảng đen và đồng hồ, dạy bằng cách thường xuyên đặt câu hỏi chứ không học vẹt, và tập trung vào nhiều môn học

---

[534] G. H., "Lễ các thánh tử đạo nước Annam," THNB, ngày 4/9/1926.

[535] Đông Bích [Nguyễn Hưng Thi], "Việc học ngày nay," THNB, ngày 15/9/1926.

được dạy trong trường Công giáo hơn, trong đó có toán và khoa học, cùng với học đọc và học viết. Nhưng, những cuốn sách vỡ lòng của Công giáo còn đề nghị dạy học sinh viết tên các thứ trong nhà thờ trước khi chuyển sang thức ăn và quần áo và thúc giục các giáo viên ghi ngày tháng làm lễ rửa tội cho học sinh bên cạnh họ tên, lớp học và những thông tin cá nhân khác.[536] Những cuốn vỡ lòng mới hơn không phải bao giờ cũng tiến bộ; một cuốn dành cho nữ sinh đề nghị trước hết phải dạy cho họ mười Giới luật, sau đó là bốn "nết xấu đại cái" của xã hội hiện đại (uống rượu, chơi cờ bạc, hút thuốc phiện và tình yêu nhục dục), sau đó là đến những hướng dẫn để sống cuộc đời như một người con, người vợ và người mẹ chung thủy và ngoan ngoãn. Những cuốn sách vỡ lòng như thế là lời nhắc nhở rằng đến trường lần đầu tiên cũng là đưa trẻ con Công giáo tiếp xúc với những quan niệm cứng rắn về giới tính, thường là khác xa với kinh nghiệm sống của chúng.[537]

Các linh mục và các nhà truyền giáo còn viết khá nhiều loại tài liệu khác nhau để dùng trong nhà trường Công giáo. Ví dụ, ông François Chaize, một nhà truyền giáo của MEP, đã viết những cuốn sách vỡ lòng về thực vật học, động vật học và giải phẫu học, còn đồng nghiệp của ông là Jean Vuillard thì viết mấy cuốn về vật lý học.[538] Linh mục Hồ

---

[536] Adolphe Cransac and Nguyễn Bá Tòng, *Lược biên cách thức dạy học* (Sài Gòn: Imprimerie de la Mission, 1924).

[537] Nguyễn Quang Minh, *Phong hóa tân biên phụ huấn nữ ca* (Sài Gòn: Nguyễn Văn Viết, 1931).

[538] François Chaize, *Địa cao vạn vật luật*, xuất bản thành bốn tập từ

Ngọc Cẩn cũng viết mấy cuốn sách giáo khoa về toán học. [539] Một trong những người cầm bút Công giáo đa dạng hơn trong lĩnh vực này là linh mục Lê Công Đắc, ông này viết sách giáo khoa về vệ sinh và khoa học tự nhiên, cũng như những cuốn sách hướng dẫn học tiếng Pháp và một cuốn sách hướng dẫn học tiếng Anh, đây có thể là một trong những cuốn sách hướng dẫn học tiếng Anh đầu tiên do một người Việt Nam viết. [540] Lê Công Đắc còn là một người tự quảng bá không biết ngượng là gì, ông ta gửi sách cho những người có ảnh hưởng lớn, trong đó có hoàng đế Bảo Đại, và xuất bản những ghi chú lịch sự, thậm chí chỉ là câu cám ơn, của họ trong cuốn "thư từ" của ông ta. [541] Những cuốn sách giáo khoa đó thể hiện sự tham gia vào và lòng nhiệt tình của những người làm giáo dục Công giáo trong giai đoạn này đối với những cách tư duy mới về đời sống của con người và môi trường tự nhiên.

Giai đoạn cuối của thời kỳ thuộc địa là giai đoạn của nhiều cuộc thử nghiệm trong đời sống văn học, đấy là khi

---

năm 1918 đến năm 1921; Jean Félix Vuillard, *Phép bác vật*, xuất bản thành bốn tập từ năm 1922 đến năm 1927.

[539] Hồ Ngọc Cẩn, *Toán học sơ cấp pháp* (Hong Kong: Imprimerie de la Mission, 1916) và *Trường học toán pháp* (Hong Kong: Imprimerie de la Mission, 1919).

[540] Lê Công Đắc and Hồ Khắc Tuần, *Cách trí* (Hà Nội: Trung Bắc Tân Văn, 1937), và *Vệ sinh* (Hà Nội: Trung Bắc Tân Văn, 1937); *Sơ học yếu lược sử ký vấn đáp* (Hà Nội: Nhà In Lê Văn Cường, 1935); Lê Công Đắc, *L'Anglais au baccalauréat at l'anglais de Hong-Kong, modèles de versions, thèmes, compositions* (Hà Nội: Trung Bắc Tân Văn, 1937).

[541] Do Manh Quat, *La Correspondance de P. Le Công Dac* (Hà Nội: Trung Bắc Tân Văn, 1936).

việc tiếp xúc với những hình thức mới của tiểu thuyết hư cấu, thơ ca và kịch nghệ đã làm thay đổi cách thức tư duy về và sáng tác những loại hình nghệ thuật đó của những người cầm bút Việt Nam. Người ta cho rằng truyện ngắn Việt Nam đầu tiên được sáng tác theo kiểu phương Tây là *Truyện Thầy Lazarô Phiền*, viết năm 1887 bởi một tín đồ Công giáo tên là Nguyễn Trọng Quản, con rể của Trương Vĩnh Ký. Nguyễn Trọng Quản là một trong những người Việt Nam đầu tiên học ở trường Lycée d'Alger nổi tiếng ở Algeria. Sau khi về nước, ông làm hiệu trưởng một trường cấp I và tham gia vào giới văn học và nghệ thuật của Sài Gòn. Câu chuyện kể về một tín đồ Công giáo trẻ bị một người hâm mộ vợ mình nhưng có tính đố kị đánh lừa ông ta rằng vợ ông quan hệ với người bạn tốt nhất của ông. Ông ta giết vợ và người bạn của mình, nhưng sau đó mới phát hiện ra sự lừa đảo. Tan nát lòng vì tội lỗi, ông trở thành linh mục, nhưng tâm hồn ông không bao giờ yên. Bị một căn bệnh chết người, ông đã thú nhận tội lỗi của mình với một hành khách trên chuyến tàu tới Cap – Saint – Jacques, nơi ông sẽ tới để chết. Câu chuyện, như John Schafer và Thế Uyên đã chỉ ra, thể hiện một số qui ước mới đối với tiểu thuyết hư cấu Việt Nam: câu chuyện được viết bằng ngôi thứ nhất, được kể từ quan điểm của người hành khách nghe được lời thú nhận và được viết bằng ngôn ngữ hàng ngày. Mặc dù không được tiếp đón một cách nồng nhiệt ngay sau khi xuất bản, nhưng câu chuyện này đã có ảnh hưởng đối với các tiểu thuyết gia đầu tiên của Nam Kỳ, thí dụ như Hồ Biểu Chánh.[542]

Có thể nhân vật văn chương Công giáo nổi tiếng nhất trong thời thuộc địa là nhà thơ Nguyễn Trọng Trí, được nhiều người biết với bút danh Hàn Mặc Tử. Tử sinh năm 1912, ở Quảng Bình, nhưng ông thường đi nay đây mai đó vì bố ông là thông ngôn và nhân viên hải quan. Cha Tử chết năm 1926, cũng là năm ông vào học trường *Ecole Pellerin* ở Huế. Hàn Mặc Tử được Hội Như Tây Du Học do Nguyễn Hữu Bài sáng lập cấp học bổng sang du học ở Paris, nhưng ông không được cấp chiếu khán vì có trao đổi thư từ với Phan Bội Châu, mặc dù đây hầu như hoàn toàn là chuyện văn chương. Hàn Mặc Tử đi Qui Nhơn và làm công việc đạc điền cho chính phủ, nhưng chẳng bao lâu sau thì bỏ việc để đi Sài Gòn làm phóng viên. Ông phụ trách mảng văn chương cho các tạp chí *Saigon* và *Công Luận Văn Chương* và đóng góp bài vở cho các tờ báo như *Đông Dương Tạp Chí* và *Tân Thời*. Năm 1936, Hàn Mặc Tử rời Sài Gòn đi Qui Nhơn, mấy năm ở đây ông đã sang tác một loạt bài thơ. Ngay sau khi tới Qui Nhơn, Hàn Mặc Tử phát hiện được những dấu hiệu đầu tiên của bệnh phong. Cùng với sự giúp đỡ của các xơ dòng Thánh Phanxicô thánh Assisi – những người đang quản lý một trại phong ở gần Qui Nhơn – Hàn Mặc Tử đã chiến đấu với bệnh tật suốt mấy năm liền và ông đã chết vào ngày 22 tháng 11 năm

---

[542] John Schafer and The Uyen, "The Novel Emerges in Cochinchina," *Journal of Asian Studies* 52, no. 4 (November 1993): 854-84.

1940, lúc mới có 28 tuổi.

Thơ Hàn Mặc Tử có vị trí trung tâm trong "Phong trào thơ mới," một phong trào được mọi người coi là có xuất xứ từ bài thơ *Tình Già* của Phan Khôi, sáng tác năm 1932. Phong trào này kêu gọi từ bỏ thơ ca truyền thống nhằm thử nghiệm cách gieo vần mới, tiết tấu mới, ẩn dụ mới và nó phản ánh tinh thần lãng mạn, u buồn sâu sắc của thời điểm đó trong đời sống văn chương của Việt Nam. Tác phẩm của Hàn Mặc Tử tạo được nhiều ảnh hưởng, nhưng đức tin Công giáo của ông giữ vị trí quan trọng nhất trong nguồn cảm hứng thơ ca của ông. Võ Long Tê, cùng một số người khác, khẳng định rằng thơ ca của Hàn Mặc Tử có gốc rễ Mỹ học từ sự siêu việt, mà vấn đề trung tâm là sự kết hợp một cách hài hòa giữa đức tin và sung lực sáng tạo. Võ Long Tê minh họa những đoạn nói về tình yêu Thiên Chúa, sùng bái Đức bà Maria, và những thành tố khác của chủ nghĩa thần bí Công giáo trong thơ ca của Hàn Mặc Tử, và kết luận rằng thiên tài của Hàn Mặc Tử là "làm cho những khả năng của tiếng Việt thích nghi với nhu cầu của nguồn cảm hứng Công giáo." Bằng cách "khai thác tình cảm của cuộc nổi loạn vì đau khổ", Hàn Mặc Tử "đã nâng mình lên địa vị của Thần Thánh, người định hình công cuộc truy tìm đầy sáng tạo cái đẹp và hạnh phúc vĩnh hằng của ông."[543]

Cùng với Trương Vĩnh Ký và Huỳnh Tịnh Của, Nguyễn Trọng Quản và Hàn Mặc Tử nằm trong một số ít người cầm

---

[543] Võ Long Tê, *L'Expérience poétique et l'intinéraire spirituel de Hàn Mặc Tử* (Paris: Đường Mới, 1985).

bút thời kỳ thuộc địa mà tác phẩm được coi là hợp chuẩn theo những tiêu chuẩn của văn học Việt Nam đương đại. Nhưng đường hướng văn chương của một số nhân vật ít nổi tiếng hơn có thể gợi ý cần phải chú ý kĩ hơn tới vị trí của Công giáo trong đời sống văn học thời thuộc địa. Một trong những nhân vật như thế là Đỗ Đình Thạch, thường được biết với bút danh Đỗ Đình, sinh năm 1907, ở Sơn Tây. Gia đình Đỗ Đình, không theo Công giáo, là những người có thế lực. Ví dụ, bố ông là tri phủ trong tỉnh Sơn Tây. Điều đó đã tạo cơ hội cho Đỗ Đình sang Pháp du học, ông đã nghiên cứu văn học, triết học và tôn giáo và làm quen với những người như André Gide, Léopold Sédar Senghor và những người khác. Người ta nói rằng Đỗ Đình quyết định cải đạo trên đường trở về nhà vào năm 1932, sau khi đọc tác phẩm *Những cấp độ của nhận thức* của Jacques Maritain, một trong những tác phẩm có ảnh hưởng nhất của trường phái triết học tân – Thomas trong thế kỷ XX, và ông đã được rửa tội ngay sau khi đặt chân lên cảng Hải Phòng. Đỗ Đình viết về văn chương và tôn giáo, cả bằng tiếng Pháp lẫn tiếng Việt, cho các tờ tạp chí như *Nam Phong*, *Đông Dương Tạp Chí* và tờ *Cahiers de la Jeunesse*. Tờ *Cahiers de la Jeunesse* do một nhà văn Công giáo là Cung Giũ Nguyên sáng lập, tác phẩm *Le fils de là baleine* (*Con của cá voi*) là một trong những tác phẩm nổi tiếng nhất của nền văn học Pháp ngữ ở Việt Nam. Đỗ Đình là người đầu tiên dịch Gide và ông còn dịch các tác phẩm của nhà thơ và kịch tác gia Paul Claudel. Năm 1939, Đỗ Đình gia nhập quân đội Pháp và ở Pháp cho đến năm 1960, sau đó ông về dạy học ở Huế.[544]

Mặc dù phần lớn những tín đồ Công giáo có học không tham gia vào những nhóm này, nhưng họ quả thực đã tạo ra được một số tác phẩm hư cấu, tác phẩm tôn giáo và những tác phẩm khác đầy sức sống. Trong thời thuộc địa, kịch là một hình thức hư cấu thịnh hành nhất trong văn học Công giáo, đầu thế kỷ XX, kịch bắt đầu phản ánh ảnh hưởng của hình thức kịch nghệ phương Tây. Có khả năng là, phóng tác vở *Tuồng Thương Khó* của Nguyễn Bá Tòng, chấp bút năm 1922 là tác phẩm nổi tiếng nhất. Nguyễn Bá Tòng có cảm hứng sáng tác phiên bản Việt Nam vở *Tuồng Thương Khó* vì lúc đó vở này đang được dựng lại ở Đức và Pháp.[545] Buổi trình diễn đầu tiên, tại đại chủng viện Sài Gòn vào năm 1913, nhân kỷ niệm 50 năm ngày thành lập chủng viện, theo tất cả các báo cáo là rất thành công: ngay cả tờ báo cánh tả *L'Opinion* cũng viết rằng "nhà hát được xây dựng với những thiết bị hiện đại nhất của khoa sân khấu," rằng "sự xa hoa của trang phục hài hòa với khả năng hiếm có của diễn xuất," và rằng bốn ngàn người, nhiều người không phải là Giáo dân, đã đến xem buổi diễn.[546] (*Hình 8*) Thành công của vở diễn này ám chỉ rằng trong thời thuộc

---

[544] Về Đỗ Đình, xin đọc Lê Ngọc Bích, *Nhân vật công giáo Việt Nam*, 175-84. Về quan hệ của ông với Gide, xin đọc Lộc Phương Thủy, *André Gide, đời văn và tác phẩm* (Hà Nội: Nhà Xuất Bản Khoa Học Xã Hội, 2002). Cám ơn Peter Zinoman vì đã chỉ tôi nguồn tài liệu này.

[545] Nguyễn Bá Tòng, *Tuồng thương khó* (Sài Gòn: Imprimerie de la Mission, 1912).

[546] "Le drame de la passion à la Saigon," *Missions Catholiques*, ngày 19/3/1915.

564

địa, kịch khá thịnh hành trong đời sống Công giáo không chỉ vì các nhà văn và dịch giả Công giáo Việt Nam có rất nhiều tác phẩm để họ có thể dựa vào mà còn vì biểu diễn những tác phẩm loại này là biện pháp hữu hiệu nhằm củng cố và truyền bá các thông điệp của tôn giáo.

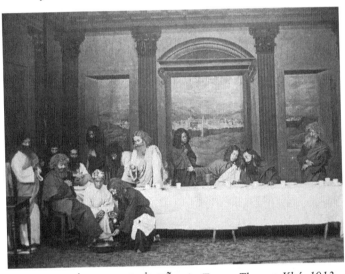

(Hình 8). Bối cảnh từ buổi diễn của Tượng Thương Khó, 1913.
Société des Missions ETrangères de Paris.

Có khả năng là nhà soạn kịch Công giáo năng suất nhất trong giai đoạn thuộc địa là ông Lê Văn Đức, người đóng Jesus trong buổi biểu diễn đầu tiên vở *Tuồng Thương Khó*. Năm 1926, Lê Văn Đức sửa lại bản của Nguyễn Bá Tòng thành vở diễn dài hơn, có cả những bài hát, trong thập niên sau đó vở này được diễn đi diễn lại nhiều lần. Những vở kịch theo tinh thần Công giáo do Lê Văn Đức viết có: Jeanne d'Arc (1924), Vị thánh trẻ của Nazareth (1925), Tiếng Chúa kêu gọi Jeanne d'Arc (1929), tất cả đều là thành phần của Bon Théâtre Moderne, một loạt vở diễn Công giáo thành công ở Sài Gòn trong những năm 1920 và 1930. Sự nghiệp sáng tác các tác phẩm hư cấu của Lê Văn Đức còn vượt xa thành công của ông trong lĩnh vực kịch nghệ. Ngoài các tác phẩm du ký đã nói đến bên trên, Lê Văn Đức còn viết nhiều hài kịch và truyện ngắn về đời sống hiện đại, ông tập trung vào cảnh tượng như anh nhà quê nhập ngũ hay con của một ông quan cổ hủ lấy vợ. Ông còn viết những truyện phiêu lưu ly kỳ, trong đó có cuốn tiểu thuyết về việc tìm kho báu bị chôn giấu.[547] Một nhân vật tương tự, nhưng không thành công và không nổi tiếng bằng là Đinh Văn Sắt, ông này đã sáng tác mấy vở cho Bon Théâtre Moderne. Tương tự như Lê Văn Đức, Đinh Văn Sắt sáng tác hài kịch, một trong số đó là vở về những người say rượu và nói nhiều chuyện nhảm nhí.[548] Linh mục Lê Công Đắc cũng viết kịch về đề tài tôn giáo và hài kịch. Một trong những vở kịch của ông này chế nhạo một nhóm phụ nữ, những người được phong trào thể thao của phụ nữ khích lệ, đã thử đi bộ từ Hà Nội xuống Hải Phòng và ngược lại, nhưng bất thành. Vở kịch của Lê Công Đắc đã làm Tự Lực Văn Đoàn nổi giận, họ đem ông ra giễu cợt trên tờ

---

[547] Lê Văn Đức, *Bốn nói lỗi* (Qui Nhơn: Imprimerie de Qui Nhơn, 1925); *Điền lính* (Qui Nhơn: Imprimerie de Qui Nhơn, 1924); *Công tử bột đi cưới vợ* (Qui Nhơn: Imprimerie de Qui Nhơn, 1930); *Tìm của báu* (Qui Nhơn: Imprimerie de Qui Nhơn, 1930).

[548] Đinh Văn Sát, *Hoàn kim huyết* (Qui Nhơn: Imprimerie de Qui Nhơn, 1925); *Một cha khác mẹ* (Qui Nhơn: Imprimerie de Qui Nhơn, 1925); *Rượu* (Qui Nhơn: Imprimerie de Qui Nhơn, 1932).

Phong Hóa.[549]

Những cuốn tiểu thuyết hiện đại với đề tài Công giáo cũng bắt đầu xuất hiện vào giai đoạn cuối thời kỳ thuộc địa. Một trong số đó là tác phẩm Người tội ác xuất bản năm 1932, với phụ đề "tiểu thuyết tâm lý."[550] Đây rõ ràng là nhái lại *Truyện Thầy Lazarô Phiền*, tác phẩm này nói một người tên là Trần Nghĩa, theo lời ông ta kể lại với vị linh mục ngay trước khi chết. Trần Nghĩa, khai sinh là Phan Thái, là con một gia đình địa chủ ở Quảng Ngãi. Là một học trò giỏi và ngoan đạo, anh rời Quảng Ngãi để vào học trường Ecole Pellerin, nhưng tai họa đã giáng xuống đầu anh khi cha mẹ lần lượt chết ngay sau đó. Vừa đau khổ, vừa bị ép phải bán đất đai của gia đình và rơi dần vào vòng xoáy đi xuống, ăn uống quá nhiều và tiến hành những phi vụ tài chính mờ ám, làm mất rất nhiều tiền của bạn bè. Thay vì trả tiền cho bạn bè, Phan Thái thay tên đổi họ và trốn vào một ngôi chùa, nhưng rồi một đêm anh ta ra đi, mang theo đồ vàng bạc của nhà chùa và đi Nha Trang; một lần nữa anh ta lại thay tên đổi họ và làm việc cho một người là La Galoze. Một hôm, khi cả gia đình La Galoze đi Sài Gòn, Phan Thái đã giết ông này, ăn cắp tiền của ông ta và trốn mất. Trong những năm sau đó, con người có thời là một người ngoan đạo chu du khắp Việt Nam, thường xuyên

---

[549] Lê Công Đắc, *Đại hài kịch tiểu thư đi bộ* (Hà Nội: Đông Tây, 1931). Cám ơn Martina Nguyen vì đã chỉ cho tôi thấy Lê Công Đắc đã cãi nhau với *Phong Hóa*.
[550] Nguyễn Đình, *Người tội ác* (Qui Nhơn: Imprimerie de Qui Nhơn, 1932).

ăn cắp và thay tên đổi họ, cho đến khi anh ta lập gia đình và định cư ở Sài Gòn như một doanh nhân tên là Trần Nghĩa. Nhưng, cuối cùng anh ta quyết định thú tội và bị bắt vào tù. Một nhà buôn khác, là tín đồ Công giáo, nhìn thấy hoàn cảnh tuyệt vọng của Trần Nghĩa và đã có một bài nói gây xúc động, thúc giục anh ta quay lại với đức tin mà mình đã đánh mất. Sau bài nói này, Trần Nghĩa quay về với Công giáo và sống phần còn lại của cuộc đời một cách thanh thản. Cuốn tiểu thuyết kết thúc bằng tang lễ của ông này.

Văn học dành cho thiếu nhi với đề tài tôn giáo cũng bắt đầu xuất hiện trong thời kỳ này. Một tác phẩm thú vị thuộc thể loại này là cuốn tiểu thuyết Hai chị em lưu lạc, xuất bản năm 1931. Câu chuyện bắt đầu ở tỉnh Bình Định, nơi hai đứa trẻ là Maria và André sống cùng cha mẹ tuy nghèo nhưng là những tín đồ Công giáo đức hạnh. Một ngày kia mẹ chúng đi chợ không về, bỏ lại cha chúng trong tình trạng tuyệt vọng hoàn toàn. Gia đình vào Bình Thuận để tìm việc làm. Trên đường đi, lần đầu tiên hai đứa trẻ nhìn thấy một chiếc ô tô và hình ảnh lạ lùng của những người Việt Nam mặc âu phục. Rồi thuyền của họ bị lật và hai đứa trẻ lạc cha. Những chuyến phiêu lưu tiếp sau đó đưa chúng lúc thì đi lên, khi đi xuống, từ Hải Phòng đến Sài Gòn, thậm chí còn sang cả Cambodia và Lào trong một thời gian ngắn nữa. Khắp mọi nơi, các nhà truyền giáo, các vị linh mục, những bà con đồng đạo và sức mạnh của đức tin đã giúp đỡ chúng trong những thời khắc quyết định nhất, trước khi một tín đồ Công giáo nhân từ và giàu có nhận chúng làm con nuôi. Khi độc giả chia tay với Maria và André thì cũng là lúc chàng trai trẻ giành được khá nhiều thành tích trong học tập, còn chị của cậu thì bước vào tu viện.[551]

SỰ VƯƠN LÊN CỦA BÁO CHÍ CÔNG GIÁO

Trong tất cả những hình thức và loại hình sách vở xuất hiện trong đời sống Công giáo thời thuộc địa thì báo chí định kỳ có lẽ là hình thức có ảnh hưởng nhất. Tờ báo quốc ngữ đầu tiên là tờ Gia Định Báo, ra đời năm 1865, là nơi đăng các thông báo của chính quyền thuộc địa và đến cuối thế kỷ ở đây cũng chỉ mới có vài tờ báo. Nhưng sau Thế chiến I, đã có một sự bùng nổ về số lượng và sự đa dạng của các xuất bản phẩm định kỳ ở Việt Nam. Báo chí định kỳ trong giai đoạn cuối thời thuộc địa có tính chất là cởi mở, ngày càng dân chủ hơn, phù phiếm và bị kiểm duyệt một cách gắt gao. Hợp túi tiền và phản ứng nhanh với những vấn đề thời sự trong ngày, xuất bản phẩm định kỳ bung ra khắp nơi nhưng cũng chết rất nhanh vì bị kiểm duyệt hoặc vì thiếu tài trợ hay không có độc giả. Nhưng những tờ sống được lại trở thành phương tiện truyền thông đại chúng lưu hành rộng rãi nhất ở Việt Nam thời thuộc địa. Đến cuối những năm 1930, chín tờ báo quốc ngữ có số phát hành lớn nhất có lượng phát hành là hơn 80. 000 bản mỗi tháng, và dường như số lượng người tiếp xúc với những tờ báo này còn lớn hơn, vì có nhiều người đọc cùng một tờ báo hay đọc ở chỗ công cộng cho những người

---

[551] Pierre Lục, *Hai chị em lưu lạc* (Qui Nhơn: Imprimerie de Qui Nhơn, 1931).

không biết đọc nghe.[552]

Nam Kỳ Địa Phận là tờ báo Công giáo đầu tiên, được xuất bản lần đầu vào năm 1908. Đến năm 1945 có hơn 20 tờ báo như thế được xuất bản. Tương tự như nhiều thay đổi trong đời sống Công giáo thời thuộc địa, việc truyền bá báo chí Công giáo có xuất xứ từ sáng kiến của các nhà truyền giáo, nhưng báo chí đã có đời sống riêng của mình. Xung lực ban đầu cho việc hình thành tờ Nam Kỳ Địa Phận xuất phát từ các nhà truyền giáo, các vị này rất muốn che chắn tín đồ Công giáo khỏi làn sóng cách mạng đang lan tràn trên toàn cõi Việt Nam vào năm 1908. Năm đó, giám mục Sài Gòn viết: "Nhân dân tất cả các dân tộc Á châu dường như muốn cùng đứng lên chống lại người cai trị châu Âu xa lạ. Một giai đoạn mới của lịch sử đang mở ra cho châu Á… tiếng thét căm hờn 'Đả đảo Công giáo!' được thay bằng 'Đả đảo châu Âu!'" Vị giám mục này báo cáo rằng đã nhìn thấy những cuốn sách mỏng kêu gọi Giáo dân tham gia cuộc đấu tranh phản đế và ông đã tìm cách lấy lửa để dập lửa: "Như những phương tiện tuyên truyền mới," ông viết, "chúng tôi dự định… xuất bản một tờ tuần báo bằng tiếng Việt nhằm cung cấp cho các tín đồ Công giáo lời khuyên phù hợp với mọi hoàn cảnh, nhằm giúp họ biết nhau và tập hợp lại để có thể sử dụng tốt hơn sức mạnh của họ nhằm thúc đẩy quyền lợi cả trong lĩnh vực tinh thần lẫn thế tục của họ."[553]

---

[552] Marr, *Vietnamese Tradition on Trial,* 47.
[553] Báo cáo hàng năm của giáo phận Tây Nam Kỳ, 1908, MEP.

Cách lập luận như thế đã khuyến khích nhiều tờ báo Công giáo viết bằng quốc ngữ giai đoạn đầu, tất cả những tờ báo như thế đều phải được nhà truyền giáo cho phép và giám sát thì mới được hoạt động. Năm 1921, một nhà truyền giáo của MEP xin phép ra tờ báo quốc ngữ lấy tên là Lời Thăm ở Qui Nhơn. Ông Pierre Pasquier, tổng đốc Trung Kỳ và sẽ là toàn quyền trong tương lai viết rằng tờ báo này "hi vọng sẽ đưa một số linh mục bản xứ – những người đã giành được quyền lực đáng kể trong khu vực của họ và thể hiện sự độc lập quá mức trước các bề trên người Pháp cũng như trước các nhà chức trách Pháp nói chung – quay lại với những tình cảm trung thành hơn."[554] Ba năm sau, theo khuyến nghị của Công sứ Tòa thánh, các nhà chức trách của MEP thành lập tờ báo quốc ngữ đầu tiên ở Bắc Kỳ, tờ Trung Hòa Nhật Báo, nhằm "cảnh báo độc giả của nó… về những chủ chăn không tốt."[555] Các tư duy như thế không chỉ là phản ứng trước tình hình chính trị và tôn giáo ở Việt Nam, mà còn phản ánh những cố gắng có phối hợp ở cấp lãnh đạo cao nhất của Giáo hội nhằm đấu tranh với nền báo chí bình dân đang gia tăng, bằng cách khuyến khích các tờ báo Công giáo "tốt" và đè nén những tờ báo tiến bộ.[556]

---

[554] RSA cho GGI, ngày 14/12/1921, GGI 65411, ANOM.

[555] Gustave Lebourdais, "Programme du Trung Hoa," tài liệu không có ngày (nhân ở MEP seminary tại Paris, ngày 28/8/1923), Correspondance Lebourdais, MEP.

[556] Nicholas Atkin và Frank Tallett, *Priests, Prelates and Peoples: A History of European Catholicism since 1750* (Oxford: Oxford University Press, 2003), 163.

Không có gì ngạc nhiên là những người Việt Nam bị lôi cuốn vào trong thế giới báo chí Công giáo vừa mới hình thành còn có những động cơ phức tạp hơn. Chắc chắn là một số người chia sẻ quan điểm của bề trên của họ. Linh mục Lucas Lý, người viết nhiều cho tờ Sacerdos Indosinensis, khẳng định rằng báo chí là yếu tố cần thiết không chỉ cho việc động viên các tín đồ Công giáo tại gia đóng góp nhiều hơn cho Giáo hội của họ mà còn che chắn cho họ khỏi làn sóng của "chủ nghĩa vật chất, chủ nghĩa cộng sản, chủ nghĩa bài giáo sĩ, nói tắt là hầu hết các tà thuyết ngôn cuồng bậy bạ" trong cái thế giới mà cải đạo trở thành khó khăn hơn bao giờ hết. Nguyễn Cang Thường khẳng định rằng báo chí cần cho việc giữ gìn đức hạnh của những người theo đạo, cho việc truyền bá ngôn từ của Chúa cho những người chưa cải đạo, cho hành động như là cơ quan có ảnh hưởng nhằm bảo vệ quyền lợi của tín đồ Công giáo, cho việc bảo vệ Giáo hội trong những cuộc tranh luận trong lĩnh vực báo chí đầy sức sống của Bắc Kỳ, trong đó thường có những lời phê phán các đoàn truyền giáo và Công giáo nói chung.[557] Nguyễn Hưng Thi, nhiều năm sống ở châu Âu đã tạo cho tư duy của ông này giọng điệu sùng bái Giáo hoàng, khẳng định rằng báo chí phải giúp các tín đồ Công giáo tại gia nhận thức rõ hơn tư tưởng của Giáo hoàn[558] Một vị linh mục viết trên tờ Sacerdos Indosinensis:

[557] Nguyễn Cang Thường, "Báo chí công giáo và các nhà viết báo chí công giáo," *CGĐT*, ngày 11/11, 27/11 và 4/12 năm 1930.
[558] Đông Bích [Nguyễn Hưng Thi], "Người công giáo với báo công giáo," *THNB*, ngày 14/4/1936.

"Hãy có lòng tốt với báo chí công giáo, hãy coi nó là của ta, là chân tay ta, hãy hy sinh vì nó, hãy tán trợ cho nó, hãy cổ động cho nó, thì rồi ta sẽ thấy cái kết quả vẻ vang cho gia đình công giáo ta, vẻ vang cho Chúa chúng ta vậy."[559]

Nhưng những tín đồ Công giáo khác lại nghĩ nhiều hơn về báo chí như là phương tiện nhằm giải quyết những căng thẳng và hiểu lầm, tức là những tác nhân có vai trò thường xuyên trong việc định hình quan hệ giữa Công giáo với những thành phần khác trong xã hội. Năm 1927, Hồ Ngọc Cẩn viết rằng tờ Công Giáo Đồng Thinh, xuất bản hai lần một tuần ở Sài Gòn, sẽ giúp truyền đạt thông tin trong cộng đoàn.[560] Tương tự như thế, Nguyễn Bá Chính, tổng biên tập người Việt đầu tiên của tờ Trung Hòa Nhật Báo, hi vọng rằng tờ báo này có thể "xóa bỏ những mối nghi ngờ vô căn cứ về tín đồ Công giáo, những người thường được mô tả, theo nhiều cách khác nhau, như những kẻ phản bội tại quốc gia này."[561] Những người cầm bút như thế cảm thấy rằng cần phải nuôi dưỡng quan hệ với người không theo Công giáo. "Người không theo đạo Thiên Chúa có nên đọc báo Công Giáo Đồng Thinh không?" tác giả bài xã luận trên tờ Công Giáo Đồng Thinh hỏi như thế. Tác giả này hi vọng rằng tờ báo sẽ giúp người không theo Công giáo hiểu biết nhiều về đời sống, về đức tin và tư tưởng Công giáo, và

---

[559] Pierre Vũ Lai, "Vị linh mục đối với báo chí công giáo," *Sacerdos Indosinensis*, ngày 15/6/1940.
[560] Hồ Ngọc Cẩn, "Công giáo đồng thinh nghĩa là gì?," *CGĐT*, ngày 16/11/1927.
[561] Nguyễn Bá Chính cho giám đốc nội các chính phủ của GGI ngày 12/1/1932, GGI 65410, ANOM.

bằng cách đó giúp xã hội tái lập sự cân bằng thích hợp khi để cho một trong những tôn giáo của nó lần đầu tiên được hiện diện trong đời sống công cộng như chính nó vốn thế.[562]

Những quan điểm trái ngược nhau lớn như thế – báo chí như là lực lượng bảo vệ hay là cầu nối – thể hiện đúng hai loại báo chí chính trong nền báo chí Công giáo viết bằng quốc ngữ trong thời thuộc địa. Các tờ Nam Kỳ Địa Phận và Lời Thăm được thành lập với sự tham gia tích cực của MEP, giống những bản tin tôn giáo hơn là tờ báo. Phần lớn nội dung của hai tờ báo này là những câu chuyện trong Kinh Thánh, những cuốn vỡ lòng về đức dục đăng thành nhiều kỳ, lịch sử Công giáo và truyện hư cấu và tiểu luận về đời sống Công giáo, cáo phó các vị linh mục và những tín đồ Công giáo lỗi lạc khác, tin tức của thế giới Công giáo cũng như tin tức lấy từ báo chí Công giáo của Pháp và tin từ các cơ quan của chính quyền thuộc địa. Những ấn phẩm này, đặc biệt là tờ Nam Kỳ Địa Phận, đã có ảnh hưởng rất lớn mặc dù chủ yếu tập trung vào các chủ đề tôn giáo, chúng cung cấp cho các tín đồ Công giáo một loạt tác phẩm khác nhau của những người cầm bút tôn giáo về những chủ đề như thần học, tri thức và văn học với giả cả phải chăng hơn hẳn những phương tiện truyền thông đại chúng khác. Trong giai đoạn thuộc địa, các tờ tin tôn giáo là những tờ báo được tín đồ Công giáo thường xuyên mua hơn; trong

---

[562] Cẩm Sơn, "Người không theo đạo thiên chúa giáo có nên đọc báo Công Giáo Đồng Thinh không?," *CGĐT*, ngày 17/11/1927.

khi các cuốn sách và những cuốn sách mỏng thường chỉ được in mỗi lần mấy trăm cho đến vài ngàn thì báo tuần hay báo bán nguyệt san thường có số lượng in từ một đến bốn ngàn bản, nguyệt san thường có số lượng in từ năm trăm đến hai ngàn bản. Trong những năm 1930, tức là thập kỷ có tới khoảng mười lăm tờ báo hay tạp chí Công giáo khác nhau, hàng chục ngàn tờ báo Công giáo được phát hành mỗi tháng và chúng thường được các nhóm đọc to cho nhau nghe hoặc người này đọc xong thì chuyền cho người kia. Mô hình của tờ Nam Kỳ Địa Phận vẫn là mô hình giữ thế thượng phong trong suốt thời kỳ thuộc địa: trong số hơn hai mươi tờ báo và tạp chí Công giáo xuất bản từ năm 1908 đến năm 1954 chỉ có vài tờ lệch ra khỏi đường hướng của nó một cách đáng kể mà thôi.

Trong số đó, quan trọng nhất là hai tờ Trung Hòa Nhật Báo, xuất bản ở Hà Nội từ năm 1923 đến năm 1945 và tờ Công Giáo Đồng Thinh, xuất bản ở Sài Gòn từ năm 1927 đến năm 1937, đã nhắc đến bên trên. Phản ảnh niềm tin của các biên tập viên đáng kính của hai tờ báo này rằng báo chí Công giáo phải trở thành cầu nối giữa các tín đồ Công giáo và những thành phần khác trong xã hội, hai ấn phẩm này đi theo mô hình của những tờ báo hiện đại vừa xuất hiện ở Việt Nam trong giai đoạn đó. Khác với những tờ tin tôn giáo, hai tờ báo này tường trình và thảo luận về tin tức trong ngày, cả trong những bản tin ngắn lẫn trong những bài xã luận dài. Chúng phản ánh sự ràng buộc thực sự với nhiều vấn đề đang được những người Việt Nam có học trong giai đoạn này bàn thảo, thí dụ như những thách thức của nền giáo dục phương Tây, khoa học và đạo đức, phụ nữ và tính chất đang thay đổi của gia đình, nghèo đói và những vấn đề khác ở vùng nông thôn, quan hệ giai cấp và quan hệ sắc tộc, truyền thống và văn hóa dân tộc và những hình thức mới của văn chương và thi ca. Trung Hòa Nhật Báo là tờ có ảnh hưởng đặc biệt. Tờ báo này xuất bản ở Hà Nội, nhiều tín đồ Công giáo Bắc Kỳ dễ dàng mua được và nó có vai trò quan trọng trong lĩnh vực báo chí ở Hà Nội, cho đến những năm 1930 báo chí ở đây vẫn còn tương đối hạn chế. Trung Hòa Nhật Báo bán được bốn ngàn bản một tháng trên toàn cõi Việt Nam.[563]

Thành lập ở Sài Gòn sau Trung Hòa Nhật Báo ba năm, Công Giáo Đồng Thinh đi theo mô hình của tờ báo Công giáo tham gia vào những vấn đề và những cuộc tranh luận xã hội. Trong bức thư gửi độc giả đăng trên số đầu tiên, tổng biên tập Đoàn Kim Hương mô tả tờ báo này như "cơ quan xã hội ta". Ông Hương viết rằng vì cuộc đời là một cuộc đấu tranh không ngừng nghỉ nhằm cải thiện điều kiện kinh tế và điều kiện xã hội cho nên mục đích của tờ báo mới là "tranh cường cho nhơn lại bình yên thơi thới, tranh cường cho Việt Nam tấn bộ, tranh cường cho thương mãi mở mang, tranh cường cho kỹ nghệ hưng phát, tranh cường cho canh nông thịnh hanh." Tầm nhìn này là do ảnh hưởng mạnh mẽ của Trung Hòa Nhật Báo; ông nhận xét: "Nội Nam – Kỳ và Trung – Kỳ... chỉ có tờ "Công Giáo" này là

---

[563] Báo cáo hàng năm của Sûreté, tháng 7 năm 1927 cho đến tháng 7 năm 1928, tài liệu không có ngày, GGI 65470, ANOM.

tờ báo thứ nhứt vừa thông tin tức thời sự, vừa lại thông diễn các việc của Hội Công Giáo hội làm trong xứ ta." Hương mường tượng tờ báo của ông là tờ báo tận tụy với quyền lợi của xã hội và hoan nghênh sự tham gia của độc giả, mặc dù ông nhận trách nhiệm về "những điều tôi sẽ nói cùng những việc tôi sẽ làm." Đến những năm cuối 1920, những bài tường thuật và trên tờ Công Giáo Đồng Thinh và đóng góp của nó vào những cuộc tranh luận xã hội, văn hóa và chính trị đã làm cho tờ báo này trở thành thành phần tích cực trong lĩnh vực báo chí đầy sức sống ở Sài Gòn.

Hai ấn phẩm này là khởi đầu quan trọng cho nền báo chí Công giáo, và chúng đã bị các nhà truyền giáo và các quan chức thuộc địa để ý. Ban đầu ảnh hưởng của MEP đối với Trung Hòa Nhật Báo là khá hạn chế; như giám mục Hà Nội ghi nhận: "Tôi hầu như hoàn toàn không đọc bài trên tờ báo này vì không có thì giờ và không hiểu ngôn ngữ đã hiện đại hóa." Ông này còn nhận xét rằng trong khi "tờ tạp chí này không nhận được bất kỳ sự trợ cấp nào… nhưng điều đó không ảnh hưởng tới thành công của nó trên thị trường. Việc giám sát còn thiếu sót… đáng tiếc theo quan điểm của những cố gắng nhằm khắc phục vấn đề."[564] Nhưng đến năm 1930, thì việc này rõ ràng là đã thay đổi; Nguyễn Bá Chính, tổng biên tập tờ Trung Hòa Nhật Báo từ ngày thành lập, rời tòa soạn vào năm 1932 vì ảnh hưởng của nhà truyền giáo lúc này dường như đã quá lớn. "Trong số các nhà truyền

---

[564] Gendreau cho de Guébriant, ngày 18/1/1925, Correspondance Gendreau, MEP.

giáo," ông viết, "có một số người có hiểu biết không thích đáng về tình hình chính trị ở đất nước này và vì vậy mà một số người đã biến tờ Trung Hòa thành tờ tạp chí hoàn toàn có tính tôn giáo."[565] Tờ Công Giáo Đồng Thinh được hưởng lợi từ luật báo chí tự do hơn ở Nam Kỳ, nhưng hoạt động chính trị của một số người trong ban lãnh đạo của nó đã thu hút sự chú ý. Năm 1928, Huỳnh Phúc Yên, một trong các biên tập viên của tờ báo thông báo trên tờ báo này rằng ông ta sẽ thành lập một nhóm gọi là *Việt Nam Thanh Niên Tân Tiến Đảng*, tập trung vào việc cải thiện điều kiện làm việc của cu li, của những người đạp xích lô và những thành phần thấp kém khác ở Sài Gòn thông qua tuyên truyền, tổ chức, tẩy chay, thậm chí là bạo lực. Huỳnh Phúc Yên công bố những bài do nhà báo Diệp Văn Kỳ viết, kêu gọi tiến hành những chương trình đào tạo và thành lập ngân hàng tiết kiệm cho dân nghèo Sài Gòn, việc này đã buộc ông phải rời tòa soạn. [566] Đến cuối những năm 1920 Sở Liêm Phóng tiến hành kiểm duyệt bài của cả hai tờ báo này.[567]

Tính chất của những tờ báo này một lần nữa đặt ra vấn đề ranh giới giữa các cộng đồng trong đời sống trí thức thời thuộc địa. Đấy là câu hỏi về mức độ đóng góp của người

---

[565] Nguyễn Bá Chính cho giám đốc nội các chính phủ của GGI, ngày 12/1/1932, GGI 65410, ANOM.

[566] Xem Philippe Peycam, "Intellectuals and Political Commitment in Vietnam: The Emergence of a Public Sphere in Colonial Saigon (1916-1928)," Luận án tiến sĩ, University of London, School of Oriental and African Studies, 1992, 121.

[567] GGI 65413 và GGI 65414, ANOM.

không theo đạo Công giáo cho hai tờ báo Trung Hòa Nhật Báo và Công Giáo Đồng Thinh hay mức độ đóng góp của tín đồ Công giáo cho những tờ báo không phải của Công giáo? Việc thiếu thông tin về tiểu sử những người viết cho báo chí và tần suất sử dụng bút danh của họ làm ta khó có câu trả lời cho câu hỏi này. Một số tác nhân ám chỉ rằng bản sắc tôn giáo góp phần quyết định trong việc định hình nghề nghiệp của những tín đồ Công giáo viết báo. Các vị linh mục, là những cây viết quan trọng cho báo chí Công giáo, dường như có ít cơ hội và không quan tâm tới việc công bố trên báo chí không Công giáo. Nhiều cây viết là giáo dân Công giáo dường như đã học trong các trường Công giáo, mạng lưới của các trường này có thể đã dẫn họ đến với báo chí Công giáo và chính sách biên tập rộng rãi và cởi mở của Trung Hòa Nhật Báo và Công Giáo Đồng Thinh dường như cũng làm cho những người cầm bút Công giáo quan tâm tới những vấn đề đương đại thấy không có nhu cầu tìm những cơ hội khác.

Kinh nghiệm của những tín đồ Công giáo hoạt động trên báo chí không Công giáo dường như rất khác nhau. Một trong những trí thức có ảnh hưởng nhất ở Nam Kỳ trong giai đoạn chuyển tiếp thế kỷ là một tín đồ Công giáo, đấy là ông Gilbert Trần Chánh Chiếu, từng tốt nghiệp Collège d'Adran. Ông này là một địa chủ giàu có ở Rạch Giá và đã có quốc tịch Pháp. Mối quan tâm của Trần Chánh Chiếu đối với việc cải cách kinh tế và bộ máy hành chính Nam Kỳ đã đưa ông vào ban biên tập của hai tờ báo viết bằng quốc ngữ có nhiều ảnh hưởng là tờ Nông Cổ Mín Đàm và Lục

Tỉnh Tân Văn, nơi ông thường công bố những bài báo chỉ trích chính quyền thuộc địa. Năm 1907 con ông này, lúc đó đang học ở Hồng Công, đã gặp Phan Bội Châu và đã gửi thư của ông cho bố mình lúc đó đang đi Hồng Công để gặp Phan Bội Châu. Khi trở về Sài Gòn, Trần Chánh Chiếu bắt đầu giúp tổ chức đưa sinh viên sang Nhật và dùng những khách sạn của ông ở Mỹ Tho và Sài Gòn làm chỗ chứa chấp các hoạt động phản đế. Tháng 10 năm 1908, Trần Chánh Chiếu bị bắt, nhưng danh tiếng cũng như tư cách công dân Pháp của ông làm cho việc kết án ông trở thành khó khăn, cuối cùng, ông được tuyên trắng án.[568] Nhưng nếu việc tham gia vào những tờ báo không Công giáo góp phần nâng cao tinh thần quốc gia dân tộc của những tín đồ Công giáo như Trần Chánh Chiếu thì nó cũng có thể nhắc người ta về những ranh giới chia cắt cộng đồng. Nhà văn Vũ Bằng nhắc đến một đồng nghiệp của ông ở tạp chí Tiểu Thuyết Thứ Bảy, ông này, khác với những vị đồng nghiệp của mình, cảm thấy không được thoải mái khi trả lời trên báo bức thư của các nhà truyền giáo phê phán một trong những truyện ngắn của ông.[569]

Áp lực từ các nhà truyền giáo bề trên và của nhà đương cục Pháp rõ ràng là có ảnh hưởng đối với hai tờ Trung Hòa Nhật Báo và Công Giáo Đồng Thinh, cạnh tranh từ những tờ báo xuất hiện như nấm trong những năm 1930 cũng tạo

[568] Pierre Brocheux, "Note sur Gilbert Chiếu (1867-1919), citoyen français et patriote vietnamien," *Approches Asie* 11 (1975): 72-81.
[569] Vũ Bằng, *Bốn mươi năm nói láo* (Hà Nội: Nhà Xuất Bản Lao Động, 2008), 182-83.

380

áp lực không kém. Số phát hành của tờ Trung Hòa Nhật Báo giảm mạnh, năm 1927 là bốn ngàn bản, một thập kỷ sau chỉ còn một ngàn rưỡi và dừng lại ở đó cho đến khi đình bản vào năm 1945.[570] Đến năm 1937, tờ Công Giáo Đồng Thinh cũng đóng cửa. Nhưng những tờ báo khác đã xuất hiện nhằm chiếm khoảng trống. Hai tờ có ý nghĩa nhất lại là những tờ báo theo đường lối bảo thủ, nhưng mỗi tờ bảo thủ một cách. Tờ Vì Chúa, xuất bản ở Huế dưới sự lãnh đạo của Nguyễn Văn Thích. Tờ Vì Chúa là tờ báo Công giáo bảo thủ nhất về mặt văn hóa, tờ này thường xuyên cằn nhằn về hoạt động của thanh niên, công nhân, phụ nữ, về công nghệ mới và tất cả những gì hơi có vẻ mới. Tuy nhiên, Vì Chúa là tờ báo uyên bác và nghiêm túc, và các nhà khoa bảng gần đây đã thể hiện sự tin tưởng những cuộc thảo luận rộng rãi lần đầu tiên được tiến hành bằng tiếng Việt về các nhà tư tưởng có nhiều ảnh hưởng ở phương Tây.[571]

Một tờ báo khác, tờ La Croix d'Indochine (sau đổi thành L'Aube Nouvelle) là tờ báo Công giáo lớn duy nhất bằng tiếng Pháp ở Việt Nam mà không nằm dưới sự quản lý của nhà truyền giáo. Tổng biên tập của tờ báo này là ông Nguyễn Hữu Mỹ, từng làm quan và viết lách. Tờ báo này có xuất xứ từ một câu chuyện cười. Trong những năm 1930, khi còn làm quan ở Nam Kỳ, Nguyễn Hữu Mỹ bị dính vào một vụ tham nhũng, đấy là khi ông mua một dãy

---

[570] RST NF 4632, ANOM.
[571] Nguyễn Quang Hưng, "Ảnh hưởng của tư tưởng triết học Kitô giáo tới Việt Nam nửa đầu thế kỷ XX (qua khả cứu báo Vì Chúa)," Nghiên Cứu Tôn Giáo 10 (2007): 25-32.

nhà ở Bến Tre và sử dụng quyền lực của mình để buộc
người ta phá dỡ khu chợ cũ của thành phố và xây chợ mới
bên cạnh dãy nhà của mình, làm cho giá trị của nó tăng lên
đáng kể. Dân chúng phàn nàn với nhà chức trách Pháp,
người Pháp đồng ý đóng cửa khu chợ mới. Nguyễn Hữu
Mỹ bị buộc phải bán khu nhà, dù bị lỗ, tình hình còn tồi tệ
thêm vì ông này không đóng thuế. Những vụ lạm dụng
quyền lực của Nguyễn Hữu Mỹ dường như không chỉ trong
lĩnh vực nhà đất: trong bữa cơm đón tiếp Lê Văn Đức vào
năm 1942, Ngô Đình Thục đã nói với một quan chức Pháp
rằng Nguyễn Hữu Mỹ là "một con quỉ thật sự. Không hài
lòng với biết bao nhiêu bà vợ lẽ của mình, ông ta còn săn
đuổi các xơ làm trong nhà nuôi người già, tìm cách ngủ với
những cô trẻ nhất, đến mức ban đêm họ phải đóng cổng để
tránh sự lùng sục của ông ta. Ông ta đúng là một Giáo dân
kỳ quặc."[572] Việc làm không khôn ngoan của Nguyễn Hữu
Mỹ đã buộc ông ta phải bỏ việc để về Sài Gòn, và ông ta
thành lập tờ báo ở đây. La Croix d'Indochine không bảo
thủ về văn hóa như tờ Vì Chúa, nhưng cực kỳ hữu khuynh
về mặt chính trị, nó tấn công tất cả mọi người bên phái tả,
kể cả chính phủ thuộc địa trong giai đoạn Mặt trận Bình
dân. Nhưng, cũng như nhiều cây viết ở Trung Hòa Nhật
Báo và Công Giáo Đồng Thinh, Nguyễn Hữu Mỹ cũng tìm
tự do ngôn luận từ những ấn bản phẩm do các nhà truyền
giáo lãnh đạo, những ấn bản mà ông ta cho là "thiếu tính
chiến đấu." "Chúng ta cần một cơ quan ngôn luận khác,"

---

[572] GOUCOCH III.60/No2 (3), TTLT II.

ông viết, "một cơ quan động chạm được tới chính phủ và lôi kéo được các giai tầng trí thức, một cơ quan phản ánh, không cần lưỡng lự, ý kiến của thế giới Công giáo Đông Dương, một thế giới đã trở thành quan trọng đến mức có thể đưa tiếng nói của nó vào bản hòa tấu ý kiến công cộng."[573]

Nhưng thậm chí ngay từ đầu những năm 1930, báo chí nói chung vẫn là diễn đàn cho giáo sĩ và các tín đồ Công giáo có học, ở thành phố, mặc dù họ cố gắng làm ngược lại. Một bài trên tờ Công Giáo Đồng Thinh năm 1930 thể hiện sự lo lắng về thói quen đọc sách của tín đồ Công giáo bình thường: "Chúng ta vào một nhà công giáo ở thôn quê, thời thấy trên bàn phần nhiều chỉ có một cuốn lịch... Một một họ chỉ có vài nhà thêm được cuốn Ê – Vang, một cuốn sách của Bonne Presse, vài số của tờ Nam Kỳ Địa Phận, Lời Thăm, và Công Giáo Đồng Thinh." Hơn thế nữa, những tín đồ Công giáo có đọc sách báo đó chưa chắc đã đọc những thứ có ích: tác giả lo lắng nhận thấy những tác phẩm hư cấu đang thịnh hành trong gia đình các tín đồ Công giáo và ông ta nhận xét rằng một vài thanh niên Công giáo thậm chí không biết đến sự tồn tại của báo chí Công giáo.[574] Sau những cuộc nổi dậy của nông dân trong những năm 1930 và 1931 mối lo này thậm chí còn lớn hơn, bóng ma của một kiểu hoạt động chính trị mới của quần chúng làm cho nhiều

---

[573] Nguyễn Hữu Mỹ, "Notre raison d'être, notre programme et notre but," *La Croix d'Indochine*, ngày 5/1/1936.
[574] Nguyễn Cang Thường, "Báo chí công giáo và các nhà viết báo chí công giáo," *CGĐT*, những ngày 20/11, 27/11 và 4/12 năm 1930.

tín đồ Công giáo cảm thấy bất an. Đối với tác giả này và một số người khác, những khó khăn mới xuất hiện trong xã hội và căng thẳng chính trị trong những năm 1930 tạo ra nhu cầu sử dụng in ấn nhằm khẳng định vai trò của Giáo hội trong những giai đoạn thử thách rất giống với, như một vị linh mục Việt Nam khẳng định, vai trò của Giáo hội Pháp trong thế kỷ XIX. [575] Quan điểm này không phải là đơn độc – phần lớn các tín đồ Công giáo Việt Nam có suy nghĩ như thế đều bị ảnh hưởng bởi cố gắng của Vatican nhằm gia tăng số người biết đọc biết viết và làm sống lại hoạt động của các hội đoàn Công giáo nhằm ngăn chặn sự cám dỗ của cánh tả.

Như vậy là, những năm 1930 đã chứng kiến sự bành trướng đáng kể của sách báo Công giáo bằng hai biện pháp chính. Một số ấn phẩm mới chuyển hướng do nội dung thì ít mà bằng yếu tố địa lý và xã hội thì nhiều. Đáng kể nhất là tờ Đa Minh Bán Nguyệt San của dòng Đa Minh in ở Nam Định từ năm 1939 đến năm 1943 và tờ nguyệt san Đức Bà Hằng Cứu Giúp của dòng Chúa Cứu Thế in ở Hà Nội, nhưng lại được phân phối rộng rãi ở Huế, nơi dòng Chúa Cứu Thế cũng hoạt động khá tích cực. Những tờ báo này, về nội dung, tương tự như tờ Nam Kỳ Địa Phận, trong những năm 1920 được phân phối rộng rãi trong các cộng đồng nông thôn ở Trung và Bắc Kỳ hơn bất kỳ tờ báo Công

[575] Lucas Lý, "Bức gương nhiệt thành đối với báo chương công giáo," *Sacerdos Indosinensis*, ngày 15/4/1930.

giáo nào khác.[576] Năm 1938, tức là đúng một năm sau khi thành lập, tờ Đức Bà Hằng Cứu Giúp có số phát hành lớn hơn bất kỳ ấn phẩm nào từng giữ thế thượng phong trong làng báo chí Công giáo viết bằng quốc ngữ trong những năm 1920.[577] Những tờ báo này, cùng với những tờ báo của MEP đặt cơ sở ở bên ngoài Hà Nội hay Sài Gòn (tương tự như tờ Đường Ngay ở Vinh), đã giúp lan truyền sách báo vào vùng nông thôn. Nhưng những tờ báo khác – rõ nhất là những tờ gắn bó với những hiệp hội thanh niên và công nhân xuất hiện trong những năm 1930 – thể hiện những biến đổi quan trọng trong tổ chức đời sống Công giáo. Phần lớn là báo ra hàng tháng và hiếm khi dày quá chục trang, vì vậy mà không đắt. Nội dung thì đủ cả: lịch sử Công giáo, các bài tiểu luận về đạo đức, những câu chuyện Kinh thánh để mua vui, câu đố, trò chơi, bài hát và tin tức Công giáo thế giới, cũng như những bài tường thuật về hoạt động của hiệp hội của các xơ ở Việt Nam, trong đó có tin tức về quá trình hình thành những tăng hội mới và kết nạp thành viên mới. Trong những năm 1930, xuất hiện mấy tờ tạp chí dành cho thanh niên nói chung, như tờ Hy Vọng, xuất bản ở Hải Phòng từ năm 1937 đến năm 1944 và tờ Bạn Thiếu Niên, xuất bản ở Phát Diệm từ năm 1937 đến năm 1939. Một số tờ báo Công giáo còn xuất bản các phụ chương dành cho thanh niên.

---

[576] Có thể đánh giá qua danh sách những người đặt mua báo mà báo chí ra định kỳ thường xuyên công bố.

[577] Xem số lượng phát hành các ấn phẩm công giáo trên tờ *Sacerdos Indosinensis*, ngày 15/3/1939.

Mặc dù những tờ báo Công giáo này ban đầu chỉ là những tờ tin tôn giáo hay dành riêng cho những hiệp hội tôn giáo, nhưng tinh thần hoạt động và tham gia trong những năm 1930 đã chuyển hóa được những loại hình này. Càng ngày các tác giả và biên tập viên của những tờ báo Công giáo càng tìm cách trả lời câu hỏi mà từ năm 1930 Nguyễn Đình Hiến đã đặt ra trong một cuốn sách mỏng: "Công giáo có ích gì không?"[578] Mặc dù Trung Hòa Nhật Báo và Công Giáo Đồng Thinh đã phai tàn hoặc biến mất hoàn toàn, những tờ còn lại và những tờ mới xuất hiện thay thế cho chúng đã tiến đến gần hơn nhằm hoàn thành vai trò của ban biên tập của chúng. Thực vậy, mặc dù phần lớn số báo của tờ Nam Kỳ Địa Phận từ năm 1910 trở đi đều là những bài viết về đạo đức, hành vi của cá nhân, chuyện Kinh Thánh và những vấn đề tương tự, nhưng đến cuối những năm 1930 những bài về hệ thống chính trị và hệ tương tưởng, tổ chức thanh niên Công giáo và tính chất đang thay đổi trong việc làm và gia đình cũng đã xuất hiện. Phần nhiều, dĩ nhiên là phản ánh thứ tự ưu tiên đang thay đổi của nhóm người viết đa dạng hơn, trong đó dường như có giáo sĩ có học thức trẻ hay các trí thức ở thành phố. Không có gì ngạc nhiên là điều này đặc biệt đúng đối với báo chí của thanh niên, công nhân và các hiệp hội của nông dân, những tờ báo chứa đựng nhiều nội dung độc đáo nhắm tới các thành viên hiệp hội như cảnh nghèo đói ở nông thôn, ảnh hưởng của việc làm trong công nghiệp đối với cá

[578] Nguyễn Đình Hiển, *Công giáo ích gì không?* (Qui Nhơn: Imprimerie de Qui Nhơn, 1930).

nhân và quan hệ giữa các giai cấp. Những nguồn cung cấp nội dung mới còn giúp mở rộng trọng tâm chú ý của những bản tin tôn giáo. Trong khi những tờ báo Công giáo viết bằng quốc ngữ ra trước đây đăng lại nhiều bài từ báo chí thuộc địa thì các tờ tạp chí của MEP và các ấn phẩm Công giáo Pháp, thì đến những năm 1930 báo chí Công giáo viết bằng quốc ngữ ngày càng đăng lại nhiều nội dung từ các cơ quan báo chí Công giáo quốc tế, như Bulletin des Missions, xuất bản ở Bỉ. Tờ Bulletin des Missions tiến bộ hơn hẳn các ấn phẩm của MEP, tờ này thường xuyên đăng những bài làm cho các nhà truyền giáo và các quan chức thuộc địa tức giận. Báo chí quốc ngữ còn đăng lại các bài lấy từ Fides, cơ quan thông tấn của Bộ truyền giáo, được thành lập năm 1927. Cơ quan này coi những vấn đề xã hội trong thế giới Công giáo và sự phát triển các Giáo hội độc lập ở các khu vực là tiêu điểm quan trọng của sứ mệnh của họ.

Đến cuối những năm 1930, vị trí của sách báo trong đời sống Công giáo ở Việt Nam đã khác hoàn toàn so với hai thế hệ trước đó. Trong những năm 1860 và 1870, sách báo là đặc quyền của những tín đồ Công giáo tinh hoa và giáo sĩ, những người chủ yếu đọc các tác phẩm viết về thần học hay sách tôn giáo. Đến những năm 1930, số tín đồ Công giáo bình thường biết đọc biết viết ngày càng gia tăng, những người này có thể đọc về những sự kiện xảy ra bên ngoài làng xã của mình và những loại sách báo nằm bên ngoài thế giới của thờ phụng và lễ nghi. Thực vậy, ngay cả những tờ tin của những giáo phận nhỏ nhất bây giờ cũng đăng tin trong nước, trong mục như Tin Tức Gần Xa và tin tức quốc tế, trong mục như Thế Giới Thời Sự. Tin tức Công giáo cũng thế, đấy là những tin tức trong mục Trong Các Địa Phận, nói về tin tức ở Việt Nam rồi đến tin tức về những vùng xa xôi như Nga, Mexico và Mỹ. Nhưng trong giai đoạn cuối thời thuộc địa sách báo chỉ là một trong nhiều phương tiện giúp mở rộng chân trời cho tín đồ Công giáo Việt Nam mà thôi. Khi cơ cấu kinh tế thuộc địa và các thiết chế Công giáo toàn cầu cũng như các trào lưu văn hóa xâm nhập sâu hơn vào đời sống Công giáo Việt Nam thì những hình thức vận động, hiệp hội, hành hương và trải nghiệm nghi lễ mới bắt đầu làm cho cả dân tộc cũng như thế giới ngày càng trở thành vấn đề trung tâm của ý thức Công giáo Việt Nam.

5

Những trải nghiệm
của Giáo hội địa phương

Ngày 22 tháng 7 năm 1939, ba thanh niên Công giáo Việt Nam xuống tàu ở Hải Phòng đi Rome. Cùng với những người thanh niên Công giáo từ hơn 40 quốc gia khác, họ sẽ là những người đại diện cho quốc gia của mình trong cuộc họp mặt của tổ chức Thanh Niên Lao Động Công Giáo– một tổ chức toàn có nhiệm vụ động viên những tín đồ Công giáo trẻ tuổi nhằm đối đầu với những thách thức của lao động trong lĩnh vực công nghiệp và suy thoái kinh tế – được tổ chức lần đầu tiên trên thế giới.[579] Tổ chức Thanh Niên Lao Động Công Giáo ở Việt Nam gia tăng liên tục ngay từ đầu những năm 1930, và cho đến khi ba chàng trai này lên đường đi Rome thì các chi nhánh đã hiện diện tại nhiều thành phố và ở những trung tâm Công giáo là Phát Diệm và Bùi Chu. Từ năm 1936, các chi nhánh

---

[579] "Ba đại biểu thanh niên lao động Việt Nam đã xuống tầu đi Rome," *THNB*, ngày 29/7/1939.

này và những hiệp hội thanh niên khác trên toàn cõi Việt Nam đã tiến hành hội nghị ba lần rồi. Lần đầu tiên, năm 1936, có từ năm tới sáu ngàn người tham gia, nhiều đến mức Thánh Lễ Đại Triều do Giám mục làm chủ lễ trong buổi tối đầu tiên được tổ chức trên cánh đồng gọi là bảy mẫu ở bên ngoài thành phố, nơi hàng ngàn tín đồ Công giáo đã chết trong những năm 1880. Sự kiện này được tổ chức cùng với những buổi họp mặt dành cho sinh viên, công nhân và thanh niên nông thôn nhằm thảo luận về những tiến bộ trong các hiệp hội của họ, nhưng trong buổi kiệu rước Thánh Thể thì tất cả mọi người cùng nhau đi, tay vẫy những lá cờ. [580] Một số người tham gia nhớ lại rằng đấy không chỉ là trải nghiệm tâm linh mà còn là thời khắc xóa bỏ mọi biên giới xã hội và khác biệt vùng miền. Đối với một người, sự kiện này chứng tỏ rằng "người đạo Công giáo tuy thuộc về nhiều giai cấp, tuy khác tỉnh khác nơi, kể rốt cõi Nam người cõi Bắc."Một người khác thì hi vọng rằng sự kiện này khuyến khích sự đoàn kết của các tín đồ Công giáo không chỉ trong đời sống tôn giáo mà còn cả trong các lĩnh vực văn hóa và chính trị nữa. [581]

Đối với các tín đồ Công giáo Việt Nam, tương tự như mấy người này, và đối với nhiều người trong thời thuộc địa, trải nghiệm mới về cộng đồng tôn giáo dân tộc là không thể tách khỏi những mối liên kết với Công giáo toàn.

---

[580] Hầu như toàn bộ số ra tháng 11 năm 1936 của tờ *Nam Thanh Công Giáo* là để nói về hội nghị này.
[581] Lucas Lý, "Cảm tưởng về hội nghị thanh niên công giáo Bắc Kỳ," *NTCG*, tháng 11 năm 1936.

Trong nửa đầu thế kỷ XX, các tín đồ Công giáo Việt Nam đã phát triển được ý thức mạnh mẽ hơn và sống động hơn về cộng đồng tôn giáo rộng hơn xứ đạo, giáo phận hay khu vực. Những cơ cấu hành chính và kinh tế mới xuất hiện tạo ra những làn sóng di cư và đô thị hóa, đưa người Công giáo vào những cộng đồng mới, trong khi sự bành trướng cơ sở hạ tầng như đường xá, đường xe lửa, và tàu thủy lại đưa người Công giáo trên khắp cả nước vào những cuộc hành hương mà trước đây chỉ diễn ra trong từng khu vực hay vùng miền mà thôi. Ý thức đang gia tăng về cộng đồng tôn giáo dân tộc còn là sản phẩm của những trào lưu trong Giáo hội Công giáo toàn, những trào lưu đã đem những hình thức hiệp hội và lễ hội mới vào đời sống Công giáo Việt Nam, giúp liên kết một cách chặt chẽ hơn Giáo hội Công giáo mới hình thành này với các nền văn hóa vào mạng lưới thiết chế Công giáo trên toàn thế giới. Cuối thời thuộc địa, trải nghiệm của các tín đồ Công giáo Việt Nam vừa có tính dân tộc vừa có tính toàn hơn bao giờ hết.

DI CƯ, ĐÔ THỊ HÓA VÀ NHỮNG CỘNG ĐỒNG CÔNG GIÁO MỚI

Mặc dù làng đạo thường bị người ta mô tả một cách sai lệch như là một thế giới khép kín, trên thực tế, trong thời thuộc địa việc di cư của các tín đồ Công giáo là hiện tượng phổ biến. Người ta chuyển đến nơi ở mới trong một thời gian hay vĩnh viễn, là do nhu cầu hay ước muốn, nhằm tìm việc làm, chạy trốn cảnh đói nghèo hay thiên tai hoặc đơn giản là để xây dựng cuộc sống mới. Nền kinh tế thuộc địa tạo cơ hội cho người ta di chuyển và đôi khi buộc họ phải di chuyển, còn những thay đổi về cơ sở hạ tầng như những con đường mới, xe lửa, tàu thủy làm cho những chuyến đi xa trở thành dễ dàng hơn. Các nhà sử học khó hiểu được vấn đề di dân trong giai đoạn và khu vực đó: nhà nước thuộc địa chỉ kiểm soát nó một cách có giới hạn và các nhà truyền giáo là những người duy nhất để lại những bản tường trình ấn tượng nhất. Trong thời thuộc địa, những người tới rồi đi hay những người tới và không bao giờ trở lại – để lại ít vết tích, tín đồ Công giáo không phải là ngoại lệ. Tuy nhiên, đối với các tín đồ Công giáo thì rõ ràng là mạng lưới của Giáo hội đã có vai trò quan trọng trong việc định hình hiện tượng di cư.

Mạng lưới truyền giáo và sự đàn áp thường xuyên của nhà nước có nghĩa là việc di cư của các tín đồ Công giáo đã diễn ra trước thời thuộc địa từ khá lâu rồi, và mạng lưới này vẫn tiếp tục có vai trò quan trọng trong thời thuộc Pháp. Các tín đồ Công giáo Việt Nam đã di cư đến gần Siam (Thái Lan) ngay từ thế kỷ XVII, đấy là khi các nhà truyền giáo đưa hàng trăm gia đình tới để củng cố giáo phận ở đây. Trong nửa đầu thế kỷ XIX, Thái Lan cũng là điểm đến của nhiều tín đồ Công giáo chạy trốn những vụ đàn áp của triều đình nhà Nguyễn, một số người còn tới đây vì là tù binh của Thái Lan trong những cuộc đụng độ với Việt Nam trong những năm 1830 và 1840 [582] Trong những năm 1750,

---

[582] Xem Christopher Goscha, *Thailand and the Southeast Asian Networks of the Vietnamese Revolution, 1885-1954* (Richmond, UK:

khi xảy ra làn sóng bạo lực chống lại giáo dân ở miền Trung Việt Nam, nhiều người đã chạy vào Nam Kỳ vì ở đây có thái độ bao dung hơn [583]

Trong thời thuộc địa, lao động chứ không phải đàn áp là nguyên nhân đầu tiên làm cho các tín đồ Công giáo đi từ địa phương này tới địa phương khác. Phần lớn các cuộc di dân trong thời gian này là từ Bắc và Trung Kỳ vào Nam Kỳ, nhưng trong những năm đầu thời thuộc Pháp các nhà truyền giáo lại quan sát thấy hiện tượng ngược lại. Năm 1891, giám mục Sài Gòn ghi nhận rằng một nhà truyền giáo ở Hà Nội đã gặp "một đoàn hai trăm tín đồ Công giáo Sài Gòn, phần lớn là nhân viên của chính phủ. Còn bao nhiêu người nữa tản mác trong các tòa công sứ ở Trung và Bắc Kỳ, không có cách nào biết được!"[584] Những tín đồ Công giáo này là những viên chức được Pháp đào tạo ở Nam Kỳ – nơi có những ngôi trường thuộc địa tốt hơn – đi ra nhận chức vụ ở Trung và Bắc Kỳ. Pháp còn đưa người Việt Nam sang giữ các chức vụ ở Lào và Cambodia nữa, các tín đồ Công giáo cũng nằm trong số đó: năm 1867, khi vua Norodom thiết lập thủ đô mới ở Phnom Penh, ngài đã để ra một khoảnh đất nhằm trợ giúp cộng đồng nhỏ bé người Công giáo Việt Nam trong thành phố này, hầu như chắc

---

Curzon Press, 1999), 14-16, 38-39, 70-71, 325-26.
[583] Choi Byung Wook, *Southern Vietnam under the Reign of Minh Mạng (1820-1841): Central Policies and Local Response* (Ithaca, NY: Cornell University Southeast Asia Program Publications, 2004), 30.
[584] Báo cáo hàng năm của giáo phận Tây Nam Kỳ, 1893, MEP.

chắn rằng đây là các viên chức làm việc cho Pháp [585] Và
cuộc chiến tranh Pháp – Thanh cũng đưa một số tín đồ
Công giáo là binh sĩ, thông ngôn hay người lao động do
người Pháp thuê mướn ra miền Bắc.

Nhưng, trong thời thuộc địa, đa phần những cuộc di cư
của người Công giáo là từ Bắc Kỳ đông dân và nghèo đói
vào Nam Kỳ, nơi mà một tờ báo Công giáo lúc đó đã viết:
"đất rộng người thưa."[586] Các nhà truyền giáo viết về sức
cám dỗ của miền nam đối với những tín đồ Công giáo
nghèo: trong những năm 1910, đối với một số người ở gần
Qui nhơn, Nam Kỳ là "công việc được trả lương cao hơn,
đời sống phóng khoáng hơn và dễ tìm được cơ hội hơn."
Khôi hài là nhiều người trong số này di cư để không phải
thường xuyên di cư nữa, trong trường hợp này là do nạn
nghèo đói kinh niên trong khu vực mà phải "sáu tháng di
cư, hết năm này sang năm khác."[587] Các nhà truyền giáo
nhận xét rằng, tương tự như các viên chức Công giáo,
những người di dân nghèo hơn thường tìm những cộng
đồng Công giáo trong những địa phương mới và con xa lạ
với họ, nhưng không phải lúc nào họ cũng làm như thế.
Như một nhà truyền giáo nhận xét: "Một số người di dân
này không rơi vào môi trường nguy hiểm cho linh hồn họ.
Khi họ tới những vùng đất đã được cảm hóa theo Công
giáo, họ sẽ được những chủ chiên chăm sóc, đấy là những

---

[585] Penny Edwards, *Cambodge: The Cultivation of a Nation (1860-1945)* (Honolulu: University of Hawai'i Press, 2007), 56.
[586] T. P., "Di dân đi đâu?," *THNB*, ngày 10/9/1924.
[587] Báo cáo hàng năm của giáo phận Đông Nam Kỳ, 1912, MEP.

người yêu thương và chăm sóc họ cũng như chúng tôi vậy."
"Nhưng những người khác," ông viết tiếp, "thì bị lạc, hoặc
là do họ tới những khu vực không có người theo Ki – tô
giáo hoặc là họ không tới gặp các vị linh mục trên quê
hương mới!"[588] Một người khác nhận xét rằng lý do mà
nhiều người giữ kín tôn giáo của họ hay bỏ đạo là vì họ làm
việc xa các tín đồ Công giáo khác. [589] Giám mục Huế lo
ngại đến mức đề nghị thành lập "ban di cư" nhằm "lập
danh sách những người di cư khỏi giáo phận và chuyển cho
linh mục địa phương, cung cấp cho người di cư thông tin về
cơ hội và những lời khuyên phù hợp, và giúp họ giữ vững
sinh hoạt tôn giáo bằng thư từ, sách vở. . v. v. ."[590] Việc
này dường như không thành công: năm năm sau, vị giám
mục kế nhiệm nhận được tin tức của một cộng đồng ở xa,
hầu như tất cả đều là các tín đồ Công giáo người Huế, rằng
"75% số đó không còn giữ các bổn phận của mình nữa."[591]

Mặc dù di cư theo mùa hay di cư vĩnh viễn do công việc
hay do nghèo đói đã từng tồn tại khá lâu trước thời thuộc
địa, nhưng những cơ cấu kinh tế mới rõ ràng là đã có vai
trò chính. Một nhà truyền giáo ghi nhận rằng một dự án
trong lĩnh vực nông nghiệp chuyển dòng chảy một số phụ
lưu của sông Hồng làm cho 1. 400 ngư dân lâm vào tình
trạng tuyệt vọng đến nỗi giáo phận phải giúp đỡ nhằm tái
định cư hàng trăm người vào những cộng đồng Công giáo

---

[588] Báo cáo hàng năm của giáo phận Nam Bắc Kỳ, 1911, MEP.
[589] Báo cáo hàng năm của giáo phận Hưng Hóa, 1937, MEP.
[590] Báo cáo hàng năm của giáo phận Huế, 1934, MEP.
[591] Báo cáo hàng năm của giáo phận Huế, 1939, MEP.

nằm tận trên phía bắc.[592] Các đồn điền và những vụ nhượng đất lớn, chủ yếu là ở Nam Kỳ, bắt đầu lan ra trong giai đoạn vào lúc chuyển tiếp qua thế kỷ XX, và các tín đồ Công giáo Bắc Kỳ cũng như nhiều người khác đã ngả theo sự cám dỗ và những lời hứa hẹn giả dối của chúng. Năm 1912, giám mục ở Huế nhận xét rằng "người nghèo đã để cho người ta lừa gạt... Theo thư từ mà họ gửi về từ Sài Gòn thì phần lớn trong số hàng trăm người ra đi sau khi ký hợp đồng lao động ba năm chắc chắn là sẽ không bao giờ nhìn thấy ngày về. Thông tin từ các đồn điền này cho chúng ta biết tình trạng đáng buồn của những người di cư, không nghi ngờ gì rằng đã đến lúc chấm dứt việc di dân thảm khốc này."[593] Một số người đã nghe thấy và đã để ý đến những lời cảnh báo. Năm 1928, mấy trăm tín đồ Công giáo Trung Quốc chạy khỏi Sán Đầu ở miền nam Trung Quốc tới Sài Gòn đã quyết định không đi làm cho đồn điền vì ở Chợ Lớn họ đã nghe nói về những sự khủng khiếp của lao động ở đồn điền."[594] Nhưng một số người vẫn đi, có thể là do máu phiêu lưu. Trần Tử Bình, năm 1926 bị đuổi khỏi chủng viện vì công khai để tang Phan Chu Trinh, đã đi làm cho các đồn điền ở Nam Kỳ mặc dù ông ta biết tiếng Pháp, một kỹ năng có thể giúp ông ta tìm được công việc tốt hơn nhiều.[595]

---

[592] Báo cáo hàng năm của giáo phận Hà Nội, 1938, MEP.
[593] Báo cáo hàng năm của giáo phận Bắc Nam Kỳ, 1912, MEP.
[594] "La vie catholique en Indochine: Chinois catholiques de Swatow en Cochinchine," *Bulletin Catholique Indochinois*, tháng 5 năm 1928.
[595] Andrew Hardy, *Red Hills: Migrants and the State in the*

Một số tín đồ Công giáo di cư để làm những "công việc" này là do sự cố gắng của các nhà truyền giáo. Đầu thế kỷ XX, giám mục Sài Gòn thúc giục các tín đồ Công giáo khu vực Vinh vào làm trong những khu đất vốn bỏ hoang của giáo phận; còn trong những năm 1920, một số người khác đã đi từ Bùi Chu tới khu vực Đà Lạt.[596] Năm 1930, vị giám mục người Tây Ban Nha ở Bùi Chu đã tuyển dụng hơn hai ngàn giáo dân trong giáo phận vào làm việc cho một đồn điền ở đảo Phú Quốc, ngoài khơi Nam Kỳ. Ông này tin rằng việc di dân và tái định cư theo lối tập thể như thế sẽ tạo điều kiện cho các tín đồ Công giáo sống cùng với nhau và, bằng cách đó, giúp họ "giữ được đức tin, thực hành tôn giáo và cứu rỗi được linh hồn họ." Các chủ đồn điền, vì cần lao động nên đã đồng ý xây một nhà thờ, một nhà xứ và một trường học.[597] Tương tự như thế, năm 1942, một nhà truyền giáo của MEP, ông André Vacquier, đã giúp tổ chức đưa một ngàn gia đình giáo dân từ Bùi Chu đến làm việc cho đồn điền của *Société Indochinoise des Plantations d'Hévéas*, cũng với hi vọng là giữ được nguyên vẹn cộng đồng tôn giáo.[598] Năm 1926, một khách du lịch người Mỹ ở Bắc Kỳ đã thấy một cộng đồng Công giáo di cư đang làm

---

Highlands of Vietnam (Singapore: NIAS Press, 2005), 101. Ý kiến đầu tiên là của David Marr.

[596] Peter Hansen, "Bắc di cư: Catholic Refugees from the North of Vietnam, and Their Role in the Southern Republic," *Journal of Vietnamese Studies* 4, no. 3 (Fall 2009): 185.

[597] Báo cáo hàng năm của giáo phận Phnom Penh, 1930, MEP.

[598] RST NF 6311, ANOM.

việc tại những mỏ than ở Cẩm Phả.[599] Trong những trường hợp tương tự như thế, ước muốn giữ gìn những cộng đồng tôn giáo đã dẫn đến việc các nhà truyền giáo hỗ trợ đưa nhiều người tới những môi trường làm việc tồi tệ nhất ở thuộc địa này.

Mạng lưới lao động thuộc địa còn đưa nhiều tín đồ Công giáo Việt Nam tới Pháp. Làn sóng di dân lớn nhất tới Pháp trong thời thuộc địa diễn ra trong Thế chiến I, đấy là khi gần một trăm ngàn người từ Đông Nam Á, chủ yếu là từ Việt Nam, đã tới Pháp để làm lính và làm công nhân.[600] Đối với nhiều tín đồ Công giáo Việt Nam, đi Pháp cũng là một hình thức hành hương. Giám mục Hà Nội nhận được những bức thư của các tín đồ Công giáo Việt Nam viết về sự kinh ngạc về số lượng và sự hoành tráng của các nhà thờ ở Pháp và họ nói rằng các tín đồ người Pháp đã cảm động như thế nào khi thấy một người "Annamite" cùng cầu nguyện với họ.[601] Một số địa phận Pháp đã tổ chức những buổi lễ nhằm cám ơn người Việt Nam vì đã giúp đỡ trong thời gian diễn ra chiến tranh, còn một số buổi lễ khác thì nhằm vinh danh những người đã hi sinh.[602] Một số tín đồ

[599] Harry Frank, *East of Siam: Ramblings in the Five Divisions of French Indo-China* (New York: The Century Co., 1926), 229.
[600] Kimloan Hill, "Strangers in a Foreign Land: Vietnamese Soldiers and Workers in France during World War I," trong *Việt Nam: Borderless Histories*, Anthony Reid và Nhung Tuyet Tran, chủ biên (Madison: University of Wisconsin Press, 2006), 256-89.
[601] "Les Chrétiens Tonkinois en France: Letter de Mgr. Gendreau," ASMEP, tháng 1-2 năm 1919.
[602] "Les Annamites à l'évêché de Fréjus," ASMEP, tháng 3-4 năm 1917; "Les Annamites Catholiques en France," ASMEP, tháng 1-2 năm

Công giáo Việt Nam đã có cơ hội tham quan một số địa danh mà họ đã nghe và đã đọc. Lourdes đương nhiên là địa chỉ được nhiều người ưa chuộng rồi: một nhóm 43 tín đồ Công giáo Việt Nam từ Toulouse, mang theo một số người không theo Công giáo, đã tới đây.[603] Nhiều nhà truyền giáo hi vọng rằng những người không theo đạo đã tới Pháp sẽ nhìn thấy Giáo hội với vẻ huy hoàng của nó và quyết định cải đạo. Đấy là những trường hợp hiếm có, nhưng nhiều nhà truyền giáo đã nhắc đến chuyện này để nói rằng đã có những vụ cải đạo như thế.[604]

Các tín đồ Công giáo Việt Nam thường gặp khó khăn khi ở Pháp. Ngoài những tổn thương do chiến tranh gây ra, phần lớn binh lính và công nhân Việt Nam phải ở chật chội, ăn không đủ no và không được chăm sóc y tế, không có đủ quần áo để có thể chống chọi với mùa đông khắc nghiệt, họ sống và làm việc với người dân từ khắp thế giới trong những điều kiện có thể đưa tới những căng thẳng về chủng tộc và văn hóa.[605] Một nhà truyền giáo, tên là Raynaud, ghi nhận rằng một số tín đồ Công giáo đi Pháp khi mới có mười lăm tuổi, trong khi có cả những người trên sáu mươi tìm cách đi thay cho con, tức là thay cho những người có

1918.
[603] Emile Raynaud, "Les Annamites à Lourdes," ASMEP, tháng 7-8 năm 1916.
[604] Raynaud nói có đến chín trăm lễ rửa tội khi người ta hấp hối (*in articulo mortis*) và hai trăm lễ rửa tội cho người lớn. Xem Raynaud, "Les Annamites en France pendant la guerre," ASMEP, tháng 11-12 năm 1921.
[605] Hill, "Strangers in a Foreign Land," 273-75.

vai trò quan trọng hơn đối với gia đình.[606] Tương tự như nhiều nhà truyền giáo khác, Raynaud tin rằng các tín đồ Công giáo Việt Nam là những người ngây thơ và nếu không có người giám sát thì dễ bị nhiễm những ảnh hưởng tiêu cực. Vì vậy mà ông lo lắng khi ghi nhận những hoạt động của các hiệp hội thế tục, ví dụ như *Mission Laïque Française*, những hiệp hội "mỗi chủ nhật thường cho người những người Việt Nam tham gia lớp học do họ tổ chức 3 *francs*," nơi họ được dạy rằng "tôn giáo đã và đang gây ra tất cả những cuộc chiến tranh từng tàn phá thế giới suốt nhiều thế kỷ."[607] Ông này còn báo cáo rằng các nhà truyền giáo gặp khó khăn khi đi thăm các tín đồ Công giáo Việt Nam bị thương hay bị ốm trong bệnh viện.[608] Raynaud còn phàn nàn về việc chính phủ Pháp quyết định xây những ngôi chùa cho binh lính và công nhân Việt Nam và cho các nhà sư vào ở trong đó. Ông ghi nhận với thái độ kinh tởm: "Vị trưởng nhóm người Pháp không hề lưỡng lự nằm quy phục trước bức tượng Phật nhăn nhó và những kẻ trong đám công nhân không nhịn được cười."[609] Không có những lo lắng tương tự như thế của các nhà truyền giáo cũng dễ dàng tin rằng nhiều tín đồ Công giáo Việt Nam đã có những trải nghiệm về nước Pháp khác hẳn với những điều mà họ đã mường tượng. Và mặc dù họ chỉ để lại những dấu ấn mờ nhạt, các tín đồ Công giáo Việt Nam đã đặt chân lên

---

[606] Raynaud, "Les Annamites en France pendant la guerre."
[607] Tác phẩm đã dẫn, 127.
[608] Tác phẩm đã dẫn, 130.
[609] Tác phẩm đã dẫn, 126.

khắp mọi miền của đế quốc Pháp. Ví dụ, khá đông người đã tới Vanuatu, cho nên một nhà truyền giáo ở đây đã học tiếng Việt và còn sống ở Bắc Kỳ sáu tháng để học cách cai quản họ. Ông này được đón tiếp với những thái độ khác nhau: một số người tin cậy đến mức đã đưa cho ông ta những món tiền lớn để nhờ chuyển về cho gia đình, nhưng một số khác thì trốn vì họ đã lấy vợ khác sau khi bỏ nhà ra đi.[610]

Vì rất ít tín đồ Công giáo Việt Nam di cư để lại những bản tường trình, cho nên khó có thể khái quát hóa những trải nghiệm của họ. Từ một ít những bản tường trình về những chuyến du hành của các tín đồ Công giáo, ta thấy rõ ràng là thậm chí những miền khác ở Việt Nam và những tín đồ Công giáo sống ở đó dường như cũng rất xa lạ với những tín đồ Công giáo tinh hoa, theo chủ nghĩa thế giới. Trong cuốn nhật ký ghi lại chuyến đi Bắc Kỳ năm 1876, Trương Vĩnh Ký đã có những nhận xét về sự khác biệt giữa Bắc Kỳ và Nam Kỳ quê hương ông, khác từ tên gọi các nghi lễ đến kiến trúc nhà thờ. Trong bức thư gửi cho một quan chức Pháp sau khi trở về, Trương Vĩnh Ký còn viết với những lời phê bình gay gắt tình trạng thù địch giữa các nhà truyền giáo và linh mục bản xứ cũng như tính chất nguy hiểm của những quan hệ cộng đồng, ông cho rằng cả hai lĩnh vực này đều xấu hơn so với khu vực của mình.[611]

---

[610] L. Durand-Vagnon cho Cardinal Prefect, tài liệu không có ngày (có thể năm 1933), NS 1125, CEP.

[611] Trương Vĩnh Ký, *Voyage to Tonking in the Year Ất Hợi (1876)*, P. J. Honey dịch (London: School of Oriental and African Studies,

Trong những năm 1920, sự khác biệt vùng miền còn làm cho một người trẻ tuổi là Nguyễn Hữu Mỹ cảm thấy choáng váng trong suốt chuyến đi Bắc Kỳ của ông này. Nguyễn Hữu Mỹ đặc biệt ngạc nhiên khi thấy các linh mục người Pháp không cho người Việt Nam tham gia buổi lễ vào lúc 8 giờ 30 phút sáng. "Ở Sài Gòn," ông viết, "trong nhà thờ, chúng tôi không phân biệt các Ki Tô hữu, dù da họ có màu gì thì cũng vậy."[612]

Nhưng, đối với các tín đồ Công giáo khác thì trải nghiệm của những chuyến du hành lại giúp họ hình thành quan niệm rộng rãi hơn về cộng đồng. Nhà văn Lê Văn Đức bắt đầu tìm hiểu "Annam" trong những chuyến đi ra bên ngoài biên giới của Annam. Ông đã trình bày những trải nghiệm này trong những cuốn sách viết về những chuyến đi của ông qua châu Âu và châu Á. Như Christopher Goscha đã chỉ ra, những đòi hỏi mới về quản lý hành chính như chiếu khán, hộ chiếu và những chuyến đi qua biên giới đã củng cố những quan niệm đã được Tây hóa về du lịch với những quan niệm mang tính dân tộc và Đông Dương tại ngay chính cốt lõi của chúng.[613] Ở Siam

---

1982).

[612] Nguyễn Hữu Mỹ, *Le Tonkin pittoresque: souvenirs et impressions de voyage* (Sài Gòn: Imprimerie Nguyễn Văn Viết, 1925), 111.

[613] Christopher Goscha, "Récits de voyage vietnamiens et prise de conscience indochinoise (c. 1920-1945)," trong *Récits de voyages des asiatiques: Genres, mentalités, conception de l'espace*, Claudine Salmon chủ biên (Paris: Ecole Française d'Extrême-Orient, 1996), 253-79.

(Thái Lan), Lê Văn Đức gặp một người phụ nữ "nói tiếng Xiêm, ăn mặc theo Xiêm, đầu tóc bới theo Xiêm... khi nói chuyện mới biết là đàn bà Annam." Ở châu Âu, Lê Văn Đức thường xuyên nghĩ đến cách thức mà chuyến đi đã giúp ông ta hiểu "tính chất dân tộc" của Việt Nam, một điều mà, tương tự như nhiều người Việt Nam có học thời đó, ông ta vốn coi thường. "Đối với chúng ta, những người con của Việt Nam," ông viết, "nơi mà nước chảy khắp nơi, chảy ngay cạnh nhà của chúng ta, chúng ta khó mà hiểu được sự cần thiết của phòng tắm: nhưng ở châu Âu, nơi đã văn minh, thì khắc hẳn và phòng tắm là thứ rất hữu ích." Ở Brussels, ông nói với người bán vé rằng "ở một góc nhỏ của trái đất có một nước gọi là Annam... và người bán vé nhã nhặn nhìn thấy màu da vàng của tôi đã hỏi tôi Annam là Trung Quốc hay Nhật Bản... Tội nghiệp chúng ta quá!"[614] Ít tín đồ Công giáo có thể đi khắp thế giới như Lê Văn Đức, ông này là người cực kỳ giàu có, nhưng những người giàu có ở Nam Kỳ cũng hay đi nước ngoài đến nỗi Lê Văn Đức đã viết hẳn một cuốn sổ tay hướng dẫn du lịch ở Pháp, trong đó có cả giờ tàu chạy, hướng dẫn giao dịch với ngân hàng, tiền trà nước, nhà cho thuê và nơi bán nước mắm ở Paris.[615]

Những câu chuyện du hành của Lê Văn Đức, nổi tiếng đến mức được dịch và in đi in lại nhiều lần, là ví dụ về vai

[614] Lê Văn Đức, *A travers l'Allemagne, la Belgique at l'Angleterre; Impressions de voyage d'un Annamite* (Qui Nhơn: Imprimerie de Qui Nhơn, 1924), 159.
[615] Lê Văn Đức, *Cách đi Tây* (Sài Gòn: Duc Luu Phuong, 1931).

403

trò của sách báo trong việc mở rộng những quan niệm về cộng đồng cho ngay cả những tín đồ Công giáo chưa bao giờ ra khỏi nhà. Khi báo chí Công giáo lan ra, những bài viết về các khía cạnh văn hóa của thực tiễn chính trị và hành chính mới ở Đông Dương tiếp cận được với nhiều người đọc hơn. Ví dụ, độc giả của tờ *Nam Kỳ Địa Phận* có thể học "Đông Pháp địa dư ca", trong đó có tên các tỉnh, các dân tộc tiếp giáp với nhau, các thành phố lớn và những điểm khác của nền địa chính trị của ba kỳ của Việt Nam, Cambodia và Lào[616], hay vì sao người Việt lại nói tiếng Việt theo những cách khác nhau và làm sao hiểu được người từ các miền khác. Độc giả của tờ *Trung Hòa Nhật Báo* thì đọc những bài viết so sánh sự khác nhau giữa các khu vực với sự khác nhau giữa các thành viên của "gia đình Đông Dương"[617]. Điều quan trọng là không phải vạch ra một sự tương đồng có ý nghĩa giữa việc di dân và trí tưởng tượng; hơn nữa, không phải ai cũng đọc và không phải ai đọc cũng quan tâm tới những khu vực ở xa. Nhưng trong thời thuộc địa, ngày càng có nhiều tín đồ Công giáo có bạn bè hoặc người thân từng đi xa, nếu không nói là chính họ từng đi xa. Những người không biết đọc có nhiều khả năng là có con gái hay con trai biết đọc biết viết, có linh mục hay thày giảng, những người có thể đã đọc cho họ nghe khi ở nhà hoặc khi họ đến nhà thờ. Và đối với một số người, điều

---

[616] "Đông Pháp địa dư ca," NKĐP, ngày 25/8/1932 và ngày 15/9/1932.
[617] Đông Bích [Nguyễn Hưng Thi], "Nam Bắc lại tranh nhau," THNB, ngày 28/8/1934.

nay đã mở rộng ý niệm về cộng đồng trên thực tế.

Các thành phố đang phát triển của Việt Nam là nơi mà người di cư đã tạo ra những hình thức của cộng đồng Công giáo rõ ràng nhất. Điều này còn đặc biệt đúng đối với Sài Gòn, đây cũng là nơi đến chính của những người Công giáo miền Nam trốn chạy những vụ bạo lực cộng đồng. Trong thời gian Pháp xâm lược Nam Kỳ, người tị nạn đã chạy vào thành phố này, còn khi chiến tranh Pháp – Thanh kết thúc thì người từ các tỉnh Quảng Ngãi và Bình Định chạy vào để tìm lương thực, sự bảo vệ và việc làm. Các tín đồ Công giáo từ khắp mọi miền đất nước tiếp tục đổ về Sài Gòn khi thành phố này trở thành trung tâm thương mại, đa số định cư tại giáo xứ cũ là Chợ Quán, tại giáo xứ nhỏ ở Chợ Lớn hay đi sang khu vực mà lúc đó biên giới phía bắc của thành phố, giữa thành cổ và cầu Thị Nghè, nơi sau này sẽ trở thành giáo xứ Tân Định. Đến năm 1897, vị giám mục ở đây báo cáo rằng trong số ba mươi tư ngàn người ở Sài Gòn thì có tới mười hai ngàn Giáo dân. [618] Số người rời khỏi những giáo phận nông thôn đông đến nỗi một nhà truyền giáo phàn nàn rằng bị mất lực lượng lao động quan trọng đang canh tác những vùng đất của giáo phận. [619] Mặc dù cộng đồng Công giáo nhỏ Hà Nội đã gia tăng trong giai đoạn giữa cuộc xâm lược của Garnier và chiến tranh Pháp – Thanh, nhiều người trong số họ đã chạy trốn khi quân Cờ Đen tấn công vào năm 1883. Nhưng, chiến tranh kết thúc

---

[618] Báo cáo hàng năm của giáo phận Tây Nam Kỳ, 1897, MEP.
[619] Báo cáo hàng năm của giáo phận Bắc Nam Kỳ, 1912, MEP.

đã đưa những người này và một số tín đồ Công giáo khác quay lại Hà Nội, khi thành phố này phát triển thành trung tâm chính trị và thương mại.[620] Tóm lại, đa số tín đồ Công giáo trong hai thành phố này là những người mới từ nơi khác tới.

Khi các tín đồ Công giáo vào các thành phố và gia nhập các giáo xứ hay thành lập các giáo xứ mới thì họ cũng áp dụng những hình thức hiệp hội và hội tương thân tương ái vào nơi ở mới của họ. Ở Sài Gòn, các hiệp hội tương thân tương ái ở Tân Định, Cầu Kho, Chợ Quán và Thị Nghè có hàng trăm hội viên từ những thành phần xã hội khác nhau. Ví dụ, Hiệp Hội Tương Thân Tương Ái Của Nhân Viên Công Giáo ở Tân Định chủ yếu thu hút các thành phần từ giới trung lưu đang gia tăng như các công chức nhà nước, các nhà sản xuất công nghiệp, địa chủ; người xin nhập hội có thể bị từ chối "vì không biết tiếng Pháp, làm cho họ không hiểu được các bản báo cáo và không theo dõi được các cuộc tranh luận."[621] Nhưng thành viên hiệp hội mang tên Hội Tôn Kính Rất Thánh Trái Tim Của Chúa Jesus lại là các đầu bếp, sĩ quan cảnh sát, hay người nội trợ.[622] Một số hiệp hội có thể có cả các thành viên từ những giáo xứ khác ở Sài Gòn; ví dụ, hiệp hội Hội Tôn Kính Rất Thánh Trái Tim Của Chúa Jesus có thành viên từ hơn một chục

---

[620] André Masson, *The Transformation of Hanoi, 1873-1888*, Jack A. Yeager dịch (Madison, WI: Center for Southeast Asian Studies, 1987), chương 4.

[621] GOUCOCH IIA.45/281 (6), TTLT II.

[622] *Mutuelle chrétiene Sagon, association du sacré-coeur de Jésus, liste des associées, 1929* (Sài Gòn: Xưa Nay, 1929).

giáo xứ khác nhau. Một số hiệp hội còn vươn ra bên ngoài Sài Gòn; Giáo Hữu Cầu Kho Tương Tế Hội có đại diện ở Mỹ Tho và các thành phố khác ở đồng bằng sông Mê Công và đến năm 1935 thì Giáo Hữu Tân Định Tương Tế Hội có thành viên trên khắp cả nước, thậm chí cả ở Cambodia nữa.[623] Một ít hiệp hội còn có cả hội viên người Pháp. Phần lớn các thành phố đều có các Nhóm Công Giáo Pháp chỉ bao gồm các thành viên người Pháp và những hiệp hội như Liên Hiệp Công Giáo Của Người Hà Nội Trẻ, Hiệp Hội Thanh Niên Công Giáo Pháp Ở Sài Gòn, Liên Hiệp Công Giáo Của Sĩ Quan Hải Quân, tập hợp các tín đồ Công giáo bên cạnh những hiệp hội nghề nghiệp khác.

Mặc dù hình thức và chức năng của những hiệp hội này cũng tương tự như các tổ chức tương thân tương ái khác, nhưng tính chất tôn giáo của chúng thì được thể hiện một cách rõ ràng. Ví dụ, Hội Các Đẳng Linh Hồn Nơi Lửa Luyện Tội tạo điều kiện cho các tín đồ Công giáo của Vinh và Bến Thủy thanh toán theo lối tập thể chi phí cho việc chôn cất và làm lễ mi – xa cho linh hồn của người quá cố, và hiệp hội sẽ làm lễ mi – xa cho các thành viên và gia đình họ nếu họ bị mất việc làm.[624] Thành viên của hầu hết các hiệp hội đều phải xưng tội và rước lễ, nhiều hiệp hội không chỉ cấm người hút thuốc phiện và đánh bạc mà còn cấm cả người đã ly dị tham gia. Một số buổi họp thường bắt đầu và

---

[623] Association mutuelle catholique de Cau Kho: liste des members (Sài Gòn: Imprimerie Nguyễn Văn Viết, 1935).
[624] *Hội các đăng linh hồn nơi lửa luyện tội thành phố Vinh-Bến Thủy* (Vinh: Imprimerie du Nord Annam, 1935).

kết thúc với màn hát thánh ca. Một số hiệp hội mới liên kết các cựu học sinh các trường Công giáo: ví dụ, Hiệp Hội Cựu Học Sinh Huynh Đệ Bắc Kỳ trợ giúp những người gặp khó khăn về tài chính và trong một số trường hợp còn trả tiền học phí cho con của họ nữa.[625] Với cách nghĩ khác, một hiệp hội ở Bắc Kỳ lại thúc giục các tín đồ Công giáo theo học các trường thuộc địa, điều này được một số người ủng hộ nhưng một số người khác thì kịch liệt phản đối.[626] Một số hiệp hội Công giáo ở khu vực đô thị bảo trợ cho lĩnh vực nghệ thuật. Ví dụ, Hiệp hội *Sainte Cécile* ở Kiến An nhắm đến mục tiêu "phát triển khả năng cảm thụ âm nhạc, cụ thể là những bài hát tôn giáo."[627] Nhà hát cũng được chú ý. Những hiệp hội như *Sainte Marie* và *Notre Dame du Rosaire* dựng những vở kịch, tiền thu được được sử dụng vào mục đích từ thiện; còn ở Sài Gòn, các hiệp hội Công giáo dàn dựng một loạt vở nổi tiếng gọi là *Bon Théâtre Moderne*, kể về đời sống của các vị thánh, về sự xuất hiện của Đức Mẹ Maria hay những vở nói về lịch sử và đạo đức Công giáo khác.

Các hội tương thân tương ái liên kết các tín đồ Công giáo vào những mạng lưới xã hội, những mạng lưới này lại làm cho họ hòa nhập vào đời sống tôn giáo và đời sống xã hội của giáo xứ và thành phố. Nhất là sau này, trong thời thuộc địa, các hội này còn phản ánh những mối liên kết ngày càng gia tăng với Giáo hội toàn. Ví dụ như Hiệp Hội

---

[625] MH 2908, TTLT I.
[626] RST 8154, TTLT I.
[627] RST 79834, TTLT I.

Thánh Vinh Sơn đệ Phaolô, được thành lập ở Pháp năm 1833 bởi ông Frédéric Ozanam, một luật sư, giáo sư Sorbone và là nhà tư tưởng Công giáo, những tác phẩm của ông này có ảnh hưởng đối với giới trí thức Công giáo Việt Nam. Mục tiêu của hội là giảm nghèo, và từ khi được thành lập ở Việt Nam vào năm 1933, các thành viên của nó đã tiến hành công việc từ thiện trên khắp Bắc Kỳ và sử dụng những khoản đóng góp của hội viên nhằm giúp đỡ lẫn nhau khi cần. Đến năm 1939, hội này đã có các chi hội ở Hà Nội, Nam Định, Bùi Chu, Phát Diệm, Hải Phòng và một số nơi khác; tháng 5 năm 1943 các thành viên của hội đã họp mặt ở Hải Phòng để kỷ niệm mười năm hoạt động từ thiện ở Bắc Kỳ.[628] Chi hội ở Hà Nội có một số thành viên lỗi lạc như ông chủ nhà in Ngô Tử Hạ và ông Nguyễn Huy Lai, một luật sư nổi tiếng và sau này là phó tổng thống Quốc Gia Việt Nam.

Có lẽ những hiệp hội Công giáo có tính biểu tượng nhất là các Nhóm Nghiên Cứu Xã Hội Công Giáo (*Cercles des Etudes Sociales Catholiques*), được thành lập lần đầu tiên ở Nam Định năm 1928. Cuối thế kỷ XIX, ở châu Âu những nhóm như thế đã phát triển rất nhanh, đấy cũng là giai đoạn khi Giáo hội Công giáo cố gắng tìm hiểu và phản ứng trước sự phát triển của chủ nghĩa tư bản công nghiệp và nền chính trị quần chúng. Mục đích của các hiệp hội này là tổ chức những cuộc hội thảo và các nhóm thảo luận cho các

---

[628] Ngô Tử Hạ, "Việc hội thánh Vixentê Đông Dương với việc cứu thế xã hội," *THNB*, ngày 19/6/1943 và ngày 8/7/1943.

tín đồ Công giáo tại gia, nhắm vào những vấn đề kinh tế và xã hội trong thế giới hiện đại. Nhóm ở Nam Định, tương tự như những đối tác của họ ở châu Âu, công khai nói rằng không quan tâm tới các vấn đề chính trị, nhưng đã làm cho chính quyền thực dân lo lắng đến nỗi họ đã cho người theo dõi suốt hơn hai năm.[629] Trong những năm đầu, các thành viên của nhóm tổ chức hội thảo và thảo luận mỗi tháng một lần. Đề tài khá đa dạng, từ sự phát triển của Giáo hội trong thời gian gần đây ở các khu vực trên thế giới đến những vấn đề cải đạo và vấn đề về lao động và tư bản. Nhóm này đã xây dựng được một thư viện ở Nam Định, các tín đồ Công giáo có thể đến đó đọc hoặc mượn sách về nhà. Mặc dù thành viên của nhóm phải là những người trên mười tám tuổi, nhưng mục tiêu khác của nhóm là giúp Giáo hội giữ lại những tín đồ trẻ tuổi, những người đang lớn lên trong một thế giới đầy biến động. Sau khi nhóm này được thành lập, thư viện và hội trường của nó trở thành nơi hội họp cho các nhóm thanh niên trong giáo phận.[630] Trong những năm 1930, các Nhóm Nghiên Cứu Xã Hội Công Giáo lan sang nhiều khu vực. Có lẽ chi hội do Nguyễn Huy Lai thành lập ở Hà Nội là có ý nghĩa nhất, năm 1937 ông này còn tổ chức một cuộc hội thảo – bàn về những thay đổi trong tính chất công việc và gia đình – tạo được ảnh hưởng lớn.

Sự lan tràn của những hình thức hiệp hội Công giáo vào các thành phố Việt Nam trong những năm 1920 là khúc dạo

---

[629] RST 79734, TTLT I.

[630] "Reportage de L'intérieur: Innauguration du Cercle des Etudes Catholiques de Nam Dinh," *L'Avenir du Tonkin*, ngày 21/5/1929.

đầu của quá trình chuyển hóa rộng rãi hơn trong đời sống các hiệp hội Công giáo Việt Nam trong những năm 1930 và sau này. Khi sự khốc liệt của cuộc Đại suy thoái làm cho những hình thức tương trợ đã có từ lâu đời bị tan rã, các nhà lãnh đạo Công giáo phải tìm những giải pháp mới nhằm động viên các cộng đồng của họ hành động theo lối tập thể. Càng ngày họ càng hướng vào các phong trào Công giáo toàn để tìm giải pháp. Phong trào Công giáo có tên là Công Giáo Tiến Hành, xuất hiện ở châu Âu hồi cuối thế kỷ XIX, là cách thức tổ chức các tín đồ Công giáo tại gia và ngăn không để họ bị lôi kéo quá sâu vào nền chính trị quần chúng. Mục đích của phong trào là tổ chức một số bộ phận trong xã hội – chủ yếu là công nhân, thanh niên và phụ nữ – những người có ít đại diện chính thức trong Giáo hội sao cho họ vẫn nằm dưới sự kiểm soát của Giáo hội. Công Giáo Tiến Hành đã hồi sinh và mở rộng là thành phần chính trong chương trình nghị sự của Giáo hoàng Pius XI (1922 – 1939), một người vốn coi những trào lưu chính trị trong những năm 1930 là mối đe dọa đối với Giáo hội. Đến những năm 1930, các hiệp hội dành cho những giáo dân Công giáo đã xuất hiện trên khắp châu Âu, kết nối Giáo hội một cách trực tiếp hơn với đời sống xã hội và nơi làm việc.[631] Khi các hiệp hội này lan tràn vào Việt Nam, chúng đã đưa các tín đồ Công giáo vào một nền văn hóa hiệp hội mới, vượt qua làng xã, khu vực và thậm chí là quốc gia.

---

[631] Kay Cadwick và Kevin Passmore, chủ biên, *Catholicism, Politics and Society in Twentieth-Century France* (Liverpool, UK: Liverpool University Press, 2000).

CÔNG GIÁO TIẾN HÀNH VÀ VIỆC ĐỘNG VIÊN GIÁO DÂN CÔNG GIÁO

Công đồng Đông Dương họp ở Hà Nội năm 1934 là thời điểm Công Giáo Tiến Hành chính thức có mặt tại Việt Nam. Tại hội đồng này, Khâm sứ Tòa thánh đã chuyển thông điệp của Giáo hoàng Pius XI thúc giục các tín đồ nói và truyền bá Công Giáo Tiến Hành giữa các tín hữu. Nhưng nhiều nền tảng của Công Giáo Tiến Hành đã tồn tại ở Việt Nam từ lâu. Đến những năm 1920, những tờ báo Công giáo ở Việt Nam thường xuyên có bài viết về những nguyên tắc của Công Giáo Tiến Hành và sự bành trướng của phong trào này trên toàn, một số hiệp hội của Công Giáo Tiến Hành đã có mặt ở Việt Nam suốt nhiều năm rồi.[632] Nhưng trong những năm 1930, sự bành trướng của phong trào Công Giáo Tiến Hành đồng nghĩa với việc các hiệp hội mới xuất hiện trong đời sống Công giáo Việt Nam hầu như tất cả đều là các tăng hội của các hiệp hội quốc tế, đa phần trong số đó mới được thành lập trong những thập kỷ gần đây. Do nguồn gốc như thế, cho nên sẽ không có gì ngạc nhiên khi biết rằng nhiều hiệp hội là do các nhà truyền giáo thế hệ mới đưa tới Việt Nam, những nhà truyền giáo này coi các giáo hữu tích cực và tham gia vào đời sống Công giáo là tiền đề nền tảng của thiên chức của họ. Thực vậy, trong những năm 1930, Công Giáo Tiến Hành là mối quan tâm của các nhà truyền giáo trên toàn thế giới, nhiều

---

[632] "L'Action catholique en Indochine," *Missions Catholiques*, tháng 6 năm 1934.

người trong số họ coi đây là động cơ đạo đức đầy sức mạnh và giải pháp đầy tiềm năng cho cuộc khủng hoảng trong việc tuyển mộ các nhà truyền giáo ở châu Âu. Ở Việt Nam, một số nhà truyền giáo từng giúp truyền bá Công Giáo Tiến Hành sau này đã tạo được ảnh hưởng quan trọng trong nền chính trị Công giáo Việt Nam.

Nhưng sự lan truyền của Công Giáo Tiến Hành không phải là sáng kiến riêng của nhà truyền giáo. Mặc dù về mặt danh nghĩa là do các nhà truyền giáo giám sát, nhưng phần lớn các hiệp hội mới là do các linh mục bản xứ thành lập và lãnh đạo. Đa phần các vị linh mục này biết về Công Giáo Tiến Hành qua báo chí, báo chí cũng thường nói về phong trào này. Ví dụ, trong những năm 1934 – 1935, tờ *Nam Kỳ Địa Phận* cho đăng một loạt bài viết về những vấn đề như sự bành trướng của báo chí Công giáo Việt Nam và vai trò của báo chí trong xã hội, vai trò đang thay đổi của phụ nữ trong xã hội Công giáo, tiềm năng của giới trẻ trong việc giúp phát triển công việc từ thiện và tính năng động xã hội và những hình thức mà Công Giáo Tiến Hành có thể ảnh hưởng tới vị trí của Giáo hội trong nền chính trị. Khi Công Giáo Tiến Hành bắt đầu xuất bản báo và tạp chí riêng thì số lượng sách báo viết về Công Giáo Tiến Hành ở Việt Nam cũng gia tăng. Đến những năm 1940, các tác phẩm dài hơi viết về Công Giáo Tiến Hành đã được dịch sang tiếng Việt: người ta có thể đọc những cuốn sách như *Le catholique d'action* của Gabriel Palau, một tác phẩm được viết vào giai đoạn chuyển tiếp thế kỷ nói về thần học xã hội có ảnh hưởng đối với Công Giáo Tiến Hành hay những cuốn sổ tay do các linh mục Việt Nam viết về cách áp dụng Công Giáo Tiến Hành ở Việt Nam.[633]

Các linh mục Việt Nam và các nhà truyền giáo có những cách nghĩ khác nhau về Công Giáo Tiến Hành. Mặc dù cả hai bên đều hi vọng rằng Công Giáo Tiến Hành có thể làm gia tăng số người cải đạo và củng cố hàng ngũ giáo sĩ, nhưng các linh mục Việt Nam coi Công Giáo Tiến Hành trước hết và trên hết là phương tiện nhằm giải quyết những vấn đề mà các giáo xứ của họ đang phải đối mặt, nhất trong những vụ đàn áp. Thực vậy, mặc dù có hình thức và nguồn gốc quốc tế, các hiệp hội mới này đã thành công vì chúng đã ăn sâu bén rễ vào các cộng đồng địa phương và phục vụ cho nhu cầu của những người sống ở đấy. Như một bài trên tờ *Nam Thanh Công Giáo* giải thích: "Vào một vườn hoa, một trăm giống hoa thì một trăm sắc, một trăm hương khác nhau, nhưng nhìn cái nào cũng đẹp, ngửi cái nào cũng thơm… để bộc bạch cái quyền phép vô cùng của Chúa. Các hội Công Giáo Nam Thanh cũng thế. Bảo rằng mỗi hội có một đặc sắc riêng thì lấy gì làm các hội ấy vẫn 'hợp một'? Chính cái mục đích chung: 'Khảo cứ – Tứ đức – Hành Động.'"[634]. Các hiệp hội Công giáo đưa thanh niên và thanh nữa tuổi từ mười sáu tới mười tám, đôi khi lớn hơn, lại với nhau. Lĩnh vực hoạt động của họ bao gồm đi lễ, chiêm

---

[633] Gabriel Palau, S. J., *Cuốn binh thư*, Phạm Xuân Huyên dịch (Ích Thư Xuất Bản Cục, 1942). Một ví dụ về điều này là tác phẩm *Cùng các vị tuyên úy, làm thế nào để thiết lập Công Giáo Tiến Hành ở mỗi xứ* (Hà Nội: Imprimerie Trung Hòa, 1940).

[634] "Cùng các đấng và chư vị hỏi về việc lập Công Giáo Nam Thanh các nơi," *NTCG*, tháng 1 năm 1936.

nghiệm, thuyết phục người ta cải đạo, hoạt động thể dục thể thao, hoạt động ngoài trời, tham gia các trò chơi và làm công việc từ thiện. Các thành viên phải tham gia những buổi họp mặt hàng tuần, những buổi hội thảo hàng năm và những hoạt động khác. Phần lớn các hiệp hội đều có phòng dùng cho việc học tập và những hoạt động khác, thường là trên đất của nhà thờ hay được xây bên cạnh nhà của giáo xứ. Các hiệp hội thanh niên còn tổ chức đốt lửa trại, đi bộ đường dài, cắm trại, thậm chí tĩnh tâm trong nhà của giáo xứ hay nhà của linh mục trong những ngày chiêm niệm và cầu nguyện. Những kỳ tu tập đặc biệt qui tụ những người đứng đầu nhiều hiệp hội thanh niên Công giáo lại với nhau. Một kỳ như thế được tổ chức ở Chí Hòa, gần Sài Gòn vào tháng 4 năm 1944, bắt đầu bằng hiệu lệnh đánh thức vào lúc 5 giờ sáng, sau đó là thể dục, lễ mi – xa, ăn sáng, họp mặt theo hiệp hội. Buổi chiều học vệ sinh, học tập ngoài trời, cứu thương, kèm theo hát và trò chơi. Sau bữa ăn tối là giờ giải lao, học tập và đọc kinh chiều, đi ngủ vào lúc 10 giờ 30 phút.[635]

Mặc dù chú tâm vào đời sống xã hội và cộng đồng, nhưng các hiệp hội thanh niên Công giáo buộc các thành viên phải thực hiện nghiêm túc những yêu cầu về tôn giáo. Họ phải thường xuyên cầu nguyện: ví dụ, thành viên của hiệp hội Công Giáo Nam Thanh mỗi ngày phải đọc một lần Kinh Kính Mừng và Kinh Sáng Danh cầu cho hiệp hội của

---

[635] "Trại huấn luyện đoàn trưởng thanh niên công giáo Chí Hòa," *NKĐP*, ngày 12/4/1944.

họ và cho sự trở lại của những người có tội và chưa theo Công giáo. Thành viên của hầu như tất cả các hiệp hội thanh niên đều phải tham gia lễ mi – xa, họ thường phải mặc đồng phục và thường xuyên rước lễ và xưng tội, và tham gia vào những đám rước cũng như lễ hội tôn giáo trong các giáo phận của họ. Các hiệp hội còn tổ chức thánh lễ cầu hồn cho những thành viên đã chết và tổ chức thành nhóm tham dự tang lễ và hồn lễ, thay mặt cho hiệp hội tặng hoa và quà. Thuyết phục người khác cải đạo là hoạt động quan trọng khác của phần lớn các hiệp hội thanh niên Công giáo; các thành viên hiệp hội thường xuyên đi theo các giáo sĩ tìm người cải đạo và phát cho dân chúng những bài tiểu luận viết về tôn giáo.

Mặc dù những hiệp hội này ăn sâu bén rễ vào các cộng đồng, nhưng những thành tố mang tính thiết chế và ý thức hệ lại tạo cho những chúng một nền tảng chung để có thể coi hoạt động tập thể của họ là một "phong trào", như nhiều nhà quan sát đã ghi nhận.[636] Sự gắn kết theo nhóm được nuôi dưỡng bằng những biện pháp đơn giản, ví dụ như đồng phục. Bên ngực trái, các thành viên của Công Giáo Nam Thanh đều đeo một huy chương hình trái tim bằng bạc và nikel, gắn trên cây thập tự giá, có mấy chữ cái "C. G. N. T." Tất cả các thành viên của Hướng Đạo Công Giáo đều thắt một chiếc khăn xung quanh cổ, còn nhóm Hùng Tâm Dũng Chí thì mặc áo sơ mi có thêu biểu tượng,

---

[636] Ví dụ, trên tờ Nam Kỳ Địa Phận thường xuyên có cột báo nói về hoạt động của các nhóm thanh niên công giáo khác nhau ở Nam Kỳ với nhan đề "Phong trào thanh niên công giáo".

con trai là trái tim trên thập giá, con gái là bồ câu trên thập giá. Sự thống nhất bằng biểu tượng phản ánh mô hình tổ chức liên kết các nhóm ở tầm giáo xứ với những tổ chức quốc gia và quốc tế. Các chi hội thường giống nhau về qui mô, ít chi hội có nhiều hơn 40 hoặc 50 thành viên, đông hơn nữa sẽ chia thành nhiều chi hội. Tất cả các hiệp hội thanh niên Công giáo đều có một cha tuyên úy lãnh đạo, người này phải chịu trách nhiệm về đời sống tinh thần của nhóm. Cha tuyên úy có thể là nhà truyền giáo, nhưng thường là linh mục hay một người có danh vọng nào đó. Các hiệp hội còn cử ra đoàn trưởng hay hội trưởng để tổ chức hoạt động của nhóm và làm gương. Một số chi hội lớn còn có ban lãnh đạo, bao gồm các tín đồ Công giáo nổi bật trong cộng đồng, một số người trong đó có thể là thành viên danh dự hay mạnh thường quân do họ đã tặng những món quà nhằm trợ giúp hoạt động của nhóm.

(Hình 9). Hình vẽ lấy từ bản Công Giáo Nam Thanh 9 (tháng 12 1935).

Các hiệp hội thanh niên Công giáo hoạt động trong

những môi trường khác nhau, một số đã đạt đến qui mô quốc gia. Một trong số đó là Hướng Đạo Công Giáo, lần đầu tiên được thành lập năm 1926, tại trường *Lycée Albert Sarraut* tại Hà Nội. Đến giữa những năm 1930, hiệp hội này có các chi hội trên khắp cả nước. Trần Văn Thao, nhà lãnh đạo Công Giáo Tiến Hành, mô tả Hướng Đạo Công Giáo là "Trường huấn luyện" để dạy những giá trị về gia đình, lòng trung thục, tính tiết kiệm, và sự kính trọng và hướng dẫn thanh niên Công giáo phục vụ cho Giáo hội.[637]

Phục vụ có nhiều hình thức, đội hướng đạo sinh ở Hà Nội quyết định chọn *Eglise des Martyrs* (Nhà Thờ Cửa Bắc, Hà Nội) để giúp quét dọn.[638] Một số đội hướng đạo sinh Công giáo còn đưa những trẻ em Công giáo đi tham quan những vùng khác của Việt Nam. Năm 1932, đội ở Hà Nội đi vào Huế, trên đường đi họ dừng lại để tham gia những buổi đón tiếp, chơi trò chơi và cắm trại với những đội khác.[639] Các hướng đạo sinh còn đi tới những đại hội hàng năm, nơi tụ hội của thanh niên từ những vùng khác nhau trong cả nước. Những người không đi có thể đọc về những đại hội này trên tờ tạp chí của nhóm, tức là tờ *Hướng Đạo Công Giáo*, một tờ báo chuyên đưa tin về các nhóm hướng đạo Công giáo trên khắp cả nước, cũng như những bài học về tự nhiên, những lời khuyên khi đi cắm

[637] Trần Văn Thao, *Hướng đạo với hội thánh công giáo* (Hà Nội: Edition la croix scoute, 1940).
[638] "Le Scoutisme en Indochine: la grande excursion en baie d'Halong," *L'Avenir du Tonkin*, ngày 7/1/1932.
[639] "Le Scoutisme en Indochine: les leçons d'un grand voyage," *L'Avenir du Tonkin*, ngày 26/7/1932.

trại, luật của những trò chơi ngoài trời và bài ca để hát khi tham gia lửa trại.

Một hiệp hội thanh niên Công giáo toàn quốc khác có tên là Nghĩa Binh Thánh Thể, được thành lập ở Pháp vào giữa thế kỷ XIX. Hai linh mục thuộc dòng *Saint Sulpice* là Léon Paliard (giám đốc chủng viện Hà Nội) và Paul Uzureau là những người đầu tiên đưa Nghĩa Binh Thánh Thể tới Việt Nam, hai ông này đã thành lập đoàn đầu tiên ở Hà Nội vào năm 1929. Nhóm này nhanh chóng lan tới Huế (1931), Sài Gòn (1932), Phát Diệm (1932), Thanh Hóa (1932) và những thành phố khác. Số thành viên trong các đoàn Nghĩa Binh Thánh Thể gia tăng liên tục và đến đầu những năm 1940, trong 16 thành phố đã có hơn một trăm đoàn với hàng ngàn hội viên. [640] Nghĩa Binh Thánh Thể tập trung vào việc thực hành tôn giáo và hoạt động có tổ chức hơn Hướng Đạo Công Giáo, họ tổ chức nghiên cứu Kinh thánh và trợ giúp các hoạt động từ thiện cũng như thuyết phục người ta cải đạo. Tạp chí ra hàng tháng của tổ chức này, tờ *Nghĩa Binh Thánh Thể Tạp Chí*, là ấn phẩm lưu hành rộng rãi nhất của thanh niên Công giáo Việt Nam, số phát hành trong những năm 1930 lên đến hơn ba ngàn bản. Hàng tháng, bên cạnh những bài học về Kinh thánh và

---

[640] Số liệu thống kê tương đối nghèo nàn, nhưng ngay từ năm 1934 các tăng hội ở Hà Nội có tổng cộng 3.500 thành viên, 1.500 thành viên ở Phát Diệm và người ta báo cáo rằng các nhóm ở Bùi Chu có số thành viên đông nhất ở Việt Nam (xem "Ngỏ mấy lời cùng nghĩa binh Bắc Kỳ," *NBTT*, tháng 5-6 năm 1934). Từ đây có lý khi cho rằng tổng số thành viên Nghĩa Binh Thánh Thể ở Việt Nam là hơn mười ngàn người, và đến cuối những năm 1930 thì có thể còn nhiều hơn nữa.

những bài viết về lịch sử Công giáo, tờ tạp chí này còn có
những mục viết về hoạt động của Giáo hoàng, tin tức về
các đoàn và thư từ của độc giả từ khắp Việt Nam gửi về,
cũng như những cuộc thi viết tiểu luận được tài trợ và tạo
điều kiện để độc giả trao đổi thư từ. Giám mục Nguyễn Bá
Tòng tỏ ra phấn khởi vì ấn phẩm này tạo điều kiện cho các
đoàn Nghĩa Binh Thánh Thể liên hệ với nhau và ông đã
thúc giục những người có thể mua tờ tạp chí này cho những
người không có điều kiện mua mượn.[641]

Ở Nam Kỳ, cũng có hiệp hội tương tự, tên là Hùng Tâm
Dũng Chí. Giống như Nghĩa Binh Thánh Thể, hiệp hội này
cũng tìm cách gieo cấy những giá trị Công giáo thông qua
việc tham gia vào đời sống tôn giáo của cộng đồng.[642]
Nhóm này tổ chức việc giảng dạy đạo đức, giáo lí vấn đáp,
những bài học bằng tiếng Pháp và chữ quốc ngữ, trò chơi
và đã nhanh chóng trở thành thành phần quan trọng nhất
của đời sống tôn giáo trong các giáo xứ ở thành phố; họ
tham gia hát trong ngày chủ nhật, đám cưới, đám tang và
ngày lễ, hàng ngày họ đều tham dự Thánh Lễ. Được thành
lập ở Sài Gòn đầu những năm 1940, Hùng Tâm Dũng Chí
nhanh chóng trở thành một trong những hiệp hội Công giáo
hoạt động tích cực ở Nam Kỳ. Các cộng đồng trên toàn khu
vực bắt đầu thành lập các đoàn và họ đã chiêu mộ được ông

---

[641] Nguyễn Bá Tòng cho biên tập viên *NBTT*, tháng 9-10 năm
1934.

[642] Xem *Phong trào Hùng tâm và Dũng chí* (Huế: Imprimerie Ngô
Từ Hạ, 1942) và *Sacerdos Indosinensis*, tháng 8 năm 1943, cả hai đều
chỉ nói về về tổ chức mới này.

Lê Văn Đức, một nhà văn nổi tiếng, làm người đứng đầu. Trong những năm 1940, các đoàn của Hùng Tâm Dũng Chí bắt đầu tổ chức những buổi họp đông người hơn, tại đây, các thành viên từ khắp Nam Kỳ tham gia thờ phụng, tham gia các trò chơi và thể thao, và nghe các tín đồ Công giáo xuất chúng thúc giục họ tham gia vào đời sống tại cộng đồng của họ.[643] Những thành viên lớn tuổi nhất của những hiệp hội như Hướng Đạo Công Giáo, Nghĩa Binh Thánh Thể và Hùng Tâm Dũng Chí thường đều không quá mười sáu tuổi. Sau này, nhiều người trở thành những thành viên trẻ của các hiệp hội thanh niên khác, và trở thành thành viên đầy đủ khi đến mười tám tuổi. Những hiệp hội này liên kết thành các nhóm dưới cái ô của Thanh Niên Công Giáo, có thành viên ở tuổi hai mươi. Đoàn đầu tiên của Thanh Niên Công Giáo được thành lập ở Sài Gòn năm 1908. Trong những năm 1920, phong trào này lan ra Bắc Kỳ, đến năm 1928 đã có các đoàn ở Hà Nội, Nam Định và Hải Dương và đến năm 1936 thì lan đến Phát Diệm, do giám mục Nguyễn Bá Tòng thành lập và Hải Phòng, do một nhà trí thức là Nguyễn Mạnh Hà thành lập, ông này sau đó trở thành Bộ trưởng kinh tế trong chính phủ đầu tiên của Hồ Chí Minh. Cuối những năm 1930, các đoàn của Thanh Niên Lao Động Công Giáo, Thanh Niên Thôn Quê Công Giáo, Thanh Niên Nông Nghiệp Công Giáo bắt đầu xuất hiện. Trung tâm của những hoạt động này là Bùi Chu, nơi có những tăng hội đầu tiên của nhiều hiệp hội thuộc

---

[643] "Một ngày vui chưa từng thấy: Thanh niên công giáo họp bạn tại Lái Thiêu," *NKĐP*, ngày 5/5/1943.

phong trào Công Giáo Tiến Hành, được thành lập dưới thời Hồ Ngọc Cẩn, vị giám mục đầu tiên của Việt Nam ở Bùi Chu.

Vì các đoàn của Thanh Niên Công Giáo lôi kéo được các thành viên lớn tuổi hơn các hiệp hội khác cho nên thành viên của họ cũng tham gia vào đời sống cộng đồng một cách tích cực hơn. Các hiệp hội thanh niên thường tới thăm các bệnh viện, các trại trẻ mồ côi và trại phong và động viên trẻ em và người bệnh bằng cách hát và đọc thơ trào phúng cho họ nghe. Các đoàn của Thanh Niên Công Giáo cũng thường giúp xây dựng lại nhà thờ, trường học và nhà ở quá cũ hay bị bão lụt tàn phá. Các đoàn của Thanh Niên Công Giáo còn tài trợ cho những buổi biểu diễn văn nghệ và chiếu phim. Năm 1939, một quan chức của Sûreté ghi nhận rằng hiệp hội Thanh Niên Lao Động Công Giáo ở Nam Định đã diễn những vở kịch có nhan đề "Hai người đàn ông thất nghiệp" và "Đời là thế" cho hơn hai trăm người xem. Không phải những bộ phim và vở kịch nào cũng thoát được kiểm duyệt của chính quyền thuộc địa; năm 1940 các quan chức thuộc địa đã bác bỏ yêu cầu của đoàn Thanh Niên Công Giáo Hà Nội xin chiếu một bộ phim, nhưng họ lại cho phép nhóm này chiếu *Nàng Bạch Tuyết và bảy chú lùn.*[644]

---

[644] MH 3178, TTLT I. Bộ phim bị được cho là *Sympathie Inachevée* (Lòng trắc ẩn), nhưng tôi không tìm được bộ phim nào có tên như vậy. Có thể người ta đã nhầm với vở kịch *Symphonie Inachevée* năm 1933, về bản giao hưởng số tám chưa hoàn thành của Frantz Schubert, nhưng tôi vẫn chưa hiểu được lý do bác bỏ bộ phim.

Các đoàn của Thanh Niên Lao Động Công Giáo còn bắt đầu mở rộng hoạt động của họ sang môi trường làm việc. Thanh Niên Lao Động Công Giáo tiến hành thuyết phục người ta theo đạo tại các nhà máy và thành lập những đội lao động khi cần trợ giúp.[645] Những người lãnh đạo Thanh Niên Lao Động Công Giáo còn làm người phát ngôn cho công nhân trong các vụ tranh chấp về tiền lương và điều kiện lao động: một lần, cha tuyên úy của Thanh Niên Lao Động Công Giáo ở Nam Định đã viết thư cho chủ một nhà máy để nói rằng kể từ lần tăng lương gần đây, giá gạo đã tăng từ 25 xu lên 42 xu một cân và thúc giục ông ta tăng lương thêm 20%.[646] Các ấn phẩm của các hiệp hội thanh niên cũng rọi ánh sáng vào giới lao động trong lĩnh vực công nghiệp đang ngày càng gia tăng. Các độc giả của tờ *Nam Thanh Công Giáo* được biết về ảnh hưởng của cuộc Đại suy thoái đối với lao động trong những bài như "Thất nghiệp" và có thể mường tượng được đời sống trong các nhà máy qua những bài báo như "Với anh em lao động."

Đối với nhiều tín đồ Công giáo Việt Nam, việc Công Giáo Tiến Hành nhấn mạnh lợi ích xã hội và tổ chức xã hội dường như là lý tưởng cho việc giải quyết những vấn đề ở khu vực nông thôn. Đối với nhiều nhà quan sát, đời sống Công giáo ở nông thôn, các cộng đồng ở nông thôn bị khốn khổ vì các "tệ tục" như tỉ lệ biết đọc biết viết thấp và vệ sinh kém, họ cảm thấy rằng mình phải có trách nhiệm thay

---

[645] "Thanh niên lao động," *NTCG*, tháng 2 năm 1936.
[646] "Công giáo thanh niên lao động," *NTCG*, tháng 12 năm 1936 và tháng 1 năm 1937.

đổi. [647] Trong những năm 1930, những hiệp hội mới như Thanh Niên Thôn Quê Công Giáo và Thanh Niên Nông Nghiệp Công Giáo thúc giục các tín đồ trẻ tuổi "xem, xét và làm" không chỉ bằng cách truyền bá đức tin Công giáo, mà còn sử dụng Nhà thờ như là "trường xã hội đầy đủ về sự sống" để dạy người ta đọc và viết, dạy các kỹ thuật canh tác mới và dạy vệ sinh ở những khu vực nông thôn. [648] Các đoàn của những hiệp hội này thường đi tới những giáo phận ở xa, có nghĩa là phải thường xuyên thức dậy để lên đường từ nửa đêm. Khi họ đến nơi, vị linh mục hay một người có danh vọng ở đấy sẽ giới thiệu với dân làng, sau đó các thành viên của đoàn tới ăn cơm với các gia đình. Trong ngày hôm đó đoàn sẽ giúp các gia đình sửa chữa hay làm nhà, trồng hoặc thu hoạch lúa, tham gia các trò chơi như đá bóng với thanh niên, phân phát sách báo và dạy học. Các đoàn cũng tham gia lễ thành lập đoàn mới và giúp họ khởi động công việc. [649]

Những người đề xướng phong trào Công Giáo Tiến Hành còn khuyến khích thành lập thêm các hiệp hội dành cho phụ nữ, nhằm huấn luyện cho họ điều mà nhiều người cho là những vai trò thích hợp với phụ nữ, như nội trợ và nuôi dạy con cái. Nhưng Công Giáo Tiến Hành quả thật đã tạo được ảnh hưởng đối với những cuộc tranh luận về vai

---

[647] Những tệ tục ở thôn quê," *Hy Vọng*, tháng 9 năm 1939.
[648] Xem Trần Đức Uông, *Thanh niên nông nghiệp, chủ thuyết và huấn luyện* (Nam Định: Sditions de la J.A.C., 1939).
[649] J.S. Sự "Thanh niên nông nghiệp công giáo," *THNB*, ngày 8/7/1939.

trò của phụ nữ trong đời sống Công giáo. Những người đề xướng phong trào Công Giáo Tiến Hành công nhận rằng vì thiếu trường học mà phụ nữ thường dạy dỗ trẻ con và họ ghi nhận tầm quan trọng của "những đặc điểm truyền thống của phụ nữ" như lòng vị tha đối với đời sống hiệp hội.[650] Nhưng dường như trong thời thuộc địa, chỉ có một hiệp hội Công giáo tại gia lớn dành riêng cho phụ nữ mà thôi: đấy là Hội Con Đức Mẹ, được thành lập tại Sài Gòn năm 1932, nhằm cung cấp cho các thiếu nữ kiến thức về tôn giáo và đào tạo họ thành những người đi dạy và thuyết phục người ta cải đạo.[651] Nhưng nhiều hiệp hội thanh niên Công giáo có thành viên là phụ nữ. Nghĩa Binh Thánh Thể và Hùng Tâm Dũng Chí đều là những hiệp hội để cho nam nữ nữ học chung với nhau và tuy có chia thành các tăng hội theo phái tính, nhưng các thành viên thường cùng nhau tham gia các hoạt động. Khó tìm được tài liệu viết về các đoàn nữ, các tăng hội này vừa ít hơn về số lượng và so với các tổ chức của nam giới thì cũng ít giao lưu với những tăng hội khác.

Cuối cùng, Công Giáo Tiến Hành là động lực chính trong việc bành trướng các hiệp hội chính thức ở Nam Kỳ, trung tâm của Công giáo Việt Nam sau năm 1954, nhưng trong thời thuộc địa cũng chỉ thu hút được 20% tín đồ Công giáo, phần lớn là người Sài Gòn và những khu vực phụ cận.

[650] Loan Tùng, "Phụ nữ đối với Công Giáo Tiến Hành," *NKĐP*, ngày 3/4/1937.
[651] *Giáo hội công giáo Việt Nam niên giám 2005* (Hà Nội: Nhà Xuất Bản Tôn Giáo, 2005), 434-35.

Một trong những nhân vật chính trong việc truyền bá các hiệp hội thanh niên và lao động Công giáo là Ngô Đình Thục, giám mục Vĩnh Long từ năm 1938. Trước khi Ngô Đình Thục trở thành giám mục, Vĩnh Long nằm trong giáo phận Sài Gòn, là giáo phận giàu có vì có những cánh đồng trồng lúa. Nhưng địa phận mới không chỉ bao gồm Vĩnh Long mà còn có cả Trà Vinh, Bến Tre và một phần của tỉnh Cần Thơ, với ít nguồn lực hơn và chỉ có 5% dân số là người Công giáo mà thôi. Như Ngô Đình Thục viết trong thư chung năm 1938: "Địa phận ta mới mẻ, thiếu người thiếu của... chưa có một số chung, như nhà trường latinh, nhà trường lý đoán, nhà giữ việc địa phận, công quán cho các cha, nhà dưỡng lão cho các linh mục già nua tật bịnh, nhà thờ chánh tòa, dinh thự Đức Giám mục vân vân..." Ngô Đình Thục kết thúc thư mục vụ đầu tiên với lời khẳng định mạnh mẽ về vai trò của các giáo dân trong việc khuếch trương Giáo hội, ông nói nhiệm vụ của các tín hữu là làm việc nhằm truyền bá ngôn từ của Chúa. Nhu cầu cấp bách trong việc phát triển địa phận mới đã dẫn Ngô Đình Thục tới với Công Giáo Tiến Hành nhằm thúc đẩy vai trò của các tín đồ tại gia trong việc bành trướng các Công trình của Công giáo và trong những năm đầu là giám mục ông ta đã dựa nhiều vào các hiệp hội mới. Điều này đã dẫn đến việc hình thành nền tảng cho mạng lưới có vai trò quan trọng trong lĩnh vực chính trị và xã hội ở Việt Nam Cộng Hòa từ năm 1954 đến năm 1975.

HÀNH HƯƠNG TRỞ THÀNH HIỆN TƯỢNG CÓ TÍNH QUỐC GIA

Khi việc di dân, đô thị hóa và các hiệp hội mới mở rộng các mối liên hệ về kinh tế và hiệp hội ra bên ngoài biên giới làng xã và giáo xứ thì một thành tố có tính thiêng liêng hơn trong trải nghiệm tôn giáo là hành hương cũng trải qua những thay đổi tương tự. Trong thế kỷ XIX, ở châu Âu, những phương tiện giao thông và thông tin liên lạc mới đã biến những hình thức hành hương Công giáo vốn có từ lâu đời thành những sự kiện có tính quần chúng, phản ánh khía cạnh lễ hội và sân khấu của nền chính trị đại chúng.[652] Bên cạnh đó, việc lan truyền sách báo tạo điều kiện cho các tín đồ Công giáo trải nghiệm những cuộc hành hương qua báo chí, hồi ký, phim, ảnh về những chuyến du hành, làm cho bối cảnh dân tộc và quốc tế trở thành thành phần ngày càng quan trọng hơn của đời sống tôn giáo. Điều này cũng đúng đối với Việt Nam. Trước thời thuộc địa, những cuộc hành hương của người Công giáo tới những địa điểm linh thiêng thường giới hạn trong những địa phương cụ thể, và ít có tác dụng trong việc liên kết các tín đồ trong những vùng miền khác nhau của vương quốc, chưa nói đến liên kết Việt Nam với Rome. Nhưng đường bộ, đường tàu hỏa và báo chí thời thuộc địa đã làm cho một cuộc hành hương Công giáo, lần đầu tiên, trở thành "Việt Nam" thực sự.

Những bản tường trình đầu tiên về sự xuất hiện Đức Bà

---

[652] Ruth Harris, *Lourdes: Body and Spirit in the Secular Age* (New York: Viking, 1999).

Maria ở khu rừng La Vang thuộc tỉnh Quảng Trị, phần lớn xuất hiện sau sự kiện này gần một thế kỷ, nói rằng Đức Bà Maria xuất hiện ở La Vang trong hoặc khoảng năm 1789, trước mặt những tín đồ Công giáo ở làng Cổ Vưu gần đó, khi họ tìm chỗ trốn tránh những vụ bạo lực cộng đồng do chỉ dụ bài Công giáo của nhà Tây Sơn gây ra.[653] Đức Bà xuất hiện dưới gốc một cây đa, nơi những người dân địa phương thường ngồi nghỉ và cũng là nơi các tín đồ Công giáo thường cầu nguyện Đức Bà, xin Bà bảo vệ họ khỏi thú dữ và bệnh tật. Một bản tường trình của truyền giáo kể lại việc dân chúng tường thuật việc hiện ra như sau:

> Một đêm, người ta thường nói như thế... có một người phụ nữ đẹp mê hồn xuất hiện trước mặt họ, Bà mặc một bộ đồ trắng và có hào quang xung quanh, có hai thiên thần cầm đèn chầu hai bên. Bà đi qua đi lại mấy lần trước mặt những Ki Tô hữu đã mê mẫn tâm thần (chân bà đi như thể bám chặt vào đất), sau đó, Bà dừng lại và bằng một giọng nhẹ nhàng, Bà đã nói những lời mà cả thế giới đều đã nghe và truyền thống đã trân trọng giữ gìn: "Mẹ đã nhận lời các con kêu xin. Từ nay về sau, hễ ai chạy đến cầu khẩn Mẹ tại chốn này, Mẹ sẽ nhận lời ban ơn theo ý nguyện."[654]

Nhiều bản tường trình từ thời đó còn nói rằng trước khi

---

[653] Công cuộc nghiên cứu hiện nay về lịch sử La Vang dựa trên nguồn tài liệu tương đối ít có xuất xứ từ đầu thế kỷ XX, nhiều công trình nghiên cứu dường như dựa trên các bài hát, bài thơ, những câu truyện truyền khẩu được những tín đồ công giáo già thu thập tại đại hội lần thứ nhất vào năm 1901. Những công trình nghiên cứu đó tạo ra tác phẩm lớn được nhiều người biết về La Vang: *La Vang sự tích văn*. Trần Quang Chu, *Hành hương La Vang* (N.p., Kỷ Niệm Đại Hội La Vang 26, 2005), tập 1:67-71.
[654] J. B. Roux, "Le Pèlerinage de Notre-Dame de La Vang," *ASMEP*, tháng 5-6 năm 1935, 113.

biến mất, Đức Bà Maria còn chỉ cho dân chúng cách nấu nước lá cây đa thành nước uống chữa bệnh. Khi bạo động lắng xuống, các tín đồ Công giáo đã xây một điện thờ nhỏ ngay tại chỗ đó.

Câu chuyện về La Vang khá lu mờ trong suốt nhiều thập kỷ. Trần Quang Chu, tác giả của một trong những cuốn lịch sử chi tiết nhất về La Vang, nhận xét rằng Jean Labartette, giám mục Nam Kỳ từ năm 1784 đến 1823, chưa hề nhắc tới La Vang trong những bức thư gửi cho các quan chức của MEP ở Paris. Trần Quang Chu khẳng định rằng điều đó cho thấy việc thờ phụng ở địa điểm đó hoàn toàn có tính địa phương, không gây được sự chú ý của vị giám mục này hoặc truyền thống và nghi lễ liên quan đến sự xuất hiện của Đức Bà bị coi là rất không chính thống, không đáng thuật lại cho những người có quyền lực của MEP.[655] Nhưng một số sự kiện chứng tỏ sức mạnh tâm linh của khu vực này. Một trong những huyền thoại nổi tiếng nhất về La Vang, mà Trần Quang Chu nói rằng có từ thời Minh Mạng, kể về những người đã xây dựng một ngôi chùa ngay tại nơi Đức Bà xuất hiện. Sau buổi lễ khánh thành ngôi chùa, các quan chức của những làng xã xung quanh trở về nhà và mơ thấy Đức Phật bảo họ hãy bỏ tượng của mình đi để vinh danh một nữ thần đầy quyền năng của Ki Tô giáo đang sống ở đó. Ngày hôm sau họ trở lại chùa thì đã thấy bàn thờ và tượng Phật bị lật nhào. Sau khi sắp xếp lại bàn thờ và tượng, họ trở về nhà và lại mơ thấy như cũ, họ quay lại

---

[655] Trần Quang Chu, *Hành hương La Vang*, tập 1: 203-8.

chùa thì đã thấy bàn thờ và tượng bị lật nhào rồi. Lúc đó họ mới tặng ngôi chùa cho các tín đồ Công giáo, những người này liền xây điện thờ đầu tiên ở vị trí đó.[656] Những câu chuyện truyền miệng còn cho thấy niềm tin ngày càng gia tăng về khả năng chữa bệnh kỳ diệu của khu vực này.[657] Trần Quang Chu còn chỉ ra địa điểm xuất hiện của Đức Bà Maria trong những lời khai trong tù của các thánh tử đạo ở khu vực này, cũng như các nhóm tương thân tương ái mang tên Maria như là bằng chứng về tầm quan trọng của nó.[658]

Nhiều bằng chứng về tầm quan trọng của La Vang xuất hiện về sau này, trong thế kỷ đó. Trần Quang Chu nói rằng trong năm 1866, một nhà truyền giáo tên là Sohier, hoạt động trong khu vực từ năm 1840, đã thay mặt MEP mua địa điểm này để xây một chủng viện, một tu viện cho Dòng Mến Thánh Giá, một nhà nghỉ cho các linh mục và một nhà nuôi trẻ mồ côi, nhưng sự phản đối của dân chúng địa phương đã buộc ông phải từ bỏ kế hoạch. Trần Quang Chu còn ghi nhận rằng những cuộc hành hương có tổ chức đầu tiên, dưới sự hướng dẫn của vị linh mục ở Cổ Vưu, tới khu vực bắt đầu diễn ra trong những năm 1860, người ta nói rằng người hành hương tổ chức thờ phượng dưới gốc cây đa, nơi Đức Bà Maria xuất hiện và đem lá cây về làm thuốc chữa bệnh cho người ốm. Sau một thời gian, các tín đồ từ những làng bên cạnh bắt đầu tham gia hành hương. Nhưng

---

[656] Bằng chứng sớm nhất cho câu chuyện này được Chu trích dẫn là 1901 *La Vang sự tích văn*. Tác phẩm đã dẫn, tập 1: 208-13.
[657] Tác phẩm đã dẫn, tập 1: 217-20.
[658] Tác phẩm đã dẫn, tập 1: 221-25.

năm 1885, lần đầu tiên bạo lực làm cho các tín đồ Công giáo trong khu vực phải tìm chỗ trú ẩn ở La Vang đã lại bùng phát, đấy là khi quân Văn Thân và Cần Vương tràn qua Quảng Trị và nhiều tín đồ Công giáo trong khu vực đã bị giết hoặc phải chạy trốn. Nhiều cuốn lịch sử Công giáo viết về La Vang kể lại rằng khi quân Văn Thân tràn tới, tất cả nhà cửa trong khu vực này đều bị đốt, nhưng ngôi nhà thờ nhỏ ở đấy thì không ai dám đụng tới vì sợ bị thần thánh trả thù. Ngày hôm sau, một người đàn ông ở đây đã đốt nhà thờ. Khi quân Văn Thân nghe được chuyện đó, họ đã quay lại và giết ông này cùng với toàn bộ gia đình của ông ta để làm lễ tế.[659]

Những năm đầu thời thuộc địa, La Vang bắt đầu trở thành địa điểm hành hương của khu vực và cả nước. Khoảng năm 1885, giám mục Huế tài trợ cho việc xây dựng lại nhà thờ ở La Vang, một dự án mà nhờ sức lao động và đóng góp của các tín đồ Công giáo khu vực đã được hoàn thành sau mười lăm năm. Để kỷ niệm ngày khánh thành, vị giám mục này đã tổ chức đại hội ở La Vang vào ngày 8 tháng 8 năm 1901. Vì hầu hết đường quốc lộ và đường xe lửa đều chưa được xây dựng, người hành hương phải đi bộ hay đi bằng thuyền nhỏ tới nhà thờ mới xây dựng, để chiêm ngưỡng bức tượng Đức Bà Maria được khánh thành ngay trong kỳ đại hội này và uống nước trà chữa bệnh. Một người hành hương nhớ rằng dân chúng xếp

---

[659] Tác phẩm đã dẫn, tập 1: 237-38.

hàng dài đến ba cây số để đi vào nhà thờ.[660] Thành công của đại hội làm cho vị giám mục này tuyên bố rằng đại hội sẽ được tổ chức ba năm một lần, còn mỗi năm thì sẽ được tổ chức nhỏ hơn. Trong những năm sau đại hội lần thứ nhất, những cuộc hành hương tới La Vang tiếp tục gia tăng. Đến đầu những năm 1920, lãnh đạo giáo phận này đã biến đại hội thành những sự kiện kéo dài ba ngày và xây dựng thêm một nhà thờ nữa – ngôi nhà thờ này do người đứng đầu *l'Ecole Française d'Extrême – Orient* (Viện Viễn Đông Bác Cổ) là ông Parmentier thiết kế và được xây dựng với tiền đóng góp của cả những tín đồ ở xa, thậm chí từ tận Cambodia – dành cho những người hành hương không vào được ngôi nhà thờ hiện có và phải ngồi dưới mái che được dựng lên trong những dịp như thế.[661] Đến đại hội lần thứ năm, năm 1913, một nhà truyền giáo tính rằng đã có trên mười ngàn người tham gia; đến năm 1932, một nhà truyền giáo khác tính rằng đã có 25 ngàn người tham gia các buổi đại hội.[662]

Sự bành trướng bất thường của những cuộc hành hương tới La Vang là do một số tác nhân. Trước đại hội lần thứ nhất vào năm 1901, việc chấm dứt bạo lực cộng đồng đã tạo điều kiện cho các tín đồ Công giáo được quyền tự do đi

[660] Trần Văn Trang, *Tự tích tôn kính Đức mẹ La Vang* (Qui Nhơn: Imprimerie de la Mission, 1923), 17.
[661] Trần Quang Chu, *Hành hương La Vang*, tập 2: 53.
[662] "Cochinchine Septentrionale," Missions Catholiques, tháng 4 năm 1914, dẫn lại trong Trần Quang Chu, *Hành hương La Vang*, tập 1: 323; J. B. Roux, "Le Pèlerinage de Notre-Dame de La Vang," *ASMEP*, tháng 5-6 năm 1935, 121.

lại chưa từng có trong cả thế hệ đó. Mấy đại hội đầu tiên, tức là những đại hội vẫn còn mang tính khu vực, đối với nhiều người trong khu vực có thể cũng là cơ hội đầu tiên để họ đến thăm một nơi mà có thể họ đã được nghe nói đến từ lâu. Việc phong chân phước cho các thánh tử đạo Việt Nam đầu tiên làm cho giai đoạn chuyển tiếp thế kỷ trở thành giai đoạn của lễ hội trong đời sống Công giáo Việt Nam, điều đó dường như đã giúp làm cho những đại hội đầu tiên thành công. Mạng lưới truyền giáo gia tăng cũng có vai trò đặc biệt quan trọng; các nhà truyền giáo đứng đầu các hạt, cai quản những vùng lãnh thổ rộng lớn hơn và đi thăm viếng nhiều cộng đồng hơn là các linh mục bản xứ, đã nói cho dân chúng nghe nhiều tin tức và thông tin về những đại hội đầu tiên.[663] Một nguyên nhân nữa là bảo trợ. Người ủng hộ quan trọng nhất cho các kỳ đại hội ở La Vang là Nguyễn Hữu Bài, người ta nói rằng từ năm 1907 đến năm 1935, cũng là năm ông ta từ trần, năm nào ông ta cũng đi hành hương. Mặc dù Nguyễn Hữu Bài thường là người lỗi lạc nhất ở đây, "Cụ đến với Đức Mẹ như một người con thảo, bình thường, một khác hành hương trong ngàn vạn khách hành hương khác, tin yêu và khiêm tốn."[664] Nguyễn Hữu Bài không chỉ ủng hộ đại hội bằng tiền bạc của mình, ông ta còn sắp xếp những cuộc viếng thăm của các quan chức Pháp, của Công Sứ Tòa thánh Henri Lécroart và của các Khâm sứ Tòa thánh và thậm chí là cả các hoàng đế Khải Định và Bảo Đại nữa. La Vang trở thành nơi hành hương

---

[663] Trần Văn Trang, *Tự tích tôn kính Đức mẹ La Vang*, 15-16.
[664] Trần Quang Chu, *Hành hương La Vang*, tập 2: 103.

mang tầm quốc gia trong thời đại của những vị giám mục rất được lòng dân đầu tiên của Việt Nam, những vị này cũng thường xuyên có mặt trong các kỳ đại hội.

Nhưng lý do quan trọng nhất làm cho cuộc hành hương tới La Vang ngày càng có tiếng vang trên toàn quốc là những phương thức du hành, thông tin và quảng bá mới. Năm 1913, vị giám mục tương lai Hồ Ngọc Cẩn đã viết một bài trên tờ *Nam Kỳ Địa Phận* nhằm hướng dẫn người hành hương tới tới La Vang bằng đường tàu hỏa vừa được xây dựng xong. Cẩn bảo họ phải xuống ga nào ở Quảng Trị, đi theo đường nào tới Cổ Vưu (điểm khởi đầu của cuộc hành hương), trên đường đi thì xem những danh lam thắng cảnh nào (đài tưởng niệm các tín đồ Công giáo bị giết năm 1885), phải chuẩn bị những gì (phải đi bộ bao xa và mất bao lâu trên đường đồi núi), nhờ ai giúp đỡ khi cần (linh mục địa phương), các bài hát và bài thơ mà những người hành hương thường hát và những thông tin quan trọng khác (nhớ mua vé về khi bạn vừa tới Quảng Trị![665] Những người tới La Vang bằng tàu hỏa thường làm như thế, đấy cũng là một phần của chuyến du lịch do xứ đạo của họ tổ chức.[666] Khi có nhiều người đi thì lại có thêm tàu chạy từ Huế và Đà Nẵng tới Quảng Trị, nhiều đoàn tàu còn nối thêm toa để chở dòng người hành hương. Một hành khách trên một

---

[665] Ngô Ký Váng [Hồ Ngọc Cẩn], "Đi viếng nhà thờ Đức mẹ ở La Vang," *NKĐP*, ngày 16/5/1912, trong Trần Quang Chu, *Hành hương La Vang*, tập 1: 301-7.

[666] Xin đọc tường thuật về một chuyến đi như thế: "Tường thuật cuộc du lịch của đoàn giáo hữu Nam Kỳ đi dự lễ tam nhựt đại hội Đức bà La Vang," *NKĐP*, ngày 15/9/1938.

trong những đoàn tàu đó nói rằng nó chẳng khác gì một nhà thờ, đầy tiếng cầu nguyện, tiếng đọc kinh và tiếng hát.[667] Trong những năm 1920, tàu hỏa bắt đầu đưa người hành hương từ những khu vực cách xa hàng trăm cây số, nhiều người trong số họ phải đi mấy ngày và trên đường đi đã gặp các tín đồ Công giáo từ những vùng khác nhau. Năm 1923, một linh mục đi từ Sài Gòn, mang theo bức thư của bề trên, người đã từng học ở An Ninh, giới thiệu ông ta với các linh mục địa phương, những người này lại dẫn ông ta tới thăm chủng viện địa phương và nhà tu kín ở gần đó và gặp Nguyễn Hữu Bài.[668] Còn đối với những người hành hương trên tàu hỏa đi từ Sài Gòn, tức là những người đi từ đồng bằng sông Mê Công ở phía nam tới vùng đồi núi bên ngoài Huế, thì chuyến đi đến đại hội năm 1938 là thời gian để so sánh những trải nghiệm về đức tin và cộng đồng.[669]

Muốn hiểu vì sao hàng chục ngàn tín đồ Công giáo Việt Nam đã đi nhiều ngày với chi phí đáng kể để tham dự lễ hội ở La Vang thì cần phải hiểu cách thức mà báo chí đã làm cho La Vang trở thành sự kiện quan trọng đối với những cộng đồng Công giáo ở những khu vực xa xôi. Thông báo về đại hội xuất hiện ngay trên những tờ báo Công giáo và những bản tin tôn giáo đầu tiên: thông báo năm 1913 viết: "Đâu đó đã nghe danh tiếng nhà thờ Đức

---

[667] "Trên chuyến xe lửa hành hương La Vang 1917," *NKĐP*, ngày 4/10/1917, trong Trần Quang Chu, *Hành hương La Vang*, tập 2:10-11.

[668] J. B. Hướng, "Đi viếng cung thánh Đức mẹ La Vang," *NKĐP*, ngày 8/3/1923 trong tác phẩm đã dẫn 2: 34-41.

[669] J. Huế, "Đi kiệu minh niên tại La Vang," *NKĐP*, ngày 17/2/1938.

Mẹ La Vang... khắp xa gần đều hoan hỉ. Kẻ ở gần thì lo chỉnh bộ cân y, người ở xa thì thì lo biên đồ hành lý."[670] Báo chí còn thông báo cho những người sắp đi hành hương về việc hủy đại hội vì dịch tả hay lụt lội và cung cấp cho họ chi tiết về chuyến đi cũng như nơi ăn, ở. Đương nhiên là những bản tường trình về phép lạ của La Vang dường như là những điều đã làm cho các tín đồ Công giáo chọn địa điểm này là nơi hành hương đầu tiên. Một bản tường trình kể lại câu chuyện một người đàn ông, do Ngô Đình Khả khuyến khích, đã đến La Vang cầu nguyện xin cho vợ chồng ông ta, do công ăn việc làm mà phải xa lìa nhau, được đoàn tụ; chẳng bao lâu sau vợ chồng nhà này đã đoàn tụ tại Huế.[671] Những bản tường trình khác kể lại khả năng chữa bệnh của La Vang hay sự hoán cải của những người chứng kiến cuộc hành hương. Nhưng có lẽ hấp dẫn nhất là những câu chuyện mô tả về sự nhộn nhịp của chuyến đi, về những cuộc gặp gỡ những người từ những vùng xa xôi và tình nghĩa đồng bào mà họ gặp trong cuộc hành hương. Đối với những người không thể tự mình đi tới La Vang thì những bài báo như thế này – hầu như chắc chắn là được kể lại trong các buổi thuyết giảng và những buổi họp của các hiệp hội Công giáo – đã giúp biến chuyến hành hương thành trải nghiệm chung cho nhiều tín đồ Công giáo trên khắp nước Việt Nam.

---

[670] "Thông báo kiệu đại hội La Vang 5 (1913)," NKĐP, ngày 3/3/1913, trong Trần Quang Chu, *Hành hương La Vang,* tập 1:307-9.
[671] "Ơn lạ Đức mẹ tại nhà thờ La Vang," NKĐP, ngày 31/8/1913, trong tác phẩm đã dẫn, 1: 347-52.

Nhiều yếu tố trong việc người Công giáo cảm nghiệm hành hương tới La Vang trong thời thuộc địa, từ du hành bằng xe lửa, khách sạn, tham quan và vai trò của những bản tường trình trên báo chí mà thực chất là những cuốn sách hướng dẫn du lịch, minh họa cho thấy ranh giới mờ nhạt giữa việc đi hành hương tôn giáo và một kinh nghiệm khác đang phát triển là du lịch. Thực vậy, đi hành hương thường thường cũng là một dạng đi nghỉ ngơi. Khi cơ sở hạ tầng và báo chí làm cho nhiều tín đồ Công giáo ước muốn và có phương tiện đi thăm những địa điểm ở xa, nhiều người đã chọn những địa điểm tôn giáo. Một nơi được nhiều người ưa thích là nhà thờ lớn lừng danh ở Phát Diệm. Nội dung của một cuốn sách hướng dẫn du lịch tới vùng này – mà phần lớn nội dung sách được các giáo dân Công giáo ở địa phương đã biết – cho thấy mục đích sách là dành cho du khách từ xa đến; cuốn sách kể về lịch sử của nhà thờ nổi tiếng này và linh mục Trần Lục, người đã xây dựng nó; cuốn sách còn mô tả cả kiến trúc ngôi nhà thờ và những kiến trúc xây dựng khác. Cuốn sách còn cung cấp cho người ta những thông tin thông thường nhưng vô cùng quan trọng, trong đó có khoảng cách từ Phát Diệm đến bến xe lửa gần nhất ở Ninh Bình, rằng con đường này có thể đi bằng ô tô, rằng có thể đi tầu thủy từ Nam Định đến Phát Diệm, nhưng từ Ninh Bình thì chỉ có thể đi bằng thuyền mà thôi.[672]

---

[672] Nguyễn Văn Thích, *Dạo chơi Phát Diệm, tòa giám mục tiên khởi Việt Nam* (Qui Nhơn: Imprimerie Qui Nhơn, 1937).

Có lẽ hình thức hành hương kết hợp du lịch thông dụng nhất trong giai đoạn cuối thời thuộc địa là tham gia những buổi lễ diễn ra xung quanh việc tấn phong những vị giám mục đầu tiên của Việt Nam, uy lực của các vị giám mục này có tầm quan trọng đặc biệt đối với nhận thức mới về cộng đồng tôn giáo. Thực vậy, những vị giám mục này là các nhân vật ở tầm quốc gia, đơn giản là vì những cuộc chuyển hóa mà họ đại diện trong đời sống của Giáo hội: tín đồ Công giáo Việt Nam nào cũng có kinh nghiệm kỳ thị chủng tộc nơi cộng đoàn tôn giáo mà việc tấn phong giám mục này trực tiếp thách đố. Vì lý do địa lí mà các vị giám mục này cũng có uy quyền của người đại diện mang tính quốc gia. Bốn trong năm vị giám mục đầu tiên đại diện cho những địa phận cách xa quê hương của họ: Nguyễn Bá Tòng (sinh ở Gò Công thuộc châu thổ sông Cửu Long), Hồ Ngọc Cẩn và Lê Hữu Từ (sinh ở Quảng Trị) là những người lãnh đạo các địa phận ở Bắc Kỳ, còn Ngô Đình Thục (cũng sinh ở Quảng Trị) lại đứng đầu địa phận ở Nam Kỳ. Mặc dù đây là những quyết định có tính toán của MEP và Vatican nhằm xây những chiếc cầu nối trong Giáo hội địa phương đang xuất hiện, nhưng nó không bảo đảm thành công: Alexandre Marcou, người mà Nguyễn Bá Tòng kế nhiệm ở Phát Diệm, thậm chí còn lo lắng không biết các linh mục địa phương có hiểu được tiếng người miền Nam của Nguyễn Bá Tòng hay không, đấy là mối lo trong giai đoạn khi mà nhiều người Việt Nam hiếm khi tiếp xúc với phương ngữ của những vùng khác.[673] Mặc dù điều này dường như là nhỏ nhặt, nhưng nó phản ánh nỗi lo lắng thật sự về sự tiếp nhận những thay đổi như thế trong những cộng đồng mà bản sắc công giáo vẫn gắn bó mật thiết với địa phương. Nguyễn Bá Tòng và những người ủng hộ ông cố gắng ngăn chặn những mối lo lắng như thế: sau khi nhận được tin về việc bổ nhiệm, Nguyễn Bá Tòng đã viết thư cho các tín đồ Công giáo Sài Gòn với lời tuyên bố: "Trong Ngoài qui một hội, Nam Bắc hiệp nhất gia". Sau khi Nguyễn Bá Tòng lên đường, những người ủng hộ ông đã tiến hành chiến dịch về quan hệ công chúng nhằm khẳng định việc tấn phong ông là một bước tiến đối với tất cả mọi người Thiên chúa giáo Việt Nam. Một ví dụ là cuốn sách mỏng của nhà báo Nguyễn Hữu Lượng, xuất bản năm 1934, trong đó ông ta khẳng định rằng việc tấn phong Tòng là tín hiệu cho thấy "tinh thần quốc gia" của các tín đồ Công giáo Việt Nam, dù bị kìm hãm trong thời nhà Nguyễn, lại một lần nữa bắt đầu đơm hoa kết trái.[674]

Mọi lo lắng về việc cộng đồng Công giáo trên toàn cõi Việt Nam sẽ đón nhận Nguyễn Bá Tòng như thế nào đã mau chóng tan biến. Trong chuyến đi đến Rome để nhận tấn phong và trên đường trở về, trong đó có những buổi dừng chân ở những di tích linh thiêng ở châu Âu và Trung Đông, kéo dài đến sáu tháng. Paul Vàng, thư ký của

───────────

[673] Bùi Đức Sinh, *Giáo hội công giáo ở Việt Nam*, (Calgary: Veritas, 1998), tập 3:133.
[674] Nguyễn Hữu Lượng, *Đức thầy Jean-Baptiste Tòng, giám mục địa phận Phát Diệm* (Sài Gòn: Nhà In Xưa Nay, 1934), 12.

Nguyễn Bá Tòng, đã ghi lại những cảm tưởng về chuyến đi và gửi về Sài Gòn, và được đăng trên tờ *Nam Kỳ Địa Phận.* Cuối cuộc hành trình, Nhà In của MEP (*Mission Press*) đã cho xuất bản tập bài viết của Paul Vàng, trong đó có cả tiểu sử của vị tân giám mục và một vài bức thư của ông, cũng như những bức ảnh chụp trên đường đi và những bài báo viết về lễ tấn phong Nguyễn Bá Tòng.[675] Một phần là nhờ những bài viết này mà tinh thần phấn chấn càng gia tăng khi vị giám mục về gần đến quê hương. Hàng ngàn người đã đội mưa để đón ông ở Sài Gòn.[676] Một phần là nhờ những bài viết này mà tinh thần phấn chấn càng gia tăng khi vị giám mục về gần đến quê hương. Hàng ngàn người đã đội mưa để đón ông ở Sài Gòn. Số người đọc về lễ tiếp rước trong ngày ông trở về quê hương còn nhiều hơn nữa, và khi Nguyễn Bá Tòng đi lên địa phận của ông ở phía bắc thì họ tụ tập lại để được nhìn thấy ông. Nguyễn Bá Tòng phải mất gần bốn tuần mới đi được từ Sài Gòn ra Hà Nội, các vị giám mục và nhà truyền giáo, các quan chức của nhà nước thuộc địa và Việt Nam, các vị linh mục và tín hữu Việt Nam đã tới, thường là từ rất xa, để được ngắm nhìn ông và nghe những lời chào mừng của ông. Thường thì Nguyễn Bá Tòng đi đến nơi bằng ô tô, các quan chức hàng tỉnh và lãnh đạo Giáo hội đã đợi ông ở đấy để chào mừng ông, Ông nói lời cảm ơn về vinh dự mà họ

---

[675] Paul Vàng, *Nguyễn Bá Tòng, Tổng giám mục tiên khởi Việt Nam, cuộc hành trình Roma* (Sài Gòn: Imprimerie de la Mission, 1034).

[676] "Saigon fait une belle reception à Mgr. TONG," *L'Avenir du Tonkin*, ngày 4/11/1933.

dành cho ông - bằng tiếng Pháp, nếu có các quan chức Pháp, sau đó bằng tiếng Việt. Sau đó ông tới thăm nhà thờ trong khu vực, ông bước lên bệ thờ và đọc kinh tạ ơn và ông thường làm đúng như thế ở các nhà thờ bên cạnh. Một ban đồng ca đã đợi sẵn để hát một bài thánh ca hay bài ca được viết riêng cho trường hợp này. Nguyễn Bá Tòng còn đi thăm khu nhà ở của linh mục, chủng viện, trường học, thăm các dòng tu, tu viện và đài tưởng niệm, ở đấy còn có đông người hơn đang đứng đợi ông, họ thể hiện lòng kính trọng ông bằng những món quà và hầu như bao giờ cũng có người hát hay đọc thơ. Những buổi thăm viếng như thế, mà hầu như ngày nào Nguyễn Bá Tòng cũng làm trong suốt thời gian ông đi dọc theo các tỉnh ven biển để lên phía bắc, đã lôi kéo được hàng trăm – mà đôi khi là hàng ngàn – du khách và được đăng tải rộng rãi trên báo chí.

Các nhà báo viết về những chuyến đi của Nguyễn Bá Tòng đã mô tả việc tấn phong ông là sự kiện quan trọng cho tất cả giáo dân Việt Nam. Một ký giả viết rằng từ ngày Nguyễn Bá Tòng lên đường đi Rome, "Chẳng những các giáo hữu trong tam kỳ, từ Nam chí Bắc, ai nấy cũng ngày đêm ngóng, chờ đợi tin lành, mà cho chí các bạn ngoại giáo, cũng tỏ dạ nhiệt thành"[677] Vị giám mục tiền nhiệm của Nguyễn Bá Tòng ghi nhận: "Trong giờ phút này, không làng xóm nào không biết rằng đã có một vị giám

---

[677] "Địa phận Sài Gòn đã nghinh tiếp Đức cha J. B. Tòng tiên khởi giám mục bổn quốc một cách rất long trọng," *NKĐP*, ngày 2/11/1933.

mục người Việt Nam trên đất An Nam."[678] Đối với nhiều nhà quan sát, Nguyễn Bá Tòng đơn giản là một người phi thường. Những nhà báo quan tâm mật thiết hơn tới những người dân thường, tức là những người tới chứng kiến chuyến đi của Nguyễn Bá Tòng, đánh giá rằng các đám đông có thể lên tới hàng ngàn người và họ nhận thấy rằng những ngôi nhà khiêm tốn nhất cũng được trang hoàng với cờ và đèn lồng bằng giấy, nhiều người đã mua ảnh và bưu thiếp có in hình ông từ những người bán hàng rong (*Hình 10*). Một tiệm chụp ảnh ở Sài Gòn (tiệm *Modern Photo*) đã biến lễ tấn phong thành cơ hội bán những bức ảnh giám mục Nguyễn Bá Tòng kích thước bốn nhân sáu và năm mươi nhân sáu mươi ("ở xa trả thêm tiền cước phí")[679]. Những bài thơ của các cháu học sinh, của các chủng sinh và các linh mục mô tả việc tấn phong là sự kiện mang tầm quốc gia. "Tam-kỳ chốn chốn đều ca tụng, Nam-Bắc nhà nhà thỏa ước mong", một bài viết như thế.[680] Một bài thơ khác, của các linh mục ở Huế, nhận xét rằng Đức giám mục xuất thân từ Sài Gòn và đang đại diện cho Phát Diệm có thể đại diện cho miền Trung vì "song cũng vẫn đồng là con Lạc cháu Hồng".[681] Những bài trả lời của Nguyễn Bá Tòng cho những bức thư và những bài thơ như thế cũng được báo chí đăng lại và

---

[678] Marcou to de Guébriant, ngày 22/11/1933, Correspondance Marcou, MEP.
[679] Xem phụ trương tờ *Nam Kỳ Địa Phận* năm 1933.
[680] "Kính tặng Đức cha J. B. Tòng," *NKĐP*, ngày 16/2/1933.
[681] "Bài ca các cha Huế mừng Đức cha J. B. Tòng," *NKĐP*, ngày 16/2/1933.

ông thường tận dụng cơ hội để nhắc lại những điều mà ông đã viết cho các linh mục ở Sài Gòn trước khi lên đường đi Rome: "Trong Ngoài qui một hội, Nam Bắc hiệp nhất gia... Ấy ta đều cần yêu."[682]

(*Hình 10*). *Bưu thiếp của nhà thờ lớn tại Phát Diệm và mộ của cụ Sáu (Père Six), với hình Nguyễn Bá Tòng, vào khoảng năm 1935.*

---

[682] "Đức cha J. B. Tòng đắp từ cho các linh mục bổn quốc ở Huế," *NKĐP*, ngày 2/3/1933.

Tinh thần dân tộc của việc tấn phong Nguyễn Bá Tòng
vẫn còn thể hiện rõ trong những buổi lễ mừng sự kiện này
trong những năm sau đó. *Bạn Thiếu Niên*, một tạp chí của
thanh niên Công giáo, dành hẳn số ra tháng 6 năm 1938 để
mô tả sự kiện này là "một ngày mà cái danh dự của người
Việt-Nam được rõ rệt trước mắt thế giới, làm cho thế giới
phải biết đến tên, nghe đến tiếng của người dân ta, mà
trước kia họ vẫn lu mờ hay là khinh thị". Đối với tác giả
này, Nguyễn Bá Tòng đã "mở rộng đường tiến đạt cho
thiếu niên"; ông đã "đặt vào óc chúng ta một bầu hy-vọng
và sự biết tự trọng tự chủ"[683]. Trong lần kỷ niệm thứ mười
lễ tấn phong, các linh mục ở Phát Diệm lại tổ chức ngày
lễ như là ngày liên kết Giáo hội Công giáo Việt Nam với
quá khứ huyền thoại của người Việt. Họ viết: "Nên bà mẹ
Lạc-hồng mới được thấy người con thứ nhất của mình đội
mũ vàng, cầm gậy ngọc đi khua rung động trời Âu, lay
chuyển cả đất Việt từ Nam chí Bắc, trước khi cắm rễ sâu
mà rợp bóng che cho địa phận Phát Diệm này".[684] Hồ
Ngọc Cẩn, vị giám mục người Việt nam thứ hai, nói rằng
ngày 11 tháng 6 năm 1933, ngày tấn phong Nguyễn Bá
Tòng, là ngày mà Chúa Cứu thế của Việt Nam đã tới,
ông viết "năm 33 ấy Đức cha chúng tôi cũng lĩnh lấy
thánh-giá Giám-mục cho được chịu khó với anh em, vì anh
em."

---

[683] *Bạn thiếu niên* với ngày kỷ niệm thụ phong Đức giám mục
Gioan Baotixita," *BTN*, tháng 6 năm 1938.

[684] "Bài chúc từ các cha Phát Diệm đọc mừng Đức cha Nguyễn Bá
Tòng," *ĐMBN*, ngày 1/7/1943.

Khác với Nguyễn Bá Tòng, Hồ Ngọc Cẩn không tới Rome khi ông được tấn phong vào ngày 19 tháng 6 năm 1935. Thay vào đó, Giáo hoàng Pius XI đã gửi sắc chỉ khẳng định rằng ông đã được lựa chọn tới Phủ Cam, nơi hàng ngàn tín đồ Công giáo không có điều kiện sang Rome dự lễ tấn phong Nguyễn Bá Tòng đã tập trung ở đấy. Người từ cả ba miền Bắc, Trung, Nam, từ vùng cao nguyên, các nhà truyền giáo châu Âu và các vị giám mục cùng với các linh mục, các bà xơ, giới tinh hoa và dân thường đã có mặt tại lễ tấn phong này. Đoàn Kim Hương, tổng biên tập tờ *Công Giáo Đồng Thinh*, quyết định đi vì Hồ Ngọc Cẩn được các tín đồ Công giáo Sài Gòn yêu mến mặc dù ông chưa sống ở đây ngày nào, vì ông đã có nhiều đóng góp cho báo chí Công giáo ở Sài Gòn và ông muốn gửi lời cám ơn tới cộng đồng. Giống như nhiều người hành hương tới La Vang, năm ngày trước lễ tấn phong, Đoàn Kim Hương đã rời Sài Gòn, ông đi tàu tới Nha Trang và tiếp tục cuộc hành trình bằng xe buýt. Tháng 6 là mùa mưa, xe ô tô thường bị sa lầy ở những đoạn chưa được trải nhựa và đã mấy lần ông phải mất cả ngày mới đi được một trăm cây số. Ban đêm ông thường ngủ ở các trường học và các dòng tu, ở đây ông cũng gặp nhiều tín đồ Công giáo đang đi đến Phủ Cam[685] Dĩ nhiên là Nguyễn Bá Tòng cũng đến đó, nhưng Hồ Ngọc Cẩn nói tiếng Pháp không được trôi chảy như Nguyễn Bá Tòng cho nên ông đã phát biểu và đọc lời

[685] Đoàn Kim Hương, "Đi xem lễ phong chức đệ nhị Việt Nam giám mục," *CGĐT*, ngày 7/11, 18/11 và 25/11 năm 1937.

chào mừng bằng tiếng Việt.[686]

Hồ Ngọc Cẩn theo tiền lệ của Nguyễn Bá Tòng là sau khi tấn phong thì đi du hành khắp Việt Nam. Chính quyền thuộc địa muốn giới thiệu Hồ Ngọc Cẩn ngay giữa trung tâm quyền lực của chế độ thuộc địa và mời ông ra Hà Nội ngay sau lễ tấn phong. Dân chúng kéo đến chiêm ngưỡng Hồ Ngọc Cẩn khi ông đi qua Bùi Chu, còn ở Hà Nội, chính quyền thuộc địa đã cử những quan chức người Pháp cao cấp nhất ở Bắc Kỳ ra đón tiếp ông. Lần này vị tân giám mục chào mừng khách bằng tiếng Pháp.[687] Sau đó Hồ Ngọc Cẩn lên đường vào Nam. Mặc dù không vào đến Sài Gòn, nhưng ông đã đi đến miền Trung để về thăm quê và dự đám tang Nguyễn Hữu Bài – những nỗ lực của ông này cách đó một chục năm đã góp phần làm cho giám mục người Việt Nam trở thành hiện thực. Sau đó Hồ Ngọc Cẩn quay ra Bắc qua ngả Vinh và Nam Định. Cũng như Nguyễn Bá Tòng, ông thường dừng lại để đi thăm các nhà thờ, các chủng viện, trường học và các dòng tu. Hồ Ngọc Cẩn đến Bùi Chu cùng một đoàn xe hộ tống gồm mười lăm chiếc, và đoàn linh mục dòng Đa Minh Tây Ban Nha đã đợi sẵn để chào mừng vị giám mục mới tới giáo phận Công giáo lớn nhất Việt Nam – với hơn một phần tư triệu người.[688] Lễ tấn phong năm 1938 cho Ngô

---

[686] Phêrô Nghĩa [Lê Thiện Bá], "Cuộc lễ phong chức Đức cha Dominico Hồ Ngọc Cẩn," *NKĐP*, ngày 18/7/1935.

[687] "L'arrivée de Mgr. Ho Ngoc Can au Tonkin," *l'Avenir du Tonkin*, ngày 6/8/1935.

[688] Nguyễn Thanh Hương, "Cuộc nghênh tiếp Đức cha Hồ Ngọc

Đình Thục, vị giám mục Việt Nam thứ ba – là sự kiện được quảng bá mạnh mẽ cũng như có nhiều người tham dự - còn tôn vinh cả gia đình nổi tiếng của ông nữa. Phủ Cam, nơi làm lễ tấn phong, đầy những kỷ niệm về người cha của Thục, ông Ngô Đình Khả và cha đỡ đầu của ông là ông Nguyễn Hữu Bài. Thực vậy, Bài đã có những đóng góp rất lớn vào việc xây dựng ngôi nhà thờ nơi diễn ra lễ tấn phong Ngô Đình Thục. Trong bài diễn văn của mình, Ngô Đình Thục đã nhắc đến Job, người đã bị Thượng đế cám dỗ bằng vô vàn thử thách, khi ông nhớ lại thất bại của cha mình là không ngăn cản được người Pháp lưu đày vua Thành Thái. Giống như Job, Ngô Đình Khả "cũng mất hết - phẩm giá, của cải và sức khỏe - trong cuộc chiến đấu vì Chúa cứu thế, nhưng Thượng đế đã ban thưởng cho ông một gia đình... những người con trai, con gái của ông với sự tận tụy đáng tự hào của họ với đức tin Công giáo và lòng trung thành tuyệt đối với Tổ quốc An Nam của họ."[689] Những bản tường trình về sự kiện này còn nhắc đến những đóng góp của Ngô Đình Khả và Nguyễn Hữu Bài cho đời sống Công giáo Việt Nam. Một người khẳng định vai trò của Ngô Đình Khả trong việc thành lập Trường Quốc học ở Huế, và vai trò của Nguyễn Hữu Bài trong việc gửi sinh viên Việt Nam đi du học, làm cho họ trở thành những người đầu tiên "kẻ đầu tiên đã lo giáo dục cho có nhơn tài ngày nay, văn hóa mới và một thời

Cẩn khi ra Bùi Chu," *NTNB*, ngày 8/8/1935.
[689] "Đi chầu lễ tấn phong đức tiên khởi giám mục Vĩnh Long tại kinh đô Huế," *NKĐP*, ngày 19/5/1938.

đại mới"[690] Tương tự như thế, một tờ báo ở Sài Gòn viết về Ngô Đình Khả: "Trong thời đại, khi mà giới tinh hoa Việt Nam, đại diện bởi các quan lại, có thái độ thù nghịch với sự tiến bộ đương thời... thì Ngô Đình Khả đã dũng cảm nhận nhiệm vụ khó khăn... là hòa giải những thiên kiến của các vị quan lại và nhu cầu của tiến bộ hiện đại."[691] Báo chí còn in bức ảnh Nguyễn Hữu Bài úy lạo các chủng sinh du học ở Rome, trong đó có Ngô Đình Thục, khi ông đến thăm thành phố này. Một số bài thơ của Nguyễn Hữu Bài cũng được đọc tại lễ tấn phong.

Sau khi được thụ phong, các vị giám mục tiếp tục đi đến rất nhiều nơi và sự phấn khích mà họ tạo ra đôi khi đã làm cho các quan chức Pháp lo lắng. Hai địa phận của Nguyễn Bá Tòng và Hồ Ngọc Cẩn nằm cạnh nhau và họ thường cùng nhau tới thăm các trường học Công giáo và các chủng viện. Năm 1935, tín đồ Công giáo Hải Phòng đã mời cả hai vị giám mục tới thăm. Trong số những người đứng ra tổ chức có Ngô Tử Hạ, chủ một nhà in Công giáo, cố tình mời các vị giám mục người Việt Nam đúng vào lúc vị giám mục Hải Phòng lúc đó - một người dòng Đa Minh Tây Ban Nha - đang đi vắng và không thể cử đại diện giáo quyền phương Tây tham dự sự kiện này. Sau nhiều năm căng thẳng với những nhà truyền giáo Tây Ban Nha, các quan chức thuộc địa có thái độ cảnh giác với người Công giáo Hải Phòng nên họ tìm cách trì hoãn buổi đón

---

[690] "Những người trồng người," *Vì Chúa*, ngày 10/6/1938.
[691] Nguyễn Hữu Mỹ, "Les bons arbes produisent de bons fruits," *La Croix d'Indochine*, ngày 4/6/1938.

tiếp, mà theo ông thị trưởng thành phố thì sự kiện này "theo tôi là để phản ứng lại những mục đích xa lạ đối với tôn giáo" và ông này còn nhận xét rằng "khó có thể coi sự kiện này là hành động hoàn toàn mang tính tôn giáo". Đối với ông thị trưởng, điều đó chứng tỏ rằng các tín đồ Công giáo Việt Nam ở Hải Phòng "đang hành động với một tinh thần độc lập công khai" và những nhà truyền giáo ở Hải Phòng "đã đánh mất khá nhiều quyền lực". Các quan chức thuộc địa đã áp lực hai vị giám mục và Pedro Muñaggori, vị giám mục vừa rời địa phận Bùi Chu, cho đến khi sự kiện này bị hủy bỏ.[692]

Mặc cho sự khó chịu của các quan chức Pháp, các vị giám mục mới tiếp tục đi đến nhiều nơi khác nhau. Ngô Đình Thục, trẻ hơn hẳn Nguyễn Bá Tòng và Hồ Ngọc Cẩn, ông đi khắp Nam Kỳ và thường xuyên ra Bắc, mặc dù khá xa. Trong một chuyến đi vào năm 1940 nhân dịp Phan Đình Phùng được bổ nhiệm là trợ lí cho giám mục Nguyễn Bá Tòng, Ngô Đình Thục đã tận dụng cơ hội và cùng với Hồ Ngọc Cẩn đi khắp xứ Bùi Chu. Giống như Hồ Ngọc Cẩn, Ngô Đình Thục không phải là người Bắc Kỳ và một người quan sát những chuyến đi của họ đã nhận xét rằng trước khi họ được tấn phong, các tín đồ Công giáo Bùi Chu và những khu vực khác "xa cách, chỉ thân cận nhau một cách thường lệ, là chung một thiên chức rao giảng Evan, cùng một nghĩa-vụ mở rộng nước Chúa... Ngoài ra không thân mật,

---

[692] Thị trưởng Hải Phòng cho RST, ngày 2/11/1935, RST NF 6925, ANOM.

không gắn vỏ như có ngày nay". Đối với nhà văn này thì sự
có mặt và các vị giám mục là lý do để ông ta có thể nói
"Bùi-Huế-Vĩnh" là một. Các học sinh hát: "Chúng con làm
con Đức Cha Hồ, thì cũng được cái vinh dự làm cháu chú
với Đức Cha Ngô... chúng con thấy rõ Trung Nam Bắc ba
Kỳ liên kết. Giáo phận Huế như cây cao, có hai cành bảo
vệ tất cả mọi người ở miền bắc và nam". Thục đáp lại bằng
lời của Thánh Augustine: "Quam bonum et quam
jucundum frates habitare in unum" [Còn gì tốt đẹp và vui
sướng bằng anh em sống hòa thuận với nhau] – câu này
thường được hát trong các tu viện để biểu thị tình anh em
gắn bó của các giáo sĩ, nhưng ở đây nó làm người ta liên
tưởng tới ý nghĩa hoàn toàn khác. Khi hai vị giám mục
đến thăm một trường học, hiệu trưởng nhà trường đã chào
mừng họ bằng câu: "Xin chào các vị giám mục của ba
miền Đông Dương, những người được Thượng đế liên
kết lại ở đất Bắc Kỳ này". Chuyến thăm của Ngô Đình
Thục mang lại một vinh dự đặc biệt vì các tín đồ Công giáo
Bùi Chu biết ông là "một vị giám mục lừng danh lẫy tiếng
khắp bốn bể năm châu, từ Âu sang Á, từ La-mã đến An-
nam."[693]

Việc Ngô Đình Thục được phong chức giám mục là sự
kiện quan trọng trên con đường hoạt động chính trị của gia
đình ông, lễ tấn phong và những chuyến đi sau đó đã tạo
được sự quan tâm đáng kể đối với ông cũng như những

---

[693] "Bùi Chu tiếp rước Đức cha Lemasle và Ngô Đình Thục," *ĐMBN*, ngày 1/1/1941.

người anh em của ông. Các nhà sử học biết tương đối ít về hoạt động của Ngô Đình Diệm và Ngô Đình Nhu trong nửa sau thập niên 1930. Ngô Đình Diệm vẫn sống ở Huế và tham gia vào công việc triều đình, mặc dù sau khi rút khỏi chính phủ của Bảo Đại vào năm 1933 ông không giữ chức vụ gì nữa. Ngô Đình Nhu thì học ở Pháp cho đến năm 1938.[694] Đối với Ngô Đình Diệm và Ngô Đình và cả những người anh em nhà Ngô khác, lễ tấn phong và những chuyến du hành của Thục là cơ hội xuất hiện công khai trước công chúng ngay trước khi nổ ra Thế chiến II, cũng là giai đoạn mà Ngô Đình Diệm bắt đầu khuếch trương những hoạt động theo đường lối dân tộc chủ nghĩa của mình. Đi đâu Ngô Đình Thục cũng được mấy người em tháp tùng, và khi báo chí viết về Ngô Đình Thục thì họ cũng viết về gia đình ông. Chuyến đi dài nhất của Ngô Đình Thục trong những tháng đầu sau khi được tấn phong là qua vùng đồng bằng sông Mê Công. Mấy người em của Ngô Đình Thục là Ngô Đình Khôi, Ngô Đình Diệm và Ngô Đình Luyện cùng con của Ngô Đình Khôi là Ngô Đình Huấn đã hộ tống vị tân giám mục trong phần lớn những chuyến đi của ông Nam Kỳ. Họ đi cùng với ông đến thăm nhiều nhà thờ và chủng viện ở Sài Gòn, gặp gỡ các linh mục và trí thức nổi tiếng, rồi theo ông ra ngoài thành phố và được những tín đồ Công giáo ở đồng bằng sông Mê

---

[694] Tôi không tìm thấy bài báo viết về lễ tấn phong Ngô Đình Thục vào tháng 5 năm 1938 có nói tới sự có mặt của Ngô Đình Nhu, nhưng Ngô Đình Nhu đã làm trong Thư viện và Lưu trữ quốc gia từ cuối năm đó.

Công chào đón.[695] Cùng với những bài báo viết về việc tấn phong Ngô Đình Thục, tờ *Nam Kỳ Địa Phận* còn chúc mừng Ngô Đình Nhu nhân dịp ông tốt nghiệp trường *Ecole des Chartes* và cho đăng những bài viết về thành tích và uy tín của mỗi người trong gia đình này.[696] Lễ Tấn phong Ngô Đình Thục là việc của cả gia đình.

LỄ HỘI QUỐC TẾ
TRONG ĐỜI SỐNG CÔNG GIÁO VIỆT NAM

Trong giai đoạn cuối thời thuộc địa, việc xâm nhập vào Việt Nam những hình thức lễ hội và thờ phụng có thể là bằng chứng dễ thấy nhất và được nhiều người chú ý nhất của những mối liên kết đang ngày càng gia tăng giữa Việt Nam và Giáo hội toàn. Có lẽ sự kiện có tính biểu tượng nhất là Ngày Giáo Hoàng, được tổ chức trên toàn thế giới nhân dịp kỷ niệm lễ tấn phong Giáo hoàng đương thời. Ngày Giáo Hoàng đầu tiên được tổ chức ở Việt Nam trùng với ngày chủ nhật cuối cùng của tháng 10 năm 1929, kỷ niệm lần thứ năm mươi ngày Giáo hoàng Pius XI được phong chức linh mục. Một đoàn đại biểu các tín đồ Công giáo có danh vọng ở Việt Nam hi vọng đi Rome, mang theo lòng trung thành và nguyện vọng của các tín đồ Công giáo Việt Nam, nhưng họ đã phải từ bỏ ý tưởng này. Thay vào đó, các tín đồ Công giáo trên khắp nước Việt Nam đã làm

---

[695] "Đức cha Phêrô Ngô Đình Thục vào Nam," *NKĐP*, ngày 30/6/1938 và ngày 7/7/1938.
[696] "Ông Ngô Đình Nhu đậu bằng cổ tự học," *NKĐP*, ngày 24/2/1938; "Trong gương Ngô Đình Nhu," *NKĐP*, ngày 14/7/1938

những việc thiên và lần tràng hạt để tỏ lòng tôn kính Giáo hoàng. Các nhà truyền giáo ghi nhận rằng các nhà thờ chật chứng y như những ngày lễ trọng, và các tín đồ dâng cúng khá nhiều. Một nhà truyền giáo trên khu vực người thiểu số ở cao nguyên viết: "Những người Mọi Công giáo của chúng tôi, mặc dù họ sống trong cảnh cơ hàn và vốn là những người không hào phóng, đã làm cho các nhà truyền giáo ngạc nhiên khi đưa cho các nhà truyền giáo 35 xu, một số tiền lớn đối với họ." Ngày Giáo Hoàng đầu tiên đã thu được mười lăm ngàn xu.[697]

Kỷ niệm Ngày Giáo Hoàng là dấu hiệu về sự hiện diện ngày càng gia tăng của Giáo hoàng trong đời sống Công giáo Việt Nam trong những năm 1920 và 1930. Đây cũng là giai đoạn xuất hiện những cuốn tiểu sử Giáo hoàng tương đối đầy đủ bằng tiếng Việt, một số cuốn được dịch từ các ngôn ngữ khác, còn một số cuốn thì do chính người Việt Nam viết bằng chữ quốc ngữ.[698] Một trong những cuốn viết bằng chữ quốc ngữ là của Phạm Quang Hàm, người đã từng học ở Rome, cho thấy cách thức mà một số tín đồ Công giáo Việt Nam liên kết Giáo hoàng Pius XI với những tiến bộ mà các tín đồ Công giáo Việt Nam đã làm trong Giáo hội của họ. Trong phần dẫn nhập, Ngô Tử Hạ viết: "Chúng ta phải biết lịch sử của Giáo hoàng cũng như người làm con phải biết lịch sử cha mẹ." Hàm mô tả Giáo

---

[697] "Une Journée du Pape en Indochine," BSMEP, tháng 5 năm 1930.
[698] René Fontenelle, *Đức giáo hoàng Phiô XI*, Đoàn Kim Hương dịch (Sài Gòn: Nguyễn Văn Viết et fils, 1933).

hoàng Pius XI như là một nhân vật sáng suốt, đang dũng cảm đưa Giáo hội bước vào thế giới hiện đại, ông đã dành phần lớn tác phẩm để nói về sự phát triển của hàng giáo phẩm ở Trung Quốc, Nhật Bản và Việt Nam cũng như những cố gắng của Giáo hoàng trong việc đưa sinh viên từ châu Á tới Rome, trong việc thiết lập nhiều hơn nữa các chủng viện trong thế giới Công giáo bên ngoài châu Âu và trong việc truyền bá phong trào Công Giáo Tiến Hành.[699] Báo chí Công giáo còn đăng tải lịch sử của chế độ Giáo hoàng cũng như toàn văn các thông tri của Giáo hoàng và tường thuật chi tiết về những lần truyền ngôi Giáo hoàng. Những bài báo này thường có chân dung Giáo hoàng, làm cho những năm 1920 dường như là lần đầu tiên Giáo hoàng được nhiều tín đồ Công giáo Việt Nam biết đến. Những bài diễn văn và tuyên bố của Giáo hoàng được xuất bản thành những cuốn sách mỏng. Có thể nói, công nghệ mới còn đưa Giáo hoàng đích thân tới Việt Nam: năm 1927, các nhà truyền giáo đã chiếu bộ phim mang tên "Giáo hoàng ở vương cung thánh đường Thánh Pherô," về Giáo hoàng Pius XI trên màn ảnh rộng bên ngoài nhà thờ lớn Hà Nội.[700]

Khi những cuộc hành hương tới La Vang trở thành một phần của đời sống Công giáo ở Việt Nam, ngày càng có nhiều tín đồ Công giáo Việt Nam hơn bắt đầu nhận thức việc tôn kính Đức Mẹ Maria trong bối cảnh toàn. Không có gì ngạc nhiên là Lộ Đức - nơi các tín đồ Công giáo tin rằng

---

[699] Phạm Quang Hàm, *Tiểu sử Đức giáo hoàng Phiô XI*, (Hà Nội: Imprimerie Ngô Tử Hạ, 1937).
[700] RST 44965, TTLT I.

Đức Mẹ Maria xuất hiện – là địa danh bên ngoài Việt Nam được nhiều người biết tới nhất. Những cuộc hành hương tới Lộ Đức bùng nổ trong thế kỷ XIX và nhiều nhà truyền giáo nhận thấy rằng các tín đồ Công giáo Việt Nam dễ lĩnh hội những câu chuyện về Lộ Đức. Một người ghi nhận rằng các nhà truyền giáo đã phân phát nước thánh và xây bàn thờ và đền thờ Đức Mẹ Lộ Đức trong các nhà thờ, chủng viện và hang động. Năm 1902, một mạnh thường quân đã tài trợ cho việc xây dựng một bản sao chính xác hang động Lộ Đức ở gần chủng viện Kẻ Sở. Các nhà truyền giáo tin rằng Lộ Đức là nguyên nhân quan trọng khiến cho nhiều người cải đạo, họ báo cáo rằng các tín đồ Công giáo cầu nguyện ở các điện thờ tin vào khả năng chữa bệnh của nước lấy tại đó và nhiều làng Công giáo có tượng hay hình ảnh của Bernadette của Lộ Đức. Người ta nói rằng năm 1884, Pierre-Marie Gendreau, sau này là giám mục Hà Nội, nhờ uống nước lấy từ Lộ Đức mà đã qua được trận ốm thập tử nhất sinh, mười năm sau ông này lại được cho là đã sống sót sau vụ ám sát ở Hà Nội nhờ cầu nguyện Đức Bà Maria đúng vào lúc kẻ tấn công ông ta bóp cò. Một câu chuyện cũng được nhiều người biết là về ông Lê Phát An, một tín đồ Công giáo giàu có; năm 1908 ông này bị ốm sắp chết, chỉ còn đợi làm các phép sau hết, thế mà ông đã khỏi bệnh nhờ uống nước thánh đem về từ Lộ Đức.[701]

Sự thần kỳ của Lộ Đức lan truyền cùng với những câu

---

[701] P. M. Compagnon, *Le culte de Notre Dame de Lourdes dans la société des missions étrangères de Paris* (Paris: Pierre Téqui, 1910).

chuyện này. Binh sĩ và công nhân Việt Nam ở Pháp từng đến Lourdes viết thư cho các nhà truyền giáo, kể lại những điều họ nhìn thấy và những bức thư này thường xuất hiện trên báo chí truyền giáo[702] Sự nổi tiếng của Lộ Đức còn gia tăng cùng với việc dịch những tác phẩm viết về Lộ Đức sang chữ quốc ngữ, những tác phẩm này cũng thường được dùng làm tài liệu học tập trong các chủng viện và các trường tiểu học.[703] Một vở trong loạt kịch của *Bon Théâtre Moderne* cho thấy những trải nghiệm của Bernadette khi chứng kiến cảnh Đức Mẹ Maria hiện về.[704] Lê Văn Đức cũng viết một cuốn lịch sử về những lần xuất hiện kỳ diệu của Đức Mẹ, được đăng thành nhiều kỳ trên tờ *Nam Kỳ Địa Phận*.[705] Khi đến Lộ Đức trong chuyến đi sau khi được tấn phong, Nguyễn Bá Tòng đã viết thư về cho các tín hữu và ông đã biến Lộ Đức thành tâm điểm của một trong những cuộc buổi gặp gỡ của ông.[706] Các tín đồ Công giáo Việt Nam còn tỏ ra kinh ngạc trước những nơi Đức Mẹ hiện ra khác. Cảnh hiện ra ở Fátima, năm 1917, ở Bồ Đào Nha, được mọi người đặc biệt quan tâm. Năm 1932, tờ *Nam Kỳ*

---

[702] Xem, ví dụ, "Annamites catholiques à Lourdes," *Missions Catholiques*, ngày 20/12/1938.

[703] "Note sur le culte de ND de Lourdes dans la mission du Tonkin Occidental," ngày 21/4/1908, 711C, MEP.

[704] Mme Suzane Trần Thị Phước, *Đức bà hiện ra tại Lourdes* (Qui Nhơn: Imprimerie de la Mission, 1927).

[705] Lê Văn Đức, "Sự lạ lùng cả thể ở tháng Lourdes bên nước Pháp, *NKĐP*, ngày 3/3, 10/3 và 17/3 năm 1938.

[706] "Nouvelles," *NKĐP*, August 1, 1936; Nguyễn Bá Tòng, *Deux conférences: Apparitions et miracles de Lourdes, Gesta Dei per Francos* (Hà Nội: Imprimerie Ngô Tử Hạ, 1938).

Địa Phận đã dịch và đăng thành nhiều kỳ tác phẩm viết về Fátima của ông Georges Ramboux, một nhà truyền giáo kiêm nhà báo người Pháp, còn năm 1934 thì Nhà In của MEP xuất bản những trích đoạn lấy từ sách báo tôn giáo viết về những lần Đức Bà hiện ra.[707]

Khi những Ngày Giáo Hoàng và những lần xuất hiện của Đức Mẹ Maria trên toàn thế giới trở thành một phần của đời sống Công giáo ở Việt Nam thì các tín đồ Công giáo còn tham gia vào những hình thức hoạt động tôn giáo khác. Ví dụ, Hội Nghị Thánh Thể, được tổ chức thường xuyên từ cuối thế kỷ XIX, ban đầu ở Pháp rồi lan ra toàn, được tổ chức nhằm làm sâu sắc thêm lòng sùng kính Thánh Thể bằng cách tập trung các cộng đồng Công giáo trong Rước Lễ và Hy Tế của Thánh Lễ. Những Đại Hội Thánh Thể đầu tiên được tổ chức ở Pháp năm 1881, đến năm 1930, các kỳ đại hội này đã được tổ chức trên cả năm châu lục. Năm 1914, Đại Hội Thánh Thể Quốc Tế bắt đầu có những chủ đề chính thức phản ánh vị trí đang thay đổi của Giáo hội Công giáo trên thế giới, như "Bí tích thánh thể và vương quyền trên xã hội của Chúa Giêsu Kitô" (1914), "Bí tích thánh thể trong lời chứng của châu Phi" (1930), "Tông đồ thánh thể trong các đoàn truyền giáo" (1937).[708] Trong những năm 1920, báo chí Việt Nam bắt đầu đăng những

---

[707] An Phang, "Đức mẹ hiện ra ở Fatima, nước Buttughê" đăng trên tờ *Nam Kỳ Địa Phận* từ tháng 1 đến tháng 4 năm 1932; *Tôn kính Đức bà môi khôi Fatima* (Qui Nhơn: Imprimerie de là Mission, 1944).

[708] Xem Thomas M. Schwertner, O.P. *The Eucharistic Renaissance, or, The Intenational Eucharistic Congresses* (New York: McMillan, 1926).

bản tường trình về những sự kiện này trong nhiều số báo. Những bản tường trình đó cung cấp cho độc giả lịch sử Giáo hội Công giáo ở những nước tổ chức đại hội, dẫn người đọc đi qua những đám rước, mô tả các sân vận động và những địa điểm diễn ra các sự kiện và giới thiệu các vị Hồng y và các giám mục nổi tiếng đã đăng đàn, tất cả những điều đó tạo cho độc giả cảm tưởng như được tham dự với số đông người Công giáo, những điều mà họ chưa hề thấy tại Việt Nam.

Tại cuộc họp mặt các giám mục do Khâm sứ Tòa thánh Constantino Aiuti, triệu tập ở Tam Đảo năm 1926, những người dự họp đã lập kế hoạch tổ chức Đại Hội Thánh Thể theo từng vùng sau đó là toàn quốc "để cung cấp cho các Ki Tô hữu ý tưởng về sức mạnh của tôn giáo, thúc đẩy đời sống Công giáo và phát triển lòng sùng kính đối với Bí Tích Thánh Thể," cũng như cố gắng lôi kéo những người không có đạo bằng việc bày tỏ lòng sùng kính lớn lao.[709] Đại Hội Thánh Thể Bắc Kỳ lần thứ nhất được tổ chức ở Phát Diệm vào tháng 4 năm 1928. Đáng chú ý là, ban đầu người ta chỉ dự định làm cho Phát Diệm; đại hội này không được quảng bá rộng rãi và không có người đứng ra tổ chức việc đi lại cho các tín đồ Công giáo ở các giáo phận khác. Nhưng tin tức truyền đi rất nhanh và hai mươi ngàn tín hữu đã tham gia thánh lễ khai mạc. Thánh lễ buổi sáng và buổi tối được tiến hành trong ba ngày, và những hội thảo dành

---

[709] *Compte rendu de la réunion des Evêques du groupe du Tonkin tenue au Tam Dao, le 8-16 september 1926 sous la présence de S.E. Monseigneur Aiuti* (Hà Nội: Trung Hòa Thiên Ban, 1926).

cho các nhóm như phụ nữ và thanh niên được tổ chức trong các giáo xứ gần đó. Các tín hữu tiếp tục đổ về và sáu mươi ngàn người đã tham gia thánh lễ bế mạc và nghe những lời chúc mừng tốt đẹp nhất của Giáo hoàng được đọc qua một bức điện tín.[710]

Đại Hội Thánh Thể sau đó được tổ chức năm 1931, ở Hà Nội, lần này có cả Trung và Nam Kỳ. Một nửa các giám mục Việt Nam và Khâm sứ Tòa thánh đã có mặt ở đây, Khâm sứ Tòa thánh khai mạc đại hội bằng phép lành và bài giảng về sự huyền nhiệm của bí tích Thánh Thể ngay tại nhà thờ lớn. Đường phố chật cứng với một trăm ngàn người đến từ những khu vực bên ngoài Hà Nội, và cả những khu vực xa xôi như cao nguyên miền Trung. Đoàn rước Mình Thánh là một buổi trình diễn lễ phục, nhạc cụ tự chế của các vùng miền, và cờ hiệu của hàng trăm giáo xứ, dòng tu, trường học, hiệp hội và những nhóm khác nhau đã đến tham gia và đổ ra đường phố Hà Nội. Léopold Cadière mô tả quang cảnh như sau:

> Đấy là một dòng sông người, chầm chậm, bình thản và trang nghiêm trôi giữa đôi bờ… một số mặc quần áo mầu đen, một số mặc quần áo màu trắng, một số mặc màu hồng, số khác mặc màu đỏ, một số mặc màu xanh lá cây, một số mặc màu vàng, một số mặc màu tím, rực rỡ và mờ nhạt, những đám đông cuồng nhiệt và điềm tĩnh, tượng, tranh sơn mài, vàng, hoa, vòng hoa đội trên đầu… những đứa trẻ con đang cười đùa, những chàng thanh niên hăng hái, các cụ già trang trọng, những đứa trẻ mồ côi, những người có danh vọng, những ông quan to của đất nước này…. trống lục lạc, chũm

---

[710] "Le Congrès eucharistique de Phat Diem," *L'Avenir du Tonkin*, ngày 18/6/1928 (Supplement).

chọe, phách được người ta gõ lên khi vừa nhảy múa vừa hát, thánh ca, cầu kinh. Tất cả diễn ra trong một trật tự hoàn hảo, với vẻ nghiêm trang, trang trọng, tất cả các âm thanh hòa trộn vào nhau như thể một sự im lặng đang bao trùm lên tất cả.

Hàng ngàn tín đồ Công giáo người Pháp cũng tham gia Đại Hội Thánh Thể năm 1931, đông hơn số người từng tham gia Đại Hội ở Phát Diệm cách đó ba năm. Điều đó đã làm cho một nhà truyền giáo nhận xét mà không hề có ý châm biếm là người Pháp và người Việt Nam "đã hiệp thông với nhau trong cùng một đức tin và tình yêu" mặc dù họ tham dự thánh lễ và rước lễ riêng biệt.[711]

Đại Hội Thánh Thể cuối cùng trong thời thuộc địa được tổ chức ở Sài Gòn năm 1935. Ngoài việc khôi phục đức tin và động viên các giáo dân tham gia vào đời sống của Giáo hội, đại hội này còn tổ chức kỷ niệm một trăm năm ngày mất của một vị thánh tử đạo của MEP, Joseph Marchand, đã chết cùng với mấy thày giảng trong cuộc nổi loạn của Lê Văn Khôi cách đó đúng một trăm năm. Đại Hội năm 1935, cũng giống nhiều đại hội khác, có thánh lễ tại nhiều nhà thờ trong thành phố, có các cuộc hội thảo dành cho thanh niên, có những buổi giảng thuyết và nói chuyện về niềm tin Công giáo và công việc của Giáo hội được kết thúc bằng một cuộc rước Mình Thánh Chúa thật rầm rộ. Một lần nữa, đại hội lại thu hút được hơn một trăm ngàn người tham dự. Điều làm cho thống đốc Nam Kỳ ngạc nhiên là tính chất hiện đại của sự kiện này; lời hiệu triều và kinh nguyện

---

[711] Léon Paliard, "Le Congrès eucharistique de Hanoi," *Missions Catholiques*, tháng 12 năm 1932.

được truyền tới các tín hữu qua loa phóng thanh, kết hợp nhuần nhuyễn sự tiến bộ của sóng vô tuyến hiện đại với những nghi lễ đại chúng, làm cho quần chúng hài lòng." Cũng như các năm 1928 và 1931, các tín đồ Công giáo từ khắp mọi miền Việt Nam đã tới Sài Gòn vào dịp này. "Các cửa hàng," vị thống đốc viết, "đầy người nhà quê bị cuốn hút tới đây như bướm đêm bị cuốn hút tới ánh đèn vậy... Nhờ thời tiết dịu mát mà những người nghèo nhất cũng có thể ngủ ngay ngoài trời." Ngay cả vị thống đốc khó tính này cũng cho rằng lễ lạc có phần nào thành công, giống như "Lộ Đức nhưng thiếu lòng nhiệt tình."[712]

Ý nghĩa của các Đại Hội Thánh Thể 1928, 1931 và 1935 vượt xa trải nghiệm của những người trực tiếp tham gia. Cũng giống như lễ tấn phong các giám mục Việt Nam hay những cuộc hành hương tới La Vang, báo chí tràn ngập những bài viết về những kỳ đại hội này. Các bài giảng thuyết của các giám mục tại đại hội được in thành những cuốn sách mỏng và được bán trong các giáo phận của họ. Một cuốn do Valentin Herrgott, giám mục Phnom Penh, chấp bút đã đưa độc giả vào khung cảnh của buổi giảng thuyết, bằng cách mô tả số người bị lèn chặt trong nhà thờ và cách thể hiện tình cảm của họ.[713] Một người tên là Joseph Trúc đã dùng đại hội năm 1931 làm đề tài của một

---

[712] Thống Đốc Cochinchina cho GGI, ngày 18/12/1935, RST NF 2348, ANOM.
[713] *Bài giảng cho quới chức các họ của Đức cha Valentin Herrgott, giám mục địa phận Nam Vang, dấu tích để nhớ cuộc hội nghị thánh thể tại Saigon* (Sài Gòn: Imprimerie Việt Nam, 1935).

cuốn sách nhằm khuyến khích độc giả nhìn xa hơn sự tráng lệ của những sự kiện này để nhận ra những bài học về đức tin mà chúng cung cấp.[714] Những tác phẩm khác tập trung vào lịch sử của những kỳ đại hội này, kết hợp ba kỳ Đại Hội Thánh Thể của Việt Nam với lịch sử phong trào Đại Hội Thánh Thể toàn.[715]

Chẳng bao lâu sau, sự kết hợp đã không chỉ còn mang tính biểu tượng nữa. Năm 1937, lần đầu tiên một phái đoàn Công giáo Việt Nam đã tham gia Đại Hội Thánh Thể Quốc Tế, được tổ chức ở Manila. Đoàn đại biểu gồm khoảng 40 người, trong đó có Nguyễn Bá Tòng, Hồ Ngọc Cẩn, Ngô Đình Thục và nhiều vị linh mục và giáo dân nổi bật (trong đó có Ngô Tử Hạ) từ khắp các miền của Việt Nam cũng như một số nhà truyền giáo. Cuốn nhật ký, do một đại biểu chưa rõ danh tính viết và sau đó đã được xuất bản, mô tả chuyến đi quan trọng đến mức nào.[716] Trước khi đi Philippines, những thành viên đầu tiên của đoàn đi tàu thủy từ Huế đến Sài Gòn, rồi họ đi thăm quan nhà thờ ở Chợ Quán, thăm khu trường của dòng Mến Thánh Giá và Mission Press. Hai ngày sau đoàn lên đường quay lại Hải Phòng, các đại biểu Bắc Kỳ lên tàu xuất dương tại đây. Sau

---

[714] Joseph Trúc, *Bài diễn văn về cuộc đại hội thánh thể Hanoi 1931* (Nam Định: Imprimerie Việt Nam, 1931).

[715] Xem *Hội nghị thánh thể* (Sài Gòn: Imprimerie Việt Nam, 1935).

[716] *Hành trình Phi Luật Tân (đoàn đại biểu do các cha địa phận Hanoi cử đi)* (Nam Định: Ích Thư Xuất Bản Cục, 1937). Mặc dù không xác định được tác giả, nhưng việc đưa nhiều bức ảnh do Ngô Tử Hạ hay linh mục có tên là Hương Kỳ cho thấy một trong hai ông này có thể là tác giả cuốn sách này.

đó tàu thủy nhỏ neo lên đường đi Manila. Như tác giả nhớ lại, trong chuyến đi năm ngày tới Philippines, các đại biểu Việt Nam đã có những cuộc thảo luận kéo dài về những địa phương quê hương của mỗi người và cách thức mà đức tin đã ràng buộc họ với nhau: "Người này truyện hỏi người kia toàn về phong tục sinh hoạt miền này miền khác... bao nhiêu người tuy nói giọng hơi khác nhau, phong tục sinh hoạt không hợp nhau... nhưng cùng chịu một gia tài chung lịch sử... đã nhận nhau làm anh em, làm họ hàng ruột thịt, tình keo sơn ấy lại còn khăng khít hơn xưa vì cùng là con một nhà, tôi cùng một Chúa."[717]

Đoàn tới Manila ngày 2 tháng 2 và ở lại đây năm ngày, trong năm ngày đó đoàn đã tham gia vào những hoạt động lễ hội và đi khắp Manila. Đối với nhiều người trong đoàn, đây là lần xuất ngoại đầu tiên và họ so sánh mọi thứ, từ kiểu dáng nhà thờ Philippines tới hàng hóa ở chợ, với các thứ ở nhà. Nhưng, dù Manila có hấp dẫn đến đâu thì hấp dẫn nhất vẫn là đại hội. Qui mô và sự đa dạng của sự kiện thật là ngoạn mục; tác giả lấy làm kinh ngạc vì đây là lần đầu tiên ông và những người bạn đồng hành "ăn Tết với giới" và nó đã truyền cảm hứng để ông ta cầu Chúa ban phước cho nhân dân Việt Nam với đức tin và tình đoàn kết mà ông cảm nhận được: "Xin Chúa hãy ban ơn cho cả dân tộc Việt Nam được biết Chúa một ngày một hơn, để toàn quốc ta chóng nên một đoàn, kết hợp nghĩa thiết mà theo

---

[717] Tác phẩm đã dẫn, 15.

cùng theo một Chúa."[718] Đối với đoàn, đỉnh điểm của sự kiện là bài diễn văn của Hồ Ngọc Cẩn trước đại hội.[719] Chuyến đi là tin tức nổi bật trong đời sống Công giáo Việt Nam: các chi hội của Nghĩa Binh Thánh Thể đã quyên góp tiền để ủng hộ đoàn suốt mấy tháng liền,[720] và báo chí đã viết về sự kiện này một cách rất chi tiết và đã cho đăng toàn văn bài phát biểu của Hồ Ngọc Cẩn.

Ba người thanh niên rời Hải Phòng năm 1939 để đại diện cho Việt Nam ở Rome trưởng thành vào giai đoạn khi mà khái niệm về dân tộc và thế giới Công giáo ngày càng trở thành thành phần quan trọng hơn trong đời sống Công giáo ở Việt Nam. Dĩ nhiên là, cuối thời thuộc địa, những khái niệm rộng rãi hơn về cộng đồng như thế cũng là hiện thực đang lớn lên đối với nhiều thành phần khác của xã hội Việt Nam, vì những chân trời đang mở rộng dẫn đến rất nhiều cách hiểu mới về mình và xã hội. Đối với nhiều người Việt Nam, đây là tiến trình có ý nghĩa sâu sắc về mặt chính trị, vì bộ máy quản lý hành chính đang gia tăng và hiện thực văn hóa của "quốc gia" đã đưa người Việt Nam đến cuộc tranh luận về ý nghĩa của nó và quan hệ của nó với chính quyền thuộc địa. Đối với nhiều người, tại căn để của chúng, hiểu biết về chủ nghĩa dân tộc đã có tính toàn rồi, vì các phong trào quốc tế, từ chủ nghĩa cộng sản đến phong trào Chấn Hưng Phật Giáo đã định hình cách thức

---

[718] Tác phẩm đã dẫn, 56.

[719] Hồ Ngọc Cẩn, "Bài diễn thuyết Hồ Ngọc Cẩn tại Manila," *NKĐP*, ngày 8/4/1937.

[720] *NBTT*, tháng 1-2 năm 1937.

người ta hiểu và tranh luận về chính trị, và các tín đồ Công giáo cũng nhận thức và tham gia vào đấu trường tranh luận và chính trị như các thành viên của cộng đồng thế giới. Đối với các tín đồ Công giáo, quá khứ đầy khó khăn của cộng đồng tôn giáo của họ ở Việt Nam làm cho những cuộc tranh cãi đang xuất hiện về những thành tố văn hóa, lịch sử và chính trị của tinh thần dân tộc trở thành đặc biệt phức tạp, nó cung cấp cho người ta cơ hội để vượt qua những cuộc xung đột về văn hóa và lịch sử, nhưng đồng thời cũng tạo ra những cách thức mới làm cho xung đột càng dữ dội hơn.

6

Nền văn hóa và chính trị
của chủ nghĩa dân tộc mang màu sắc
Công giáo của Việt Nam

Ngô Đình Thục được phong giám mục ngày 4 tháng 5 năm 1938. Trong bài phát biểu của mình, trước hết ông cám ơn Rome, "quê hương tinh thần của ông" và đặc biệt là Giáo hoàng Pius XI và người đứng đầu Bộ truyền giáo vì đã "là những người hướng đạo những bước đầu tiên của tôi trên con đường hành đạo." Khi Ngô Đình Thục cám ơn MEP, lúc đó vẫn còn hiện diện mạnh mẽ trong đời sống Công giáo Việt Nam, ông đã mô tả hội truyền giáo này như công bộc trung thành của Rome mà thời gian phục vụ đã chấm dứt rồi: sau khi đã xây "bằng mồ hôi và tưới bón bằng máu của mình" Giáo hội Công giáo Việt Nam, bây giờ MEP hiến dâng cho "Vatican với tất cả niềm tự hào của trái tim của thánh tông đồ."[721] Ông còn nhắc lại đề tài này trong bức thư mục vụ đầu tiên của mình, thể hiện rõ ràng rằng các linh mục Việt Nam sẽ chịu trách nhiệm trong những giáo phận mới vì "tính chất thiêng liêng, trí tuệ và

---

[721] Toàn bộ bài diễn văn đăng trên *NKĐP*, ngày 19/5/1938.

học vấn của họ không hề kém các nhà truyền giáo châu Âu." Vì Đức Giáo hoàng "thương người Nam – việt ta, trọng người Nam – việt ta, tin cậy người Nam – việt ta, đến đỗi phú thác mấy trăm ngàn linh hồn là của quí trọng vô giá trong tay Giám mục và giáo sĩ Việt – nam... Địa phận này là con cái địa phận Rôma... muốn nghịch luật ấy là nghịch Hội – thánh mà thôi" Ngô Đình Thục viết như thế. Quan điểm rõ ràng của Ngô Đình Thục về ý nghĩa của việc tấn phong ông đã gây ra những phản ứng khác nhau. Một số nhà truyền giáo bất mãn với việc tấn phong Ngô Đình Thục đến mức họ đã từ chối phục vụ dưới quyền ông trong địa phận mới.[722] Mặt khác, như một quan chức Sở Liên Phóng ghi nhận: "Trong khu vực có tinh thần dân tộc chủ nghĩa và đạo Cao Đài, lễ tấn phong đã được đón nhận một cách hoan hỉ", điều đó càng làm gia tăng sự ngờ vực của các quan chức Pháp đối với gia đình họ Ngô.[723]

Lễ tấn phong Ngô Đình Thục diễn ra trước Thế chiến II đúng hai năm. Cuộc chiến tranh này đã ném Việt Nam vào những trào lưu phi thực dân hóa trên bình diện toàn cầu, chứng tỏ mối quan hệ phức tạp giữa các tư tưởng quốc gia đang xuất hiện trong giai đoạn cuối thời thuộc địa và bản sắc chính trị mà những tư tưởng này khuyến khích. Đối với nhiều tín đồ Công giáo Việt Nam, quay lưng lại với quyền lực của truyền giáo có nghĩa là vượt qua quá khứ khó khăn

---

[722] Một số bài báo viết về vấn đề này trong GGI 65541, ANOM.
[723] "Notice sur Monseigneur NGO-DINH-THUC, tháng 1 năm 1946, CONSPOL 125, ANOM.

của Công giáo ở Việt Nam và những mối liên kết của Công giáo với nước Pháp; và điều đó giúp họ bắt đầu mường tượng một tương lai mới cho Giáo hội trong quốc gia đã được giải phóng khỏi chủ nghĩa thực dân. Nhưng đồng thời, những quan niệm về "nước Việt Nam" như là một cộng đồng văn hóa và lịch sử duy nhất và sự ngóc đầu dậy của các phong trào bài thực dân cánh tả thường có tư tưởng thù nghịch với Công giáo bắt đầu đặt vấn đề vị trí của người Công giáo trong lòng dân tộc tạo ta thách thức trước những lời tuyên bố của Công giáo về sự đồng hành cùng dân tộc của Giáo hội. Vì nhiều tín đồ Công giáo Việt Nam có quan hệ mơ hồ với những ý tưởng mới về chủ nghĩa dân tộc của Việt Nam, khi xác định bản sắc chính trị mới trong giai đoạn cuối thời thuộc địa họ thường nhìn vào thế giới Công giáo toàn cầu. Những mối liên kết quốc tế đó tiếp tục làm nổi bật địa vị thiểu số của Giáo hội Công giáo trên những con đường mới và đầy tiềm năng ở Việt Nam. Nhưng chúng còn tạo ra những quan điểm khác, thậm chí là trái ngược hẳn về chủ nghĩa dân tộc Công giáo Việt Nam, khi những ý thức hệ và phong trào, từ Công giáo Xã hội đến chống cộng, bắt đầu định hình những lựa chọn chính trị trong giai đoạn sụp đổ của chủ nghĩa đế quốc và phi thực dân hóa.

TÍN ĐỒ CÔNG GIÁO
VÀ VẤN ĐỀ ĐỒNG HÀNH CÙNG DÂN TỘC

Đối với nhiều tín đồ Công giáo Việt Nam trong giai đoạn cuối thời thuộc địa, vị trí của họ trong cộng đồng dân tộc là hiển nhiên, thậm chí là đương nhiên. Những quan niệm về cộng đồng dân tộc và chủng tộc ngày càng được phổ biến rộng rãi tạo điều kiện cho tín đồ Công giáo tuyên bố rằng họ thuộc về dân tộc trong khi né tránh vấn đề tôn giáo. Cách suy nghĩ như thế này chủ yếu dựa trên hai ý tưởng quan trọng, có liên quan cho dù là khác nhau, đối với đời sống tinh thần trong giai đạn cuối thời thuộc địa. Thứ nhất là ý tưởng về những nền văn minh và chủng tộc "Đông" và "Tây" riêng biệt và thứ hai là nhận thức mới về sự khác biệt giữa các vùng Việt Nam, Lào và Cambodia thuộc về Đông Dương và giữa người "kinh" và người "thiểu số."[724] Những ý tưởng này nằm ở trung tâm của những lời tuyên bố của tín đồ Công giáo rằng họ thuộc về dân tộc mà hoàn toàn không nhắc tới tôn giáo. Trong một bài báo tiêu biểu trên tờ tạp chí Công giáo *Đa Minh Bán Nguyệt*, một người tên là Vân Trình định nghĩa nước là "tất cả đất đai cha ông đã khai thác, là tất cả các đồng điền rộng lớn mênh mông, là tất cả núi sông thổ địa", nơi "đại – gia – đình gồm tất cả những người cùng một nòi giống, đồng một phong – tục, chung một kỷ – luật, một tiếng nói, một lịch – sử, vân vân" "Xin Chúa ban ơn cho chúng tôi hằng có dạ trung thành với quốc dân, có bụng yêu mến giống nòi và có tình tương thân tương ái: khiến Bắc, Trung, Nam ba kỳ là một."[725]

---

[724] Ví dụ, xem, "Nước ai-Lao (Laos)," *NKĐP*, ngày 11/8/1932; và L. K. H., "Vấn đề quan hệ đến chủng tộc nước ta," *THNB*, 11/1/1927 và 13/1/1927.

[725] Focyane [Huỳnh Phúc Yên], "Cái chủ nghĩa quốc gia của chúng

Nhưng, nhiều tín đồ Công giáo nghĩ về cộng đồng dân tộc lại cảm thấy cần phải giải quyết thân phận thiểu số của họ và những mối liên hệ với Giáo hội toàn cầu có ảnh hưởng như thế nào đến việc đồng hành cùng dân tộc của họ. Đối với châu Âu, nhiều người thấy hai nghĩa vụ này hoàn toàn tương thích với nhau. Trong một bài báo tiêu biểu nhan đề "Người công giáo tưởng nghĩ về hai tiếng 'quê hương' thế nào?", một người cầm bút khẳng định rằng Giáo hội chỉ lo lắng cho phần hồn mà thôi và Giáo hội không phân biệt giữa tín đồ Công giáo của những sắc dân khác nhau hay nền tảng quốc gia. Điều đó có nghĩa là không có sự chia rẽ trong các dân tộc và đến lượt nó, sự tận tụy của các tín đồ Công giáo đối với dân tộc của họ là đương nhiên. Như một tín hiệu của thời đại, tác giả kêu gọi các nhà truyền giáo công nhận rằng tín đồ Công giáo Việt Nam có trách nhiệm với quê hương cũng như có trách nhiệm với cộng đồng tôn giáo của họ.[726] Một người cầm bút khác nói rằng là người Việt Nam và tín đồ Công giáo là những nghĩa vụ khác nhau, cái nọ không mâu thuẫn với cái kia, và đưa ra những bằng chứng chứng minh rằng nhiều tín đồ Công giáo phục vụ đất nước ở tất cả các bình diện của đời sống công cộng.[727] Một tín đồ Công giáo viết vào năm 1938: "Nước Nam ta đang qua một thời kỳ quan trọng. Những phong trào giải phóng phụ nữ, giáo dục nhi đồng,

---

ta," *CGĐT*, ngày 10/11/1927.
[726] "Người công giáo tưởng nghĩ về hai tiếng 'quê hương' thế nào?," *CGĐT*, ngày 4/1/1930.
[727] Vân Vân, "Việt Nam và công giáo," *CGĐT*, ngày 8/6/1933.

thể thao, thanh niên, lao động bình dân và cả phong trào lập đảng chính trị, đã liên tiếp người vào cõi đất nước Nam... Chúng ta có cần phải can thiệp mà phú giúp, hay là triệt phá nó đi chăng? Không cần phải trả lời, ai cũng biết rất rõ ràng: chúng ta cần phải can thiệp vào luôn, mà can thiệp bằng một sức mạnh."[728]

Nhưng, đối với những người cầm bút có thông tin đầy đủ về các suy nghĩ của tín đồ Công giáo về vấn đề biên giới giữa quyền lực của đạo và đời thì vấn đề phức tạp hơn. Đối với một người cầm bút Công giáo thì quốc gia chỉ là các luật lệ và thiết chế điều chỉnh đời sống hàng ngày và bảo vệ những thứ như tài sản và quyền tự do thờ phụng mà thôi. Phù hợp với quan niệm như thế, ông này coi bản sắc dân tộc là trách nhiệm của công dân trong việc tuân thủ các nghĩa vụ như đóng thuế và đi lính hơn là nền tảng văn hóa chung.[729] Ông này rút ra quan điểm như thế qua việc phân tích Thông điệp Immortalie *Dei* năm 1885 của Giáo hoàng Leo XIII, một tuyên bố chuẩn tắc về quan điểm này; Paul Tạo cũng đưa ra quan điểm như thế khi phân tích Thông điệp *Ubi Arcano Dei* năm 1922 của Giáo hoàng Pius XI.[730]

[728] Thanh Lưu, "Người công giáo trong xã hội Việt Nam," *THNB*, ngày 29/10/1938.
[729] Biên Tu, "Nghĩa vụ dân đối với quốc gia, và quốc gia bảo vệ quyền lợi nhân dân," *NKĐP*, ngày 11/8, 18/8, 25/8, 1/9, 9/9 và 22/9 năm 1932.
[730] Biên Tu, "Có quyền phải biết dùng quyền, không có quyền phải biết phục quyền là thế nào?," *NKĐP*, ngày 28/10, 3/11, 17/11, 24/11, 8/12 và 22/12 năm 1932; Paul Tạo, "Quốc gia tư tưởng ưu liệt," *NKĐP*, ngày 31/8, 14/9 và 19/10 năm 1939.

Những quan điểm như thế về quốc gia là dựa trên luận điểm trong tư duy chính trị Công giáo rằng chính phủ dân sự, nhất thiết phải tự chủ trong một số lĩnh vực, nhưng cuối cùng vẫn phải được định hình bởi ý Chúa, được thể hiện qua quyền lực của Giáo hội. Phần lớn những tín đồ Công giáo khẳng định vai trò của đạo đức Công giáo trong công việc quốc gia là những người có thái độ lạc quan về sự hội nhập của tôn giáo ở Việt Nam và đa số chẳng làm gì khác hơn là khảo sát các tư tưởng của các nhà tư tưởng về vấn đề này.[731] Nhưng có một số người nhiệt tình hơn. Linh mục Lê Thiện Bá viết rằng vì tình yêu đồng bào là trung tâm của lòng yêu nước cho nên chỉ những dân tộc theo Công giáo mới là những dân tộc thật sự yêu nước.[732] Và linh mục Trần Văn Chính, trong một cuốn sách mỏng nhan đề "Người Việt Nam! Người yêu nước Nam!" xuất bản năm 1933, đã coi những lời kêu gọi canh tân văn hóa và canh tân quốc gia là cơ hội cho những vụ theo đạo hàng loạt.[733] Lòng nhiệt tình như thế đôi khi gây ra những tin đồn kỳ quặc, ví dụ, năm 1936 có tin nói rằng nhà cách mạng lão thành Phan Bội Châu đang nghĩ tới việc cải sang đạo Công giáo.[734]

Các tín đồ Công giáo còn coi vị trí khó khăn của họ

[731] Nghiêm Gia, "Luân lý vững bền là nền xã hội," *CGĐT*, ngày 24/3/1932.

[732] Phêrô Nghĩa [Lê Thiện Bá], "Thế nào là ái quốc?," *NKĐP*, ngày 26/10/1939.

[733] Trần Văn Chính, *Người Việt Nam! Người yêu nước Nam!* (Qui Nhơn: Imprimerie de Qui Nhơn, 1944).

[734] Sào Nam Tử, "Cụ Phan Bội Châu sắp theo đạo thiên chúa?," *CGĐT*, 10/12/1936.

trong lịch sử dân tộc như là một trở ngại nữa đối với lời tuyên bố về sự đồng hành cùng dân tộc mà họ nói theo những cách khác nhau. Trong khi kể lại câu chuyện về Job, một luận cứ được đưa ra là những khó khăn trong quá khứ chỉ làm cho tín đồ Công giáo tận tâm hơn với quốc gia. Một người cầm bút khẳng định rằng lòng yêu nước của tín đồ Công giáo không hề giảm mặc dù đã xảy ra những vụ bạo lực cộng đồng và bây giờ: "nếu động có việc gì chính đáng, chúng tôi xin đi trước các anh em bên lương ra chỗ trận tiền mà liều thân vì nòi giống Việt Nam!" Những luận cứ như thế này dựa vào những bài tường thuật lịch sử phủ nhận rằng các tín đồ Công giáo đáng bị chê trách vì những vụ xung đột với triều đình nhà Nguyễn, một triều đình được mô tả là phi lý, bạo lực và thiếu khoan dung; đối với các tác giả này thì "dầu nhà vua đối đã thế nào đi nữa, cũng vẫn một dạ trung thành."[735] Những luận cứ như thế liên quan chặt chẽ với những luận cứ liên kết những giai đoạn bạo lực cộng đồng với sự suy yếu của quốc gia. Một ví dụ là cuốn sách giáo khoa lịch sử dạy trong các trường Công giáo nhan đề *Sử Ký Nước Annam kể tặt* in lần thứ 6 năm 1930. Cuốn sách giáo khoa, giống như cuốn lịch sử điển hình về các vị hoàng đế và các vương triều, tập trung hầu như toàn bộ vào các vấn đề cộng động trong khi thảo luận về thời Minh Mạng và Tự Đức, khẳng định rằng chính sách bài Công giáo là phi lý vì sao đất nước không chỉ mất "quyền bảo hộ" đối với Cambodia mà "lại thêm mất

---

[735] C. T., "Người công giáo đối với hai chữ ái quốc," *NKĐP*, ngày 19/12/1935.

nước."[736]

Một số cuốn lịch sử, tương tự như cuốn này, được chấp bút nhằm giúp các tín đồ Công giáo bình thường chiến đấu với cái mà nhiều người coi là phiên bản sai lầm về lịch sử dân tộc. Một vị linh mục tên là Vũ Đăng Khoa, trong cuốn sách mỏng nhan đề "Giáo lương: điều nên biết" đã trình bày giải thích về các hiệp định bảo hộ (in bằng chữ quốc ngữ, chữ Pháp và chữ Hán) nhằm giúp các tín đồ Công giáo phản công lại điều mà ông coi là những sự hiểu lầm phổ biến về thời đại đó. Ông viết: "Lương dân biết thì dễ cư xử hòa thuận vui vẻ với giáo dân, không còn bách ức kẻ có đạo, giây vào việc gì lỗi phép đạo nữa." Vũ Đăng Khoa khẳng định rằng những điều khoản bảo đảm quyền tự do thờ phụng của Giáo dân và quyền tự do truyền đạo của các nhà truyền giáo không phải là do người Pháp ép buộc Tự Đức mà phản ánh sự thay đổi trong thái độ của nhà vua đối với các tín đồ Công giáo. Ông còn khẳng định rằng các tín đồ Công giáo không phải là phi lý chính làm cho triều đình nhà Nguyễn mất quyền lực, mà nhấn mạnh rằng chính những người không theo Công giáo vào hùa với người Pháp gây ra chuyện đó. Vũ Đăng Khoa nói rằng sự hiện diện của Công giáo ở Việt Nam không phải là do chủ nghĩa thực dân mà là do sự kiện là tôn giáo này luôn luôn là "tôn giáo chí công" và khẳng định rằng việc hợp tác của một số tín đồ Công giáo trong thời gian Pháp xâm lược là quyết

---

[736] E. Quyền (Guillaume Clément Masson), *Sử ký nước Annam kể tặt* (Qui Nhơn: Imprimerie de Qui Nhơn, 1930), xuất bản lần thứ sáu.

định chính trị tại thời điểm khó khăn chứ không phải là xu hướng thần phục sự cai trị của phương Tây.[737]

Một số tín đồ Công giáo nổi tiếng nổi bật trong lịch sử truyền giáo và thuộc địa là một trọng tâm khác. Ví dụ, năm 1925, một nhà báo tên là Vũ Tiên Tiến viết một bài nhan đề "Ai là ông tổ chữ Quốc Ngữ?" đặt vấn đề huyền thoại về cội nguồn của chữ cái của dân tộc. Tiến phàn nàn rằng sự kiện là Alexander de Rhodes được công nhận là người phát minh ra chữ quốc ngữ mặc dù sự thật là bằng chứng chủ yếu là dựa vào báo cáo của chính de Rhodes. Tiến hỏi rằng liệu de Rhodes có thể tinh thông nhiều ngôn ngữ, những biến thể theo địa phương, những câu nói thông tục v.v... tức là những kỹ năng rõ ràng là cần phải có thì mới có thể phát triển được hệ thống chữ viết tiếng Việt bản địa. Sau đó ông đề xuất cách giải thích mà ông tuyên bố là phổ biến trong lịch sử truyền miệng của Công giáo: công phát minh ra chữ quốc ngữ không phải là của de Rhodes mà của các linh mục Việt Nam đi theo de Rhodes trong những chuyến du hành của ông. Mặc dù cuốn lịch sử của de Rhodes có nói tới sự giúp đỡ vô giá mà các vị linh mục này đã làm cho các nhà truyền giáo, nhưng ông không nói tới công lao của họ trong việc giúp phát triển chữ cái Latin hóa. Đối với Tiến thì "Tiếc thay!" Ba giáo đồ trước hết đó không lưu truyền: chỉ biết tên thánh trong đạo." Trong phần kết luận, Tiến kêu gọi mọi người phục hồi lại ký ức về những vị linh mục này

---

[737] Vũ Đăng Khoa, *Giáo lương, điều nên biết* (Thanh Hóa: Imprimerie Louis de Cooman, 1933).

nhằm tạo điều kiện cho các tín đồ Công giáo Việt Nam đánh giá đúng đóng góp của những người đồng bào của mình trong việc hình thành một trụ cột của đời sống văn hóa Việt Nam.[738]

Một đối tượng xét lại khác là Trần Lục (Cụ Sáu), những mối ràng buộc của ông này với nhà đương cục Pháp trong những năm 1870 và 1880 đã làm cho ông trở thành mẫu mực của sự hợp tác với thực dân, nhưng cuộc đời ông lại có ý nghĩa khác đối với các tín đồ Công giáo viết về ông trong những năm 1930. Đối với Nguyễn Văn Thích, viết trong năm 1937, thành tích của Lục, nhất là việc xây nhà thờ tráng lệ ở Phát Diệm, có nghĩa là "dân trong nước đã chiếm được giải nhất mà lòng đạo bền chắc cũng không thua gì giáo hữu Âu Tây."[739] Joseph Trần, tác giả của một trong những cuốn tiểu sử đầu tiên của Trần Lục bằng tiếng Việt, viết, "những công việc mà ngài giúp cho chính – phủ Pháp – Nam rất là nhiều, đây chưa thể kể ra được."[740] Đối với một vị linh mục trẻ, tên là Hoàng Quỳnh, thì Trần Lục làm như thế chỉ nhằm bảo vệ tôn giáo của ông trong giai đoạn bị khủng bố mà thôi và ông đã dùng ngoại giao vì vũ lực không có khả năng: ông là người "có biệt tài, mà đối với dân nước rất chi là ái quốc trung quân, biểu lộ ra cáo tôn chi giáo đối với quốc gia rất là rõ rệt." Bằng nhiều cách,

[738] Vũ Tiên Tiến, "Ai là ông tổ chữ quốc ngữ?," *THNB*, ngày 7/1/1925.
[739] Nguyễn Văn Thích, *Dạo chơi Phát Diệm, tòa giám mục tiên khởi Việt Nam* (Qui Nhơn: Imprimerie Qui Nhơn, 1937).
[740] Joseph Trần, *Lịch sử cụ Sáu* (Qui Nhơn: Imprimerie de la Mission 1930).

các luận cứ của Hoàng Quỳnh phản ánh cách nhìn lịch sử được thể hiện trong *Maximum Illud* và *Rerum Ecclesiae*. Ông viết rằng vì các nhà truyền giáo đến châu Á "trong việc giảng đạo, đào tạo lấy linh mục bản xứ là cái yếu điểm trong công cuộc." Ngày nay "ta đang từng thấy dân Trung Hoa, dân Nhật... nhờ công giáo hóa mà hàng linh mục bổn quốc đã có người lên cầm lái địa phận. Đến lượt ta sau mà cũng được thấy hân hạnh ấy." Trong tác phẩm của Hoàng Quỳnh viết về cuộc đời Trần Lục, những mối liên hệ của vị giám mục này với chính quyền thuộc địa không phải là quan trọng: trong những cố gắng nhằm xây dựng Giáo hội địa phương, Trần Lục "lòng yêu nước Annam."[741]

Mặc dù những tín đồ Công giáo tương tự như Trần Lục đặc biệt khó phục hồi, những người khác không khó đến mức như thế. Trương Vĩnh Ký, một nhà trí thức có vai trò cực kỳ quan trọng trong việc truyền bá chữ quốc ngữ trong giai đoạn đầu thời thuộc địa, là chủ đề chung của những cuốn tiểu sử được nhiều người ưa chuộng, lại có cách tiếp cận khác nhằm tìm hiểu cuộc đời và di sản của ông chứ không như những cuốn tiểu sử các vị thánh do chính quyền thuộc địa Pháp chấp bút. Trong cuốn tiểu sử in năm 1927 do Đặng Thúc Liêng, một nhà khoa bảng đã từng bị ngồi tù vì tham gia Duy Tân Hội, viết rằng mặc dù vai trò ngoại giao của Trương Vĩnh Ký trong giai đoạn Pháp xâm lược, ông "vẫn lòng ái quốc" và tác giả khẳng định rằng việc

---

[741] P. Quỳnh, "Câu chuyện ba thế kỷ; từ cụ hiền đến Đức cha Tòng," *Sacerdos Indosinensis*, ngày 15/9/1933.

Trương Vĩnh Ký quyết định không xin quốc tịch Pháp là hành động ái quốc và là tấm gương mà những người Việt Nam khác nên xem xét.[742] Đặng Thúc Liêng không phải là tín đồ Công giáo; việc ông đọc nhiều tài liệu của Trương Vĩnh Ký có thể là kết quả của những mối liên hệ của ông với Gilbert Trần Chánh Chiếu, một tín đồ Công giáo và đồng minh xuất chúng của Phan Bội Châu. Lê Thanh, một biên tập viên và cũng là nhà phê bình văn học, cũng thể hiện quan điểm tương tự về Trương Vĩnh Ký trong cuốn *Trương Vĩnh Ký: Biên khảo* xuất bản năm 1943. Không những không nhấn mạnh sự hợp tác chính trị và những mối liên hệ của Trương Vĩnh Ký với các thiết chế thuộc địa, Lê Thanh giới thiệu Trương Vĩnh Ký như là một người đặt nền móng cho nền văn hóa dân tộc hiện đại, sự nghiệp của ông là "người đã khởi động một cuộc cách mệnh về học vấn", một cuộc cách mạng đã trở thành nền tảng của quá trình hồi sinh về mặt văn hóa đang diễn ra ở Việt Nam.[743] Cách giải thích như thế cuối cùng đã dẫn đến kết luận có tính chính trị: Trương Vĩnh Ký "bắt tay người Pháp để đem lại cho nước mình nhiều lợi hơn."[744] Sau năm 1954, những tác phẩm giải thích Trương Vĩnh Ký là kẻ hợp tác đã giữ thế thượng phong trong nền học thuật của Việt Nam Dân Chủ Cộng Hòa, nhưng cách giải thích của Lê Thanh đã dự báo trước cách giải thích tương tự tại Việt Nam Cộng Hòa cũng

---

[742] Đặng Thúc Liêng, *Trương Vĩnh Ký hành trạng*, (Sài Gòn: Nhà In Xưa Nay, 1927).
[743] Lê Thanh, *Trương Vĩnh Ký: biên khảo*, in trong *Nghiên cứu và phê bình văn học* (Hà Nội: Nhà Xuất Bản Hội Nhà Văn, 2002), 244.
[744] Tác phẩm đã dẫn, 271.

như sự phục hồi cho Trương Vĩnh Ký trong nền học thuật Việt Nam đương đại.[745]

Trong giai đoạn cuối thời thuộc địa, một nhân vật Công giáo khác cũng được đánh giá lại, đấy là Nguyễn Trường Tộ, một tín đồ Công giáo với những lý lịch chính trị hoàn hảo nhất trong ngành sử liệu Việt Nam hiện đại. Nhưng không phải lúc nào cũng như thế; các cuốn sử của nhà Nguyễn bêu riếu Nguyễn Trường Tộ vì vai trò của ông trong nền ngoại giao thời thuộc địa và những bản điều trần kêu gọi triều đình áp dụng những tư tưởng và kỹ thuật phương Tây nhằm tăng cường nội lực.[746] Những thư từ trao đổi giữa Nguyễn Trường Tộ và các quan chức Việt Nam về các kế hoạch quân sự của Pháp trong khi ông làm việc cho Pháp làm cho ông khó trở thành ứng viên sáng giá trong chế độ thực dân và ông cũng cũng không có một chỗ đứng trong hàng các danh nhân Công giáo Việt Nam thời thuộc địa như Trần Lục và Trương Vĩnh Ký. Một số người thân Pháp đã tìm cách trình bày ông theo cách đó; năm 1927, tạp chí *Nam Phong* đã chạy một loạt bài về Nguyễn Trường

---

[745] Về những cách giải thích khác nhau trong giới hàn lâm ở Việt Nam Dân Chủ Cộng hòa và Việt Nam Cộng hòa, xin đọc Milton Osborne, "Truong Vinh Ky and Phan Thanh Gian: The Problem of a Nationalist Interpretation of 19th Century Vietnamese History," *Journal of Asian Studies* 30, no. 1 (November 1970): 81-93. Về việc đánh giá lại Ký ở Việt Nam hiện nay, xin đọc *Thế kỷ XXI nhìn về Trương Vĩnh Ký* (Thành Phố Hồ Chí Minh: Nhà Xuất Bản Trẻ và Tạp Chí Xưa Nay, 2002).

[746] Mark McLeod, "Nguyen Truong To: A Catholic Reformer at Emperor Tu Duc's Court," *Journal of Southeast Asian Studies* 25, no. 2 (1994): 315.

Tộ, trong đó có những bản điều trần của ông, nhưng không có những đoạn có thể "bất lợi cho Pháp."[747] Địa vị của Nguyễn Trường Tộ thay đổi một cách ngoạn mục cùng với cuốn tiểu sử do Nguyễn Lân chấp bút và được in vào năm 1941, đây là công trình nghiên cứu dài hơi nhất về Nguyễn Trường Tộ cho đến lúc đó. Nguyễn Lân đặt Nguyễn Trường Tộ ngang hàng với Fukuzawa Yukichi và Khang Hữu Vi, như một trong ba nhà cải cách vĩ đại ở châu Á thế kỷ XIX, ông khẳng định rằng Nguyễn Trường Tộ phải trở thành hình mẫu cho thanh niên Việt Nam đương đại trong việc học cách sử dụng kiến thức phương Tây của họ nhằm phục vụ cho quốc gia.[748] Cũng trong năm đó, Dương Quảng Hàm đã đưa một số tác phẩm của Nguyễn Trường Tộ vào cuốn *Việt Nam Văn Học Sử Yếu*, một tác phẩm sẽ trở thành sách giáo khoa trong dự án nhằm tạo ra chuẩn mực trong nền văn học dân tộc. Cách đọc Nguyễn Trường Tộ theo tinh thần dân tộc được chế độ Việt Nam Dân Chủ Cộng Hòa tiếp tục trong việc viết lịch sử, đồng cảm với ông nhưng vẫn có phê phán.

Khi các tín đồ Công giáo Việt Nam suy tư về bản chất của cộng đồng dân tộc và vị trí lịch sử và văn hóa của họ

---

[747] Trương Bá Cần, *Nguyễn Trường Tộ: Con người và di thảo* (Thành Phố Hồ Chí Minh: Nhà Xuất Bản Thành Phố Hồ Chí Minh, 2002), 10.

[748] Nguyễn Lân, *Nguyễn Trường Tộ: Người Việt Nam sáng suốt nhất ở thời kỳ rối ren nhất trong lịch sử Việt Nam* (Huế: Viễn Đệ, 1941). So sánh với Fukuzawa Yukichi và Khang Hữu Vi xuất hiện lần đầu vào năm 1933 trong bài báo trên tờ *Nam Phong* của Nguyễn Trọng Thuật một nhà hoạt động trong Việt Nam Quốc Dân Đảng.

trong cộng đồng này thì chắc chắn là họ phải đọc, phải học
và thảo luận những khía cạnh chính trị hiển nhiên của
chung. Cũng như trong nhiều thành phần khác của xã hội
Việt Nam, trong giai đoạn cuối thời thuộc địa, tư duy của
Công giáo về khái niệm chính trị/chánh trị đã diễn ra những
thay đổi long trời lở đất. Những khái niệm đã có từ lâu đời
về quyền lực chính trị vẫn được lưu hành trong lĩnh vực
văn hóa thậm chí ngay trong những thập kỷ cuối cùng của
thời thuộc địa, và trong những năm 1930 nhiều người cầm
bút Công giáo đã tìm cách giải thích khái niệm chính trị
cho độc giả bằng cách sử dụng các ẩn dụ về quan hệ xã hội
hay cơ cấu gia đình. Nhưng, trong giai đoạn này ngày càng
có nhiều tín đồ Công giáo liên kết "chính trị" không chỉ với
khái niệm về tư tưởng và chủ nghĩa mà với việc tham gia
vào lĩnh vực của những ý tưởng chính trị cạnh tranh với
nhau. Nhiều nhà truyền giáo và linh mục coi tư tưởng là kẻ
cạnh tranh với tôn giáo và có sự e dè trước việc các giáo
dân Công giáo tham gia chính trị.[749] Nhưng điều này cũng
chẳng có mấy tác dụng trong việc ngăn cản các tín đồ Công
giáo châu Âu trở thành những nhà hoạt động chính trị tích
cực, mà các tín đồ Công giáo Việt Nam không thể không
nhận ra: nhà báo Nguyễn Hưng Thi biện hộ cho việc tham
gia nhiều hơn của các tín đồ Công giáo Việt Nam vào chính
trị bằng cách đưa ra danh sách những chính khách Công
giáo nổi tiếng của châu Âu.[750] Dĩ nhiên là dưới chế độ

---

[749] Xem, ví dụ, "Lo việc chánh trị," *Sacerdos Indosinensis*, ngày
15/1/1938.

[750] Đông Bích [Nguyễn Hưng Thi], "Người công giáo với việc

thuộc địa, hoạt động chính trị hợp pháp và có giá trị là của hiếm, mặc dù cũng có những tín đồ Công giáo hoạt động tích cực trong thế giới chính trị sôi động của Sài Gòn. Nhưng trong giai đoạn cuối thời thuộc địa đã có nhiều tín đồ Công giáo nghĩ và viết về các tư tưởng và phong trào chính trị, cả bên trong lẫn bên ngoài Việt Nam, điều này sẽ định hình nhận thức chính trị của họ.

Một trong những người như thế là Đoàn Kim Hương, tổng biên tập tờ *Công Giáo Đồng Thinh*, một người đã dành nhiều thời gian trong những năm 1931 và 1932 cho công trình so sánh giữa chủ nghĩa xã hội và chủ nghĩa tư bản. Đoàn Kim Hương bắt đầu viết tác phẩm này vào giai đoạn khi mà sự sụp đổ về kinh tết đang thay đổi tận gốc rễ nền chính trị tại Việt Nam và trên toàn cầu. Quan điểm của Đoàn Kim Hương khá hỗn tạp: ông ta phê phán các mô hình tập thể về xã hội và chính trị vì những hạn chế mà ông cho là những mô hình này áp đặt lên tài sản và cách thể hiện có tính cá nhân, nhưng cũng phê phán sự quá lạm của nền kinh tế tư bản thị trường, tìm kiếm những khả năng để người công nhân được tự chủ và cách thức điều tiết nền kinh tế của chính phủ nhằm bảo đảm công bằng xã hội. Quan trọng hơn, tiêu chí đối với tư duy chính trị của ông được rút ra từ bên ngoài biên giới Việt Nam, nhất là từ tư duy Công giáo về "con đường thứ ba", nằm giữa chủ nghĩa xã hội và chủ nghĩa tư bản.[751] Công trình của Đoàn Kim

chính trị," *TNHB*, ngày 24/8/1935.
[751] Đoàn Kim Hương, "Vấn đề xã hội chủ nghĩa và cá nhân tư sản,"

483

Hương chứng tỏ các ý tưởng về cộng đồng dân tộc phát triển như thế nào, nhiều tín đồ Công giáo bắt đầu rút ra những ý tưởng về dân tộc và chủ nghĩa dân tộc từ quan điểm của thành viên trong cộng đồng tôn giáo toàn cầu. Và khi một số ý tưởng về cộng đồng dân tộc ngày càng có tính toàn diện và bản chất hơn, các tín đồ Công giáo phải đối mặt với hay ít nhất là nhận thức được những rào cản mới cho sự đồng hành cùng dân tộc.

TÔN GIÁO VÀ VẤN ĐỀ "VĂN HÓA DÂN TỘC"

Tôn giáo là vũ đài mạnh mẽ nhất cho những rào cản này, và đặc biệt là những ý tưởng mới về "tôn giáo của Việt Nam", tức là những ý tưởng ngấm ngầm và đôi khi công khai loại Công giáo ra khỏi cách hiểu theo lối văn hóa về dân tộc. Một ví dụ có tính biểu tượng là đài tưởng niệm những người Việt Nam đã hy sinh vì nước Pháp trong cuộc Thế Chiến I[752]. Đài tưởng niệm là một ngôi đình được xây dựng ở Sài Gòn, rồi được chuyển sang Pháp cho cuộc Triển lãm Thuộc Địa ở Marseille năm 1906, rồi lại được chuyển tới Jardin Colonial ở Nogent – sur – Marne gần Paris cho một cuộc triển lãm được tổ chức sau đó một năm. Năm 1917, *Le Souvenir Indochinois*, một hiệp hội có tăng hội cả ở Pháp lẫn Việt Nam, đã mua tòa nhà này và cải tạo thành một ngôi chùa Phật giáo và dùng như công trình tưởng

---

đăng dài kỳ từ tháng 10 năm 1931 đến hết tháng 3 năm 1932 trên tờ *CGĐT*.

[752] Eric Jennings, "Remembering 'Other' Losses: The Temple du Souvenir Indochinois of Nogent-Sur-Marne," *History and Memory* 15, no. 1 (January 2003): 5-48.

niệm sự cống hiến của Việt Nam đối với Pháp trong Thế Chiến I. Ngôi chùa với điện thờ, chuông, cờ phướn, bình gốm và những đồ thờ choáng lộn khác thờ phụng sự hy sinh trong thời gian chiến tranh theo cả đạo Phật, đạo Khổng, đạo Lão và thờ cúng tổ tiên mà nhiều người Pháp và người Việt bắt đầu coi là hệ thống tín ngưỡng thống nhất, gắn bó, có thể đại diện cho tôn giáo "dân tộc" của Việt Nam.[753] *Le Souvenir Indochinois* đã xây dựng các đài tưởng niệm như thế ở nhiều nơi tại Pháp và Việt Nam. Trong diễn văn đọc tại một đài tưởng niệm ở Cần Thơ, ông chủ tịch của *Le Souvenir Indochinois* đã dùng ngôn từ nói huỵch toẹt bản chất của vấn đề: "Chúng ta đang sống trên đất nước mà thờ cúng người quá cố là nền tảng của mọi đức tin." "Thờ cúng tổ tiên là trách nhiệm do luật lệ tôn giáo qui định: không người nào dám coi thường chuyện này mà không bị xã hội coi thường và nghi ngờ."[754]

Một số nhà truyền giáo và tín đồ Công giáo Việt Nam đã chiến đấu và hy sinh trong Thế Chiến I này và các đạo hữu

---

[753] Phả hệ của tư tưởng này, một tư tưởng cực kỳ quan trọng cho việc tìm hiểu sự xuất hiện của ý tưởng về nền văn hóa dân tộc ở Việt Nam còn chưa được hiểu rõ. Về những tư tưởng của Pháp về tôn giáo ở Việt Nam, xin đọc Laurent Dartigues, *L'Orientalisme français en pays d'Annam, 1862-1939: Essai sur l'idée française du Việt Nam* (Paris: Les Indes Savantes, 2005), 96-106. Việc sử dụng khái niệm "tôn giáo" nhằm mô tả những hoạt động này, cả lúc đó cũng như hiện nay vẫn còn gây tranh cãi. Một số nhà trí thức sử dụng thuật ngữ này, nhưng một số khác thì không; một số tín đồ công giáo coi những hệ thống tín ngưỡng này là tôn giáo, trong khi một số khác thì phê phán là vô đạo.
[754] GGI cho Bộ trưởng thuộc địa, ngày 24/6/1920, GOUCOCH IIB.55/063, TTLT II.

của họ không đánh giá cao bản chất của những đài tưởng niệm này. Một nhà truyền giáo viết: "Không bao giờ một môn đồ của chúa Kitô lại ủng hộ việc áp đặt những lời cầu Phật lên mộ của mình." Khi biết được tin về đài tưởng niệm, vị giám mục Hà Nội đã đề nghị chuyển nhà thờ ở Nogent thành đài tưởng niệm các tín đồ Công giáo. Để làm lành, *Le Souvenir Indochinois* cho xây một tấm bia nhỏ trên đất của khu tưởng niệm và tổ chức một buổi lễ tại văn phòng của MEP. Toàn quyền Đông Dương bảo đảm với vị giám mục rằng những buổi lễ trong tương lai ở Nogent – sur – Marne sẽ bao gồm cả một buổi lễ ở nhà thờ gần đó. Nhưng mấy năm sau đó, buổi tưởng niệm đầu tiên, dưới thời toàn quyền Albert Sarraut, một người thuộc đảng xã hội, đã không có lễ trong nhà thờ. Một nhà truyền giáo, bị sốc vì tính chất "mê tín, ngoại đạo" của lễ tưởng niệm, đã phản đối lên tận MEP. Ông viết: "Biết bao nhiêu thánh tử đạo chết trên đất Annam nhắc nhở chúng ta rằng chúng ta phải nghi ngờ những đánh giá sai lầm của những người không có đạo, thậm chí ngay cả khi họ mặc quần áo của công chức nhà nước."[755]

Ngôi chùa ở Nogent – sur – Marne là một ví dụ về sự pha trộn của các dự án văn hóa thời thuộc địa và việc tìm hiểu vấn đề "bản chất dân tộc" của Việt Nam – đặc trưng cho thời kỳ này – đang diễn ra lúc đó. Một phản ứng đối với những chuyển biến văn hóa xã hội của giai đoạn này là

---

[755] Paul Jaricot, "Note sur la cérémonie à Nogent-sur-Marne, 18 octobre 1925," 053 (A-B), MEP.

lời kêu gọi "trở về" với những điều được coi là chính thống của văn hóa Việt Nam, đặc biệt là làm sống lại các tôn ti trật tự xã hội và vai trò lớn hơn của "đạo đức" truyền thống trong đời sống công cộng. Phần đông những người biện hộ cho sự trở về như thế đều coi khái niệm tam giáo, được thể hiện trong ngôi chùa ở Nogent – sur – Marne là nền tảng của tôn giáo dân tộc của Việt Nam. Mặc dù các nhà tư tưởng đó dựa vào quá khứ xa xôi, nhưng tư tưởng của họ là hiện đại, rất lý tưởng hóa và có chọn lọc, có xuất xứ từ các nhà tư tưởng châu Âu như Hegel, Charles Maurras, Henri Bergson và Herbert Spencer cũng như những truyền thống trí thức Việt Nam. Thái độ chính trị bảo thủ của một số (không phải tất cả) các nhà tư tưởng này có sức hấp dẫn khá mạnh đối với những quan chức thuộc địa tham gia vào việc cổ vũ một quan điểm đặc biệt về lịch sử và văn hóa Việt Nam làm phương tiện cai trị. Thực vậy, các quan điểm của người Pháp về "Annam" xuất hiện cùng với quá trình đi lên của Đông Dương như là một thực thể văn hóa và chính trị, thể hiện qua những cuộc triển lãm của nhà nước thuộc địa, các viện bảo tàng, đài tưởng niệm, chương trình học tập trong nhà trường và giới trí thức. Như vậy là, phả hệ của những tư tưởng về tôn giáo và văn hóa dân tộc được nhiều người chia sẻ; các tư tưởng gia thuộc địa dựa chủ yếu vào các tư tưởng không hẳn là có nguồn gốc "thuộc địa", trong khi các dự án trong lĩnh vực văn hóa lại có ảnh hưởng chính đối với cách hiểu của người Việt Nam về nền văn hóa dân tộc thời đó và cả sau này.

Hệ thống giáo dục thuộc địa là một trong những địa

điểm đầu tiên của cuộc xung đột giữa các tín đồ Công giáo và những người ủng hộ những tư tưởng này. Trong những năm 1920 và 1930, các nhà sư phạm thuộc địa đã quay lưng lại với những tư tưởng đầy tham vọng về giáo dục như là phương tiện lái xã hội về phía những tư tưởng bảo thủ, tức là những tư tưởng coi chế độ thuộc địa là quan hệ giám hộ giữa phương "Tây" năng động và có công nghệ với phương "Đông" thụ động và điềm tĩnh. Khi hệ thống giáo dục thuộc địa mở rộng, lớp học trở thành phương tiện rèn đúc thế hệ mới của giới tinh hoa Việt Nam bằng chương trình nghị sự của chính quyền thuộc địa bằng cách khuôn họ vào trong những điều mà các nhà quản lý và nhà sư phạm coi là tiêu chuẩn đạo đức – xã hội của Việt Nam.[756] Trong khi soạn thảo chương trình học tập trong nhà trường, các nhà sư phạm thuộc địa dựa chủ yếu vào những tư tưởng của các tư tưởng gia tân – truyền thống người Việt Nam. Một người như thế là Phạm Quỳnh, ông này là tổng biên tập tờ *Nam Phong*, được Pháp tài trợ và là một trong những nhân vật lỗi lạc nhất trong đời sống tri thức Việt Nam trong những năm 1920 và 1930. Câu trả lời của Phạm Quỳnh cho tình trạng bất ổn xã hội là phải đạt được sự cân bằng giữa tính chất hiện đại hóa của phương Tây và bản chất dân tộc của Việt Nam, mà ông thấy, theo lời thuật của Hue – Tam Ho Tai như sau: "được định nghĩa một các phỏng chừng là sự hòa trộn của văn học Việt Nam, đạo đức Khổng giáo và các

---

[756] Xem Herman Lebovics, *True France: The Wars over Cultural Identity, 1900-1945* (Ithaca, NY: Cornell University Press, 1992), chương 3.

thiết chế gia đình và nền giáo dục tân tiến một cách bình dị trong ngôn ngữ Việt Nam chứ không phải chữ Hán hay tiếng Pháp."[757] Năm 1932, Phạm Quỳnh trở thành Thượng thư Bộ Học. Một người có ảnh hưởng nữa là Trần Trọng Kim, ông này bắt đầu sự nghiệp với nghề dạy học và sau này trở thành thanh tra các trường thuộc địa. Tác phẩm *Việt Nam sử lược* của Trần Trọng Kim in năm 1920 đã đưa ông vào vị trí trung tâm của giới tri thức tân – truyền thống, vị trí này còn được củng cố thêm bởi tập một cuốn *Nho Giáo*, được xuất bản năm 1929. Tương tự như Phạm Quỳnh, Trần Trọng Kim tin rằng đạo đức Khổng giáo là cốt lõi của bản chất dân tộc Việt Nam (hai người thường dùng câu này) và cả hai ông đều liên kết điều mà họ coi là sự suy thoái của nền văn minh với sự giảm sút của tinh thần Không giáo của dân tộc.[758]

Trong những năm 1920 và 1930, Nha học chính thuê Trần Trọng Kim và các trí thức tân – truyền thống khác viết sách giáo khoa cho nhà trường. Khi mô tả nền văn hóa Việt Nam, các tác giả của những cuốn sách giáo khoa này đã sử dụng những đặc điểm đã được đơn giản hóa về tôn ti trật tự trong xã hội và gia đình của Không giáo như những ẩn dụ về quan hệ thuộc địa Việt – Pháp và họ tập trung vào tục thờ cúng tổ tiên như là cốt lõi của "gia đình Việt Nam."

---

[757] Hue-Tam Ho Tai, *Radicalism and the Origins of the Vietnamese Revolution* (Cambridge, MA: Harvard University Press, 1992), 50.

[758] Shawn McHale, *Print and Power: Confucianism, Communism, and Buddhism in the Making of Modern Vietnam* (Honolulu: University of Hawai'i Press, 2004), 77-83

Mặc dù các cuốn sách giáo khoa thời thuộc địa có xu hướng tập trung chú ý trước hết vào Khổng giáo và thờ cúng tổ tiên, các nguyên lý của đạo Phật như luân hồi, ngũ giới vẫn còn hiện diện trong những cuốn sách này.[759] Trong những năm 1930, điều này càng đúng hơn nữa, đấy là khi hệ thống trường thuộc địa bắt đầu sáp nhập các trường Phật giáo, thường là nhằm gia tăng số học sinh trong cộng đồng người Khmer ở đồng bằng sông Mê Công, những người vẫn phản đối việc dạy con em họ bằng tiếng Việt.[760] Mặc dù số học sinh đi học trong các trường thuộc địa vẫn còn ít, thậm chí ngay cả ở giai đoạn cao điểm của nó, những ý tưởng này – được thể hiện trên báo chí, ví dụ như tờ *Nam Phong* và có ảnh hưởng mạnh mẽ đối với những tác phẩm viết về đạo đức và đức dục – đã giành được vị trí trung tâm trong đời sống văn hóa và đời sống tri thức.

Đấu trường quan trọng thứ hai của cuộc xung đột giữa các tín đồ Công giáo và những người ủng hộ những quan niệm tân – truyền thống về văn hóa dân tộc là sự ủng hộ của nhà nước đối với phong trào được xác định một cách lỏng lẻo là Chấn Hưng Phật Giáo. Nhưng điều thường được gọi là Chấn Hưng Phật Giáo thực ra lại là những phản ứng trước cái mà một số người coi là sự suy vi của đạo Phật ở Việt Nam. Nói chung, các nhà trí thức của phong trào Chấn Hưng Phật Giáo kêu gọi tái khẳng định và phổ biến đạo

---

[759] David Marr, *Vietnamese Tradition on Trial, 1920-1945* (Berkeley: University of California Press, 1981), 73-77, 88-93.
[760] Pascale Bézançon, *Une colonisation éducatrice? L'expérience indochinoise, 1862-1945* (Paris: L'Harmattan, 2002), 175-81.

Phật chính thống qua những phương tiện in ấn đang ngày càng phát triển cũng như kêu gọi mở rộng cơ sở mang tính thiết chế nhằm chiến đấu chống lại "sự lệch lạc" đang thịnh hành. Không phải tất cả mọi người hoạt động trong phong trào Chấn Hưng Phật Giáo đều được hưởng sự bảo trợ của nhà nước; Sở Liêm Phóng đã theo dõi sát sao một số nhà sư và "phong trào" đã chứng kiến sự khác biệt lớn giữa các vùng miền và sự bất đồng trong nội bộ phong trào. Để sang một bên chuyện đó, phần lớn các nhà trí thức này đề cao ý tưởng đã được thần thoại hóa về – theo lời của Elise DeVido – "'đạo Phật' nguyên thủy, vĩnh hằng và 'kinh nghiệm Phật giáo' ở Việt Nam, đã để lại dấu ấn trong tâm hồn của "giống người" Việt Nam thống nhất suốt hàng thế kỷ," nhằm khẳng định rằng "chấn hưng Phật giáo là chấn hưng tâm hồn dân tộc của 'giống' dân Việt Nam."[761] Mặc dù mối lo lắng của các nhà trí thức đó khác với những mối lo lắng của những người như Phạm Quỳnh và Trần Trọng Kim, biên giới giữa những người trong phong trào Chấn Hưng Phật Giáo và những người tân – truyền thống khác tương đối mờ nhạt. Ví dụ, Trần Trọng Kim hoạt động tích cực trong Hà Nội Phật Giáo Hội trong khi Trần Văn Giáp, một trí thức Phật giáo xuất chúng, lại là một nhà nghiên cứu Khổng giáo và đã viết một cuốn sách so sánh hai

---

[761] Elise DeVido, "'Buddhism for this World': The Buddhist Revival in Vietnam, 1920-1951, and its Legacy," trong *Modernity and Re-Enchantment: Religion in Post-Revolutionary Vietnam*, Philip Taylor, chủ biên (Lanham, MD: Lexington Books, 2007), 274-75.

truyền thống này.[762]

Trong khi những việc đàn áp và những cuộc bạo loạn ở vùng nông thôn trong thập kỷ 1930, chính quyền Pháp gia tăng ủng hộ những người trí thức Phật giáo bảo thủ cũng như những người trí thức và những tổ chức khác trong xã hội Việt Nam mà nhấn mạnh trật tự xã hội. Điều này phản ánh nỗi lo của của các nhà quản lý Pháp rằng hoạt động phản phong có yếu tố tôn giáo. Trong một hội nghị ở Sài Gòn năm 1932, mang tên "Ảnh hưởng của các tư tưởng tôn giáo và triết học đối với đời sống xã hội và chính trị của dân Annam," một sĩ quan Pháp, tên là Le Maître, khẳng định rằng những vụ nổi dậy ở nông thôn trong thời gian gần đây là sản phẩm của tác động tâm lý của tôn giáo đại chúng, nó làm cho người Việt Nam "sống trong thế giới không thực, mơ hồ. Mọi thứ cứ như trong một giấc mơ."[763] Tương tự như nhiều quan chức Pháp khác, Le Maître lo nhất trước sự xuất hiện của giáo phái Cao Đài và lời tuyên bố của đạo này rằng chế độ thuộc địa là sự trừng phạt đối với những người không theo đạo này. Sự ủng hộ của nhà nước thuộc địa đối với một số nhóm tôn giáo Việt Nam gia tăng dưới thời toàn quyền Pierre Pasquier (1928 – 1934), ông này cảm thấy rằng hiểu biết đúng đắn về tôn giáo là

---

[762] Trần Văn Giáp, *Đạo lý Phật giáo với đạo lý nho giáo ở nước ta* (Hà Nội: Phật Giáo Hội, 1935).

[763] Marcel-Jules Albert-Paul LeMaitre, *Religion, Cultes, Rites, et superstition en terre d'Annam. Influence de l'idée philosophique sur la vie politique et sociale du peuple annamite. Conférence faite aux officiers de la garnison de Saigon, le 17 septembre 1932* (Sài Gòn: Nguyễn Văn Của, 1932), 2.

thành phần quan trọng nhất trong việc cai trị Việt Nam. Pasquier viết: "Phong tục và luật lệ là chưa đủ để hiểu và giải thích não trạng của những người này; chúng ta phải biết văn hóa dân gian, truyền thuyết, tín ngưỡng của họ, tất cả đều là những phương tiện tối hảo nhằm tìm ra, mỗi lúc một ít, tâm hồn của đám dân chúng mà chúng ta cai trị."[764]

Ở Bắc Kỳ phong trào Chấn Hưng Phật Giáo được nhà nước thuộc địa bảo trợ mạnh mẽ hơn những khu vực khác, đây cũng là vùng đất trung tâm của Công giáo Việt Nam, nơi các trí thức hàng đầu của phong trào Chấn Hưng Phật Giáo không có những thứ mà nhà nước thuộc địa coi là xu hướng hay những mối liên kết chính trị có thể gây rắc rối. Các quan chức Pháp ở Bắc Kỳ bảo trợ cho việc hình thành và hoạt động của nhiều hiệp hội Phật giáo, hoạt động của họ thường bao gồm tổ chức những buổi hội thảo, xây dựng thư viện, bảo trì những ngôi chùa cũ nát, cũng như hoạt động từ thiện và giúp các nạn nhân bị thiên tai, tổ chức các lớp học công cộng miễn phí v.v... Chính quyền thuộc địa còn cho phép các hiệp hội Phật giáo quyền tự do hoạt động ở vùng nông thôn, một quyền mà ít hiệp hội chính thức được hưởng và những nhóm này dường như đôi khi đã sử dụng với mục tiêu là những khu vực Công giáo. Năm 1937, các quan chức Pháp ở Ninh Bình ghi nhận rằng, hiệp hội Phật giáo địa phương, trong khi thành lập một trong các tiểu ban của mình, đã chọn thôn Kim Sơn, một thôn mà tất

---

[764] Paul Boudet, *Pierre Pasquier, Indochinois* (Sài Gòn: Editions d'Extrême Asie, 1929), 60, 72.

cả người dân hầu như đều theo đạo Công giáo, trước đó hiệp hội này đã tổ chức hội thảo tại một ngôi chùa ở làng Phúc Nhạc, cũng là làng Công giáo – mà lại tổ chức vào đúng dịp lễ Phục sinh.[765] Vị giám mục của giáo phận này còn báo cáo những chiến dịch do nhà nước tài trợ nhằm phân phối kinh sách và hình ảnh của đạo Phật cho những khu vực miền núi.[766] Những mối ràng buộc giữa các nhà trí thức trong phong trào Chấn Hưng Phật Giáo và quan chức thuộc địa rõ ràng đến mức làm cho một số trí thức Phật Giáo lo lắng: năm 1936, một người viết rằng "để cho các quan chức và cơ quan của chính quyền tham gia như những thành viên tích cực của hiệp hội Phật giáo có thể làm cho đồng bào tin rằng hiệp hội này là sáng kiến của chính phủ."[767]

Ít nhất là ở Bắc Kỳ, những năm 1920 và 1930 còn chứng kiến sự thay đổi trong nhận thức về và hành xử của các quan chức Pháp với những vụ xung đột cộng đồng không nghiêm trọng; mặc dù từ lâu họ đã tìm cách tránh can thiệp vào những sự vụ mà họ coi là "những vấn đề lương tâm," lúc này mối lo về "nền văn hóa đích thực" bắt đầu xâm nhập vào những toan tính của họ. Năm 1928, ở Hà Đông xảy ra trường hợp đám tang một tín đồ Công giáo tìm cách đi qua một ngôi làng, nhưng người dân ở đấy không cho đưa xác chết của người không được sinh ra tại làng đó.

---

[765] RS Ninh Bình cho RST, ngày 18/12/1937, RST 79784, TTLT I.
[766] Báo cáo hàng năm của giáo phận Phát Diệm, 1932, MEP.
[767] Tu viện trưởng của những tu sĩ Giáo hội Phật giáo ở Bắc Kỳ cho RST, ngày 4/4/1936, RST, 79784, TTLT I.

Việc dân làng ngăn chặn đám tang đã làm cho một nhà truyền giáo phàn nàn với chính quyền địa phương rằng dân làng đàn áp tín ngưỡng Công giáo. Quan chức địa phương này đã viết trong quyết định ủng hộ những người không theo Công giáo như sau: "Đức tin của họ – mà về mặt chính trị chúng ta cần phải tôn trọng – sẽ bị tổn thương khi xác chết này đi ngang qua làng của họ."[768] Giám mục Hà Nội phản đối, ông này khẳng định rằng đám tang phải đi qua làng để cho mọi tín đồ Công giáo của làng đều có thể tham gia. Ông chế nhạo sự sợ hãi của dân làng bằng cách nói rằng những tín ngưỡng kiểu đó "hiếm khi đứng vững trước mấy đồng bạc... viễn cảnh về tai họa có thể nhanh chóng lu mờ trước một bữa cỗ to," và nhận xét thêm rằng nhà cầm quyền "đã gây ra sự bất bình đáng kể và kích động tình trạng lộn xộn trong các tín đồ Công giáo khu vực này... Trong lúc này, các tín đồ Công giáo đang quá kích động và một số người đang bàn đến việc trả thù các tín đồ Phật giáo."[769] Việc này không những không đảo ngược được quyết định mà quan chức Pháp này còn xát muối vào vết thương bằng cách thúc giục vị giám mục đóng góp cho lễ chuộc lỗi để khôi phục lại thái độ hữu hảo. Vị giám mục từ chối làm việc đó vì nó sẽ "khuyến khích tín ngưỡng của ngoại đạo" và quan chức Pháp nói trên đã tự trả tiền để tổ chức buổi lễ.

Trong một trường hợp tương tự, năm 1937, chính quyền

---

[768] Chủ tịch tòa án tỉnh cho Victor Aubert, ngày 8/10/1928, RST 56764, TTLT I.

[769] Pierre-Marie Gendreau cho RST, ngày 22/11/1928, TTLT I.

thành phố Hà Nội quyết định di chuyển một nghĩa địa Công giáo khỏi khu vực gần ga tàu hỏa không chỉ vì "nó thổi không khí bệnh hoạn đi," mà còn vì trong nghĩa địa này "tất cả người chết đều được cải táng trong cùng một loại áo quan, không phân biệt giống nòi."[770] Khu đất được dự kiến dành cho nghĩa địa mới nằm cạnh đền thờ Hai Bà Trưng, tức là những nhân vật có tính huyền thoại trong cuộc kháng chiến chống Trung Quốc của Việt Nam. Một quan chức người Việt đã phản đối vì đấy là "ngôi chùa dân tộc" và Hai Bà Trưng "được kính trọng như là Saint Genevive, Jeanne d'Arc và Jeanne Hachette, những nữ anh hùng mà người Pháp, không phân biệt tôn giáo, đã dựng tượng và hàng năm chính phủ thế tục vẫn tưởng niệm.[771] Khi các quan chức Pháp tìm được chỗ mới thì thì một người địa phương ở đấy lại phản đối vì nó nằm gần đền thờ đạo Lão và ngôi chùa ngôi chùa vinh danh hôn lễ của Tú Uyên và nàng tiên Giáng Kiều "sẽ có nguy cơ làm cho khu vực này trở thành bất tịnh," và "không có sự bảo hộ của Thần Linh thì chúng ta sẽ chẳng được sống yên ổn và thịnh vượng được." Tại thời điểm đó, một quân sư Pháp ở Bắc Kỳ nhận xét "việc thực hiện dự án này có thể tạo ra nguy cơ chính trị chết người," ông này viện dẫn rằng "trong dân Annam vẫn có mối xúc cảm sâu sắc với những đối tượng có tính linh

---

[770] Quản trị của các dịch vụ dân sự ở Hà Nội cho người quản lý "Volonté Indochinoise," ngày 28/11/1937, MH 3715, TTLT I.

[771] Chủ tịch Hội đồng tư vấn bản địa Phạm Huy Lục cho quản trị của các dịch vụ dân sự ở Hà Nội, tài liệu không có ngày, MH 3715, TTLT I.

thiêng."⁷⁷² Thị trưởng Hà Nội đồng ý, ông này khẳng định rằng "các tín đồ Phật giáo coi tín đồ Công giáo là những kẻ tiếm quyền thô bỉ và vu cho họ là những người gây ra tất cả các rắc rối."⁷⁷³ Một số tín đồ Công giáo trong khu vực rõ ràng là cũng đồng ý rằng dự án này không đáng để gây ra xung đột, mà các nhà truyền giáo kịch liệt phản đối. Nghĩa địa cuối cùng đã được đưa vào Hà Đông, nằm ngoài địa giới thành phố.

Vì những ý tưởng về văn hóa và bản chất dân tộc thường gợi lên sự pha trộn giữa Khổng giáo, Phật giáo, đạo thờ cúng tổ tiên và thờ cúng thần linh ở địa phương; những tư tưởng này có tác động rất mạnh tới những mối lo lắng của tín đồ Công giáo về sự cách ly về mặt văn hóa, làm cho quan hệ của họ với cả các quan chức thuộc địa lẫn các nhóm xã hội càng phức tạp thêm. Mặc dù không có gì ngạc nhiên là các tín đồ Công giáo đấu tranh với chính quyền thuộc địa về vấn đề trường học, nhưng nực cười là một trong những mối bận tâm lớn nhất của tín đồ Công giáo về giáo dục thuộc địa là vẫn chưa đạt mức vô thần như họ mong muốn. Năm 1919, các vị giám mục của Việt Nam đã phản đối lên toàn quyền rằng những nguyên tắc và nghi lễ thờ cúng tổ tiên được dạy trong các trường thuộc địa xuất phát "không phải từ lòng tôn kính, ký ức, lòng hiếu thảo của con cháu đối với tổ tiên của các dân tộc văn minh mà là giáo phái tôn giáo của những người Việt Nam không theo

⁷⁷² GGI cho RST, ngày 26/12/1940, MH 3715, TTLT I.
⁷⁷³ Thị trưởng Hà Nội cho RST, ngày 17/9/1937, MH 3715, TTLT I.

Công giáo, nguyên tắc của nó là phản đối một cách trực tiếp và không khoan nhượng những nguyên tắc quan trọng nhất của đạo Công giáo." Các vị giám mục này khẳng định rằng mọi người Việt Nam đều có quyền được đối xử một cách bình đẳng và buộc những tín đồ Công giáo phải học đạo đức trái với đức tin của họ sẽ làm cho họ trở thành "thấp kém hơn về mặt xã hội" và sẽ là "sự đầu hàng của lương tâm." Các vị giám mục này cảnh báo việc ưu tiên tôn giáo này so với tôn giáo khác có thể gây ra tình trạng bất an về mặt tôn giáo, nhưng chẳng được ai nghe; toàn quyền trả lời rằng những nguyên tắc thờ cúng tổ tiên đang được giảng dạy là những nguyên tắc đạo đức chứ không phải tôn giáo và có sự tương đồng giữa những nguyên tắc này và những hình thức tưởng niệm của Công giáo. Ông ta đã không có bất cứ hành động nào.[774]

Căng thẳng gia tăng khi các trường thuộc địa thâm nhập vào cộng đồng Công giáo. Năm 1923, giám mục giáo phận Phát Diệm lên tiếng phản đối các trường thuộc địa mới trong giáo phận, mà ông nói là không cần vì đã có các trường Công giáo ở đây rồi. Ông này thậm chí còn phản đối hơn nữa khi nghe nói rằng giáo viên trong các trường thuộc địa "có vẻ như đã chiều chuộng các học sinh theo đạo Phật, chế nhạo những nghi lễ thiêng liêng nhất của Công giáo hoặc bắt học sinh Công giáo tham gia những buổi lễ của ngoại đạo." Ông viết: "Các trường tiểu học công lập hiện

---

[774] Những vị giám mục Pháp ở Bắc Kỳ cho GGI, ngày 20/2/1919; GGI cho giám đốc giáo dục công cộng, ngày 24/5/1919, GGI 51222, ANOM.

nay đã thực sự là trường tôn giáo dành cho những người không theo đạo Công giáo."[775] Quan chức Pháp ở Ninh Bình xin lỗi, nhưng ông ta trả lời rằng mặc dù các trường Công giáo có thể "bổ sung những cố gắng của chính quyền... việc dạy đạo đức, nền tảng của chính sách bản địa của chúng ta" là không thể tranh cãi.[776] Đáp lại, vị giám mục này cấm tín đồ Công giáo theo học các trường thuộc địa, ông này còn từ chối tha tội và rước lễ cho học sinh cũng như gia đình họ. "Ông tuyên bố", viên quan Pháp viết, "rằng luật Giáo hội và chỉ thị của Đức Giáo hoàng cấm các học sinh Công giáo theo học tại những trường không phải là trường Công giáo" và rằng "luật Chúa đứng trên luật lệ của con người." Thậm chí ngay cả sau khi các quan chức thuộc địa đưa một tín đồ Công giáo lên làm hiệu trưởng một trong những trường thuộc địa trong khu vực, vị giám mục này vẫn không động lòng. Ông quan này phản ứng bằng cách cấm sử dụng ngân sách của hội đồng địa phương để tài trợ cho các trường Công giáo. Mấy năm sau, bế tắc này vẫn chưa được giải quyết; trong một chuyến kinh lý khắp tỉnh năm 1928, một quan chức Pháp báo cáo rằng "các mệnh lệnh của khu truyền giáo ban ra năm 1923 nói chung vẫn được các tín đồ Công giáo tuân thủ, trừ những khu vực nơi không có trường công giáo nào đạt được mức trung bình hoặc khá." Đáng lo hơn là, vị giám mục này

---

[775] "Mgr. Marcou, Rapport sur les doléances des catholiques du Tonkin et plus spécialement du huyện de Kim Son au sujet des écoles d'instruction élémentaire," ngày 13/1/1923, GGI 51566, ANOM.
[776] RST cho Marcou, ngày 24/11/1923, RST 13918, TTLT I.

"đang làm hết sức mình nhằm cản trở hoặc ngăn chặn việc thành lập các trường của cộng đồng trong những làng lớn nơi đã có trường Công giáo tư thục" bằng cách "làm cho các hội đồng quản trị trong các làng có đông tín đồ Công giáo từ bỏ những dự án thành lập trường học cộng đồng mà trước đó họ đã thông qua."[777]

Chiến dịch của vị giám mục này là bất bình thường, nhưng thái độ ác cảm của ông ta thì không. Chương trình học tập trong các trường thuộc địa và sự ủng hộ cho các hoạt động tôn giáo của những người không theo Công giáo trở thành một trong những sự bất mãn mạnh mẽ nhất của Công giáo đối với chính quyền thuộc địa. Nhiều người coi đây là biểu hiện mới và độc hại hơn thái độ bài giáo sĩ; như giám mục Hà Nội viết năm 1936: "các vị tân – Phật tử và hội viên Tam điểm, rõ ràng là có phối hợp với nhau... đang hoạt động tích cực nhằm tăng cường công tác tuyên truyền trong các quan lại và các tầng lớp có học."[778] Điều đó có nghĩa là việc cải sang đạo Công giáo "khó có tiến bộ và có thể thậm chí là khó khăn hơn," vì "chính sách giáo dục của chính phủ không để ý đến các trường Công giáo... nhưng lại ủng hộ các trường Phật giáo."[779] Các nhà truyền giáo và những người ủng hộ Công giáo dùng báo chí để công kích các trường thuộc địa; một chiến dịch trên tờ *L'Avenir du*

---

[777] Quản lý Forsan cho RST, ngày 13/9/1928, RST 73396, TTLT I.
[778] Báo cáo hàng năm của giáo phận Hà Nội, 1936, MEP.
[779] Pierre Charles, "La conversion des Bouddistes," *Missions Catholiques*, tháng 6 năm 1933.

Tonkin năm 1934 kéo dài mấy tháng liền.[780] Các nhà truyền giáo còn phản ứng với ý tưởng cho rằng Phật giáo và Khổng giáo là "quốc" giáo bằng những bài biện giải mạnh mẽ, một số còn kém đến mức trở thành nhạt nhẽo. Ngay cả một nhà truyền giáo như Gustave Hue, một học giả tinh thông về lịch sử và văn học châu Á cũng không vượt lên được khi viết bài báo nhan đề "Khổng giáo: Tôn giáo sai lầm," mặc dù ông ta sử dụng bút danh.[781] Ở một chỗ khác, Hue khẳng định rằng người Tầu đã áp đặt Khổng giáo cho Việt Nam trong hàng thế kỷ cai trị đất nước này, có thể đấy là cách để ông ta tấn công các nhà tư tưởng tân – Khổng giáo vì những mối liên hệ của họ với chính quyền thuộc địa.[782] Và đương nhiên là các quan chức thuộc địa thường xuyên đưa thêm dầu vào lửa. Tại cuộc triển lãm thuộc địa năm 1931, viên cựu thanh tra các trường học báo cáo rằng "chính quyền Đông Dương công nhận giá trị thực tế trong các hệ thống tín ngưỡng của Phật giáo và Khổng giáo... Còn nói về Công giáo thì kinh nghiệm cho thấy rằng chúng ta không thể coi tôn giáo này là tác nhân giáo dục đạo đức ở Đông Dương."[783]

---

[780] "Encore le Bouddhisme dans les écoles," *L'Avenir du Tonkin*, ngày 14/5/1934; "Le Bouddhisme en Annam," *L'Avenir du Tonkin*, ngày 9/6/1934; "Ecoles Bouddhistes?," *L'Avenir du Tonkin*, ngày 30/7/1934.
[781] Tây Dương [Gustave Hue], "Religion perverse," *L'Avenir du Tonkin*, ngày 14/3/1933.
[782] Nghiêm Gia Ký [Gustave Hue], *Phục phật xích độc: hội phật giáo tiến hành* (Hưng Hóa: Imprimerie P. M. Ramond, 1935), 11.
[783] "Les Catholiques d'Indochine: une lettre de Mgr. de Guébriant," *ASMEP*, tháng 7-8 năm 1931.

Khó đánh giá được tác động của tất cả những chuyện này đối với các tín đồ Công giáo Việt Nam bình thường. Những bằng chứng về sự căng thẳng trong cộng đồng, cả trên bình diện tri thức lẫn đời sống hàng ngày, không thể được coi là dấu hiệu của cuộc tranh luận không bao giờ ngưng; hơn nữa, các tín đồ Công giáo hầu như chắc chắn là không hiểu xung đột cộng đồng dưới dạng văn hóa dân tộc như các linh mục và trí thức vẫn hiểu. Nhưng bằng chứng rõ ràng là có và ta có thể giả định rằng những căng thẳng trong cộng đồng vẫn nằm rất sâu trong trải nghiệm và ý thức của Giáo dân. Một trong những ví dụ được nhiều người chú ý nhất là Marie – Catherine Dien, một bà xơ thuộc Dòng Mến Thánh Giá ở Phát Diệm, bị cho là ma ám. Năm 1924, nhiều người làm chứng báo cáo về những chấn thương tâm lý không thể tin được của Marie – Catherine Dien; những nắm đấm vô hình đấm bà, đồ vật bay vào bà và những người đứng chắn cho bà, sức mạnh vô hình kéo bà ra khỏi giường giữa đêm khuya trong lúc có rất nhiều âm thanh hỗn loạn mà không biết từ đâu ra. Rắn phì phì, trâu bò rống và chó sủa khi bà đi ngang qua chúng. Những bà xơ khác cũng bị ma ám; họ trèo lên các cây lớn, nhảy lên cao hàng mét, nói bằng những thứ tiếng nước ngoài xa lạ, chạy trốn, đốt lửa, giết các con vật, tìm cách tự sát và khi tỉnh táo trở lại thì quên hết mọi chuyện.

Trong khi tìm hiểu, một nhà truyền giáo tên là Louis de Cooman phát hiện ra điều mà nhiều người trong nhà tu tin là nguyên nhân của những vụ ma ám này. Hóa ra là có một chàng thanh niên trong làng của Marie – Catherine đem lòng yêu cô và không chấp nhận chuyện cô đi tu, anh này vào chùa nhờ thần linh giúp anh ta cưới cô. Các bà xơ tin rằng đấy là điều đã khuyến khích quỉ Satan lôi kéo Marie – Catherine từ bỏ đức tin của cô. Những người làm chứng nói với de Cooman rằng các bà xơ chạy trốn khi bị ma ám và không chịu trở về tu viện mà chạy vào ẩn náu trong ngôi chùa bên cạnh, còn chính Marie – Catherine thì nói rằng con quỉ đã bảo với cô là "có kẻ bốn lần vào chùa cầu xin ta đưa cô về. Tôi sẽ không để cô đi nếu cô còn ở trong tu viện." De Cooman báo cáo với giám mục. Giám mục cho phéo trừ quỷ. Các đợt trừ quỷ bắt đầu vào tháng 11 năm 1924, trong khi làm lễ các xơ bị ma ám hoảng sợ bỏ chạy khi trông thấy vị linh mục và bị bắt lại; họ gào thét và đập đầu xuống đất trong suốt buổi lễ. Sau mấy tháng làm lễ, bị ngắt quãng bởi mấy vụ ma ám nữa, cuối cùng sự yên tĩnh được thiết lập trở lại.[784]

Việc Marie – Catherine Dien bị ma ám rõ ràng là một sự kiện bất bình thường và tính chất của cam kết tôn giáo của cô có thể đã làm cho cô trải nghiệm thế giới tâm linh sống động hơn và mạnh mẽ hơn. Nhưng những bằng chứng khác, ít được biết đến hơn, cũng cho thấy đối với các tín đồ Công giáo, ngay cả sau khi các xung đột cộng đồng đã chấm dứt cách đó mấy thế hệ, tôn giáo vẫn là dấu hiệu của sự khác biệt mạnh mẽ đến mức nào. Điều này còn đặc biệt

---

[784] *Le diable au couvent et Mère Marie-Cathrine Dien* (Paris: Nouvelles Editions Latines, 1962), do nhà truyền giáo Louis de Cooman viết, dựa trên nhận xét của ông và thư của chính Marie-Cathrine Dien là báo cáo chi tiết nhất về những sự kiện này.

đúng đối với các giám mục, "người Annam vẫn còn buộc tội các giám mục là họ móc mắt trẻ con để làm thuốc," linh mục Jacques Cẩn viết năm 1927. "Công giáo không được tin cậy một cách *công khai*, đấy là điều không phải bàn, người dân chỉ thần phục Phật giáo mà những người trung thành nhất với đạo này gọi là biến chất hay thán phục Khổng giáo là thứ nằm ngoài tầm với của quần chúng."[785] Trong những năm 1920 và 1930, việc gia tăng số người biết đọc biết viết và những cuộc cải cách trong việc học tập trong các chủng viện làm cho các linh mục bình thường tiếp xúc nhiều hơn với các tài liệu mang tính chú giải và hộ giáo, đặc trưng cho các mối quan hệ giữa các tôn giáo với nhau trong những lời lẽ cứng rắn hơn là trải nghiệm của cuộc sống hàng ngày, một sự thay đổi được củng cố bởi những rào cản mới, cả về vật chất lẫn văn hóa giữa làng đạo và làng lương. Trong kỳ thi tốt nghiệp cho các linh mục tại đại chủng viện Hà Nội năm 1939, câu hỏi chính là: "Đồng bào bên lương chưa trở lại là tại nhẽ gì?" "Phật giáo và Khổng giáo có ngăn trở người bên lương trở lại không? Ngăn trở thế nào? Nhiều hay ít?" Một loạt câu hỏi tiếp theo đề nghị chủng sinh phản bác quan niệm của nhiều người cho rằng Công giáo là tà đạo cũng như trả lời những tuyên bố nói rằng đấy là "Đạo làm mất nước ta" và "Theo đạo thì theo Tây."[786]

---

[785] Jacques Cẩn, "Pour l'Action Catholique," *Bulletin Catholique Indochinoise*, tháng 3 năm 1928.
[786] "Một cuộc điều tra rất hữu ích cho công cuộc truyền giáo ở cõi đất Việt Nam," *Sacerdos Indosinensis*, ngày 15/11/1929.

Tầm quan trọng rõ ràng của những hệ thống tín ngưỡng như Khổng giáo và đạo Phật đối với nền văn hóa Việt Nam làm cho khó bỏ ngay lập tức ý tưởng về "quốc giáo", điều đó dẫn tới một số phản ứng đáng quan tâm của Công giáo. Một là sử dụng tài liệu lịch sử tôn giáo "Việt Nam" nhằm chỉ ra cội nguồn "phi – Việt Nam" của chúng. Lịch sử đã giúp các tín đồ Công giáo đưa ra những luận cứ, như một linh mục viết: "Nếu ông cứ muốn người mình theo đạo bản xứ, thì tôi thiết tưởng dân ta không thể theo đạo nào được thì phải, vì dân ta từ xưa tới nay không phát minh được một thứ đạo nào, đạo Phật nhập cảng từ Ấn Độ, đạo Khổng từ Trung Hoa kia! Ông không biết sao?"[787] Các tín đồ Công giáo hỏi các học giả Phật giáo đạo Phật đến Việt Nam khi nào và thâm nhập sâu vào xã hội đến mức nào, và họ khẳng định rằng đạo Phật không phải là quá khứ đã bị mất của Việt Nam mà là quá khứ đã mất của Bà La Môn (Brahmanic).[788] Các tín đồ Công giáo còn sử dụng lịch sử nhằm phản bác ý tưởng cho rằng đạo của họ là đạo phương Tây; một linh mục khẳng định rằng "tổ quốc" của đạo Công giáo là quốc gia trong Kinh thánh của Israel – đối với tác giả này, là một phần của châu Á – và phong tục của Israel và Annam có liên quan mật thiết với nhau đến nỗi có thể nói là "thân thuộc với nhau."[789]

---

[787] "Giải pháp về thiên chúa giáo," *Hy Vọng*, tháng 10-11 1938.

[788] Verax, "Brahmanisme et Bouddhisme," *L'Avenir du Tonkin*, ngày 8/6/1934; Agat, "Le Bouddhisme en Annam," *L'Avenir du Tonkin*, ngày 9/6/1934.

[789] "Annam và Do Thái," *Sacerdos Indosinensis*, ngày 15/8/1939.

Một phản ứng khác, nhất là trong các tín đồ Công giáo có học ở thành thị bị ảnh hưởng bởi các tư tưởng phương Tây, là nhắc lại những luận cứ của học thuyết Darwin về sự suy thoái của châu Á nhằm khẳng định rằng những hệ thống tín ngưỡng của Việt Nam là "mê tín", không theo kịp thời hiện đại. Một bài báo, năm 1927, viết về "những tác hại của các phong tục tín ngưỡng như những nghi lễ chuộc tội, hóa vàng và đoán cát hung nhận xét rằng "đời này là thời văn minh tấn bộ, chúng ta nên học thức mà lần bỏ những cái mê tín lăng nhăng thế ấy."[790] Trong một bài báo, năm 1933, viết về đạo Phật, linh mục Joseph Kiều khẳng định rằng "những người theo đạo này không coi thứ gì có giá trị cao hơn bất cứ thứ gì khác" và họ "thấy tất cả mọi thứ trên trần gian là đều khổ. Vậy lý thuyết ấy có hạp với đời ta bây giờ là tiến bộ bá công bá nghệ chăng?" Kiều khẳng định rằng đạo Phật nuôi dưỡng thái độ không hiện đại đối với cuộc đời. Ông viết tiếp: "Như vậy rõ là đạo Thích Ca không phù hạp với người hay ưng làm việc, cũng không hạp cho người suy nghĩ."[791] Mặc dù nhiều người cầm bút theo đạo Công giáo công nhận ảnh hưởng của Khổng giáo đối với đạo Công giáo Việt Nam, thậm chí những người bảo thủ cũng khẳng định rằng Khổng giáo không còn là cách thức tổ chức xã hội nữa. Năm 1930, Nguyễn Văn Thích khẳng định rằng mặc dù Khổng giáo có

---

[790] P. M, "Cái tổn hại về tục mê tín," *THNB*, ngày 2/4/1927 và 5/4/1927; Phêrô Nghĩa [Lê Thiện Bá], "Annam còn mê tín lắm," *CGĐT*, ngày 2/3/1928.

[791] Joseph Kiều, "Người Annam đối với đạo thích ca," *Sacerdos Indosinensis*, ngày 15/11/1933.

thể là "tào phách ngày xưa" của Việt Nam, nó đã "đạo nho đã bị gai góc vùi lấp và quyết hẳn không ai phát sẽ tìm ra lối cũ nữa."[792] Và trong những hội thảo có nhiều người tham dự, Nguyễn Bá Tòng đã chỉ ra thất bại của cái mà ông gọi là "các tôn giáo truyền thống" của Việt Nam, ông mô tả Khổng giáo là "không đáp ứng được khát vọng của các thế hệ đang lớn".[793] Đạo Phật có những sai lầm chết người bởi nhiều "kẽ hở và khiếm khuyết" mà ông coi là hệ thống đạo đức đáng ngờ,[794] còn việc thờ cúng tổ tiên thì "lộn xộn."[795]

Những luận cứ về sự không thích hợp của các tôn giáo khác của Việt Nam có thể chỉ là những luận cứ để các tín đồ Công giáo Việt Nam đưa ra khi phải đối mặt với những lời tuyên bố về tính xác thực về mặt văn hóa mà họ không thể thắng. Nhưng những luận cứ này còn phản ảnh một cách rõ ràng thái độ và trải nghiệm của nhiều tín đồ Công giáo Việt Nam tại thời điểm khi mà thông điệp đầy sức mạnh về sự thay đổi và tiến bộ trong thế giới Công giáo đã định hình quan điểm của họ về các vấn đề tôn giáo. Dưới ánh sáng của quá trình cải cách Công giáo mang đậm tính chính trị ở Việt Nam như thế, sẽ không có gì ngạc nhiên

---

[792] Nguyễn Văn Thích, *Vấn đề luân lý ngày nay* (Qui Nhơn: Imprimerie de Qui Nhơn, 1930), 17.

[793] Nguyễn Bá Tòng, *Le messianisme: conférence donnée par Mgr. Tòng en l'église paroissiale de Nam Dinh, 22 décembre 1936* (Nam Định: Nhà Xuất Bản Công Giáo Nam Thanh, 1936), 1.

[794] Nguyễn Bá Tòng, *Deux conférences de S.E. Mgr. J. B. Tòng: En quête de la vérité, Evangélisation de l'Indochine depuis ses débuts* (Nam Định: Ngo Viet Vien, 1941), 18.

[795] Nguyễn Bá Tòng, *Tiến bộ của sự sống/Le progrès de la vie* (Nam Định: Nhà Xuất Bản Công Giáo Nam Thanh, 1935), 14.

khi thấy rằng sự chuyển hóa đang diễn ra trong thế giới Công giáo cũng trở thành nguồn gốc chính cho những phong trào chính trị mới trong đời sống Công giáo Việt Nam, như suy thoái, Thế chiến II và hậu quả của chúng đã làm thay đổi một cách triệt để quan hệ của các quốc gia châu Âu với thuộc địa của họ. Phần còn lại trong chương này sẽ tập trung vào ảnh hưởng của hai hệ tư tưởng Công giáo toàn cầu và phong trào đối với đối với chủ nghĩa dân tộc Công giáo Việt Nam: Công giáo xã hội, hệ tư tưởng đã làm cho nhiều tín đồ Công giáo, lần đầu tiên tiếp xúc với lĩnh vực chính trị và các tư tưởng tả khuynh và chủ nghĩa chống cộng, đưa nhiều tín đồ Công giáo tiếp cận với hình thức của chủ nghĩa dân tộc mà cuối cùng đã xác định vị trí của hầu hết các tín đồ Công giáo trong nền chính trị cách mạng.

NỀN CHÍNH TRỊ CÔNG GIÁO MỚI Ở VIỆT NAM: CÔNG GIÁO XÃ HỘI

Tình cảnh nghèo đói cùng cực trong xã hội Việt Nam là đề tài quan trọng nhất đối với hầu hết các phong trào chính trị mới trong thời thuộc địa, và tín đồ Công giáo không phải là ngoại lệ. Tình cảnh nghèo khổ khủng khiếp trong nhiều tầng lớp của xã hội Việt Nam đã thúc đẩy nhiều nhà truyền giáo lên tiếng chỉ trích chính quyền thuộc địa và khi lĩnh vực in ấn của Việt Nam phát triển thì các nhà bình luận Công giáo Việt Nam cũng viết về những điều kiện sống và điều kiện làm việc đáng kinh sợ mà nhiều người đang phải chịu đựng. Người ta thường tập trung vào lĩnh vực thuế khóa của chính quyền thuộc địa. Mặc dù nhiều người cầm bút Công giáo đồng ý rằng thuế khóa có thể là cần thiết, nhưng thực tế đã tạo ra những khó khăn không thể chịu đựng nổi đối với người nghèo.[796] Những bài báo viết về các công ty độc quyền thậm chí còn có thái độ phê phán công khai các chính sách tài chính của chính quyền thuộc địa hơn nữa.[797] Hậu quả của những khó khăn về tài chính, như khó khăn trong việc thuê nhà cho người lao động ở thành thị, cũng được nhiều người chú ý.[798] Một số người còn liên kết những lời chỉ trích về thuế khóa với những bất mãn khác: tác giả của của bài báo nhan đề "Chủ nghĩa vô đạo" phàn nàn không chỉ việc "cha mẹ đã đánh mất sự chủ động trong việc quyết định cách thức giáo dục con cái" mà còn phàn nàn rằng "phải nộp thuế cho công học."[799]

Trước những năm 1930, các tín đồ Công giáo viết về nạn nghèo đói có xu hướng tin rằng giải pháp cho những vấn đề kinh tế nằm trong những hành vi có đạo đức hơn, hàm ý rằng người nghèo có thể học từ giáo sĩ và giới tinh hoa trong xã hội. Trong các bài báo như "Lúc này ta phải tiết kiệm một chút" và "Lý tài và tự do", những người cầm bút Công giáo khẳng định rằng muốn thoát khỏi khó khăn

---

[796] Ví dụ, Hy Liễu, "Cái quan niệm đối với việc sưu thuế," *THNB*, ngày 27/6/1925 và C. Đ. N., "Đục khoét của dân trong vụ sưu thuế," *THNB*, ngày 5/8/1926.

[797] Hy Liễu, "Một cái họa lớn cho dân nhà quê," *THNB*, ngày 22/1/1929.

[798] Cổ Sơn, "Bọn lao động đối với vấn đề thuế nhà cửa," *THNB*, ngày 15/4/1925 và 18/4/1925.

[799] Công Minh, "Chủ nghĩa vô đạo," *CGĐT*, ngày 1/1/1929.

kinh tế thì mỗi cá nhân phải hành động có kỷ luật.[800] Kêu gọi từ thiện và đề cao trách nhiệm cá nhân cũng được nhiều người nêu ra.[801] Một số người cầm bút Công giáo còn khuyên các độc giả giàu có rằng hạnh phúc thực sự không phải từ việc tích lũy của cải mà từ việc giúp đỡ những người kém may mắn hơn.[802] Một số người cầm bút Công giáo còn thể hiện niềm tin ngây thơ vào các thiết chế thuộc địa, họ khẳng định rằng mặc cho gánh nặng của thuế khóa và độc quyền, giải pháp nằm ở chỗ ngày càng có nhiều người Việt Nam được bầu làm "đại diện" các cơ quan của nhà nước thuộc địa.[803]

Mặc dù những bài viết đó phản ánh cách tiếp cận về mặt đạo đức đối với các vấn đề kinh tế, chúng không phải là những bài viết có tính "truyền thống" của Công giáo Việt Nam về các vấn đề kinh tế trong thời thuộc địa thế kỷ XIX vẫn thường được các nhà tư tưởng Công giáo người Pháp như Frédéric Ozanam, Louis Veuillot và Comte de Montalembert – những người đã giúp đưa Giáo hội Công giáo Pháp đối mặt với những thách thức của nền chính trị quần chúng, nền giáo dục và chủ nghĩa tư bản công nghiệp – thường xuyên thảo luận. Báo chí Công giáo Việt Nam đã

---

[800] Phạm Văn Bá, "Lúc nầy ta phải biết tiết kiệm một chút," *NKĐP*, ngày 13/4/1933; P.H., "Lý tài và tự do," *THNB*, ngày 11/9/1926.

[801] H. b. H., "Bổn phận loài người," *THNB*, ngày 8/7/1926; Hy Liễu, "Ta nên thương giúp kẻ bần cùng," *THNB*, ngày 9/4/1927.

[802] Phêrô Nghĩa [Lê Thiện Bá], "Một đều hậu họa cho các nhà giàu," *NKĐP*, ngày 14/7/1932.

[803] P. H., "Một tin mừng cho nông dân xứ ta," *THNB*, ngày 29/7/1925.

đăng những bài điểm sách hoặc các bài tổng quan các công trình của các học giả Công giáo châu Âu. Cột báo thường xuyên của Nguyễn Hưng Thi nhan đề "Cuốn sách nên đọc" đề cập những tư tưởng Công giáo hiện thời và những cuộc tranh cãi trên báo chí Công giáo Pháp, như tờ *La Croix*, cũng như các nhà tư tưởng Công giáo có ảnh hưởng trong lĩnh vực kinh tế – xã hội như Saint – Simon và Passy.

Cuộc Đại suy thoái có ảnh hưởng cực kỳ to lớn đối với cách thức tư duy của tín đồ Công giáo trên toàn thế giới về vấn đề nghèo đói. Trong khi thảm họa kinh tế đẩy nhiều tín đồ Công giáo sang những phong trào cánh hữu thì nó cũng đem lại sinh khí mới cho phong trào Công giáo Xã Hội của những năm 1880 và 1890, được Giáo hoàng Leo XIII thể hiện rõ ràng trong thông điệp *Rerum Novarum* công bố năm 1891. Trong thông điệp này, Giáo hoàng Leo XIII ghi nhận những thay đổi cực kỳ to lớn mà chủ nghĩa tư bản công nghiệp đã đem đến cho xã hội: những mối quan hệ mới giữa con người và công nghệ, sự phát triển của giai cấp cần lao và sự cách biệt mới về tài sản. Ông khẳng định rằng từ thiện không còn đủ sức giúp người nghèo nữa và rằng nhà nước, được dẫn đạo bởi đạo đức Công giáo, phải can thiệp bằng các qui định về điều kiện lao động, cải thiện tiền lương, cho phép bãi công và cho phép công nhân thành lập công đoàn và các loại hiệp hội khác. *Rerum Novarum* không phải là tuyên bố đầu tiên và cũng không phải là tuyên bố cấp tiến nhất của Công giáo về chủ nghĩa tư bản công nghiệp, nhưng nó tạo cho phong trào đã từng hoạt động từ những năm 1870 tiếng nói mạnh mẽ hơn. [804] Như vậy là, lần đầu tiên phong trào Công giáo Xã Hội phát triển ở châu Âu trong giai đoạn cuối thế kỷ XIX đã áp dụng những lời dạy về mặt đạo đức của Công giáo làm vũ khí phê phán chủ nghĩa tư bản một cách thực sự. Kết quả là quan điểm về "con đường thứ ba" giữa chủ nghĩa tư bản và chủ nghĩa xã hội, tức là bảo vệ tài sản tư nhân nhưng khẳng định rằng về mặt đạo đức, người ta có quyền chống lại việc bóc lột về kinh tế.

Rerum Novarum phản ảnh sự can dự ngày càng gia tăng của Giáo hội Công giáo vào những vấn đề xã hội mà chủ nghĩa tư bản công nghiệp gây ra ở châu Âu. Nhưng mặc dù Giáo hoàng Leo XIII quan tâm tới việc xây dựng Giáo hội trong các giáo phận địa phương ở châu Âu, thông điệp này không có nghĩa là lời chỉ trích những nền tảng tư bản của đế chế. Nhưng trong cuộc suy thoái và đàn áp chính trị trong những năm 1930, truyền thống của *Rerum Novarum* có sức hấp dẫn mạnh mẽ đối với nhiều tín đồ Công giáo Việt Nam, một số người đã sử dụng tông thư này nhằm đặt dấu hỏi về chính quyền Pháp hoặc phê phán nó. Trước năm 1930, trong đời sống Công giáo Việt Nam người ta ít khi thảo luận về tông thư này, nhưng đến năm 1934 thì chỉ có tông thư này và tông thư *Maximum Illud* là được đưa vào kỷ yếu chính thức của Cộng Đồng Đông Dương. Trong

---

[804] Xem Paul Misner, *Social Catholicism in Europe from the Onset of Industrialization to the First World War* (New York: Crossroad, 1991).

những năm 1930, các tín đồ Công giáo Việt Nam bắt đầu viết về *Rerum Novarum* và tông thư này nổi tiếng đến mức trở thành đối tượng tán dương công khai. Năm 1941, nhân kỷ niệm lần thứ 15 ngày công bố tông thư, tổ chức Thanh Niên Lao Động Công Giáo đã tổ chức lễ ăn mừng ở Hải Phòng.[805]

Sức mạnh đột ngột của *Rerum Novarum* phản ánh sự quan tâm mới xuất hiện đối với tư tưởng và hoạt động chính trị Công giáo tả khuynh của châu Âu vào giai đoạn cuối thời thuộc địa ở Việt Nam. Động lực chính của hoạt động này là các hiệp hội Công Giáo Tiến Hành, những hiệp hội này đã cổ vũ các tín đồ Công giáo Việt Nam tìm kiếm giải pháp cho những rủi ro về xã hội và kinh tế. Mặc dù Vatican muốn biến Công Giáo Tiến Hành thành tổ chức phi chính trị ở châu Âu, họ đã đưa những tiếng nói mới vào nền chính trị Công giáo và tạo điều kiện cho những nhân vật này phát triển các cương lĩnh chính trị và xã hội ra bên ngoài ảnh hưởng của phe Công giáo hữu khuynh cũ kĩ. Trong giai đoạn cuối thời thuộc địa ở Việt Nam, Công Giáo Tiến Hành đã giúp truyền bá quan điểm của phong trào Công Giáo Xã Hội, tức là quan điểm đã chuyển các tư tưởng của Công giáo Việt Nam về đói nghèo thành những lời phê bình bao quát hơn nhắm vào nền kinh tế khai khoáng của thuộc địa và xã hội thuộc địa bất bình đẳng. Bằng cách thúc đẩy những cuộc tranh luận mới về điều

---

[805] Về sự kiện này, xin đọc phụ trương tờ *Hy Vọng*, tháng 12 năm 1941.

kiện làm việc trong các nhà máy, tình trạng nghèo đói ở
nông thôn, tiềm năng của giới trẻ như là động lực của thay
đổi xã hội và nhiều vấn đề khác, Công Giáo Tiến Hành đã
dẫn dắt nhiều tín đồ Công giáo Việt Nam vào những cuộc
tranh luận mà sau này sẽ trở thành trung tâm của đời sống
chính trị trong giai đoạn cách mạng.

Mặc dù so với thế hệ trước đó, trong những năm 1930,
vai trò của người châu Âu trong đời sống Công giáo Việt
Nam đã giảm đi rất nhiều, nhưng một số nhà truyền giáo
tiến bộ vẫn có vai trò cực kỳ quan trọng trong việc chuyển
những tư tưởng chính trị của Công Giáo Xã Hội vào Việt
Nam. André Vacquier là một nhà truyền giáo như thế, ông
này đến Sài Gòn tháng 10 năm 1930, đúng vào lúc thành
phố này rơi vào tình trạng náo loạn lan tràn do người lao
động gây ra. Từ đấy đến lúc chết vào năm 1945, ông này đã
dành trọn đời mình cho việc tổ chức và động viên giới trẻ
và công nhân, chủ yếu là ở Nam Định. Vacquier là động
lực đứng sau Đại Hội Thanh Niên Công Giáo Việt Nam lần
thứ nhất ở Việt Nam, tháng 10 năm 1936, một sự kiện tập
hợp thanh niên, nông dân, công nhân đô thị và các chuyên
gia Công giáo ở đô thị nhằm thảo luận những thách thức
kinh tế mà tín đồ Công giáo Việt Nam đang đối mặt. Đại
hội là cơ hội cho cuộc thảo luận kĩ càng về những vấn đề
xã hội và Vacquier cũng không cảm thấy hoàn toàn dễ chịu
trước những cảm xúc mạnh mẽ mà người ta thể hiện. "Nếu
các vị linh mục không hướng dẫn một cách kĩ càng hoặc
không chú ý đúng mức thì phong trào Thanh Niên Công
Giáo có thể trở thành cực kỳ nguy hiểm," tháng 12 năm

1936, ông viết cho bề trên như thế. "Trước hết, chúng ta phải khẳng định rằng đây là động cơ cho sự cứu rỗi và *chinh phục* về mặt *tôn giáo*...," Vacquier viết, để cho thanh niên không "viện cớ theo Công Giáo Tiến Hành... mà dính líu vào chủ nghĩa dân tộc hay chủ nghĩa quốc tế!"[806]

Thậm chí Vacquier còn bị lôi cuốn vào hoạt động chính trị căng thẳng trong thời Mặt Trận Bình Dân ở Việt Nam. Đến năm 1937, một số khu vực ở Nam Định đã trở thành những thành phố công nghiệp thực sự, hầu hết người lao động đều làm việc xa nhà, họ phải sống xung quanh các nhà máy nơi họ đã làm việc suốt cả tuần. Đấy là nhiệm vụ khó khăn đối với nhà truyền giáo. Vacquier viết: "Những người công nhân đó, thậm chí các tín đồ Công giáo, là những người cực kỳ đáng ngờ. Chủ nghĩa cộng sản đã hoàn toàn thấm vào đầu óc của họ!" Một trong những hành động đầu tiên của Vacquier là đề nghị mẹ ông và bạn bè gửi cho ông bức tượng "Jésus – Ouvrier" (Chúa Giêsu Thợ) để đặt lên bàn thờ trong nhà thờ của ông.[807] Tháng 4 năm 1937, công nhân ở Nam Định bãi công, ông chủ nhà máy người Pháp thuyết phục Vacquier tiến hành đàm phán. "Tôi chấp nhận," ông viết, "với điều kiện là ông ta giải quyết những bất bình chính đáng. Chỉ xin nghĩ rằng một nửa số công nhân ở đây chỉ kiếm được có tám xu một ngày, mà ngày

---

[806] Vacquier cho "Excellence," ngày 11/12/1936, Correspondance Vacquier, MEP.
[807] Vacquier cho mẹ của ông, ngày 26/3/1937, trích trong "La vie du Père André Vacquier (1906-1945), carnet de sa mère Antoinette Vacquier," tài liệu không có ngày, Correspondance Vacquier, MEP.

làm việc những mười hai tiếng. Có sự lạm dụng ở đây."[808] Ở Nam Định, Vacquier đã giúp xây dựng những ngôi nhà cho người lao động phải đi từ nông thôn ra thành phố làm việc, cũng như xây dựng phòng nghỉ, thư viện và trạm y tế. Đến năm 1939, ông tin rằng những gian khổ mà ông chứng kiến ở Nam Định sẽ gây ra hậu quả. Trong bài báo nhan đề "Giáo hội ở Đông Dương và vấn đề lao động", Vacquier phàn nàn về sự tha hóa của công nhân Nam Định ngày càng gia tăng. "Máy móc," ông viết, "đã tạo ra những điều kiện làm việc mới và khó khăn hơn rất nhiều; phá hủy cơ cấu làm việc của gia đình, sản xuất hàng loạt, làm việc ban đêm, con người trở thành nô lệ của máy móc v.v..."[809] Vacquier lo lắng về sự truyền bá chủ nghĩa cộng sản đến mức cuối những năm 1930 ông đã làm việc nhằm truyền bá các hiệp hội Thanh Niên Công giáo và Lao Động Công Giáo mà ông đã quan tâm trước đó mấy năm.

Nhưng có lẽ người có ảnh hưởng mạnh mẽ nhất đối với nền chính trị hậu thuộc địa là Fernand Parrel. Tương tự như Vacquier, Parrel đến Sài Gòn năm 1930. Trong khi Vacquier đi ra miền Bắc thì Parrel ở lại Sài Gòn để giảng dạy trong chủng viện. Tương tự như nhiều nhà truyền giáo cùng thế hệ, Parrel cảm thấy rằng Giáo hội ở châu Âu suy thoái vì đã xa rời công nhân và nông dân. "Chắc chắn là quần chúng lao động hiện đại, thường lớn lên ở bên ngoài

---

[808] Vacquier cho mẹ của ông, ngày 30/4/1937, trích trong tác phẩm đã dẫn, Correspondance Vacquier, MEP.

[809] André Vacquier, "L'église d'Indochine devant le problem d'ouvrier," *Sacerdos Indosinensis*, ngày 15/6/1939.

mọi hoạt động tôn giáo, tâm hồn họ đã bị tiêm nhiễm thói ngụy biện thế tục hoặc những lý thuyết có tính bạo động, đã bỏ chúng ta và tiếp tục bỏ chúng ta," ông viết năm 1934. "Các trường học vô thần, vũ khí khủng khiếp mà kẻ thù của chúng ta chưa bao giờ có, đã làm được công việc của nó... vì nó đã thực hiện việc phi – Công giáo môi trường của công nhân và nông dân, một môi trường thân thiết như thế đối với trái tim của Chúa chúng ta, vì chính Ngài cũng là một người khiêm tốn, nhỏ bé và vô danh và Ngài đặc biệt yêu quí những người giống mình."[810] Parrel bắt đầu hoạt động nhằm sửa chữa vấn đề này, trong những năm 1930, ông thiết lập những chi hội của các hội Hướng Đạo Công Giáo, Thanh Niên Công Giáo Nghề Biển và Hiệp Hội Thánh Vinh Sơn đệ Phaolô.

Là một người có vai trò quan trọng trong việc truyền bá phong trào Công Giáo Tiến Hành, nhưng Parrel là người có vai trò quan trọng nhất trong việc dẫn dắt chủ nghĩa nhân vị, một hình thức của tư tưởng xã hội chủ nghĩa Công giáo đang ngày càng trở thành phổ biến ở châu Âu. Emmanuel Mounier, yếu nhân của chủ nghĩa nhân vị, trong những năm 1930 là nhân vật quan trọng của các nhóm Công Giáo Xã hội Pháp, chủ yếu là thông qua tờ tạp chí *Esprit* do chính ông ta thành lập năm 1932. Chủ nghĩa nhân vị là cố gắng của Mounier nhằm tìm ra một loại thuốc giải độc cho chủ nghĩa tư bản công nghiệp, mà ông cho là đã làm cho các cá

---

[810] Fernand Parrel, "L'apostolat laïque," *Bulletin de Sainte Jeanne d'Arc*, tháng 3 năm 1934.

nhân trở thành những người xa lạ với nhau và giải độc cho chủ nghĩa cộng sản, mà ông cho là đã đàn áp bản sắc và tinh thần của cá nhân. Giải pháp của Mounier tập trung vào việc phát triển cá nhân thông qua các hình thức hoạt động xã hội và chính sách của nhà nước nhằm cân bằng những nhu cầu vật chất và tinh thần của con người.[811] Không rõ là Parrel tiếp xúc với tư tưởng của Mounier từ khi nào vì Parrel tới Việt Nam khi Mounier bắt đầu quay sang với chủ nghĩa nhân vị. Có thể ông tiếp xúc với những tư tưởng này trong giai đoạn từ tháng 9 năm 1935 đến tháng 10 năm 1936, đấy là giai đoạn khi mà bệnh viêm phổi và bệnh viêm phế quản đã buộc ông phải trở về Pháp. Dường như những tác phẩm viết về chủ nghĩa nhân vị bắt đầu lưu hành trong các nhóm Công giáo ở Sài Gòn. Mặc dù những hoạt động của Parrel trước năm 1944 phản ánh ảnh hưởng nhiều hơn của phong trào Công Giáo Tiến Hành, sự quan tâm của ông đối với chủ nghĩa nhân vị sau này đã tạo được ảnh hưởng quan trọng đối với hoạt động chính trị của gia đình họ Ngô. Rốt cuộc, trong gia đình họ Ngô, người thân cận nhất với Parrel chính là Ngô Đình Nhu, nhưng không rõ là trước năm 1945 hai người đã gặp nhau chưa. Nhưng Parrel đã gặp Ngô Đình Thục vào năm 1938, trong chuyến viếng thăm Sài Gòn lần đầu tiên trên cương vị Giám mục Vĩnh Long.[812]

Các tín đồ Công giáo Việt Nam ở đô thị, thuộc tầng lớp

---

[811] Về Mounier, xin đọc Gérard Lurol, *Emmanuel Mounier* (Paris: l'Harmattan, 2000).

[812] "Đức cha Ngô Đình Thục vào Nam," *NKĐP*, ngày 30/6/1938.

tinh hoa biết rõ những luồng tư tưởng chính trị Công giáo ở
châu Âu, là những người dẫn đường quan trọng nhất cho
các tư tưởng Công Giáo Xã Hội vào Việt Nam. Một ít
người có trải nghiệm trực tiếp với môi trường Công Giáo
Xã Hội châu Âu, điều đó rõ ràng là có ảnh hưởng mạnh mẽ
đối với họ. Năm 1933, trong khi đang theo học tại Pháp,
Ngô Đình Nhu giúp thành lập một nhóm lấy tên là Hành
Động Xã Hội Đông Dương nhằm "giải quyết khủng hoảng
kinh tế, khủng hoảng chính trị và thậm chí là khủng hoảng
đạo đức và tôn giáo" đang làm cho Đông Dương khốn đốn.
Nhóm này hy vọng sử dụng "ánh sáng của Giáo hội Công
giáo" để giúp tìm ra câu trả lời cho những câu hỏi quan
trọng của thời đại: "Làm sao giải quyết được các vụ xung
đột giữa người làm công và chủ?... Đất nước, dân tộc, nhà
nước là gì? Tinh thần yêu nước, chủ nghĩa dân tộc, chủ
nghĩa quốc tế, chủ nghĩa Bolshevik, những từ này có nghĩa
là gì? Đâu là giới hạn của quyền tự do cá nhân (tự do tư
tưởng, tự do ngôn luận, tự do lương tâm, tự do lập hội)?
Quyền chiếm hữu thuộc địa là gì?" Mặc dù nhóm này dựa
một cách công khai vào tư tưởng Công Giáo Xã Hội, nhóm
này còn tìm cả những thành viên không phải là tín đồ Công
giáo, những người, mà "bất chấp niềm tin tôn giáo khác
biệt của họ, tán thành các tư tưởng xã hội của chúng tôi."[813]
Trước khi các thành viên trở về Việt Nam, nhóm này đã tổ
chức các cuộc hội thảo, các nhóm nghiên cứu và xuất bản
các bản tin dành cho cộng đồng người Việt Nam ở Paris.

---

[813] "Qu'est-ce que l'Action Sociale Indochinoise?," ngày 1/1/1934,
NS 1125, CEP.

Tháng 8 năm 1938 và tháng 4 năm 1939, một thành viên của Hành Động Xã Hội Đông Dương, luật sư Nguyễn Huy Lai, đã tổ chức ở Hà Nội "ngày xã hội Công giáo" (*journées sociales*). Những sự kiện này là sự tái lập những sự kiện tương tự trong đời sống châu Âu trong giai đoạn giữa hai cuộc Thế chiến, tập trung vào những cách thức mà đời sống hiện đại đang làm biến đổi công việc và gia đình. Trong số các diễn giả có cả ông chủ nhà in Ngô Tử Hạ, Khâm sứ Tòa thánh Antonin Drapier, các nhà khoa bảng Công giáo và các nhà truyền giáo tích cực hoạt động xã hội như André Vacquier. Hội thảo đầu tiên tập trung vào các bài giảng "Chủ nghĩa tư bản và chủ nghĩa Marx", "Hợp tác giữa lao động và tư bản" và "Học thuyết xã hội của Công giáo và vấn đề lao động", còn hội thảo thứ hai tập trung vào những cách thức mà bộ mặt kinh tế đang thay đổi ở Việt Nam ảnh hưởng tới gia đình. Những người tham gia xem xét các vấn đề kinh tế từ quan điểm của tư bản và xung đột giai cấp và đưa ra những biện pháp giải quyết, trong đó có mô tả những sự can thiệp được dẫn dắt về mặt đạo đức vào nền kinh tế thị trường tự do. Hàng trăm người đã tham gia các buổi hội thảo này và báo chí đưa tin tới khắp các miền trong nước.[814] Năm 1937, Fernand Parrel cũng tổ chức các sự kiện tương tự ở Sài Gòn; bốn cuộc hội thảo do Hiệp Hội Thánh Vinh Sơn đệ Phaolô tổ chức tập trung vào cách thức

---

[814] Tài liệu của những hội nghị này: *Le capital et le travail – compte rendu in extenso des conférences données aux journées socials et aux d'études* (Hà Nội: Trung Hòa, 1938) and *La famille annamite et la personnalité humaine – compte rendu in extenso des leçons données au journées sociales* (Hà Nội: Trung Hòa, 1939).

truyền giáo trong cộng đồng người nghèo, cách dạy trẻ em nghèo và giúp người thất nghiệp tìm việc làm.[815]

Những ngày Công giáo xã hội là một ví dụ về sự dịch chuyển của những cuộc tranh luận về các vấn đề kinh tế trong cộng đồng Công giáo Việt Nam, từ chú tâm vào những giải pháp mang tính đạo đức sang các giải pháp chính trị và xã hội. Thực vậy, chính ý tưởng về "kinh tế," một khái niệm chưa thông dụng trong sách báo ở Việt Nam trước những năm 1930, đã được nói tới nhiều hơn trong suốt thập kỷ này. Trong một bài báo viết năm 1933, Nguyễn Hưng Thi đặt câu hỏi: "Kinh tế là gì?"[816] Thi đã trả lời bằng những vần điệu miêu tả nền kinh tế Việt Nam: "kinh tế là lồng cồng, kinh tế là lổng chổng", nhưng phần lớn các tín đồ Công giáo Việt Nam coi câu hỏi này là rất nghiêm túc. Trong bài báo in năm 1937 với tựa đề "Vấn đề kinh tế", linh mục Lucas Lý tìm cách chống lại quan điểm, dường như là do "cộng sản" truyền bá, cho rằng Giáo hội không chú ý hay không giúp gì được trong cuộc chiến đấu với các vấn đề xã hội của Việt Nam. Trong bài báo này Lucas Lý tổng hợp những luận cứ chính của tác phẩm *Những vấn đề của kinh tế xã hội*, do một linh mục dòng Tên người Bỉ là ông Valère Fallon – giáo sư tại Collège Philosophique ở Louvain, đồng thời là một nhà tư tưởng có ảnh hưởng về kinh tế xã hội, thuyết ưu sinh và dân số – xuất bản năm 1929. Những bài viết như thế của Lucas Lý

---

[815] Báo cáo hàng năm của giáo phận Sài Gòn, 1937, MEP.
[816] Đông Bích [Nguyễn Hưng Thi], "Kinh tế là cái gì?," *THNB*, ngày 17/1/1933.

thường xuất hiện trên báo chí trong giai đoạn này. Mặc dù họ có những ý kiến và giải pháp khác nhau, nhưng tất cả đều bắt đầu bằng giả thuyết cho rằng kinh tế là vấn đề không chỉ đạo đức mà còn là xã hội nữa, và cần phải được tiếp cận với nó từ khía cạnh khoa học và chính trị.

Ở tầm mức dành cho dân chúng, phong trào Công Giáo Tiến Hành đem học thuyết xã hội Công giáo trình bày bằng tiếng dân gian để phê bình chủ nghĩa tư bản và dùng làm nền cho hoạt động xã hội. Các hiệp hội Công Giáo Tiến Hành không chỉ tạo điều kiện thuận lợi chưa từng có cho những cuộc tiếp xúc giữa các tín đồ Công giáo ở rất xa nhau mà họ còn tạo cho những giáo dân một mức độ tự chủ đáng kể nữa. Mặc dù trên danh nghĩa, các linh mục là người đứng đầu những hiệp hội này, nhưng những người lãnh đạo tích cực nhất lại là các giáo dân, những người có xu hướng giảm nhẹ sự lãnh đạo của giới tinh hoa và theo tôn ti trật tự nhằm tăng cường nguyên tắc dân chủ của các tổ chức quần chúng và vận động quần chúng. Một cuốn sổ tay của tổ chức Thanh Niên Lao Động Công Giáo nhan đề "Tiếng gọi lao động" khẳng định rằng công nhân phải được trao quyền kiểm soát các quyết định liên quan đến quyền và nơi làm việc của họ và rằng công nhân không phải dựa vào các linh mục, các nhà trí thức, các ông chủ hay nhà nước mà phải dựa vào chính mình.[817] Các hiệp hội của Công Giáo Tiến Hành còn đặt trọng tâm vào giới trẻ, coi họ là tác nhân của thay đổi theo cách mà nhiều quan chức thuộc địa

---

[817] *Tiếng gọi lao động* (Hà Nội: Imprimeur François Chaize, 1939).

và thậm chí là một số tín đồ Công giáo Việt Nam lo lắng.
[818] Xung lực mang tính dân chủ, thậm chí bài xích giới tinh hoa, của phong trào Công Giáo Tiến Hành ở Việt Nam đã bị cuốn hút bởi ý tưởng "chiến sĩ", tức là người lãnh đạo Công Giáo Tiến Hành lý tưởng, chủ đề thường xuyên của các tạp chí và những cuốn sách mỏng của Công Giáo Tiến Hành trong những năm 1930. Người chiến sĩ có thể có xuất xứ từ bất kỳ tầng lớp nào; anh ta thường là linh mục, nhưng anh ta cũng có thể là công nhân hay thanh niên. Người chiến sĩ là người đứng đầu gia đình, Giáo hội và xã hội, và cũng là sản phẩm của những cộng đồng này. Để trở thành người chiến sĩ có nhiều thành công cần phải có không chỉ đạo đức, sáng kiến và tài năng mà còn có khả năng thể hiện sức mạnh và tinh thần của cộng đồng. Nó cũng còn có nghĩa là tận tụy với công việc tổ chức nghiên cứu theo nhóm, tạo điều kiện thuận lợi cho hợp tác xã hội, tiếp thu kiến thức về nông nghiệp và công nghiệp địa phương và xóa nạn mù chữ.

Đôi khi nó còn có nghĩa là tham gia vào chính trị nữa. Tương tự như các tín đồ Công giáo châu Âu trong những năm 1930, một số nhà lãnh đạo Công Giáo Tiến Hành ở Việt Nam bắt đầu nhìn xa hơn phong trào Công Giáo Xã Hội, vì phong trào này có những hạn chế trong hoạt động chính trị và ít hướng về chủ nghĩa xã hội. Trần Văn Thao,

---

[818] "Những cái nguy của phong trào thanh niên công giáo Việt Nam," *Sacerdos Indosinensis*, ngày 15/1/1942. An ninh theo dõi sít sao một số tổ chức thanh niên công giáo, tìm hiểu hoàn cảnh của một số nhà lãnh đạo và theo dõi hoạt động của họ.

giáo dân và là nhà lãnh đạo Công Giáo Tiến Hành, viết:
"Chủ nghĩa xã hội đã nghiên cứu kỹ càng bởi các nhà xã
hội học, phải dùng làm căn bản cho những hiện tượng kinh
tế vì không thể có tổ chức chính thức về kinh tế nếu không
có những tổ chức xã hội."[819] Trong khi, trong những năm
1930, chủ nghĩa cộng sản bị nhiều người trong giới trí thức
Công giáo phê phán thì Công Giáo Tiến Hành lại làm cho
một số tín đồ Công giáo Việt Nam coi chủ nghĩa xã hội là
giải pháp cho những khiếm khuyết của chủ nghĩa tư bản
công nghiệp (*hình 11*). Điều này đặc biệt đúng cho giai
đoạn Mặt Trận Bình Dân cầm quyền, đấy là lúc một loạt
cương lĩnh tả khuynh được khá nhiều người Việt Nam ủng
hộ. Tác giả của một bài báo in năm 1936, nhan đề "Hội
thánh đối với xã hội thuyết", khẳng định rằng, mặc dù Giáo
hội và cánh tả còn khác xa nhau về những vấn đề tâm linh,
nhưng những khía cạnh kinh tế và xã hội của họ thì tương
đồng với nhau. Tác giả thảo luận việc nối lại quan hệ giữa
Giáo hội và một số thành phần của phái tả châu Âu, và ông
khẳng định rằng quan niệm của Công giáo hiện thời về vấn
đề bình đẳng và vai trò của nhà nước trong lĩnh vực kinh tế
có nhiều điểm chung với phái tả.[820]

---

[819] Trần Văn Thao, *Thanh niên chiến sĩ công giáo* (Hải Phòng: Nhà
in Tổng cục T.N.C.G. Địa Phận Hải Phòng, 1940).
[820] "Hội thánh đối với xã hội thuyết," *Sacerdos Indosinensis*,
ngày15/9/1936.

*(Hình 11). Quyển sách khâu sơ của Thanh Niên Lao Động
Công Giáo, "Tiếng gọi lao động," 1939.*

Ngoài chủ nghĩa xã hội, trong những năm 1930, các hiệp hội Công Giáo Tiến Hành còn giúp giới thiệu tư tưởng về công đoàn Kitô giáo, sau này trở thành lực lượng ở Việt Nam Cộng Hòa. Đến những năm 1920 các công đoàn Kitô giáo và các đảng Dân chủ Công giáo là những lực lượng mạnh tại Đức, Hà Lan, Bỉ, Italy và Pháp. Trong nửa sau những năm 1930, các bài báo viết về chủ nghĩa công đoàn Kitô giáo ở châu Âu bắt đầu xuất hiện trên báo chí Công giáo ở Việt Nam. Chủ nghĩa công đoàn là đề tài nổi bật trong giai đoạn Mặt Trận Bình Dân, đấy là lúc luật lao động mới đã cho người Việt Nam nhiều quyền tự do hơn trong việc tham gia vào một số tổ chức công đoàn được nhà nước chấp thuận. Đến cuối những năm 1930, một số tín đồ Công giáo Việt Nam bắt đầu mường tượng đến sự hòa nhập trong tương lai của người Việt Nam vào tổ chức công đoàn Kitô giáo chính của Pháp, có tên là *Confédération Française des Travailleurs Chrétiens* (CFTC). Tác giả của một bài báo còn khẳng định rằng, mặc dù đã có một số hiệp hội công nhân, hiện nay Việt Nam cần có các công đoàn Kitô giáo nhằm đối phó với hoạt động chính trị bất hợp pháp đang gia tăng: "Vậy khó bên ta được phép ấy thì cộng sản đã dự bị trước sẽ lập các xã đoàn ấy... Bên đạo ta chưa có thì bất lợi và thiệt thòi lớn." Ông thúc giục dân chúng kêu gọi các quan chức tôn giáo và chính quyền thành lập tổ chức do CFTC bảo trợ ở Việt Nam.[821] Mặc dù đến cuối những năm 1940, chuyện này vẫn chưa xảy ra, đấy là thập kỷ trước khi ý tưởng về công đoàn Kitô giáo như là động lực cho hành động chính trị bắt đầu thu hút được sự chú ý.

Mặc dù khó đánh giá được mức độ tham gia của các tín đồ Công giáo Việt Nam vào các hoạt động chính trị do phái tả tổ chức trước năm 1945, nhưng chắc chắn họ có tham

---

[821] "Về sự nhập vào tổng đoàn lao động," (CGT), *Sacerdos Indosinensis*, ngày 15/7/1937.

gia. Một số người tham gia bằng cách xuất ngoại. Có lẽ người quan trọng nhất trong số này là Nguyễn Mạnh Hà, thời thanh niên ông này đã qua Pháp, đã hoàn thành con đường học vấn và lấy con gái một người cộng sản lỗi lạc là Georges Marrane. Nguyễn Mạnh Hà trở về Việt Nam năm 1938, nhận chức vụ ở Hải Phòng và giúp thành lập các hiệp hội Công Giáo Tiến Hành trên khắp Bắc Kỳ, sau này ông trở thành Bộ trưởng kinh tế trong chính phủ Hồ Chí Minh. Hai người cộng tác với Nguyễn Mạnh Hà đã bị Sûreté để ý: một người tên là Trần Văn Tính, bị nghi là có liên hệ với các cán bộ cộng sản đang học ở Nga. Người kia – ông Trần Văn Thao đã được nhắc tới ở trên – là giáo viên trường *Ecole Michelet* và là tác giả của nhiều bài báo và một số cuốn sách viết về Công Giáo Tiến Hành và Công Giáo Xã Hội, bị buộc tội là có liên hệ với "những người cảm tình với cộng sản."[822] Dường như ngày càng có nhiều tín đồ Công giáo bình thường tham gia vào những hoạt động như thế này. Năm 1937, André Vacquier viết cho giám đốc của MEP về tình hình công nhân Công giáo ở Nam Định như sau: "Đã có những cuộc bãi công, tín đồ Công giáo của chúng ta có rất ít các tổ chức xã hội; nhiều người liên kết với các nhà cách mạng… Công nhân Công giáo liên tục từ chối tự tổ chức và không chịu nghe theo lời kêu gọi phải thận trọng của tôi." Lo sợ bị trả thù vì những cố gắng nhằm lôi kéo các tín đồ Công giáo tránh xa các nhà cách mạng, Vacquier cảm thấy cần phải thay những ngôi nhà bằng gỗ

---

[822] RST 79721, TTLT I.

và rơm rạ mà ông đã xây dựng bằng nhà gạch, lợp ngói vì có khả năng bị người ta đốt nhà.[823]

NỀN CHÍNH TRỊ CÔNG GIÁO MỚI
Ở VIỆT NAM: CHỦ NGHĨA CHỐNG CỘNG

Khi các ý tưởng của Công Giáo Xã Hội làm cho ngày càng có nhiều tín đồ Công giáo phê phán chủ nghĩa tư bản thực dân hơn thì cũng là lúc xuất hiện một bản sắc chính trị mới trong đời sống Công giáo Việt Nam, rồi ra sẽ quyết định quan hệ của phần lớn tín đồ Công giáo với cách mạng. Tương tự như Công Giáo Xã Hội, phong trào chống cộng của Công giáo Việt Nam là hiện tượng của thời hiện đại và có tính cách xuyên quốc gia. Trong giai đoạn giữa hai cuộc Thế chiến, đã có nhiều tín đồ Công giáo Việt Nam nhận thức được xung đột trên toàn thế giới giữa tín đồ Công giáo và các phong trào cánh tả. Những cuộc xung đột đó tạo ra mối lo ngại đối với hoạt động bài thực dân ở Việt Nam rằng người ta sẽ gắn những vụ xung đột thường xuyên xảy ra giữa những phong trào này và các tín đồ Công giáo Việt Nam vào những chuyện xung đột rộng lớn hơn. Nhưng trong đa số trường hợp, chủ nghĩa chống cộng của tín đồ Công giáo không đi kèm với lời kêu gọi thỏa hiệp với chế độ thuộc địa. Thực vậy, chủ nghĩa chống cộng làm cho những lời phê phán chủ nghĩa thực dân Pháp thành *sắc bén hơn*, bằng cách coi chủ nghĩa thế tục Pháp là nguồn gốc của nền chính trị quần chúng cực đoan và tập trung vào câu hỏi

---

[823] André Vacquier, "Note sur les oeuvres ouvrières," tài liệu không có ngày (có thể vào năm 1937), Correspondance Vacquier, MEP.

vì sao tính chất đàn áp của chính quyền thuộc địa lại sinh ra và nuôi dưỡng chủ nghĩa cộng sản ở Việt Nam.

Dù chủ nghĩa chống cộng không phải là quan điểm chính trị mang tính định mệnh của các tín đồ Công giáo, nhưng không phủ nhận được rằng các yếu tố và xu hướng căn bản của đời sống và tư tưởng Công giáo khiến nhiều tín đồ Công giáo Việt Nam có thái độ chống cộng. Rõ ràng nhất là thái độ chống chủ nghĩa vô thần – như một thứ triết học hay nguyên tắc của tổ chức chính trị và xã hội – của nhiều tín đồ Công giáo. Vì từ lâu các tín đồ Công giáo đã phê phán chủ nghĩa vô thần của nhà nước thuộc địa, đối với nhiều tín đồ Công giáo, mối liên hệ giữa chính quyền Pháp và chủ nghĩa cộng sản dường như là hiển nhiên. Vì một tác giả đã viết năm 1929, những vụ bạo lực bài Công giáo trên thế giới do các "đảng cách mạng" và "phè bí mật" lãnh đạo có nguồn gốc từ Cách mạng Pháp và những nhà tiên tri vô thần của nó là "Rú Sấu" (Rousseau) và "Võ Tế" (Voltaire), tác phẩm của cả hai người này đều được dạy trong các trường Pháp ở Việt Nam.[824] Sau những cuộc nổi dậy ở nông thôn trong giai đoạn 1930 – 1931 những lời chỉ trích như thế còn gia tăng hơn nữa. Năm 1930, người đứng đầu MEP, ông Jean de Guébriant viết: "Thuyết bài giáo sĩ... có lợi cho cộng sản... một lò lửa văn hóa thực sự." "Bằng cách trừ khử, hay nói chính xác hơn, bằng cách hạn chế những cố gắng của các vị linh mục của chúng ta," ông viết,

---

[824] Linh mục Phát Diệm, "Những nỗi gian nan bởi phí học đường," *Sacerdos Indosinensis*, tháng 8-9 năm 1929.

"chúng ta đã cho điều có thể gọi là hệ tư tưởng phương Đông tự tung tự tác. Triết lí của năm 1789 đã gây ra những hậu quả khủng khiếp trên nhiều vùng lãnh thổ hải ngoại của chúng ta."[825] Như vậy là, đối với nhiều tín đồ Công giáo, chủ nghĩa cộng sản dường như là kết quả đầy bi kịch nhưng không làm ai ngạc nhiên do chế độ cộng hòa Pháp tạo ra, khi nó đạt đến mức độ quá khích không nào thể tránh được.

Những tín đồ Công giáo khác lại liên kết sự ngóc đầu dậy của cộng sản Việt Nam với chính sách đàn áp của chính quyền thuộc địa Pháp. Trong bài báo "Chủ nghĩa cộng sản và Giáo hội ở Đông Dương", nhà truyền giáo François Chaize đổ lỗi cho chính sách của Pháp là đã gây ra cuộc nổi dậy ở Nghệ Tĩnh trong những năm 1930 và 1931. Chaize chỉ ra rằng thuế tài sản "đã quá nặng nề đối với các tỉnh đất bạc màu rồi" thế mà lại "tăng hơn hai lần trong mấy năm gần đây," cũng như đối với thuế rừng, có vấn đề "trong và về các khoản thuế này, cũng như cách áp dụng." Thuế muối cũng có vần đề, "quá cao nếu xét đến số tiền mà người bán muối nhận được và nó là đối tượng phê phán công khai trong một thời gian dài." Chính sách của chính quyền buộc người Việt Nam từ 18 đến 60 phải mang thẻ căn cước do chính phủ cấp với giá là ba đồng bạc Đông Dương như đổ thêm dầu vào lửa. "Phải công nhận rằng," Chiaze viết, "những người bản xứ nghèo khổ khó mà kháng cự được những luận cứ về chia đều tài sản; họ còn khó mà

---

[825] Jean de Guébriant, "Note," *Bulletin Catholique Indochinois*, tháng 4 năm 1930.

kháng cự được ngôn từ của những kẻ hùng biện như thế và có hiểu biết như thế, phần lớn những người này đều đang học trong các trường của chính phủ."[826]

Nhưng có thể cội nguồn quan trọng nhất của chủ nghĩa chống cộng ở Việt Nam là cuộc xung đột mang tính toàn cầu giữa Công giáo và chủ nghĩa Marx – Lenin. Các tư tưởng chống cộng, trước cuối những năm 1920 còn là của hiếm trong đời sống Công giáo Việt Nam, thể hiện mức độ lo lắng tương đối của Vatican về chủ nghĩa cộng sản. Mặc dù cuộc Cách mạng Nga đã dấy lên làn sóng bài Công giáo ở Liên Xô, những năm đầu của chính sách Kinh tế mới (1921 – 1928) tương đối bình lặng, dù nhà nước Xô Viết có những hạn chế đối với hoạt động tôn giáo.[827] Kết quả là, chủ nghĩa cộng sản chỉ là một trong mối bận tâm của hàng ngũ lãnh đạo cao cấp của Giáo hội mà thôi, và có ít sách báo chống cộng Công giáo lọt vào được Việt Nam, hoạt động cộng sản ở đây hầu như vẫn chưa có gì. Một số nhỏ các phương tiện in ấn Công giáo ở Việt Nam trong những năm 1920 cũng có đóng góp vào việc này. Trước năm 1927, Việt Nam chỉ có ba tờ báo Công giáo lớn. Chủ nghĩa chống cộng của tờ *L'Avenir du Tonkin* chủ yếu nhắm vào nền chính trị Pháp, trong khi tờ *Nam Kỳ Địa Phận* và tờ *Trung Hòa Nhật Báo*, trong những năm đầu còn đăng ít tin

---

[826] François Chaize, "Communisme et catholicisme en Indochine," *Missions Catholiques*, tháng 12 năm 1932.
[827] Nathaniel David, *A Long Walk to Church: A Contemporary History of Russian Orthodoxy* (Boulder, CO: Westview, 1995).

tức ở bên ngoài Việt Nam. Cần phải nhấn mạnh ở đây rằng Giáo hội Công giáo không phải là nguồn chống cộng đầu tiên cũng không phải là người chống cộng điên cuồng nhất ở nước Việt Nam thuộc địa: gần một thập kỷ trước khi cộng sản trở thành tâm điểm trong đời sống Công giáo, một số quan chức thuộc địa và các nhà trí thức bảo thủ tỏ ra lo lắng về hiện tượng này rồi.[828]

Cái tên Nguyễn Ái Quốc, bút danh của Hồ Chí Minh, dường như lần đầu tiên xuất hiện trên sách báo Công giáo là trong cuốn sách mỏng in năm 1927, nhan đề *Vấn đề cộng sản* do Nguyễn Văn Thích chấp bút. Cuốn sách này là lời phê phán chủ nghĩa cộng sản một cách toàn diện đầu tiên do một người Công giáo Việt Nam đưa ra. Đáng chú ý là tác phẩm nói rất ít về Việt Nam. Mặc dù trong những năm 1920, chủ nghĩa cấp tiến đã khá mạnh ở Việt Nam, nhưng phong trào cộng sản có tổ chức cũng mới chỉ là tia sáng yếu ớt trong mắt của Việt Nam Thanh niên Cách mạng đồng chí Hội – nhóm đầu tiên đưa ra những nét chính của quan điểm Marxist – Leninist về cuộc cách mạng phản đế cho Việt Nam. Cho nên Nguyễn Văn Thích chỉ dành cho hoạt động của Nguyễn Ái Quốc có hai trang trong cuốn sách dày 40

---

[828] Ví dụ tờ *Nam Phong* công bố một loạt bài báo phê phán cuộc cách mạng Bolshevik thậm chí ngay cả khi các sự kiện chưa diễn ra, còn trong những năm đầu 1920 các quan chức Pháp và thuộc địa thường sử dụng chủ nghĩa chống cộng như là sách lược chính trị. Xin cám ơn Peter Zinoman về ý kiến này. Điều này thách thức luận cứ của David Marr rằng chủ nghĩa chống cộng của chính quyền thuộc địa "lấy một trang trong sách Công giáo." David Marr, *Vietnamese Tradition on Trial*, 86.

trang của ông. Thay vào đó, ông tập trung nói về lai lịch của các trí thức cộng sản và quá trình ngóc đầu dậy của chủ nghĩa này trên toàn thế giới, trong đó có bản tường trình về cái "ách" của nó ở Liên Xô và tường trình về quá trình vươn lên của các đảng cộng sản ở châu Âu, châu Mỹ và châu Á. Tác phẩm của ông này có kèm theo thống kê (một số rất đáng ngờ) từ các nguồn của Vatican và Giáo hội Công giáo Pháp.[829]

Cuốn sách của Nguyễn Văn Thích phản ánh những mối liên kết giữa các tín đồ Công giáo Việt Nam và thế giới Công giáo đang ngày càng gia tăng, chủ nghĩa chống cộng của Công giáo Việt Nam xuất phát từ đó. Điều quan trọng là "Vấn đề của chủ nghĩa cộng sản" được xuất bản cùng năm thành lập *Fides*, tức là hãng thông tấn Công giáo quốc tế mà Vatican hy vọng có thể sử dụng nhằm chiến đấu chống lại những ngọn lửa của nền chính trị quần chúng. Những bản dịch các bản tin của *Fides* và các nguồn tin Công giáo Pháp làm cho các tín đồ Công giáo Việt Nam tiếp xúc với tin tức của thế giới Công giáo toàn cầu ở mức độ mà trước đây chưa từng có. Cuối những năm 1920, tin tức ngày càng xấu đi. Tại Hội nghị VI Quốc tế cộng sản (*Comintern*) mùa hè năm 1928, các đảng cộng sản thành viên đã thông qua cương lĩnh phản ảnh niềm tin rằng chủ nghĩa tư bản đang đứng trên bờ vực của sự sụp đổ và cuộc chiến đấu cuối cùng với chủ nghĩa tư bản đã tới. Hội nghị

---

[829] Nguyễn Văn Thích, *Vấn đề cộng sản* (Qui Nhơn: Imprimerie de Qui Nhơn, 1927).

VI đặt ra thời hạn 7 năm để cắt đứt các liên minh giữa cộng sản với những người xã hội chủ nghĩa, những người vô chính phủ và những người tả khuynh khác nhằm theo đuổi đường lối có tính chiến đấu hơn. Hội nghị VI, cũng như những cuộc xung đột tương tự như cuộc bạo loạn Cristero ở Mexico giai đoạn 1926 – 1929 – tức là phong trào kháng chiến của tín đồ Công giáo nhằm chống lại chính phủ các mạng Mexico làm hàng trăm người chết và hậu quả của nó còn kéo sang những năm 1930 – làm cho những nhà quan sát Công giáo ở Việt Nam lo lắng.

Ở Việt Nam, sự bành trướng của báo chí làm cho ngày càng có nhiều tín đồ Công giáo Việt Nam tiếp xúc được với các bản tường trình về những vụ đụng độ giữa Giáo hội và phái tả. Cụ thể là tờ bán nguyệt san *Công Giáo Đồng Thinh* đã công bố những bài viết về chính trị ở qui mô chưa từng có trong các xuất bản phẩm Công giáo Việt Nam. Mặc dù tờ báo này có đường lối chính trị tiến bộ, nó là tờ báo có thái độ chống cộng mạnh mẽ. Bài đầu tiên viết về chủ nghĩa cộng sản trên tờ báo này có nhan đề "Nước Nam ta có duy hướng về vấn đề cộng sản chăng?" phê phán chủ nghĩa cộng sản không phải vì những cuộc tấn công của nó vào trật tự hay tôn ti truyền thống của xã hội Việt Nam mà vì khả năng nó sẽ lái xã hội Việt Nam *khỏi* xu hướng tiến bộ để sang một phiên bản mới của chủ nghĩa phong kiến. Tác giả khẳng định rằng chủ nghĩa cộng sản sẽ nỗ lực kiểm soát đời sống và công ăn việc làm của người dân bình thường sát sao hơn là nhà Nguyễn và chính quyền Pháp và kêu gọi dân chúng chống lại chủ nghĩa cộng sản nhân danh tư tưởng cho rằng mỗi người Việt Nam có thể và phải có "cái lòng trường ước đến quyền làm chủ của riêng mình" Tác giả không tán thành tôn ti của xã hội truyền thống của Việt Nam và khẳng định rằng phải chú ý đến tình trạng bất bình đẳng giữa người giàu và người nghèo ở Việt Nam. Nhưng ông kêu gọi độc giả tránh "sự quá khích" cộng sản, khẳng định rằng nó "không đời nào hội hiệp với văn minh của ta đặng."[830] Những quan điểm tương tự như quan điểm này không coi chủ nghĩa cộng sản là nguyên nhân chống lại tính hiện đại hay sự tiến bộ mà dùng tính hiện đại và sự tiến bộ làm phi lý để chống chủ nghĩa cộng sản. Trong khi những lời chỉ trích chủ nghĩa cộng sản của các tín đồ Công giáo Việt Nam sẽ còn tiếp tục có những khác biệt, thì tất cả đều có chung ý nghĩ rằng việc chủ nghĩa cộng sản tăng cường kêu gọi việc tham gia liên tục hơn vào việc giải quyết các vấn đề xã hội làm cho chủ nghĩa cộng sản có sức hấp dẫn đối với nhiều người. Thậm chí bài *Vấn đề cộng sản* do một người bảo thủ trong đời sống Công giáo Việt Nam chấp bút cũng khẳng định rằng biện pháp quan trọng nhằm chiến đấu với chủ nghĩa cộng sản là phục hồi phong trào Công Giáo Xã Hội.

Bắt đầu từ cuối những năm 1920, *Công Giáo Đồng Thinh* công bố một loạt bài báo chống cộng, hầu như tất cả đều tập trung vào những vụ xung đột toàn cầu. Hai bài viết về chủ nghĩa cộng sản xuất hiện trên trang nhất số ra ngày

---

[830] Focyane [Huỳnh Phúc Yên], "Nước Nam ta có duy hướng về cộng sản chăng?," *CGĐT*, ngày 30/9/1927.

29 tháng 4 năm 1927. Trong bài "Cộng sản Nga", tác giả phê phán Liên Xô không chỉ vì những cuộc tấn công vào gia đình mà còn vì cản trở tự do tư tưởng và ngăn chặn sự phát triển của tư bản và công nghiệp. Bài báo còn cảnh báo độc giả phải chú ý tới tấm gương Liên Xô và chống chủ nghĩa cộng sản.[831] Một bài báo khác, nhan đề "Bắt đạo bên Mexique", trình bày một bản báo cáo chi tiết về những khó khăn của Giáo hội dưới sự cai trị của chính phủ Mexico, kết thúc bằng câu hỏi rằng những tín đồ Công giáo sùng đạo Mexico đã làm gì để phải chịu những khó khăn như thế.[832] Những bài báo như thế này nằm rải rác trên các trang của tờ báo này trong thời gian dài hồi cuối những năm 1920. Một số còn có xuất xứ từ các cơ quan ngôn luận không theo Công giáo; một bài được dịch từ tờ *Revue des deux mondes* tập trung vào sự gia tăng số trẻ em bị bỏ rơi ở Liên Xô trong những năm đầu của chế độ Stalin.[833]

Bên cạnh những bản tường trình của báo chí Vatican và Pháp về chủ nghĩa cộng sản ở Liên Xô, khoảng năm 1930 những bản báo cáo trực tiếp về chủ nghĩa cộng sản Trung Quốc cũng bắt đầu xuất hiện trên báo chí Công giáo ở Việt Nam. Ví dụ, tờ *Bulletin Catholique Indochinois* số tháng 6 năm 1930 dành cho câu chuyện nhan đề "Một tháng với những người cộng sản," do một nhà truyền giáo bị cộng sản Trung quốc bắt giữ chấp bút. Bài viết là câu chuyện ly kỳ

---

[831] Nga Học Dịch Thuật, "Cộng sản Nga," *CGĐT*, ngày 29/4/1927.
[832] Th. Đệ Nhị, "Bắt đạo bên Mexique," *CGĐT*, ngày 29/4/1927.
[833] Công Minh, "Ở xứ Xô Viết cộng sản," *CGĐT*, ngày 22/2, 23/2 và 27/2 năm 1929.

hấp dẫn về sự đàn áp chẳng khác những câu chuyện về các thánh tử đạo; câu chuyện kể về những người cộng sản cảm thấy thích thú khi buông ra những lời báng bổ, tra tấn tàn bạo, mạo phạm nhà thờ và tượng chúa Jesus. Các quan chức Pháp cũng đã nghe những câu chuyện tương tự do cha Robert, một nhà truyền giáo ở Trung Quốc; năm 1930 ông này đã trình bày một bản báo cáo rất sinh động về sự ngóc đầu dậy của chủ nghĩa cộng sản ở Trung Quốc cho Phòng thương mại Pháp – Á ở Paris.[834]

Đầu năm 1930, nhằm phản ứng lại cuộc khủng hoảng kinh tế đang gia tăng ở châu Âu và những sự lạm dụng đang diễn ra tại thuộc địa, các cán bộ cộng sản bắt đầu tổ chức những cuộc bãi công của quần chúng tại các nhà máy và đồn điền. Nhiều nhà bình luận Công giáo bắt đầu sợ rằng cái phong trào trên thế giới mà họ đã nghe nói suốt mấy năm qua hiện đang phát triển mạnh mẽ hơn ở Việt Nam. Tháng 2 năm 1930, một bài báo buồn bã tường trình rằng một cán bộ cộng sản đã bị những cán bộ khác giết hại sau khi người Pháp đã thả anh ta, hàm ý rằng Pháp sẽ không bao giờ thả anh ta nếu trong những cuộc thẩm vấn anh ta không phản bội lại những người đồng chí cộng sản của mình. Bài báo đăng lại bức thư ngỏ của những người lãnh đạo cộng sản, được công bố trong một ấn phẩm bất hợp pháp của cộng sản, tuyên bố như thế.[835] Mấy tuần sau đó tờ báo này đăng một bản tường trình đầy lo ngại về công

[834] "La Chine communiste vue par le Père Robert," *L'Avenir du Tonkin*, ngày 11/8/1930.
[835] "Đảng cộng sản ngoài Bắc Kỳ," *CGĐT*, ngày 20/2/1930.

tác tuyên truyền của cộng sản ở đồng bằng sông Mê Công và cho rằng nguyên nhân là do những vụ xung đột về lao động đang gia tăng.[836]

Ngày 2 tháng 5 năm 1931, một ngày sau ngày Quốc Tế Lao Động, một nhóm người mà các bản tường trình của Công giáo xác định là "cộng sản" đã giết một vị linh mục Việt Nam tên là Pierre Khang ngay tại làng Tràng Đình, quê ông, gần Vinh. Tháng 5 năm 1931 là cú vùng lên cuối cùng và bạo lực nhất của làn sóng cách mạng và đấu tranh vũ trang bắt đầu ở Nghệ An và Hà Tĩnh từ giữa năm 1930. Giết hại cha Khang là một trong nhiều hành động bạo lực nhắm vào các nhân vật và tài sản tôn giáo, đa phần không phải là của Công giáo; chùa chiền bị đốt phá, đình bị lấy làm chỗ giáo dục chính trị.[837] Các bản tường trình của Công giáo nói rằng làng của cha Khang đã bị đe dọa một thời gian rồi và ông đã viết thư cầu cứu giám mục. Ngày 2 tháng 5, một nhóm người vào làng Tràng Đình và đề nghị nói chuyện với linh mục. Khi cha Khang lại gần, một người rút súng lục ra và bắn linh mục, làm ông bị thương. Dân làng lập tức nhảy vào tấn công người bắn, trong khi những người khác đuổi theo những kẻ bỏ chạy. Ngay sau đó tiếng trống từ làng bên cạnh báo động cho dân làng biết rằng nguy hiểm sắp xảy ra. Cha Khang dẫn dắt dân làng đọc kinh thống hối và giải tội cho họ, sau đó họ trốn vào nhà

[836] "Phong trào cộng sản đã lên đến Nam Kỳ chăng?," CGĐT, ngày 3/3/1930.

[837] Huỳnh Kim Khánh, Vietnamese Communism, 1925-1945 (Ithaca, NY: Cornell University Press, 1982), 155.

thờ khi thấy cộng sản tràn vào làng. Những kẻ xâm nhập phá cửa nhà thờ, đập phá bàn thờ và phòng thánh, đốt nhà và dọa giết tất cả dân làng nếu vị linh mục đang trốn trên nóc nhà không ra đầu thú. Khi cha Khang đi xuống, mấy người cộng sản cầm giáo đã lao vào giết ông. Dân làng – một số người đã bị giết khi tìm cách chạy trốn – bị cấm ra khỏi làng hay cầu nguyện và được bảo cho biết rằng nếu không gia nhập đảng cộng sản thì sẽ bị giết. Họ thậm chí còn cấm chôn cất cha Khang theo đúng phong tục, họ quấn xác ông rồi lấy lá chuối và rơm đốt rồi chôn dưới chân núi ngay đằng sau nhà ở của linh mục.

Đối với các tín đồ Công giáo Việt Nam, việc lan truyền những bản tường trình về cái chết của cha Khang làm cho những câu chuyện về "sự tàn bạo" của cộng sản mà họ đã nghe trong nhiều năm trở thành hiện thực. Cái chết của cha Khang trở thành tâm điểm của các xuất bản phẩm Công giáo suốt mấy tuần lễ liền, những câu chuyện này thậm chí còn lan sang báo chí Công giáo quốc tế nữa. Tương tự như những bản tường trình về các phiên tòa và những nỗi khổ cực của các nhà truyền giáo Trung Quốc, những bản tường trình về cái chết của cha Khang rõ ràng là tiếng vọng của những câu chuyện về sự khổ cực của các thánh tử đạo Việt Nam. Cáo phó về cái chết của cha Khang là câu chuyện về một tín đồ Công giáo hy sinh thân mình một cách dũng cảm để những người khác có thể sống. "Cha đã rồi, không phải tìm làm chi nữa, xin nói với hội, nếu không thương thì cứ giết Cha, đừng giết bổn đạo," người ta báo cáo rằng cha Khang đã nói như thế khi ông leo từ mái nhà thờ xuống để đón nhận cái chết của mình. Câu cuối cùng của cáo phó thể hiện rõ ràng cách thức mà bối cảnh toàn cầu trở thành hệ qui chiếu cho sự đau khổ của cha Khang. "Không cần phải bình luận, vì những sự kiện này đã tự nói lên rồi: chúng ta thấy rằng cộng sản ở Annam tôn trọng tôn giáo cũng chẳng khác gì cộng sản Nga."[838]

Phong trào Xô Viết Nghệ Tĩnh kết thúc khi bị Pháp đàn áp khốc liệt vào mùa hè năm 1931. Giai đoạn từ năm 1931 đến khi Mặt Trận Bình Dân tới Việt Nam năm 1936 là giai đoạn thoái trào của cộng sản Việt Nam: rất nhiều nhà hoạt động bị giết hoặc bị cầm tù, có rất ít hoạt động cộng sản bên ngoài các nhà tù của Pháp. Nhưng năm 1930 – 1931 đã làm cho chủ nghĩa cộng sản hiện diện thường xuyên trong đời sống và nền chính trị Công giáo Việt Nam. Thậm chí một năm sau đó, cái chết của cha Khang vẫn còn được người ta nhắc tới. Bản tường trình ngày 1 tháng 5 năm 1932 kể về cuộc tìm hài cốt ông, chôn bởi những kẻ đã giết ông trong cuộc tấn công làng Tràng Đình; tìm ra hài cốt, được làm phép và tháng 1 năm 1932 thì chôn cất theo nghi thức Công giáo.[839] Một số tín đồ Công giáo tỏ ra ít lạc quan hơn những người khác về ý nghĩa của những sự kiện trong các năm 1930 – 1931. Andréa Eloy, giám mục Vinh, viết một cách hồ hởi cho một nhà truyền giáo rằng "nếu phong

---

[838] "Vụ cha Phêrô Khang coi xứ Tràng Định bị cộng sản giết ngày hai maiô 1931," THNB, ngày 28/5/1931. Lời cáo phó tương tự cũng xuất hiện trên tờ Công Giáo Đồng Thinh ngày 18/6/1931; trên phụ trương ra ngày 1/7/1931 của tờ *L'Avenir du Tonkin,* và tờ *Missions Catholiques*, ra tháng 8 năm 1931.

[839] "Tìm đặng xác cha Phêrô Khang," NKĐP, ngày 12/5/1932.

trào cách mạng bị thui chột thì đấy là chúng ta phải cám ơn các tín đồ Công giáo… Người Pháp công nhận rằng các tín đồ Công giáo đã hành xử đúng, nhưng họ không dám nói rằng nhờ họ mà phong trào cách mạng đã bị thất bại.”[840]

Nhưng sự kiện trong hai năm 1930 – 1931 còn làm cho một số tín đồ Công giáo sợ rằng họ sẽ là mục tiêu đặc biệt của hoạt động cộng sản trong tương lai. Bài báo, in năm 1932, của François Chaize nhan đề “Chủ nghĩa cộng sản và Giáo hội Công giáo ở Đông Dương” đã nhắc lại nội dung một bức thư ngỏ của các cán bộ cộng sản gửi tất cả các linh mục Công giáo Việt Nam. Bức thư tuyên bố rằng đảng “không theo tôn giáo nào” và “lúc nào cũng bảo vệ Giáo hội Công giáo,” nhưng lên án các linh mục vì đã lờ đi nhiệm vụ của tín đồ Công giáo trong việc bảo vệ những người bị áp bức, trong khi khẳng định rằng tư tưởng nhân đạo của đảng cộng sản “tương tự như của Chúa Jesus.” Chaize công nhận rằng một số tín đồ Công giáo bị lôi cuốn vào phong trào ở Nghệ Tĩnh và một lần nữa ông đổ lỗi cho các trường “vô thần” và chính sách thuế khóa có tính áp bức. Ông kết thúc bài viết bằng một dự báo những điềm gở sẽ đến trong tương lai “nếu Thượng đế không tới giúp chúng ta.”[841] Tờ *Công Giáo Đồng Thinh* tiếp tục không ngừng nghỉ một loạt bài viết về chủ nghĩa cộng sản ở Liên Xô, Trung Quốc, Mexico, Ấn Độ, Tây Ban Nha và những

---

[840] Andréa Eloy cho Paul Gros, ngày 18/2/1932, Correspondance Eloy, MEP.
[841] François Chaize, “Communisme et catholicisme en Indochine,” *Missions Catholiques*, tháng 12 năm 1932.

nơi khác, tận dụng mọi cơ hội nhằm ghi nhận sự phản đối ngày càng gia tăng của quốc tết đối với chủ nghĩa Stalin. Một bài báo đã làm như thế thông qua câu chuyện về việc quay lại với lập trường chống cộng của một người cộng sản Pháp tên là Jaques Doriot, một sự lựa chọn đáng tiếc vì việc từ bỏ chủ nghĩa Stalin của Doriot lại biến ông ta thành một tên phát xít độc ác.[842]

Trong thời kỳ Mặt Trận Bình Dân (1936 – 1939), chủ nghĩa chống cộng của Công giáo Việt Nam bước vào giai đoạn mới, giai đoạn này bắt đầu năm 1935 với việc Hội nghị VII Quốc tế cộng sản xác nhận cương lĩnh hợp tác của cộng với các lực lượng chống phát xít. Ở Pháp, chính phủ của Mặt Trận Bình Dân của Léon Blum được bầu vào tháng 5 năm 1936. Ở Đông Dương, điều đó có nghĩa là luật lệ về báo chí và hội đoàn được tự do hơn, phóng thích hàng ngàn chính trị phạm và gia tăng những hoạt động hợp pháp của cộng sản như hội đọc sách, hội tương tế và các hợp tác xã. Mặc dù giai đoạn Mặt Trận Bình Dân không chấm dứt việc chia rẽ về ý thức hệ và vùng miền trong phong trào cộng sản Việt Nam, Đảng Cộng Sản Đông Dương đã thu được nhiều lợi ích do đã hoạt động công khai trong giai đoạn này.[843]

Thời kỳ Mặt Trận Bình Dân đã đưa chủ nghĩa chống cộng của Công giáo Việt Nam lên một tầm cao mới. Chủ

[842] Paul Ng. C. Thường, "Một người cộng sản trở lại," *CGĐT*, ngày 17/12/1936.
[843] Huỳnh Kim Khánh, *Vietnamese Communism*, 189-231.

nghĩa chống cộng của Công giáo tiếp tục là hiện tượng hiển nhiên nhất ở Nam Kỳ, đây không phải là hiện tượng đáng ngạc nhiên nếu biết rằng ở khu vực này có nhiều tự do báo chí và tự do lập hội chính trị hơn. Mặc dù *Công Giáo Đồng Thinh* đình bản năm 1937, những tờ báo mới như *Vì Chúa* và *La Croix d'Indochine* tiếp tục cuộc thập tự chinh. *Vì Chúa* thường nhiệt tình đến mức thiển cận về nhiều vấn đề, nhưng những bài phê phán cộng sản của nó và phê phán quan điểm của những người xã hội và những người cộng sản là những bài bình luận tương đối có hiểu biết. Một bài báo in năm 1938 với nhan đề "Chủ nghĩa cộng sản và xã hội" thảo luận những tư tưởng không chỉ của Marx và Lenin mà còn của các nhà tư tưởng khác như George Sorel, Henri de Man và Jules Guesde, tức là những người đã định hình tư tưởng và nền chính trị tả khuynh ở châu Âu.[844] Phản ứng của Công giáo đối với chủ nghĩa cộng sản cũng được đem ra thảo luận. Trong thời kỳ Mặt Trận Bình Dân, một trong những tài liệu quan trọng nhất là thông điệp tháng 3 năm 1939 của Giáo hoàng Pius XI, nhan đề *Divini Redemptoris* (*Về chủ nghĩa cộng sản vô thần*), tái khẳng định sự chống đối của Rome trước chủ nghĩa cộng sản, đấy là do những vụ bạo hành trong cộng đồng trong cuộc Nội chiến Tây Ban Nha. *Divini Redemptoris* gây ra nhiều bình luận trong các tín đồ Công giáo Việt Nam, *Sacerdos Indosinensis* dành toàn bộ số ra tháng 7 năm 1937 để thảo luận thông điệp nói trên.

---

[844] "Chủ nghĩa cộng sản và xã hội," *Vì Chúa*, ngày 25/2/1938.

La Croix d'Indochine có thể là thế lực chống cộng mới quan trọng nhất trong cuộc chiến báo chí thời Mặt Trận Bình Dân. Chắc chắn đây là tờ báo Công giáo to mồm nhất về chính trị ở Việt Nam thời thuộc địa; đôi khi có cảm tưởng như mục đích duy nhất của tờ báo này là gây bất hòa. Tổng biên tập tờ báo này, ông Nguyễn Hữu Mỹ, hồi cuối những năm 1930 đã lao vào những hoạt động chính trị ở Sài Gòn; ông ta trở thành tổng bí thư một đảng chính trị có tên là *Parti Démocrate Indochinois*. Nguyễn Hữu Mỹ và tờ báo của ông ta có lập trường chống cộng thâm độc, và mặc dù đây không phải là lập trường chính trị thống nhất trong đời sống Công giáo, nhưng là lập trường trọng tâm của giải cấp trung lưu tư sản Công giáo tại Sài Gòn. Nguyễn Hữu Mỹ mô tả mục đích của đảng của ông ta là "tạo ra một liên minh bác ái của nhân dân, không phân biệt giai cấp và dân tộc" và cương lĩnh của nó là "tạo ra một học thuyết mạch lạc *tôn trọng quyền sở hữu và luật pháp.*"[845] Cuộc tấn công của cộng sản vào quyền sở hữu chắc chắn là nỗi sợ lớn nhất của Nguyễn Hữu Mỹ; thực ra ông ta ít khi nghĩ tới những cuộc tấn công của cộng sản vào tôn giáo. Thậm chí những lời phê phán các tôn giáo khác của Nguyễn Hữu Mỹ cũng hiếm khi che giấu được lập trường giai cấp của ông ta. Ví dụ, một bài xã luận nhan đề "Chủ nghĩa thần bí tôn giáo vẫn thường xuyên bị các nhà cách mạng lợi dụng nhằm khích động đám quần chúng ngu dốt."[846] Nguyễn Hữu Mỹ

---

[845] Nguyễn Hữu Mỹ, "Le parti démocrate indochinois est venu à son heure," *La Croix d'Indochine*, ngày 3/4/1937.

[846] Nguyễn Hữu Mỹ, "La mystique religieuse est toujours

tìm cách thuyết phục độc giả rằng Nam Kỳ là vùng đất của những chủ sở hữu nhỏ tự cấp tự túc và hạnh phúc, những người này sẽ vất bỏ chủ nghĩa cộng sản ngay lập tức vì họ biết và tôn trọng tư tưởng về sở hữu và ông ta tấn công bất kỳ người nào nghi ngờ quan điểm của ông ta.

Cuối những năm 1930 có nhiều người như thế và Nguyễn Hữu Mỹ đã tốn khá nhiều giấy mực trong cuộc tấn công có tính chất đả kích nhắm vào nhiều người thuộc giới tinh hoa chính trị Nam Kỳ. Dĩ nhiên, ông ta cũng là người phê phán mạnh mẽ nhất hoạt động công khai của cộng sản ở Sài Gòn, phần lớn những hoạt động này được thực hiện dưới ngọn cờ của tờ *La Lutte*, tức là liên minh giữa phái Trotskyist và phái Stalinist. Nguyễn Hữu Mỹ, một người từng tuyên bố rằng đã thoát chết trong một vụ mưu sát của cộng sản, cảm thấy bực bội trước thái độ tự mãn của giới tinh hoa có của ở Nam Kỳ trước mối đe dọa ngày càng gia tăng của cộng sản, và càng ngày ông càng hay sử dụng từ "tư sản" như một tính ngữ.[847] "Trước sự thất bại của các giai cấp tư sản, những người không dám tham gia vào cuộc đấu tranh trong cuộc bầu cử, nên tôi phải lao cuộc chiến chống bọn đỏ nhằm bảo vệ niềm tin của tôi vào những nguyên tắc của mình," Nguyễn Hữu Mỹ viết trong bài xã luận thông báo việc ông ta tham gia cuộc bầu cử hội đồng

---

habilement exploitée par des révolutionnaires professionnels pour soulever la masse imbécile," *La Croix d'Indochine*, ngày 4/12/1937.

[847] Nguyễn Hữu Mỹ, "La présence de Michel My dans le Parti démocrate inquiète les communistes parce que le directeur est l'adversaire irréductible des suppôts de Moscou," *La Croix d'Indochine*, ngày 10/4/1937.

thành phố. Nguyễn Hữu Mỹ nhanh chóng rút lui và lao vào ủng hộ một ứng viên khác, song điều đó cũng không ngăn được việc bầu cho ba ứng viên của *La Lutte*. Nguyễn Hữu Mỹ khinh bỉ những chính khách dân tộc chủ nghĩa ôn hòa trong cuộc đối thoại với *La Lutte*, nhiều người trong số họ tham gia vào phong trào Đông Dương Đại Hội trong năm 1937, một phong trào nằm dưới sự kiểm soát của liên minh giữa phái Trotskyist và phái Stalinist. Ví dụ, Nguyễn Hữu Mỹ lấp kín các trang của tờ *La Croix d'Indochine* những bài viết nhạt nhẽo nhằm chống lại các nhà lãnh đạo của Đảng lập hiến là Nguyễn Phan Long và Bùi Quang Chiêu, ông bêu riếu hai người này là những kẻ háo danh không còn biết bất cứ giới hạn nào.

Hoạt động chính trị của Nguyễn Hữu Mỹ phản ánh đánh giá của nhiều tín đồ Công giáo trước việc Mặt Trận Bình Dân khẳng định mối liên hệ giữa nền chính trị của chính quốc, chính sách ở thuộc địa và sự ngóc đầu dậy của cộng sản. Nguyễn Hữu Mỹ chỉ trích gay gắt chính phủ của Mặt Trận Bình Dân vì nhai đi nhai lại những vấn đề như tuần làm việc 40 tiếng, mà theo ông là "áp đặt luật lệ phi lý là trái ngược với thói quen của người bản xứ và hậu quả là sẽ gây ra những sự bất bình mới... Có thể có hòa bình nội bộ với tình hình khẩn trương mà cộng sản và xã hội gây ra trong Mặt Trận Bình Dân hay không?"[848] Nhiều người có thái độ đối với Mặt Trận Bình Dân tương tự như Nguyễn

---

[848] Cruxindo [Nguyễn Hữu Mỹ], "Parlons encore des 40 heures," *La Croix d'Indochine*, ngày 26/2/1938.

Hữu Mỹ. Nhà truyền giáo Victor Aubert viết cho đồng nghiệp: "Tin tức từ Pháp tới không được vui. Chính phủ Mặt Trận Bình Dân đáng buồn này dẫn chúng ta tới đâu? Báo chí và phim ảnh xấu tiêm vào đầu óc mọi người rắc rối và sai lầm, làm giảm sút ý chí, làm hư hỏng mọi tâm hồn. Những tín đồ Công giáo ngày xưa đâu rồi?"[849] Quan trọng hơn, bây giờ một số lượng lớn các tờ tin tức Công giáo ngày càng chuyển chủ nghĩa chống cộng của Công giáo Việt Nam từ mối lo của những người lãnh đạo Giáo hội và một nhóm nhỏ những người có học ở thành thị thành hiện thực của đời sống hàng ngày. Trong những ấn phẩm này, những câu chuyện về xung đột Công giáo – cộng sản trên thế giới ngày càng có tính cấp bách hơn về mặt đạo đức. Những cố gắng nhằm tìm hiểu, giải thích học thuyết, lịch sử hay chính trị, những bài viết về các linh mục bị giết hại ở Tây Ban Nha hay tịch thu tài sản của Giáo hội ở Liên Xô đã giảm đi, thay vào đó là những câu chuyện về những kẻ áp bức và những người bị áp bức. Các vị Giáo hoàng cũng xuất hiện nhiều hơn trong các ấn phẩm này, đặc biệt là xung quanh tông thư chống cộng *Divini Redemptoris* năm 1937 và lễ tấn phong Giáo hoàng Pius XII năm 1939. Sự hiện diện của các Giáo hoàng, thông qua các bức ảnh và những lời tuyên bố được dịch sang tiếng Việt, tô điểm thêm một hiện thực ngày một gia tăng của một cuộc xung đột được mô tả không phải bằng chính trị nhưng bằng thiện chống lại ác và đúng đắn chống lại sai lầm.

---

[849] Victor Aubert cho "bien cher frère," ngày 19/10/1930, Correspondance Aubert, MEP.

7

Một Giáo hội Dân tộc
trong cách mạng và chiến tranh

Tháng 6 năm 1940, cha Hoàng Quỳnh ở Phát Diệm tròn
39 tuổi thì Pháp đầu hàng phe Trục. Bảy năm trước, việc
tấn phong Nguyễn Bá Tòng đã khuyến khích Hoàng
Quỳnh, người cũng mới được phong trước đó ít lâu, chấp
bút cuốn lịch sử về Giáo hội của mình với quan điểm cho
rằng vị giám mục đầu tiên của Việt Nam là kết quả hiện
thực của sự phát triển kéo dài hàng thế kỷ để tiến tới sự độc
lập về mặt tôn giáo.[850] Tương tự như nhiều vị linh mục
khác thời đó, Hoàng Quỳnh tin vào tiềm năng của phong
trào Công Giáo Tiến Hành trong việc giúp những giáo dân
định hình Giáo hội của chính họ, và ông đã trở thành cha
tuyên úy cho các nhóm Thanh Niên Công Giáo trong khi
vẫn làm giáo viên trong một tiểu chủng viện ở Phát Diệm.
Khi quân đội Nhật Bản chiếm đóng Việt Nam trong thời kỳ

---

[850] P. Quỳnh, "Câu truyện ba thế kỷ; từ cụ hiền đến Đức cha Tòng,"
Sacerdos Indosinensis, ngày 15/9/1933.

Thế chiến II, Hoàng Quỳnh tổ chức các cộng đồng nhằm chia sẻ và bảo vệ nguồn lực của họ. Giữa những bộn bề của giai đoạn chấm dứt chiến tranh, với rất nhiều lực lượng quốc tế cạnh tranh với các nhóm người ở địa phương nhằm định hình tương lai chính trị của Việt Nam, Hoàng Quỳnh đã lãnh đạo người Công giáo cầm súng chống lại cả những đội quân chiếm đóng lẫn các lực lượng chính trị đối lập với ông. Trong cuộc chiến tranh giữa Pháp và Việt Nam Dân Chủ Công Hòa kéo dài từ năm 1946 đến năm 1954, Hoàng Quỳnh là lãnh tụ của lực lượng dân quân trong cuộc đấu tranh của các địa phận Phát Diệm và Bùi Chu nhằm giữ được quyền tự trị khỏi các tham vọng của cả thực dân lẫn cộng sản. Sau chiến thắng của Việt Nam Dân Chủ Cộng Hòa và sự chia cắt Việt Nam vào năm 1954, Hoàng Quỳnh đưa phần lớn người dân trong giáo phận của ông cùng với hàng trăm ngàn tín đồ Công giáo ở miền Bắc di cư vào Việt Nam Cộng Hòa vừa được thành lập, và chẳng bao lâu sau sẽ do một người đồng bào Công giáo của ông là Ngô Đình Diệm lãnh đạo. Hoàng Quỳnh cũng nhanh chóng trở thành một lớn tiếng, bạo ăn nói tạiViệt Nam Cộng Hòa – một người chống cộng cuồng nhiệt, một người ủng hộ đối thoại trong cộng đồng, một người phê phán tệ tham nhũng, một người ủng hộ một chương tiến bộ nhằm cải cách nông nghiệp và quốc hữu hóa công nghiệp và một người ủng hộ các hợp tác xã ở nông thôn và các liên đoàn lao động. Sau năm 1975 ông vẫn ở lại Sài Gòn và bị bắt, chính thức là do vai trò của ông trong cuộc kháng chiến chống lại Việt Nam Dân Chủ Cộng Hòa trong giai đoạn từ những năm 1940 và

1950. Ông chết ở nhà tù Chí Hòa năm 1977, theo phần lớn các bản tường trình thì ông chết vì bị đánh đập và tra tấn.

Cuộc đời của Hoàng Quỳnh, mặc dù chắc chắn không phải là điển hình, thể hiện được ảnh hưởng mang tính chuyển hóa của quá trình phi thực dân hóa và chiến tranh lạnh đối với đời sống của các tín đồ Công giáo Việt Nam. Sự phát triển của Giáo hội địa phương, bằng nhiều cách, đã phản ánh những thay đổi về mặt chính trị của thời thực dân và ý nguyện muốn có sự độc lập về mặt tôn giáo của các tín đồ Công giáo Việt Nam và ước muốn vượt qua quá khứ khó khăn của cộng đồng đã làm cho họ trở thành những người ủng hộ nhiệt tình cho nền độc lập của Việt Nam vào năm 1945. Nhưng một phần là do những mối liên kết mang tính thiết chế và ý thức hệ mạnh mẽ giữa Giáo hội Công giáo vừa mới hình thành của Việt Nam và thế giới Công giáo toàn cầu, quan hệ của nhiều tín đồ Công giáo Việt Nam với chính phủ cách mạng và những nhóm kháng chiến đã căng thẳng ngay từ đầu. Do Chiến tranh Lạnh và cuộc đấu tranh của lực lượng quốc tế đã phân cực cuộc xung đột giữa Pháp và Việt Nam Dân Chủ Cộng Hòa và giữa các nhóm người Việt Nam khác nhau đang ganh đua nhằm định hình tương lai của dân tộc mình, cuộc đấu tranh chính trị và những biến động của chiến tranh đã chia rẽ và xô đẩy các cộng đồng Công giáo, để lại cho Giáo hội dân tộc vừa mới hình thành một tương lai không chắc chắn trong một đất nước bị chia rẽ khi chiến tranh kết thúc.

CHÍNH QUYỀN VICHY VÀ SỰ CHIẾM ĐÓNG CỦA NHẬT BẢN

Thế chiến II dẫn đến những thay đổi cực kỳ to lớn trong đế chế thuộc địa của Pháp. Như Eric Jennings đã chỉ ra, cuộc cách mạng Vichy đưa đến sự cáo chung của nền Đệ Tam Cộng Hòa cũng là "cái giãy cuối cùng của chế độ thực dân bản chất luận của Pháp – một hình thức thực dân gắn bó chặt chẽ với thuyết tất định tiến hóa kiểu Darwin về mặt xã hội và bén rễ vào sự hiểu biết nền tảng giản lược về các xã hội "sắc dân" và "sơ khai."[851] Quan điểm cách mạng của Vichy đối với đế chế Pháp đã dẫn tới chính sách dựa trên "phát minh và tạo ra một nền 'văn hóa dân gian đích thực', áp dụng những biện pháp cai trị thuộc địa cứng rắn và sử dụng lan tràn diễn ngôn về sự thống nhất của đế chế."[852] Và như vậy là, bằng cách giúp chắt lọc và truyền bá quan điểm văn hóa và lịch sử về tinh thần quốc gia và ngăn chặn những thành tố ôn hòa trong chính sách thuộc địa của Pháp đã giúp định hình các loại chủ nghĩa dân tộc tại các thuộc địa, chủ nghĩa dân tộc của Việt Nam và của những dân tộc khác. Đương nhiên là chế độ thuộc địa mới không chỉ là thay đổi trong thời chiến. Nhật Bản, trong khi tìm cách ngăn chặn những con đường tiếp tế cho Trung Quốc, trong khi tìm những nguồn lực mới cho những cố gắng chiến tranh của họ và đóng vai viên đá góc tường trong Khu Vực Hợp Tác Đại Đông Á, tháng 9 năm 1940 đã tiến vào miền

---

[851] Eric Jennings, *Vichy in the Tropics* (Stanford, CA: Stanford University Press, 2001), 1.
[852] Tác phẩm đã dẫn, 225-25.

Bắc Việt Nam và đến năm 1941 thì kiểm soát phần còn lại của đất nước và mãi đến tháng 8 năm 1945 mới ra đi. Việc chiếm đóng này cùng với nạn thiếu hụt trong thời chiến, giá gạo tăng cao và mất mùa đã tàn phá Việt Nam, đặc biệt là ở Bắc Kỳ, vùng trung tâm Giáo hội ở Việt Nam, làm cho từ một đến hai triệu người chết trong nạn đói năm 1944 – 1945.

Ở Pháp, quay lại với những giá trị Công giáo "truyền thống" lý tưởng là trọng tâm trong cái nhìn của Vichy về đất nước Pháp. Trong khi, trong chính sách thuộc địa của Vichy, Công giáo rất ít được nhắc đến, thì một số tín đồ Công giáo Việt Nam vẫn nhìn thấy sự giải thoát trong chế độ mới. Điều này đặc biệt đúng khi nói về các nhà truyền giáo Pháp, tương tự như các tín đồ Công giáo người Pháp, họ tỏ ra vui mừng trước những điều mà dường như Vichy có thể đem tới. Fernand Parrel nhớ lại rằng phần lớn đồng bào của ông ủng hộ chính quyền Vichy và ít có cảm tình với Charles de Gaulle.[853] Các nhà truyền giáo đóng góp cho các cơ quan tuyên truyền của Vichy, tương tự như tờ bán nguyệt san *Indochine* và in lại những bài báo của những tờ báo Công giáo Pháp ủng hộ Vichy như tờ *La Croix* và *L'Avenir du Tonkin* và những bản tin của các giáo xứ. Một số tín đồ Công giáo Việt Nam, ít nhất là trong giai đoạn đầu, đã bị mê hoặc bởi tệ sùng bái thống chế Philippe Pétain, viên tướng được yêu mến từ thời Thế chiến I đứng đầu chính phủ Vichy, những câu cách ngôn của ông này

---

[853] Tác phẩm đã dẫn, 157.

thỉnh thoảng lại xuất hiện trên báo chí Công giáo Việt Nam, còn ảnh của ông ta thì được treo trước mặt tiền Nhà thờ lớn ở Sài Gòn.

Sự ủng hộ của nhà truyền giáo đối với chính quyền Vichy phản ánh cuộc chiến tranh trong lĩnh vực chính trị và văn hóa của Pháp – lôi kéo được cả một số tín đồ Công giáo Việt Nam – đã diễn ra trong một thời gian dài. Nguyễn Hữu Mỹ, tổng biên tập tờ *La Croix d'Indochine* (trong thời chính phủ Vichy đổi tên thành *L'Aube Nouvelle*), đổ cho "hội tam điểm và dân Do Thái" là những kẻ đã gây ra những khó khăn mới đây ở Việt Nam.[854] Thời kỳ đầu nhiều tín đồ Công giáo Việt Nam tỏ ra hân hoan trước chính quyền Vichy vì những chính sách về lập hội và giáo dục thể chất cho thanh niên của chế độ mới, là những chính sách quan trọng trong tầm nhìn của Vichy về một xã hội mạnh mẽ, phục hưng về mặt đạo đức và là thành phần quan trọng của đời sống Công giáo Việt Nam từ đầu những năm 1930. Tệ sùng bái Pétain thể hiện rõ ràng trong các nhóm như Hướng Đạo Công Giáo, nhóm này có những mối liên hệ mật thiết với mạng lưới thanh niên không theo Công giáo và cương lĩnh của họ, khác với cương lĩnh của những hiệp hội thanh niên và hiệp hội lao động khác, không có mùi của cánh tả. Một số chương trình dành cho thanh niên của chính Vichy có các khía cạnh Công giáo, ví dụ chương trình Notre – Dame de Ba Vì, một trại hè cho thanh niên ở

---

[854] Nguyễn Hữu Mỹ, "Contre la 5ème colonne," những bài báo trên tờ *La Croix d'Indochine*, trong suốt tháng 6 năm 1940.

phía bắc Hà Nội đã "đan xen tệ sùng bái cá nhân Pétain với sùng bái tuổi trẻ, sinh lực và Công giáo" trong "một hỗn hợp lạ lùng giữa những trạm trên đồi núi thuộc địa và nhà tu thời trung cổ."[855] Các quan chức chính quyền Vichy còn sử dụng các dự án Công giáo nhằm khẳng định quan điểm về nữ tính "truyền thống" của Việt Nam: ở Đà Lạt, xơ Durand của dòng Nữ Tu Thánh Phaolô quản lý một vài cơ sở dành cho các cô gái Việt Nam và Á – Âu, được nhà nước giúp đỡ, trong đó có trại nuôi trẻ mồ côi, trường học, nơi cắm trại và trung tâm huấn luyện.[856]

Nhưng khá giống với những việc diễn ra ở Pháp, sự ủng hộ của các tín đồ Công giáo Việt Nam đối với chính quyền Vichy, lúc đầu nhiệt tình, nhưng đã nhanh chóng phai tàn. Nỗi ám ảnh của chế độ Vichy về một nền văn hóa "đích thực", thường được chuyển thành sự ủng hộ mạnh mẽ của các nhà trí thức và các hiệp hội Khổng giáo và Phật giáo, lại là một vấn đề đặc biệt. Thực vậy, giai đoạn của chính quyền Vichy đã chứng kiến sự hồi sinh của sự ủng hộ của chính quyền thuộc địa đối với những nhà tư tưởng tân – truyền thống sau thời gian tạm lắng trong thời Mặt Trận Bình Dân. Những người Việt Nam nghĩ về nền văn hóa dân tộc theo những thuật ngữ của bản chất luận thấy thái độ hoài cổ của học thuyết Pétain là rất hấp dẫn, mà các quan chức của Vichy đã không quên nuôi dưỡng ngay cả khi họ nhận thức được tiềm năng nguy hiểm của thậm chí là chủ

---

[855] Jennings, *Vichy in the Tropics,* 195.

[856] Anne Raffin, *Youth Mobilization in Vichy Indochina and Its Legacies, 1940-1970* (Lanham, MD: Lexington Books, 2005), 159-60.

nghĩa dân tộc phản động nữa.[857] Kết quả là, ngay cả nếu nhiều nhà truyền giáo và các tín đồ Công giáo bảo thủ của Việt Nam có thực sự thích học thuyết Pétain hơn là chế độ cộng hòa thì họ vẫn cảm thấy bất an về những tư tưởng mang tính toàn diện. Đến năm 1943, ngay cả tờ *Vì Chúa*, một tờ báo Công giáo nhạy cảm nhất với những quan điểm bảo thủ của "truyền thống" Việt Nam lại tiếp tục đăng những bài phê phán Khổng giáo và đạo Phật.[858] Và các nhà truyền giáo, trong thời chính phủ Vichy, tiếp tục phản đối sự ủng hộ của nhà nước đối với hoạt động mà họ coi là thờ cúng ngẫu tượng, ví dụ, năm 1941 cha Massard từ chối tham gia buổi lễ vinh danh vua Gia Long tại một ngôi chùa ở Yên Bái.

Mặc dù nhiều tín đồ Công giáo tỏ ra phấn khởi trước những sáng kiến dành cho thanh niên của chính quyền Vichy, nhưng thậm chí ngay trong lĩnh vực này căng thẳng cũng đã gia tăng. Anne Raffin ghi nhận rằng các nhà chức trách Công giáo "sợ sự hình thành một dự án thanh niên bao trùm duy nhất của nhà nước, có thể quyết định các thủ tục và mục đích và lôi kéo các thành viên khỏi họ."[859] Một số nhà truyền giáo còn phê phán "đời sống cá nhân nhiều tai tiếng" của người đứng đầu công tác thể thao và thanh

---

[857] Jennings, *Vichy in the Tropics,* 151-61.
[858] Hương Trai, "Đạo khổng và đạo phật (ý kiến của một nhà nho học)," *Vì Chúa,* January-February 1943.
[859] Anne Raffin, *Youth Mobilization in Vichy Indochina and Its Legacies,* 96.

556

niên của chính quyền Vichy.[860] Những nguyên tắc và ưu tiên đối chọi nhau của các phong trào thanh niên của Giáo hội và của nhà nước thể hiện rõ trong một loạt cuộc xung đột giữa nhà chức trách Vichy và các nhà truyền giáo ở Hải Phòng năm 1942. Một nhà truyền giáo của MEP phàn nàn rằng những thanh niên Công giáo tham gia vào các nhóm và cắm trại do nhà nước quản lý phải dành hết thì giờ cho các hoạt động bắt buộc đến nỗi không còn thời gian học tập. Tệ hơn nữa, họ bỏ cả đi lễ. Còn vị giám mục người Tây Ban Nha thì phàn nàn rằng y phục mà các thiếu nữ Công giáo phải mặc khi tham gia các lớp thể dục trong các nhóm do nhà nước tổ chức thì khiếm nhã đến mức phá hỏng cả chính cái đạo đức mà những nhóm này muốn truyền bá.[861]

Tuy nhiên, có một điều quan trọng hơn các việc tranh cãi như thế, là hoạt động của giới trẻ Công giáo bùng phát dưới thời Vichy thực ra ít liên quan đến các sáng kiến hay ý thức hệ của chế độ mới này. Mạng lưới của phong trào Công Giáo Tiến Hành đã xuất hiện và phát triển trong nhiều năm trước khi cuộc Cách mạng Dân tộc của Vichy tới Việt Nam và sự hấp dẫn của nó thường khác – nếu không nói là đối lập – với hình ảnh của Vichy về quan hệ với thuộc địa. Các hiệp hội Công Giáo Tiến Hành lan rộng trong thời Thế chiến II không phải là do sự ủng hộ của Vichy, mà vì chúng có vai trò cực kỳ quan trọng đối với đời sống cộng đồng Công giáo bùng trong giai đoạn bần

---

[860] Tác phẩm đã dẫn, 178 n. 13.
[861] RST NF 6128, ANOM.

cùng và bất ổn khủng khiếp này. Giúp đỡ người nghèo và người tị nạn là mối lo lớn trong đời sống Công giáo ngay từ những giai đoạn chiếm đóng đầu tiên; giám mục Hà Nội đã thành lập một hiệp hội để bảo đảm sự an toàn cho những tín đồ Công giáo ra đi trong trường hợp thành phố phải sơ tán khi quân Nhật tới.[862] Chi hội đầu tiên của Hùng Tâm Dũng Chí ở Việt Nam được thành lập ở Sài Gòn bị Nhật chiếm đóng nhằm giúp những học sinh bị gián đoạn chuyện học hành vì trường học bị phá hay bị tịch thu, không có thầy giáo hay đường không đi được; nhóm này nhanh chóng lan ra các khu vực thuộc đồng bằng sông Mê Công.[863] Nhưng trung tâm hoạt động của Thanh Niên Công giáo trong thời Vichy là Phát Diệm và Bùi Chu, cả hai khu vực này đều nằm dưới quyền cai quản của các giám mục người Việt Nam. Cả Nguyễn Bá Tòng lẫn Hồ Ngọc Cẩn đều là những người ủng hộ nhiệt tình Công Giáo Tiến Hành, họ coi đây là những biện pháp tổ chức và động viên cộng đồng, trong giai đoạn từ năm 1941 đến 1945 các tăng hội của những hiệp hội như Thanh Niên Lao Động Công Giáo và Thanh Niên Nông Nghiệp Công Giáo lan truyền rất nhanh với sự trợ giúp rất ít từ chính quyền Vichy.[864]

Mặc dù các hiệp hội thanh niên Công giáo mới ít bị chính quyền Vichy kiểm soát vì họ có những mối quan tâm

---

[862] RST NF 3953, ANOM.
[863] "Un petit historique du movement C. V. & A. V. Jeanne D'Arc à Cholon," HCF 166/504, ANOM.
[864] Điều này đặc biệt đúng đối với Bùi Chu. Xem Phan Phát Huồn, *Việt Nam giáo sử* (Saigon: Cứu Thế Tùng Thư, 1962), tập 2: 264-78.

cấp bách hơn, nhiều hiệp hội tiếp tục nhận được giúp đỡ từ Công Giáo Xã Hội toàn cầu dưới thời suy thoái nhiều hơn là từ nhãn hiệu văn hóa dân gian của chính quyền Vichy. Nhiều nhân vật trong giới Công Giáo Tiến Hành có gốc gác từ phe tả khuynh và nghi ngờ, nếu không nói là thù địch, với chính quyền Vichy. Ví dụ, tháng 3 năm 1942 hàng trăm thành viên của các hiệp hội Công Giáo Tiến Hành ở Bắc Kỳ đã tập trung ở Hải Phòng nhằm tìm giải pháp cho những điều kiện ngày càng tuyệt vọng hơn trong các thành phố của họ. Một trong những diễn giả là ông Nguyễn Mạnh Hà, con rể của Georges Marrane, đảng viên cộng sản Pháp. Trong bài diễn văn, Nguyễn Mạnh Hà mô tả thanh niên theo phái Cộng hòa ở Tây Ban Nha trong cuộc chiến tranh chống lại Franco như những người anh hùng, những người "đã vui lòng hy sinh tính mạng vì lý tưởng tối cao", đã gây ấn tượng mạnh đối với người nghe vì những gắn bó giữa chế độ Franco với Vichy.[865] Mạng lưới của Công Giáo Tiến Hành của Nguyễn Mạnh Hà là lý do quan trọng dẫn đến việc năm 1943 ông được chỉ định làm người đứng đầu các dịch vụ kinh tế của thành phố này. Năm 1944 ông này đã giúp cải thiện tình hình thiếu thốn lương thực nghiêm trọng bằng cách thành lập các nhà ăn nhân dân chuyên bán cơm nhằm đối phó với nạn đầu cơ tích trữ, điều đó đã làm cho ông trở thành nhân vật nổi tiếng và được lòng dân trong thành phố trước ngày độc lập.[866] Đây dường như cũng là lý

---

[865] "Tin tôn giáo," *Hy Vọng*, tháng 4 năm 1942.
[866] Trần Thị Liên, "Le catholiques et la République democratique du Việt Nam: une approche biographique," trong *Naissance d'un état-*

do làm cho Nguyễn Mạnh Hà được bổ nhiệm làm Bộ trưởng kinh tế trong chính phủ đầu tiên của Hồ Chí Minh.

Trong khi sau năm 1945 các hiệp hội thanh niên Công giáo trở thành các tổ chức chính trị quan trọng thì trong thời Vichy rất ít tín đồ Công giáo hoạt động chính trị một cách có tổ chức. Một ngoại lệ nổi bật là gia đình họ Ngô. Trước năm 1943, Ngô Đình Diệm đã liên lạc với Cường Để, một người muốn lên ngai vàng đang phải lưu vong tại Nhật Bản, và ông thành lập Đại Việt Phục Hưng Hội, do các đồng minh Công giáo của ông ở xung quanh thành phố Huế chi phối. Pháp bắt nhiều thành viên của Hội này, Ngô Đình Diệm thoát được nhờ sự can thiệp của Nhật.[867] Ngô Đình Nhu, ở nhà từ ngày tốt nghiệp khoa lưu trữ tại Pháp, cũng đi cùng với người anh cả là Ngô Đình Thục, giám mục mới của địa phận Vĩnh Long, trong chuyến kinh lý của ông này ở Bắc Kỳ, gợi ý cho người ta những hoạt động sau này của Ngô Đình Nhu trong khu vực dưới khẩu hiệu của phong trào công đoàn Công giáo.[868] Đáng chú ý là ngay cả những tín đồ Công giáo có ảnh hưởng nhất như Nguyễn Đệ, một quan chức của Ngân hàng Đông Dương, hay luật sư Nguyễn Huy Lai, sự ủng hộ Bảo Đại của ông này sẽ đưa cả hai người vào cái mà nhà vua gọi một cách cay đắng là

---

parti: le Việt Nam depuis 1945, Christopher E. Goscha và Benoit de Tréglodé chủ biên (Paris: Les Indes Savantes, 2004), 261 n. 21.

[867] Edward Miller, "Vision, Power and Agency: The Ascent of Ngô Đình Diệm," *Journal of Southeast Asian Studies* 35, no. 3 (October 2004); 436.

[868] "Bùi Chu tiếp rước Đức cha Lemasle và Ngô Đình Thục," *ĐMBN*, ngày 1/1/1941.

"giải pháp của Pháp", cũng không phải là những người gần gũi với các quan chức của Vichy.

Thực ra, dù đường lối chính trị có như thế nào đi nữa thì nhiều tín đồ Công giáo cũng có quan hệ căng thẳng với quân đội chiếm đóng. Một vấn đề là trong khi Nhật tìm đồng minh người Việt Nam, họ thường ủng hộ các phong trào tôn giáo, nhất là đạo Cao Đài, mà nhiều tín đồ Công giáo coi là mối đe dọa.[869] Như David Marr nhận xét, "nói chung, người Nhật tìm được nhiều bạn bè Việt Nam trong các tổ chức tôn giáo (trừ Công giáo) hơn là trong các đảng phái chính trị phi tôn giáo hay trong các nhóm xuất bản."[870] Mặc dù cả Cao Đài lẫn các nhà dân tộc chủ nghĩa theo Công giáo như gia đình họ Ngô cùng ủng hộ Cường Để, một số tín đồ Công giáo lên tiếng trách cứ việc Nhật giúp các nhóm tôn giáo khác. Một người phê phán to mồm là Nguyễn Hữu Mỹ, mặc dù thán phục cuộc Cách mạng Dân tộc của Vichy, ông này vẫn không ngừng công kích Cao Đài trong một loạt bài báo nhan đề "Chống lại đội quân thứ năm." Trong những bài báo này, ông ta đi xa đến nỗi phê phán Cao Đài vì không bỏ chữ vạn, "biểu tượng của kẻ thù của chúng ta", ra khỏi những hình ảnh tượng trưng cho đạo của họ, mặc dù hình này có lịch sử lâu đời hơn nhiều, nó

---

[869] Trần Mỹ-Vân, "Japan and Vietnam's Caodaists: A Wartime Relationship (1939-45)," *Journal of Southeast Asian Studies* 27, no. 1 (1996); 179-93.
[870] David Marr, *Vietnam 1945: The Quest for Power* (Berkeley: University of California Press, 1995), 83.

chính là biểu tượng của Phật.[871] Chiến dịch của Nguyễn Hữu Mỹ, chỉ chấm dứt khi các quan chức của Vichy kiểm duyệt các bài báo của ông ta, cho thấy ngay cả các tín đồ Công giáo rất ủng hộ Vichy cũng có thể có thái độ nước đôi đối với các đồng minh của chế độ. Một ví dụ khác, nhà cầm quyền Vichy kiểm duyệt một bài báo nhan đề "Các tín đồ Công giáo Đức trong Đế chế thứ ba" phê phán các chính sách của Đức quốc xã đối với Công giáo trên tờ *Sacerdos Indosinensis*.[872]

Việc chiếm đóng của Nhật còn gây ra những khó khăn nghiêm trọng về vật chất cho các cộng đồng Công giáo. Nhờ được châu Âu giúp đỡ trong hàng chục năm về mặt tài chính mà các chủng viện, các nhà xứ và các cơ sở Công giáo khác thường được xây bằng đá vững chắc: sau năm 1940, nhà cầm quyền quân sự Nhật Bản thường trưng dụng cho mục đích quân sự. Chủng viện ở Lạng Sơn, trưng dụng năm 1943, bị máy bay Mỹ từ miền nam Trung Quốc tấn công gây ra những thiệt hại nặng nề.[873] Năm 1940, ở Thanh Hóa, tình hình quân sự cấp bách làm cho các quan chức Pháp không tiếp tục thuê khu đất đã ban cho giáo phận cách đó 40 năm, kết quả là 500 tín đồ Công giáo phải di

---

[871] Nguyễn Hữu Mỹ, "Pourquoi tolère-t-on que la Croix gammée, emblème de nos ennemis, s'étale encore sur l'Indochine possession française," *L'Aube Nouvelle*, ngày 5/5/1940

[872] "Revue de la presse Annamite, 5-15 novembre," GGI 65415, ANOM.

[873] Luc Garcia, *Quand les missionnaires rencontraient les Vietnamiens (1920-1960)* (Paris: Karthala, 2008), 137.

chuyển.[874] Các cơ sở Công giáo ở các thành phố, nhất là ở Hà Nội, phải sơ tán hoặc đóng cửa trong một thời gian dài. Những cuộc tĩnh tâm của các nhà truyền giáo và các linh mục địa phương thường bị hủy bỏ, từ năm 1938 đến năm 1955 Đại hội ở La Vang cũng chỉ được tổ chức có một lần. Và đương nhiên là các tín đồ Công giáo, chí ít là một nửa số người sống ở đồng bằng sông Hồng, đã bị nạn đói trong những năm 1944 – 1945 làm cho lụn bại. "Khắp nơi," giám mục Hà Nội viết vào tháng 2 năm 1945, "chúng tôi cũng thấy người dân mặc những mớ quần áo rách rưới bẩn thỉu, cởi trần, trong giá rét căm căm… Mỗi ngày có hàng trăm người chết vì đói và lạnh. Mà đây mới chỉ là bắt đầu."[875]

CÁC TÍN ĐỒ CÔNG GIÁO VÀ SỰ CÁO CHUNG CỦA XỨ ĐÔNG DƯƠNG THUỘC PHÁP

Ngày 9 tháng 3 năm 1945 cuộc đảo chính của Nhật đã hất cẳng chính quyền Vichy, chấm dứt gần 80 năm cai trị của Pháp ở Đông Dương. Trung và Bắc Kỳ giành được độc lập vào tháng 4 năm 1945; hoàng đế Bảo Đại và nội các do Trần Trọng Kim đứng đầu được thành lập một cách vội vã – sau khi Ngô Đình Diệm từ chối đề nghị của Bảo Đại đứng ta thành lập chính phủ – tiếp quản chính quyền trên quốc gia mới được thành lập, lấy tên là Đế Quốc Việt Nam, mặc dù quân đội Nhật vẫn còn đóng trong nước. Nam Kỳ và một số thành phố lớn, ban đầu ở trong tình trạng lấp

---

[874] CM 476, ANOM.

[875] François Chaize to "Bien cher père Procureur," ngày 11/2/1945, Correspondance Chaize, MEP.

lửng, được sáp nhập vào mùa hè năm đó. Quốc gia mới hầu như bất lực trước thực trạng thiếu vắng gần như hoàntoàn chính quyền sau vụ đảo chính, và những lực lượng khác được huy động nhằm lấp vào chỗ trống đó. Cộng sản Việt Nam, trong thời gian chiến tranh đã đưa ra quyết định trước làm cách mạng dân tộc, sau làm cách mạng xã hội, bắt đầu tập hợp liên minh rộng rãi các lực lượng chính trị trong tổ chức gọi là Việt Nam Độc Lập Đồng Minh Hội hay là Việt Minh. Đến năm 1945, Việt Minh là tổ chức kháng chiến được tổ chức tốt nhất và được cung cấp tốt nhất, một phần là nhờ những nhà tài trợ người Mỹ và tổ chức này được nhiều người ưa thích hơn cả. Sau khi Nhật đầu hàng vào giữa tháng 8, các quan chức của Đế Quốc Việt Nam ở cả ba miền của Việt Nam đều giao lại quyền hành cho Việt Minh, có người tự nguyện, có người thì bị bắt buộc. Bảo Đại thoái vị ngày 25 tháng 8. Ngày 2 tháng 9, ngày quốc tang cho các thánh tử đạo Công giáo Việt Nam, Hồ Chí Minh tuyên bố thành lập nước Việt Nam Dân Chủ Cộng Hòa ở Hà Nội. Mặc dù mây đen nhanh chóng bao phủ tâm trạng phấn khích trước nền độc lập của dân tộc, đấy vẫn là thời khắc siêu việt đối với các tín đồ Công giáo Việt Nam. Trong công trình nghiên cứu rất đáng chú ý về người Công giáo trong cuộc Chiến tranh Đông Dương lần thứ nhất, Trần Thị Liên đã chỉ ra làm sao mà "sự bùng nổ của tình cảm dân tộc, cái ước muốn gần như mang tính bản năng của các tín đồ Công giáo trong việc tham gia vào phong trào độc lập dân tộc có thể được giải thích như là ước muốn chấm dứt những lời kết tội là 'những kẻ phản bội dân tộc.' Bị kết án là gắn bó với một tôn giáo ngoại lai mà nhà nước Khổng giáo coi là nguy hiểm và bị chê trách là đánh mất tinh thần độc lập dân tộc, nhiều tín đồ Công giáo đã lao vào phong trào, nhằm tìm cách chấm dứt tai tiếng vẫn treo trên đầu họ."[876]

Nhật đảo chính Pháp vào tháng 3 đã tháo cũi sổ lồng tình cảm bài Pháp trong các cộng đồng Công giáo Việt Nam, sau ngày 2 tháng 9 tình cảm này chỉ càng tăng thêm mà thôi. Các nhà truyền giáo trở thành tâm điểm của sự tức giận của các tín đồ Công giáo, điều đó phản ánh bản chất của những mối quan hệ chủng tộc trong đời sống Công giáo và sự ủng hộ rộng rãi Giáo hội địa phương độc lập của người Việt Nam. "Từ những sự kiện trong ngày 9 tháng 3," giám mục Hà Nội viết vào tháng 9, "càng ngày chúng tôi càng trở thành những kẻ đáng ngờ trong mắt của những người được gọi là yêu nước... Annam thuộc về người Annam và Giáo hội Đông Dương thuộc về giới giáo sĩ Đông Dương, đấy là khẩu hiệu của ngày hôm nay."[877] Điều này làm cho nhiều nhà truyền giáo bất ngờ, và nhiều người trong số họ cho rằng đấy khủng hoảng chính trị và sự ngây thơ của các tín đồ Công giáo Việt Nam chứ không phải là sự chuyển hóa và những căng thẳng sâu sắc hơn trong đời sống Công giáo Việt Nam. Như giám mục Hà Nội viết vào tháng 10: "Làn sóng bài ngoại do chiến dịch dân tộc cực

---

[876] Trần Thị Liên, "Le catholiques et la République democratique du Việt Nam", 256.

[877] François Chaize cho P. Gross, ngày 12/5/1945, Correspondance Chaize, MEP.

đoan phát động sau khi Pháp đầu hàng vào tháng 3 năm
1945 đã phủ bóng đen nghi ngờ lên các tông đồ của Tin
mừng. Bị nghi ngờ là phục vụ cho sự nghiệp của chủ nghĩa
đế quốc và gây ra những trở ngại đối với những khát vọng
của dân tộc, các nhà truyền giáo trở thành những người
không được ưa chuộng và những kẻ phá rối, nếu không nói
là kẻ thù của dân tộc... Chứng kiến việc quá nhiều các tín
đồ Công giáo trẻ tuổi và thậm chí là các linh mục và chủng
sinh từ bỏ những người cha tinh thần của họ là thử thách
tàn nhẫn nhất."[878] Nhưng những lời phê phán đã có từ lâu
trước sự hiện diện của truyền giáo là hiện tượng dễ hiểu
hơn đối với các quan chức Pháp. "Khát vọng về sự độc lập
về mặt tôn giáo, mệnh lệnh của ngày hôm nay, là khát vọng
xưa cũ rồi," vị chỉ huy của Lực lượng Tự Do Pháp ở Trung
Quốc viết vào tháng 11 năm 1945. "Tình cảm đó được các
thanh niên Công giáo và giáo sĩ bản xứ thể hiện trong
những thời khắc khác nhau và trong ánh sáng của những sự
kiện gần đây, sức quyến rũ của nó thậm chí còn mạnh
hơn."[879]

Trong cả ba miền, khát vọng độc lập tôn giáo trong
những năm 1945 và 1946, có thể được thể hiện rõ nhất
trong các hiệp hội thanh niên và công nhân Công giáo, tâm
điểm của những tư tưởng tả khuynh trong giai đoạn cuối

---

[878] François Chaize "Suite à mon rapport de juillet 1945,"
ngày1/10/1945, Correspondance Chaize, MEP.
[879] Tư lệnh quân đội Pháp tự do ở Trung Quốc, "Incidence du
movement nationaliste sur la communauté catholique en Indochine,"
ngày 7/11/1945, Correspondance Chaize, MEP.

thời thuộc địa. Ở Nam Định, đến tháng 4, quan hệ giữa Phạm Đình Khiêm, người lãnh đạo phong trào Thanh Niên Công giáo và sau này là cây viết Công giáo nổi tiếng ở Việt Nam Cộng Hòa và André Vacquier, nhà truyền giáo đứng đầu nhiều hiệp hội Công Giáo Tiến Hành, đã suýt tan vỡ. Theo Vacquier, Phạm Đình Khiêm buộc ông ta phải chuyển giao quyền kiểm soát tạp chí *Thanh Niên*, mà lúc đó Phạm Đình Khiêm đang sử dụng nhằm phê phán các nhà truyền giáo và thúc giục các tín đồ Công giáo tham gia chính trị. Đến tháng 5, Vacquier báo rằng trong giới Thanh Niên Công Giáo, ở đâu hầu như cũng có thái độ thù nghịch đối với các nhà truyền giáo.[880] Cũng trong tháng 5, Lưu Ngọc Văn, lãnh tụ của phong trào Thanh Niên Nông Nghiệp Công Giáo, đòi giám mục Hà Nội chuyển tất cả các hiệp hội thanh niên cho phía Việt Nam lãnh đạo.[881] Sau vụ đảo chính, các vị giám mục và các nhà truyền giáo tìm cách cấm hoặc giải tán nhiều hiệp hội Công Giáo Tiến Hành, nhưng vô hiệu. Sau đảo chính, ở những khu vực thuộc Bắc Kỳ, các hiệp hội thanh niên và công nhân thành lập lực lượng tự vệ. Ở Phát Diệm, Hoàng Quỳnh lãnh đạo đơn vị du kích, một đội vũ trang tự vệ đánh cắp hoặc mua vũ khí, tấn công các đơn vị lính Pháp và lính Nhật và viết cũng như phân phát những bài tiểu luận về chính trị.[882] Những người

---

[880] Thư từ của Vacquier gửi ban lãnh đạo MEP sau khi Nhật đảo chính, xin đọc Correspondance Vacquier, MEP.

[881] Lưu Ngọc Văn cho François Chaize, ngày 6/5/1945, Correspondance Chaize, MEP.

[882] Trần Thị Liên, "Les catholiques vietnamiens pendant la guerre d'indépendance (1945-1954): entre la reconquête colonial et la

lãnh đạo thanh niên Công giáo ở Hà Nội giúp Việt Minh cướp chính quyền ở Hà Nội vào tháng 8, họ tổ chức những cuộc mít tinh lớn và làm việc trong các văn phòng thông tin.[883] Ngày 2 tháng 9, khi giám mục Hà Nội hạ lệnh cho các thành viên Thanh Niên Lao Động Công Giáo tháo khẩu hiệu "Annam thuộc về người Annam, Giáo hội Annam thuộc về giới tu sĩ Annam" treo trước cửa Nhà thờ lớn thì được một người trả lời: "Bây giờ không phải là lúc vâng lời mà là lúc bảo vệ quốc gia. Nếu giám mục muốn hạ, ông ta có thể tự làm lấy."[884]

Các chủng viện là một tâm điểm nữa của những tình cảm dân tộc và chống các nhà truyền giáo trong những ngày nóng bỏng của năm 1945. Tháng 8, ở Nghệ An, một phái đoàn của thanh niên Công giáo từ chủng viện Xã Đoài đã yêu cầu bề trên người Pháp chuyển giao tài sản của hội truyền giáo và đưa tất cả các nhà truyền giáo ở khu vực về Vinh.[885] Ngày 2 tháng 9, hầu như tất cả các chủng sinh của đại chủng viện Hà Nội đều tham gia lễ hội trên đường phố, không nghe lệnh của bề trên. Cảm nhận được tâm trạng, người đứng đầu chủng viện thay biểu tượng viết bằng tiếng

résistance communiste," Luận án tiến sĩ, Institut d'Etudes Politiques de Paris, 1996, 53.
[883] Marr, *Vietnam 1945*, 459, 485.
[884] François Chaize, "Attitude du Groupe de Jeunesse Professionnelle Catholique de la paroisse de la cathédrale de Hanoi depuis les évènements du 9 mars 1945," tài liệu không có ngày, Correspondance Chaize, MEP.
[885] Luc Garcia, *Quand les missionnaires rencontraient les Vietnamiens*, 153-57.

Pháp bằng biểu tượng viết bằng tiếng Latin.[886] Trong tháng 9, các chủng sinh ở Thanh Hóa còn tổ chức biểu tình, một số thày giảng thành lập lực lượng dân quân tự vệ.[887] Ở Hoàng Nguyên, các nhà truyền giáo báo cáo rằng mấy tháng sau ngày độc lập, các chủng sinh phớt lờ chỉ thị của các nhà truyền giáo bề trên và đa số suốt ngày đọc báo, tranh luận chính trị, sáng tác những bài ca yêu nước, và làm các lá cờ, các khẩu hiệu và biểu tượng của Việt Nam Dân Chủ Cộng Hòa. "Ở phòng ăn," giám mục Hà Nội viết, "những câu chuyện đều tập trung vào sự dã man của người Pháp, của các nhà truyền giáo... Có những suy nghĩ như thế này: 'Tất cả các nhà truyền giáo đều phải ra đi, nhưng nếu Khâm sứ Tòa thánh là người Pháp thì có lẽ họ sẽ không đi; nếu ngài Aiuti là Khâm sứ thì tất cả bọn họ sẽ ra đi.'"[888] Một nhà truyền giáo mô tả các chủng viện ở Bắc Kỳ thời gian này chẳng khác gì "những cái hộp đầy thù hận."[889]

Các linh mục Việt Nam, vốn từ lâu đã bực bội với các nhà truyền giáo bề trên, cũng có thái độ cuồng nhiệt tương tự về nền độc lập dân tộc và độc lập tôn giáo. "Từ tháng 7," Trần Thị Liên viết, "giáo sĩ Việt Nam đã thể hiện rõ xu

---

[886] Léon Paliard, "Séminaire Saint-Sulpice de Hanoi," (hồi ký chưa xuất bản), ngày 12/5/1956, 2-3, SULP.

[887] Trần Thị Liên, "Les catholiques vietnamiens pendant la guerre d'indépendance", 76.

[888] François Chaize, "Attitude d'une partie du clergé annamite depuis les évènements du 9 mars 1945," Correspondance François Chaize, MEP.

[889] Trần Thị Liên, "Les catholiques vietnamiens pendant la guerre d'indépendance", 53.

hướng tách khỏi hàng giáo phẩm châu Âu."[890] Ở Bắc Kỳ, nơi mà quan hệ giữa các linh mục và các nhà truyền giáo vốn đã cực kỳ tồi tệ, giới tu sĩ địa phương tỏ ra hung hăng và bạo lực nhất. Các nhà truyền giáo người Pháp thường bị ngăn chặn, không được vào nhà thờ hay dâng lễ, có một số trường hợp họ còn bị đuổi khỏi các giáo phận trước khi nhà chức trách Việt Nam Dân Chủ Cộng Hòa hay Nhật Bản kịp bắt họ ra đi.[891] Không phải chỗ nào cũng thế: ở một số khu vực, nhất là vùng xung quanh Huế và một số vùng thuộc Nam Kỳ, lòng nhiệt tình đối với Giáo hội độc lập không đi kèm với tình cảm bài các nhà truyền giáo, ngay cả khi mọi mối liên kết có thể nhận thấy được với người châu Âu đều có thể tạo ra nguy hiểm thật sự. Nhưng theo lời Trần Thị Liên, thì: "Về vấn đề tự chủ của Giáo hội Việt Nam, giáo sĩ Việt Nam đều thống nhất và tự họ biết rằng sẽ được giáo sĩ ngoại quốc (không phải Pháp) ủng hộ."[892]

Ngày 23 tháng 9, các vị giám mục Việt Nam, bây giờ là bốn người, viết thư ngỏ gửi Giáo hoàng Pius XII.[893] Ngày 4 tháng11, họ ký một bức thư khác, gửi tới "các tín đồ Công giáo thế giới và nhân dân Mỹ và nhân dân Anh." Những bức thư này khẳng định sự ủng hộ của các giám mục đối với nền độc lập dân tộc và kêu gọi nhân dân thế giới tôn trọng ý chí của nhân dân Việt Nam. Những bức thư này –

---

[890] Tác phẩm đã dẫn, 49.
[891] Tác phẩm đã dẫn, 125.
[892] Tác phẩm đã dẫn, 101.
[893] Một trong bốn người, ông Lê Hữu Từ, ngày 23 tháng 9 chưa phải là giám mục, nhưng đã được chính thức bổ nhiệm làm người kế tục Nguyễn Bá Tòng ở Phát Diệm.

được truyền trên sóng phát thanh của Việt Nam Dân Chủ Cộng Hòa và được phổ biến dưới dạng truyền đơn trên toàn cõi Việt Nam và Pháp – ít nhất cũng được những người chấp bút coi là cử chỉ ngoại giao gửi tới các quan chức của chính phủ mới, một số quan chức này chắc chắn là lo lắng về các chức sắc của Giáo hội. Nhưng những bức thư này là biểu hiện chân thành và tự nguyện của sự ủng hộ đối với nền độc lập dân tộc và độc lập tôn giáo, mặc dù bốn vị giám mục của Giáo hội mới hình thành ở Việt Nam nghĩ về độc lập một cách khác nhau. Nguyễn Bá Tòng và Hồ Ngọc Cẩn, hai người già nhất (cả hai sẽ chết trong vòng 4 năm sau) cũng ít chính trị nhất và sự ủng hộ của họ đối với nền độc lập dân tộc là do sự ủng hộ của họ đối với Giáo hội địa phương, mà Nguyễn Bá Tòng là tiêu biểu hơn bất kỳ người nào khác. Ngô Đình Thục – chủ nghĩa dân tộc được thể hiện rõ ràng của ông này làm cho nhà chức trách Pháp nghĩ rằng ông là người ủng hộ tích cực của Việt Minh – đã cảnh giác ngay từ đầu về ảnh hưởng của cộng sản trong nội bộ Việt Nam Dân Chủ Cộng Hòa và phong trào kháng chiến ở Nam Kỳ, phần lớn là vì vụ Việt Minh giết hại người anh cả của ông là Ngô Đình Khôi, tổng đốc Quảng Nam, vào tháng 9 năm 1945.

Lê Hữu Từ, vị giám mục thứ tư, chứng minh các sự kiện năm 1945 ảnh hưởng như thế nào đối với giới tu sĩ chưa từng tham gia chính trị và làm thế nào mà những sự kiện này lại làm cho giới tu sĩ ủng hộ chính quyền cách mạng. Lê Hữu Từ sinh năm 1896 ở Quảng Trị, có nguồn gốc xuất thân không có gì đặc biệt, nhưng sẽ trở thành nhân vật chính trị quan trọng trong cuộc Chiến tranh Đông Dương lần thứ nhất.

Phần lớn thời gian trong những năm 1930 Lê Hữu Từ sống ẩn dật trong tu viện của Dòng Xitô Thánh Gia ở Phước Sơn, ông ta tới đây ngay sau khi được tấn phong vào năm 1928. Năm 1936 ông được giao trách nhiệm thành lập và đứng đầu tu viện mới ở Châu Sơn, Ninh Bình, đấy cũng là chức vụ mà ông giữ khi được bổ nhiệm thay thế Nguyễn Bá Tòng. Như Trần Thị Liên nhận xét: "Khi ông được bổ nhiệm, các nhà chức trách trong Giáo hội có lẽ đã không hề nghĩ đến chuyện là ông sẽ có vai trò chính trị lớn đến như thế." Thế thì làm sao giải thích được chủ nghĩa dân tộc bùng phát một cách tức thời và mang tính chiến đấu như thế? Đối với Trần Thị Liên, Lê Hữu Từ "cảm thấy được Chúa giao cho sứ mệnh... Vào tu viện từ khi còn trẻ, ông rời tu viện ở tuổi 49 để nhận chức vụ có mang tính biểu tượng cao: Giám mục Phát Diệm... Nếu Chúa đã đưa ông ra khỏi nhà tu kín vào thời khắc lịch sử quan trọng như thế đối với người Việt Nam... đấy là vì ông được chọn nhằm thực hiện công việc cho Giáo hội Công giáo Việt Nam phù hợp với những lời tuyên bố của Rome về các Giáo hội địa phương."[894] Bắt đầu ngay sau khi được phong chức, Lê Hữu Từ đã tiến hành đối thoại với Hồ Chí Minh nhằm xây dựng một tạm ước (modus vivendi) giữ các tín đồ Công giáo và Việt Nam Dân Chủ Cộng Hòa, tạm ước này kéo dài

---

[894] Trần Thị Liên, "Les catholiques vietnamiens pendant la guerre d'indépendance", 44-45.

đến cuối những năm 1940. Ông vẫn là người chống thực dân quyết liệt ngay cả sau khi quan hệ với các quan chức Việt Nam Dân Chủ Cộng Hòa đổ vỡ và ông quay sang liên kết chặt chẽ hơn với chính phủ Bảo Đại được Pháp ủng hộ.

(Hình 12). Giám mục Lê Hữu Từ quan sát những người lính tại Phát Diệm, 1952. Howard Sochurek/Time & Life Pictures Collections/Gerry Images.

Khi tình cảm dân tộc chủ nghĩa đã thâm vào giới lãnh đạo Giáo hội Việt Nam, vào các tu sĩ bình thường, vào các mạng lưới của các hiệp hội và các chủng viện thì chẳng còn mấy trở ngại ngăn cản các giáo dân chào đón nền độc lập nữa. Và họ đã chào đón. Những cuộc mít tinh có rất đông tín đồ Công giáo tham gia nhằm ủng hộ chính phủ mới được tổ chức trên khắp cả nước, trong đó có những cuộc mít tinh tới 40 ngàn người ở Hà Nội, 30 ngàn ở Vinh và 20 ngàn ở Huế (cuộc mít tinh này còn được hoàng hậu Nam Phương chúc phúc). Ở Nam Định, các nhà truyền giáo phải đem dấu các tượng thánh người Pháp để không bị đập phá trong các cuộc biểu tình.[895] Các tờ báo Công giáo và các tờ tin, bây giờ không còn bị các nhà truyền giáo kiểm soát nữa, đăng những bài có tựa đề như "Tinh thần độc lập."[896] Năm 1945, trên các trang báo Công giáo hình ảnh các thánh tử đạo – trong một thời gian dài từng là biểu tượng của sự vong bản và ngược đãi của Công giáo Việt Nam – bây giờ trở thành hiện thân của những sự hy sinh mà tín đồ Công giáo Việt Nam chuẩn bị làm cho quốc gia mới hình thành. "Các em không được diễm phúc tử đạo... ít là em hãy bắt chước lòng can đảm khẳng khái của họ," tháng 9 năm 1945, một bài trong tờ tạp chí dành cho thanh niên đã viết như thế.[897] Các ấn phẩm trong giai đoạn này còn kể chuyện về những tín đồ Công giáo chống thực dân trên khắp thế giới, tức là những người dành trọn cuộc đời mình cho cả Giáo hội lẫn quốc gia. Một bài tiểu luận xuất bản năm 1945 có tựa đề "Gương Ái Quốc Công giáo", kể lại cuộc đời của Daniel O'Connell, nổi tiếng với danh hiệu "Người giải phóng" vì cuộc đấu tranh của ông với người Anh cho

---

[895] Tác phẩm đã dẫn, 75.

[896] "Tinh thần độc lập," *ĐMBN*, ngày 15/9/1945.

[897] "Cầu cho nước Việt Nam trở lại đạo thật," *NBTT*, tháng 9-10 năm 1945.

quyền của tín đồ Công giáo Ireland.[898] Các tín đồ Công giáo Trung và Bắc Kỳ đã giúp hay đã góp phần hoặc chỉ huy việc giam giữ các nhà truyền giáo và trục xuất họ khỏi những vùng nông thôn. Một số tín đồ Công giáo Việt Nam thậm chí còn dính líu vào những cái chết của các nhà truyền giáo, trong đó có André Vacquier, lãnh tụ Công Giáo Tiến Hành ở Nam Định vào tháng 9 năm 1945.[899]

Ngoài việc bóc trần những căng thẳng từng gây phiền phức cho đời sống Công giáo ở Việt Nam trong hàng chục năm ròng, vụ đảo chính hồi tháng 3 và tuyên ngôn độc lập còn làm sáng tỏ những khác biệt căn bản giữa phần lớn các nhà truyền giáo và lãnh đạo Công giáo toàn cầu. Thực vậy, hầu như tất cả các nhà truyền giáo của MEP đều coi Pháp là chính quyền hợp pháp duy nhất ở Việt Nam, nhưng Rome không nghĩ như thế.[900] Trong suốt một thế hệ, những viên chức trong Bộ truyền giáo đã làm việc để phát triển các Giáo hội địa phương bên ngoài châu Âu nhằm chuẩn bị cho sự cáo chung của đế chế mà nay họ đang chứng kiến. Và như vậy, mặc dù trong năm 1945 và 1946, Vatican công khai bày tỏ thái độ trung lập, nhưng hoạt động của họ lại dẫn đến sự công nhận trên thực tế nền độc lập của Việt Nam, họ sử dụng bộ máy ngoại giao nhằm gây ảnh hưởng đối với Việt Nam Dân Chủ Cộng Hòa và đảm bảo sự an

---

[898] *Gương ái quốc công giáo* (Nam Định: Thanh Niên Tùng Thư, 1945.

[899] Trần Thị Liên, "Les catholiques vietnamiens pendant la guerre d'indépendance", 125.

[900] Tác phẩm đã dẫn, 131-37, 289-99.

toàn và tự do tôn giáo cho các tín đồ Công giáo. Như Khâm sứ Tòa thánh, Antonin Drapier, viết cho giám mục Hà Nội tháng 6 năm 1945: "Tôi thấy hoàntoàn không có điều gì để nói về khát vọng được thấy nền độc dân tộc của những người Việt Nam trẻ tuổi. Tự nó, khát vọng đó không có gì đáng bị chỉ trích, mà có thể và phải nhận được sự cảm thông của các tín đồ Công giáo. Kết quả là, tôi không nghĩ rằng chúng ta có thể cấm họ làm việc bằng tất cả các phương tiện lương thiện cho nền độc lập ấy trong khi các luật lệ của lòng từ bi còn được tuân thủ."[901] Hoạt động của Drapier trong năm 1945 và 1946 làm cho người Pháp nổi giận, đặc biệt là những cố gắng của ông nhằm làm trung gian cho những cuộc đàm phán Việt – Pháp và giúp cho việc giao thiệp giữa Việt Nam Dân Chủ Cộng Hòa và Rome, Hà Nội đã công bố chi tiết những công việc mà ông này đã làm.[902] Nhưng, không nghi ngờ gì rằng các quan chức của Giáo hội hy vọng rằng chính phủ mới, bằng cách nào đó, sẽ giữ lại chế độ quân chủ và rằng họ lo lắng về ý thức hệ của các quan chức Việt Nam Dân Chủ Cộng Hòa cũng như diễn ngôn chính trị tích cực – đôi khi có tính bạo lực – của một số tín đồ Công giáo Việt Nam. Đến cuối năm 1945, quan điểm của Vatican đã làm cho Tòa Thánh xa rời các quan chức Pháp và phần lớn cộng đồng truyền giáo mà

[901] Khâm sứ Tòa thánh cho François Chaize, ngày 7/6/1945, Correspondance Chaize, MEP.
[902] Trần Thị Liên, "Les catholiques vietnamiens pendant la guerre d'indépendance", 143.

576

còn tách biệt với nhiều tín đồ Công giáo Việt Nam nữa. [903]

Khát vọng của các tín đồ Công giáo Việt Nam về nền độc lập tôn giáo là rõ ràng đối với các quan chức Việt Nam Dân Chủ Cộng Hòa, trong những tháng sau khi giành được độc lập các quan chức này đã hết sức cố gắng nhằm đánh đồng Công giáo truyền giáo với chủ nghĩa thực dân Pháp và bảo đảm với các tín đồ Công giáo rằng nhà nước cách mạng ủng hộ tự do tôn giáo và Giáo hội địa phương. "Các nhà truyền giáo, Pháp và Tây Ban Nha," một tiểu luận viết, "trả về cho chúng ta Giáo hội Việt Nam, theo gương các thánh tông đồ. Xin nhớ rằng tám mươi năm qua các vị đã sử dụng tôn giáo nhằm phục vụ quyền lợi của thực dân, điều này hoàn toàn trái ngược với công lý và lòng nhân từ mà Chúa đã dạy chúng tôi." "Sau hơn bốn trăm năm truyền bá Phúc âm," một tiểu luận khác viết, "Giáo hội Việt Nam vẫn chưa được tự chủ, vẫn bị lệ thuộc vào một nhóm các linh mục ngoại quốc… ngay cả khi đã có rất nhiều linh mục Việt Nam, và rất nhiều người trong số họ có trình độ cao đủ sức lãnh đạo Giáo hội Việt Nam." Một tiểu luận thậm chí còn trích dẫn *Rerum Ecclesiae*. [904] Mặc dù bộ máy tuyên truyền của Việt Nam Dân Chủ Cộng Hòa phản ánh quan điểm cách máy móc coi các nhà truyền giáo là gián điệp của chủ nghĩa thực dân, nhưng nó còn cho thấy nhận thức sắc sảo về những căng thẳng trong Giáo hội Việt Nam. Và những lời kêu gọi của Việt Nam Dân Chủ Cộng Hòa nhằm

---

[903] Tác phẩm đã dẫn, 138-50.

[904] François Chaize cho "Bien cher père Procureur et Ami," ngày 2/4/1946, Correspondance Chaize, MEP.

tới các tín đồ Công giáo – là một nhóm xã hội thường nằm
ở bên lề với một quá khứ phức tạp – có thể là ví dụ rõ ràng
nhất về việc thúc đẩy nhằm tiến tới thống nhất dân tộc, là
chiến lược chính trị giữ thế thượng phong của Việt Nam
Dân Chủ Cộng Hòa trong giai đoạn này. Cuối năm 1945, ở
Hà Nội, các quan chức cho phép tổ chức những buổi lễ lớn
trước Nhà thờ Lớn Hà Nội và cho các tín đồ Công giáo
phát thanh qua đài phát thanh của chính phủ; trong ngày
Giáng sinh, Hồ Chí Minh thậm chí còn gửi thư cho các tín
đồ Công giáo. Bộ máy tuyên truyền của Việt Nam Dân Chủ
Cộng Hòa lúc đó không tỏ ra bài Công giáo như nó vốn có
mà đơn giản là phê phán ảnh hưởng của châu Âu trong
Giáo hội Việt Nam. Tài liệu nội bộ của Việt Nam Dân Chủ
Cộng Hòa thời gian này nhất quán với quan điểm đó, tức là
quan điểm lên án mạnh mẽ các nhà truyền giáo và lo ngại
rằng một số linh mục có thể đề cao quyền lực của tôn giáo
so với quyền lực thế tục. Các tài liệu còn chứng tỏ rằng các
quan chức Việt Nam Dân Chủ Cộng Hòa vẫn có thái độ lạc
quan rằng tín đồ Công giáo sẽ đoàn kết lại vì sự nghiệp của
dân tộc và khẳng định rằng quan trọng là bảo vệ quyền tự
do tôn giáo khi nó không thách thức quyền lực chính trị.[905]

Lòng nhiệt tình của các tín đồ Công giáo Việt Nam đối
với nền độc lập và những cố gắng của các quan chức Việt
Nam Dân Chủ Cộng Hòa nhằm giành sự ủng hộ của họ đã
đưa nhiều tín đồ vào chính phủ cách mạng và mạng lưới

---

[905] Trần Thị Liên, "Les catholiques vietnamiens pendant la guerre
d'indépendance", 155-57

kháng chiến. Tháng 1 năm 1946, Hồ Chí Minh bổ nhiệm Nguyễn Mạnh Hà, luật sư và là lãnh tụ thanh niên, làm bộ trưởng kinh tế. Nguyễn Mạnh Hà và người bạn đồng thời là tín đồ Công giáo, ông Nguyễn Đệ, đã tham gia những cuộc đàm phán thất bại tại Fontainebleu vào tháng 7 năm 1946. Hồ Chí Minh còn bổ nhiệm Ngô Tử Hạ, một nhà xuất bản Công giáo, làm Chủ tịch quốc hội trong một thời gian. Sau này Ngô Tử Hạ trở thành người trung gian quan trọng trong các cuộc đàm phán giữa Việt Nam Dân Chủ Cộng Hòa và các nhà lãnh đạo Công giáo ở đồng bằng sông Hồng. Nhưng Việt Nam Dân Chủ Cộng Hòa không chỉ mời giới giáo dân Công giáo ưu tú như mấy vị này. Tháng 10 năm 1945, Lê Hữu Từ, giám mục mới của Phát Diệm đã chấp nhận lời mời làm cố vấn cao cấp cho chính phủ của Hồ Chí Minh. Các nhân vật cách mạng tiếng tâm như Hồ Chí Minh, Võ Nguyên Giáp, Phạm Văn Đồng và Trần Huy Liệu đã có mặt trong lễ tấn phong ông này. Trong số các tu sĩ bình thường ở miền Bắc, người ủng hộ chính phủ Việt Nam Dân Chủ Cộng Hòa nổi bật nhất là Phạm Bá Trực, con đường đến với nền chính trị cách mạng của ông này bắt đầu ngay từ khi ông lên đường sang Rome học tập trong những năm 1920. Năm 1946, Phạm Bá Trực được chỉ định là thành viên Ủy ban thường vụ quốc hội.[906]

Khác với Bắc và Trung Kỳ, sau tháng 9 năm 1945, hoạt động cách mạng ở Nam Kỳ có nguy cơ bị quân Pháp bỏ tù hoặc giết hại, ở đây chính quyền cách mạng đã bị quân

---

[906] Tác phẩm đã dẫn, 97-98.

Pháp lật đổ sau có ba tuần. Tuy nhiên, một số tín đồ Công giáo đã làm chính điều đó. Cũng như ở Bắc Kỳ, ở Nam Kỳ, Việt Minh cũng mời những người trí thức Công giáo có học vấn như hai anh em Phạm Ngọc Thuần và Phạm Ngọc Thảo, bố của hai ông này là quan chức trong chính quyền thực dân Pháp. Năm 1943, Phạm Ngọc Thuần tham gia Thanh Niên Tiền Phong, tức là nhóm thanh niên nằm dưới sự lãnh đạo của cộng sản, được Nhật chấp thuận. Tháng 8 năm 1945, em ông và Thái Văn Lung, cũng là một tín đồ Công giáo, liên kết với ông. Sau khi Pháp đảo chính vào tháng 9, cả ba người đều gia nhập lực lượng du kích. Thái Văn Lung trở thành lãnh tụ của tổ chức Thanh Niên Tiền Phong trước khi bị Pháp tra tấn đến chết vào tháng 7 năm 1946. Năm 1946, Phạm Ngọc Thảo lên đường ra Bắc để theo học trường võ bị của Việt Nam Dân Chủ Cộng Hòa. Sau này ông quay lại miền Nam và trở thành một trong những điệp viên sáng giá nhất của Việt Nam Dân Chủ Cộng Hòa, thân cận với gia đình họ Ngô, trong khi vẫn giúp đỡ nhằm phá hoại ngầm Chương trình Ấp chiến lược. Phạm Ngọc Thuần trở thành phó chủ tịch Ủy ban kháng chiến và hành chính Nam Bộ. Những thành viên nổi tiếng nhất của giới tu sĩ trong phong trào kháng chiến Nam Kỳ là ba anh em Nguyễn Bá Luật, Nguyễn Bá Kính và Nguyễn Bá Sang, sau vụ đảo chính hồi tháng 3, ba ông này đã viết những bài báo thúc giục tín đồ Công giáo tham gia các phong trào chống Pháp và hoạt động nhằm phục hồi những hiệp hội thanh niên mà giám mục Sài Gòn đã giải tán. Đến năm 1946, họ trở thành cố vấn cho Ủy ban kháng chiến và hành chính của Việt Minh. Bị Pháp bắt vào tháng 7 – không phải lần cuối cùng – nhưng sau những vụ phản đối quyết liệt của công luận thì được thả và cả ba người cùng tham gia kháng chiến ngay lập tức. Mặc dù ban đầu phần lớn giới tu sĩ trong phong trào kháng chiến đều xuất thân từ Sài Gòn và giữ những vị trí quan trọng nhất mà các tín đồ Công giáo từng giữ, từ năm 1946, các vị linh mục ở các tỉnh trên khắp đồng bằng sông Mê Công bắt đầu dạy các khóa và viết tiểu luận nhằm tuyển các tín đồ Công giáo và trở thành cha tuyên úy cho các tín đồ trong những đơn vị kháng chiến mới.[907]

Cuối cùng, mạng lưới Công giáo quốc tế có vai trò cực kỳ quan trọng đối với nền chính trị Công giáo Việt Nam trong cuộc Chiến tranh Đông Dương lần thứ nhất đã nhanh chóng trở nên rõ ràng ngay trong năm 1945. Ở Pháp, các linh mục Bửu Dưỡng (trực hệ của Minh Mạng) và Cao Văn Luận là những người ủng hộ nền độc lập của Việt Nam ngay từ đầu và có ảnh hưởng nhất. Hai ông này đến Pháp học vào cuối những năm 1930 và trở thành các nhà hoạt động trong đời sống Việt kiều, Bửu Dưỡng ở Lyon và Anger, còn Cao Văn Luận ở Paris. Cả hai ông đều là giáo sĩ cho các công nhân và binh sĩ đến Pháp ngay từ đầu Thế chiến II, họ đã gặp gỡ những người mà họ có thể gặp và theo lời một quan chức Sûreté , người đã theo dõi hoạt động của hai ông này thì họ: "Đề cao tinh thần yêu nước của các chiến sĩ Việt Nam và… lấy họ làm tấm gương cho

---

[907] Tác phẩm đã dẫn, 98-101, 257-64.

những người anh em bị lưu đày, những người được mời gọi chuẩn bị cho cuộc đấu tranh."[908] Họ phản đối Pháp sử dụng những lời chứng của các linh mục nhằm phê phán Việt Nam Dân Chủ Cộng Hòa và phong trào kháng chiến, họ còn tổ chức các buổi hội thảo, viết báo và phân phát các bài tiểu luận.[909] Trong cuộc Chiến tranh Đông Dương lần thứ nhất, tín đồ Công giáo ủng hộ Việt Nam Dân Chủ Cộng Hòa có ảnh hưởng nhất ở Pháp có lẽ là Phạm Huy Thông, ông này thành đảng viên Đảng cộng sản Pháp và là nhân vật trung gian giữa các nhóm Công giáo Việt Nam và các hiệp hội ủng hộ Việt Nam Dân Chủ Cộng Hòa. Ngay sau khi được phong giám mục, Lê Hữu Từ đã bổ nhiệm Lucas Huy (ông này hình như đã tự ghi tước hiệu là "monseigneur", mặc dù ông ta không hề là giám mục) làm đại diện cho mình ở Rome, vai trò của ông này là chia sẻ thông tin với Rome, không để thông tin đi qua những bộ lọc là các nhân viên kiểm duyệt hay các nhà ngoại giao Pháp, cũng như cố gắng định hướng việc tấn phong các linh mục Việt Nam. Các quan chức Pháp báo cáo rằng một vài linh mục đang học tập tại Collegium Urbanum cũng làm những công việc tương tự cho Ngô Đình Thục trước khi đường lối chính trị của ông này trở nên gần gũi với đường lối của Lê Hữu Từ trong những năm cuối 1940.[910]

---

[908] Trích trong tác phẩm đã dẫn, 101.
[909] Tác phẩm đã dẫn, 78-79, 101-2.
[910] Tác phẩm đã dẫn, 302-3.

GIÁO HỘI ĐỊA PHƯƠNG DƯỚI LÀN ĐẠN

Nền độc lập không mang lại hòa bình cho Việt Nam. Ngay từ đầu, Việt Nam Dân Chủ Cộng Hòa đã phải đối mặt không chỉ với những thách thức từ những lực lượng quốc gia cạnh tranh với nhau mà còn đối mặt với các đơn vị chiếm đóng Trung Quốc và Anh, cũng như những tham vọng thực dân đang hồi sinh của Đệ tứ Cộng hòa Pháp. Các đơn vị quân Pháp, được quân Anh tái vũ trang ở Sài Gòn vào tháng 9 năm 1945, chỉ ba tuần sau khi Hồ Chí Minh tuyên bố độc lập, đã lật đổ chính phủ cách mạng Nam Kỳ. Khi Nam Kỳ trượt dần vào cuộc chiến tranh du kích, áp lực của Trung Quốc đã giúp đưa các quan chức Pháp và Việt Nam Dân Chủ Cộng Hòa đến thỏa ước, ký ngày 6 tháng 3 năm 1946. Thỏa ước này, công nhận Việt Nam là nhà nước độc lập và đồng ý tiến hành trưng cầu dân ý nhằm xác định quan hệ giữa ba miền Bắc Kỳ, Trung Kỳ và Nam Kỳ. Nhưng Pháp vẫn khẳng định Việt Nam là một phần của Liên bang Đông Dương và Liên hiệp Pháp. Những cuộc đàm phán tiếp theo ở Đà Lạt và Fontainebleu không giải quyết được vấn đề này và nhà đương cục Pháp ở Sài Gòn theo đuổi đường lối ngày càng cứng rắn hơn đối với Việt Nam Dân Chủ Cộng Hòa, đặc biệt là sau khi quân Trung Quốc rút vào tháng 9, thậm chí ngay cả khi một số quan chức ở chính quốc tìm cách đàm phán. Các quan chức Việt Nam Dân Chủ Cộng Hòa, có thái độ lạc quan sau thỏa ước tháng 3, đã không còn lạc quan nữa khi mùa hè dần trôi qua. Căng thẳng gia tăng khi lực lượng Pháp quay lại Trung và Bắc Kỳ và vụ Pháp ném bom Hải Phòng sau khi xảy ra một vụ xung đột hải quan – điều đó có nghĩa là châm ngòi cho phản ứng quân sự của Việt Nam Dân Chủ Cộng Hòa và tạo ra biến cố khai mào cho cuộc chiến tranh – gia tăng sự tức giận của các quan chức Việt Nam Dân Chủ Cộng Hòa và làm cho họ không còn muốn thương thuyết nữa. Ngày 19 tháng 12 năm 1946, lực lượng của Việt Nam Dân Chủ Cộng Hòa tấn công các đơn vị quân Pháp ở Hà Nội; việc này xảy ra ngay sau khi chính phủ của Đảng xã hội ở Pháp nhậm chức, cũng có nghĩa là gia tăng khả năng đạt được hòa bình. Cuộc Chiến tranh Đông Dương lần thứ nhất, khởi đầu cho ba mươi năm tàn phá Việt Nam, đã bùng lên.[911] Lực lượng Pháp nhanh chóng chiếm lại những thành phố lớn và trong hai năm sau họ đã mở rộng ra những vùng lãnh thổ quan trọng chiến lược, trong khi lực lượng vũ trang của Việt Nam Dân Chủ Cộng Hòa và phần đông dân chúng rút lui vào cuộc kháng chiến phòng ngự và chiến tranh du kích.

Cuộc Chiến tranh Đông Dương lần thứ nhất, biến đổi toàn diện nền chính trị tại Việt Nam và biến cuộc chiến tranh thuộc địa thành bãi chiến trường của Chiến tranh Lạnh, cuối cùng đã không giúp các tín đồ Công giáo Việt Nam vượt qua được quá khứ phức tạp của tôn giáo của họ, như nhiều người từng đặt nhiều hy vọng vào năm 1945. Nhưng đấy là bước cuối cùng và quan trọng nhất trong việc chuyển giao quyền lực từ người châu Âu sang cho người

---

[911] Stein Tønnensson, *Vietnam 1946: How the War Began* (Berkeley: University of California Press, 2010).

Việt Nam, một quá trình phù hợp với các cuộc cải cách của Vatican từ những năm 1920. Đối với nhiều người ở Rome, Thế chiến II là dấu hiện đen tối nhất, nó tàn phá châu Âu cả về đạo đức lẫn vật chất, họ không thể nào còn giữa được công cuộc truyền giáo như trước đây nữa. Joseph Sasson, tác giả cuốn Hướng về Giáo hội bản xứ (*Toward the Indigenous Church*), xuất bản năm 1944, viết: "Liệu chúng ta có nghĩ một cách nghiêm túc rằng châu Âu, bị tàn phá bởi chiến tranh, bị chia rẽ bởi lòng hận thù, rằng châu Âu, nơi mà đức tin đang bị suy giảm không chỉ trong một nước, có thể gia tăng mãi cố gắng truyền giáo của họ?"[912] Thực ra, chiến tranh và việc chiếm đóng Đông Dương của Nhật làm cho người ta không biết chắc liệu Pháp có cai trị Việt Nam một lần nữa hay không và điều này càng tăng cường những cố gắng của giới chức Giáo hội đang chuẩn bị tách ra khỏi Giáo hột dân tộc và giới chức trách của truyền giáo. Tháng 3 năm 1941, giám mục Hà Nội viết thư gửi về Rome – ngược hẳn với ý kiến đang giữa thế thượng phong của MEP – để nói: "Trước mối đe dọa đối với Đông Dương thuộc Pháp, tôi đã thúc giục những giám mục chuẩn bị đào tạo những linh mục bản xứ có năng lực để cuối cùng họ nắm quyền quản trị các giáo phận." Các nhà chức trách của Bộ truyền giáo đồng ý, và họ thúc giục vị giám mục này chuẩn bị càng nhanh càng tốt công việc chuyển giao. "Chúng tôi hy vọng vào việc cải thiện tình hình," vị thư ký viết, "nhưng sẽ là khôn ngoan nếu dự đoán được tình hình

---

[912] Joseph Masson, S.J., *Vers l'église indigène: catholicisme ou nationalisme?* (Brussels: Presse de Belgique, 1944), 22.

xấu nhất và chuẩn bị đúng lúc." Một thời gian sau, cũng trong năm đó, mỗi vị giám mục đều xác định một linh mục phù hợp nhất để nắm quyền cai quản giáo phận của mình và đồng ý bắt đầu đào tạo người linh mục đó.[913]

Sự chuẩn bị như vậy là cần thiết bởi vì cuộc đảo chính của Nhật đã làm cho hầu hết các hoạt động truyền giáo trở thành khó khăn, nếu không nói là bất khả thi. Người Nhật buộc nhiều nhà truyền giáo phải rời xứ đạo và giam họ trong các dòng tu, các nhà tu kín và các chủng viện trong các thành phố lớn. Đầu năm 1946, Việt Minh và trong một số trường hợp chính các tín đồ Công giáo đã buộc phần lớn những người còn ở ngoài phải nhập bọn với những người đã bị tạm giữ. Trong phần lớn thời gian chiến tranh, trong hầu hết các vùng của đất nước, thậm chí ngay trong những vùng do Pháp kiểm soát, công việc truyền giáo bị hạn chế một cách nghiêm trọng. Đến giữa năm 1947, hầu hết các nhà truyền giáo đều không thể tự do đi lại trong các thành phố. Sau đó cũng ít nhà truyền giáo dám đi ra những khu vực ngoại ô, mặc dù điều kiện những khu vực gần Sài Gòn tốt hơn là xung quanh những thành phố miền Bắc. Năm 1948, ở một số thành phố, trường học, chủng viện và các thiết chế an sinh xã hội đã hoạt động trở lại, nhưng những thách thức thời chiến như cần phải có các nhà truyền giáo làm cha tuyên úy và làm những công việc giúp đỡ người tị

---

[913] François Chaize cho S.C. de la Propagande, ngày 7/3/1941; S.C. de la Propagande cho François Chaize, ngày 5/6/1941; Khâm sứ Tòa thánh cho François Chaize, ngày 17/12/1941, Correspondance Chaize, MEP.

nạn, cũng như việc trưng dụng nhà thờ cho mục đích quân sự đã đặt ra những yêu cầu mới. Trong một số thành phố, lúc đầu do Việt Nam Dân Chủ Cộng Hòa kiểm soát, nhiều tòa nhà của Giáo hội (cũng như nhiều dinh thự lớn khác) đã bị phá để làm những thứ có thể gây khó khăn hơn cho quân Pháp khi họ trở lại. Ít nhà truyền giáo hoạt động trong những khu vực tranh chấp, đa số không thể ra khỏi các tiền đồn của Pháp nếu không có lực lương hộ tống, còn những cuộc di tản thì diễn ra thường xuyên làm cho việc tiếp xúc với các tín đồ trở thành khó khăn.[914]

Số phận của vài nhà truyền giáo trong năm 1945 là chỉ dấu rõ ràng nhất rằng phần đông dân cư Việt Nam không còn chịu đựng được sự có mặt của họ. Tháng 8 và tháng 9 năm 1945, năm nhà truyền giáo của MEP bị giết, Hà Nội, Nam Định và Sài Gòn, mỗi nơi một người, Hà Nam hai người. Một số người khác bị thẩm vấn và tra tấn. Mặc dù những cái chết này sau đó đã trở thành một phần của lịch sử về thánh tử đạo, trong đó những người cộng sản đã thế chỗ cho nhà Nguyễn trong vai trò đao phủ, nhưng có rất ít khả năng là giới lãnh đạo cao cấp của Việt Nam Dân Chủ Cộng Hòa là người có lỗi trong chuyện này. Thực vậy, ngoài việc tuyên truyền chống lại các nhà truyền giáo, các quan chức Việt Nam Dân Chủ Cộng Hòa tỏ ra nghi ngờ phần lớn các nhà truyền giáo, nhưng trong suốt thời gian diễn ra chiến tranh họ đã tỏ ra thận trọng. Ba mươi ba nhà

---

[914] Trần Thị Liên, "Les catholiques vietnamiens pendant la guerre d'indépendance", 281-85, 448-50, 554-55.

truyền giáo từ Vinh, Thanh Hóa và Huế, trong đó có hai vị giám mục và học giả Léopold Cadière, đã bị đối xử một cách tàn nhẫn nhất. Năm 1945, họ bị bắt và bị giam trong nhà ở của linh mục chánh xứ từ sáu đến tám năm, suốt thời gian đó họ chỉ được gửi thư cho đồng nghiệp và gia đình có một lần. Họ giết thời gian bằng cách cầu kinh, làm vườn hay nghiên cứu và đôi khi được phép làm lễ mi – xa. Một số nhà truyền giáo dòng Đa Minh Tây Ban Nha trong những khu vực do Việt Nam Dân Chủ Cộng Hòa kiểm soát có được hưởng một số quyền tự do đi lại. Nói chung, việc không xảy ra bạo lực chống lại các nhà truyền giáo là xuất phát từ những cố gắng của các quan chức Việt Nam Dân Chủ Cộng Hòa nhằm nhận được sự ủng hộ của các tín đồ Công giáo đối với chính phủ mới, cũng như sợ hậu quả mà cái chết của các nhà truyền giáo có thể gây ra.[915]

Nhưng sự kiện xảy ra năm 1945 và sự lan rộng của chiến tranh đã làm cho việc quản lý đời sống tôn giáo, trừ các thành phố nằm dưới quyền kiểm soát của Pháp, rơi hầu như hoàntoàn vào tay giáo sĩ Việt Nam. Nói chung, đời sống tôn giáo trong những khu vực, nơi Pháp và Việt Nam Dân Chủ Cộng Hòa tranh giành quyền kiểm soát nguồn lực và sự ủng hộ của dân chúng, là bị ảnh hưởng nặng nề nhất. Các tín đồ Công giáo, cũng như nhiều người khác, tìm cách chạy khỏi những khu vực này, phần lớn chạy vào những thành phố do Pháp kiểm soát hoặc khu vực tự trị Công giáo

---

[915] Tác phẩm đã dẫn, 285-88, 556-58.

là Bùi Chu/Phát Diệm chứ không chạy vào những khu vực của Việt Nam Dân Chủ Cộng Hòa, nhưng không phải tất cả mọi người đều làm như thế. Những tín đồ Công giáo ở lại cũng thường bỏ các cộng đoàn ở xa để tìm những vị trí tương đối an toàn trong xứ đạo. Nhà thờ, chủng viện và trường học thường bị tàn phá trong các trận chiến đấu hay các vụ ném bom, cả hai đội quân đều trưng dụng sức lao động và nguồn lực và áp lực để dân chúng không ủng hộ kẻ thù của họ. Đến giữa cuộc chiến tranh, việc cưỡng bức tham gia cả lực lượng của Việt Nam Dân Chủ Cộng Hòa lẫn lực lượng Pháp – Việt đã trở thành phổ biến. Kết quả là, ngoài việc phải cố gắng giữ gìn đời sống tôn giáo trước những thách thức như thế, giáo sĩ và những người lãnh đạo cộng đồng còn phải tập trung vào việc tổ chức phòng vệ cho cộng đồng, đấy cũng là công việc thường diễn ra trong đời sống Công giáo trong giai đoạn chiến tranh. Công việc phòng thủ cộng đồng ở miền Trung và miền Bắc Việt Nam thường nổi lên xung quanh các nhóm cộng đoàn hay giáo xứ đã tồn tại từ trước và đến khoảng năm 1952 là nhằm bảo vệ các tín đồ Công giáo khỏi các lực lượng Pháp, hành động của họ thường bị các nhà truyền giáo chỉ trích, cũng như bảo vệ tín đồ Công giáo khỏi lực lượng vũ trang của Việt Nam Dân Chủ Cộng Hòa và các lực lượng du kích khác.[916]

Trong phần lớn thời gian chiến tranh, đời sống tôn giáo ở những vùng của Việt Nam Dân Chủ Cộng Hòa ít bị ảnh

---

[916] Tác phẩm đã dẫn, 270-76, 436-42, 545-50.

hưởng hơn là những vùng có xung đột vũ trang mạnh mẽ. Những hành động trưng thu và bạo lực đơn lẻ chống lại các tín đồ Công giáo cũng như các nhà truyền giáo, bắt đầu vào tháng 8 và tháng 9 năm 1946, vẫn tiếp diễn trong suốt cuộc chiến. Nhưng Trần Thị Liên chỉ ra rằng, cho đến khoảng năm 1952, mặc dù tín đồ Công giáo ở những nơi khác nhau trải nghiệm chuyện này một cách rất khác nhau, tùy thuộc vào thành phần các ủy ban địa phương, quan hệ cộng đồng và những tác nhân khác, việc trưng dụng lao động và tài sản, các chiến dịch tuyên truyền của Việt Nam Dân Chủ Cộng Hòa và những hạn chế đối với các phong trào và hiệp hội chỉ ảnh hưởng tới các tín đồ Công giáo như những thành phần dân cư khác mà thôi. Phần lớn các linh mục và các thày giảng có thể làm phận sự của mình, các buổi lễ mi – xa và những buổi lễ khác vẫn diễn ra mà không bị quấy nhiễu. Có lẽ sự đổ vỡ lớn nhất là không có liên lạc giữa trụ sở của đoàn truyền giáo, thường nằm trong các thành phố dưới quyền kiểm soát của Pháp, và các giáo xứ ở nông thôn, thường do Việt Nam Dân Chủ Cộng Hòa kiểm soát, mặc dù một số giáo sĩ có thể đi qua những vùng chiến sự. Nhưng ngay cả nếu các quan chức địa phương là những người khoan dung thì các linh mục trong những vùng do Việt Nam Dân Chủ Cộng Hòa kiểm soát cũng gặp vô vàn thách thức. Không chỉ chiến tranh tạo ra thách thức đối với công việc hành đạo hàng ngày của họ mà nó còn buộc họ phải bảo vệ và phân phối các nguồn lực của cộng đồng và lèo lái quan hệ của cộng đồng của họ với chính quyền mới với rất ít thậm chí là không có sự giúp đỡ và bảo vệ của các giới chức trong giáo phận.[917] Mặc dù điều này vẫn chỉ có tính chất suy đoán, nhưng khả năng của linh mục trong việc giải quyết những thách thức này dường như là điều quan trọng nhất trong việc xác định mức độ ảnh hưởng của ông ta đối với các tín hữu Công giáo trong giáo xứ của mình trong suốt thời gian này.

Vì phần lớn các nhà truyền giáo bị giới hạn trong các khu vực đô thị, việc liên lạc của nhiều giáo xứ với các trụ sở truyền giáo bị cắt đứt và việc mở rộng thêm vai trò trách nhiệm của các linh mục địa phương, chiến tranh đã cho Rome thấy cần phải tiếp tục việc chuyển giao quyền hành cho người Việt. Khi Hồ Chí Minh tuyên bố Việt Nam độc lập vào tháng 9 năm 1945, vẫn còn 12 giáo phận do người châu Âu đứng đầu và chỉ có 3 địa phận do người Việt Nam cai quản là Phát Diệm, Bùi Chu và Vĩnh Long. Lễ tấn phong Lê Hữu Từ, lần đầu tiên trong nước Việt Nam độc lập, cũng là người đầu tiên nhậm chức mà không có mặt người châu Âu nào. Trong thời gian chiến tranh, ngày càng có nhiều giáo phận trở thành địa phận Việt Nam, trong đó có Hà Nội và Bắc Ninh (1950), Vinh (1951), Hải Phòng (1953) và cuối cùng là Sài Gòn (1955). Những buổi lễ tấn phong dường như diễn ra song song với chiến tranh – Giáo hội, tương tự như thuộc địa, đang tuột dần khỏi tay Pháp. Đại sứ của Pháp ở Vatican cảm thấy rằng những buổi lễ tấn phong có ảnh hưởng "làm giảm vị trí đạo đức và văn hóa" mà "quyền và trách nhiệm của chúng tôi là phải bảo vệ

---

[917] Tác phẩm đã dẫn, 276-80, 442-47.

bằng mọi giá," ông ta và các quan chức khác đã vận động nhằm để cho người châu Âu đứng đầu các giáo phận.[918] Quyết định tiếp tục chuyển giao của Bộ truyền giáo không chỉ là biện pháp giải quyết địa vị không chắc chắn của các nhà truyền giáo mà còn tiếp tục tạo ra những cuộc cải cách nhằm giải quyết những căng thẳng giữa các nhà truyền giáo và các tín đồ Công giáo địa phương, cũng như bảo đảm tương lai của Giáo hội ở Việt Nam. Nhưng, cũng giống như nhiều cuộc cải cách khác, việc đưa người Việt Nam lên chức vụ giám mục không được thực hiện một cách trọn vẹn như Vatican mong đợi. Nhiều quan chức của Vatican lo ngại về tinh thần dân tộc mang tính chiến đấu của Lê Hữu Từ và tìm cách bảo đảm rằng những vị giám mục được tấn phong sau ông này sẽ ôn hòa hơn.[919]

Vai trò quyết định của các giám mục người Việt về chính trị chỉ là một ví dụ cho thấy những cải cách trong sinh hoạt tôn giáo giữa hai cuộc chiến tranh đã hình thành sinh hoạt Công giáo như thế nào trong cuộc chiến tranh Đông dương lần thứ nhất. Ví dụ, rõ ràng là trong năm 1945, sách báo đã trở thành quan trọng trong đời sống Công giáo đến mức các lực lượng chính trị đối địch nhau đã phân phối những cuốn sách mỏng và những bài tiểu luận một cách rộng rãi, thậm chí ngay cả trong những khu vực nông thôn mà trước đó chỉ một thế hệ mười người mới có một người

---

[918] Đại sứ Pháp ở Vatican cho Bộ trưởng ngoại giao, ngày 21/2/1950, FM IC AFFPOI, 481, ANOM.

[919] Trần Thị Liên, "Les catholiques vietnamiens pendant la guerre d'indépendance", 459.

biết đọc. Mặc dù Rome còn lâu mới là lý do chính trong việc làm gia tăng số tín đồ Công giáo Việt Nam biết đọc biết viết, nhưng chiến dịch của họ nhằm mở rộng mạng lưới trường tiểu học chắc chắn là đã có tác dụng. Có lẽ di sản trực tiếp các cuộc cải cách do Vatican thực hiện chính là báo chí Công giáo mà Roma đã thúc đẩy khởi sự từ đầu những năm 1920 và trong một số trường hợp, Rome đã thúc đẩy các giới chức thẩm quyền truyền giáo cho phép. Nhiều tờ báo Công giáo lớn trong giai đoạn thuộc địa đã phải đình bản ngay sau cuộc đảo chính của Nhật: *Trung Hòa Nhật Báo, Nam Kỳ Địa Phận, Vì Chúa* và những tờ báo khác đã phải đóng cửa ngay trong mùa hè năm 1945 và không bao giờ xuất bản trở lại nữa. Thay vào đó là những tờ báo khác, với mục đích là giúp các tín đồ Công giáo hiểu được ý nghĩa của giai đoạn quá độ chính trị đầy biến động này. Ở Phát Diệm, sau đảo chính Hoàng Quỳnh thành lập tờ *Sống*, như là một phần của chiến dịch tuyên truyền của ông ta.[920] Một số tờ báo đã đình bản trong giai đoạn Thế chiến II đã bắt đầu xuất bản trở lại trong năm 1945 với giọng điệu khác hẳn. Tờ tin của dòng Đa Minh, *Đa Minh Bán Nguyệt*, đình bản vào tháng 9 năm 1943, đã mở cửa trở lại hai năm sau đó với lời kêu gọi mạnh mẽ trung thành với Việt Minh. Khi các tín đồ Công giáo tỏ ra thận trọng hơn với Việt Minh, họ đã sử dụng báo chí để thể hiện sự lo lắng của mình. Nổi bật nhất là tờ *Hồn Công Giáo*, do một cựu huỳnh trưởng Hướng Đạo Công Giáo xuất bản ở Hà Nội từ

---

[920] Tác phẩm đã dẫn, 53.

tháng 10 năm 1945 đến tháng 12 năm 1946, có những bài viết về sự bất tương thích giữa Công giáo và chủ nghĩa cộng sản và những bản báo cáo về những cuộc xung đột giữa Việt Minh và các tín đồ Công giáo trên khắp cả nước. Sau này, tờ *Đạo Binh Đức Mẹ*, được thành lập ở Hà Nội năm 1952, là phương tiện chống cộng và chống chế độ quân chủ của nền chính trị Công giáo cho đến tận cuối cuộc chiến.

Nhưng có lẽ di sản quan trọng nhất của những cuộc cải cách của Vatican đối với đời sống và nền chính trị Công giáo trong suốt cuộc Chiến tranh Đông Dương lần thứ nhất chính là phong trào Công Giáo Tiến Hành. Năm 1946, Phạm Đình Khiêm, lãnh tụ thanh niên Công giáo, viết cuốn sách có thể được coi là cuốn lịch sử đầu tiên đầy đủ nhất ở Việt Nam về hành động xã hội của Giáo hội Công giáo từ đầu cho đến lúc đó. Ông tập trung phần lớn tác phẩm nhằm mô tả các thiết chế Công giáo ở Việt Nam mà ông khẳng định là cực kỳ quan trọng nhằm giúp các quan chức Việt Nam Dân Chủ Cộng Hòa xây dựng xã hội mới.[921] Bên cạnh mục đích chính trị rõ ràng, tác phẩm của Phạm Đình Khiêm phản ánh hạ tầng xã hội của Giáo hội – được bành trướng một cách rất mạnh mẽ trong giai đoạn thuộc địa –đã trở nên quan trọng như thế nào trong thời điểm cách mạng và chiến tranh. Các linh mục và các nhà lãnh đạo cộng đồng dựa vào các trường học và các chủng viện – những thiết chế này vẫn

---

[921] Phạm Đình Khiêm, *Hành động xã hội của giáo hội qua các thời đại và ở Việt Nam* (Phát Diệm: An Phong, 1950), 2nd ed.

tiếp tục hoạt động tại phần lớn các khu vực của Việt Nam Dân Chủ Cộng Hòa – thì mới tổ chức được các phương tiện sinh hoạt Công giáo và là nơi tạm trú cho người tị nạn Công giáo. Nhiều thiết chế y tế và bảo trợ xã hội tiếp tục hoạt động và thậm chí đã có sự hợp tác giữa Việt Nam Dân Chủ Cộng Hòa và Giáo hội Công giáo trong lĩnh vực này.[922] Các hiệp hội Công Giáo Tiến Hành, mạng lưới của tổ chức này trải rộng trong tất cả các giáo xứ và các khu vực, thậm chí còn quan trọng hơn. Khi lòng nhiệt tình của năm 1945 đã giảm đi, các hiệp hội Công Giáo Tiến Hành trong thanh niên và công nhân không còn ủng hộ Việt Nam Dân Chủ Cộng Hòa hay Việt Minh như trước đây nữa nhưng vẫn có thái độ chính trị mạnh mẽ, Việt Nam Dân Chủ Cộng Hòa đã phản ứng bằng những chiến dịch nhằm gây ảnh hưởng, cài người vào hoặc vô hiệu hóa chúng. Kết quả là, cuộc đấu tranh giữa Giáo hội và chính phủ mới ở Việt Nam nhằm hợp nhất các tín đồ Công giáo vào mạng lưới quốc gia tiến xa hơn hẳn so với trước đây.

Trên nhiều khía cạnh, cuộc đấu tranh bắt đầu ngay tại lễ tấn phong Lê Hữu Từ, khi Võ Nguyên Giáp và Phạm Văn Đồng yêu cầu Lê Hữu Từ ủng hộ hiệp hội mới, có tên là Việt Nam Công Giáo Cứu Quốc, một tổ chức mang tính chính trị và quân sự rõ ràng mà hai ông này hy vọng sẽ giúp liên kết các tín đồ Công giáo trong cả nước nhằm ủng hộ (và dưới sự lãnh đạo của) Việt Nam Dân Chủ Cộng

---

[922] Trần Thị Liên, "Les catholiques vietnamiens pendant la guerre d'indépendance", 276-80.

Hòa. Mặc dù lúc đó Lê Hữu Từ ủng hộ Việt Nam Dân Chủ
Cộng Hòa, ông và những lãnh tụ Công giáo khác, như
Nguyễn Mạnh Hà, sợ rằng hiệp hội này sẽ thiếu tính tự chủ
và rằng những tín đồ trong các giáo phận do người châu Âu
lãnh đạo sẽ gặp khó khăn khi tham gia. Đáp lại, Lê Hữu Từ
thành lập một hiệp hội quốc gia mới, gọi là Liên Đoàn
Công Giáo Việt Nam, dưới ngọn cờ của Công Giáo Tiến
Hành, chính thức là để tổ chức một cách tốt hơn hoạt động
của những nhóm Công Giáo Tiến Hành khác và phối hợp
một cách tốt hơn những cố gắng của Giáo hội trong những
hoạt động như giúp đỡ người nghèo và người tị nạn và
ngấm ngầm là tạo ra lực lượng chống lại ảnh hưởng của
Việt Nam Dân Chủ Cộng Hòa đối với đời sống Công giáo.
Các nhà chức trách của Việt Nam Dân Chủ Cộng Hòa lo
lắng, nhưng những cố gắng đang được tiến hành nhằm tìm
kiếm sự ủng hộ của Công giáo buộc họ phải công nhận
nhóm này.[923] Do có sự hiện diện của hiệp hội Công giáo
độc lập được các giới chức của Giáo hội chấp thuận, hiệp
hội của Việt Nam Dân Chủ Cộng Hòa chỉ thu hút được sự
ủng hộ của những tín đồ Công giáo có tinh thần chiến đấu
nhất mà thôi. Nhưng quan hệ của Liên Đoàn Công Giáo
Việt Nam với giới chức của Giáo hội lại không rõ ràng.
Phong trào Công Giáo Tiến Hành về hình thức là phi chính
trị, và trong khi Rome thường lờ đi hay thậm chí khuyến

---

[923] Báo cáo chi tiết nhất về việc hình thành các hiệp hội công giáo
cạnh tranh với nhau là tác phẩm của Đoàn Độc Thư: *Giám mục Lê Hữu
Từ và Phát Diệm: những năm tranh đấu hào hùng* (Sài Gòn: Sử Liệu
Hiện Đại, 1973), 38-84.

khích một số hình thức hoạt động chính trị, nhưng nhiều người ở Bộ truyền giáo tỏ ra rất lo lắng trước việc Từ ủng hộ Việt Nam Dân Chủ Cộng Hòa. Tháng 5 năm 1946, Khâm sứ Tòa thánh Drapier công nhận Liên Đoàn Công Giáo Việt Nam, nhưng ông nhấn mạnh rằng nó phải tuyệt đối phi chính trị, một việc mà một số giới tinh hoa Công giáo Việt Nam đang tích cực tìm cách tạo ra không gian cho sự độc lập về chính trị hay phe đối lập trong quốc gia mới, rất tức giận.[924] Và đương nhiên là các quan chức Việt Nam Dân Chủ Cộng Hòa cũng nhanh chóng tìm cách triệt tiêu tiềm năng trên vũ đài chính trị của hiệp hội này.

Ngay từ buổi ban đầu, tính năng động chính trị rất khác nhau giữa các vùng miền đã tạo ra thách thức đối với nhiệm vụ của Liên Đoàn Công Giáo Việt Nam là đưa các tín đồ Công giáo Việt Nam vào một tổ chức duy nhất trên toàn quốc. Liên đoàn được thành lập một cách vội vã và chủ tịch của nó, ông Nguyễn Mạnh Hà, phải gánh vác những trách nhiệm to lớn, lúc đó ông đang là Bộ trưởng kinh tế và thành viên phái đoàn đàm phán ở hội nghị Fontainebleu. Ở miền Bắc, trong thời gian Nguyễn Mạnh Hà ở Pháp, cộng sản và những người quốc gia đã cạnh tranh với nhau nhằm gây ảnh hưởng đối với ban lãnh đạo Liên đoàn, trong khi Nguyễn Mạnh Hà tìm cách ngăn chặn tổ chức này, không để nó bị lôi kéo vào chính trị. Việc Lê Hữu Từ công nhận nhóm những tín đồ Công giáo hoạt động tích cực ở Hà Nội,

---

[924] Trần Thị Liên, "Les catholiques vietnamiens pendant la guerre d'indépendance", 80.

gọi là Ủy ban Bắc Bộ, là đòn giáng vào những cố gắng của Nguyễn Mạnh Hà. Ở Nam Kỳ, tình hình cũng tương tự như thế, nhưng kết quả thì lại khác. Vì ít tín đồ Công giáo ở miền Nam nằm trong tổ chức hay hoạt động chính trị, trừ những người tham gia phong trào kháng chiến, đấy là những du kích Việt Minh đầu tiên tiếp xúc với Ngô Đình Thục và giám mục Sài Gòn, Jean Cassaigne, để xin phép thành lập Ủy ban miền Nam của Liên đoàn. Họ đã không thành công – Cassaigne sợ làm giới chức Pháp tức giận, trong khi Ngô Đình Thục sợ ảnh hưởng của cộng sản trong mặt trận Việt Minh – nhưng những tín đồ Công giáo này vẫn thành lập các tăng hội không chính thức của Liên đoàn để làm nền tảng cho việc tổ chức và họ bắt đầu dùng chúng nhằm tuyển các tín đồ Công giáo cho sự nghiệp chống Pháp. Việc chính trị hóa các Ủy ban của Liên Đoàn ở miền Bắc và miền Nam đã làm Drapier hoảng sợ, ông này đã huy động các linh mục trung thành nhằm giành được nhiều quyền kiểm soát hơn trong các Ủy ban của Liên đoàn ở trong và xung quanh thành phố Huế. Việc này đã làm nhiều người ủng hộ gia đình họ Ngô xa lánh, những người này hy vọng rằng Liên Đoàn Công Giáo sẽ giúp cho những nỗ lực của họ trong việc phát triển lực lượng đối lập phi cộng sản đối với Việt Nam Dân Chủ Cộng Hòa ở Trung Kỳ. Tháng 12 năm 1946, Drapier giải tán Liên Đoàn Công Giáo, nhưng nó vẫn hiện diện trên thực tế. Ngay sau đó, khuất phục trước những áp lực của Rome, Drapier lại cố gắng thành lập các chi hội không bị các nhóm chính trị kiểm soát.[925]

Số phận của Liên Đoàn Công Giáo cảnh báo trước về sự chia rẽ trong đời sống và nền chính trị Công giáo, tức là nền chính trị xuất hiện trong giai đoạn cuộc Chiến tranh Đông Dương lần thứ nhất. Các tín đồ Công giáo Việt Nam có nhiều lý do để tự nghĩ rằng họ là một cộng đồng tôn giáo dân tộc khi quốc gia vừa mới thành lập của họ bước vào cuộc chiến tranh vào năm 1946. Từ những năm 1920, người Việt Nam đã nhìn thấy những người đồng bào của mình leo lên nấc thang cao nhất của hệ thống cấp bậc của Giáo hội của mình, họ đã di cư và trở thành thành phần của những cộng đồng Công giáo ở những khu vực khác và ở nước ngoài nữa, họ đã tham gia những buổi lễ hội và hành hương với những người Công giáo trên khắp cả nước và họ đã trải nghiệm tôn giáo của mình trong bối cảnh những bản sắc chính trị và đạo đức đầy sức mạnh vừa mới xuất hiện. Sau khi chiến tranh nổ ra, người Việt Nam nắm được nhiều quyền kiểm soát đối với đời sống tôn giáo hơn là trước khi thiết lập chính quyền thực dân. Nhưng cuộc Chiến tranh Đông Dương lần thứ nhất còn làm cho sự chia rẽ sâu sắc trong nền chính trị Việt Nam ngày càng nổi bật hơn nữa. Cuộc tranh giành quyền lực nội bộ, việc tìm kiếm cuộc cách mạng xã hội và nhu cầu cấp bách của chiến tranh đã làm giới lãnh đạo Việt Nam Dân Chủ Cộng Hòa thay đổi tận gốc rễ và làm cho quan hệ của quốc gia mới với nhiều

---

[925] Tác phẩm đã dẫn, 80-90, 234-46, 300-302.

tín đồ Công giáo trở thành phức tạp hơn, và sự bất đồng giữa những tín đồ Công giáo muốn tìm phương án thay thế cho phong trào kháng chiến của Việt Minh ở Nam Kỳ cũng gia tăng. Nhưng sự dấn thân của các tín đồ Công giáo Việt Nam với nền độc lập dân tộc và độc lập tôn giáo thì không giảm đi, ngay cả sau khi tình trạng phấn khích của năm 1945 đã phai tàn. Nói như David Marr, thì "Nhiều tín đồ Công giáo đã xa lánh 'cuộc cách mạng này', nhưng ít người trở lại hợp tác hoàntoàn với Pháp."[926]

CHIA RẼ GIA TĂNG, 1946 – 1950

Ngay cả trong những ngày sôi nổi của năm 1945, không phải tất cả các thành phần trong đời sống Công giáo Việt Nam đều nhiệt tình ủng hộ Việt Nam Dân Chủ Cộng Hòa và Việt Minh. Ở Trung và Bắc Kỳ, đấy chủ yếu là do sự lộn xộn trong quá trình chuyển tiếp sang chính quyền Việt Nam Dân Chủ Cộng Hòa. Việc Việt Minh nắm được quyền lực đã buộc các tín đồ Công giáo cũng như những thành phần khác trong dân chúng phải đóng góp những khoản to lớn. Những tòa nhà của Giáo hội thường bị chiếm đóng, lương thực và tiền bạc bị trưng dụng hoặc bị tịch thu. Trong năm 1945, ở Trung và Bắc Kỳ, ít có hành động bạo lực chống lại các tín đồ Công giáo và tài sản riêng của họ, và đấy dường như thường là kết quả của cá nhân hoặc xung đột chính trị riêng lẻ hay đơn giản là cướp bóc hay trấn lột chứ không phải là chính sách bài Công giáo của chính quyền,

---

[926] Marr, *Vietnam 1945*, 550

mặc dù một số tín đồ Công giáo có thể đã là mục tiêu của
những chi bộ Việt Minh đặc biệt hung hăng, nhất là khi họ
chống lại việc bắt bớ hoặc trục xuất các nhà truyền giáo.
Nhưng nhiều tín đồ Công giáo, cũng như những thành phần
khác trong dân cư, dường như cảm thấy rằng một số vụ phá
hủy hoặc tịch thu tài sản là không thể tránh khỏi, và sự ủng
hộ của nhiều tín đồ Công giáo đối với nền độc lập chắc
chắn ám chỉ rằng nhiều sự ủng hộ về mặt vật chất cho Việt
Minh vào năm 1945 là tự nguyện chứ không phải là ép
buộc. Có một số bằng chứng chứng tỏ rằng đất đai, vốn là
trung tâm của nhiều vụ xung đột cộng đồng từ thế kỷ XIX,
lại trở thành nguồn gốc của xung đột kể từ sau ngày Nhật
đảo chính Pháp. Ở Hà Nam, dân làng đòi trả lại đất mà họ
bảo rằng cha ông họ, trong những năm 1870, đã bị buộc
phải bán cho các tín đồ Công giáo; còn ở Ninh Bình, những
người không theo Công giáo đòi hơn một ngàn *hectare* đất
mà giáo phận đã kiểm soát từ lâu.[927] Nhưng trong những
tháng đầu tiên của chính phủ Việt Nam Dân Chủ Cộng Hòa
ở Trung và Bắc Kỳ nói chung là không có và không phổ
biến chính sách bài Công giáo và hầu như không có những
hành động bạo lực chống lại các tín đồ Công giáo.

Việc Pháp lật đổ chính phủ cách mạng ở Nam Kỳ tháng
9 năm 1945 đã tạo ra động lực rất khác nhau giữa các tín đồ
Công giáo và những phong trào chính trị của người Việt
Nam trong vùng này. Trần Thị Liên khẳng định rằng cuộc
đảo chính của Pháp không những đã hạn chế được khả

[927] Tác phẩm đã dẫn, 144.

năng của Việt Minh trong việc tiến hành chiến dịch nhằm tìm kiếm sự hỗ trợ của các tín đồ Công giáo mà nhà nước Việt Nam Dân Chủ Cộng Hòa đã làm vào mùa thu năm 1945 ở Trung và Bắc Kỳ, mà còn làm cho Việt Minh tiến hành ngay lập tức cuộc chiến tranh du kích, một cuộc chiến đòi hỏi dân chúng phải hy sinh nhiều hơn và ít khoan dung hơn với những người bất đồng chính kiến.[928] Thực vậy, sự đa dạng của phong trào kháng chiến Nam bộ và thiếu vắng bộ máy của chính quyền cách mạng ở Nam Kỳ gây ra nhiều khó khăn hơn cho những người cộng sản trong việc xóa bỏ những lực lượng cạnh tranh với mình, như họ đã làm trong những vùng của Việt Nam Dân Chủ Cộng Hòa hồi cuối năm 1946. Điều đó dẫn đến xu hướng bè phái chính trị đầy bạo lực và khắc nghiệt tại nhiều khu vực ở đồng bằng sông Mê Công, khi những nhóm kháng chiến khác nhau cạnh tranh với nhau nhằm kiểm soát đất đai và sự trợ giúp của dân chúng, điều này lại dẫn đến hiện tượng là trong năm 1945 và đầu 1946 đã có nhiều vụ bạo lực hơn nhắm vào các tín đồ Công giáo Nam Kỳ và tài sản của họ.[929] Vì lực lượng dân quân của Cao Đài và Hòa Hảo là lực lượng hùng hậu trong phong trào kháng chiến Nam Kỳ cho nên một số vụ bạo lực có tính chất cộng đồng khá mạnh.[930] Hơn nữa, sự kiện là quan hệ giữa các nhà truyền giáo và giới tu sĩ ở

---

[928] Trần Thị Liên, "Les catholiques vietnamiens pendant la guerre d'indépendance", 78.

[929] Tài liệu về việc tịch thu tài sản của Công giáo và bạo lực giáo phái ở Nam Kỳ cuối năm 1945 trong FM IC NF 1297, ANOM.

[930] Trần Thị Liên, "Les catholiques vietnamiens pendant la guerre d'indépendance", 212.

Nam Kỳ tốt hơn là ở Trung Kỳ và Bắc Kỳ và sự kiện là các tín đồ Công giáo ở đây hội nhập sâu hơn vào cộng đồng dân cư hơn những khu vực khác ở Việt Nam, cho nên những căng thẳng trong đời sống tôn giáo có lẽ khó trở thành nguồn gốc của tình cảm bài Pháp. Dân chúng Công giáo Nam Kỳ cũng không có những người ủng hộ nền độc lập một cách quyết liệt và lớn tiếng, có vị trí cao trong hàng giáo phẩm như Lê Hữu Từ. Ngô Đình Thục, nổi tiếng là một người quốc gia, nhưng lại đang ở vị thế tế nhị trong việc lèo lái sự chiếm đóng của Pháp, trong khi vẫn giữ quan hệ cộng tác với rất nhiều lực lượng chính trị miền Nam mà những người anh em của ông này đang đối thoại với họ. Ở địa vị như thế, ông đã phải hết sức cố gắng nhằm giữ được sự thận trọng về mặt chính trị cho đến năm 1947.[931] Cuối cùng, các tín đồ Công giáo Nam Kỳ không không tham gia vào tổ chức rõ ràng là quốc gia nhưng cũng rõ ràng là tổ chức của Giáo hội độc lập, vì Liên Đoàn Công Giáo ở Nam Kỳ đã bị các các tín đồ Công giáo ủng hộ Việt Minh kiểm soát ngay từ đầu. Tóm lại, các tín đồ Công giáo Nam Kỳ không được chính quyền cách mạng cũng như lãnh đạo Giáo hội – đang bị lực lượng Pháp áp lực – huy động và đối mặt với nguy cơ là nếu tham gia hoạt động chính trị thì sẽ phải chịu nhiều bạo lực hơn. Và nó được thể hiện rõ qua thái độ chờ đợi của rất nhiều người trong những năm 1945 và 1946.

Ở những vùng do Việt Nam Dân Chủ Cộng Hòa kiểm

---

[931] Tác phẩm đã dẫn, 204-9.

soát, trong giai đoạn từ cuối năm 1945 đến giữa năm 1946, thái độ của các tín đồ Công giáo đối với quốc gia mới đã trải qua một sự thay đổi đáng kể. Trong năm 1945, chỉ có hai nhóm trong xã hội Công giáo tỏ ra thù địch với Việt Nam Dân Chủ Cộng Hòa mà thôi. Nhóm thứ nhất là những tín đồ Công giáo tinh hoa, thân Pháp, bảo thủ về mặt xã hội, tức là nhóm gồm những người như Nguyễn Huy Lai, luật sư và sau này là quan chức của Quốc Gia Việt Nam và Việt Nam Cộng Hòa, một người trong những năm 1930 từng ve vãn những tư tưởng của Công Giáo Xã Hội, nhưng sau năm 1945 đã nhanh chóng chuyển sang lập trường thân Pháp. Thứ hai là thành phần giáo sĩ, thường là những người già hơn, những người không bác bỏ sự giám hộ về mặt tôn giáo (và thường là cả chính trị) của Pháp. Nhưng, trong chín tháng sau ngày giành được độc lập, nếu không nói là sớm hơn, thái độ ủng hộ của phần lớn giáo sĩ và tín đồ Công giáo tại gia ở Trung và Bắc Kỳ đối với Việt Nam Dân Chủ Cộng Hòa đã giảm, nếu không nói là đã có thái độ thù địch, ngay cả khi lòng nhiệt tình đối với nền độc lập chưa suy suyển. Sự thay đổi, nơi nhiều nơi ít, trong quần chúng một phần là do tính đoàn thể của các cộng đồng Công giáo và mức độ ảnh hưởng của giới tu sĩ đối với đời sống Công giáo ở những khu vực đó, nhưng vì sao nó lại xảy ra? Dường như một phần là do phản ứng trước những khó khăn trong hoạt động của Việt Nam Dân Chủ Cộng Hòa ở một số vùng, nhất là những khó khăn về vật chất lan rộng khắp nơi, việc tiếp tục thu các sắc thuế thời thuộc địa và trước nhu cầu cần phải có những nguồn lực và sức lao động tình nguyện.[932] Chiến dịch tiêu thổ kháng chiến của Việt Nam Dân Chủ Cộng Hòa, khi quân Pháp trở lại Trung và Bắc Kỳ trong mùa hè năm 1946, cũng làm xấu đi quan hệ với một vài thành phần dân cư, cả Công giáo lẫn những người khác.

Nhưng rõ ràng là chính trị mới là nguồn gốc quan trọng nhất của thái độ chống đối ngày càng gia tăng của Công giáo đối với Việt Nam Dân Chủ Cộng Hòa. Năm 1945, theo lời Trần Thị Liên thì "Việt Minh... xuất hiện không phải như một đảng, mà như một mặt trận giải phóng dân tộc, các tín đồ Công giáo ủng hộ mặt trận này."[933] Nhưng từ cuộc đảo chính của Nhật trở đi, ban lãnh đạo cộng sản của Việt Minh phải đối mặt với sự chống đối lan tràn, nếu không nói là tuyệt vọng, của một loạt các lực lượng quốc gia ở miền Bắc, nhất là của Việt Nam Quốc Dân Đảng, Đại Việt Quốc Dân Đảng và Việt Nam Các Mạng Đồng Minh Hội, nhiều tổ chức trong số này còn được lực lượng của Trung Quốc Quốc Dân Đảng đang chiếm đóng ủng hộ và bảo vệ nữa. Năm 1946 là giai đoạn của chủ nghĩa bè phái chính trị đầy bạo lực ở miền Bắc, trong đó cộng sản đã sử dụng các phương tiện tuyên truyền, bạo lực và bộ máy của nhà nước Việt Nam Dân Chủ Cộng Hòa nhằm bịt miệng một cách hiệu quả lực lượng đối lập theo đường lối quốc

---

[932] Xem David Marr, "Beyond High Politics: State Formation in Northern Vietnam, 1945-1946," trong *Naissance d'un État-parti,* 25-60.

[933] Trần Thị Liên, "Les catholiques vietnamiens pendant la guerre d'indépendance", 74.

gia.[934] François Guillemot đã chỉ ra những bằng chứng cho thấy đến giữa năm 1946 đã có sự tham gia tích cực của các tín đồ Công giáo vào rất nhiều lực lượng theo đường lối quốc gia hoạt động ở miền Bắc Việt Nam, Việt Nam Quốc Dân Đảng thậm chí còn có tổ chức riêng của mình, gọi là Quốc Gia Công Giáo, nhằm tuyển mộ và tổ chức các tín đồ Công giáo.[935] Ngoài việc đàn áp các nhóm quốc gia có nhiều người Công giáo tham gia, lực lượng cộng sản ngày càng gia tăng quyền hạn trong chế độ Việt Nam Dân Chủ Cộng Hòa còn bắt đầu tìm cách kiểm soát nhiều hơn Liên Đoàn Công Giáo và các hiệp hội thanh niên và công nhân của Công Giáo Tiến Hành và hầu như chắc chắn là họ đã lũng đoạn những cuộc bầu cử ở Ninh Bình và Nam Định nhằm cố gắng siết chặt quyền kiểm soát nhóm thiểu số Công giáo quan trọng trong khi chờ đợi cuộc chiến tranh với Pháp.[936] Khi chiến tranh nổ ra vào tháng 12 năm 1946, các tín đồ Công giáo miền Bắc bị rơi vào giữa hai lực lượng hùng hậu nhưng đều không có sức hấp dẫn: Pháp tìm cách chiếm lại Việt Nam, một việc mà hầu như tất cả các tín đồ Công giáo đều phản đối và chính phủ Việt Nam Dân Chủ Cộng Hòa ngày càng độc đoán và có thái độ thù

---

[934] Xem François Guillemot, "Au coeur de la fracture vietnamienne: l'élimination de l'oppression nationaliste et anticolonialiste dans le nord du Vietnam," trong *Naissance d'un État-parti*, 175-216.

[935] Xem François Guillemot, Dai Viet, indépendance et révolution au Viet-Nam; L'échec de la troisième voie (1938-1955 (Paris: Les Indes Savantes, 2012). Cảm ơn Alec Holcombe đã chỉ cho tôi điểm này.

[936] Trần Thị Liên, "Les catholiques vietnamiens pendant la guerre d'indépendance", 96-97.

nghịch hơn, một chính phủ đang nắm quyền kiểm soát ngày càng gia tăng đối với ban lãnh đạo và các thiết chế của Giáo hội cũng như các lực lượng chính trị đối lập.

Trò chơi quyền lực của cộng sản ở Việt Nam Dân Chủ Cộng Hòa trong năm 1946 đã buộc ban lãnh đạo Công giáo miền Bắc tìm sự tự chủ lớn hơn đối với chính phủ cách mạng. Từ năm 1947 đến tận cuối năm 1949, hai giáo phận Bùi Chu và Phát Diệm nằm cạnh nhau, chiếm gần một nửa tín đồ Công giáo miền Bắc, là vùng lãnh thổ duy nhất ở Trung và Bắc Việt Nam không nằm dưới quyền kiểm soát của cả Việt Nam Dân Chủ Cộng Hòa cũng như của Pháp. Phần lớn đấy là do cam kết của Lê Hữu Từ rằng sẽ bảo vệ cả nền độc lập của Việt Nam lẫn sự tự chủ của Công giáo đối với ban lãnh đạo cộng sản của Việt Nam Dân Chủ Cộng Hòa. Trộm cướp, bắt bớ, xung đột vũ trang và ám sát, đã liên tục gây khó khăn cho quan hệ giữa các lực lượng của Việt Nam Dân Chủ Cộng Hòa và các người Công giáo trong những khu vực này ngay từ đầu năm 1946 – cũng như khi các lực lượng chính trị phi cộng sản đổ về những khu vực Công giáo để tìm sự bảo vệ – đã gây khó khăn cho quan hệ giữa các lực lượng của Việt Nam Dân Chủ Cộng Hòa và các tín đồ Công giáo trong những khu vực này, chiến tranh bùng nổ làm cho việc ngăn chặn liên minh giữa Công giáo và Pháp trở thành nhiệm vụ cực kỳ quan trọng đối với các nhà lãnh đạo của Việt Nam Dân Chủ Cộng Hòa. Điều này đã cho các nhà lãnh đạo Công giáo cơ hội để xây dựng một quốc gia riêng biệt, theo đúng nghĩa của từ này, ở khu vực Phát Diệm và Bùi Chu. Việc các tín đồ Công giáo sử dụng các chủng viện, trường học và hiệp hội làm cơ sở thu thập tin tức tình báo, vũ khí, và tuyển mộ người cũng như tổ chức huấn luyện chính trị và tập hợp quần chúng. Khu vực tự trị Công giáo có quân đội thường trực, có mạng lưới tình báo rộng khắp, có bộ máy thông tin và tuyên truyền, thậm chí có cả báo chí và đài phát thanh riêng. Mặc cho những cuộc đụng độ thường xuyên giữa các lực lượng của Việt Nam Dân Chủ Cộng Hòa và dân quân Công giáo trong suốt những năm 1947 và 1948, các tín đồ Công giáo không chịu thực hiện chính sách của chính phủ đã triệt để hơn, Lê Hữu Từ mới xem xét đến các phương án thỏa hiệp với Việt Nam Dân Chủ Cộng Hòa đã gia tăng và chính sách của chính phủ đã trở thành cấp tiến hơn, Từ mới bắt đầu xem xét những phương án thay thế cho việc liên minh với Việt Nam Dân Chủ Cộng Hòa. Nhưng chiến dịch quân sự của Pháp ở Phát Diệm và Bùi Chu vào tháng 10 năm 1949 một lần nữa lại làm cho các nhà lãnh đạo Công giáo tức giận và vì không tìm được những phương án chính trị phi cộng sản có mức độ khả tín đồng nghĩa với tận đầu năm 1950Lê Hữu Từ vẫn còn hy vọng thiết lập liên minh với chính phủ cách mạng.[937]

Tài liệu nội bộ và tuyên truyền từ cả hai phía về mối quan hệ ngày càng đầy đủ giữa Việt Nam Dân Chủ Cộng Hòa và các tín đồ Công giáo miền Bắc trước năm 1949 ám chỉ rằng ý thức hệ có vai trò thứ yếu đối với những vấn đề về mức độ tự chủ tương đối và ảnh hưởng trong nửa đầu

---

[937] Tác phẩm đã dẫn, 166-91.

của cuộc chiến. Phần lớn quan chức Việt Nam Dân Chủ Cộng Hòa, thậm chí cả cộng sản, vẫn tiếp tục coi sự chống đối của Công giáo không phải là kết quả của tự bản thân tôn giáo mà là kết quả của cơ cấu tôn ti trật tự và được tổ chức chặt chẽ của Giáo hội, tạo điều kiện cho các quan chức tôn giáo châu Âu và những người tòng sự phá hoại chính phủ quốc gia mà các quan chức Việt Nam Dân Chủ Cộng Hòa tin rằng phần lớn tín đồ Công giáo sẽ ủng hộ. Vì vậy mà chiến lược đối với các tín đồ Công giáo của Việt Nam Dân Chủ Cộng Hòa là tiếp tục tách tín đồ Công giáo Việt Nam ra khỏi ảnh hưởng của châu Âu, sử dụng các đồng minh trong giới tu sĩ địa phương nhằm thuyết phục tín hữu về cam kết với tự do tín ngưỡng của nhà nước và gia tăng sự tham gia vào những tổ chức Công giáo do nhà nước chấp thuận.[938] Mãi đến năm 1949, khi chủ trương cực đoan càng lúc gia tăng trong giới lãnh đạo của Việt Nam Dân Chủ Cộng Hòa mới bắt đầu chuyển thành thái độ bài Công giáo một cách dứt khoát hơn và mãi về sau điều này mới có hiệu lực thực sự trong những khu vực do Việt Nam Dân Chủ Cộng Hòa kiểm soát. Trong khi đó, mặc dù ngôn từ Công Giáo bằng tiếng Việt gia tăng chống cộng và tiếp tục xoay quanh những vấn đề lý thuyết và giáo lý, tâm điểm chú ý của những tờ báo như *Hồn Công Giáo* là sự kiểm soát của cộng sản đối với lĩnh vực chính trị và sinh hoạt của các cơ chế trong Việt Nam Dân Chủ Cộng Hòa. Bối cảnh quốc tế, mạnh mẽ như dưới thời thuộc địa, là một nhân tố:

---

[938] Tác phẩm đã dẫn, 153-57.

chủ nghĩa chống cộng của Vatican, cực kỳ mạnh mẽ vào
những năm cuối 1940 cũng như sau đó, lại không được
trình bày bao nhiêu trong những năm ngay sau Đệ Nhị Thế
Chiến chấm dứt, và chỉ tác động chút ít trên nhận thức của
Việt Nam Dân Chủ Cộng Hòa về Công giáo Việt Nam
trước năm 1949.

Một lần nữa, tình hình ở Nam Kỳ trong nửa đầu cuộc
chiến lại khác hẳn. Thực vậy, khi chiến tranh ở đồng bằng
sông Mê Công tiếp tục thì ngày càng có nhiều tín đồ Công
giáo tham gia vào hoạt động kháng chiến. Trên thực tế, đến
năm 1948 một số quan chức Pháp cho rằng một nửa tín đồ
Công giáo ở Nam Kỳ tham gia hay có cảm tình với cuộc
kháng chiến chống Pháp.[939] Nghiên cứu sâu hơn về vấn đề
này là cực kỳ cần thiết, nhưng rõ ràng là sự kiện Pháp
chiếm đóng không thôi không đủ để giải thích sự gia tăng
nhanh chóng số tín đồ Công giáo ủng hộ cuộc kháng chiến
ở miền Nam, đặc biệt là vì trong năm 1945 và đầu năm
1946 chỉ có một ít tín đồ Công giáo Nam Kỳ ủng hộ Việt
Minh mà thôi. Sự hấp dẫn ngày càng gia tăng của Việt
Minh đối với các tín đồ Công giáo vùng đồng bằng sông
Mê Công trong giai đoạn đầu của chiến tranh có lẽ là do
khả năng tổ chức một cách hiệu quả của mặt trận dưới ngọn
cờ của Liên Đoàn Công Giáo. Có báo cáo nói rằng đến cuối
năm 1947, hơn một trăm chi hội tập hợp được hơn 75 ngàn
tín đồ Công giáo Nam Kỳ nhằm sản xuất và phân phối các
tài liệu tuyên truyền, tổ chức và tiến hành đào tạo về chính

---

[939] Tác phẩm đã dẫn, 244.

trị, thu thập thông tin tình báo, tìm nguồn cung ứng và tuyển thành viên mới.[940] Liên Đoàn có mạng lưới rất mạnh trong và xung quanh Sài Gòn, ở đây các nhóm tương thân tương ái và hiệp hội Công giáo sử dụng những khuôn khổ sẵn có cho những cố gắng của Liên Đoàn trong việc giúp đỡ các hoạt động kháng chiến. Nhưng có lẽ quan trọng hơn là những liên minh chính trị thay đổi thất thường – vốn là hiện tượng đặc thù của thời kỳ đầu của cuộc kháng chiến ở Nam Kỳ – đã buộc Việt Minh và các lực lượng dân tộc chủ nghĩa phi cộng sản cũng như các giáo phái phải thường xuyên thảo luận với nhau, kể cả khi chiến tranh đã nổ ra, chứ không như ở miền Trung và miền Bắc. Bản chất của tổ chức tôn giáo – xã hội có thể cũng tạo điều kiện thúc đẩy cuộc kháng chiến của các tín đồ Công giáo; sự phân tán về mặt địa lý và xã hội của các tín đồ Công giáo và sự hiện diện không thường xuyên của giáo sĩ trong đời sống của người Công giáo bình thường dường như đã hạn chế ảnh hưởng của các giới chức Giáo hội đối với các lựa chọn chính trị. Thực vậy, tình báo Pháp ghi nhận ảnh hưởng của giới tu sĩ ở những khu vực nông thôn Nam Kỳ có sự chống đối Việt Minh từ phía người Công giáo.[941] Nhưng điều quan trọng cần ghi nhận là, những các tín đồ Công giáo ủng hộ Việt Minh ở Nam Kỳ có khả năng là không quá 10% toàn bộ Giáo dân Việt Nam.

Không khí chính trị trong đời sống Công giáo miền Nam

---

[940] Tác phẩm đã dẫn, 234.
[941] Tác phẩm đã dẫn, 228.

thể hiện rõ ràng ở thất bại của Pháp trong việc làm cho các tín đồ Công giáo trở thành lực lượng nòng cốt của liên minh chống Việt Minh. Các Đơn vị lưu động bảo vệ Họ Đạo (*Unités Mobiles de Défence de la Chrétienté* hay UMDCs) ở Nam Kỳ là sáng kiến của một đại tá mang hai dòng máu Việt – Pháp trong quân đội Pháp, tên là Jean Leroy. Leroy hoạt động ở vùng ngoại ô Mỹ Tho, ông này thành lập đơn vị UMDCs đầu tiên, chủ yếu là nhằm gia tăng ảnh hưởng của ông ta trong khu vực này của đồng bằng sông Mê Công. Không rõ tại sao Leroy lại chọn các tín đồ Công giáo làm chỗ dựa tiềm tàng; mặc dù ông này có theo học các trường Công giáo, nhưng tất cả các báo cáo đều nói rằng ông ta không phải là một người Công giáo tích cực, và xu hướng chính trị của hầu hết các tín đồ Công giáo ở Nam Kỳ lúc bấy giờ không có thấy nhiều lý do để nghĩ rằng có thể tổ chức họ thành lực lượng chống Việt Minh hữu hiệu. Nhưng quân đội Pháp lại coi UMDCs là hình thức kháng chiến chống cộng tự chủ trên danh nghĩa, tức là sẽ có lợi về mặt chính trị nhưng cũng sẽ dễ dàng bị kiểm soát. Chắc chắn là UMDCs đã lôi kéo được một số du kích Công giáo chống Việt Minh trong khu vực Mỹ Tho/Bến Tre, và một số người, nổi bật nhất là Huỳnh Công Hậu, đã tìm cách sử dụng UMDCs như là con đường dẫn ông ta tới quyền lực chính trị ở Sài Gòn. Nhưng, mặc dù chỉ có vài đơn vị UMDCs là những nhóm tự vệ thật sự có mối liên hệ mật thiết với các cộng đồng riêng lẻ, nhiều đơn vị, theo lời Trần Thị Liên thì "chỉ là bình phong (*façade*) Công giáo" cho các đơn vị bán quân sự cơ động, được trang bị tốt, mà người chỉ huy cũng như đa số thành viên không phải là tín đồ Công giáo, dành rất ít thời gian nhằm bảo vệ các cộng đồng Công giáo, đôi khi thậm chí còn buộc người Công giáo gia nhập để làm ra vẻ họ đang thực hiện mục đích xã hội của mình.[942] Các giới chức của Giáo hội và phần lớn các người quốc gia Công giáo cuối cùng đã phủ nhận các đơn vị này và các tín đồ Công giáo địa phương chỉ tham gia khi những lựa chọn khác không làm họ thỏa mãn.[943]

Mấy năm đầu, cuộc Chiến tranh Đông Dương lần thứ nhất không có tính quyết định cả về chính trị lẫn quân sự. Mặc dù Việt Nam Dân Chủ Cộng Hòa và Việt Minh có lợi thế to lớn trong nền chính trị đối nội, nhưng việc thiếu vắng đồng minh trên trường quốc tế đã làm giảm vị thế đối ngoại của họ. Nhưng mặt khác, Pháp không thành công trong việc tìm được đồng minh đáng tin cậy trong những nhóm chính trị phi cộng sản và nền chính trị quốc nội không ổn định của Pháp tiếp tục chia rẽ những người ủng hộ đàm phán với Việt Nam Dân Chủ Cộng Hòa và những người biện hộ cho việc tiếp tục can thiệp bằng quân sự. Điều này, cũng như những nỗ lực chiến tranh sáng tạo và bền bỉ của Việt Nam đã vô hiệu hóa phần lớn ưu thế về mặt vật chất của Pháp, cản trở việc Pháp chiếm các thành phố lớn và những khu vực đông dân cư ở các đồng bằng châu thổ và dọc bờ biển. Thất bại trong việc buộc Việt Nam Dân Chủ Cộng Hòa chấp nhận giải pháp chính trị làm cho Pháp phải tích cực

---

[942] Tác phẩm đã dẫn, 244.
[943] Tác phẩm đã dẫn, 336-49, 480-98.

tìm các liên minh chính trị của người Việt Nam, đặc biệt nhất là cựu hoàng Bảo Đại. Bảo Đại rời Việt Nam đi Hồng Công năm 1947, ông đã gặp các quan chức Pháp và một loạt những người dân tộc chủ nghĩa Việt Nam phi cộng sản ở đây, cả hai nhóm này đều muốn dùng địa vị nổi bật của ông làm vốn liếng chính trị. Do bế tắc về quân sự và khả năng chiến thắng của cộng sản ở Trung Quốc đang tăng lên, và nhằm tìm kiếm sự ủng hộ của Mỹ cho những cố gắng chiến tranh của mình, trong hiệp định ký tháng 6 năm 1948 – Pháp đã thừa nhận liên minh của Nam Kỳ với Trung và Bắc Kỳ trong nhà nước Việt Nam "độc lập" dưới quyền cai trị của Bảo Đại, nhưng vẫn nằm trong Liên hiệp Pháp. Quốc gia Việt nam, phát sinh từ hiệp định này, đã được chính thức thành lập vào giữa năm 1949, đã tuyên bố chủ quyền trên toàn lãnh thổ Việt Nam, tương tự như Việt Nam Dân Chủ Cộng Hòa.

Sự xuất hiện các lực lượng chính trị phi cộng sản mới, sau vụ đàn áp những lực lượng quốc gia ở Việt Nam Dân Chủ Cộng Hòa trong năm 1946, sẽ định hướng những lựa chọn chính trị của phần lớn các tín đồ Công giáo trong giai đoạn còn lại của chiến tranh. Nói chung, một ít tín đồ Công giáo "thân" Pháp một cách dứt khoát từ trước năm 1950 thể hiện hai lập trường khác nhau. Một là của Nguyễn Mạnh Hà, ông này coi cuộc kháng chiến chống Đức quốc xã ở Pháp là mô hình cho sự hợp tác Công giáo – cộng sản mà ông hy vọng là sẽ diễn ra ở Việt Nam, ông và các nhà trí thức Công giáo tả khuynh tự biến mình thành trung gian trong cuộc đối thoại với hy vọng thành công ngày càng giảm sau khi những cuộc thảo luận Pháp – Việt Nam Dân Chủ Cộng Hòa đổ vỡ vào năm 1947. Mặc dù điều này đã nhanh chóng làm cho quan hệ của Nguyễn Mạnh Hà với các quan chức Việt Nam Dân Chủ Cộng Hòa xấu đi nhanh chóng, nhiều vị chỉ huy quân sự Pháp ghét thái độ chính trị "thân" Pháp của Nguyễn Mạnh Hà đến mức ông ta và gia đình phải chạy từ Hà Nội xuống Hải Phòng dưới sự bảo vệ của lực lượng an ninh Pháp.[944] Nguyễn Mạnh Hà – bị tướng Jean de Lattre de Tassigny trục xuất khỏi Việt Nam năm 1951 – tiếp tục tìm kiếm giải pháp hòa bình trong các giới Công giáo cấp tiến ở Pháp. Sau khi chiến tranh kết thúc, Nguyễn Mạnh Hà quay lại Hà Nội trong một thời gian ngắn nhằm giúp chính thức hóa địa vị của Giáo hội dưới quyền cai trị của Việt Nam Dân Chủ Cộng Hòa và những cố gắng của ông ta dường như là nguyên nhân quan trọng làm cho lãnh đạo cộng sản không thành lập Giáo hội nhà nước, độc lập với Rome, tương tự như Đảng cộng sản Trung Quốc đã làm ở Trung Quốc.[945]

Trong khi các tín đồ Công giáo tả khuynh như Nguyễn Mạnh Hà tiếp tục hy vọng chính phủ liên hiệp ở Việt Nam Dân Chủ Cộng Hòa và giải pháp ngoại giao cho cuộc xung đột thì một số ít trong giới ưu tú về chính trị theo Công giáo đầu hướng về Bảo Đại. Nổi bật nhất là Phan Văn Giáo, một dược sĩ giàu có ở Huế; từ năm 1947 đến năm 1949 ông này là nhân vật trung gian quan trọng giữa Pháp

[944] Tác phẩm đã dẫn, 224-28.
[945] Trần Thị Liên, "Les catholiques et la République démocratique du Việt Nam", 261.

và Bảo Đại và đã đóng góp khá nhiều tiền bạc cho hoạt động chính trị của hoàng đế. Trong số những tín đồ Công giáo đầu tiên ủng hộ Bảo Đại có Nguyễn Đệ và Nguyễn Huy Lai, cả hai ông này đều không chấp nhận Việt Nam Dân Chủ Cộng Hòa ngay từ đầu. Sau năm 1950, cả ba ông này đều có vai trò quan trọng trong Quốc Gia Việt Nam.[946] Nhưng theo lời Trần Thị Liên thì "những tín đồ Công giao tham gia chính quyền làm việc đó như những cá nhân và hoàntoàn không đại diện cho những người đồng đạo với họ."[947] Thực vậy, sự ủng hộ của Công giáo rõ ràng là nhạt nhẽo, mặc cho những cố gắng của Pháp nhằm tuyển mộ tín đồ dưới cờ của Quốc Gia Việt Nam.[948] Năm 1947, Lê Hữu Từ đã tiếp xúc với Bảo Đại ở Hồng Công, nhưng ông đã thất vọng vì hoàng đế không có khả năng làm việc với những người dân tộc chủ nghĩa Việt Nam và cuộc chiến tranh phá hoại của Pháp đã làm gia tăng tình cảm bài Pháp của dân chúng Công giáo ở miền Trung và miền Bắc Việt Nam, thậm chí ngay cả khi càng ngày họ càng thêm chống đối Việt Nam Dân Chủ Cộng Hòa.[949] Ngay từ đầu, Quốc Gia Việt Nam đã được những tín đồ Công giáo bài Việt Minh – đặc biệt là những người tham gia UMDCs – ủng hộ.[950]

Ngô Đình Diệm và anh em của ông –là sự chọn lựa

[946] Trần Thị Liên, "Les catholiques vietnamiens pendant la guerre d'indépendance", 230-33.
[947] Tác phẩm đã dẫn, 377.
[948] Tác phẩm đã dẫn, 331-33.
[949] Tác phẩm đã dẫn, 228.
[950] Tác phẩm đã dẫn.

chính trị của đa số người Công giáo vào giai đoạn cuối của cuộc chiến tranh Đông Dương lần thứ nhất – đã trải qua nửa đầu của cuộc xung đột trong cơn biến động chính trị mạnh mẽ. Năm 1945 và 1946 là thời kỳ khó khăn đối với gia đình họ Ngô, bắt đầu bằng việc mà Ed Miller mô tả Ngô Đình Diệm là "tính toán sai lầm to lớn" khi từ chối lời đề nghị giữ chức thủ tướng của Đế Quốc Việt Nam sau cuộc đảo chính của Nhật.[951] Ngô Đình Khôi, người anh cả bị cán bộ Việt Minh giết hại vào tháng 9; việc Pháp chiếm Nam Kỳ không cho Ngô Đình Thục nhiều khả năng dùng vị thế giám mục Vĩnh Long của mình cho những mục đích chính trị; còn Ngô Đình Nhu thì đang làm Giám đốc Nha Lưu trữ công văn và Thư viện Đông Dương ở Hà Nội. Sau Cách mạng Tháng tám Ngô Đình Diệm bị bắt giữ trong một thời gian ngắn, đầu năm 1946 ông được đưa ra Hà Nội và được đề nghị giữ chức vụ trong chính phủ thống nhất của Việt Minh. Ngô Đình Diệm đã từ chối, mặc dù không phải là vì những lý do mang tính ý thức hệ như sau này ông ta tuyên bố. Trên thực tế, ông ta không được giao nhiều quyền kiểm soát chính sách an ninh của Việt Minh như mong muốn, và ông ta ở nước ngoài hầu như suốt cả năm 1946.[952] Vì các anh em nhà Ngô hầu như đã bị vô hiệu hóa, những người ủng hộ họ ở Huế bắt đầu chuyển từ quan điểm trung quân, ủng hộ Cường Để, sang phát triển mạng lưới chính trị mới. Trong hai năm 1945 và 1946, nhân vật quan trọng nhất trong việc này là Trần Văn Lý, ông này đã tổ

[951] Miller, "Vision, Power and Agency," 437.
[952] Tác phẩm đã dẫn, 438.

chức các người cùng đạo qua trong các chi hội của Liên Đoàn Công Giáo. Bà vợ góa của Ngô Đình Khôi (con gái Nguyễn Hữu Bài) là người đóng góp tài chính lớn nhất cho những cố gắng này. Một số người ủng hộ gia đình họ Ngô trong những nơi cũng bắt đầu tổ chức. Năm 1946, lực lượng an ninh của Việt Minh nhận thấy sự xuất hiện của một đảng chính trị mới ở khu vực Nghệ An/Hà Tĩnh, gọi là Đảng Bình Dân, bao gồm những tàn dư của Đảng Đại Việt Phục Hưng Hội của Ngô Đình Diệm, các tổ chức thanh niên và tín đồ đạo Cao Đài.[953]

Hoạt động của Ngô Đình Diệm trong năm 1947 nhằm tổ chức các lực lượng chống Việt Nam Dân Chủ Cộng Hòa/Việt Minh – đã bị suy yếu và phân tán sau vụ đàn áp khốc liệt của cộng sản hồi năm 1946 – thành một phong trào chính trị thống nhất và có sức sống, gọi là Việt Nam Quốc Gia Liên Hiệp. Đồng minh chủ chốt của Ngô Đình Diệm trong những cố gắng này là Nguyễn Tôn Hoàn, một tín đồ Công giáo miền Nam và cũng là thành viên sáng lập đảng Đại Việt. Tương tự như các nhà quốc gia đồng hương khác, Ngô Đình Diệm công nhận rằng Bảo Đại – lúc đó ở Hồng Công đang nhận được những lời đề nghị từ người Việt quốc gia và người Pháp – là nhân vật chính trị duy nhất được nhiều người công nhận, đủ sức lãnh đạo phong trào đối kháng trên toàn quốc. Như vậy là Ngô Đình Diệm không phản đối giải pháp quân chủ, thực ra mãi đến năm

---

[953] Trần Thị Liên, "Les catholiques vietnamiens pendant la guerre d'indépendance", 109.

1948 ông vẫn tích cực tìm một giải pháp để Việt Nam độc lập hoàntoàn với Pháp. Như Ed Miller đã chỉ ra, Ngô Đình Diệm còn áp lực Bảo Đại chấp nhận mô hình mà thực chất là chính phủ cộng hòa trong đó hoàng đế phải tham khảo quốc hội trước khi chấp nhận các đề xuất của Pháp.[954] Cố gắng hợp tác với Bảo Đại thất bại vào giữa năm 1948, khi vị hoàng đế này chấp nhận một loạt điều kiện của Pháp, dẫn tới việc thành lập Quốc Gia Việt Nam, đây là những điều kiện mà Ngô Đình Diệm cho là không thể chấp nhận được. Khi Nguyễn Tôn Hoàn và một vài nhà dân tộc chủ nghĩa quyết định ủng hộ Quốc Gia Việt Nam thì Ngô Đình Diệm cũng đoạn tuyệt với họ.[955]

Tính chất thất thường của việc tìm kiếm chính trị của Ngô Đình Diệm trong giai đoạn đầu của chiến tranh có nghĩa là trong quá trình đàm phán với Bảo Đại, ông ta còn liên hệ với Việt Minh ở Nam Kỳ, ông tin rằng ở đấy những người không cộng sản là lực lượng chính của cuộc kháng chiến. Các tín đồ Công giáo thân Việt Minh đã bác bỏ các đề nghị của Ngô Đình Diệm – linh mục Nguyễn Bá Luật mô tả Ngô Đình Diệm là đang thực hiện "mệnh lệnh của những người Pháp phản động và thực dân"[956]–nhưng ông ta được tôn trọng đến mức gần như đã thuyết phục được Nguyễn Bình, tổng chỉ huy chiến trường của Việt Minh ở miền Nam, đào ngũ. Cùng thời gian đó, Ngô Đình Diệm

[954] Miller, "Vision, Power and Agency," 439.
[955] Trần Thị Liên, "Les catholiques vietnamiens pendant la guerre d'indépendance", 193-96.
[956] Tác phẩm đã dẫn, 197.

tung ra cố gắng đã được chuẩn bị một cách đầy đủ nhằm xây dựng cơ sở chính trị độc lập ở Nam Kỳ. Phương tiện chính của ông là một đảng chính trị dựa trên các hiệp hội công nhân và thanh niên Công giáo, đấy là Đảng Xã Hội Công Giáo và hai tờ báo *Ý Dân* và *Hoạt Động*.[957] Những người anh em của Ngô Đình Diệm là những nhân vật có tầm quan trọng đặc biệt đối với những cố gắng trong việc bành trướng của ông ở miền Nam trong năm 1948. Chức giám mục của Ngô Đình Thục giúp Ngô Đình Diệm thiết lập lòng tin đối với mạng lưới của giới tu sĩ, và giáo phận Vĩnh Long vốn là nơi ẩn náu của các lực lượng kháng chiến không cộng sản. Ngô Đình Nhu rời Hà Nội đi Huế vào năm 1947, rồi đi Sài Gòn vào năm 1948, nhằm giúp Ngô Đình Diệm tổ chức các lực lượng dân tộc chủ nghĩa không theo Công giáo. Ngô Đình Cẩn, em út, ở lại Huế để củng cố sự ủng hộ của Công giáo ở đây, thậm chí Ngô Đình Luyện, lúc đó đang ở Pháp, cũng tìm cách tiếp xúc với các Việt kiều.[958]

TỪ CHIẾN TRANH ĐẾ QUỐC ĐẾN CHIẾN TRANH LẠNH: 1950 – 1954

Chiến thắng của cộng sản Trung Quốc năm 1949 đã biến cuộc Chiến tranh Đông Dương lần thứ nhất thành chiến trường của Chiến tranh Lạnh. Việc thành lập nước Cộng Hòa Nhân Dân Trung Hoa đã cho Việt Nam Dân Chủ Cộng Hòa một đồng minh hùng mạnh; năm 1950 Cộng Hòa Nhân

---

[957] Tác phẩm đã dẫn, 196-203, 221-24.
[958] Tác phẩm đã dẫn, 204-11.

Dân Trung Hoa công nhận Việt Nam Dân Chủ Cộng Hòa, Liên Xô cũng làm như thế ngay sau đó. Cộng Hòa Nhân Dân Trung Hoa còn liên kết Việt Nam Dân Chủ Cộng Hòa với khối cộng sản quốc tế và viện trợ cũng như cố vấn Trung Quốc bắt đầu tràn qua biên giới. Điều này làm cho sức mạnh quân sự của Việt Nam Dân Chủ Cộng Hòa gia tăng vượt bậc, đây là một đòn nặng giáng vào cố gắng chiến tranh của Pháp. Tình hình thế giới thay đổi; tuy chậm, nhưng bản chất của cuộc cách mạng trong nước thay đổi và việc thành lập Quốc Gia Việt Nam, tất cả những điều này làm cho ban lãnh đạo Việt Nam Dân Chủ Cộng Hòa, trong và từ năm 1949 trở đi, càng ngả sang ý thức hệ và chiến thuật chính trị Marxist mang tính hiếu chiến nhiều hơn nữa. Đối với những đối thủ của cộng sản, việc thành lập nước Cộng Hòa Nhân Dân Trung Hoa là hiện thân của tình hình thế giới đang ngày càng xấu đi, khi mà các thuộc địa trên khắp thế giới theo đuổi đường lối chính trị mà các nhà làm chính sách của Mỹ và Tây Âu sợ rằng sẽ đe dọa quyền lợi của họ. Mặc dù một số người trong Bộ ngoại giao Mỹ phản đối những cố gắng của Pháp nhằm trở lại Đông Dương và công nhận sự yếu kém của Quốc Gia Việt Nam, áp lực ngoại giao của Pháp và Anh đã thắng thế và Mỹ bắt đầu giúp Pháp chiến phí.[959] Vatican, đặc biệt lo lắng cho điều kiện của các Giáo hội ở châu Á, sau năm 1949 cũng đã nhanh chóng chuyển từ thái độ trung lập sang ủng hộ các

---

[959] Mark Lawrence, *Assuming the Burden: Europe and the American Commitment to War in Vietnam* (Berkeley: University of California Press, 2005).

phong trào chính trị phi cộng sản. Tình hình chính trị thế giới làm thay đổi hẳn thái độ của người Việt chống cộng họ bắt đầu cắt đứt những quan hệ còn sót lại với Việt Nam Dân Chủ Cộng Hòa và Việt Minh.

Thông điệp năm 1951 của Giáo hoàng Pius XII, *Ad Apostolorum Principis* (*Về chủ nghĩa cộng sản ở Trung Quốc*), thể hiện thái độ chống cộng ngày càng gia tăng của Vatican, kể từ khi ảnh hưởng của Liên Xô lan tràn sang châu Âu và chiến thắng của Cộng Hòa Nhân Dân Trung Hoa. Nhưng, trong khi những lo lắng về chủ nghĩa cộng sản trên toàn cầu chắc chắn là đã tác động vào quyết định của Rome trong việc công nhận Quốc Gia Việt Nam vào tháng 3 năm 1950, điều này không có nghĩa Rome ủng hộ tham vọng thực dân của Pháp ở Việt Nam, nhưng chỉ cho thấy không có lựa chọn ý nghĩa nào khác để đối phó với Việt Nam Dân Chủ Cộng Hòa. Mặc cho những áp lực ngoại giao của Pháp, Rome tiếp tục phát triển Giáo hội Việt Nam, bằng cách chuyển chức vụ đứng đầu giáo phận từ người Pháp sang cho người Việt Nam và năm 1951 đã bổ nhiệm John Dooley, một linh mục người Ireland, làm vị Khâm sứ Tòa Thánh đầu tiên không phải là người Pháp thay thế cho Costantino Aiuti. Rome nhận thức được rằng nhiều tín đồ Công giáo Việt Nam bất mãn với Quốc Gia Việt Nam, phần lớn là do nỗ lực của những người ủng hộ gia đình họ Ngô tại Rome, và Rome thoạt tiên đã không thiết lập quan hệ ngoại giao hay cử một sứ thần Tòa Thánh đến quốc gia mới này. Điều này làm cho các quan chức Pháp thất vọng, họ phải tăng cường cố gắng nhằm thuyết phục Rome rằng cuộc chiến tranh này là phần quan trọng của cuộc chiến chống cộng trên toàn cầu. Mãi đến năm 1952, Rome mới chuyển sang lập trường hoàntoàn ủng hộ Quốc Gia Việt Nam, chủ yếu là vì lúc đó đã có nhiều tín đồ Công giáo Việt Nam ủng hộ quốc gia mới hơn là trước đây.

Việc Vatican công nhận Quốc Gia Việt Nam không phải là lý do chính cho việc gia tăng số người Công giáo Việt Nam ủng hộ Bảo Đại sau năm 1950. Trong một chuyến đi dài tới châu Âu, trong đó có cuộc hội kiến với Giáo hoàng, cũng như cuộc tấn công quân sự của Việt Nam Dân Chủ Cộng Hòa đã làm cho Lê Hữu Từ có thái độ thực tế hơn về tình hình ở Bùi Chu và Phát Diệm. Nhưng ông này và vị giám mục mới ở Bùi Chu, Phạm Ngọc Chi, vẫn tiếp tục chống lại việc hợp nhất khu vực này với Quốc Gia Việt Nam, tiếp tục theo đuổi chính sách với Quốc Gia Việt Nam tương tự như chính sách mà họ từng theo đuổi với Việt Nam Dân Chủ Cộng Hòa, tức là đề cao tầm quan trọng có tính chiến lược của khu vực nhằm cố gắng giữ được quyền tự chủ của họ. Lê Hữu Từ nhận sự giúp đỡ của Quốc Gia Việt Nam, nhưng trong nửa đầu năm 1951, ông ta tiếp tục lớn tiếng tuyên bố ủng hộ quyền tự trị và tìm cách tiếp xúc với các tín đồ Công giáo chống Quốc Gia Việt Nam trong những khu vực khác của Việt Nam. Việc hợp nhất các đơn vị bán quân sự Công giáo với lực lượng Pháp – Việt vào tháng 8 năm 1951 phần lớn là do đường lối quân sự cứng rắn hơn của Pháp nhằm chống lại cuộc tấn công của Việt Nam Dân Chủ Cộng Hòa – cuộc "tập hợp" các tín đồ Công giáo vào Quốc Gia Việt Nam, mặc dù nó phản ánh sự thay đổi lập trường của các nhà lãnh đạo Công giáo từ những giai đoạn đầu của cuộc chiến, nhưng cũng cho thấy sự kháng cự đang tiếp diễn của nhiều tín đồ ở Phát Diệm và Bùi Chu đối với giải pháp này. Nhưng dường như một số linh mục và các tín đồ Công giáo tại gia, trong đó có Hoàng Quỳnh, không chống đối Quốc Gia Việt Nam như Lê Hữu Từ và có thể ông này cảm thấy áp lực nội bộ đòi phải liên kết mật thiết hơn.[960]

Mặc dù tình hình quân sự là nguyên nhân đầu tiên làm cho lãnh đạo những khu vực tự trị Công giáo gắn bó trực tiếp hơn với Quốc Gia Việt Nam và lực lượng Pháp – Việt vào năm 1952, họ còn nhận thức rõ ràng rằng đời sống của các tín đồ Công giáo dưới quyền Việt Nam Dân Chủ Cộng Hòa đang trở nên xấu đi. Việc Việt Nam Dân Chủ Cộng Hòa ngày càng sử dụng chủ nghĩa Mác – xít một cách công khai hơn trong hoạt động tuyên truyền và chính sách của họ dẫn đến việc tăng cường nhồi sọ và ít khoan dung hơn với phe đối lập và người bất đồng chính kiến. Các nguồn của cả Pháp lẫn Việt Nam Dân Chủ Cộng Hòa đều cho thấy rằng việc giáo dục chính trị gia tăng (và cùng với nó là việc đóng cửa các trung tiểu học Công giáo và các thiết chế Công giáo khác) càng tăng cường thêm mâu thuẫn giữa các quan chức Việt Nam Dân Chủ Cộng Hòa và Giáo dân, đặc biệt là các linh mục, trong những khu vực mà trước năm

---

[960] Trần Thị Liên, "Les catholiques vietnamiens pendant la guerre d'indépendance", 383-99, 480-80.

1950 có tương đối ít các vụ xung đột.[961] Nhưng mãi đến năm 1951, bộ máy tuyên truyền của Việt Nam Dân Chủ Cộng Hòa vẫn tiếp tục tập trung vào việc động viên chứ không phải là nói xấu Công giáo, ngay cả khi họ đã không còn ca ngợi Rome vì công việc thành lập các Giáo hội địa phương mà quay sang chỉ trích, coi Rome là âm mưu của bè lũ đế quốc và tất cả các hoạt động thờ phụng, hiệp hội và thiết chế đều bị nhà nước kiểm soát như những nhóm khác. Đấy một phần là do tình trạng mơ hồ vẫn đang tồn tại ở Phát Diệm và Bùi Chu, các nhà lãnh đạo ở đấy tiếp tục thể hiện tinh thần bài Quốc Gia Việt Nam và bài Pháp, cũng như việc Việt Nam Dân Chủ Cộng Hòa cần sức người, sức của từ mọi thành phần trong xã hội cho nỗ lực của chiến tranh. Và ở một số vùng, việc giáo dục chính trị và tuyên truyền của Việt Nam Dân Chủ Cộng Hòa đối với các tín đồ Công giáo đã làm cho một số người bỏ đạo, ngay cả khi, đối với nhiều người, tinh thần hồ hởi của năm 1945 đã trở thành quá khứ xa xôi.[962]

Thư mục vụ ngày 9 tháng 11 năm 1951, do mười lăm giám mục Việt Nam ký, là sự đoạn tuyệt dứt khoát giữa Rome, hàng Giáo phẩm Việt Nam với Việt Nam Dân Chủ Cộng Hòa. Bức thư chỉ thị cho tất cả các tín đồ Công giáo Việt Nam phải nhớ rằng "có một sự đối nghịch hoàntoàn

---

[961] Quan Toàn và Nguyễn Hoài, *Những hoạt động bọn phản động đội lốt thiên chúa giáo trong thời kỳ kháng chiến* (1945-1954) (Hà Nội: Nhà Xuất Bản Khoa Học, 1965).

[962] Trần Thị Liên, "Les catholiques vietnamiens pendant la guerre d'indépendance", 505-8.

giữa Giáo hội Công giáo và chủ nghĩa cộng sản, đến mức
mà Đức Giáo hoàng đã tuyên bố rằng dứt khoát không thể
vừa là Giáo dân vừa là cộng sản được... nhưng không chỉ
cấm tham gia đảng cộng sản; các tín hữu không được hợp
tác với họ hay làm bất cứ điều gì mà bằng cách này hay các
khác có thể làm cho đảng cộng sản giành được quyền
lực.''[963] Mặc dù các quan chức Việt Nam và bộ máy tuyên
truyền (và nhiều nhà sử học) coi bức thư là chỉ dấu của sự
kiểm soát của Vatican đối với đời sống và nền chính trị
Công giáo Việt Nam, nhưng hầu như chắc chắn là nó
không đi ngược lại ước vọng của các giám mục Việt Nam,
nhất là Lê Hữu Từ. Bức thư được viết khi nào và vì sao?
Đến cuối năm 1951, có hai sự kiện đã đưa các vị giám mục
Việt Nam sang phía đối đầu công khai với Việt Nam Dân
Chủ Cộng Hòa. Thứ nhất, tình hình quân sự ở Phát Diệm
và Bùi Chu, đặc biệt là trận tấn công lớn của Việt Nam Dân
Chủ Cộng Hòa vào mùa hè năm 1951, cuộc tấn công này
khẳng định rằng sự tự chủ mà khu vực Công giáo này được
hưởng từ năm 1945 sắp chấm dứt. Thứ hai, đời sống Công
giáo trong những vùng do Việt Nam Dân Chủ Cộng Hòa
kiểm soát đang xấu đi. Mặc dù tập trung vào hoặc tán thêm
những trường hợp riêng lẻ hay tin đồn có thể làm cho tình
hình đáng sợ hơn là thực tế, nhưng câu chuyện về những vụ
việc, như vụ xét xử và hành hình Phạm Thuyên, linh mục
giáo phận Vinh, có lẽ đã nhanh chóng được truyền tới Phát

---

[963] Trích dẫn trong Peter Hansen, "The Virgin Heads South:
Northern Catholic Refugees in South Vietnam, 1954-1964," Luận án
tiến sĩ, Melbourne College of Divinity, 2008, 97.

Diệm và Bùi Chu.[964] Mặc dù Lê Hữu Từ và Phạm Ngọc Chi, nếu không nói là các vị giám mục khác, vẫn nghi ngờ Quốc Gia Việt Nam, nhưng những cố gắng quân sự đang gia tăng của Việt Nam Dân Chủ Cộng Hòa và tính cực đoan của ý thức hệ làm cho các nhà lãnh đạo Công giáo hầu như không thể tiếp tục dính líu với chính phủ cách mạng được nữa.

Do ý thức hệ Marxist – Leninist được thể hiện theo cách mới trong chính sách của Việt Nam Dân Chủ Cộng Hòa và việc tái khôi phục chiến dịch chống phái cực tả từ hồi trước Thế chiến của Rome, mà thái độ chống cộng trong đời sống Công giáo Việt Nam cuối năm 1951 lan tràn rộng rãi hơn hẳn trước đây. Tuy thế, hàm ý của lá thư mục vụ về vị trí riêng lẻ của Công giáo trong các xung đột chính trị tại Việt nam đã không cho thấy một tình hình phức tạp, đặc biệt là những khu vực bên ngoài chiến trường chính ở miền Bắc. Ở Nam Kỳ, Ngô Đình Thục và Ngô Đình Nhu thay mặt Ngô Đình Diệm tiếp tục biến các tín đồ Công giáo thành nền tảng cho những cố gắng đang ngày càng mở rộng của họ, còn Ngô Đình Diệm thì đã rời Việt Nam từ năm 1950 nhằm vận động nước ngoài ủng hộ phong trào chống đối Quốc Gia Việt Nam của ông ta. Nhiều tín đồ Công giáo vẫn ủng hộ công cuộc kháng chiến ở miền Nam, nhưng khi Vatican và hàng giáo phẩm Việt Nam dứt khoát thể hiện lập trường chính trị của mình thì áp lực đối với các tín đồ đi theo kháng chiến sẽ gia tăng. Nhiều linh mục bị giám mục

---

[964] Tác phẩm đã dẫn, 92-93.

cấm làm lễ mi – xa, những tờ truyền đơn có hình Đức Giáo hoàng Pius XII và Khâm sứ Tòa thánh John Dooley và những lời tuyên bố chống cộng của họ, cũng như những câu chuyện về các tín đồ Công giáo bị buộc phải bỏ đạo hoặc bị giết được máy bay thả xuống.[965] Một vị linh mục tham gia kháng chiến nhớ lại rằng ông đã từng đọc về cái chết của chính mình trên một tờ truyền đơn như thế.[966] Đương nhiên là áp lực còn xuất phát từ cả các du kích Việt Minh, sau thư mục vụ năm 1951, họ càng căm thù Công giáo hơn nữa. Tình hình còn đặc biệt khó khăn cho một số ít người Công giáo ủng hộ Việt Nam Dân Chủ Cộng Hòa, họ bị chính phủ nghi ngờ (nhiều lúc còn tệ hại hơn) cũng như sự thù địch lan tràn trong Giáo dân, đến đầu phần lớn trong số họ đã hăng hái chống lại Việt Nam Dân Chủ Cộng Hòa hồi đầu những năm 1950.[967] Tuy nhiên, một số người tiếp tục chiến đấu: Phạm Bá Trực tiếp tục viết những bài tiểu luận kêu gọi các tín đồ Công giáo ủng hộ Việt Nam Dân Chủ Cộng Hòa và kể lại những câu chuyện kháng chiến của tín đồ Công giáo ở những khu vực khác nhau.[968]

Thư mục vụ năm 1951 – đối với ban lãnh đạo cộng sản, đây là lời khẳng định chủ nghĩa chống cộng phải là ưu tiên hàng đầu của tất cả các tín đồ Công giáo – cũng là bước

---

[965] Trần Thị Liên, "Les catholiques vietnamiens pendant la guerre d'indépendance", 540.
[966] Tran Tam Tinh, *Dieu et césar: Les catholiques dans l'histoire du Vietnam* (Paris: Sudestasie, 1978), 180-81.
[967] Tác phẩm đã dẫn, 184.
[968] Ví dụ như Phạm Bá Trực, *Kính chúa yêu nước* (Hà Nội: Nhà Xuất Bản Quân Đội Nhân Dân, 1954).

ngoặt trong chính sách của Việt Nam Dân Chủ Cộng Hòa. Trong và sau năm 1952, các tín đồ Công giáo trong những khu vực do Việt Nam Dân Chủ Cộng Hòa kiểm soát, đặc biệt là ở khu IV(Nghệ An, Hà Tĩnh, Thanh Hóa), phải đối mặt với những điều kiện rất khắc nghiệt. Giới tu sĩ hầu như không còn được tự do đi lại nữa, phần lớn báo chí Công giáo còn sót lại đều phải đóng cửa và quyền tự do lập hội bị hạn chế thêm. Cải cách ruộng đất, bắt đầu vào năm 1952, đã tịch thu và phân phối lại những mảnh đất lớn của Công giáo. Cũng trong thời gian này, một trong những thời khắc cuồng nhiệt nhất về ý thức hệ trong lịch sử Việt Nam Dân Chủ Cộng Hòa, nhiều tín đồ Công giáo bị bỏ tù và thậm chí bị hành quyết vì những "tội ác" như trường hợp 34 thành viên của Liên Đoàn Công Giáo ở Vinh bị kết án vào năm 1952: "là thành viên của tổ chức phản động" và "tạo ra tinh thần chống đối chính phủ và phong trào kháng chiến cũng như phát tán tài liệu tuyên truyền bí mật trong các con chiên."[969] Nhưng, sự chống đối Việt Nam Dân Chủ Cộng Hòa của một số tín đồ Công giáo hoàntoàn không phải là chuyện tưởng tượng. Mùa xuân năm 1952, các tín đồ Công giáo ở Nghệ An đã tổ chức một cuộc khởi nghĩa vũ trang, Việt Nam Dân Chủ Cộng Hòa phải điều cả một sư đoàn đến đây mới dẹp được. Sau đó, theo lời một nhà truyền giáo từng nghe những người tị nạn nói lại, thì: "một vụ xử án tàn ác, được chuẩn bị kỹ lưỡng… theo mô hình của những phiên tòa nổi tiếng ở Moskva." Các linh mục tuyên

---

[969] Hansen, "The Virgin Heads South," 92-93.

úy và các nhà lãnh đạo Công Giáo Tiến Hành bị xử trước tòa án nhân dân và đám đông mà báo chí Việt Nam Dân Chủ Cộng Hòa đánh giá là có ba mươi ngàn người. Ba người bị tử hình, phần lớn số còn lại bị đưa đi học tập cải tạo kéo dài đến 25 năm. Một số người tị nạn báo cáo rằng quan chức Việt Nam Dân Chủ Cộng Hòa ca ngợi phiên tòa là mô hình cho các địa phương và trong những tuần sau đó dân chúng địa phương đã tự tiện bắt giữ và tra tấn các tín đồ Công giáo.[970]

Chiến tranh Lạnh tràn tới Đông Dương đã đặt Ngô Đình Diệm và những người ủng hộ ông ta vào thế khó xử. Quốc Gia Việt Nam vừa được thành lập đã mua chuộc được một số đồng minh của Ngô Đình Diệm, và việc Mỹ và Anh công nhận Quốc Gia Việt Nam dường như đã đẩy ông ta ra xa những cuộc thảo luận về tương lai chính trị của Việt Nam hơn bất kỳ giai đoạn nào khác trước đó. Nhưng đấy cũng là thời khắc mà Ngô Đình Diệm bắt đầu từ bỏ thái độ ngả nghiêng về chính trị để quay sang với một tầm nhìn rõ ràng hơn về mặt ý thức hệ cho nước Việt Nam độc lập. Trong bản tuyên bố bác bỏ Quốc Gia Việt Nam, ngày 16 tháng 6 năm 1949, Ngô Đình Diệm khẳng định: "Cuộc đấu tranh hiện nay không chỉ là trận chiến đấu cho nền độc lập về mặt chính trị của Tổ quốc mà còn là "cuộc cách mạng xã hội" nhằm khôi phục sự độc lập cho nông dân và công nhân Việt Nam. Để mọi người và mỗi người ở Việt Nam đều có

[970] Trần Thị Liên, "Les catholiques vietnamiens pendant la guerre d'indépendance", 550-53.

đủ phương tiện để sống một cách phù hợp với nhân phẩm của con người tự do thực sự, tôi ủng hộ những cuộc cải cách xã hội sâu rộng và quyết liệt, với điều kiện là nhân phẩm bao giờ cũng phải được tôn trọng và được tự do phát triển."[971] Giáo lý Công giáo về xã hội trước đó đã định hướng cho những sáng kiến chính trị của Ngô Đình Diệm, nhưng bản tuyên bố năm 1949 là liên hệ rõ ràng nhất giữa Ngô Đình Diệm và chủ nghĩa nhân vị, cố gắng của chủ nghĩa này nhằm giữ sự cân bằng giữa cách mạng xã hội và giá trị của cá nhân sẽ định hình cho triết lý chính trị sau này của Ngô Đình Diệm trong cương vị tổng thống Việt Nam Cộng Hòa.

Biểu hiện của chủ nghĩa nhân vị trong bài nói của Ngô Đình Diệm năm 1949 cho thấy vai trò quan trọng của những người anh em đối với tham vọng chính trị của ông ta. Năm 1949, Ngô Đình Nhu và nhà truyền giáo của MEP là Fernand Parrel lập ra ở Đà Lạt một nhóm nghiên cứu chủ nghĩa nhân vị, nhóm này đã trở thành cơ sở cho việc truyền bá chủ nghĩa nhân vị – thông qua các buổi hội nghị chuyên đề và hội thảo trên khắp Việt Nam, cũng như thông qua báo chí nữa.[972] Do triết lý chính trị của Ngô Đình Diệm không được nhiều ủng hộ của dân chúng miền Nam, những cố gắng của Ngô Đình Nhu đã không biến được chủ nghĩa nhân vị của gia đình họ Ngô thành một cái gì đó có thể tiếp cận với phong trào quần chúng. Nhưng những chiến dịch

---

[971] Trích trong Miller, "Vision, Power and Agency," 440.
[972] Xem, ví dụ, "Cuộc phỏng vấn Cha Parrel" và "Văn phòng xã hội" trong số ra ngày 11/10/1952 và 10/1/1953 tờ *Đạo Binh Đức Mẹ*.

của Ngô Đình Nhu được tiến hành nhằm giữ vững và mở rộng nền tảng chính trị của Ngô Đình Diệm đã có kết quả lớn hơn nhiều, đấy là việc hình thành tổ chức chính trị, có tên là Cần Lao Nhân Vị Cách Mạng Đảng, vào năm 1952, một tổ chức thiết yếu đối với quyền lực của gia đình họ Ngô ở miền Nam Việt Nam. Liên minh quan trọng nhất của gia đình họ Ngô dưới ngọn cờ của đảng Cần Lao là Trương Quốc Bửu, một nhà tổ chức công đoàn có ảnh hưởng nhất ở Việt Nam, ông này đã giúp mở rộng căn cứ của gia đình họ Ngô ra bên ngoài các nhóm Công giáo. Có lẽ công tác tổ chức mang lại nhiều kết quả trong thời gian này là của Ngô Đình Cẩn, ông này đã thành lập các chi bộ Cần Lao trong hàng ngũ sĩ quan cấp dưới của lực lượng quân sự vừa được thành lập – Quân Đội Quốc Gia Việt Nam – và các quan chức của Quốc Gia Việt Nam.[973]

Cùng lúc với việc các phe phái đối nghịch trên sân khấu chiến tranh lạnh công nhận Việt Nam Dân Chủ Cộng Hòa và Quốc Gia Việt Nam, Ngô Đình Diệm hiểu rằng con đường đưa ông ta tới quyền lực ở Việt Nam nằm ở nước ngoài. Trong khi những người anh em nhân danh ông ta lèo lái những cuộc đấu đá chính trị thì tháng 8 năm 1950 Ngô Đình Diệm bắt đầu chuyến đi kéo dài bốn năm, trong chuyến đi này ông ta đã gầy dựng được một tập hợp chính trị mang tính quyết định cho tương lai của Việt Nam. Như

---

[973] Về hoạt động của Ngô Đình Nhu và Ngô Đình Cẩn giai đoạn 1949-1953, xem Ed Miller, *Misalliance: Ngô Đình Diệm, the United States, and the Fate of South Vietnam* (Cambridge, MA: Harvard University Press, 2013), chương 1.

Ed Miller đã chỉ ra, khi đi Ngô Đình Diệm không có kế hoạch cụ thể nào, ngoài việc cố gắng tìm kiếm sự ủng hộ của các chính phủ ngoại quốc. Mấy tháng du hành đầu tiên của Ngô Đình Diệm nói chung là thất bại, cố gắng của ông ta nhằm thiết lập quan hệ với Cường Để ở Nhật và những lời kêu gọi giúp đỡ gửi tới các quan chức Pháp và Quốc Gia Việt Nam ở Paris cũng không có mấy kết quả, những cuộc tiếp xúc đầu tiên của ông ta với Bộ ngoại giao Mỹ cũng không được tốt. Nhưng, ở Nhật, Ngô Đình Diệm đã thiết lập được mối quan hệ có tính quyết định với Wesley Fishel, một nhà nghiên cứu chính trị học có những mối quan hệ gần gũi với một số nhà lãnh đạo chính trị châu Á đang là tâm điểm của công trình nghiên cứu của ông ta. Tháng 12 năm 1950 Ngô Đình Diệm quay lại Mỹ. Trong mấy năm sau đó, Fishel đã giúp Ngô Đình Diệm gặp gỡ các chính trị gia, các nhà khoa học, các nhà báo xuất chúng của Mỹ, ngoài ra, ông ta còn giúp Ngô Đình Diệm có được chức cố vấn tại Michigan State College (nay là Michigan State University). Fishel và Ngô Đình Diệm đề xuất một loạt dự án giúp đỡ kĩ thuật cho Việt Nam, mà đến năm 1955 sẽ trở thành Nhóm của Đại học Michigan State (*Michigan State University Group*), là một chương trình của USAID cung cấp những khoản viện trợ quan trọng đầu tiên cho Việt Nam Cộng Hòa vào năm 1955. Những mối giao hảo của Ngô Đình Thục ở Vatican cũng giúp Ngô Đình Diệm thu xếp được các cuộc gặp gỡ với những người Công giáo có tiếng tăm tại Hoa Kỳ như Hồng y Francis Spellman, cũng như sinh hoạt trong các chủng viện Công giáo. Như Miller khẳng định, thành phần những người ủng hộ Ngô Đình Diệm rất đa dạng, chứng tỏ sự phức tạp của quan điểm chính trị và khả năng biến hóa của ông ta: chủ nghĩa chống cộng và Công giáo hấp dẫn những người bảo thủ, nhưng niềm tin của ông ta vào quá trình hiện đại hóa về mặt kỷ cương và kĩ thuật, coi đó là phương tiện cho sự phát triển lại hấp dẫn được những người bảo trợ có tư tưởng tự do hơn. [974] Chỉ vài năm sau đó, những người bạn mới và những đối tác mới mà Ngô Đình Diệm cũng cố được ở Mỹ đã trở thành nhóm cử tri mạnh miệng, giúp thúc đẩy chính phủ Mỹ giúp đỡ toàn diện cho chế độ của ông ta.

Giữa năm 1953, Ngô Đình Diệm và những người anh em của ông ta cảm nhận được cơ hội, đấy là khi ngọn triều chính trị ở Đông Dương bắt đầu đổi hướng. Khi cuộc chiến cứ kéo dài mãi thì biện pháp tiến dần từng bước đến độc lập của Bảo Đại ngày càng làm cho nhiều đồng minh của ông ta thất vọng. Trong khi Ngô Đình Diệm ở nước ngoài, thì Ngô Đình Nhu lãnh đạo công tác tổ chức Đại hội Thống nhất, bao gồm những nhóm chống cộng khác nhau, ở Sài Gòn vào tháng 9 năm đó. Đại hội nhanh chóng biến thành một cuộc cãi vã, nhưng nó cũng cho thấy sự thất vọng sâu rộng đối với người đứng đầu Quốc Gia Việt Nam. Bảo Đại, cũng đang ở nước ngoài, một tháng sau đó ông này cũng tổ chức Đại Hội Quốc Dân, nhưng bị phản tác dụng: những người tham gia đã bác bỏ chính sách tìm kiếm độc lập thông qua Liên hiệp Pháp. Trước nhu cầu cấp bách phải có

---

[974] Xem Miller, "Vision, Power and Agency," 444-45.

những đồng minh chính trị đáng tin cậy, đặc biệt là khi tin tức cuộc bao vây căn cứ của Pháp ở Điện Biên Phủ, tháng 3 năm 1954, bay vào tới Sài Gòn và cuộc đàm phán về Đông Dương sắp được tổ chức ở Geneva, Bảo Đại đã tái thiết lập quan hệ với Ngô Đình Diệm, thải hồi vị thủ tướng không được lòng dân là Nguyễn Văn Tâm và đồng ý thành lập quốc hội mới. Tháng 5 năm 1954, thất bại của Pháp ở Điện Biên Phủ là hồi chuông báo tử cho Đông Dương thuộc Pháp. Vài ngày sau Bảo Đại bổ nhiệm Ngô Đình Diệm làm thủ tướng Quốc Gia Việt Nam. Theo Hiệp định Geneva, mà phái đoàn Quốc Gia Việt Nam không ký, Việt Nam tạm thời bị chia làm hai miền, vĩ tuyến 17 trở thành biên giới. Việt Nam Dân Chủ Cộng Hòa ở miền Bắc, Quốc Gia Việt Nam ở miền Nam. Dân chúng được quyền tự do đi lại giữa hai miền, cuộc bầu cử được hoạch định vào tháng 7 năm 1956 sẽ quyết định tương lai chính trị của đất nước. Khi Ngô Đình Diệm trở lại Sài Gòn trong tình trạng hỗn loạn vào tháng 6 năm 1954 thì không có gì bảo đảm là ông ta sẽ nắm được quyền lực. Bảo Đại và các quan chức khác của Quốc Gia Việt Nam hoàn toàn không tin ông ta, còn quân cướp Bình Xuyên và các giáo phái Cao Đài và Hòa Hảo, Quân Đội Quốc Gia Việt Nam và dĩ nhiên là Việt Minh, tất cả đều thách thức quyền lực của Quốc Gia Việt Nam. Nhưng sau 15 tháng sau, trong một trong những hành động chính trị khôn ngoan nhất của mình – có sự trợ giúp của CIA – Ngô Đình Diệm đã đẩy lui tất cả những người chống đối. Cuộc trưng cầu dân ý, ngày 23 tháng 10 năm 1955, nhằm quyết định tương lai chính trị của miền Nam, Ngô

Đình Diệm và bộ máy chính trị kiểm soát cuộc tuyển cử đã lật đổ Bảo Đại và thành lập quốc gia mới, Việt Nam Cộng Hòa, Diệm giữ chức tổng thống. Đây là lần đầu tiên trong lịch sử một người Công giáo trở thành người đứng đầu nhà nước ở Việt Nam.

Phần kết

Giáo hội địa phương chia đôi

Cuối năm 1954, tác phẩm *Lịch sử những cuộc khủng bố ở Việt Nam* xuất hiện trong các hiệu sách giữa sự hỗn loạn của Sài Gòn sau hiệp định Geneva. Tác giả, một người Công giáo tên là Trần Minh Tiết, đã bị mất mười ba người thân trong cuộc Chiến tranh Đông Dương lần thứ nhất. Ông ta đã chạy khỏi nhà ở miền Trung Việt Nam trong cuộc di cư của hàng trăm ngàn tín đồ Công giáo chạy từ miền Bắc vào Nam trong giai đoạn từ giữa năm 1954 đến cuối năm 1955. Đối với Trần Minh Tiết, cũng như đối với nhiều người tị nạn khác, vết thương của chiến tranh và cuộc di cư nhắc nhở những câu chuyện về các thánh tử đạo mà ông đã nghe trong các bài giảng tại nhà thờ và đã từng đọc khi còn bé. "Tương tự như dưới thời Minh Mạng, Thiệu Trị và Tự Đức," Trần Minh Tiết viết, "thời đại Hồ Chí Minh hiện nay đã đẩy Giáo hội của chúng ta vào một tình trạng đạo đức giả hơn và cũng nhiều máu và lửa như những năm bi thảm của thế kỷ trước." Trong chương cuối tác phẩm, Trần Minh

Tiết kể lại những câu chuyện về các vị linh mục bị giết hại, các nhà truyền giáo bị giam cầm, các nhà thờ bị cướp phá, các trường học bị đốt cháy, và các tín đồ sùng đạo phải rời bỏ chỗ ở trong cuộc chiến tranh vừa qua, đối với ông ta, cuộc chiến tranh này đã lột trần sự thật về chế độ mà ông vừa trốn thoát: "Tín đồ Công giáo chiếm 10% dân cư và là một trong những thành phần có sức sống nhất của dân tộc," ông viết, lại bị "cộng sản Việt Minh đày đọa và cướp bóc."[975] Câu chuyện tử đạo thời hiện đại của Trần Minh Tiết đã nhanh chóng có các khán, thính giả quốc tế. Phần lớn người tị nạn Công giáo chạy khỏi miền Bắc Việt Nam trên những con tàu của Mỹ, theo chương trình Đường Tới Tự Do (*Passage to Freedom*), các nhà báo và tín đồ Công giáo Mỹ tham gia vào chiến dịch đã đưa cuộc di dân thành câu chuyện Chiến tranh Lạnh của Thiên chúa giáo và nền tự do, chiến đấu chống lại hiểm họa của chủ nghĩa cộng sản vô thần.[976]

Khi Trần Minh Tiết chạy vào Nam thì một nhà quan sát tên là Hoàng Linh, được các quan chức Việt Nam Dân Chủ Công Hòa cử tới để phỏng vấn những người tị nạn đang tập

---

[975] Trần Minh Tiết, *Histoire des persécutions au Viêt-Nam* (Paris: Notre Dame de la Trinité, 1955), 255. Trong phần dẫn nhập bản tiếng Pháp, Tiết ghi nhận việc xuất bản bản tác phẩm này bằng tiếng Việt tại Sài Gòn tháng 12 năm 1954, nhưng tôi không thể tìm được cuốn nào trong lần xuất bản này.

[976] Báo chí Mỹ viết về Passage to Freedom, xin đọc Seth Jacobs, *America's Miracle Man in Vietnam: Ngo Dinh Diem, Religion, Race, and U.S. Intervention in Southeast Asia, 1950-1957* (Durham, NC: Duke University Press, 2004), chương 4.

trung ở Phát Diệm, chuẩn bị ra đi, đã mô tả ấn tượng của ông ta về người Bắc di cư. Đối với Hoàng Linh, "sự thật ở Phát Diệm" (nhan đề mà ông ta chọn cho cuốn sách mỏng này) là nỗi sợ bị đàn áp và đọa đày là kết quả của chiến dịch tuyên truyền được tiến hành bởi những tên "tay sai của đế quốc Mỹ, của thực dân Pháp phá hoại hiệp định và lũ chó săn Ngô – đình Diệm" nhằm làm suy yếu cách mạng của dân tộc Việt Nam. Những đặc điểm mà Hoàng Linh gán cho tín đồ Công giáo bình thường tuy ít gay gắt hơn, nhưng vẫn có giọng kể cả bộ máy tuyên truyền đã "mê hoặc cưỡng ép đồng bào ta di cư đi Nam – bộ," bằng cách hứa cấp đất và cấp trâu hay dọa rằng họ sẽ đánh mất linh hồn nếu không đi.⁹⁷⁷ Tương tự như thế, các nhà cách mạng cộng sản khi nghĩ về những sự kiện đương đại từ quan điểm của quá khứ dân tộc đã nhìn tình trạng căng thẳng giữa nhiều tín đồ Công giáo và Việt Nam Dân Chủ Cộng Hòa như là một phần của cuộc đấu tranh mang tính lịch sử lâu dài giữa "quốc gia" và những thành phần "ngoại quốc". Năm 1952, một nhà trí thức cách mạng tên là Nguyễn Văn Nguyễn khẳng định: "Ngày trước ở nước ta, thực dân Pháp lợi dụng sự tín ngưỡng của đồng bào Công giáo đối với Chúa, đưa giòng Thừa sai, gia nhập bộ máy chính quyền thực dân của chúng, để cho bộ máy chính quyền đó thêm sức mạnh đàn áp, bóc lột nhân dân ta."⁹⁷⁸ Tư tưởng này

---

⁹⁷⁷ Hoàng Linh, *Sự thật ở Phát Diệm* (Hà Nội: Nhà Xuất Bản Sự Thật, 1954), 11.

⁹⁷⁸ Nguyễn Văn Nguyễn, "Thái độ của chúng ta đối với các tôn giáo," *Nghiên Cứu* 4 (1952), in lại trong *Đào Duy Anh, Nguyễn Văn*

nhanh chóng nhận được mảnh đất màu mỡ trong môn sử liệu học cách mạng và trong việc Việt Nam Dân Chủ Cộng Hòa phê phán chế độ Việt Nam Cộng Hòa được hai người Công giáo lãnh đạo là Ngô Đình Diệm và Nguyễn Văn Thiệu và nó vẫn còn là một chủ đề được lập đi lập lại trong quan hệ Nhà thờ – nhà nước và cũng là thành phần quan trọng trong nhận thức về Công giáo ở Việt Nam hiện nay.

Nhưng, những người Công giáo nằm trong thành phần cuộc di cư có lý do để ra đi và những trải nghiệm của họ sau đó bác bỏ cách giải thích đơn giản này. Chẳng có mấy ai khờ khạo do bộ máy tuyên truyền của ngoại quốc, như cuốn sách mỏng của Linh tuyên bố. Như người đứng đầu bộ phận chiến tranh tâm lí của CIA ở miền Bắc, ông Edward Lansdale, đã nói: "Người ta không nhổ bật gốc rễ và tái định cư đến chỗ khác chỉ vì những câu khẩu hiệu. Họ thực sự sợ những chuyện có thể xảy ra với mình và lo âu của họ đủ mạnh để có thể thắng sự gắn bó với đất đai, nhà cửa và mồ mả tổ tiên. Cho nên sáng kiến này chính là của họ – chúng tôi chủ yếu chỉ làm cho việc vận tải trở thành khả thi mà thôi."[979] Đối với những nhà quan sát ngoại quốc, những người có cảm tình với các tín đồ Công giáo di cư hay những người biến họ thành công cụ cho những mục đích chính trị, người Bắc di cư chỉ vì một lý do thật đơn

---

Nguyễn bàn về tôn giáo, Đỗ Quang Hưng chủ biên (Hà Nội: Nhà Xuất Bản Chính Trị - Hành Chính, 2008), 141.

[979] Trích trong Peter Hansen, "Bắc di cư: Catholic Refugees from the North of Vietnam and their Role in the Southern Republic, 1954-1959," *Journal of Vietnamese Studies* 4, no. 3 (Fall 2009): 183.

giản: bảo vệ quyền tự do tôn giáo của mình. Ít nhất, những nhà quan sát này cũng có phần đúng, vì nhiều người tị nạn đã có kinh nghiệm gần đây về sự đàn áp của nhà nước Việt Nam Dân Chủ Cộng Hòa trong bối cảnh của lịch sử đức tin Công giáo nói chung và Giáo hội của họ nói riêng. Như Peter Hansen ghi nhận, cuộc di cư của người Israel khỏi Ai – Cập, đề tài lấy từ Kinh thánh, định hình quyết định và trải nghiệm của người Bắc di cư. Điều này có sức mạnh đặc biệt, nhất là khi người ta nhớ lại những vụ bạo lực cộng đồng hồi những năm 1880 mà những người già nhất trong cuộc di cư từng trải qua. Như Hansen ghi nhận, "Đối với nhiều tín đồ Công giáo, việc bỏ chạy trước nguy cơ bị đàn áp là cách hành xử hợp lý và đúng đắn mà không cần ai bên ngoài dạy bảo."[980]

(Hình 13). Những người công giáo chạy tị nạn từ Bùi Chu đang chờ vào miền nam, 1954. © ECPAD/RENE, Adrian/FRANCE.

[980] Tác phẩm đã dẫn.

Nhưng dừng lại ở đây thì chưa đủ. Trước hết, công trình nghiên cứu này cố gắng khẳng định rằng là "tín đồ Công giáo" ở Việt Nam trong giai đoạn thuộc địa, tương tự như tất cả các bản sắc tôn giáo khác, là mối quan hệ giữa hệ thống tín ngưỡng siêu việt và những xu hướng về mặt chính trị, xã hội, kinh tế và văn hóa của một thời gian và không gian. Theo nghĩa đó, mặc dù yếu tố tâm linh đã làm cho nhiều người Công giáo quyết định từ bỏ Việt Nam Dân Chủ Cộng Hòa, những lý do về mặt vật chất và những kinh nghiệm khác nhiều khi cũng có tầm quan trọng như thế, nếu không nói là quan trọng hơn. Một số tín đồ, đặc biệt là những người liên hệ trực tiếp với Quốc Gia Việt Nam hay những phong trào quốc gia không cộng sản sợ bị trả thù vì đã chống lại nhà nước mới về chính trị và quân sự.

Một số người khác lo lắng về điều kiện kinh tế của miền Bắc, nhất là sau nạn đói năm 1944 và 1945, nhiều người khác lại sợ chính sách kinh tế của Việt Nam Dân Chủ Cộng Hòa, đặc biệt là việc chia lại ruộng đất, sẽ làm cho tình hình kinh tế xấu thêm. Một số lại coi những con tàu của Mỹ đơn giản là cơ hội di chuyển đến một vùng đất nơi mà các điều kiện kinh tế thuận lợi đã từ lâu hấp dẫn người dân Bắc Việt từ lâu đã hấp dẫn người miền Bắc, người theo Công giáo hay không. Lại cũng có người nghĩ rằng Ngô Đình Diệm là người đại diện tốt nhất cho những quan tâm về chính trị của họ, nhiều người vì những lý do chẳng liên quan gì tới tôn giáo. Hansen khẳng định rằng, tác nhân quan trọng nhất đằng sau quyết định di cư của các tín đồ Công giáo là vai trò của những người lãnh đạo cộng đồng, mà trong trường hợp này là các giáo sĩ ở xứ đạo: người ta ra đi hàng loạt khi các linh mục bảo họ làm như thế, và họ cũng ở lại hàng loạt khi các linh mục hoặc tuân theo chỉ dẫn của Khâm sứ Tòa Thánh và của tân Tổng Giám mục người Việt tại Hà Nội hay đơn giản là khuất phục trước ý muốn của cộng đồng.[981] Đối với những tín đồ Công giáo quyết định ra đi, nhờ khả năng hậu cần của các cơ cấu trong Giáo hội đã tạo được mối liên kết trực tiếp và mạnh mẽ giữa các giáo xứ vượt khỏi giới hạn làng xã và do đó cho phép người Công giáo huy động được nhiều người hơn.[982] Tóm lại, mặc dù "tôn giáo" chắc chắn là nguyên nhân chính làm cho nhiều tín đồ Công giáo rời bỏ Việt Nam Dân Chủ Cộng Hòa hơn là những thành phần dân cư khác, nhưng đây không phải là nguyên duy nhất hay độc nhất. Như vậy là, trong khi Bắc di cư phản ánh, và ở một số khía cạnh nào đó thì khẳng định, quan niệm mang tính tập thể rộng rãi hơn về cộng đồng tôn giáo xuất hiện trong thời thuộc địa, nó còn cho thấy những bản sắc và trải nghiệm khác nhau, tức là những thứ tiếp tục định hình đời sống và lựa chọn của các tín đồ Công giáo Việt Nam sau khi chế độ của Pháp đã cáo chung.

Tương tự như những người tị nạn đang tràn về miền Nam trong năm 1954 và 1955, quan hệ của chế độ cưu mang người tị nạn với hàng Giáo phẩm và cộng đồng Công

---

[981] Tác phẩm đã dẫn, 187-92.
[982] Peter Hansen, "The Virgin Heads South: Northern Catholic Refugees in South Vietnam, 1954-1964," Luận án tiến sĩ, Melbourne College of Divinity, 2008, 133.

giáo còn phức tạp hơn là các quan chức của Việt Nam Dân Chủ Cộng Hòa và nhiều nhà sử học đã khẳng định như thế. "Chính sách Ngô Đình Diệm có phải là 'chính sách công giáo trị' không?" một người ủng hộ ông ta đã dùng câu hỏi như thế làm đầu đề một cuốn sách mỏng, xuất bản năm 1956, nhằm phủ nhận những cáo buộc đó.[983] Công giáo rõ ràng là có vai trò cực kỳ quan trọng đối với sự thăng tiến và cai trị của Ngô Đình Diệm, nhưng điều cốt yếu là phải đặt chúng vào vị trí phù hợp. Vai trò quan trọng của các tín đồ Công giáo miền Trung và miền Bắc trong chế độ của Ngô Đình Diệm, cả trong chính phủ lẫn quân đội, cần phải được hiểu theo quan niệm của mạng lưới chính trị và những đồng minh lâu đời của ông ta chứ không đơn giản là một đức tin mà các bên cùng chia sẻ.[984] Thực vậy, Ngô Đình Diệm thường ưu tiên những tính toán chính trị hơn là tôn giáo, và vì vậy mà thường xuyên xảy ra những vụ xung đột giữa gia đình ông và Vatican. Chuyện này xảy ra ngay từ năm 1948, khi Ngô Đình Diệm ép Rome thay Khâm sứ Tòa thánh người Pháp bằng một linh mục Việt Nam, và căng thẳng gia tăng sau khi Rome công nhận Quốc Gia Việt Nam, mặc dù khi ở Mỹ, những mối liên hệ với Giáo hội Công giáo mang lại lợi ích cho Ngô Đình Diệm. Vấn đề đạt đỉnh điểm

---

[983] Võ Hữu Hạnh, *Chánh sách Ngô Đình Diệm có phải là 'chánh sách công giáo trị' không?* (Sài Gòn: Tài Liệu Nhận Xét và Nghiên Cứu Triết Lý Học, 1956).

[984] Đánh giá tốt nhất về vai trò của tín đồ công giáo trong chế độ của Ngô Đình Diệm là tác phẩm của Nguyễn Quang Hưng, *Katholizismus in Vietnam von 1954 bis 1975* (Berlin: Logos Verlag, 2003), 217-78.

vào năm 1955, khi Ngô Đình Diệm phản đối Vatican chọn Nguyễn Văn Hiền làm giám mục Sài Gòn vì Ngô Đình Diệm muốn Ngô Đình Thục nắm giữ chức vụ này.

(Hình 14). Ngô Đình Diệm và Ngô Đình Thục, 1961. Wilbur E. Garrtt/National Geographic Image Collection/Getty Images.

Tám năm sau, vị giám mục mới của Sài Gòn kêu gọi Ngô Đình Diệm thể hiện lòng khoan dung tôn giáo khi gia đình họ Ngô đàn áp phong trào đối lập trong các cộng đồng Phật giáo xung quanh Huế, một chiến dịch mà cuối cùng đã giúp lật đổ chế độ của Ngô Đình Diệm. Mặc cho những hình ảnh đầy ấn tượng về những ngôi chùa bị đóng cửa và các nhà sư bị xiềng xích, những vụ xung đột của chế độ của Ngô Đình Diệm với các tín đồ Phật giáo không thể được giải thích một cách đơn giản như là "lòng mộ đạo và sự cố chấp tôn giáo" như một công trình nghiên cứu gần đây

tuyên bố.[985] Thực vậy, những lời nói phô trương về sự khác
biệt về văn hóa và tôn giáo không thể hiện đúng nhiều xu
hướng rất khác nhau cả ở trong nước lẫn trong lĩnh vực
ngoại giao, cũng như cuộc đấu tranh trong nội bộ chế độ và
thậm chí là trong gia đình họ Ngô, tức là những hiện tượng
định hình nền chính trị của Việt Nam Cộng Hòa dưới thời
Ngô Đình Diệm.

Khó mà thể hiện được đặc điểm của nền chính trị và xã
hội Công giáo ở Cộng Hòa Việt Nam, cũng như khó mà nói
được vị trí của các tư tưởng và thiết chế Công giáo trong
quá trình thăng tiến và cai trị của Ngô Đình Diệm. Năm
1955, nhiều tín đồ Công giáo coi Diệm là vị cứu tinh,
nhưng những chia rẽ về mặt chính trị trong đời sống Công
giáo đã xuất hiện khi phong trào đối lập với chế độ gia
tăng. Ngay sau Hội nghị Geneva, những tín đồ Công giáo
có ảnh hưởng như Nguyễn Mạnh Hà là những người đầu
tiên ủng hộ đàm phán với Việt Nam Dân Chủ Cộng Hòa
nhằm thông qua chính phủ đoàn kết dân tộc mà tiến hành
thống nhất đất nước một cách từ từ và bằng biện pháp hòa
bình[986]Những người ủng hộ Giải pháp Xã Hội Công giáo
cho những vấn đề của miền Nam, tức là những người đã

---

[985] Seth Jacobs, *Cold War Mandarin: Ngo Dinh Diem and the Origins of America's War in Vietnam, 1950-1953* (Lanham: MD: Rowman and Littlefield, 2006), 91.

[986] Claire Trần Thị Liên, "Au origines de la troisième force: Nguyên Manh Ha et la solution neutraliste pour le Sud Vietnam (1954-1962)," trong *L'Indochine entre les deux accords de Genève (1954-1962): L'échec de la paix?*, Christopher Goscha và Karin Laplante, chủ biên (Paris: Les Indes Savantes, 2010), 347-71.

trình bày trong những cuộc hội thảo và trên những tờ tạp chí như *Đại Học* và *Sống Đạo* lúc đó đã nhiều lần thẳng thắn phê phán những vụ lạm dụng của Ngô Đình Diệm và sự có mặt ngày càng gia tăng của Mỹ ở miền Nam.[987] Thậm chí một số đồng minh chống cộng trung thành nhất của Diệm trong cộng đồng Công giáo, như Hoàng Quỳnh – người đã dẫn dắt dân Bắc di cư từ Phát Diệm – cũng bắt đầu chỉ trích nạn tham nhũng trong chế độ Việt Nam Cộng Hòa. Sau này Hoàng Quỳnh còn trở thành người ủng hộ nổi bật lạc cho cuộc đối thoại liên tôn, ông này đã hợp tác với một số nhà lãnh đạo Phật giáo, những người đã giúp lật đổ chế độ của Ngô Đình Diệm. Như Hansen ghi nhận, mặc dù Ngô Đình Diệm lớn tiếng ve vãn Giáo dân miền Bắc, chính phủ của ông ta không đủ sức xử lý làn sóng người tị nạn. Kết quả là ngay cả những tín đồ Công giáo Bắc di cư, ban đầu vốn là những người ủng hộ Ngô Đình Diệm mạnh mẽ nhất, cũng tỏ ra tức giận trước chính sách định cư của ông ta. Thực vậy, trong những giai đoạn định cư sau này, trong năm 1956 và 1957, các quan chức của Việt Nam Cộng Hòa đã đưa nhiều người Bắc di cư ra khỏi những nơi mà họ đã lựa chọn và đưa họ – vì những lý do kinh tế và chiến lược – tới những khu vực xa xôi trên cao nguyên miền Trung hay những khu vực ở đồng bằng sông Mê Công mà một số Giáo dân cảm thấy là quá gần các cộng đồng Hòa Hảo hay Cao

---

[987] Một ví dụ về những luận cứ này là tập tài liệu về hội nghị năm 1963 về chủ đề "Catholic conscience and the social equality." Xem Lý Chánh Trung, *Lương tâm công giáo và công bằng xã hội* (Sài Gòn: Nam Sơn 1963).

Đài.[988]

Nhưng có lẽ rạn nứt sâu sắc nhất trong đời sống Công giáo ở Cộng Hòa Việt Nam là giữa người Công giáo Bắc di cư và giáo dân Nam Bộ. Trong thời thuộc địa, người Công Giáo trên toàn cõi Việt Nam cảm nghiệm được sự phát triển của một Giáo hội dân tộc nhiều ý nghĩa: việc phân biệt chủng tộc dần dần biến mất giữa hàng giáo phẩm trong đời sống tôn giáo, việc người Việt kiểm soát các tổ chức của Giáo hội, việc nâng cao tiêu chuẩn giáo dục cho tu sĩ và giáo hữu, việc nhiều người biết chữ, việc gắn bó mạnh mẽ giữa Việt nam và với giới Công giáo hoàn vũ, và nhiều việc khác nữa. Nhưng trước chiến tranh và chia cắt hai miền rất ít người từng trực diện với những khác biệt nổi bật giữa các tập tục tôn giáo địa phương và hầu như chưa có ai phải làm như thế trong những điều kiện khó khăn đến như thế. Người Công giáo miền Bắc duy trì những thói quen đạo đức thuộc địa phương, thậm chí thuộc giáo xứ của họ, họ thờ những vị thánh và các thánh tử đạo khác với các tín đồ miền Nam. Các linh mục miền Bắc được huấn luyện và có vai trò trong đời sống xứ đạo khác với các linh mục miền Nam. Khi vào đến miền Nam, nhiều cộng đồng Bắc di cư tái lập những cơ cấu cộng đồng làng đạo gắn bó, thậm chí đặt tên nơi định cư mới theo tên xứ đạo cũ, vì sợ hoặc khinh thường đời sống miền Nam, và đối với nhiều người thì còn do hy vọng là họ sẽ sớm được trở về quê. Và tất nhiên là sự khác biệt hiển nhiên về mặt tôn giáo không phải

---

[988] Hansen, "Bắc di cư", 197.

là lý do duy nhất gây ra những sự căng thẳng: Bắc di cư đã tạo ra những đòi hỏi rất lớn đối với các thiết chế giáo dục và an sinh xã hội miền Nam, đặt ra những đòi hỏi về đất đai, lao động và thương mại và gây ra thái độ thù địch của nhiều người không theo Công giáo đối với người Công giáo nói chung. Mặc dù đến năm 1957, các linh mục Bắc di cư đã nhường quyền cho hàng giáo phẩm miền Nam, nhưng sự hợp nhất một số lượng lớn các tín đồ Công giáo từ một nền văn hoá địa phương và cơ chế giáo hội rất khác nhau diễn ra chậm chạp, thường là quá trình đầy căng thẳng và tạo ra những thay đổi sâu sắc và vẫn còn tiếp diễn đối với Giáo hội miền Nam, trung tâm của Công giáo Việt Nam sau năm 1954.[989]

Charles Tilly mô tả "bản sắc" như là "sự cảm nghiệm của một cá nhân về một phạm trù, sự móc nối, vai trò, hệ thống liên kết, thuộc một nhóm hoặc một tổ chức nối kết với sự phô diễn công khai cảm nghiệm đó; việc trình bày công khai này thường dưới hình thức một câu chuyện kể, một chuỗi câu chuyện."[990] Nền độc lập, cuộc Chiến tranh Đông Dương lần thứ nhất, đất nước bị chia cắt và cuộc di dân cho thấy rằng tư tưởng đầy sức mạnh và trải nghiệm của Giáo hội địa phương lớn lên trong thời thuộc địa đã nắm bắt được cái mà nhà xã hội học Mark Granovetter gọi

---

[989] Xem Hansen, "The Virgin Goes South."

[990] Trích trong Frederick Cooper, *Colonialism in Question: Theory, Knowledge, History* (Berkeley: University of California Press, 2005), 69. Trích từ chương 3, "Identity", do Cooper cùng viết với Rogers Brubaker.

là "sức mạnh của những liên kết lỏng lẻo."[991] Thực vậy, mặc dù chủ nghĩa thực dân và đạo Công giáo do các thừa sai những phản ứng đối với chúng đã tạo ra những mối kết giao thực sự và đầy ý nghĩa có thực và có ý nghĩa giữa các tín đồ Công giáo Việt Nam, nhưng chỉ có một phần giới hạn những mối quan hệ này là tạo điều kiện cho người dân mường tượng và trải nghiệm "Giáo hội", rất giống với "quốc gia", với nhau mà không phải trực diện với sự khác biệt thực sự của họ. Năm 1945 và những việc diễn ra sau đó đã buộc tất cả các tín đồ Công giáo Việt Nam phải trực diện với những khoảng trống giữa những trải nhiệm của cá nhân và cộng đồng và những ý nghĩa rộng lớn hơn được gán cho những trải nghiệm đó trong những quan niệm đã được lý tưởng hóa về Giáo hội và quốc gia. Điều này không phủ nhận bản sắc như là một hiện tượng lịch sử, chỉ cần biến nó thành lịch sử: bản chất rời rạc, đứt gãy của những trải nghiệm của Công giáo Việt Nam trong giai đoạn dành lại độc lập thể hiện một cách khéo léo cách hiểu của Stuart Hall về bản sắc như là: "những điểm gắn bó tạm thời vào những quan điểm của chủ thể mà tương tác diễn ngôn đặt ra cho chúng ta."[992] Tuy nhiên, những xung đột đang diễn ra giữa Giáo hội và nhà nước ở Việt Nam hiện nay không chỉ giúp duy trì câu chuyện đơn giản và có tính miệt thị về

---

[991] Mark Granovetter, "The Strength of Weak Ties," *American Journal of Sociology* 78, no. 6 (May 1973): 1360-80.

[992] Stuart Hall, "Who Needs 'Identity'?,"trong *Questions of Cultural Identity*, Stuart Hall và Paul Dugay, chủ biên (London: Sage, 1996), 6. Xin cảm ơn Kitty Lam vì đã đặt cạnh nhau định nghĩa của Tilly và Hall về identity.

quan hệ của Công giáo với chủ nghĩa thực dân mà còn giúp kéo dài câu chuyện về lịch sử Công giáo sau năm 1954, tức là câu chuyện chẳng làm được bao nhiêu trong việc giải thích vị trí của Giáo hội Công giáo trong xã hội và trong nền chính trị hậu thuộc địa của Việt Nam.

Không có ví dụ nào tốt hơn là chủ đề gây nhiều tranh cãi về hàng trăm ngàn tín đồ Công giáo không rời bỏ miền Bắc Việt Nam – trên thực thế, số người ở lại nhiều hơn số người ra đi.[993] Tại sao lại có nhiều tín đồ Công giáo ở lại như thế? Rõ ràng là nhiều người muốn đi nhưng không đi được. Có nhiều trường hợp quan chức quân sự và hành chính của Việt Nam Dân Chủ Cộng Hòa đã không cho các tín đồ Công giáo ra đi, một số tín đồ Công giáo ở vùng nông thôn tìm cách ra đi nhưng không đến được điểm xuất phát đúng lúc.[994] Cũng giống như nhiều người ra đi, nhiều người ở lại vì những lý do hoàn toàn không phải là tôn giáo hay chính trị: vì gắn bó với quê cha đất tổ, muốn bảo vệ tài sản của mình, sợ những điều chưa biết, sức khỏe kém hoặc những lý do khác nữa. Rõ ràng là nhiều người ở lại đã có trải nghiệm khác xa với những điều mà các xuất bản phẩm của Việt Nam Dân Chủ Cộng Hòa nói về các tín đồ Công giáo hạnh phúc đang làm việc nhằm xây dựng xã hội mới theo chủ nghĩa xã hội.[995] Các quan chức của Việt Nam Dân Chủ

---

[993] Xem Hansen, "The Virgin Goes South," 117.

[994] Hansen, "Bắc di cư", 181.

[995] Phần lớn những tài liệu này được xuất bản thông qua Ủy Ban Liên Lạc Những Người Công Giáo Yêu Tổ Quốc Yêu Hòa Bình, một tổ chức công giáo quốc gia do nhà nước kiểm soát.

Cộng Hòa rất nghi ngờ tổ chức đầy sức mạnh của Giáo hội và chủ nghĩa chống cộng của ban lãnh đạo của nó, và họ cũng hiểu rõ rằng nhiều tín đồ Công giáo tại gia ở lại miền Bắc trong thời gian chiến tranh từng tích cực hoạt động nhằm chống lại Việt Nam Dân Chủ Cộng Hòa. Trên thực tế, một số người sau đó vẫn tiếp tục làm như thế: năm 1956, lực lượng quân sự phải can thiệp mới dẹp được cuộc nổi dậy của các tín đồ Công giáo ở huyện Quỳnh Lưu, tỉnh Nghệ An.[996] Đời sống Công giáo ở Việt Nam Dân Chủ Cộng Hòa thường gặp khó khăn. Các hiệp hội và định chế của Giáo hội có ít quyền tự do, các linh mục bị theo dõi một cách sít sao, còn liên hệ giữa các giám mục và Vatican thì rất hạn chế.[997] Thời gian khó khăn nhất trong quan hệ Giáo hội – nhà nước là chiến dịch cải cách ruộng đất, ngoài những địa chủ lớn thì chiến dịch này cũng có ảnh hưởng với các tín đồ Công giáo như tất cả những nhóm khác trong xã hội miền Bắc. Tuy vậy, câu chuyện về tình cảnh khốn khổ và đàn áp dựa phần lớn trên những lời chứng và hồi ký của những người tị nạn và những lời phê phán Công giáo gay gắt nhất trong bộ máy tuyên truyền ở Việt Nam Dân Chủ Cộng Hòa cũng chẳng làm sáng tỏ được nhiều hơn. Nằm giữa hai cực này là câu chuyện của một phần lớn cộng đồng Công giáo Việt Nam ở lại Việt Nam Dân Chủ Cộng Hòa dù họ có cơ hội hoặc lý do chính đáng để ra đi. Tôn

---

[996] Nguyễn Quang Hưng, *Katholizismus in Vietnam*, 203-4.
[997] Xem Stephen Denney, "The Catholic Church in Vietnam," *Catholicism and Politics in Communist Societies*, Pedro Ramet, chủ biên (Durham, NC: Duke University Press, 1990), 270-95.

giáo đã định hình quyết định ủng hộ chính phủ cách mạng như thế nào hay tại sao họ lại làm như thế bất chấp tôn giáo của họ? Họ có thật sự gặp khó khăn và hi sinh đến mức đánh mất niềm tin vào chủ nghĩa cộng sản hay một số người tiếp tục tìm thấy ý nghĩa trong việc cải tạo xã hội Việt Nam? Nếu chúng ta không có câu trả lời dễ dàng cho những câu hỏi như thế này là vì câu hỏi rộng hơn về vị trí của tín đồ Công giáo Việt Nam trong công cuộc chuyển hóa mang tính cách mạng lịch sử dân tộc của họ trong thời hiện đại vẫn là câu hỏi bỏ ngỏ.

TÀI LIỆU THAM KHẢO

Các chữ viết tắt trong phần ghi chú được để trong ngoặc vuông.

KHO LƯU TRỮ

Việt Nam

Cục Lưu Trữ Quốc Gia I, Hà Nội [TTLT I]

Fonds de la Mairie de Hanoi (MH)
Fonds du Gouvernement Général de l'Indochine (GGI)
Fonds de la Résidence Supérieure au Tonkin (RSF)
Fonds de la Résidence de Hà Đông (RSHD)
Fonds de la Résidence de Nam Định (RSND)
Fonds de la Résidence de Phú Thọ (RSPT)

Cục Lưu Trữ Quốc Gia II, Thành Phố Hồ Chí Minh [TTLT II]

Fonds du Gouvernement de la Cochinchine [GOUCOCH]
Fonds de la Résidence Supérieur en Annam [RSA][998]

Pháp

Kho Lưu Trữ của Hội Truyền Giáo Nước Ngoài Paris, Paris [MEP]

---

[998] Hiện ở Cục Lưu Trữ Quốc Gia IV, Đà Lạt.

655

Các Tài Liệu Hành Chính

053 (A – B): Conseil Central de la SMEP à Rome (1922 – 1932)

177 (A – C): Père Sy et l'Indochine Française

243 (A): Rome: Procure, 1906 – 1925

258 (A – B): Rome:Décrets, 1906 – 1928

710C: Tonkin Méridional, 1911 – 1920

711B: Haut Tonkin, 1911 – 1919

711C: Tonkin Occidental, 1906 – 1919

712A: Tonkin Maritime, 1902 – 1919

757 (2): Cochinchine Occidentale, 1901 – 1912

757 (3): Cochinchine Occidentale, 1913 – 1919

761 (1): Cochinchine Septentrionale, 1904 – 1919

Thư Từ

Allys, Eugène – Marie

Aubert, Victor

Boulanger, Louis

Brisson, Théodule

Cadière, Léopold

Cassaigne, Jean

Chabanon, Aléxandre

Chaize, François

Dalaine, Louis Marie Joseph

DeGuebriant, Jean

Delignon, Urbain Anselme

Dépaulis, Joseph

Dronet, Jean – Baptiste

Dumortier, Isidore – Marie

Eloy, Andréa Léon

Garnier, Eugène
Gendreau, Pierre – Marie
Grangeon, Damien
Herrgott, Valentin
Hue, Gustave
Jannin, Martial
Lebourdais, Grégoire Louis
Lemasle, François Arsèle
Maheu, Paul – André
Marcou, Jean – Pierre Aléxandre
Mossard, Lucien Emile
Pagès, Justin
Perreaux, Emile Albert
Pineau, Louis
Quinton, Victor Charles
Ramond, Paul
Roux, Antoine Jean – Baptiste
Séminel, Robert
Tardieu, Auguste – Marie
Vacquier, André
Vuillard, Félix

Archives Nationales D'Outre – Mer, Aix – en – Provence (Kho Lưu Trữ Thuộc Địa) [ANOM]

Kho Lưu Trữ Khu Vực

Fonds du Gouvernement Général de l'Indochine [GGI]
Fonds de la Résidence Supérieure au Tonkin, Ancien Fonds [RSF AF]
Fonds de la Résidence Supérieure au Tonkin, Nouveau Fonds [RST NF)]

Kho Lưu Trữ Của Các Bộ [FM]
Cabinet Militaire [CM]
Conseiller Politique [CONSPOL]
Direction des Affaires Politiques, 1920 – 1954 [AFFPOL]
Fonds Privés [FP]
Haut Commissariat de France à Saigon [HCI]
Indochine, Nouveau Fonds [IC NF]

Kho Lưu Trữ Của Bộ Ngoại Giao, Paris [MAE]

Correspondence Politique et Commercialle, 1918 – 1940 [CPC]

Vol. 17 and 41: Mémoires et Documents Asie, Affaires Religieuses

Kho Lưu Trữ Của Société de Saint – Sulpice, Paris [SULP]

Léon Paliard, Correspondence and Journal

Bibliotheque de Documentation Internationale Contemporaine, Nanterre [BDIC]

Fonds de la Ligue des Droits de l'Homme [LDH]

Ý

Archivio Storico, Congregazione per l'Evangelizzazione dei Popoli, Rome [CEP]

Nuovo Serie, 1892 – 1934 [NS]

1893 – 1922:

Rubrica 129 (Indo Cina)

1922 – 1934:

Rubrica 17 (Indo Cina): Sottorubrica 1 (Affari Comuni), Sottorubrica 2 (Apostolize Delegatione)

Rubrica 19 (Tonkino e Laos): Sottorubrica 1 (Affari Comuni), Sottorubrica 2 (Tonkino Orientale), Sottorubrica 3 (Tonkino Occidentale), Sottorubrico 4 (Tonkino Méridional), Sottorubrico 5 (Tonkino Central), Sottorubrico 6 (Tonkino Septentrional), Sottorubrico 7 (Tonkino Marittime), Sottorubrica 8 (Tonkino Superior), Sottorubrico 9 (Langson e Cao Bang)

Rubrica 20 (Annam, Cocincina a Cambogia): Sottorubrica 2 (Cocincina Septentrionale.), Sottorubrico 3 (Cocincina Orientale), Sottorubrico 4 (Cocincina Occidentale), Sottorubrica 5 (Cambogia)

BÁO CHÍ, TẠP CHÍ VÀ BẢN TIN ĐÃ ĐƯỢC XUẤT BẢN

Tiếng Việt

Bạn Thiếu Niên

Công Giáo và Dân Tộc

Công Giáo Đồng Thinh [CGĐT]

Đa Minh Bán Nguyệt [ĐMBN]

Đức Mẹ Hàng Cứu Giúp

Hồn Công Giáo

Hồn Thanh Niên/L'Ame de la Jeunesse

Hướng Đạo Công Giáo

Hy Vọng

Lịch Địa Phận Qui Nhơn
Liên Đoàn Công Giáo
Lời Thăm
Nam Kỳ Địa Phận [NKĐP]
Nam Thanh Công Giáo [NTCG]
Nghĩa Binh Thánh Thể Tạp Chí [NBTT]
Sacerdos Indosinensis
Thánh Thể Báo
Trung Hòa Nhật Báo [THNB][999]
Vì Chúa

Tiếng Pháp

Almanach Populaire Catholique
Annales de la Société des Missions Etrangères de Paris [ASMEP]
Bulletin Catholique Indochinois
Bulletin de la Société des Mission Etrangères de Paris [BSMEP]
Bulletin de Sainte Jeanne D'Arc
Bulletin des Missions
Bulletin Municipal de la Ville de Nam Dinh
Bulletin Paroissial de Dalat
Bulletin Paroissial de Hanoi
Bulletin Paroissial de l'Eglise Protestante Française du Tonkin et du Nord Annam
Congrégation des Petit – Frères de Saint Joseph de Qui Nhon Indochine

[999]Mặc dù năm 1939 tờ này đã đổi tên thành *Trung Hòa Báo*, nhưng tôi sử dụng một cách viết tắt cho tất cả các năm đó

Indochine Sud – Est Asiatique

L'Avenir du Tonkin

L'Europe Nouvelle

La Croix d'Indochine/L'Aube Nouvelle

Le Messager de l'Ecole Pellerin

Les Missions Catholiques

Pages Catholiques/Annam – Tonkin

Revue Indochinoise

SÁCH VÀ CÁC BÀI BÁO

Tiếng Việt

Bùi Đức Sinh. *Dòng Đa Minh trên đất Việt*. 2 tập. Calgary: Veritas, 1995.

———. *Giáo hội công giáo ở Việt Nam*. 3 tập. Calgary: Veritas, 1998.

———. *Giáo hội công giáo ở Việt Nam*. Phụ chương, 1975 – 2000. Calgary: Veritas, 2000.

Bùi Văn Nho. *Những trang sử đẫm mồ hôi của họ Chợ Lớn Việt Nam*. Sài Gòn: Họ Jeanne D'Arc, 1972.

Cao Thế Dung. *Công giáo sử tân biên (1533 – 2000)*. 3tập. Gretna, LA: Cơ Sở Dân Chúa Xuất Bản, 2003.

———. *Công giáo Việt Nam trong dòng sinh mệnh dân tộc*. Los Angeles: Cơ Sở Dân Chúa Xuất Bản, 1988.

———. *Việt Nam công giáo sử*. Los Angeles: Dân Chúa, 2002.

Cao Văn Luận. *Bên gióng lịch sử, 1940 – 1965*. Sài Gòn: Van Khoa – Trí Dũng, 1972.

Cao Vĩnh Phan. *Lịch sử giáo phận Vinh*. San Jose, CA: Papyrus Press, 1996.

Chan Hing – Ho và Isabelle Landry – Deron. *Mục lục thư tịch hán nôm tàng trữ tại hội thừa sai Ba – Lê*. Paris: Eglises d'Asie, 2004.

Công Giáo và Dân Tộc. *Công giáo Việt Năm sau quá trinh 50 năm, 1945 – 1995*. Thành Phố Hồ Chí Minh: Công Giáo và Dân Tộc, 1996.

Đặng Huy Vận. "Phan Bội Châu và vông cuộc vận động đồng bào thiên chúa giáo ở đầu thế kỷ XX." *Nghiên Cứu Lịch Sử* 104 (1967): 32 – 40.

Đặng Luận. "Vài nét về quá trinh truyền giáo, phát triển đạo công giáo trong vùng đồng bào dân tộc thiểu số ở Kon Tum." *Nghiên Cứu Tôn Giáo* 5 (2004): 30 – 36.

Đoàn Độc Thư and Xuân Huy. *Giám mục Lê Hữu Từ và Phát Diệm, 1945 – 1954: Những năm tranh đấu hào hùng*. Sài Gòn: Sử Liệu Hiện Đại, 1973.

Đỗ Hữu Nghiêm. "Giáo hội và các đồng bào thiểu số ở Việt Nam." Trong Nguyễn Đăng Trúc, chủ biên, *40 năm thành lập hàng giáo phẩm công giáo Việt Nam*. Reichstett, France: Định Hướng Tùng Thư, 2000: 27 – 108.

Đỗ Quang Hưng. *Một số vấn đề lịch sử thiên chúa giáo ở Việt Nam*. Hà Nội: Tù Sách Đại Học Tổng Hợp Hà Nội, 1991.

— . *Vấn đề tôn giáo trong cách mạng Việt Nam: lý luận vả thực tiễn*. Hà Nội: Nhà Xuất Bản Lý Luận Chính Trị, 2008.

Đỗ Quang Hưng, chủ biên. *Bước đầu tìm hiểu về mối quan hệ giữa nhà nước và giáo hội*. Hà Nội: Nhà Xuất Bản Tôn Giáo,

2003.

Đỗ Quang Hưng, Nguyễn Thành và Dương Trung Quốc, chủ biên. *Lịch sử báo chí Việt Nam, 1865 – 1945*. Hà Nội: Nhà Xuất Bản Đại Học Quốc Gia Hà Nội, 2000.

Hà Huy Tú. *Tìm hiểu nét đẹp văn hóa thiên chúa giáo*. Hà Nội: Nhà Xuất Bản Văn Hóa, 2002.

Hoàng Lại Giang. *Trương Vĩnh Ký bi kịch muôn đời*. Hà Nội: Nhà Xuất Bản Văn Hóa và Thông Tin, 2001.

Hoàng Linh. *Sự thật ở Phát Diệm*. Hà Nội: Nhà Xuất Bản Sự Thật, 1954.

Hồ Chí Minh về vấn đề tôn giáo tín ngưỡng. Hà Nội: Nhà Xuất Bản Khoa Học Xã Hội, 1998.

Hồ Khắc Trang. *Lịch sử đạo thiên chúa ở Việt Nam*. Huế: Đại Việt Thiện Bản, 1944.

Hồng Phúc. *Đức mẹ La Vang và giáo hội công giáo Việt Nam*. Santa Anna, CA: Liên Đoàn Việt Nam Tại Hoa Kỳ, 1997.

Khổng Xuân Thu. *Trương Vĩnh Ký, 1837 – 1898*. Sài Gòn: Tân Việt, 1958.

Lê Ngọc Bích. *Nhân vật công giáo Việt Nam thế kỷ XVIII – XIX – XX*. Chưa Xuất Bản.

———. *Nhân vật giáo phận Huế*. 2 tập. Chưa Xuất Bản. 2000.

Lê Thanh. *Trương Vĩnh Ký, biên khảo*. Hà Nội: Tân Dân Xuất Bản Phát Hành, 1943.

Lê Tiến Giang. *Công giáo kháng chiến Nam bộ, 1945 – 1954*. Sài Gòn: Chọn, 1972.

Lữ Huy Nguyên. *Hàn Mặc Tử – thơ và đời*. Hà Nội: Nhà Xuất Bản Văn Học, 1995.

Lý Chánh Trung. *Lương tâm công giáo và công bằng xã hội*. Sài Gòn: Nam Sơn, 1963.

Mã Gianh Lân. *Thơ Hàn Mặc Tử – những lời bình*. Hà Nội: Nhà Xuất Bản Văn Hóa Thong Tin, 2000.

Một số vấn đề lịch sử đạo thiên chúa trong lịch sử dân tộc Việt Nam. Thành Phố Hồ Chí Minh: Viện Khoa Học Xã Hội Và Ban Tôn Giáo, 1988.

Ngô Phương Bá. "Chủ tịch Hồ Chí Minh với đồng bào công giáo Việt Nam." *Nghiên Cứu Lịch Sử* 238 – 239, số 1 – 2 (1988): 76 – 80.

Nguyễn Hồng Dương. *Hoạt động tôn giáo và chính trị của thiên chúa giáo miền Nam thời Mỹ ngụy, 1954 – 1975*. Thành Phố Hồ Chí Minh: Trường Cao Đẳng An Ninh Nhân Dân II, 1988.

——. "Hội đoàn công giáo – lịch sử và hiện tại." *Nghiên Cứu Tôn Giáo* 4 (2003): 44 – 51.

——. *Làng công giáo Lưu Phương (Ninh Bình) từ năm 1829 đến năm 1945*. Hà Nội: Nhà Xuất Bản Khoa Học Xã Hội, 1997.

——. "Làng công giáo và một số vấn đề đặt ra trong công tác quản lý." Trong Phan Đại Doãn và Nguyễn Quang Ngọc, chủ biên. *Kinh nghiệm tổ chức quản lý nông thôn Việt Nam trong lịch sử*. Hà Nội: Nhà Xuất Bản Chính Trị Quốc Gia, 1994.

——. *Nghi lễ và lối sống công giáo trong văn hóa Việt Nam*. Hà Nội: Nhà Xuất Bản Khoa Học Xã Hội, 2001.

——. "Tìm hiểu tổ chức xứ, họ đạo công giáo Nam bộ."

Nghiên Cứu Tôn Giáo 3 (2002): 34 – 43.

———. "Tìm hiểu tổ chức xứ, họ đạo của công giáo ở miền Bắc từ thế kỷ XVII đến đầu thế kỷ XX." *Nghiên Cứu Tôn Giáo* 4 (2000): 30 – 36.

———. *Tôn giáo trong mối quan hệ văn hóa và phát triển ở Việt Nam.* Hà Nội: Nhà Xuất Bản Khoa Học Xã Hội, 2004.

———. "Về một số làng công giáo ở huyện Kim Sơn tỉnh Ninh Bình (nửa đầu thế kỷ XIX)." *Nghiên Cứu Lịch Sử* 274, số 3 (1994): 44 – 51.

Nguyễn Hữu Lượng. *Đức thầy Jean – Baptiste Tòng, Giám mục địa phận Phát Diệm.* Sài Gòn: Nhà In Xưa Nay, 1934.

Nguyễn Khắc Đạm. "Mặt trái của việc truyền giảng đạo thiên chúa ở Việt Nam (thế kỷ XVI – XIX)." *Nghiên Cứu Lịch Sử* 238 – 239, số 1 – 2 (1988): 28 – 32, 48.

Nguyễn Lân. *Nguyễn Trường Tộ: Người Việt Nam sáng suốt nhất ở thời kỳ rối ren nhất trong lịch sử Việt Nam.* Huế: Viễn Đệ, 1941.

Nguyễn Nghị. "Tên gọi thiên chúa ở Việt Nam." *Nghiên Cứu Tôn Giáo* 6 (2001): 32 – 43.

Nguyễn Nghị, chủ biên. *Nhà thờ công giáo ở Việt Nam: Kiến trúc – lịch sử.* Thành Phố Hồ Chí Minh: Nhà Xuất Bản Tổng Hợp, 2004.

Nguyễn Nghị, Khổng Thành Ngọc và Hoàng Minh Thức, chủ biên. *Thiên chúa giáo ở thành phố Hồ Chí Minh.* Thành Phố Hồ Chí Minh: Nhà Xuất Bản Tổng Hợp Thành Phố Hồ Chí Minh, 2007.

Nguyễn Nguyên Sinh. *Mấy kinh nghiệm công tác đoàn trong*

thanh niên thiên chúa giáo. Hà Nội: Nhà Xuất Bản Thanh Niên, 1960.

Nguyễn Q. Thắng và Nguyễn Bá Thế, chủ biên. *Từ điển nhân vật lịch sử Việt Nam*. Thành Phố Hồ Chí Minh: Nhà Xuất Bản Tổng Hợp Thành Phố Hồ Chí Minh, 2005.

Nguyễn Quang Hưng. "Ảnh hưởng của tư tưởng triết học Kitô giáo tới Việt Nam nửa đầu thế kỷ XX (qua khảo cứu báo *Vì Chúa*)." *Nghiên Cứu Tôn Giáo* 10 (2007): 25 – 32.

——. *Công giáo Việt Nam thời kỳ triều Nguyễn, 1802 – 1883*. Hà Nội: Nhà Xuất Bản Tôn Giáo, 2007.

——. "Người công giáo Việt Nam trong những tháng đầu sau cách mạng tháng tám." *Nghiên Cứu Tôn Giáo* 2 (2002): 28 – 34.

Nguyễn Thành Thảo. *Lịch sử địa phận Đông Đàng Ngoài hay giáo phận Hải Phòng*. Hải Phòng: Toà Giám Mục Hải Phòng, 2007.

Nguyễn Thế Thoại. *Công giáo trên quê hương Việt Nam*. 2 tập. N. p. , 2001.

Nguyễn Tự Do, CssR. *Lịch sử giáo phận Thanh Hóa, 70 năm thành lập (1932 – 2002)*. Thanh Hóa: Tài Liệu Nghiên Cứu Nội Bộ Địa Phận, 2002.

Nguyễn Văn Kiệm. "Chính sách tôn giáo của nhà Nguyễn nửa đầu thế kỷ XIX." *Nghiên Cứu Lịch Sử* 271 (1993): 21 – 31.

——. *Sự du nhập của đạo thiên chúa giáo vào Việt Nam từ thế kỷ XVII đến thế kỷ XIX*. Hà Nội: Hội Khoa Học Lịch Sử Việt Nam, 2001.

Những vấn đề nhân học tôn giáo. Đà Nẵng: Nhà Xuất Bản Đà Nẵng, 2006.

Nguyễn Việt Quang. *Đạo công giáo thời xã hội chủ nghĩa.* Hải Phòng: Ủy Ban Liên Lạc Những Người Công Giáo Yêu Tổ Quốc Yêu Hòa Bình, 1958.

Phạm Bá Trực. *Công giáo kháng chiến.* Liên Khu III: Nhà Xuất Bản Bình Nguyên, 1950.

———. *Kính chúa yêu nước.* Hà Nội: Nhà Xuất Bản Quân Đội Nhân Dân, 1954.

———. *Thế nào là yêu nước và kính chúa?* Liên Khu IV: Nhà Xuất Bản Khu Tuyên Truyền Văn Nghệ, ND.

Phạm Đình Khiêm. *Hành động xã hội của giáo hội qua các thời đại và ở Việt Nam.* Phát Diệm: An Phong, 1950.

Phạm Thế Hưng. *Hiểu biết về công giáo ở Việt Nam.* Hà Nội: Nhà Xuất Bản Tôn Giáo, 2005.

Phan Phát Huồn, *Việt Nam giáo sử.* 2 tập. Sài Gòn: Cứu Thế Tùng Thư, 1962.

Phong Hiền. "Cộng đồng Vatican II (1962 – 1965) và giáo hội Việt Nam. Từ thư chung năm 1951 đến thư chung 1980." *Nghiên Cứu Lịch Sử* 238 – 239, số 1 – 2 (1988): 71 – 75.

Quang Toàn and Nguyễn Hoài. *Những hoạt động của bọn phản động đội lốt thiên chúa giáo trong thời kỳ kháng chiến (1945 – 1954).* Hà Nội: Nhà Xuất Bản Khoa Học, 1965.

Quỳnh Cư. "Giáo hội thiên chúa giáo miền Nam trong thời kỳ chống Mỹ, cứu nước (1954 – 1975)." *Nghiên Cứu Lịch Sử* 238 – 239, số 1 – 2 (1988): 66 – 70.

Thế kỷ XXI nhìn về Trương Vĩnh Ký. Thành Phố Hồ Chí Minh: Nhà Xuất Bản Trẻ Và Tạp Chí Xưa Nay, 2002.

Trần Anh Dũng. *Sơ thảo thư mục công giáo Việt Nam*. Paris: Trần Anh Dũng, 1992.

Trần Hữu Hợp. "Sự hình thành cộng đồng người Việt công giáo vùng đồng bằng sông Cửu Long." *Nghiên Cứu Tôn Giáo* 6 (2004): 32 – 40.

Trần Huy Liệu. "Nhận định về Trương Vĩnh Ký." *Nghiên Cứu Lịch Sử* 63 (1964), 29 – 31.

Trần, Joseph. *Lịch sử cụ Sáu*. Qui Nhơn: Imprimerie de la Mission, 1930.

Trần Quốc Bảo. *Cuộc di cư vĩ đại trong lịch sử thế giới cận kim*. Sài Gòn: Nhà In Phan Thanh Giản, 1956.

Trần Quang Chu. *Hành hương giáo phận*. 3 tập. N. p. 2001.

Trần Quang Chu, chủ biên. *Hành hương La Vang*. 4 tập. Huế: Trung Tâm Thánh Mẫu Toàn Quốc La Vang, 2005.

Trần Tam Tỉnh. *Thiên chúa và hoàng đế: người công giáo trong lịch sử của dân tộc Việt Nam*. Thành Phố Hồ Chí Minh: Ủy Ban Đoàn Kết Công Giáo Yêu Nước Việt Nam, 1975

Trịnh Việt Yên. *Máu tử đạo trên đất Việt Nam*. San Jose, CA: Ủy Ban Quốc Gia Chuẩn Bị Phong Thánh, 1988.

Trương Bá Cần. *Công giáo đàng trong thời Giám mục Pigneau (1771 – 1899)*. Thành Phố Hồ Chí Minh: Tủ Sách Đại Kết, 1992.

———. *Lịch sử phát triển công giáo ở Việt Nam. Tập I: Thời kỳ khai phà và hình thành (Từ khởi thủy cho đến cuối thế kỷ XVIII). Tập II: Thời kỳ thử thách và phát triển (từ thế kỷ XIX đến mùa thu năm 1945)*. Hà Nội: Nhà Xuất Bản Tôn Giáo, 2008.

——. *Nguyễn Trường Tộ, con người và di thảo*. Thành Phố Hồ Chí Minh: Nhà Xuất Bản Thành Phố Hồ Chí Minh, 2002.

Trương Hữu Quýnh. "Mấy vấn đề giữa việc truyền bá đạo thiên chúa và chính trị ở Việt Nam thế kỷ XVII – XIX." *Nghiên Cứu Lịch Sử* 238 – 239, số 1 – 2 (1988): 33 – 36.

Trương Quế Phương. "Người công giáo Nghệ – Tĩnh với dân tộc." *Nghiên Cứu Tôn Giáo* 6 (2002): 57 – 62.

Văn Phòng Tổng Thư Ký Hội Đồng Giám Mục Việt Nam. *Giáo hội công giáo Việt Nam niên giám 2005*. Hà Nội: Nhà Xuất Bản Tôn Giáo, 2005.

Văn Tạo. "Giáo hội Thiên Chúa trước lịch sử dân tộc." *Nghiên Cứu Lịch Sử* 238 – 239, số 1 – 2 (1988): 1 – 2.

Về tôn giáo và tôn giáo ở Việt Nam. Hà Nội: Nhà Xuất Bản Chính Trị Quốc Gia, 2004.

Võ Long Tê. *Lịch sử văn học công giáo Việt Nam*. Sài Gòn: Nhà Xuất Bản Tư Duy, 1965.

Vũ Đình Trác. *Công giáo Việt Nam trong truyền thống văn hóa dân tộc*. Orange, CA: Thời Điểm Công Giáo, 1996

Vương Đình Ái. *Ba vị linh mục yêu nước của giáo phận Vinh*. Hà Nội:Nhà Xuất Bản Hà Nội, 1996.

Những tiếng Tây

Acta et Decreta Primae Regionalis Synodi Tunquinensis habitae in pago Kẻ Sặt A. D. 1900. Kẻ Sở: Imprimerie de la mission, 1905.

Acta et Decreta Secundae Regionalis Synodi Tunquinensis habitae in pago Kẻ Sở A. D. 1912. Kẻ Sở: Imprimerie de la mission, 1914.

Atkins, Nicholas và Frank Tallett. *Priests, Prelates and People: A History of European Catholicism since 1750.* Oxford: Oxford University Press, 2003.

Bonifacy, Auguste. *Les débuts du christianisme enAnnam: des origins aux commencement du XVIIIème siècle.* Hà Nội: Imprimerie Tonkinoise, 192 – ?.

Bouchot, Jean. *Un savant et un patriote cochinchinois: Pétrus Jean – Baptiste Truong Vĩnh Ký (1837 – 1898).* 3rd edition. Sài Gòn: Nguyen Văn Của, 1927.

Bourdeaux, Pascal. "Emergence et constitution de la communauté du bouddhisme Hoa Hao. Une contribution à l'histoire social du delta du Mékong (1935 – 1955)." Luận án tiến sĩ, Ecole pratique des hautes etudes, 2003.

Brocheux, Pierre. "Note sur Gilbert Chiêu (1867 – 1919), citoyen français et patriote vietnamien." *Approches Asie* 11 (1975): 72 – 81.

Brocheux, Pierre và Daniel Hémery. *Indochina: An Ambiguous Colonization, 1858 – 1954.* Berkeley: University of California Press, 2009.

Burel, Laurent. "La paroisse vietnamienne au XIXème siècle: un compromise entre commune traditionnelle et modernité." *Péninsule* 36, vol. 1 (1998). 31 – 54.

——. *Le contact protocolonial Franco – Vietnamien en centre et nord Vietnam (1856 – 1883).* Villeneuve d'Ascq: Presses Universitaires du Septentrion, 2000.

Cadière, Léopold. *Croyances et pratiques religieuses des Annamites.* Sài Gòn: Imprimerie Nouvelle D'Extrême – Orient, 1958.

——. "Organisation et fonctionnement d'une chrétienté vietnamienne." *Bulletin de la Société des Missions Etrangères de Paris* 79 (tháng 4 năm 1955), 80 (tháng 5 năm 1955), 82 (tháng 7 năm 1955), 83 (tháng 8 năm 1955), 85 (tháng 10 năm 1955).

Camps, Arnulf. *Studies in Asian Mission History, 1956 – 1998.* Leiden: Brill, 2000.

Cao Huy Thuần. *Les missionnaires et la politique colonial française au Vietnam (1857 – 1914).* New Haven, CT: Yale Council on Southeast Asian Studies Lạc Việt Series, 1990.

Caratini, Marcel và Philippe Granjean. *Le status des missions en Indochine.* Hà Nội: Imprimerie D'Extrème Orient, 194 – ?.

Catton, Phillip. *Diem's Final Failure: Prelude to America's War in Vietnam.*

Lawrence, KS: Kansas University Press, 2002.

Chadwick, Kay và Kevin Passmore, chủ biên. *Catholicism, Politics and Society in Twentieth – Century*

France. Liverpool: Liverpool University Press, 2000.

Cherry, Haydon. "Down and Out in Saigon: A Social History of the Poor in a Colonial City, 1860 – 1940." Luận án tiến sĩ, Yale University, 2011.

Choi Byung Wook. *Southern Vietnam under the Reign of Minh Mạng (1820 – 1841): Central Policies and Local Response*. Ithaca, NY: Cornell University Southeast Asia Program Publications, 2004.

Comaroff, Jean và John Comaroff. *Of Revelation and Revolution. Vol. 1: Christianity, Colonialism and Consciousness in South Africa*. Chicago: University of Chicago Press, 1991.

Compagnon, Pierre – Marie. *Le culte de notre dame de Lourdes dans la société des missions étrangères de Paris*. Paris: Pièrre Téqui, 1910.

Congregatio de Propaganda Fide. *Guide des missions catholiques*. 3 tập. Paris: L'Oeuvre pontificale de la propagation de la foi, 1936.

Cooke, Nola. "Early Nineteenth – Century Vietnamese Catholics and Others in the Pages of the *Annales De la Propagation De la Foi*." *Journal of Southeast Asian Studies* 35, no. 2 (June 2004): 261 – 285.

———. "Strange Brew: Global, Regional and Local Factors behind the 1690 Prohibition of Christian Practice in Nguyễn Cochinchina." *Journal of Southeast Asian Studies*

39, no. 3 (October 2008): 383 – 409.

Cooper, Frederick. *Colonialism in Question: Theory, Knowledge, History.* Berkeley: University of California Press, 2005.

Costantini, Celso. *Réforme des missions au XXe siècle.* Jean Bruls, dịch. Tournai: S. A. Casterman, 1960.

Coulet, Georges. *Cultes et religions de l'Indochine annamite.* Sài Gòn: Imprimerie Commerciale C. Ardin, 1929.

Dartigues, Laurent. *L'Orientalisme français en pays d'Annam, 1862 – 1939: Essai sur l'idée française du Viêt Nam.* Paris: Les Indes Savantes, 2005.

Daughton, James P. *An Empire Divided: Religion, Republicanism and the Making of French Colonialism, 1880 – 1914.* New York: Oxford University Press, 2006.

———. "Recasting Pigneau de Béhaine: Missionaries and the Politics of French Colonial History, 1894 – 1914." Trong Anthony Reid và Nhung Tuyet Tran, chủ biên. *Việt Nam: Borderless Histories.* Madison, WI: University of Wisconsin Press, 2006.

Davis, Bradley. "States of Banditry: The Nguyen Government, Bandit Rule and the Culture of Power in the post – Taiping China – Vietnam Borderlands." Luận án tiến sĩ, University of Washington – Seattle, 2008.

DeCooman, Louis. *Le diable au couvent et mère Marie*

– Catherine Dien. Paris: Nouvelles éditions latines, 1962.

De Francis, John. *Colonialism and Language Policy in Vietnam.* The Hague: Mouton, 1977.

De Vido, Elise. "Buddhism for This World": The Buddhist Revival in Vietnam, 1920 – 1951, and Its Legacy." Trong Philip Taylor, chủ biên, *Modernity and Re – Enchantment: Religion in Post – Revolutionary Vietnam.* Lanham, MD: Lexington Books, 2007.

Denney, Stephen. "The Catholic Church in Vietnam." Trong Pedro Ramet, chủ biên, *Catholicism and Politics in Communist Societies.* Durham, NC: Duke University Press, 1990.

Destombes, P. *Le college general de la société des missions étrangères de Paris, 1665 – 1932.* Hong Kong: Imprimerie Nazareth, 1934.

Dror, Olga. *Cult, Culture and Authority: Princess Liễu Hạnh in Vietnamese History.* Honolulu: University of Hawai'i Press, 2007.

Duara, Prasenjit. *Rescuing History From The Nation: Questioning Narratives of Modern China.* Chicago: University of Chicago Press, 1996.

Dutton, George. *The Tây Sơn Uprising: Society and Rebellion in Eighteenth – Century Vietnam.* Honolulu: University of Hawai'i Press, 2006.

Edwards, Penny. *Cambodge: The Cultivation of a*

Nation, 1860 – 1945. Honolulu: University of Hawai'i Press, 2007.

England, John C. và Jose Kuttianimattathil sdb, John Mansford Prior svd, Lily A. Quintos rc, David Suh Kwang – sun và Janice Wickeri, chủ biên. *Asian Christian Theologies: A Research Guide to Authors, Movements, Sources.* 3 tập. Maryknoll, NY: Orbis Books, 2002.

Fernández, Pablo, O. P. *Dominicos donde nace el sol. Historia de la provincia del santísmo rosarie de filipinas de la orden de predicadores.* Barcelona: Provincial de Dominicos, 1958.

Firpo, Christina. "The Durability of the Empire: Race, Empire and 'Abandoned' Eurasian Children in Colonial Vietnam, 1870 – 1956." Luận án tiến sĩ, University of California at Los Angeles, 2006.

Forest, Alain. *Les missionaires français au Tonkin et au Siam (XVIIème – XVIIIème siècles). Analyse comparée d'un relatif succès et d'un total échec.* 3 tập. Paris: L'Harmattan, 1998.

Forest, Alain và Yoshiharu Tsuboï, eds. *Catholicisme et sociétés asiatiques.* Paris and Tokyo: L'Harmattan and Sophia University, 1986.

Fourniau, Charles. *Annam – Tonkin, 1885 – 1896: Lettrés et paysans vietnamiens face à la conquête coloniale.* Paris: L'Harmattan, 1989.

———. *Vietnam: Domination coloniale et résistance national, 1858 – 1914*. Paris: Les Indes Savantes, 2002.

Garcia, Luc. *Quand les missionnaires rencontraient les Vietnamiens (1920 – 1960)*. Paris: Karthala, 2008.

Gheddo, Piero. *The Cross and the Bo – Tree*. Charles Underhill Quinn,dịch New York: Sheed and Ward, 1970.

Gibson, Ralph. *A Social History of French Catholicism, 1789 – 1914*. London: Routledge, 1989.

Goscha, Christopher. "Recits de voyage viêtnamiens et prise de conscience indochinoise (c. 1920 – 1945)." Trong Claudine Salmon, chủ biên, *Récits de voyages des Asiatiques: Genres, mentalités, conceptions de l'espace*. Paris: Ecole Française d'Extrême – Orient, 1996.

———. *Thailand and the Southeast Asian Networks of the Vietnamese Revolution, 1885 – 1954*. Richmond, UK: Curzon Press, 1999.

———. *Vietnam or Indochina? Contesting Conceptions of Space in Vietnamese Nationalism, 1887 – 1954*. Copenhagen: NIAS Books, 1995.

Goscha, Christopher và Bénôit de Tréglode, chủ biên. *Naissance d'un état – parti: le Viêt Nam depuis 1945/The Birth of a Party – State: Vietnam since 1945*. Paris: Les Indes Savantes, 2004.

Grossheim, Martin. "Village Government in Pre – Colonial and Colonial Vietnam." Trong *Beyond Hanoi:*

676

Local Government in Vietnam, Benedict J. Tria Kerkvliet và David Marr, chủ biên. Singapore: ISEAS Publications, 2004, 54 – 89.

Gubry, Patrick, chủ biên. *Population et développement au Viêt – nam*. Paris: Karthala – Ceped, 2000.

Guerlach, J. B. *"L'Oeuvre néfaste:" Les missionnaries en Indo – Chine*. Sài Gòn: Imprimerie Commerciale, 1906.

Guillemin, Allain. "L'Architecture religieuse au Việt Nam sous la colonisation: modèles stylistiques européens et apports autochtones." Trong Françoise Douaire – Marsaudon, Allain Guillemin và Chantal Zheng, chủ biên. *Missionnaires chrétiens, XIXe – XXe siècle*. Paris: Autrement, 2008.

Guillemot, François. "Révolution nationale et lutte pour l'indépendence au Việt Nam: l'échec de la troisieme voie "Đại Việt," 1938 – 1955." Luận án tiến sĩ, École pratique des hautes études, 2003.

Hansen, Anne. *How to Behave: Buddhism and Modernity in Colonial Cambodia*. Honolulu: University of Hawai'i Press, 2007.

Hansen, Peter. "Bắc Di Cư: Catholic Refugees from the North of Vietnam, and Their Role in the Southern Republic, 1954 – 1959." *Journal of Vietnamese Studies* 4, no. 3 (Fall 2009): 173 – 211.

——. "The Virgin Heads South: Northern Vietnamese

Catholic Refugees in South Vietnam, 1954 – 1964." Luận án tiến sĩ, Melbourne College of Divinity, 2008.

Hardy, Andrew. *Red Hills: Migrants and the State in the Highlands of Vietnam*. Singapore: NIAS Press, 2003.

Hardy, Georges. *Le problème religieux dans l'empire coloniale français*. Paris: Presses universitaires de france, 1940.

Harris, Ruth. *Lourdes: Body and Spirit in the Secular Age*. London: Allen Lane/Penguin, 1999.

Hastings, Adrian, chủ biên. *The Church and the Nations: A Study of Minority Catholicism in England, India, Norway, America, Lebanon, Australia, Wales, Japan, the Netherlands, Vietnam, Brazil, Egypt, Southern Africa and among the Lele of the Congo*. London: Sheed and Ward, 1959.

Hill, Kimloan. "Strangers in a Foreign Land: Vietnamese Soldiers and Workers in France during World War I." Trong Nhung Tuyet Tran và Anthony Reid, chủ biên. *Việt Nam: Borderless Histories*. Madison, WI: University of Wisconsin Press, 2006.

Houtart, François và André Rousseau. *L'Eglise et les mouvements révolutionnaires: Vietnam, Amérique Latine, Colonies Portugaises*. Bruxelles: Éditions "vie ouvrière," 1972.

Hue – Tam Ho – Tai. *Millenarianism and Peasant*

Politics in Colonial Vietnam. Cambridge, MA: Harvard University Press, 1983.

——. *Radicalism and the Origins of the Vietnamese Revolution*. Cambridge, MA: Harvard University Press, 1992.

Huỳnh Kim Khánh. *Vietnamese Communism, 1925 – 1945*. Ithaca, NY: Cornell University Press, 1982.

Jacques, Roland. *Portuguese Pioneers of Vietnamese Linguistics*. Bangkok: White Lotus Press, 2002.

Jennings, Eric. "Remembering "Other" Losses: The Temple du Souvenir Indochinois of Nogent – sur – Marne." *History and Memory* 15, no. 1 (January 2003): 5 – 48.

——. *Vichy in the Tropics*. Stanford, CA: Stanford University Press, 2000.

Keith, Charles. "A Colonial Sacred Union? Church, State, and the Great War in Colonial Vietnam." Trong James P. Daughton và Owen White, chủ biên. *In God's Empire: French Missionaries and the Making of the Modern World*. New York: Oxford University Press, 2012.

——. "Annam Uplifted: the First Vietnamese Catholic Bishops and the Birth of a National Church, 1919 – 1945." *Journal of Vietnamese Studies* 3, no. 2 (June 2008): 128 – 171.

——. "Catholiques, bouddhistes et lois laïques au Tonkin, 1899 – 1914." *Vingtième siècle, revue d'histoire*

87, no. 3 (September – December 2005): 113 – 128.

———. "Protestantism and the Politics of Religion in Colonial Vietnam." *French Colonial History*13 (2012).

Lange, Claude. *L'Église catholique et la société des missions étrangères au Vietnam: Vicariat apostolique de Cochinchine, XVIIe et XVIIIe siècles*. Paris: L'Harmattan, 2004.

Larkin, Maurice. *Church and State after the Dreyfus Affair*. London: MacMillan Press, 1974.

Launay, Adrien. *Histoire ancienne et moderne de l'Annam, Tong – King et Cochinchine depuis l'année 2, 700 avant l'ère chrétienne jusqu'à nos jours*. Paris: Challamel Aîné, 1884.

———. *Les trente – cinq venerable serviteurs de Dieu français, annamites, chinois*. Paris: P. Lethielleux, 1907.

———. *Société des missions étrangères pendant la guerre du Tonkin*. Paris: Librarie de l'oeuvre de St. Paul, 1886.

Lawrence, Mark. *Assuming the Burden: Europe and the American Commitment to War in Vietnam*. Berkeley: University of California Press, 2005.

Le capital et le travail – compte rendu in extensio des conférences données aux journées sociales et aux réunions d'études. Hà Nội: Trung Hòa, 1938.

Lebovics, Herman. *True France: the wars over cultural identity, 1900 – 1945*. Ithaca, NY: Cornell University Press,

1992.

Les Amis des Missions. *Les missions catholiques françaises en 1900 et 1928*. Paris: Editions Spes, 1928.

Lê, Nicole – Dominique. *Les missions – étrangères et la pénétration française au Viêt – Nam*. Paris: Mouton, 1975.

Li Tana. *Nguyễn Cochinchina: Southern Vietnam in the Seventeenth and Eighteenth Centuries*. Ithaca, NY: Cornell University Southeast Asia Program Publications, 1998.

Lockhart, Bruce. *The End of the Vietnamese Monarchy*. New Haven: Council on Southeast Asia Studies, Yale Center for International and Area Studies, 1993.

Louis – Henard, Nicole. "Un épisode ignoré de l'histoire du protectorat de l'Annam en 1909." *Bulletin de l'Ecole Française d'Extrême – Orient* 75 (1986): 215 – 248.

Louvet, Louis – Eugène. *La Cochinchine religieuse*. Paris: Challamel aîné, 1886.

——. *Vie de Mgr. Puginier*. Hanoi: F. H. Schneider, 1894.

Mai Duc Vinh. "La participation des notables de chrétientés vietnamiennes aux ministères des prêtres: 1533–1953." Luận án tiến sĩ, Université Pontificale de St. Thomas Aquin, Rome, 1977.

Marr, David. *Vietnam 1945: The Quest For Power*. Berkeley, CA: University of California Press, 1995.

———. *Vietnamese Anti – Colonialism, 1885 – 1925.* Berkeley, CA: University of California Press, 1971.

———. *Vietnamese Tradition on Trial, 1920 – 1945.* Berkeley, CA: University of California Press, 1981.

Masson. Joseph, S. J. *Vers l'église indigène: Catholicisme ou nationalisme?* Bruxelles: Éditions Universelles/Presses de Belgique, 1944.

McHale, Shawn. *Print and Power: Confucianism, Communism and Buddhism in the Making of Modern Vietnam.* Honolulu: University of Hawai'i Press, 2004.

McLeod, Mark. "Nationalism and Religion in Vietnam: Phan Boi Chau and the Catholic Question." *International History Review* 14, no. 4 (November 1992): 661 – 680.

———. "Nguyen Truong To: A Catholic Reformer at Emperor Tu Duc's Court." *Journal of Southeast Asian Studies* 25, no. 2 (June 1994): 313 – 331.

———. *The Vietnamese Response to French Intervention, 1862 – 1874.* Westport, CT: Praeger Press, 1991.

Metzler, Josef. *Die Synoden in Indochina, 1625 – 1934.* Paderborn: Ferdinand Schöningh, 1984.

Michaud, Jean. *'Incidental' Ethnographers: French Catholic Missions on the Tonkin – Yunnan Frontier, 1880 – 1930.* Leiden: Brill, 2007.

Miller, Ed. *Misalliance: Ngô Đình Diệm, the Americans, and the Fate of South Vietnam.* Cambridge, MA: Harvard

University Press, 2013.

——. "Vision, Power and Agency: The Rise of Ngô Đình Diệm, 1945 – 1954." *Journal of Southeast Asian Studies* 35, no. 2 (October 2004): 433 – 458.

Misner, Paul. *Social Catholicism in Europe from the Onset of Industrialization to the First World War.* New York: Crossroad, 1991.

Morlat, Patrice. *Indochine années vingt: Le rendez – vous manqué (1918 – 1928).* Paris: Les Indes Savantes, 2005.

——. "La rivalité entre les missions et les loges maçonniques en Indochine durant les années vingt." Trong Morlat, Patrice, chủ biên. *La question religieuse dans l'empire colonial français.* Paris: Les Indes Savantes, 2003.

Nguyễn Bá Tòng. *Deux conférences: Apparitions et miracles de Lourdes, Gesta dei per Francos.* Hà Nội: Imprimerie Ngô Tử Hạ, 1938.

——. *Deux conférences de S. E. Mgr. J. B. Tòng: En quête de la vérité; Evangélisation de l'Indochine depuis ses débuts.* Nam Định: Imprimerie Ngo Viet Vien, 1941.

——. *Le messianisme: conférence donnée par Mgr. J. B. Tòng en l'église paroissiale de Nam Dinh, 22 Décembre, 1936.* Nam Định: Nhà Xuất Bản Công Giáo Nam Thánh, 1936.

Nguyen, Christine. *Pétrus Truong Vinh Ky and the*

Dissemination of Quoc Ngu: An Annotated Bibliography of Works by and about a Vietnamese Scholar. Luận án thạc sĩ, Queens College, City University of New York, 1995.

Nguyễn Hữu Mỹ. *De la cabine des lépreux au palais épiscopale. La carrière extraordinaire de Mgr. Cassaigne*. Sài Gòn: Xưa Nay, 1942.

——. *L'Annam sous la terreur*. Sài Gòn: Imprimerie de la Mission, 1924.

——. *Le Tonkin Pittoresque: souvenirs et impressions de voyage*: Sài Gòn: J. Viet, 1925.

Nguyễn Huy Lai. *La tradition religieuse, spirituelle et sociale au Vietnam: sa confrontation avec le christianisme*. Paris: Beauchesne, 1981.

Nguyễn Quang Hưng. *Katholizismus in Vietnam von 1954 bis 1975*. Berlin: Logos Verlag, 2003.

Nguyễn Thế Anh, *Monarchie et fait colonial au Việt – Nam (1875 – 1925): Le crepuscule d'un ordre traditionnel*. Paris: l'Harmattan, 1992.

Nguyễn Tiến Lãng. *Pétrus Truong Vinh Ky, lettré et apôtre franco – annamite*. Huế: Buy Huy Tin, 1939.

Nhung Tuyet Tran. "Les Amantes de la Croix: an Early Modern Lay Vietnamese Sisterhood." Trong Gisèle Bousquet và Nora Taylor, chủ biên. *Le Viet Nam au feminine* (Paris: Les Indes Savantes, 2005).

Nord, Phillip. *The Republican Moment*. Cambridge,

MA: Harvard University Press, 1995.

Nyan, Francis. "Fils D'Annam! Si Vous Voulez Être Heureux, Aimez La France! 'Franco – Vietnamese Collaboration' Among the Frères des Écoles Chrétiennes in Indochina, 1900 – 1940." Luận án thạc sĩ, National University of Singapore, 2008.

Olichon, Armand. *Le Père Six, curé de Phat Diem, vice roi en Annam*. Paris, Bloud et Gay, 1941.

Osborne, Milton. *The French Presence in Cochinchina and Cambodia: Rule and Response*. Ithaca, NY: Cornell University Press, 1969.

———. "Truong Vinh Ky and Phan Thanh Gian: The Problem of a Nationalist Interpretation of 19th Century Vietnamese History." *Journal of Asian Studies* 30, no. 1 (November 1970): 81 – 93.

Ostrowski, Brian. "The Nôm Works of Geronimo Maiorica, S. J. (1589 – 1656) and their Christology." Luận án tiến sĩ, Cornell University, 2006.

Pâris, Camille. *Missionnaires d'Asie: l'oeuvre néfaste des congrégations, le protectorat des chrétiens*. Paris: Imprimerie Le Papier, 1903.

Pelley, Patricia. *Postcolonial Vietnam: New Histories of the National Past*. Durham: Duke University Press, 2002.

Peycam, Philippe. "Intellectuals and Political Commitment in Vietnam: The Emergence of a Public

Sphere in Colonial Saigon (1916 – 1928)." Luận án tiến sĩ, University of London, School of Oriental and African Studies, 1992.

Phan, Peter. *Mission and Catechesis: Alexander de Rhodes and Inculturation in Seventeenth – Century Vietnam.* Maryknoll, NY: Orbis Books, 1998.

Phan Phát Huồn. *History of the Catholic Church in Vietnam.* Tập 1. Long Beach, CA: Cứu Thế Tùng Thư, 2000.

Phan Bội Châu. *Overturned Chariot.* Vinh Sinh và Nicholas Wickenden dịch. Honolulu: University of Hawai'i Press, 1999.

Phu Hoang Le. "A Short History of the Evangelical Church in Vietnam, 1911 – 1965." Luận án tiến sĩ, New York University, 1972.

Piolet, J. B. , chủ biên. *Les missions catholiques français au XIXème siècle. Paris: Armand Colin, [1901] – 1903.*

Poisson, Emmanuel. *Mandarins et subalternes au nord du Viêt Nam: Une bureaucratie à l'épreuve, 1820 – 1918.* Paris: Maisonneuve et Larose, 2004.

Pollard, John. *Unknown Pope: Benedict XV (1914 – 1922) and the Pursuit of Peace.* London: Geoffrey Chapman, 1999.

Primum concilium indosinense 1934: a die novembris ad diem 6 decembris in ecclesia Pro – cathedrali de Hanoi celebratum. Hà Nội: Imprimerie Trung Hòa, 1938.

Prudhomme, Claude. *Missions chrétiennes et colonisation: XVI – XXe siècles.* Paris: Cerf, 2004.

———. *Stratégie missionnaire du Saint – Siège sous Léon XIII (1878 – 1903): centralization romaine et défies culturels.* Rome: École française de Rome, 1994.

Raffin, Anne. *Youth Mobilization in Vichy Indochina and Its Legacies, 1940 – 1970.* Lanham, MD: Lexington Books, 2005.

Ramsay, Jacob. *Mandarins and Martyrs: The Catholic Church and the Nguyen Dynasty in Early Nineteenth – Century Vietnam.* Stanford, CA: Stanford University Press, 2008.

Rouseau, Sabine. *La colombe et le napalme: Des chrétiens français contre les guerres d'Indochine et du Vietnam, 1945 – 1975.* Paris: CNRS Editions, 2002.

Schafer, John and The Uyen. "The Novel Emerges in Cochinchina," *Journal of Asian Studies* 52, no. 4 (November 1993): 854 – 884.

Schwertner, Thomas M. , O. P. *The Eucharistic Renaissance, or the International Eucharistic Congress.* New York: Macmillan, 1926.

Smith, Ralph B. "An Introduction to Caodaism: I. Origins and Early History." *Bulletin of the School of Oriental and African Studies* 33, no. 2 (1970): 335 – 349.

———. "An Introduction to Caodaism: II. Beliefs and Organization." *Bulletin of the School of Oriental and African Studies* 33, no. 3 (1970): 459 – 482.

Société des Missions Etrangeres de Paris. *Les Missions Catholiques*. Paris: Missions Etrangères de Paris, 1933.

———. *Répertoire des membres de la société des missions étrangères, 1659 – 2004*. Paris: Archives des Missions Etrangères, 2004.

Streit, Robert, chủ biên. *Bibliotheca Missionum. Elfter Band: Missionsliteratur Indochinas, 1800 – 1909*. Freiburg: Herder, 1966.

Sunquist, Scott, chủ biên. *A Dictionary of Asian Christianity*. Grand Rapids, MI: W. B. Eerdmans, 2001.

Sutter, P. và François Gaquere. *Aux prises avec Satan: Les possédés d'Ilfurth, de Natal et de Phat Diem (1868 – 1906 – 1925)*. Genval: Editions Marie Médiatrice, 1956.

Taylor, Philip. *Modernity and Re – Enchantment: Religion in Post – Revolutionary Vietnam*. Singapore: Institute of Southeast Asian Studies, 2007.

The Hung. "L'église catholique et la colonisation française." *Etudes vietnamiennes* 53 (1978): 9 – 81.

Thiện Đỗ. *Vietnamese Supernaturalism: Views from the Southern Region*. London: RoutledgeCurzon, 2003.

Tønnesson, Stein. *Vietnam 1946: How the War Began*. Berkeley: University of California Press, 2010.

Trần Anh Dũng. *L'église catholique du Viet Nam au XIXème siècle*. Luận án cử nhân, Institut Catholique de Paris, U. E. R. de Théologie et de sciences religieuses, Institut de sciences et de théologies des religions, 1995.

Trần Minh Tiết. *Histoire des persecutions au Viêt – Nam*. Paris: Notre Dame de la Trinité, 1955.

Trần Tam Tỉnh. *Dieu et césar: Les catholiques dans l'histoire du Vietnam*. Paris: Sudestasie, 1978.

Trần Thanh Phong, Joseph Marie. *Notre dame de La Vang, Viet Nam. Histoire et théologie. Extrait de la Thèse de Doctorat en Théologie avec la spécialisation en Mariologie*. Rome: Dissertationes Ad Lauream In Pontifica Facultate Theologica "Marianum," 2001.

Trần Thị Liên, Claire. "Aux origines de la troisième force: Nguyên Manh Hà et la solution neutraliste pour le Sud Vietnam (1954 – 1962)." Trong Christopher Goscha và Karin Laplante, chủ biên. *L'Indochine entre les deux accords de Genève (1954 – 1962): L'échec de la paix?* Paris: Les Indes Savantes, 2010.

——. "Les catholiques et la République démocratique du Việt Nam: une approche biographique." Trong Christopher E. Goscha và Benoît De Tréglode, chủ biên. *Naissance d'un état – parti: le Viêt Nam depuis 1945/The Birth of a Party – State: Vietnam since 1945*. Paris: Les Indes Savantes, 2004.

——. "Les catholiques vietnamiens et le mouvement

moderniste: quelques elements de réflexion sur la question de modernité fin XIXe – début XXe siècle." Trong Gilles de Gantès và Nguyen Phuong Ngoc, chủ biên. *Vietnam: le moment moderniste.* Aix – en – Provence: Publications Université de Provence, 2009.

——. "Les catholiques vietnamiens pendant la guerre d'indépendance (1945 – 1954): entre la reconquete coloniale et la résistance communiste." Luận án tiến sĩ, Institut d'Etudes Politiques de Paris, 1996.

Trần Văn Toàn, Antoine. "Catholiques vietnamiens en France ou le retour de l'inculture." Trong Marc Spindler và Annie Lenoble – Bart, chủ biên. *Chrètiens d'outre – mer en Europe: Un autre visage de l'immigration.* Paris: Karthala, 2000.

——. "La doctrine des "trois pères": Un effort d'inculturation du christianisme au Vietnam." *Mission* IX (1), 2002: 89 – 104.

——. "Le ravaitaillement en objets du culte au Vietnam pendant la période précoloniale." Trong Jean Pirotte, chủ biên. *Les conditions matérielles de la mission: contraintes, dépassements et imaginaires, XVIIe – XXe siècles.* Paris: Karthala, 2005.

——. "Le regard des missionnaires catholiques sur le bouddhisme au Vietnam du XVII au XVIII siècles." Trong Françoise Jacquin và Jean – François Zorn, chủ biên. *L'Alterité religieuse, un défi pour la mission chrétienne,*

XVIIIe – XXe siècles. Paris: Karthala, 2001.

——. "L'innovation bloquée ou le bon usage de la paraliturgie dans le catholicisme vietnamien." Trong Gilles Routhier và Frédéric Laugrand, chủ biên. *L'espace missionnaire: lieu d'innovations et de rencontres interculturelles.* Paris: Karthala, 2002.

Tsuboi, Yoshiharu. *L'Empire vietnamien face à la France et à la Chine, 1847 – 1885.* Paris: L'Harmattan, 1987.

Tuck, Patrick. *French Catholic Missionaries and the Politics of Imperialism in Vietnam, 1857 – 1914.* Liverpool: Liverpool University Press, 1987.

Vaudon, Jean. *Les soeurs de St. Paul en Indo – Chine.* Chartres: Procure des Soeurs de Saint – Paul, 1931.

Veuillot, Eugène. *Cochinchine et le Tonquin: Le pays, l'histoire et les missions.* Paris: Amyot, 1859.

Võ Đức Hạnh, Etienne. *La place du catholicisme dans les relations entre la France et le Viêt – Nam de 1851 à 1870.* 2 tập. Leiden: E. J. Brill, 1969.

——. *La place du catholicisme dans les relations entre la France et le Viêt – Nam de 1870 – 1886.* 2 tập. Bern: Peter Lang, 1992.

——. *La place du catholicisme dans les relations entre la France et le Viêt – Nam de 1887 – 1903.* 3 tập. Bern: Peter Lang, 2001.

Võ Long Tê. *L'Experience poétique et l'itinéraire spirituel de Hàn Mặc Tử*. Paris: Đường mới, 1985.

Wilcox, Wynn. "Đặng Đức Tuấn and the Complexities of Nineteenth – Century Vietnamese Christian Identity." Trong Wynn Wilcox, chủ biên. *Vietnam and the West: New Approaches*. Ithaca: Cornell University Southeast Asia Program Publications, 2010.

Woodside, Alexander. *Community and Revolution in Modern Vietnam*. Boston: Houghton Mifflin Company, 1976.

Zinoman, Peter. *The Colonial Bastille: A History of Imprisonment in Vietnam, 1862 – 1945*. Berkeley, CA: University of California Press, 2001.